டி. தருமராஜின்
அயோத்திதாசரியம்

டி. தருமராஜின் அயோத்திதாசரியம்

தொகுப்பாசிரியர்

முனைவர் **பா.ச. அரிபாபு**

டி. தருமராஜின் அயோத்திதாசரியம்

T. Dharmarajin Iyotheethaasariyam

Ed. B.S. Ari Babu ©

First Edition : February 2022
400 Pages
Printed in India.

ISBN: 978-93-90958-34-4
Kizhakku - 1260

Kizhakku Pathippagam
177/103, First Floor, Ambal's Building, Lloyds Road,
Royapettah, Chennai - 600 014. Ph: +91-44-4200-9603
Email : support@nhm.in | Website : www.nhm.in

 kizhakkupathippagam | kizhakku_nhm

Author's Email: arivusallo@gmail.com

Cover Image: Ranjit Paranjothi

Kizhakku Pathippagam is an imprint of New Horizon Media Private Limited

அயோத்திதாசரிடம் வெளிப்படுவது, அவதானம்.
'நாமெல்லாம் பூர்வத்தில் பௌத்தர்களாக இருந்தோம்'
என்ற அவதானம்.

உள்ளடக்கம்

உரையாடலுக்குள் அயோத்திதாசர்

அயோத்திதாசர் என்னும் சிந்தனையாளரை இன்றைய சூழலில் முறையாக எல்லோரிடமும் கொண்டு சேர்க்கவேண்டிய கடமை நம்முன் நிற்கிறது. அதற்காக, அயோத்திதாசர் குறித்த உரையாடலைப் பல்வேறு வகைகளில் முன்னெடுக்கவேண்டும். அயோத்திதாசர் தமிழ்ச் சமூகத்திற்குப் பொதுவானவர். அவர், ஓர் இயக்கத்தினருக்கோ ஒரு சாதியினருக்கோ உரியவர் அல்லர். அவ்வாறு சிறு வட்டத்திற்குள் அடைக்கப்பட்டால், வரலாற்றுக் கடமையிலிருந்து தவறுகிறோம் என்றுதான் பொருள்.

எந்தவொரு சிந்தனையாளரும் அல்லது சிந்தனைகளும் நாம் வாழும் காலத்திற்குத் தேவையெனில் கண்டிப்பாக மேலெழுந்து தான் வரும். அவ்வாறு மேலெழாதவாறு பொதுச் சமூகம் கதவடைத்திருப்பினும், முற்போக்குச் சக்திகள் அடையாளம் கண்டு, அறிமுகப்படுத்த வேண்டியது கடமையாகும். முற்போக்குத் திசைவழியில் பயணிக்கும் ஆய்வாளர்களும் அறிவுச்செயற்பாட்டாளர்களுமே அயோத்திதாசரைத் தமிழ்ச் சமூகவெளிக்குள் அறிமுகப்படுத்தினார்கள். அயோத்திதாசரின் சிந்தனைகள் அறிமுகம் ஆனதற்குப் பிறகுதான் இதுவரையிலும் கால்கொண்டிருந்த அரசியல், மதம், பண்பாடு, வரலாறு, இலக்கியம், வழக்காறு முதலியனவற்றின்மீது வேறுவிதமான விமர்சன வழிப்பட்ட மாற்றுப் பார்வைகள் வெளிப்படத் தொடங்கியுள்ளன.

அயோத்திதாசரை மைய உரையாடலுக்குத் தயார்படுத்துவதிலும் அவர் பற்றித் தீவிரமாகப் பேசியதும் சாதாரணமான வேலை அல்ல. இந்த வேலையைத் தொடங்கியவர்கள் பலர். யாரெல்லாம் அயோத்திதாசரைப் பின்தொடர்ந்தார்களோ அவர்களெல்லாம்

அயோத்திதாசருக்குத் தாசன்கள் ஆனார்கள். அந்தவகையில், அயோத்திதாசன்களின் பட்டியலில் மிக முக்கியமானவர் பேராசிரியர் டி. தருமராஜ்.

'அயோத்திதாசரின் எழுத்துகள் அறிமுகமான ஆரம்ப வருடங்களில் உன்மத்தம் பிடித்த நிலையில் இருந்தேன். 'நான் பூர்வ பௌத்தன்' நூலை வாசிக்கிற யாராலும் இதை உணரமுடியும். ஒரு பேச்சுக்காக அப்படிச் சொல்லவில்லை. நிஜமாகவே பைத்தியம் பிடித்திருந்தது.

அவரிடம் கிறுக்குப் பிடிக்க வைக்கும் எழுத்துமுறை இருந்தது. இதே போன்ற கிறுக்குத்தனம் பெரியாரிடத்திலும் உண்டு என்றாலும் அது விடலைப்பருவக் கிறுக்கு. சேசுசபை பள்ளிக் கூடங்களில் படித்த எங்களுக்குப் பெரியாரைவிடவும் சிறந்த விடுதலை எதுவும் இல்லை. பாதிரியார்களை வீழ்த்துவதற்குப் பெரியாரே சிறந்த ஆயுதமாக இருந்தார்.

ஆனால், 'அயோத்திதாசர் பைத்தியம்' கொஞ்சம் வித்தியாசமானது. சமூக நீதியையும் சமத்துவத்தையும் இத்தனைக் கற்பனை வளத்தோடு விவரிக்க முடியுமா என்ற வியப்பு அதில் ஒன்று. அம்பேத்கரின் எழுத்துகளில் எதிர்பார்த்து ஏமாந்திருந்த எதுவோ, அயோத்திதாசரிடம் இருப்பதாகப் பட்டதுதான் முதல் அனுபவம். அது என்ன என்று கண்டுபிடிக்கவே நான் இந்நூலை எழுத ஆரம்பித்தேன்.

'கடந்த இருபது ஆண்டுகளில் சுமார் ஆயிரம் கூட்டங்களிலாவது அயோத்திதாசரைப் பற்றிப் பேசியிருப்பேன். எந்தத் தலைப்பு என்றாலும் அயோத்திதாசரைக் குறிப்பிடாமல் இவன் பேச மாட்டான் என்ற எல்லைக்குக்கூட இது சென்றிருக்கிறது. இது வீண் வம்பு அல்ல. எனது இயல்பாகவே அது மாறியிருந்தது. அப்படியொரு ஆகிருதியாக விளங்கியவர் அயோத்திதாசர்' - (அயோத்திதாசர்: பார்ப்பனர் முதல் பறையர் வரை, புத்தக முன்னுரை) என அவர் குறிப்பிடுவதிலிருந்து அயோத்திதாசரின் சிந்தனைகளோடு அவருக்கிருந்த பிணைப்பைப் புரிந்துகொள்ள முடிகிறது.

2003 ஆம் ஆண்டில் டி. தருமராஜின் 'நான் பூர்வ பௌத்தன்' என்னும் நூல் வெளியாகியது. இந்நூலே அயோத்திதாசரைப் பரவலாக எல்லோரிடமும் கொண்டுசேர்த்தது. சிறிய நூல் என்றாலும், அது உருவாக்கிய அறிமுகம் சாதாரணமானது அல்ல. குறிப்பாக கல்லூரி, மற்றும் பல்கலைக்கழகப் பேராசிரியர்களும் ஆய்வாளர்களும் வரவேற்று மகிழ்ந்தார்கள். இதன்பிறகுதான்

அயோத்திதாசர் குறித்து எழுதவும் பேசவும் பலரும் தலைப்பட்டார்கள்.

இந்நிலையில், தொடர்ந்து அயோத்திதாசரை இருபதாண்டு களுக்கும் மேலாகப் பேசியும் எழுதியும் வருகிற டி. தருமராஜின் ஆய்வுத் தடத்தில் 2019ஆம் ஆண்டில் வெளியான நூல் 'அயோத்திதாசர்: பார்ப்பனர் முதல் பறையர் வரை'. இந்த நூலானது அயோத்திதாசரை மிக விரிவாக எல்லோருக்கும் அறிமுகப்படுத்தியதோடு தமிழ்ச் சமூகத்தின் அடையாளமாக அயோத்திதாசர் எவ்வாறு முழுமையாகி நிற்கிறார் என்பதைக் காத்திரமாக முன்வைத்தது.

இந்த நூல் வெளியானதும் பல விமரிசனப் பார்வைகள் அலையலையாக மேலெழுந்து வந்தன. குறிப்பாகத் திராவிட இயக்கத்தார் கடுமையாக எதிர்த்து எழுதினார்கள். தீவிர வாசகர்கள் அயோத்திதாசர் குறித்து ஒரு புனைவைப்போல எழுதப்பட்டுள்ளது என்று கொண்டாடவும் செய்தார்கள். இந்த இரு வேறான பார்வை முக்கியமானதென்றே தோன்றுகிறது. ஓர் ஆய்வுப் பிரதி இந்தளவிற்குக் கவனம் குவிப்பதை ஆரோக்கியத்தின் தொடக்கமாகவே கருதலாம்.

எந்தவொரு 'இயமாக' இருந்தாலும் அதற்கான தேவை உருவாக வேண்டும்; பின்பு வளர்த்தெடுக்கப்பட வேண்டும். மார்க்சியமோ, காந்தியமோ அம்பேத்கரியமோ பெரியாரியமோ தமிழ்ச் சூழலில் பேசப்பட்டமைக்கான வலுவான காரணங்கள் நம்மிடம் உண்டு. இந்த 'இயங்கள்' தொடர்ந்து உரையாடலுக்குள் இருப்பதற்கு அரசியல் இயக்கங்களும் அதனையொட்டிய அறிவுச்செயல்பாடுகளும் பின்னணியாக இயங்கின என்பதை மறுக்க முடியாது. எனினும், இம்மாதியான வகைப்போக்கோடு அயோத்திதாசரைக் கொண்டுவந்து நிறுத்த முடியாது.

காரணம், வரலாற்றின் பக்கங்களிலிருந்து முற்றாக மறக்கடிக்கப் பட்டவர் அயோத்திதாசர். அயோத்திதாசரை வரலாற்றிலிருந்து தோண்டி எடுத்து வரும்போது பெரிதாகப் பேசவேண்டிய / கொண்டாட வேண்டிய திராவிட இயக்கங்களே மெளனம் காத்தன அல்லது கண்டும் காணாமல் நகர்ந்துகொண்டன. பெரியாரும் அவரது வழித்தோன்றல்களும் அவரவர் செயல்பாட்டுக் காலங்களிலேயே அயோத்திதாசரைக் குறித்துப் பேசியிருக்க வேண்டும் என்கிற கேள்வியானது இன்னும் உலராமல் இருப்பது ஒருபுறமென்றாலும், பின்வந்த திராவிட மற்றும் இடதுசாரி இயக்கங்களும் அங்கீகரித்துப் பேசியிருக்கவேண்டும்.

'இயமாக' யோசிக்கும்போது, மற்ற எல்லா இயங்களைப் போலவும் அல்லது இயங்களை விடவும் பன்முகம் கொண்டது அயோத்திதாசரியம். காந்தியம் ஒரு வாழ்வியல் என்றால் அயோத்திதாசரியமும் ஒரு வாழ்வியல்தான். மேலும், நவீன காலத்திற்கே உரிய ஜனநாயகத் தன்மையின் அனைத்துக் கூறுகளையும் உள்ளடக்கியது. பிராமண எதிர்ப்பு - சுயமரியாதை - சமூக நீதி - திராவிடம் - தமிழ்நிலம் - தமிழ் மொழிவளர்ச்சி - பெண்விடுதலை - சாதியத் தீண்டாமை எதிர்ப்பு - இட ஒதுக்கீடு என, அவற்றையெல்லாம் உள்ளடக்கித் திராவிட இயக்கம் தன்னுடைய அடையாளமாகக் காட்டுகிறது. ஆனால், இவையாவும் அயோத்திதாசரியத்தின் அடையாளங்களாகும். அவ்வாறெனில், திராவிட இயக்கங்களுக்கு அடித்தளம் அல்லது முன்னோடி அயோத்திதாசரே என்றுதான் வரையறுக்க முடியும்.

இந்நிலையில் டி. தருமராஜ் தன்னுடைய நூலில் அயோத்திதாசரைப் பல்வேறு லட்சணங்களில் அணுகிப் பார்க்கிறார். ஒரு புனைவுக்குரிய வசீகர மொழியில் பன்முகமான அயோத்திதாசரை வெவ்வேறு புள்ளியில் இணைத்துப் பார்க்கிறார். அயோத்திதாசரின் மொழியாளுமையைக் கோட் பாட்டுப் பின்னணியோடு வாசிக்கிறார். பண்பாட்டு அடை யாளமாகச் சிந்தித்து நாட்டுப்புறவியலாளராக அயோத்திதாசர் வெளிப்படுவதைக் கண்டுபிடித்து அறிவிக்கிறார். ஒடுக்கப் பட்டோர் விடுதலையும் சுயமரியாதையும் என்ற கோணத்தில் அணுகி 'இந்திரர் தேச சரித்திரத்தை' ஒடுக்கப்பட்டோர் சரித்திரமாக மாற்றி எழுதுகிறார். இதுவரையிலும் யாருமே முயன்று பார்த்திடாத தளங்களிலெல்லாம் பயணித்து, அயோத்திதாசருக்கு ஒரு மாற்று வரலாற்றைக் கட்டக்கூடியவராக வெளிப்படுகிறார். அவ்வகையில், அயோத்திதாசரும் டி. தருமராஜ்ஃவும் இணைந்து ஒருவருக்குள் ஒருவராகக் கலந்து நிற்கிறார்கள். இந்தச் சிந்தனைக் கலத்தலில் இருந்தே டி. தருமராஜின் அயோத்திதாசரியம் பிறக்கிறது.

இந்நிலையில் டி. தருமராஜின் ஆய்வு முறையியலையும் அயோத்திதாசரையும் இணைத்து உரையாட முன்னெடுத்தபோது, அதற்கான சூழலும் ஆரோக்கியமான யோசனையும் வந்து சேர்ந்தன. ஆனால், 'கொரோனா' என்னும் நோய்க்காலம் இடைமறித்து நின்றது. ஒரு பிரதி உருவாக்கிய காத்திரமான இடத்தைத் தவறவிட்டுவிடக் கூடாது என்கிற பெரும் விருப்பத்தில் இணைய வழியிலான பன்னாட்டுக் கருத்தரங்கமாக நடந்து முடிந்தது. இந்த ஒருங்கிணைப்பில் டி. தருமராஜின்

அயோத்திதாசர் புத்தகத்தை வாசித்தவர்கள் பெரும்பாலானோர் இணைந்துகொண்டார்கள். இதில், எழுத்தாளர்கள், ஆய்வாளர்கள், பேராசிரியர்கள், செயற்பாட்டாளர்கள் எனப் பலரும் இணைந்திருந்தனர். அதனடிப்படையில் 07.11.2020 - 08.11.2020 ஆகிய தேதிகளில் ஒரு நாளுக்கு எட்டுக் கருத்துரைகள் வீதம் இரண்டு நாட்களுக்கும் பதினாறு கருத்துரைகள் வழங்கப்பட்டன. நூற்றுக்கும் மேற்பட்ட பார்வையாளர்கள் கலந்துகொண்டனர்.

இவ்வாறாக, 'கொரோனா' பொது முடக்க காலத்திலும் அயோத்திதாசர் பொது உரையாடலுக்குள் வந்து சேர்ந்தார் என்றாலும், கருத்தரங்க உரையாடலையும் கருத்தாடல்களையும் எழுத்தாக ஆவணப்படுத்த வேண்டியதும் மிக முக்கியமான பணி. அவ்வகையில்தான், கருத்தரங்கில் கலந்து கொண்டவர்களிடம் இருந்தும், பார்வையாளர்களிடம் இருந்தும், நூலை வாசித்தவர் களிடம் இருந்தும் கட்டுரைகளைப் பெற்றும், அந்நூல் வெளியீட்டு நிகழ்வில் கலந்துகொண்டு சிறப்புரை வழங்கிய எழுத்தாளர்கள் ஜெயமோகன், சமஸ் ஆகியோரிடமிருந்தும் கட்டுரைகள் பெறப்பட்டு 'டி. தருமராஜின் அயோத்திதாசரியம்' என்னும் தலைப்பில் நூலாகத் தொகுக்கும் பணி நடந்தேறியது. இந்நூலாக்கப் பணியானது எதிர்காலத் தலைமுறையினருக்குக் கொடையளிக்கும் அறிவுச்செயல்பாடுகளுள் ஒன்றாகும். அவ்வகையில், எதிர்காலத்தில் அயோத்திதாசரை ஆராயப்புகும் யாவருமே இந்நூலைக் கவனத்தில் கொள்ளவேண்டிய அளவில் தகுதியுடையதாகவே அமைந்துள்ளது.

தமிழ்ச் சூழலில் கட்டுரைகளைத் தொகுத்தளித்தல் என்பது சாதாரணமான காரியம் அல்ல. என்றாலும், அழைப்பையும் நோக்கத்தையும் ஏற்றுக் கட்டுரைகளை வழங்கிய கட்டுரை யாளர்களை நன்றியோடு நினைத்துப் பார்க்கிறேன். எழுத்தாளர் ஜெயமோகன், பத்திரிக்கையாளர் சமஸ், பேராசிரியர் ஸ்டாலின் ராஜாங்கம், பேராசிரியர் பிரேம், பண்பாட்டு ஆய்வாளர் ஏர் மகாராசன், எழுத்தாளர் சரவண கார்த்திகேயன், எழுத்தாளர் சுரேஷ் பிரதீப், மருத்துவர் ஈஸ்வரபாண்டி, ஆய்வாளர் சாந்தி நக்கீரன், ஆய்வாளர் இராவணன் அம்பேத்கர், பேராசிரியர் கோபிநாத், பேராசிரியர் கலையரசி, ஆய்வாளர் சக்திவேல், ஆய்வாளர் கார்த்திக், ஆய்வாளர் மனோஜ் பாலசுப்பிரமணியன் ஆகியோருக்கு நிறைந்த அன்பும் நன்றியும்.

நூலுக்கான பணிகள் துவங்கிய காலத்திலிருந்து நிறைய ஆலோசனைகளைக் கூறி என்னை எப்போதுமே வழிநடத்திவரும் அண்ணன் 'ஏர்' மகாராசன் அவர்களுக்கு எனது நெஞ்சம் நிறைந்த நன்றி.

என்னுடைய எந்தவொரு செயல்பாட்டையும் நன்கு கவனித்துக் கொண்டாடுபவர் எனது ஆசிரியர் முனைவர் எவாஞ்சிலின் மனோகரன் ஆவார். இந்நூல் முயற்சியில் முதல் வாசிப்பை அவரே நிகழ்த்தினார். மேலான பல ஆலோசனைகள் வழங்கியும், நூலினை முழுமையாக மெய்ப்புத் திருத்தம் செய்தும் வளப்படுத்தினார். பேராசிரியர் அவர்களுக்கு என்றென்றைக்கும் என் நன்றி உரித்து.

எமது உரையாடல் யாவற்றுக்கும் முகம் கொடுத்து, என்னை வழிநடத்துபவர் எனது ஆசிரியர் பிரபாகர் அவர்கள். தொடர்ந்து உற்சாகத்தோடு பயணிக்கக் காரணமாக இருப்பவரும் அவரே. அவருக்கு என் அன்பும் நன்றியும்.

நூலுக்குரிய அட்டைப்படத்தைச் சிறப்பாக வடிவமைப்புச் செய்து தந்து உதவிய ஓவியர் திரு. ரஞ்சித் பரஞ்சோதி அவர்களுக்கு நன்றி.

இந்நூலாக்கப் பணியில் உறுதுணையோடு இருந்து ஊக்கப் படுத்திய நண்பர் கிதியோன் பிரேம் சிங் அவர்களுக்கு நன்றி.

நான் ஏன் தலித்தும் அல்ல? என்னும் நூல் வெளிவந்த காலத்திலிருந்து பேராசிரியர் டி. தருமராஜ் அவர்களோடு நிறைய உரையாடுவதற்கான வாய்ப்புகள் கிடைத்தன. அதன் தொடர்ச்சி தான் இந்நூலும்கூட. இத்தொகுப்பிற்குத் தமது கட்டுரையையும் வழங்கிச் சிறப்பித்த பேராசிரியர் டி. தருமராஜ் அவர்களுக்கு அன்பையும் நன்றியையும் உரித்தாக்கிக் கொள்கிறேன்.

இந்நூல் தொகுப்பை இன்னும் வளப்படுத்தியதில் திரு. மருதன் அவர்களுக்குப் பெரும் பங்கு உண்டு. அண்ணாருக்கு நன்றி. டி. தருமராஜின் அயோத்திதாசரியம் நூலைப் பதிப்பித்து வெளியிடும் கிழக்கு பதிப்பகத்தாருக்கு மிக்க நன்றி.

மிக்க அன்புடன்

முனைவர் **பா.ச. அரிபாபு**
உதவிப் பேராசிரியர்,
தமிழ் உயராய்வு மையம்,
அமெரிக்கன் கல்லூரி, மதுரை-2
பேசு: *8667353389* | மின்னஞ்சல்: arivusallo@gmail.com

அயோத்திதாசரியத்தின் இரு கருத்தாக்கங்கள்:
ஆகாநிற்றலும் ஜனரஞ்சகப் பார்ப்பனியமும்!

டி. தருமராஜ்
பேராசிரியர்

Becoming is certainly not imitating, or identifying with something; neither is it regressing - progressing; neither is it corresponding, ... [nor] producing ... Becoming is a verb with a consistency all its own; it does not reduce to, or lead back to, "appearing," "being," "equalling" or "producing". (A Thousand Plateaus - Capitalism and Schizophrenia, Gilles Deleuze and Felix Guattari, p. 239).

அயோத்திதாசர் குறித்த உரையாடல்கள், இறந்தவருக்கு உயிரூட்டும் வேலை இல்லை என்பதை முதலில் தெளிவுபடுத்த விரும்புகிறேன். ஏனெனில், மெசையாக்களின் உயிரூட்டும் சித்து வேலைகளுக்கு எதிரானதே ஞானம். இன்னும் விளக்கமாகச் சொன்னால், அயோத்திதாசர் வழிபாட்டு மரபை உருவாக்குவது நமது நோக்கம் அல்ல. அயோத்திதாசரியம் என்பது ஞானத்தின் விளிம்பு அல்லது கரை.

எனது ஆவல், அயோத்திதாசரைப் பனுவலாக்கம் செய்வது. பின் அந்தப் பனுவலைக் கற்றுத் தேர்வது. 'அயோத்திதாசர் பார்ப்பனர் முதல் பறையர் வரை' நூல், அப்படியொரு பனுவலாக்கத்தையும் கற்றலையுமே வெளிப்படுத்துகிறது. அரிபாபு தொகுத்துள்ள 'அயோத்திதாசரியம்' என்ற இந்நூல், அப்படியான ஞானத்தின் விளிம்பு அல்லது கரை.

பனுவலாக்கமும் ஆகிருதிகளை உருவாக்க முடியும். ஆனால், இந்த ஆகிருதி, ரத்தமும் சதையுமான மனிதரோ பெருமிதமும் கலவரமும் நிரம்பிய சம்பவங்களோ இல்லை. மாறாக,

நினைவிடங்கள்! கோவில்களையும், பேருந்து நிலையங்களையும் போன்ற நினைவிடங்கள். ஜீவ சம ஆதிகளுக்கு மாற்றான சிந்தனைச் சம ஆதிகள். யாரும் அடிக்கடி வந்து போகத்தக்க, கல்லறைகளை ஒத்த நினைவறைகள். அயோத்திதாசர் என்ற பனுவலின்மீது எழுப்பப்பட்ட புத்தக நடுகல்.

●

அயோத்திதாசர் என்ற பனுவலாக்கத்தின்போது அவர் நிகழ்வாக உருமாற்றமடைவதை ஒரு தேர்ந்த வாசகரால் உணர முடியும். காத்தவராயனுக்கும் சிவனுக்கும் நடந்த உரையாடலே அந்நிகழ்வின் நாடகீயத்தை ஆரம்பித்து வைக்கிறது. அதன் இன்னொரு காட்சி, 'இந்திர தேச சரித்திரம்' எழுதப்படுதல். 'நான் பூர்வ பௌத்தன்' என்ற அரசியல் பிரகடனத்தை இச்சரித்திரமே சாத்தியமாக்குகிறது. பிறிதொரு திசையிலிருந்து 'ஆதி வேதம்' எழுதப்படும்பொழுதே, அந்நிகழ்வு கிளைக்கத் தொடங்குவதை நாம் உணர ஆரம்பிக்கிறோம்.

அயோத்திதாசரியத்தின் விவாதத் தடங்களை 'சரித்திரம் - பூர்வ பௌத்தன் - ஆதிவேதம்' என்ற முப்புள்ளிகளே ஆரம்பித்து வைக்கின்றன. 'அயோத்திதாசர் ஞாபகத்தால் பீடிக்கப்பட்டிருந்தார்' என்று சொல்வதன் அர்த்தமும் இதுவே. சரித்திரமும், பூர்வமும், ஆதியும் அவரை மீளா நினைவுச்சுழலில் ஆழ்த்தியிருந்தன.

நினைவுகளோடு சமர் செய்தல், தத்துவார்த்த போதத்தை ஏற்படுத்தக் கூடியது. காலம், பிரக்ஞையிலிருந்து நழுவும்போதே இது ஆரம்பிக்கிறது. ஞானிகளுக்கு இதிலொரு சாகசம் இருக்கிறது. அவர்கள் காலத்தோடு புரியும் லீலைகள் யாவும் தீரா விளையாட்டுகளாக மாறிவிடுகின்றன.

ஆனால், சாதி உள்ளிட்ட சமூகக்கேடுகளை யோசிக்கத் தொடங்குகிற ஞானிகளிடம் சாகசத்தோடு கடப்பாடும் இணைந்துகொள்கிறது. செயலாற்றவேண்டிய கடப்பாடு. கேடுகளை எதிர்க்கும் எந்தவொரு செயலும் நிகழ்காலத்தோடு இணைக்கப்பட்டுள்ளதால், செயல் படுதல் கடப்பாடு மட்டுமல்ல, உயிர் வேட்கையும்கூட. சாதியொழிப்பு, உயிர் வேட்கையாக மாறிப்போகும் தருணம் இது.

சாதி முதலான இழிவு / பெருமிதத்தைச் சமூகக் கேடாக உருவகித்து அதிலிருந்து வெளியேறும் போராட்டம், ஒரே நேரத்தில் இறந்த காலத்திலும் நிகழ் காலத்திலும் விரிய ஆரம்பிக்கிறது. இழிவு என்ற நினைவை, பெருமிதம் என்ற நினைவு

கொண்டு அறுத்தாலொழிய இப்போராட்டத்தில் ஈடேற்றம் என்ற ஒன்று இல்லை. ஆனால், அதே நேரம், அப்பெருமிதமும்கூட இன்னொரு சமூகக்கேடு என்று நீங்கள் தொடர்ந்து வாதிட வேண்டியிருக்கிறது. அப்படிச் செய்வது மட்டுமே, அவ்விழிவு / பெருமிதத்தை சமூகக்கேடு என்று உங்களால் அறுதியிட முடியும்.

'தீண்டத்தகாதவன்' என்ற இழிவை 'பூர்வ பௌத்தன்' என்ற பெருமிதத்தால் வெட்டி வீழ்த்த, அயோத்திதாசர் தேர்ந்துகொண்ட தொழிற்நுட்பம் 'அடையாள அரசியல்' என்பதில் சந்தேகமில்லை. நினைவுகளோடு சமர் செய்யும் ஒவ்வொருவரின் அடைக்கலமும் அடையாள அரசியல் மட்டுமே. ஆனால், அதற்கு எல்லைகள் உண்டு. அது, வரலாற்றை நேர் செய்ய உதவுகிற அதே நேரத்தில், பிறிதொரு வரலாற்றில் உங்களைக் கோர்த்தும் விடுகிறது.

அதே போன்றதுதான் இழிவா பெருமிதமா என்ற வாதமும். ஓர் இழிவை நீக்குகிற பெருமிதமே இன்னொரு இழிவையும் உருவாக்குகிறது. அயோத்திதாசர், நினைவுகளோடு மேற்கொண்ட பரிசோதனையில், இக்குழப்பத்தால் சூழப்பட்டிருந்தார் என்பது நமக்குத் தெரியும். பூர்வ பௌத்தன் என்ற பெருமிதம் திரண்டு வரும் பொழுதே, 'கல்லாக்குடிகள்' என்ற இழிவும் திரண்டு விடுகிறது. அதன் துணை இழிவுகளாக 'நாகரீகமற்ற குடிகள்', 'இயல்பிலேயே தாழ்ந்தவர்கள்' என்ற இழிவுகளும் வரலாற்றில் இடம்பெற்று விடுகிறது.

அயோத்திதாசரியத்தில் நிகழும் மிக முக்கியமான இடைவெளி என நான் இதனைக் கணிக்கிறேன். பறையர் / தீண்டத்தகாதவர் என்ற இழிவை நீக்குவதற்காகச் சரித்திர நினைவுகளைச் சேகரிக்கத் தொடங்குகிற அயோத்திதாசர், 'நான் பூர்வ பௌத்தன்' என்று கண்டுகொள்கிற தருணம், வேஷப் பிராமணர்களையும், கல்லாக் குடிகளையும், இயல்பிலேயே தாழ்ந்தவர்களையும் கண்டு கொள்கிறார் என்பதே உண்மை. பெருமிதமே இழிலவையும் உருவாக்குகிறது.

21ஆம் நூற்றாண்டில் அயோத்திதாசரின் எழுத்துகள் மீண்டும் அறிமுகமான சூழலில், அருந்ததியர் தரப்பிலிருந்து எழுந்துவந்த கண்டனங்களுக்கான மூலம் 'பூர்வ பௌத்தன்' என்ற அடையாள உருவாக்கத்தில் இருந்தது. ஆனால், ஆச்சரியப்படும் வகையில், அதே சமயத்தில் உருவாக்கப்பட்ட பிற இரண்டு அடையாளங்கள் (வேஷப் பிராமணர், கல்லாக்குடிகள்) குறித்து மீண்டும் பெரிய மௌனமே இன்றைக்கும் நிலவுகிறது.

'வேஷப் பிராமணனும்' 'கல்லாக்குடிகளும்' வரலாற்றில் ஒரே நேரத்தில் உருவான இரு வேறு அடையாளங்கள். பிராமணம் என்ற உயரிய கருத்தாக்கத்தை, கல்வியறிவற்ற மக்களின் அறியாமை காரணமாக, புருசீகர்கள், வேஷப் பிராமணமாக மாற்றியமைத்தனர் என்ற கண்டனத்தின் மறுபக்கம் வேறொரு சித்திரத்தை நாம் காட்ட முடியும். கல்வியறிவற்ற மக்கள் கூட்டத்தை இத்தேசத்தின் பெருஞ் சமூகம் என்று நம்மால் வரையறுக்க முடிந்தால், புருசீகர்கள் உருவாக்கிய 'வேஷப் பிராமணம்' ஜனரஞ்சகத்தன்மை உடையது என்பது விளங்கும்.

அயோத்திதாசரின் விளக்கத்தின்படி, பௌத்தத் தம்மங்களையும் கொள்கைகளையும் ஜனரஞ்சகத் தன்மையோடு விளக்கும் காரியத்தையே புருசீகர்கள் மேற்கொண்டனர் என்று பொருள். அந்தவகையில், வேஷப் பிராமணனே, ஜனரஞ்சகப் பிராமணன்! ஜோடனைகளாலும், மதிமயக்கம் வார்த்தைகளாலும், மந்திர தந்திரங்களாலும் வெகுஜனங்களின் ரசனைக்குத் தக்கவாறு வளைந்து நெளிகிற ஜனரஞ்சகப் பிராமணன்!

பின்னாளில் வந்த ஈ.வெ.ரா. பெரியார் இந்த 'ஜனரஞ்சகப் பிராமணனையே' பார்ப்பான் என்று சொல்லி மிகத் தீவிரமாக எதிர்க்க ஆரம்பிக்கிறார். ஜனரஞ்சகத்தில் மயங்கிக் கிடக்கிற 'பகுத்தறிவற்ற' குடிகளுக்குத் தொடர்ச்சியாக அறிவுறுத்த ஆரம்பிக்கிறார். அயோத்திதாசரியத்தில் ஞானமாகத் திரளுகிற வெகுஜனவியம் பெரியாரிடம் அரசியல் செயல்பாடாக வெளிப்படுவதை வரலாறு நமக்குச் சொல்கிறது.

அயோத்திதாசரியம் 'இந்திய வெகுஜனவியம்' பற்றிய தெளிவுகளை நமக்கு வழங்க முடியும். இந்திய ஞான மரபுகளின் ஜனரஞ்சக வடிவங்களே இந்திய சமயங்கள் என்பது அவற்றுள் ஒன்று. ஒவ்வொரு காலகட்டத்திலும் பெருஞ்சமூக தேவைகளுக் கேற்ப ஞானத்திரட்டுகள் ஜனரஞ்சக வடிவம் பெறுவதை அயோத்திதாசர் மிகத் தெளிவாக 'சமயம்' என்றே குறிப்பிடுகிறார். அந்தவகையில், சைவமும் வைணவமும்கூட 'ஜனரஞ்சகப் பௌத்தங்களே'!

ஜனரஞ்சகத்தை அடியோடு மறுக்கக்கூடிய அயோத்திதாசர் இச்சமயங்களையும் ஒட்டுமொத்தமாய் வெறுக்கிறார். காரண காரியமற்ற சடங்குகளும் தொடர்ச்சியற்ற சம்பிரதாயங்களும் தர்க்கமற்ற விளக்கங்களும் நிரம்பிய தொகுப்புகளே இத்தகைய ஜனரஞ்சக சமயங்கள் என்பது அவரது வெறுப்பிற்கான காரணம். ஆனால், இந்திய நிலமெங்கும் பரவியிருக்கிற 'சமய

வெகுஜனவியம்' பற்றிய யோசனையை அயோத்திதாசரியத்தில் இருந்தே நாம் பெற்றுக்கொள்கிறோம்.

அதேபோல், அடையாள அரசியலைவிட்டு வெளியேறுவதற்கும் அயோத்திதாசரியம் நமக்கு வழிகாட்ட முடியும். அது 'ஆகுதல்' என்று சொல்லப்படுகிறது.

ஆகுதலின்மீது அயோத்திதாசருக்கு மிகப் பெரிய மயக்கம் இருந்தது. ஆளைச் சொக்க வைக்கும் மயக்கம். 'பௌத்தர் ஆகுதலுக்காக' அவர் மேற்கொண்ட நடவடிக்கைகள் ஒரு நூற்றாண்டு கழித்தும் நம்மைக் கவர்கின்றன என்றால் அவர் அதில் சொக்கியிருந்தார் என்று பொருள். ஒரு விஷயத்தில் இறங்கினால் அதிலேயே கிறங்கிப் போதல் என்பார்களே, அதை நீங்கள் 'ஆகுதலில்' பார்க்க முடியும்.

'பறையர்' என்று ஏற்கெனவே ஸ்தாபிக்கப்பட்ட நிலையிலிருந்து 'பௌத்தர்' என்ற நிலையை அடைதலே அவருக்கு முன்னிருந்த சவால். பறையரும் பௌத்தரும், இருவேறு எதிர்நிலைகள் என்பதை அவர் வரலாற்றிலிருந்து தருவித்துக்கொண்டார். பறையர் என்பதற்குப் பதில் வேறெந்தவொரு சாதி அடையாளத்தையும் இங்கே பொருத்திக் கொள்ளலாம். பள்ளர் / பௌத்தர், அருந்ததியர் / பௌத்தர், பிராமணர் / பௌத்தர், நாடார் / பௌத்தர், வன்னியர் / பௌத்தர்... இப்படி வரிசையாய்ச் சொல்ல முடியும். எல்லா சாதி அடையாளங்களும் வைதீக அடையாளங்களே. இதன் எதிர்நிலை, பௌத்தம். பௌத்தராகுதலே சாதியிலிருந்து வெளியேறுதல். யாராகவாயினும் பௌத்தராகுதலே கருமம்!

நீண்ட உரையாடலுக்குப் பின் அம்பேத்கர் இதே முடிவிற்கு ஆய்வுபூர்வமாக வந்து சேர்கிறார். சாதிக்கு எதிர்நிலை பௌத்தமே என்பதை வரலாறு நெடுகிலும் பலர் இதுபோல நிரூபித்திருக் கிறார்கள். நமது சமீபத்திய உதாரணங்கள், அயோத்திதாசர், மகாத்மா பூலே, அம்பேத்கர்.

இவர்களுள் அயோத்திதாசர் மட்டுமே பௌத்தர் ஆகுதலைக் கவனப்படுத்தியவர். அவருக்குப் பாலி மொழியிலோ வேறெந்தவொரு மொழியிலோ காணக்கிடைக்கும் பௌத்தப் பிரதிகளில் திருப்தியில்லை. அதற்கான சான்றுகள் தமிழ் மொழியில் இருக்கவேண்டும் என்று ஆசைப்படுகிறார். அதைத் தேடத்தொடங்குகிறார். அதைக் கண்டறியவும் செய்கிறார்.

பெளத்தத்தின் முன்னொட்டாகத் தமிழைக் கொண்டுவந்து சேர்த்ததே அவரது பெளத்தராகும் பயணத்தின் தொடக்கம். நாமெல்லாம் பெளத்த ஞாபகங்களைக் கொண்டவர்கள் என்பதை அவர் ஆழமாய் நம்ப விரும்பினார். ஆழமான நம்பிக்கையே உங்களை ஏதொன்றாகவும் ஆக அனுமதிக்கிறது. இந்தத் தேடலின் உச்சமே, நமது சடங்குகளையும் திருவிழாக்களையும் பண்டிகைகளையும் பெளத்த அனுபவங்களாக மடைமாற்றுதல். அவர் கொஞ்சம் கொஞ்சமாகப் பெளத்தராகிக் கொண்டிருக்கிறார் என்பதன் அறிகுறி இது.

அயோத்திதாசருடைய வாழ்க்கையின் காவியத் தருணம் என்று நான் இதையே சொல்வேன். அவர், பெளத்தராகிக் கொண்டே யிருந்தார். மீண்டும் மீண்டும் பெளத்தராகிக் கொண்டேயிருந்தார். திருக்குறள் உரையை எழுதும்போதும் ஆகிக்கொண்டிருந்தார்; ஒளவை குறித்து எழுதும்போதும் ஆகிக்கொண்டிருந்தார்; இலவசக் கல்வி கேட்டு எழுதும்பொழுதும் ஆகிக்கொண்டிருந்தார்; தமிழன் இதழை நடத்தும்பொழுதும் ஆகிக்கொண்டிருந்தார். வாழ்நாளில், எந்தத் தருணத்திலும், தான் பெளத்தராகிவிட்டதாக அவர் துளியும் நினைக்கவில்லை. ஆகிக்கொண்டே இருந்தார். அம்பேத்கர் எதை விட்டாரோ (பெளத்தர் ஆகி விடுதல்) அதில் அயோத்திதாசர் இருந்துகொண்டிருந்தார்.

என்னைப் பொறுத்தவரை, அயோத்திதாசருக்குப் பெளத்ததை அடைதல் இரண்டாம்பட்சமாக இருந்திருக்க வேண்டும். ஏறக்குறைய, அதை அடையாமலிருக்கக்கூட அவர் முயற்சித்திருக் கலாம். வீடடைதல் அல்லது கூடடைதல் என்ற அனைத்தும் மரணத்தின் போலிகள் என்று அவர் அறிய மாட்டாரா என்ன? மரணத்தை வெல்வதுதான் உச்சபட்ச நோக்கம் என்றால், மரணத்தை அடைதலை விடவும் மரணமாகுதலே உன்னதம் என்பதை அவர் அறிந்திருக்க வேண்டும். ஆகுதல் என்றால் ஒரு நிலைக்கும் மறு நிலைக்குமிடையே நழுவுதல். ஒரு கட்டத்தில் இரு வேறு நிலைகளும் மறைந்து, நழுவுதலே கருமமாகிறது; பின், கருமமே கண்ணாகிறது.

இதையே நான் 'ஆநின்று' என்று சொல்ல விரும்புவேன். பெளத்தராகுதல் என்றால், பெளத்தராகா நின்றல் என்று சொல்லித் தருகிறது தமிழ். அந்தவகையில், பெளத்தராகா நின்றலே அயோத்திதாசரின் வேட்கை. தமிழ் பெளத்தத்தின் காவியத் தருணம் இது.

இந்த ஆகா நின்றலே, அவர்பால் என்னை ஈர்த்துக் கொண்டிருக்கிறது. அம்பேத்கர் இறுதியில் பௌத்தரானார்; பிறரையும் மாறச்சொன்னார். பெரியார் நாத்திகரானார்; எல்லோரை யும் மாறச்சொன்னார். இதைப்போல அயோத்திதாசரும் பௌத்தர் ஆகியிருந்தால், என்னையும் ஆகச் சொல்லியிருந்தால் தெறித்து ஓடியிருப்பேனோ என்னவோ! அவர் 'பௌத்தராகாமல் நிற்பதே' ஒரு நூற்றாண்டிற்குப் பின்னும் அவரைக் கொண்டாடச் சொல்கிறது.

ஆகா நிற்பது, ஆகப்பெரிய சிந்தனைச் சுழல். எப்படி இந்த உலகில் ஆணாக மாறுவதற்குப் பெரிய மெனக்கிடல்கள் தேவையில்லையோ (இந்தச் சமூகமே அதற்கான உத்திகளைக் கொண்டிருக்கிறது), அதே போல இந்தியச் சமூகத்தில் வைதிகனாக மாறுவதற்குப் பெரிய யத்தனங்கள் வேண்டியதில்லை. நீங்கள், உங்களை அறியாமலேயே வைதிகனாக மாற்றப்பட்டு விடுகிறீர்கள். அதைத் துறந்து பௌத்த நிலையை நோக்கி நகர்வதே ஆகப்பெரிய அரசியல்.

அயோத்திதாசரின் தனித்துவம், 'ஆகுதலின் அரசியல்' என்று சொல்லலாம். அம்பேத்கரிடமோ பெரியாரிடமோ நாம் பார்க்க முடியாத அரசியல். அம்பேத்கர், இந்தத் தேசத்தின் ஒடுக்கப்பட்ட மக்களுக்கு பௌத்தத்தை விடுதலைக் கருவியாக அறிவிக்கிறார்; பெரியார், வைதிகத்தின் பிடியிலிருந்து வெளியேறும் விடுதலை வழியாக பகுத்தறிவையும் நாத்திகத்தையும் அறிவிக்கிறார். இவ்விருவரின் அரசியலும், அடைய வேண்டியதை அறிவுறுத்துவதும், அதைச் செயல்படுத்துவதுமாக இருக்கிறது. அவர்கள் தாங்கள் கண்டடைந்ததை மலை மேலிருந்து பொழியத் தொடங்குகிறார்கள்.

அயோத்திதாசரிடம் இப்படியான எந்தப் பொழிவையும் நீங்கள் பார்க்க முடிவதில்லை. அவரிடம் வெளிப்படுவது, அவதானம். 'நாமெல்லாம் பூர்வத்தில் பௌத்தர்களாக இருந்தோம்' என்ற அவதானம். இந்த அவதானத்தின்மேல் வலுவாகக் காலூன்றிப் பௌத்தராக நிற்க ஆரம்பிக்கிறார். அதாவது, என்றென்றைக்கும் பௌத்தர் ஆகிக்கொண்டேயிருக்க ஆரம்பிக்கிறார். ஆகுதலின்மீது அயோத்திதாசருக்கு மிகப் பெரிய மயக்கம் இருந்தது.

●

அயோத்திதாசர்: காலந்தோறும் பொருளேற்றம் செய்யப்பட்ட ஆளுமை

ஜெயமோகன்

எழுத்தாளர்

'அயோத்திதாசர்: பார்ப்பனர் முதல் பறையர் வரை' நூலின் ஆசிரியர் நண்பர் தருமராஜன் அவர்களுக்கும் மேடையில் அமர்ந்திருக்கும் சமஸ் அவர்களுக்கும் நூலை வெளியிடவும் உரையாற்றவும் வருகைதரவிருக்கும் நண்பர் சு. வெங்கடேசன் அவர்களுக்கும் மற்றும் இந்த அரங்கத்தில் அமர்ந்திருக்கும் என் நண்பர்களுக்கும் வாசகர்களுக்கும் வணக்கத்தைத் தெரிவித்துக் கொள்கிறேன்.

நண்பர்களே... குமரி மாவட்டத்தில் முக்கியமான ஓர் ஆலயம் ஒன்று இருக்கிறது. 'திற்பரப்பு' ஆலயம். 'கிராதமூர்த்தி' என்று அதற்குப் பெயர். கிராதமூர்த்தி என்றால், சிவன் காட்டுமிராண்டி யாக, காட்டாளனாகக் கோயில்கொண்டிருக்கக்கூடிய இடம் என்று பொருள். பேராசிரியரும் வரலாற்று ஆய்வாளருமாகிய அ.க. பெருமாள் அவர்கள் கூறுகிறார், இருநூறு அல்லது இருநூற்றைம்பது ஆண்டுகள் வரைக்கும் அந்த ஆலயத்தில் சிவபெருமானுக்கு உயிர்ப்பலி கொடுக்கப்பட்டது என்று.

உயிர்ப்பலி கொடுத்த மரபிலிருந்து அது பின்னால் மீட்டெடுக்கப் பட்டு இன்றைய கோயிலாக மாற்றப்பட்டது. இவ்வாறு மாற்றப்பட்டு விட்டபோதும் உயிர்ப்பலி கொடுத்த அந்தச் சடங்கை உடனடியாக விடமுடியாது அல்லவா? ஆதலால் ஆற்றின் மறுகரையில் இன்னொரு சிவன் நிறுவப்பட்டார். அதுதான் உண்மையான காட்டுமிராண்டி சிவன். அந்தச் சிவனுக்குப் பழங்குடி காணிக்கார இனத்தைச் சேர்ந்த ஒருவர் பூஜை செய்வார்.

அவர் அங்கே இப்போதும் உயிர்ப்பலி கொடுத்துக் கொண்டிருக்கிறார். ஆண்டுக்கு ஒருமுறை ஒரு சேவலாவது சிவனுக்குக் கொடுக்கப்படுகிறது.

இந்தப் பக்கம் சிவன் வேறொரு வடிவில் அமர்ந்திருக்கிறார்.

நாம் அனைவரும் அறிந்த தகவல்தான். 'சைவம்' என்பற்கு ஓர் ஐம்பது அல்லது நூறு ஆண்டுகளுக்கு முன்னால் இருந்த அர்த்தம் இன்றைக்கு இல்லை. தொடர்ந்து அதன் அர்த்தம் மாறிக்கொண்டே யிருக்கிறது. மேலும் சிவன்' என்ற அர்த்தம்கூட மாறிக்கொண்டே தான் இருக்கிறது. ஐந்நூறு அல்லது ஆயிரம் ஆண்டுகளுக்கு முன்னால் சிவன் பாசுபதர்களின் தெய்வம்.

காலாமுகர்களின், கபாலிகர்களின், மாவிரதர்களின் தெய்வம். இன்றைக்கு அது ஒரு தெய்வம். சைவத்தின் தெய்வம். சைவம் என்ற ஒரு வார்த்தையைக் கேட்டவுடனேயே அகிம்சை, கொல்லாமை எல்லாமே நினைவுக்கு வருகிறது. சைவப் பூனை என்று சொன்னாலே அசைவம் உண்ணாதது என்று அர்த்தம். ஆனால் வரலாற்றில் தமிழகத்தில் உள்ள பல சைவ ஆலயங்களில் உயிர்ப்பலி கொடுக்கப்பட்டிருக்கிறது. அரிதாக நரபலிகூடக் கொடுக்கப்பட்டிருக்கிறது. ஒரு தொன்மமாகக்கூடச் சொல்வார் கள் சங்கரன் கோவில் சிவனுக்குக்கூடப் பலி உண்டு என்று.

இங்கு முன்வைக்கப்படும் முதல் கேள்வி என்னவென்றால் சிவன் என்கிற உருவகத்தை, வார்த்தையைத் தொடர்ந்து நாம் எப்படி மாற்றிக்கொண்டிருக்கிறோம் என்பதுதான். அந்த ஒரு வார்த்தைக்கு அர்த்தம் இருக்கிறதா என்பதைவிட அந்த அர்த்தத்தை எப்படி நாம் அழிக்கிறோம் என்பதுதான் முக்கியம். அதாவது, எப்படி அந்த அர்த்தத்தை மறுவரையறை செய்துகொண்டிருக்கிறோம் என்பதுதான் முக்கியம்.

ஒரு நூறு ஆண்டுகளுக்குள் நாம் பயன்படுத்தும் அர்த்தம் தன்னளவில் எப்படி மறுவரையறை செய்யப்பட்டுவிடுகிறது என்பதைக் கவனிக்க வேண்டும். இவ்வாறு ஒரு வார்த்தை மறுவரையறை செய்யப்படுவது போல ஓர் ஆளுமையும் மறுவரையறை செய்யப்படுகிறார். ஓர் அரசன் மறுவரையறை செய்யப்படுகிறான்.

சென்ற ஐம்பது ஆண்டுகளில் ராஜராஜ சோழனுக்கு இருக்கக்கூடிய அர்த்தம் வேறு. தஞ்சைப் பெரிய கோவிலை ஆராய்ந்த வெள்ளையர்கள் இக்கோயிலை யார் கட்டியது? என்று

கேட்கும்போது தஞ்சையில் உள்ள பல நபர்கள் 'பூதங்கள்' கட்டியதாகத்தான் சொல்கிறார்களேயொழிய ராஜராஜனின் பெயரைச் சொல்லவில்லை. வெள்ளையர்கள்தான் அது ராஜராஜ சோழன் என்னும் மன்னனால் கட்டப்பட்டது என்று கண்டுபிடித்தார்கள்; அதை நிறுவினார்கள். அதன் பிறகு அர்த்தம் ஏற்றி ஏற்றி இன்று, ராஜராஜ சோழனுக்கானதாகக் கொண்டுவந்து நிறுத்தியிருக்கிறோம்.

அதாவது 'கல்கி'யின் பொன்னியின் செல்வன் வழியாக, ராஜராஜ சோழன் திரைப்படம் வழியாக, பலநூறு கட்டுரைகளின் வழியாக, ராஜராஜ சோழன் கட்டமைக்கப்பட்டிருக்கிறான். ஆக, நாம் அறியக் கூடிய ராஜராஜ சோழன் யார்? என்றால், சென்ற நூறு ஆண்டுகாலத் தமிழ்ப் பண்பாட்டுச் சொல்லாடல் வழியாக உருவாக்கி எடுக்கப்பட்ட ஒரு ராஜராஜ சோழன். இதற்கு அப்பால் ராஜராஜ சோழன் யார் என்று கேட்டால் நம்மால் கண்டுபிடிக்க இயலாது; உருவாக்க முடியாது.

இவ்வாறு, தொடர்ச்சியாக ஆளுமைகள் நாம் கொடுக்கும் அர்த்தம் வழியாக நம்மால் சமைத்து உருவாக்கப்படுகிறார்கள். அடுத்ததாக 'திருவள்ளுவர்' அவ்வாறு உருவாக்கப்பட்ட ஓர் ஆளுமை. உருவாக்கப்பட்ட ஆளுமை என்று சொன்னவுடன் நமக்குச் சின்ன துணுக்குறல் வருகிறது. ஏனென்றால் என்றுமுளது எப்போதுமுளது என்று நாம் நினைகிறோம். அவ்வாறு அல்ல. திருவள்ளுவர் சமண மரபில் 'குந்துகுந்தாச்சாரியார்' மரபில் மாணவராகக் கருதப்படுகிறார். விழுப்புரம் அருகில் இருக்கக்கூடிய பொன்னூரில் அவருக்கு ஆலயம் இருகிறது. அங்கு நாளும் சமணர்கள் வழிபடுகிறார்கள். நான் பலமுறை அங்குச் சென்றிருக்கிறேன். ஆனால் ஏதோ ஒரு கட்டத்தில் சைவ மரபிற்குள் செல்கிறார்.

கா.சு. பிள்ளை ஒரு பெரிய புத்தகத்தை எழுதித் திருவள்ளுவர் மேலிருந்த சமண அடையாளத்தை அழித்துச் சைவ அடையாளத்தை அளிக்கிறார். அதற்குப் பிறகு பல கதைகள் உருவாக்கப்படுகின்றன. பின்பு 'வாசுகி' என்றொரு மனைவி வந்து சேர்கிறாள். அந்த அம்மையார் தண்ணீர் இறைக்கும்போது வாளி அந்தரத்தில் நிற்கிறது போன்ற இப்படிப் பல கதைகள். அதிலொரு கதை அவர் 'ஆதி' என்கிற பறைச்சிக்கும் 'பகவன்' என்கிற பிராமண ரிஷிக்கும் பிறந்தவன் என்பது. இந்தக் கதை எந்தக் காலகட்டத்தில் உருவாகி வந்தது? என்று பார்த்தால் பதினெட்டாம் நூற்றாண்டில் தான் மேலெழுந்து வருகிறது.

அப்படி ஒரு கதை எங்கோ இருந்திருக்கலாம். ஆனால் பதினெட்டாம் நூற்றாண்டில் மேலெழுந்து வருகிறது. 'திருக்குறள் தீபாலங்காரம்' என்றொரு பெயரிலே ஜமீன்தாரின் உரை வருகிறபோது அதில்தான் இந்தக் கதைகள் எல்லாம் அச்சிலே கொடுக்கப்படுகிறது. ஆக மிக எளிதாக வள்ளுவரின் வரலாறு நிறுவப்படுகிறது.

இரண்டு மாங்காய் ஒரே கல்லிலே வெல்லப்படுகின்றன. ஆதி, பகவன் ஆகிய இரண்டு வார்த்தைகளும் சமண மரபைச் சார்ந்தவை. ஆதி பகவன் என்பது ஆஜிநாதரைக் குறிப்பதாக இருக்கலாம். ஆனால் இப்போது இரண்டு பெயராக மாறிவிட்டது. இரண்டு ஆளாக மாறிவிட்டார். இந்த மாறுதல் எப்படி நடக்கிறது? மிகச் சமீப காலம் வரைக்கும்கூட.

அதாவது, நூறு ஆண்டுகளுக்கு முன்பு வரைக்கும்கூட 'தெய்வப் பறையர்' என்று அழைக்கப்பட்டவர் எப்படி 'தெய்வப் புலவர்' என்று மாறினார்? இந்த அர்த்தம் எப்படி மாறியது? கேரள வரலாற்றில் இப்படி ஒரு கதை இருக்கிறது. அதாவது கேரளத்தின் தொல்குடிகள் மொத்தமாகப் பன்னிரெண்டு குடிகள். இந்தக் குடிகள் 'பறைபெற்ற பந்திரி குலம்' என்று அழைக்கப் படுகின்றனர். அவ்வாறுதான் நாட்டுப்புற மரபிலே புழங்கி வருகிறது.

ஆனால், பதினேழாம் நூற்றாண்டிலேயிருந்து அந்தப் பறையினுடைய கணவன் 'வரதுஜி' ஒரு பிராமண ரிஷி என்று நிறுவப்படுகிறது. இதிலிருந்து வரதுஜியினுடைய பிள்ளைகள்தான் பன்னிரெண்டு குலங்கள் என்று ஆகிவிடுகிறது. இவ்வாறு அர்த்தப்படுத்தல் வழியாக என்ன மாறுதல் நடந்துகொண்டிருக் கிறது? எவ்வாறு ஒரு வார்த்தை, ஓர் ஆளுமை, ஒரு பண்பாட்டுச் செய்தி பொருளேற்றம் செய்யப்படுகிறது. இது ரொம்ப முக்கியமானது ஆகும். இந்தப் பின்புலத்திலிருந்து இந்த நூலை வாசிக்கும்போது நாம் முதலில் அறிய வேண்டியது இது அயோத்திதாசரின் சிந்தனைகளைத் தொகுத்துச் சொல்லக் கூடிய நூல் அல்ல. அப்படிப்பட்ட நூல்கள் ஏற்கெனவே வந்துள்ளன. அயோத்திதாசரை மதிப்பிடும் நூலும் அல்ல; அயோத்திதாசரை விவாதிக்கும் நூலும் அல்ல. பிறகு இந்த நூலுக்கும் மற்ற நூலுக்கும் உள்ள வேறுபாடு என்பது அயோத்திதாசர் எவ்வாறு அர்த்தப் படுத்தப்பட்டார்?

அதாவது பொருளேற்றம் செய்யப்பட்டார்? அதில் உள்ள குறைபாடுகள் என்ன? சாத்தியங்கள் என்ன? என்பதை விளக்கும்

நூல். அந்தவகையில்தான் இந்த நூலின் முக்கியத்துவம் இருக்கிறது. அதனால்தான் முன்பே வந்திருக்கும் பல நூல்களி லிருந்து பெருமளவிற்கு மாறுபடுகிறது இந்நூல். இந்த நூலில் அறிவார்ந்த முக்கியத்துவம் இதுதான். நாம் எப்படியெல்லாம் நமது பண்பாடுகளை அடையாளப்படுத்திக் கொள்கிறோம்? எப்படி ஒரு சொல்லுக்கு அர்த்தம் கொடுக்கிறோம்? என்கிற சிந்தனை நமக்கு இருக்கும்போதுதான் இந்த நூலை நாம் படிக்க முடியும்.

தருமராஜ் அயோத்திதாசரைப் பற்றி என்ன சொன்னார்? என்று புரட்டிப் பார்க்கும் ஒருவர் இந்த நூலைத் தப்பாகப் படிக்க ஆரம்பிக்கிறார் என்றே சொல்வேன். இந்த மேடையில் வலியுறுத்துவதும் அதுதான். தருமராஜ் ஒரு செயல்பாட்டைத்தான் (process) ஆராய்ச்சி செய்கிறார். அயோத்திதாசர் என்பவர் இங்கு வந்து பொருளேற்றம் செய்யப்பட்ட வரலாற்றை ஆராய்ச்சி செய்கிறார். மாறாக அயோத்திதாசரை அல்ல; சிந்தனைகளை அல்ல.

அயோத்திதாசர் இங்கு வந்த வரலாறு, சமீபத்திய கால வரலாறு உங்களுக்குத் தெரிந்திருக்கும். ஏறத்தாழ நூறு ஆண்டுகள் மறக்கப்பட்ட ஒரு சிந்தனையாளர். மிக ஆச்சரியமாக மறக்கப்பட்ட பல வரலாற்றைப் படித்திருப்போம் அல்லவா? 'சைவப் பதிகங்கள் நூறு ஆண்டுகள் மறைக்கப்பட்டிருந்தன; சிதம்பரத்தில் ஓர் அறையில் செல்லரிக்கப்பட்டுக் கிடந்தன. ராஜராஜ சோழன் பொன்னாலான சிற்பங்களைக் கொடுத்து அதை மீட்டார் என்று' ஆனால் சமீப காலத்தில்கூட, ஒவ்வொன்றும் ஆவணப்படுத்தப்படும் காலத்தில்கூட, இது நடக்கிறது என்பது ஆச்சரியமான விஷயம்.

ஆனால், தொடர்ந்து நடந்துகொண்டுதான் இருக்கிறது. இப்போதும் நடக்கிறது. அதாவது, இந்தக் காலத்தில் எல்லாம் எதுவும் அழியாது என்கிற நம்பிக்கை நமக்கு இருக்கு. ஆனால் ஐம்பெரும் காப்பியங்களில் மூன்று காணாமல் போய்விட்டன. சங்க இலக்கியங்கள் பல காணாமல் போய்விட்டன. ஆனால் இன்றைக்கு இப்படி நடக்காது என்று நினைக்கிறோம். ஆனால் அவ்வாறு இல்லை. தமிழில் எடுக்கப்பட்ட மூன்றில் ஒரு பங்குத் திரைப்படம்தான் நமக்குக் கிடைக்கின்றன. பல காணாமல் போய்விட்டன. சமகாலப் பதிவுகளே கிடையாது. தமிழில் எழுதப்பட்ட நூல்களிலேயே தொகுக்க முடியாமல் மறைந்து போன நூல்கள் பல உள்ளன.

இவ்வாறுதான் நூறு ஆண்டுகாலம் அயோத்திதாசர் வரலாற்றில் இல்லாமல் இருந்தார். எந்தச் சொல்லாடலிலும் அவர் பெயர் இடம் பெறவில்லை. தமிழகச் சிந்தனையின் வரலாற்றை எழுதியவர்கள் அயோத்திதாசர் என்றொருவர் இருந்தார் என்கிற தடயம் இல்லாமலேயே எழுதியிருக்கிறார்கள். நானே அப்படி ஒரு தடயம் இல்லாத எழுத்தாளனாக, வாசகனாக அடையாளம் இல்லாமல்தான் பேசிக் கொண்டிருந்தேன். இதைப் பலமுறை பதிவும் செய்திருக்கிறேன்.

'விஷ்ணுபுரம்' நாவல் குறித்து 1998ஆம் ஆண்டில் சென்னையில் ஓர் ஆய்வுக்கூட்டம் நடந்தது. அக்கூட்டத்தில் விமர்சிக்கப்பட்ட செய்தி. அதாவது, நாவலில் சின்ன ஒரு பகுதி வருகிறது. அந்தப் பகுதியில் ஆலயத்திற்குள் சென்று பறையர்கள் பறை அடிப்பது போல எழுதியிருக்கிறேன். ஆனால் இந்தப் பகுதியை அக்கூட்டத்தில் பேசிய சில அறிஞர்கள் வேண்டுமென்றே எழுதியிருக்கிறார் என்று கூறினார்கள்.

தாழ்த்தப்படுத்தப்பட்ட மக்கள் அன்றைய காலத்தில் ஆலயத்திற்குள் சென்றார்கள் என்கிற ஒரு பொற்காலத்தை இவரே உருவாக்குகிறார் என்று என்னைக் குற்றம் சாட்டினார்கள். அதற்கு நான் ஆதாரத்தோடே எழுதியிருக்கிறேன் என்றேன். அபிதான சிந்தாமணியில் பறையர்கள் பற்றிய சித்திரிப்பில், இவர்கள் ஏழாம் நூற்றாண்டு வரை ஆலயங்களில் பணி செய்த உயர்ந்த சாதியினர் என்று குறிப்பிடப்பட்டுள்ளது.

அதுபோதும் ஒரு புனைவிற்கு. இதற்கு அப்பால் ஆதாரங்களைத் திரட்ட வேண்டியது என்னுடைய பொறுப்பு அல்ல. மேலும், மதிக்கத் தகுந்த ஓர் ஆய்வாளரின் ஒரு குறிப்பு இருக்கிறது. பல்லவர் காலக் கல்வெட்டில் மூத்த பறையன் வள்ளுவனைக் கொண்டு பூஜாதி முறைகளைச் செய்ய வேண்டும் என்று குறிப்பிடப் பட்டுள்ளது. இது போதுமே என்று சொன்னேன்.

இந்தக் கூட்டம் முடிந்த பிறகு, பெரியவர் ஒருவர் வந்து என்னைச் சந்தித்தார். அவர் 'அயோத்திதாசர் என்பவரைக் கேள்விப்பட்டிருக் கிறீர்களா?' என்றார். 'இல்லை அப்படி யாரைப்பற்றியும் நான் கேள்விப்பட்டதில்லை' என்று சொன்னேன். அவர் சொன்னார், 'நான் அதிர்ச்சி அடையமாட்டேன். ஏனென்றால் யாருக்குமே தெரியாது' என்றார். 'நீங்கள் வந்து என்னைப் பாருங்கள்' என்று சொன்னார். இப்படித்தான் அன்பு பொன்னோவியம் என்னும் பெரியவரைப் பார்த்து அயோத்திதாசரைப் பற்றித்

தெரிந்துகொண்டேன். சந்திப்பில் எனக்குப் பழைய இதழ்களைக் காட்டினார்.

அப்போதுகூட இப்படி ஒருவர் இருந்தார் என்று மட்டும்தான் விளங்கியது. மற்றபடிக்கு வேறு விவரம் ஏதும் தெரியவில்லை. மீண்டும் பல ஆண்டுகளுக்குப் பிறகுதான் ஞான.அலாய்சியசின் தொகுப்புப் பணியின் காரணமாக அயோத்திதாசரின் முழுத் தொகுப்புகள் வெளிவருகின்றன. அந்தத் தொகுப்பை முதலில் வாங்கியவர்களில் நானும் ஒருவன். அப்போதே படித்துக் கட்டுரைகளை எழுதினேன். இப்படித்தான் ஓர் எழுத்தாளர், சிந்தனையாளர் பண்பாட்டுச் செயற்பாட்டாளர் திரும்பி வருகிறார்.

இப்படித் திரும்பி வரும்போது, அதாவது நூற்றாண்டு மறதிக்குப் பிறகு வரும்போது கிட்டத்தட்ட இங்கு நிலைமைகள் எல்லாம் மாறிக்கிடக்கின்றன. இரண்டு மாற்றங்களைக் குறிப்பிட வேண்டும். ஒன்று, தலித் அரசியல் என்றொரு வகை. அதைத் தொடங்கியவர்கள் பெரும்பாலும் தலித் அல்லாதவர்கள். அது பெரும்பாலும் இலக்கியத்தில் நடந்துகொண்டிருந்தது.

பெரும்பாலும் மராட்டிய, கன்னடத் தலித் இலக்கியத்தை மொழி பெயர்ப்புகளைக் கொண்டுவருவதன் வழியாக அதை நகல் எடுப்பதன் வழியாக இங்கு ஆரம்பம் ஆகியது. அவர்கள் தாங்கள்தான் முதன்முதலாகத் 'தலித்' என்ற சொல்லாடலை முன்னெடுக்கிறோம் என்ற எண்ணத்தை உருவாக்கியிருந்தார்கள். அந்தத் தலித் செயல்பாடு எப்படி எப்படியெல்லாம் இருக்க வேண்டும் என்கிற வரையறையை அவர்கள் உருவாக்கி வைத்திருந்தார்கள். அவர்கள் ஒரு கலாச்சார சொல்லாடலை உருவாக்கி வைத்திருந்தார்கள்.

அப்போது திடீரென்று ஒருவர் முன்னுக்கு வருகிறார்; அவர் நூறு ஆண்டுகளுக்கு முன்பு வாழ்ந்தவர். இவர்கள் என்னென்ன கூறிக்கொண்டிருக்கிறார்களோ அதை நூறு ஆண்டுகளுக்கு முன்பே செய்துகொண்டிருந்தவர். ஆதலால் இவர்களின் முன்னோடி மதிப்பை இல்லாமல் ஆக்குகிறார். ஆதலால் ஒருவகையான தகிப்பை, தனிமையை அவர்களுக்கு உருவாக்குகிறது.

இவரை எங்கு கொண்டு வைப்பது? வைப்பதானால் இவர்கள் பேசிக்கொண்டிருக்கும் திராவிடத்திற்கு முன்னால் கொண்டு போய் வைக்கவேண்டும். அவரை ஓர் அறிவியக்கச் செயல் பாட்டாளர் என்று எடுத்துக்கொண்டால் தமிழகத்தில் நடந்த முதல்

அறிவியக்க விழிப்பென்பது, முதல் அறிவியக்கச் செயல் பாடென்பது தலித் செயல்பாடுதான் என்று சொல்ல வேண்டிவரும். அதன் பிறகுதான் காங்கிரஸ். அதன் பிறகுதான் திராவிட இயக்கம். அதன் பிறகுதான் கம்யூனிஸ்ட் இயக்கம். ஆக, அதிர்ச்சியளிக்கக்கூடிய வருகை. இவரை எப்படி எதிர்கொள்வது என்று தெரியாமல் குழம்பி நின்றனர். அதனால் ஆழமான ஒரு மௌனம் நிலவியது.

ஆரம்ப காலத்தில் தலித் கருத்துகளை முன்வைத்தவர்களில், அயோத்திதாசரைப்பற்றி ஆழமாக எழுதியவர்கள் என்றால் இரண்டு பேரைத்தான் குறிப்பிட வேண்டி வரும். ஒருவர் ராஜ் கௌதமன். மற்றொருவர் ரவிக்குமார். மற்றவர்கள் எதுவுமே எழுதியது கிடையாது. அவரை எதிர்கொள்ள மற்றவர்களுக்குத் தெரியவில்லை. அதற்கான கருவி அவர்களிடம் இல்லை.

இவர்கள் இருவரும் அவருடைய சமூகத்தைச் சேர்ந்தவர்கள். அதாவது பறையர் சமூகத்தைச் சேர்ந்தவர்கள் என்பதனால் அயோத்திதாசரை ஏற்றுக்கொள்ளமுடிந்தது; எழுதமுடிந்தது. மற்றவர்களுக்கு எங்குக் கொண்டு வைப்பது? என்றே குழம்பி நின்றனர். இவ்வாறு மெல்ல மெல்ல அயோத்திதாசர் வாசிக்கப் பட்டு அவர்மேல் ஒரு வாசிப்பு உருவாகிறது. ஓர் அடையாளப் படுத்துதல் உருவாகிறது. ஓர் அர்த்தப்படுத்துதல் உருவாகிறது. ஓர் அர்த்தமேற்றல் உருவாகிறது.

மேலும் 'திராவிடம்' என்ற சொல்லை முதலில் உருவாக்கிய முன்னோடி; சிந்தனையாளர். 'ஆதி திராவிடன்' என்கிற வார்த்தையை உருவாக்கியவர்; நிலை நிறுத்தியவர். தமிழகத்தில் தலித் அரசியலை முதலில் முன்னெடுத்த முன்னோடி. சமூக சீர்திருத்த வாதி. இந்தச் சொல்லாடல்களின் அடுத்தபடியாக இங்கு உருவாகி வந்த அரசியலில் பறையர் சமூகத்தின் ஒரு பிதாமகர், ஒரு முன்னோடி, ஒரு தந்தை என்கிற அடையாளம் அவருக்கு அளிக்கப்படுகிறது.

இது கடந்த முப்பது ஆண்டுகளில் அயோத்திதாசர்மேல் உருவாக்கப்பட்ட வாசிப்பு. இவ்வாறுதான் அயோத்திதாசர் அர்த்தப்படுத்தப்பட்டார். இன்றுகூட அவரது எழுத்துகளில் மிகப்பெரும்பகுதி வாசிக்கப்படாமலும் விவாதிக்கப்படாமலும் தான் இருக்கின்றன.

இன்று வரையிலும்கூட அயோத்திதாசர் எழுத்துகளில் சமகால அரசியல் சார்ந்து என்னென்ன சொல்லியிருக்கிறாரோ அதுசார்ந்து

மட்டுமே விவாதம் நடந்துகொண்டிருக்கிறது. அவரது பண்பாடு சார்ந்த எழுத்துகள் விவாதிக்கப்படாமல்தான் இருக்கின்றன. காரணம் என்ன? அதற்கு ராஜ் கௌதமனின் புத்தகத்திற்குச் சென்றால்தான் தெரியும்.

ராஜ் கௌதமன் அயோத்திதாசரை முழுமையாக வாசித்து மதிப்பிடுகிறார். முக்கியமான நூல் அது. ஆனால் அந்த நூலில் அவர் முன்வைக்கும் பார்வை என்பது ஒரு பகுத்தறிவுப் பார்வை. ஒரு சமகால வரலாற்றுப் பார்வை. ஒரு நூறு ஆண்டுகளாக மேல்நாட்டுக் கல்வியால் நாம் அடைந்த நன்மைகளைப் பற்றிய புறவயப் பார்வை. அதில் அயோத்திதாசர் தலித் அரசியலில் எவ்வாறு மையமாகிறார் என்பதை மட்டும் எடுத்துக் கொண்டு விட்டு மற்றதை அனைத்தையும் நிராகரிக்கிறார்.

அவர் அளிக்கும் சொற்கள் அனைத்தையும் நிராகரிக்கிறார். இதெல்லாம் கதைவிடுதல் என்கிறார். கிட்டத்தட்ட அயோத்தி தாசரிடமிருந்து ஒரு சின்னப் பகுதியை எடுத்துக் கொள்வதோடு மற்ற அனைத்தையும் காலத்திற்கு ஒவ்வாதது என்று ஒதுக்கி விடுகிறார். இந்தப் பார்வை ஒரு சாதாரணப் பார்வை கிடையாது. அயோத்திதாசரோடு இருந்த லெட்சுமிநரசு, பின்னால் வந்த அப்பாத்துரையார் ஆகியோரது பார்வையும் அதுதான்.

அவர்களுக்கும் அயோத்திதாசரை மதிப்பிடுவதில் சிக்கல் இருக்கிறது. அயோத்திதாசர் பல விஷயங்களில் கதை விடுகிறார் என்றுதான் மதிப்பிடுகிறார்கள். அவர்கள் கொஞ்சம் கொஞ்சமாக அயோத்திதாசரைக் கைவிடுகிறார்கள். அயோத்திதாசரது பின்பற்றாளர்கள் பலர் திராவிட இயக்கத்திற்குள் செல்கிறார்கள். அப்பாத்துரையார் முழுமையாகத் திராவிட இயக்கத்திற்குள்ளேயே சென்றுவிடுகிறார். லெட்சுமிநரசு பௌத்தத்தைக் கைவிடுகிறார். அவ்வாறுதான் அயோத்திதாசர் வரலாற்று மறதிக்குச் செல்கிறார்.

அயோத்திதாசரிடமிருந்து உருவானது திராவிட இயக்கம் என்றாலும் திராவிட இயக்கம் அயோத்திதாசரைப் பற்றிப் பெரும்பாலும் எதுவுமே கூறியது இல்லை. அயோத்திதாசருக்குக் கோலார் தங்கவயலில் எடுக்கப்பட்ட அஞ்சலிக் கூட்டங்களுக்குச் சென்று பெரியார் சில வரிகளைப் பேசியிருந்தாலும்கூட, ஒரு முக்கியத்துவமான முதற் சிந்தனையாளராக முன்னிறுத்தவில்லை. இதற்குக் காரணமாக என்னளவில் சொல்வதானால் ராஜ் கௌதமன் சொல்லுவதுதான். மூடநம்பிக்கை சார்ந்த பழைமை வாதம் சார்ந்த வரலாற்றுப் பார்வை இல்லாத ஓர் உலகம் அதுதான்.

அந்த உலகத்தை எப்படிக் கையாளுவது என்பதில் இன்றைய ஆய்வாளர்களுக்குச் சிக்கலாக இருக்கிறது. இன்னொரு விஷயம் அவர் ஒரு பௌத்தப் பெருங்கதையாடலை உருவாக்குகிறார். இந்த வார்த்தை என்னுடையது அல்ல தருமராஜ் அவர்களது வார்த்தை.

இங்கே கடந்த இருபது ஆண்டுகளாகப் பெருங்கதையாடல் என்பது ஓர் எதிர்மறை அர்த்தத்தில் கையாளப்படுகிறது. வரலாற்றை ஒட்டுமொத்தமாகத் தொகுத்துப் பார்க்கும் பார்வையைத்தான் நாம் பெருங்கதையாடல் என்கிறோம். அப்படி வரலாற்றை ஒட்டுமொத்தமாகத் தொகுத்துப் பார்ப்பதென்பது ஓர் அதிகாரம் சம்பந்தப்பட்டது என்று கூறுகிறோம்.

அந்த அதிகாரச் செயல்பாட்டை மறுக்க வேண்டும் என்பது பின்னை நவீனத்துவவாதிகளின் கருத்து. தருமராஜ் அவர்களும் அந்த மரபைச் சேர்ந்தவர்தான். ஆக, 'இந்தப் பெருங்கதையாடலில் இந்தியா முழுக்க பௌத்த நாடாக இருந்தது. பௌத்தத்தில் ஏற்பட்ட பிரிவுகளின் வழியாகத்தான் இந்து மதம் உருவாகி வந்தது. பின்பு பௌத்தத்திற்கு எதிரான ஓர் அலையாகத்தான் பக்தி இலக்கியம் உருவானது. அந்தப் பக்தி இலக்கியம்தான் இன்றுள்ள இந்து மதத்தை உருவாக்கியது என்பதுதான் அயோத்திதாசரது சித்திரம்'. அதனால்தான் தமிழர்களைப் 'பூர்வ பௌத்தர்கள்' என்று சொல்கிறார். அதாவது பழைய பௌத்தர்கள். இந்தப் பௌத்தம் சமணத்தையும் உள்ளடக்கியது என்பது அவரது கருத்து. அந்தப் பூர்வ பௌத்தராக இருந்த தமிழர்கள் வேஷபிராமணர்களின் அரசியல் சூழ்ச்சியால் இந்த நிலையை அடைந்தார்கள் என்கிற ஒரு வரலாற்றுச் சித்திரத்தை உருவாக்குகிறார்.

இந்தப் பெருங்கதையாடலைச் சார்ந்த ஓர் ஒவ்வாமையானது அடுத்த தலைமுறையைச் சார்ந்த பெரும்பாலான அறிஞர்களிடம் இருக்கின்றது. இதைப்பற்றி ரவிக்குமார் என்ன சொல்கிறார் என்று பார்த்தால் பெரும்பாலும் இந்தப் பரப்புக்குள் அவர் போனதே கிடையாது. ராஜ் கௌதமனும் முழுக்க நிராகரிக்கிறார். இதற்குச் சரியான வரலாற்று ஆதாரம் கிடையாது என்கிறார்.

இந்தப் பெருங்கதையாடல் அதாவது, அயோத்திதாசர் உருவாக்கக் கூடிய பெருங்கதையாடல் குறித்து அதாவது இப்படிச் சொல்லலாம்; இயக்குநர் சங்கரின் 2.0 திரைப்படத்தில் வருவதுபோல எதிரில் பெரிய ஒரு பூதம் வந்து நிற்கிறது. அந்தப் பூதத்துடன் போரிடு வதற்குச் சிட்டி அருகிலிருக்கும் அத்தனை உலோகங்களையும் திரட்டிக்கொண்டு தானொரு பேருரு கொள்வதுபோல,

ஏற்கெனவே இருக்கும் பெருங்கதையாடலுக்கு எதிராகச் சாத்திய மாகும் அனைத்துச் சொல்லாடல்களையும் இணைத்துக்கொண்டு இவர் ஒரு பெருங்கதையாடலை உருவாக்குகிறார்.

ஏற்கெனவே இருக்கும் அந்த வரலாற்றுச் சித்திரம் முழுக்க முழுக்க புராணங்களால் கட்டமைக்கப்பட்டது. இவர் அதற்கு இணையான ஒரு மாற்றுப் புராணத்தை உருவாக்குகிறார். வேறொரு புராணத்தை உருவாக்குகிறார். சான்றாக, திருக்கார்த்திகை பற்றிய தொன்மம். இந்த நூலிலும் விவாதிக்கப்பட்டிருக்கிறது. பசு நெய்யால் மட்டுமே விளக்கெரிக்க முடியும் என்கிற நிலைமை மட்டுமே அப்போது இருக்கிறது. அப்போது ஒரு புத்த பிட்சு (அது புத்தரே தான் என்றும் சொல்கிறார்) ஆமணக்கு எண்ணெயிலிருந்து எடுக்கக்கூடிய நெய்யைக் கண்டுபிடிக்கிறார். அதே அளவிற்கு ஒளி அளிக்கக் கூடியது. அதே அளவிற்குப்புகை அற்றது. ஆனால் மிக எளிதானது. ஏழை மக்கள் அனைவரும் பயன்படுத்தக்கூடியது என்று கண்டுபிடிக்கிறார். அரசன் மகிழ்கிறான்.

அதிலிருந்து ஒரு தீபவிழா தொடங்குகிறது. அதுதான் 'திருக்கார்த்திகைத் திருவிழா' என்று விளக்கம் கொடுக்கிறார். மேலும், இந்தியாவின் மொத்த வரலாறுமே 'இந்திரர் தேச வரலாறு' என்று சொல்கிறார். பௌத்தத்தின் இந்திரன்தான் இந்தியாவிற்கு அடிப்படையாக அமைந்த தெய்வம் என்று சொல்கிறார். அந்த இந்திரனின் தேசம் எப்படி வேறொரு இனத்தாரால் கைப்பற்றப்பட்டுச் சிதைவுக்குள்ளாகியது என்று சொல்கிறார்.

இந்த மாற்றுப் புராணம், மாற்றுச் சொல்லாடல் அயோத்திதாசரிடம் தொடர்ந்து இருந்துகொண்டே இருக்கிறது. இதுதான் அயோத்திதாசரை அணுகுவதற்குத் தடையாக இருக்கிறது. அயோத்திதாசரிடம் இருக்கக்கூடிய எண்பது சதவீதம் உரையாடலை வெட்டி எடுத்துவிட்டு எஞ்சியதைக்கொண்டு அயோத்திதாசரைக் கட்டமைக்க வேண்டிய கட்டாயத்தை இன்றைக்கு இருக்கக்கூடிய தலித் சிந்தனையாளர்களுக்கு உருவாக்குகிறது. இந்தச் சவாலை எவ்வாறு எதிர்கொள்வது என்பதுதான் இந்தப் புத்தகத்தின் முக்கியமான நோக்கம்.

இந்தப் புத்தகம் so called மூடநம்பிக்கையை so called தப்பான வரலாற்றுச் சித்திரத்தை so called புராணத்தன்மையை எப்படிக் கையாளுவது என்று ஆராய்கிறது. எப்படி நாம் அயோத்திதாசரை அர்த்தப்படுத்துகிறோம்? எப்படி அர்த்தப்படுத்துவதற்கான வாய்ப்புகள் இன்னும் இருக்கின்றன என்று இந்தப் புத்தகம்

சொல்கிறது. ஒரு நவீனத்துவவாதிக்கு இந்தப் புராணம் வெறும் நம்பிக்கை மட்டும்தான். அல்லது மூடநம்பிக்கை மட்டும்தான். ஆனால் பின்னை நவீனத்துவவாதிக்கு இது ஒரு narration. அது ஒரு சித்திரிப்புமுறை அவ்வளவுதான். சித்திரிப்புமுறை என்று பார்க்கும்போது தமிழக வரலாறு என்பது ஒரு சித்திரிப்புதான். இது உண்மைதான் என்று யாருக்குமே தெரியும். கடந்த நூறு ஆண்டுகளில் நாம் ஏற்றுக்கொண்ட கதையைத்தான் நாம் வரலாறு என்று சொல்கிறோம். கர்னல் ஜே.ஹெச். கானலின் வரலாற்றுச் சித்திரிப்பிலிருந்து கடைசியாக இன்றைக்கு எழுதப்பட்ட ஜராவதம் மகாதேவனின் வரலாறுவரைக்கும் சேர்ந்து நாம் எழுதிக்கொண்ட கதை. அவ்வாறென்றால் அயோத்திதாசர் இன்னொரு கதையைச் சொல்கிறார் என்றுதான் பின்னை நவீனத்துவவாதி சொல்வார்.

அந்தக் கதை எந்தளவிற்கு உண்மையோ அதே அளவிற்கு இந்தக் கதையும் உண்மையாகும். அந்தக் கதைக்கு என்ன பயன் இருக்கிறது. இந்தக் கதைக்கு என்ன பயன் இருக்கிறது என்பதுதான் முக்கியமானது. அந்தப் பெருங்கதையாடலுக்கு எதிராக நிற்கக்கூடிய ஒரு பெருங்கதையாடல். அந்த அர்த்தத்தில் உருவானதுதான் தருமராஜின் முன்னோடிப் புத்தகமான 'நான் பூர்வ பௌத்தன்' என்பது. அந்த இரண்டாவது கதையாடலை, புராணத்தைத் தன்னுடையது என்று எடுத்துக்கொண்டு பேசுகிறார். தன்னைப் பூர்வ பௌத்தன் என்று அறிவித்துக்கொள்வது. ஆனால் இன்றைக்கு அயோத்திதாசரைப் பார்க்கும்போது நமக்கு இருக்கக்கூடிய வாய்ப்புகள் என்ன? அதை மட்டும் சொல்லி என் உரையை முடிக்கலாம் என்று நினைக்கிறேன்.

அயோத்திதாசரைப் பற்றித் திரு.வி.க. ஒரு சிறு குறிப்பைத் தருகிறார். திரு.வி.க. அவர்களுக்குக் கடுமையான உடல் வலி/ முதுகு வலி இருக்கிறது. அயோத்திதாசரிடம் செல்கிறார். அயோத்திதாசர் மந்திரித்து அதைத் தீர்க்கிறார். மருத்துவம் வழியாக அல்ல. சில மந்திரத்தின் வழியாக என் நோயைப் போக்கினார் என்று திரு.வி.க. சொல்கிறார். இந்தக் கூற்றிலிருந்து அயோத்திதாசரை நாம் புரிந்துகொள்ள முடியும். அல்லது அவரை நோக்கிப் போவதற்கான சிறிய திறப்பு ஒன்று அவருக்கு இருக்கு. தமிழகத்திலுள்ள நவீனத்துவச் சிந்தனையாளர்களில் ஒரு மந்திரச் சடங்கைச் செய்யக்கூடியவராக இருந்திருக்கிறார். ஆனால், என்ன காரணத்தினால் பின்னாளில் உருவான ஈ.வே. ராமசாமியின் கதையாடலில் அயோத்திதாசர் இடம்பெறவில்லை என்பதற்கான காரணம் அதில் இருக்கிறது.

அது மந்திரச் சடங்கு என்பதுதான். அதாவது ஓர் அம்சம் இருக்கிறது. அது தர்க்கத்தை மீறிய ஓர் அம்சமாக இருக்கிறது. மிக மிக தர்க்கவாதியான திரு. வி.க.வே சற்று வியப்புடன் பதிவு செய்யும் செய்தி அது. இதை இரு பகுத்தறிவுப் பாதையில் - ஒரு மூடநம்பிக்கைவாதி என்று சொல்லலாம். ஆனால் இந்த அம்சம் அவரிடம் இருக்கு. இந்த அம்சத்திலிருந்து அவரை நோக்கிச் சென்றால் நாம் காணக்கூடிய அயோத்திதாசர் வேறொருவர்.

நாம் இன்று புனைந்துகொண்டிருப்பவர் அல்லர். அவர் வேறொருவர். அவரது தர்க்கப் பூர்வமான அறிதலுக்கு மாறாக வேறொரு அறிதல் இருக்கு. அந்த அறிதலுக்கு இந்தியாவில் வேறொரு பெரிய மரபு இருக்கு. அந்த மரபென்பது இவ்வாறுதான் செயல்படும். இந்தியாவில் உள்ள எந்த மரபார்ந்த அறிஞர்களும் அது பௌத்தர்கள் சமணர்கள் அனைவருமே செய்யக்கூடிய முறையென்பது ஏற்கெனவே இருக்கக்கூடிய ஞானத்தை ஒரு பாசிட்டிவான அர்த்தத்தில் திரித்து உரையாற்றுவர். சொற்களைத் திரிப்பது. நம் அனைவருக்குமே தெரியும் 'தத்துவமஷி' என்றொரு வார்த்தையை விதவிதமாகத் திரித்தலின் வாயிலாகத்தான் மூன்று தத்துவ மரபுகள் இங்கே உருவாகியுள்ளன. 'அத்வைதம்,' 'விசிஷ்டாத்துவைதம்,' 'துவைதம்' ஆகிய மூன்று மரபும் ஒரு வார்த்தையினுடைய திரிபு நிலைகளால் உருவானவை.

ஆகவே, அயோத்திதாசர் தமிழில் வழங்கி வந்த பல சொற்களைத் திரிக்கிறார். திருக்குறளை 'திரிக்குறள்' என்கிறார். அது சரியா என்பது அல்ல; ஏன் அவ்வாறு செய்கிறார்? அவ்வாறு திரிப்பதற்கான முறை இருக்கிறதா? என்றுதான் பார்க்க வேண்டும். அதற்கு இங்குப் பெரிய மரபு ஒன்று இருக்கிறது. ஒரு புராணத்தை மறுப்பதற்கு இணையாக இன்னொரு புராணத்தை உருவாக்குவது. ஆசிரியர்கள் அவ்வாறுதான் செய்திருக்கிறார்கள்.

பௌத்த ஆசிரியர்கள் பலர் பாலி மொழிகளில் உள்ள பல நூல்களை ஏற்கெனவே பேசப்பட்ட வரலாற்றைப் பாசிட்டிவான அர்த்தத்திலிருந்து திரித்துத்தான் எழுதியிருக்கின்றனர். மொத்த சமண வரலாறு என்பதும் இந்து புராண வரலாறுகள் உருவாக்கின திரிபுதான்; மாற்று வரலாறு. இந்தத் திரிபு என்பது இங்கு உருவான வரலாறோடு ஒத்துப் போகிறதா? என்பதல்ல இங்கு நாம் எழுப்பும் கேள்வி. அது ஒரு மாற்றுத் தரப்பு.

இங்கு மறுப்பது அல்ல. சரி, தப்பு என்கிற வாதமும் அல்ல. இது ஒரு வரலாறு. அது மற்றொரு வரலாறு. இதுதான் சரியான

வாசிப்பு. அந்த வாசிப்பை முன்னிறுத்தும் ஒரு நூலாகத் தருமராஜின் நூலைச் சொல்லாம். மிக விரிவான அர்த்தத்தில் அயோத்திதாசரின் மாற்றுப்புராணம் எவ்வாறு உருவாக்கப் படுகிறது? அவரின் சொற்கள் எவ்வாறு மாற்று அர்த்தத்தில் உருவாக்கப்படுகின்றன. அவற்றினூடாக அவர் உருவாக்கும் மாற்று வரலாறு என்பதென்ன? அந்த வரலாறு ஆற்றக்கூடிய அதிகார மாற்றுடைய பணி என்பது என்ன? என்பது குறித்தெல்லாம் புத்தகத்திலே தருமராஜ் அவர்கள் விரிவாக விளக்கியிருக்கிறார். இது ஒரு மரபு. இந்தப் புத்தகத்தையே ஒரு வகையான உரைமரபு என்று சொல்வேன்.

இதற்கும் நமக்கு ஒரு தொடர்ச்சி இருக்கிறது. பௌத்த நூல்களை எடுத்துப் பார்த்தால் முன்னோடி ஆசிரியனின் நூலை அவருடைய மாணவர் எழுதுவதன் வழியாகத்தான் இன்னொரு பிரதியை உருவாக்க முடியும். பெரும்பாலும் மூல ஆசிரியனின் நூலை எடுத்துக்கொண்டு உரை எழுதுபவன் கொஞ்சம் இடம்மாற்றம் செய்கிறான்.

கொஞ்சம் மாற்றி அமைக்கிறான். அதைக் கொஞ்சம் வளர்த்தெடுக்கின்றான். அல்லது மறுக்கக்கூட செய்யலாம். இந்த உரைமரபென்பது தொடர்ச்சியாக ஒரு கருத்தைப் பல்வேறு ஆசிரியர்கள் தொடர்ந்து வளர்தெடுத்து வருவதுபோல இந்த நூல் அயோத்திதாசரின் மாற்றுக் கருத்து சார்ந்து, மாற்று அழகியல் சார்ந்து, மாற்றுச் சொல்லாடல் சார்ந்து எழுதப்பட்ட நூல் என்றுதான் சொல்வேன்.

ஒரு வியாக்ஞானம் என்று சொல்வேன். இந்த உரை வழியாக அயோத்திதாசரை வாசிப்பதற்கு ஒரு வாய்ப்பை வழங்குகிறார். அயோத்திதாசரை இவ்வாறெல்லாம் புரிந்துகொள்ளலாம் என்று சொல்கிறார். அந்தவகையில் மிக முக்கியமான வழிகாட்டி நூல். மோனொலித்திக்கான, இறுகிப்போன ஒற்றைப்படியான வாசிப்பை அயோத்திதாசரின்மேல் நாம் கொடுக்கிறோம்.

அயோத்திதாசர் தன்னளவில் பௌத்தத்தை முன்வைக்கும்போது இங்கு ஏற்கெனவே ஒரு பௌத்தம் இருந்தது. அதாவது அந்தப் பௌத்தத்தை அயோத்திதாசர் ஒரு விசித்திரமான பௌத்தம் என்று ஒதுக்குகிறார். அது ஒரு வருகைதரும் பௌத்தம் என்று நிராகரிக்கிறார். அதனுடைய பங்களிப்பை அவர் ஏற்றுக் கொள்ளவே இல்லை. இதுதான் உண்மையான பௌத்தம். அயோத்திதாசர் சொல்லுவது பழைய பௌத்தம் என்று நினைக்கிறோம்.

ஆனால் உண்மையான பௌத்தம் என்று நாம் சொல்லுவது மூன்று அறிஞர்களால் கட்டமைக்கப்பட்டது. பத்தொன்பதாம் நூற்றாண்டில் 'ரைஸ்வில்லியம்ஸ்', 'பால்காரஸ்', 'ஆல்காட்' இந்த மூன்று பேறறிஞர்களால் மரபிலிருந்த நூல்களைப் படித்துப் பொருள்கொண்டு நவீன ஐரோப்பியப் பார்வையில் கட்டமைக்கப் பட்டதைத்தான் நாம் இன்றைக்குப் பௌத்தம் என்று சொல்கிறோம். அவருடைய காலத்தில் பௌத்தம் உலகெங்கும் பரவிக்கிடந்தது. தாய்லாந்தில் வழக்கத்திலிருந்த பௌத்தத்திற்கும் இலங்கையில் வழக்கத்திலிருந்த பௌத்தத்திற்கும் சீனாவிலிருந்த பௌத்தத்திற்கும் எந்தத் தொடர்பும் கிடையாது.

இப்படி வெவ்வேறு இடங்களில் பௌத்தம் இருக்கிற செய்தி அவர்களுக்குத் தெரியாது. ஐரோப்பியர்களால் தொகுக்கப்பட்ட பௌத்தமானது ஓர் ஐரோப்பியச் சித்திரிப்பு. அந்தச் சித்திரிப்பை அயோத்திதாசர் நிராகரிக்கிறார். அதிலிருந்து மாறுபட்டுத் தன்னுடைய கருத்தை முன்வைக்கிறார்.

இந்த வாசிப்பை நாம் அவருக்குக் கொடுக்கணும். மூன்று ஐரோப்பியர்களால் உருவாக்கப்பட்ட பௌத்தம்தான் உண்மை; இவர் சொல்லுவது பிழையானது என்று சொல்லும் பார்வையானது சோகால்டு பகுத்தறிவுப் பார்வை. அது ஒரு நவீனத்துவப் பார்வை. ஒரு காலத்தியப் பார்வை. அந்தப் பார்வையை அயோத்திதாசரின் மேல் வைக்கக்கூடாது. எவ்வாறு பார்வையைக் கட்டுடைக்கிறார் என்பதுதான் முக்கியமானது.

அதாவது அயோத்திதாசரின்மேல் கடந்த முப்பது ஆண்டுகளாக முன்வைக்கப்பட்ட ஒரு வாசிப்பைக் கட்டுடைத்து அதனுடைய இறுக்கத்தைத் தவிர்த்து, புதிய வாசிப்பிற்கான ஓர் அறைகூவலை விடுப்பதுதான் இந்த நூல். இது ஒருமுறை என்றளவிலே அயோத்திதாசரை வேறொரு நபராகக் கட்டமைப்பது.

தர்க்கத்தில் எல்லைகளைக் கடந்து செல்லக்கூடியவராக, நீங்கள் அறிந்த வரலாற்றுச் சித்திரத்திற்கு வெளியில் நிற்கக்கூடியவராக, எது லாஜிக்? எது சரி? என்று நினைக்கிறீர்களோ அதற்கு வெளியில் நிற்கக் கூடியவராக, உங்களது தர்க்கப் புத்தியை, அரசியலைச் சீண்டக் கூடியவராக, குழப்பக் கூடியவராக, நீங்கள் எதை உறுதியாக நம்புகிறீர்களோ அதை நம்பக்கூடாது என்று சொல்லுபவராக, அயோத்திதாசரை இந்தப் புத்தகம் திருப்பிக் கொண்டுவந்து நிறுத்துகிறது.

இப்படியெல்லாம் வாசிக்கலாம் என்கிற வாய்ப்பை இந்த நூல் அளிக்கிறது. இந்த வாசிப்பானது இனிமேல்தான் தமிழில் நிகழ வேண்டும். எதிர்காலத்தில் இந்த நவீனத்துவ வாசிப்பில் அதாவது பகுத்தறிவு வாசிப்பின் இறுக்கங்களுக்கு அப்பால் சென்று வளரும் தலைமுறை அயோத்திதாசரை இன்னும் விரிவான முறையில் வாசிப்பதற்கு ஒரு தொடக்கமாக இந்த நூல் அமையும் என்று நான் உறுதியாக நம்புகிறேன்.

●

அயோத்திதாசரை அணுகும் சாவி

சமஸ்

பத்திரிகையாளர்

அன்பிற்குரிய நண்பர்களே,

'அயோத்திதாசர்: பார்ப்பனர் முதல் பறையர் வரை' என்கிற இந்தப் புத்தகத்தைப் பற்றிப் பேசவேண்டும் என்று நண்பர் டி. தருமராஜ் அழைத்தபோது, உள்ளபடியாக மிகுந்த தயக்கம் இருந்தது. அயோத்திதாசரைப் பற்றிய ஆய்வுநூலை முன்வைத்துப் பேச நமக்கு என்ன தகுதி இருக்கிறது என்கிற தயக்கம்தான் அதற்கான முக்கியமான காரணம். அயோத்திதாசரைப்பற்றி வந்திருக்கும் ஆய்வுகள், கட்டுரைகள், நூல்களின் எண்ணிக்கை குறைவுதான் என்றாலும்கூட அவற்றையெல்லாம் ஒப்பிட்டுப் பேசக்கூடிய இடத்தில் நான் இருப்பதாக எண்ணவில்லை. ஆனாலும், நண்பர் தருமராஜ் அளித்த உத்வேகத்தால் ஒப்புக்கொண்டேன்.

இந்தப் புத்தகத்தைச் சரியாக இன்று காலை 5.30 மணிக்குத் தொடங்கி, மாலை 5.30 மணிக்கு வாசித்து முடித்தேன். நேற்றிரவு நான் வீட்டிற்கு வரும்போது இரவு 1.30 மணி. சென்னையிலிருந்து மதுரைக்குக் காலையில் புறப்படும்போது அதிகாலை 4 மணி. ரயில் பயணத்தில் சிறிது நேரமாவது தூங்கவேண்டும் என்று நினைத்தேன். ஆனால் இந்தப் புத்தகம் என்னைத் தூங்கவிட வில்லை. தூங்காததற்குக் காரணம் புத்தகத்தின் நடை. மிக அபாரமான நடை. தமிழ்நாட்டில் தருமராஜ் அளவுக்கு இவ்வளவு சுவாரஸ்யமான, புத்துயிர்ப்பான, படைப்பூக்கச் செழுமையான நடை வாய்க்கப்பெற்ற வேறு ஓர் ஆய்வாளர் இருக்கிறாரா? என்று எனக்குத் தெரியவில்லை. புனைவுக்கு இணையான ஓர் அபாரமான நடை தருமராஜ்வுடையது.

அயோத்திதாசரை எப்படி அணுகவேண்டும் என்பதற்கான நல்ல சாவியாக இந்நூலைச் சொல்லலாம். சொல்லப்போனால், இந்தச் சாவியைக்கொண்டு அயோத்திதாசர் என்கிற சிந்தனையாளரை மட்டும் அல்லாது தமிழ்ச் சமூகத்தினுடைய பல ஆளுமைகளையும் நம்மால் திறக்க முடியும் என்று கருதுகிறேன்.

●

நாம் இப்போது அயோத்திதாசரின் மறுவருகையிலிருந்து கதையைத் தொடங்கலாம். 1999-இல் ஞான அலாய்சியஸ் வெளிக்கொண்டுவந்த அயோத்திதாசர் புத்தகங்களோடு சேர்ந்து அயோத்திதாசரின் மறுவருகை நடந்தது என்றால், அதுகூடவே ஓர் அரசியலும் மெல்ல முளைவிடலானது. அயோத்திதாசர் மறைந்த நூற்றாண்டில் அது ஒரு பெரும் கேள்வியாக உருவெடுத்தது. கிட்டத்தட்ட ஒரு நூற்றாண்டுக் காலம் இப்படி ஓர் ஆளுமை எப்படித் தமிழ்ச் சமூகத்தின் நினைவிலிருந்து மறைந்திருந்தார்? இது இயல்பான தமிழ் மறதியா அல்லது இருட்டடிப்பா? ஏனென்றால், திராவிட இயக்கம் கைக்கொண்ட முக்கியமான கருவிகள் ஏற்கெனவே அயோத்திதாசர் என்கிற சிந்தனையாளர் கையாண்டதாக இருந்தன. திராவிட இயக்கத்தினருக்கு முன்பே 'தமிழர்', 'திராவிடர்' எனும் சொல்லாயுதங்களைப் பயன் படுத்தியவர் அயோத்திதாசர். பிராமணியத்திற்கு எதிரான சமத்துவ அரசியலுக்கான கருவியாகத் தமிழ் அடையாள அரசியலைச் சிந்தித்தவர்.

அப்படியென்றால், இயல்பாகத் திராவிட இயக்கத்தார் அயோத்திதாசரைத் தங்கள் முன்னத்தி ஏராகத் தூக்கிப் பிடித்திருக்க வேண்டும். நடக்கவில்லை. ஏன்? இந்த விஷயம் அயோத்திதாச ரோடு இணைத்துப் பேசப்பட்டது. தருமராஜின் இந்தப் புத்தகம் அயோத்திதாசரைப் பேசுவதோடு, இந்த அரசியலுக்கு விடை காணவும் முற்படுகிறது. புத்தகத்தின் எல்லாப் பகுதிகளிலும் தமிழ் மறதியை ஆராய்கிறது; அதுதான் புத்தகத்தின் மையச் சரடு என்றும்கூடச் சொல்லிவிடலாம். ஒரு நூற்றாண்டு மறதிக்கான காரணம் என்ன?

●

அயோத்திதாசரோடு எனக்கு ஏற்பட்ட உறவின் வழி புத்தகத்துக் குள்ளும் இந்தக் கேள்விக்குள்ளும் அரசியலுக்குள்ளும் செல்லலாம் என்று கருதுகிறேன்.

திராவிட இயக்கத்தின் நூற்றாண்டுப் பயணம், திராவிட ஆட்சியின் ஐம்பதாண்டு பயணம் இவற்றினூடாகத் தமிழக முதல்வர் மு. கருணாநிதியின் அறுபதாண்டு சட்டமன்றப் பணியையும் கொண்டாடும் வகையில் 'தெற்கிலிருந்து ஒரு சூரியன்' நூலை 'இந்து தமிழ்' நாளிதழ் சார்பில் கொண்டுவர முடிவெடுத்தோம். இளைய தலைமுறையினரை வாசக இலக்காகக் கொண்டு திட்ட மிடப்பட்ட இந்த நூலின் எல்லா விஷயங்களையுமே சுருக்கமாகச் சொல்ல முற்பட்டோம். அதாவது, பெரும்பான்மை விஷயங்கள் ஒரு பக்கம் அல்லது இரண்டு பக்கங்களில் அடங்கிவிடும்.

புத்தகத்தின் முதல் கட்டுரை 'திராவிட இயக்க முன்னோடிகள்'. அயோத்திதாசரிடமிருந்துதான் அது தொடங்கும். இதே தலைப்பில் திராவிடர் கழகத்தினர் முன்னமே ஒரு தொகுதி குறுநூல்களை வெளியிட்டிருக்கின்றனர். நடேசனார், டி.எம். நாயர், தியாகராயர், பனகல் அரசர், பன்னீர்செல்வம் ஆகிய ஐந்து ஆளுமைகளை அந்தத் தொகுதி முன்னோடிகளாக வரிசைப்படுத்தியிருந்தது. நாங்களும் ஐந்து பேரைத்தான் வரிசைப்படுத்தினோம். ஆனால், அயோத்தி தாசரிலிருந்து அந்த வரிசையைத் தொடங்குவதே முறையான வரலாறாக இருக்கும் என்று எண்ணினோம். நடேசனார், டி.எம். நாயர், தியாகராயர், பனகல் அரசர் ஆகியோரோடு ஒப்பிடச் சற்றுப் பின்னதாகவே பிரதான இடத்துக்கு வந்து சேர்கிறார் பன்னீர்செல்வம். ஆகையால், முந்தைய நால்வரோடு காலத்தே முந்தையவரான அயோத்திதாசரை நாங்கள் இணைத்தோம். புத்தகம் வெளியான பின்னர்த் திராவிட இயக்கத்தவர் எவரும் இதில் தவறு காணவில்லை. சொல்லப்போனால், அதை ஒரு வரலாற்று நியாயமாகக் கண்டவர்கள் பலர் இருந்தார்கள்.

கருத்துகள் எப்போதும் காற்றில் இருக்கின்றன. எஸ்.என். நாகராஜன், கோவை ஞானி, சீனிவாச இராமானுஜம் இவர்களை யெல்லாம் நான் வாசிப்பதற்கு வெகுகாலம் முன்பே சிலர் என்னிடம் கேட்டிருக்கிறார்கள், 'உங்கள் கட்டுரைகளில் இந்த மூவருடைய தொடர்ச்சியைக் காணமுடிகிறது. குறிப்பாக மதத்தையும் மதச்சார்பின்மையையும் அணுகுவதிலும் பொது வுடைமை இயக்கத்தின் எதிர்காலத்தைப் பேசுவதிலும் நிறைய ஒற்றுமைகளைக் காணமுடிகிறது. நாகராஜன், ஞானி, இராமானுஜம் ஆகியோருடன் நீங்கள் உரையாடியிருக்கிறீர்களா?' - இப்படி அடுத்தடுத்து நிறைய பேர் கேட்கலானதும் நான் அவர்களை வாசிக்கலானேன். எனக்குப் பெரிய ஆச்சரியம். நெஞ்சார அவர்களை வணங்கினேன். இந்த விஷயத்தை நாம்

எப்படிப் புரிந்துகொள்ளலாம் என்றால், ஒருவரைப் பார்த்து மற்றொருவர் பேசுவதாகவோ நால்வரும் ஒருவருக்குப் பின்னால் ஒருவராக ஓடிக்கொண்டிருப்பதாகவோ அல்ல; ஒரு தெருவில் நாம் ஓடிக்கொண்டிருக்கிறோம்; ஒரு திருப்பத்தில் நாம் திரும்புகையில் நமக்கு முன்னே அதே பாதையில் வேறு ஒருவர் ஓடிக்கொண்டிருப்பதைக் காண்கிறோம்; இன்னும் கொஞ்ச தூரம் ஓடுகையில், ஒரு வீட்டின் சுவரிலிருந்து குதித்து இன்னொருவர் அவருக்கு முன்னதாக ஓடிக்கொண்டிருப்பதைக் காண்கிறோம். இப்போது முந்தையவர்கள் ஓடும் பாதையிலிருந்து நம்முடைய பாதையைத் திரும்பப் பார்க்கிறோம். நம்மை நாமே பரிசீலனைக்கு ஆளாக்கிக்கொள்கிறோம்.

இது ஒரு சிந்தனை மரபு. நான் இந்த அவையில் இப்போது பேசும் பேச்சை ஒருபோதும் கேட்கும் வாய்ப்பே இல்லாத ஒருவர் சில வருஷங்கள் கழித்து இதே பொருண்மையில் பேசக் கூடும்.

இப்படித்தான் திராவிட இயக்கத்தினருக்கு முன்பே அந்தப் பாதையில் சென்ற முன்னோடியாக அயோத்திதாசரைக் காண்கிறேன். அதேசமயம், திராவிட இயக்கத்தினர் ஏன் அயோத்திதாசரை வரித்துக்கொள்ளவில்லை என்பதற்கான பதிலும் இதிலேயே இருப்பதாக உணர்கிறேன்.

அயோத்திதாசரின் சிந்தனைகளை நேரடியாகத் திராவிட இயக்கத்தோடு பொருத்தவே முடியாது. அயோத்திதாசர் 1845-இல் பிறக்கிறார்; 1914-இல் மறைகிறார். அவரது வாழ்வின் முக்கியமான காலகட்டம் அவருடைய கடைசி இரு தசாப்தாண்டுகள். திராவிட இயக்கத்தின் தொடக்கத்தை எடுத்துக்கொண்டால், சரியாக அயோத்திதாசருக்குப் பிந்தைய காலகட்டத்திலேயே அது வேர்விடலாகிறது. இன்னும் சொல்லப்போனால், பெரியாரின் எழுச்சி 1925-க்குப் பின்னரே நடக்கிறது. ஆயினும், இதே பாதையில் முன்பே சென்றிருந்த அயோத்திதாசரின் தடங்களை நிச்சயம் பெரியாரும், அண்ணாவும் கண்டிருக்க வேண்டும். ஆனால், அவர்கள் அவரைப் பேசவில்லை. ஏன்?

நான் தருமராஜ் ஆராயும் அதே தமிழ் மறதிக்குள் நுழைகிறேன். தருமராஜ் எழுப்பும் அதே கேள்வியை நானும் எழுப்பிக் கொள்கிறேன். இந்த மறதி எப்படி வந்தது? இந்த மறதி எங்கிருந்து உருவானது? இன்னும் வலுவாகக் கேட்கலாம் என்றால், இது மறதிதானா?

எப்போதுமே சதிக்கோட்பாடுகளைப் புறந்தள்ளுபவன் நான். அதேசமயம், எதிலும் அரசியல் இருப்பதை நிராகரிக்கக்கூடியவன் அல்ல. சரி, என்னதான் நடந்திருக்கும்?

சமீபத்தில் 'கேரவன்' மாத இதழில் வெளியான ஒரு கட்டுரையை இங்கே நினைவுகூர விழைகிறேன். பிஹாரைச் சேர்ந்த நண்பரும் பத்திரிகையாளருமான சாகர் அதை எழுதியிருந்தார். இந்தி மொழியானது எந்த அளவிற்குச் சாதியத்தன்மையைக் கொண்டிருக்கிறது என்பதே அந்தக் கட்டுரையின் மையம்.

ஒடுக்கப்பட்ட சமூகப் பின்னணியிலிருந்து வரும் சாகருக்கு, பிற்பாடு அவர் மேற்படிப்பிற்காகக் கர்நாடகத்திற்கு வந்து சேர்ந்ததுமே அம்பேத்கர் முறையாக அறிமுகமாகிறார். அம்பேத்கருடைய எழுத்துகளின் வழி அம்பேத்கரை அடைய ஆங்கிலமே அவருக்குச் சாவியாக இருக்கிறது. அப்போது சாகருக்கு ஒரு கேள்வி பிறக்கிறது, 'ஏன் அம்பேத்கரின் இந்த நூல்கள் எல்லாம் இந்தியில் நமக்குக் கிடைக்கவில்லை?'

இதை அவர் ஆராயத் தொடங்கும்போது அம்பேத்கரின் மிக முக்கியமான நூல்கள் எல்லாம்கூட அவருடைய மறைவுக்குப் பின்னரே இந்தியில் மொழிபெயர்க்கப்பட்டிருப்பதை அவர் அறிந்துகொள்கிறார். இதுபற்றித் தன்னுடைய ஆசிரியர்களிடம் அவர் கேட்கிறார். அப்போது அவர்கள் சொல்கிறார்கள், 'இதில் ஆச்சரியப்பட ஒன்றும் இல்லை. ஏனெனில் இந்தி ஒரு சாதிய மொழி!'

எந்த மொழியும் அதன் இயல்பில், பண்பில் சாதியத்தைக் கொண்டிருப்பது இல்லை. ஆனால், ஒரு மொழியை ஆயுதமாகக் கையில் வைத்திருக்கக்கூடிய சமூகத்தின் அரசியலும் பண்புகளும் மொழியிலும் பிரதிபலிக்கின்றன. எனக்கு சாகரின் கட்டுரையை வாசித்தபோது இயல்பான ஒரு கேள்வி வந்தது. தமிழும் இப்படியான ஓர் அவச்சொல்லுக்கு ஆளாகியிருக்கும் வாய்ப்பிருக்கிறதா? வாய்ப்பிருந்திருக்கிறது. ஆனால், இந்தச் சமூகம் வெற்றிகரமாக அந்த அபாயத்தைக் கடந்திருக்கிறது.

அம்பேத்கரின் மிக முக்கியமான உரைகள், கட்டுரைகள், நூல்களை எல்லாம் ஏனைய பல சமூகங்களை ஒப்பிட முன்கூட்டி வெளிக் கொணர்ந்த சமூகம் இது. அம்பேத்கர் வாழும் காலத்திலேயே அவருடைய சிந்தனைகள் கவனத்தோடு இங்கு அணுகப்பட்டன. இப்படியெல்லாம் அவற்றை வெளியிட்டதில் பெரியார் மற்றும்

திராவிட இயக்கத்தைச் சார்ந்தவர்களுடைய பத்திரிகைகள்தான் முன்னிலை வகித்தன என்பதை நாம் மறந்துவிட முடியாது.

அடுத்ததாக, எனக்குத் தெரிய அலாய்சியஸின் புத்தகத்திற்கு முன்னதாகவும்கூட அயோத்திதாசரைப் பேசிய ஆக்கங்கள் உண்டு. துல்லியமாக ஆண்டுகள் எனக்கு நினைவில் இல்லை. 'களத்தில் நின்ற காவலர்கள்' என்று ஒரு புத்தகம். திராவிட இயக்கத்தின் சார்பில் கொண்டுவரப்பட்டது. க. திருநாவுக்கரசு எழுதியது. அயோத்திதாசரைப் பற்றிய கட்டுரையை நான் அதில் வாசித்திருக்கிறேன். அதேபோல, 'இபிடபிள்யு' இதழில் வெளியான வ. கீதா, எஸ்.வி. ராஜதுரையின் கட்டுரைகளும் முக்கியமானவை. எனக்குத் தெரிய அயோத்திதாசரைப் பற்றி எஸ். வி.ஆர். இரு கட்டுரைகளை எழுதியிருக்கிறார். அவற்றில் ஒன்றை இந்த நூலிலேயே தருமராஜ் குறிப்பிட்டிருக்கிறார்.

மேற்கண்டவர்கள் எவரும் தலித் ஆய்வாளர்கள் இல்லை என்பதோடு, ஏதோ ஒருவகையில் திராவிட இயக்கத்தோடு நெருக்கமானவர்கள் என்றும் சொல்லலாம். இதை நான் ஏன் இங்கே குறிப்பிடுகிறேன் என்றால், ஒரு நூற்றாண்டுக் காலம் அயோத்திதாசர் தமிழ்ச் சமூகத்தின் நினைவுகளுக்கு அப்பாற் பட்டிருந்ததற்கு, பெரியாரோ அவரை அடியொற்றிவந்தவர்களோ அவரைப் பற்றிப் பேசாததே காரணம் என்றும் அயோத்திதாசரை இருட்டடித்துவிட்டார்கள் அல்லது தலித் சமூகத்தின் முக்கியமான வரலாற்றைப் புறக்கணித்துவிட்டார்கள் என்றும் முடிவு கட்டுவது எளிமையானது. ஆனால், இந்த விஷயம் அவ்வளவு எளிமையானது அல்ல.

அயோத்திதாசரைப் பற்றிப் பெரியார் எழுதியிருக்கிறாரா என்று கேட்கும்போது நாம் கூடவே இன்னொரு கேள்வியையும் கேட்டுக் கொள்ள முடியும், 'எம்.சி. ராஜா எழுதியிருக்கிறாரா; சகஜானந்தர் எழுதியிருக்காரா; இரட்டைமலை சீனிவாசன் எழுதியிருக்கிறாரா; குடியரசு கட்சியில் செயலாற்றிய முன்னோடிகள் யாரேனும் எழுதியிருக்கிறார்களா; ஏன் அவர்களும் எழுதவில்லை?'

தமிழ்ச் சமூகம் மறதிக்கு மட்டும் அல்ல; இருட்டடிப்புக்கும் பெயர் பெற்றதுதான். ஆனால், இந்த வழக்கை முழுமையாக இருட்டடிப்புக் கணக்கில் எழுதிவிட முடியாது என்று எண்ணுகிறேன்.

அண்ணாவின் வரலாற்றைப் பேசும் 'மாபெரும் தமிழ்க் கனவு' நூலைச் சமீபத்தில் கொண்டுவந்தபோது, பலருக்குப் பதற்றம்

உண்டானது. பெரியாரை இருட்டடிக்க அந்தப் புத்தகத்தைக் கொண்டுவருகிறோம் என்று சொன்னவர்களும் உண்டு. கருணாநிதியை இருட்டடிக்க அந்தப் புத்தகத்தைக் கொண்டு வருகிறோம் என்று சொன்னவர்களும் உண்டு. அப்படிப் பார்க்கையில், பெரியாருக்கு முந்தைய ஒரு சிந்தனையாளரைப் பற்றிப் பேசுவதானது பெரியாரின் புகழை மங்கிடச்செய்யும் என்று கருதியிருப்பார்களா? சிலர் கருதியிருக்கலாம். ஆனால், அப்படி யெல்லாம் திட்டமிட்டு ஓர் ஆளுமையை நூறாண்டுகளுக்கு மறைவில் வைத்திருக்க முடியாது.

ஆக, இந்த மறதிக்கு வேறொரு காரணம் இருக்கவேண்டும். என்ன அது? அயோத்திதாசரின் பார்வை நவீனத்துக்கு முற்பட்டது அல்லது நவீனத்துக்கு அப்பாற்பட்டது! அது பெரியார் ஆகட்டும், ராஜ் கௌதமன் ஆகட்டும்; அயோத்திதாசருக்கும் இவர்களுடைய பார்வைக்கும் இடையிலான இடைவெளியை நவீனப் பார்வையே தீர்மானிக்கிறது. குறிப்பாகச் சொல்லப்போனால், இவர்கள் வைத்திருக்கும் நவீனச் சாவிகளைக்கொண்டு அயோத்திதாசரைத் திறக்க முடியாது. எங்கோ இருந்த அம்பேத்கர் பெரியாரை ஈர்த்ததற்கும் இங்கேயே இருந்த அயோத்திதாசரைப் பெரியார் பேசாததற்கும் இதுவே முக்கியமான காரணம்.

மேலோட்டத்தில் மேலும் மூன்று விஷயங்கள் அயோத்திதாசருடன் தன்னை இணைத்துக்கொள்வதில் பெரியாரை விலக்கி வைத்திருக்கலாம். ஒன்று, பிராமணியம் என்கிற கருத்தாக்கத்தை அயோத்திதாசர் எழுத்துகள் தலைகீழாக்கு கின்றனவே ஒழிய இல்லாமல் ஆக்கவில்லை என்று கருதியிருக் கலாம். இரண்டு, அயோத்திதாசரின் கதையாடலில் அருத்ததியர் சமூகத்தையோ பள்ளர் சமூகத்தையோ அவர் அணுகும் பார்வையில் வெளிப்படும் மேலே கீழே தன்மையாக இருந்திருக் கலாம். மூன்று, பெண்கள் தொடர்பில் அயோத்திதாசரின் பார்வை. இவை மூன்றுமே எங்கோ மேல் - கீழ் பார்வையைக் கொண்டிருப்பதான வாசிப்பைத் தருவதாகப் பெரியார் உணர்ந்திருக்கலாம். அம்பேத்கருடன் நெருக்கமாக இருந்தவர் அயோத்திதாசருடன் விலகியிருக்க வேறு என்ன காரணம் இருந்திருக்க முடியும்?

•

அப்படியென்றால் அயோத்திதாசரை எப்படித்தான் வாசிப்பது, எப்படித்தான் புரிந்துகொள்வது? அதற்கு, தருமராஜின் இந்தச் சாவி

கச்சிதமாகப் பொருந்துகிறது. கதைகளின் வழியாகவும் கதையாடலின் வழியாகவும் அயோத்திதாசரைச் சென்றடைகிறார் தருமராஜ். அயோத்திதாசரினுடைய கதையாடல் நோக்கத்தை நாம் உணர்ந்துகொண்டால், அயோத்திதாசரின் கதைகள் நமக்குப் பிடிபட்டுவிடும். 'இந்தப் பிரபஞ்சம் கதைகளால் ஆனது; பிரபஞ்சம் அணுக்களால் ஆனது என்பதும்கூட ஒரு கதையாடல்தான்' என்கிற கூற்று உங்களுக்கு ஞாபகத்தில் இருக்கும் என்றால், அயோத்திதாசர் ஏன் தன்னுடைய அரசியலுக்குக் கதைகளைத் தேர்ந்தெடுக்கிறார் என்கிற நியாயம் புரிந்துவிடும். உண்மைகளை மட்டும் அல்ல, கதைகளையும் சேர்த்தே உள்ளடக்கியதாக இருக்கிறது வரலாறு. இன்னும் சொல்லப்போனால் உண்மைகளைக் காட்டிலும் கதைகள் வழியாக நிறுவப்பட்ட கருத்துகளே இந்த உலகத்தை ஆளுகின்றன. ஆக, அயோத்திதாசர் மாற்றுக்கதையாடலை முன்னெடுக்கிறார். அந்தக் கதைகளிலுள்ள புதிர்களைத் தருமராஜ் விடுவிக்கிறார்.

உள்ளூர் நாட்டுப்புறவியலில் நிலைகொண்டிருக்கும் அவரது கால்களும் பரந்துபட்ட வாசிப்பின் வழி அவர் அடைந்திருக்கும் உலகளாவிய பார்வையும் இணைந்து இத்தகு சாவியை உருவாக்கும் சிந்தனையை தருமராஜ்-வுக்குக் கொடுத்திருப்பதாகக் கருதுகிறேன். இந்தப் புத்தகத்தை வாசிக்கும்போது அயோத்திதாசர் மட்டும் அல்ல; நவீனத்துக்கு அப்பாற்பட்ட சிந்தனையாளர்கள் பலரையும் கற்கும் வித்தையை நாம் அறிந்துகொள்வோம். எப்போதுமே மறதிக்குள் மனிதர்களைத் தொலைக்கும் சமூகமாக நாம் இருப்பதால், தருமராஜ் அளிக்கும் இந்தச் சாவி நமக்கு எப்போதைக்குமானதும் ஆகிறது. நன்றி!

(மதுரையில் நடைபெற்ற 'அயோத்திதாசர்' நூல் வெளியீட்டு விழா உரைக்கான எழுத்து வடிவச் சாராம்சம்.)

●

திரும்ப எழுதுதல் மூலம்
அயோத்திதாசருக்கு எழுதப்பட்ட வாழ்க்கை வரலாறு

இரா. ஸ்டாலின் ராஜாங்கம்
பேராசிரியர் மற்றும் ஆய்வாளர்

டி. தருமராஜின் எழுத்துகளைப்பற்றி யோசிக்கிறபோது 'திரும்ப எழுதுதல்' என்ற அணுகுமுறை வழியாகப் புரிந்துகொள்ளமுடியும் என்று தோன்றுகிறது. அண்மையில் வெளிவந்துள்ள 'அயோத்திதாசர்: பார்ப்பனர் முதல் பறையர்வரை' (டிசம்பர், 2019), என்ற நூலை மட்டுமல்ல அவரின் எல்லா எழுத்துகளையும் இந்த அணுகுமுறையைக் கையாண்டு புரிந்துகொள்ள முடியும் என்றே சொல்லலாம். எனவே இக்கட்டுரை இந்நூலின் சாரமாக அமைவதைத் தவிர்க்க முடியவில்லை. திரும்ப எழுதுதல் என்ற சொல்லும்கூட தருமராஜினுடையதே. அச்சொல்லைக் குறிப்பிட்டு இருப்பதோடு அந்த அணுகுமுறையைக் கையாண்டு எழுதுவதாகவும் குறிப்பிட்டுச் சொல்கிறார்.

நூலின் லட்சணம்

'அயோத்திதாசர்: பார்ப்பனர் முதல் பறையர் வரை' என்ற 326 பக்கமுடைய நூல் 'நான் பூர்வ பௌத்தன்', 'இது பௌத்த நிலம்', 'பூர்வ பௌத்தனின் கல்லறை' என்று மூன்று பகுதிகளாக அமைந்துள்ளது. மூன்றும் ஒன்றின் தொடர்ச்சியில் ஒன்றென்று அமைந்தவை. எனினும் மூன்று காலகட்டங்களில் எழுதப் பட்டவை. நான் பூர்வ பௌத்தன் என்னும் பகுதி தனி நூலாக 2003 ஆம் ஆண்டு வெளியானது. அயோத்திதாசரின் சிந்தனைச் சாரத்தைக் கச்சிதமாகத் தொகுத்துச் சொன்ன நூல் அது. அயோத்திதாசர் என்ற சிந்தனையாளர் எவ்வாறு? எப்படி? உருவாக்கியிருக்க முடியும்

என்பதைப் பேசிப் பார்த்திருக்கிறார். இது பௌத்த நிலம் என்ற தலைப்பில் அமைந்த இரண்டாம் பகுதியில் ஏழு தனித்தனிக் கட்டுரைகள் இடம்பெற்றுள்ளன. அதில் பெரும்பாலான கட்டுரைகள் 2008ஆம் ஆண்டில் 'புதிய காற்று' இதழில் தொடர் கட்டுரைகளாக வெளிவந்தன. தனித்தனிக் கட்டுரைகள் என்றமுறையில் அயோத்திதாசர் சிந்தனைகளையும் அவற்றைப் புரிந்துகொள்வதற்கான கூறுகளையும் பிரித்து எழுதினார். இவ்வாறு தொகுத்து வகைப்படுத்தியதை வைத்து, 'பூர்வ பௌத்தனின் கல்லறை' என்ற மூன்றாவது பகுதியில் கோட் பாடாகக் கோர்க்கிறார். மூன்று அடுக்குகள், மூன்று முறைகள், மூன்று காலகட்டம் என்றமைந்திருக்கும் நூல். முதல் பகுதியில் அயோத்திதாசரிலிருந்து அவரைப் பார்ப்பதென்றால் கடைசிப் பகுதி அவரிலிருந்து விலகி அவரைப் பார்ப்பதாகும்.

இதில், 'இது பௌத்த நிலம்' என்ற இரண்டாவது பகுதியில் திரும்ப எழுதுதல்; சில முன் தயாரிப்புகள் என்ற கட்டுரை முதலாவதாக அமைந்திருக்கிறது. இந்தக் கட்டுரையை அயோத்திதாசர் பற்றிய தருமராஜின் எழுத்துகளைப் புரிந்துகொள்வதற்கான திறவு கோலாகக் கொள்ளலாம். இந்நூலுக்கென்றும் முதல் நூலான நான் பூர்வ பௌத்தன் நூலுக்கென்றும் எழுதப்பட்ட இரண்டு முன்னுரைகள் இந்நூலில் உள்ளன என்றாலும் இந்தக் கட்டுரையையே நூலுக்கான முன்னுரையாகவும் இந்நூலைப் புரிந்துகொள்வதற்கான திறப்பாகவும் கொள்ளலாம். முதல் பகுதியை வரலாறு என்றும் இரண்டாம் பகுதியைத் திரும்ப எழுதுதல் என்றும் மூன்றாம் பகுதியை நினைவும் மறதியும் என்றும் தலைப்பிட்டுக் கொள்ளலாம்.

'திரும்ப எழுதுதல்' என்ற சிந்தனை அவருக்கு மிகவும் பிடித்தமான யோசனையாகத் தொழிற்படுகிறது என்பதைப் பார்க்க முடிகிறது. 'நான் ஏன் தலித்தும் அல்ல?' என்ற நூலில் 'போலச்செய்தல்' என்பதற்கு மாற்றாகத் 'திரும்பச் செய்தல்' என்ற சிந்தனை முறைமையை முன் வைத்திருப்பதை நினைவில் கொள்ளலாம். இந்நிலையில் தருமராஜின் எழுத்துகளைப் புரிந்துகொள்வதற்கான ஒற்றைச்சரடு என்று எதையேனும் சொல்லமுடியுமா? என்று கேட்டால் திரும்ப எழுதுதல் என்ற நிலைபாட்டைச் சொல்ல முடியும் என்று தோன்றுகிறது. சில இடங்களில் தான் திரும்ப எழுதிக் கொண்டிருக்கிறேன் என்று அறிவித்தும் சில இடங்களில் சொல்லிக் கொள்ளாமலும்கூட அதனைச் செய்து வருகிறார். இவ்வாறுதான் இந்நூலிலுள்ள திரும்பச்செய்தல் என்ற கட்டுரை

மூலம் அயோத்திதாசரை விளங்கிக் கொள்வதும் தருமராஜ்
எழுத்துகளை நாம் விளங்கிக் கொள்வதும் நடக்கிறது .இந்நூலில்
அயோத்திதாசரை எழுதுவது மூலம் தருமராஜும் தருமராஜ் மூலம்
அயோத்திதாசரும் வெளிப்படுகிறார்கள். பல சமயங்களில் எது
அயோத்திதாசர் சொல்வது? எது தருமராஜ் சொல்வது என்ற
குழப்பம்கூட வந்துவிடுகிறது.

ஆய்வும் புனைவும்

திரும்ப எழுதுதல் மூலம் இரண்டு அனுகூலங்கள் இருக்கின்றன.
ஒன்று ஆய்வு சார்ந்தது. ஆய்வு என்பது முடிவுற்றது அல்ல;
தொடரக்கூடியது. திரும்பத்திரும்பத் தேடவும் தேடியதை வைத்து
ஏற்கெனவே இருப்பதை ஓயாமல் பரிசீலித்து மாற்றியும்
(மறுத்தும்) எழுதுவதும் ஆகும். எனவே ஆய்வைப் பொறுத்த
வரையில் திரும்ப எழுதுவது நடக்கும். இரண்டாவது புனைவு
சார்ந்து, புனைதல் என்பதே ஏற்கெனவே இருப்பதை மறந்து
புதிதாக்கிக் கொள்வதுதான். பொதுவாக ஆய்வும் புனைவும்
எதிரும்   புதிருமானவை;   இணையாகாதவை   என்று
அறியப்படுகிறது.   அதாவது   இரண்டிற்கும்   சேரமுடியாத
திட்டவட்டமான வேறுபாடுகள் இருப்பதாக நவீன ஆய்வுகள்
கூறுகின்றன. எனவே ஆய்வு மாறாத அளவுகோல்களுடனும்
கெட்டி தட்டிய தர்க்கங்களுடனும் ஆய்வு என்னும் கருத்து
நிலைபெற்று விட்டன. ஆனால் ஆய்வுக்கும் புனைவுக்கும்
இடையேயான   இடைவெளி   ஒருவித   மாயையால்
கட்டப்படுகின்றது என்றுகூட கருதப்பட்டது. இது வரலாறே
புனைவு என்றும் புனைவை ஏற்று ஆய்வுகள் எழுதப்படுகின்றன
என்றும் கருத்துகள் பிறக்க வழிவகுத்தன. 1990களில் தமிழில்கூட
இக்கருத்துகள்   உரத்துக்   கேட்கத்   தொடங்கின.   ஆனால்
அவ்வாறான மொழியோ சொல்லாடலோ தனித்து வளரவில்லை.

இவ்வாறு கூறுவதன் பொருள் புனைவை வரலாறாக ஆக்கிவிட
வேண்டுமென்பது அல்ல. மாறாகப் புனைவின் சாத்தியத்தைக்
கொண்டு சமூக நிகழ்வுகளை அர்த்தப்படுத்திக்கொள்வது என்பது
தான். நாம் வரலாறு என்று நம்பிக்கொண்டிருப்பது புனைவின்
துணையில்லாமல் எழுதப்படவில்லை. மேலும் புனைவின்
துணையில்லாமல் சமூக நிகழ்வுகள் சாத்தியமாகவில்லை
என்பதையும் இதோடு சேர்த்து விளங்கிக்கொள்ள வேண்டும்.
புனைவு என்பது பொய் அல்ல. ஒருவரின் உள்ளுணர்வை,
சிந்தனையை, எழுதப்பட்டதற்குப் பின்னால் எழுதப்படாதிருக்கும்
மௌனங்களை - இடைவெளிகளை அர்த்தப்படுத்திக்கொள்ள

புனைவின் துணைவேண்டும். அதாவது மொழியின், மொழியை வழங்கும் சமூகத்தின் இயங்கு விசை இப்புனைவுக்கு அவசியம். இத்தகைய பின்புலத்தில்தான் டி. தருமராஜ் அயோத்திதாசர்பற்றி எழுதி வந்திருப்பதைப் புரிந்துகொள்ள வேண்டியுள்ளது.

அயோத்திதாசருக்கு டி. தருமராஜ் ஒரு வாழ்க்கை வரலாறு (bio & grabhy) எழுதுகிறார். இந்த வரலாறு வரிசைக்கிரமமான தகவல்களால் ஆனது அல்ல. அயோத்திதாசர் என்ற வரலாற்று மனிதர் பற்றியானதுகூட அல்ல. அவர் பற்றிப் பரவலாகக் கிடைக்கும் தனி வாழ்க்கைக் குறிப்புகள் அளவிற்குக் குறிப்பான தகவல்கள் கிடைக்கவில்லை. கிடைத்திருப்பவை அவருடைய சிந்தனைகள்தாம். அதாவது தமிழன் ஏட்டில் எழுதிய எழுத்துகள் தாம். எனவே அவற்றைத் தரவாகக் கொள்ளமுடியும். அதன்படி அயோத்திதாசரின் சிந்தனைகள் வழியே அவரைப் புரிந்து கொள்வதும் அவரைப்பற்றி எழுதிப் பார்ப்பதும் டி. தருமராஜன் எழுத்து வழியே நடக்கிறது.

இந்நூலிலுள்ள மூன்று பகுதிகளை வாசித்துப் பார்க்கும்போது இந்தப் பயணத்தைப் புரிந்துகொள்ள முடிகிறது. அயோத்திதாசரின் யோசனைகள் உருவான விதத்தை அவர் விவாதிக்கிறார். இதற்குப் புனைவின் சாத்தியத்தைத் துணைகொள்ளாமல் வழியில்லை. அயோத்திதாசர் சிந்தனைகளைத் திரும்ப எழுதிப்பார்ப்பதன் மூலம் இதனை நிகழ்த்துகிறார். நாம் எல்லோருமே ஏற்கெனவே கேட்டதை, படித்ததைத் திரும்ப எழுதுகிறோம் அல்லது திரும்பச் சொல்லுகிறோம். அல்லாமல் அப்படியே பிரதிபலிப்பதில்லை. ஆனால் அதை இங்கு டி. தருமராஜ் ஒரு நிலைபாடாக அறிவிக்கிறார். ஆம், நான் திரும்ப எழுதுகிறேன். அதன்மூலம் சிந்திக்கிறேன்.

டி. தருமராஜின் உள்மெய்

இந்நிலைபாட்டினை டி. தருமராஜ் எவ்வாறு உருவாக்கினார் அல்லது கண்டுபிடிக்கிறார்? இரண்டு வழியில் புலப்பட்டிருக்கக் கூடும். ஒன்று அவர் உருவாகிவந்த கல்விப்புலக் கோட்பாட்டுப் புரிதல்கள். இரண்டு அயோத்திதாசர் அல்லது அயோத்திதாசர் சிந்தனைகள். அயோத்திதாசரே திரும்ப எழுதியவர்தாம். இன்றைக்கு அவர் பேசப்படும் சிந்தனையாளராக மாறியிருப்பது அதனாலேயே. அயோத்திதாசர் எழுதியவை எதுவும் புதிதானதல்ல. விடுபட்ட கண்ணிகளை நினைவுக்குக் கொணர்ந்து திரும்ப எழுதினார். அதனுள் செயல்பட்ட புனைவு மனம் அவருக்கு உதவியிருக்கிறது.

டி. தருமராஜ் அயோத்திதாசர் கதையைத் திரும்ப எழுதமுடியும் என்று நம்பித் தொடங்கியதை இவ்வாறு கூறுகிறார். இதற்குப் புனைவு மட்டுமே சரியான உத்தியென்றும் எனக்குப்பட்டது. புனைவு ஒரு சிந்தனாமுறை, எழுதுவதை விடவும் உருவாக்குதல் / கற்பனை செய்தல் உங்களுக்குப் பேருதவிகளைச் செய்யமுடியும். தர்க்கம் தயங்கி நிற்கிற பொழுதுகளில் புனைவே உங்களை உந்தவும் செய்கிறது. இதனைப் புரிந்துகொள்ளும்போதுதான் தன்னுடைய ஆய்வையே அவர் புனைகதைகள்தான் என்று சமயங்களில் அறிவித்துக்கொள்வதைப் பொருத்திப் பார்க்கமுடிகிறது.

தொடர்ந்து இப்புனைவைத் தான் கண்டடைந்தவிதம் பற்றியும் பேசுகிறார். அது அயோத்திதாசர்கூட அப்படியொரு புனைவின் வழி சிந்தித்தல் என்ற முறையியலையே கைக்கொண்டிருந்திருக்க வேண்டும். அவரது 'பூர்வ பௌத்தன்' அப்படியொரு உந்தித் தள்ளும் புனைவு. அயோத்திதாசர் பௌத்தத்தை எழுதிப்பார்த்ததன் மூலம் வீழ்ந்த சமூகங்களின் ஞாபகங்களைக் கோர்த்ததைப்போல டி. தருமராஜ் நூறாண்டு காலம் மறந்துபோன அயோத்திதாசரை எழுதிப்பார்ப்பதன் மூலம் அறுபட்ட சிந்தனை மரபைக் கோர்க்கிறார். இதன்படி அவர் அயோத்திதாசர்பற்றி எழுதுவதை விட, அவர் வழியாகச் சமகாலத்தை விவாதிக்கிறார் என்பதே சரியாகும். அதற்குப் பழக்கப்படுத்தப்பட்ட பார்வைக் கோணங் களை - கட்டுண்ட உபகரணங்களை விடுக்கிறார். நினைவிலிருந்து மறந்துபோன உள்ளூர் யோசனைமுறையை ஞாபகப்படுத்திக் கொள்கிறார்.

இப்போது அவருடைய கல்விப்புலப் புரிதலைக் காணலாம். மொழியியல், மானுடவியல், தத்துவம் பின் அமைப்பியல் முதலான கோட்பாடுகள், பூக்கோ, லக்கான், டெல்யூஸ், தெரிதா உள்ளிட்ட தத்துவ அறிஞர்கள் சார்ந்த வாசிப்பிலிருந்து வருகிறார். குறி, குறிப்பான், மொழி, ஓசை, அர்த்தம் உருவாகிறவிதம் சார்ந்த வாசிப்பு. இவ்வாறு மேற்கின் பின்புலத்திலிருந்து மட்டுமே மொழிசார்ந்த சிந்தனைகளைக் கண்டுகொண்ட - விவாதித்த ஆய்வாளனுக்கு அவைபற்றிய சிந்தனைகளைத் தமிழில் கண்டு கொள்ளும் வாய்ப்பு அயோத்திதாசர் வழியாகக் கிடைக்கிறது. அயோத்திதாசர் சிந்தனையில் மொழி, மொழியின் பேதங்கள், அர்த்தங்களைக் கட்டும் விதம், மொழியின் பேதாபேதங்கள் போன்ற யோசனைகள் விரிவாக இடம்பெற்றிருக்கின்றன. தமிழில் விளக்குவதற்குத் தமிழ்ப்பகுதி பின்புலமே உதவுகிறது என்பது முக்கியமானதாகியிருக்கிறது.

அயோத்திதாசர் சிந்தனைகளை நூல்களாகத் தொகுத்த அலாயசியஸ், பண்டிதரைச் சமூகவியல் சிந்தனையாளராக விவரித்த தருணத்தில், அயோத்திதாசரின் மொழிபற்றிய சிந்தனையைத் தன்னுடைய கல்விப்புலப் புலத்தால் கண்டுகொண்டவராக டி. தருமராஜ் விளக்குகிறார். அந்தக் கோட்பாடுகளின் வாசிப்புத் துணையில்லாமல் அயோத்திதாசரையோ அயோத்திதாசரின் துணையில்லாமல் அவற்றையோ புரிந்துகொண்டிருக்க முடியாது என்று கூறுமளவிற்கு அவை வளர்ந்து நிற்கின்றன. இவற்றை விடக் கல்விப்புலத்தின் மற்றொரு பின்புலம்தான் தருமராஜின் அயோத்திதாசர் பற்றிய நோக்கைத் தனித்துவப்படுத்தியது.

நாட்டார் வழக்காற்றியாளன்

அயோத்திதாசரின் வழக்காற்றியல் நோக்கு பலமானது. அயோத்திதாசரை இத்தளத்தில் டி. தருமராஜ் கண்டுகொண்ட தருணம் அபாரமானது. இந்நூலின் இரண்டு மற்றும் மூன்றாம் பகுதியில் இவ்விரண்டின் பின்புலத்தில் அயோத்திதாசத் தருமராஜ் விவரித்திருக்கும் விதம் நுட்பமானது. அயோத்திதாசரின் சிந்தனையில் எழுத்தைவிட நிகழ்தலில் (வழக்காறு) தான் அர்த்தம் உருப்பெறுகிறது என்ற யோசனை நாட்டுப்புற ஆய்வாளனான அவருக்கு குஷியாகி விடுகிறது. இது அவரது எழுத்துப் பற்றிய அயோத்திதாசரின் சிந்தனைகளை இரண்டாம் பட்சமாக்குகிறது. அயோத்திதாசரிடம் எழுத்தே இல்லை எனும் முடிவிற்குக்கூட அவரைக் கொண்டு செல்கிறது. இவ்விடத்தில் கிடைத்த களத்தை உறுதிப்படுத்திக் கொண்டு பந்தை நகர்த்திச் செல்லும் விளையாட்டு வீரனின் லாகவம் அயோத்திதாசர் பற்றிய எழுத்தில் டி. தருமராஜ-வுக்கு வாய்த்திருக்கிறது. அவற்றில் எதைத் தருமராஜ் மீறவிரும்புகிறாரோ அவற்றை 'நவீன கல்விப்புலம்' உருவாக்கிய சிக்கலாகக் கூறிக் கடந்து செல்கிறார். ஓர் ஆய்வாளனாக இவற்றைக் கடப்பதில் அவருக்குத் தடையேதுமில்லை. இந்த நிலை பாட்டை எடுக்க அவருக்கு அயோத்திதாசர்தான் முன்னுதாரணமாக இருக்கிறார் எனலாம். தனக்குத் தேவையானதை எங்கிருந்தும் எடுக்கிறார். எதற்கும் தயங்காமல் விளக்கி எடுத்துக் கொள்கிறார். தாட்சண்யம் பார்க்க இதில் எதுவுமில்லை. அதுவே நம்மரபு. அதுவே டி. தருமராஜிடமும் செயல்படுகிறது.

அயோத்திதாசரின் சிந்தனையில் தென்படும் பூர்வம் முதல் சமீபம்வரை, மெய் முதல் பொய்வரை, இலக்கணம் முதல் இலட்சணம், புறம்முதல் உள்வரை ஆகிய அயோத்திதாசரின்

மொத்தச் சிந்தனையையும் புரிந்துகொள்ள அவற்றை ஒரே கோட்டிற்குள் வைத்து விளக்கிவிட இந்நிலைபாடு அவருக்கு உதவிவிடுகிறது. நிகழ்தலுக்கும் அல்லது சொல்லுதலுக்கும் எழுத்திற்கும் இடையே அர்த்தம் கட்டப்படும் விதமும் மொழியின் நழுவிச்செல்லும் தன்மையும் பின் அமைப்பியல் போன்ற நாட்டுப்புறவியல் ஆய்வாளன் அயோத்திதாசரைத் தானாக மாறவைக்கிறது. ஒரு நிகழ்விற்குக் கண்ணுக்குத் தெரியும் அர்த்தமொன்றும் கண்ணுக்குத் தெரியாத அர்த்தமொன்றும் இருப்பதாக அயோத்திதாசர் கூறுகிறார். உள்மெய் புறமெய் என்று சொல்வது இவற்றையே.

தமிழ்மொழி ஒழுங்கைப் பேசும் இலக்கணமரபின் அடியோட்டமாக உள்ள இச்சிந்தனையைச் சமூக நிகழ்வுகளை அணுகக் கையாண்ட சிந்தனையாளர் அயோத்திதாசர்தான். இதனையே இலக்கணம் லட்சணம் என்கிறார். மொழியின் அர்த்தம் அதைக் கற்பதிலோ பிழையறப் பேசுவதிலோ மட்டும் இல்லை. மாறாக அதை வழங்குவதில்தான் இருக்கிறது என்ற முக்கியமான நிலைபாட்டை எடுக்கிறார். இது அர்த்தம் பற்றிப் பேசிய மொழியியல் மற்றும் பின் அமைப்பியல் சிந்தனைகளோடு ஒப்பிட்டுப் பார்க்கத்தக்கன. மேலும் வழங்கும் பண்பாட்டுச் சூழலில் அர்த்தம் உருவாகிறது என்னும் யோசனை நாட்டார் வழக்காற்றியலோடு இணைவான தாகும். நேரடி அர்த்தத்தில் (புறமெய்) வாசிக்கும்போது அயோத்தி தாசர் புரியாதவராகவும் எதிரானவராகவும் அறியப்பட இதுவே காரணமாகி விடுகிறது. சமகாலத்தைப்பற்றிய டி. தருமராஜின் விமர்சனங்கள் மற்றும் முகநூல் குறிப்புகள் உள்மெய் தேட்டம் கொண்டவையாக இருப்பவை குறிப்பிடத்தக்கவையாகும்.

அயோத்திதாசர் அர்த்தம் என்பதைப்பற்றிப் பேசும்போது (புறமெய், உள்மெய்) சொற்களைப் பிரிப்பது, தனித்தனியாக பொருள் கொள்வது, பொருள் கொண்ட சொற்களை இணைத்து மீண்டும் ஓர் அர்த்தத்தைக் கட்டுவது என்பதைச் செய்கிறார். இதுவே அந்தச் சொல்லின் மெய்யான அர்த்தம் என்கிறார். இதை அறியவும் புரிந்து கொள்ளவும்தான் புனைவின் துணை வேண்டும். இதைப்போலவே சமூக நிகழ்வுகள்மீதும் அதைப்பற்றி நிலவும் கதைகள்மீதும் அவர் உள்மெய் வாசிப்பை நிகழ்த்துகிறார். அதன்வழியே அவர் சமூகப் பண்பாட்டு வரலாற்றைத் திரும்ப எழுதுகிறார். சமூகப் பண்பாடு என்ற யோசனைதான் அவரிடம் பௌத்தம் என்ற பெயரில் விளக்கப்படுகிறது என்பது குறிப்பிடத்தக்கது.

அயோத்திதாசர் கட்டுரைகளின் தளம்

அயோத்திதாசரின் இந்த இடத்தை மிகச்சரியாகக் கண்டுகொண்ட டி. தருமராஜ் அதே அணுகுமுறையின் வழியே அவரையே இந்நூலில் திரும்ப எழுதியிருக்கிறார். முதலில் அவர் எழுத்துப் பாணியை, எழுதும் முறையை விளங்கிக்கொள்ள முயற்சிக்கிறார். அதற்காக அவர் சிந்தனைகளைத் திரும்ப எழுதுகிறார். அயோத்திதாசரின் சிந்தனை முறையியலைப் புரிந்துகொள்வதற்கு அவர் வரித்துக்கொண்ட முறையை அறிவிக்கிறார். அதாவது 'கட்டுரைக்கு இரண்டு தளம் இருக்கிறது. ஒன்று, நமது கண்களுக்குப் புலப்படுகிற ஸ்தூலமான வடிவத்தளம். இந்தத் தளம் நாம் ஏற்கெனவே அறிந்தது. இதன் மறுபுறத்தில் கட்டுரையின் இன்னொரு தளம் இருக்கிறது. இந்தத் தளத்தில் கட்டுரை அரூபமாக, வடிவமில்லாமல் இருக்கிறது' (ப. 116) என்கிறார். ஒரு கட்டுரையை உருவமுடையதாகவும் அரூபமானதாகவும் கருதமுடியும் என்று கூறும் அவர் கட்டுரையின் இவ்விரண்டு தன்மைகளும் ஒன்றையொன்றைச் சார்ந்தவை என்கிறார். இதை அவர் இருபதாம் நூற்றாண்டின் பிரெஞ்ச் சிந்தனை மரபின் கதையாடல்கள் இரண்டு தளங்களைக் கொண்டவை என்ற சிந்தனையிலிருந்து பெற்றதாகக் கூறுகிறார்.

ஆனால் இதேவேளையில் இந்த இரண்டு தளங்களை அயோத்திதாசர் தன் அர்த்தப்பாட்டில் உள்மெய் (அரூபம்) புறமெய் (ரூபம்) என்கிற கருத்துநிலைகளில் கொண்டிருந்ததோடு ஒப்பிட முடியும். மேற்கத்திய மொழியியல் கோட்பாட்டைப் பயின்ற கல்விப்புல ஆய்வாளன் அயோத்திதாசரில் இணக்கம் காண்பதை இங்குப் புரிந்துகொள்ள முடியும். டி. தருமராஜ் திரும்ப எழுதுதல் என்று சொல்வதும்கூட கட்டுரையின் அரூப வடிவத்தைத்தான். அயோத்திதாசரும் உள்மெய் அர்த்தப்பாடு என்ற பொருளில் அதைத்தான் செய்துகொண்டிருந்தார். இப்போது டி. தருமராஜ் அந்த அணுகுமுறையை அயோத்திதாசரைப் புரிந்துகொள்ளவே கைக்கொண்டிருக்கிறார்.

எந்தவொரு பனுவலும் மிகச்சிறிய அர்த்தத் துணுக்குகளின் ஒழுங்கமைப்பே என்ற சிந்தனையைக் குறியியலிடமிருந்து பெற்றுக் கொள்வதாகக் கூறும் டி. தருமராஜ் கட்டுரை வடிவமும் தொடர்ச்சியான சிறுசிறு அர்த்தங்களால் உருவாக்கப்பட்டது என்று சொல்லி இயங்குகிறார். எனவே அரூப வடிவத்தின் வழியே அர்த்தங்கள் உருவாவது முக்கியத்துவம் பெறுகிறது. இந்த

இடத்தில்தான் புனைவின் சாத்தியத்தை அவர் காட்டுகிறார். அதாவது, நான் திரும்ப எழுதுதல் என்று குறிப்பிட்டது கட்டுரையின் அரூப வடிவத்தை, அர்த்தங்களால் புனையப்பட்ட கட்டுரையை மறுபடியும் ஒருமுறை புனைதல் (ப. 117) என்கிறார். இவ்வாறு செய்வதன் மூலம் அயோத்திதாசரின் சிந்தனைத் தடத்தைப் பற்றிக்கொள்ள முடியுமா? என்றொரு ஆசை என்கிறார்.

இவ்விடத்தில் நவீன மொழியியல் மூலமாகச் சில தடை வினாக்களை எழுப்பி விடையளிக்கிறார். இதன்படித் தமிழ்ச் சிந்தனையின் பின்புலத்திலிருந்து கொண்டு நவீன மொழியியல் மீதான சில விமர்சனங்களை அவர் முன்வைப்பது முக்கியமாகிறது. பனுவல் விமர்சனக் கோட்பாட்டின்படி இருபதாம் நூற்றாண்டு சந்தித்த பிரகடனங்களுள் முக்கியமானது ஆசிரியன் இறந்து விட்டான் என்பது. இவற்றின் நியாயப்பாட்டை விளங்கிக் கொள்ளும் டி. தருமராஜ் அதேவேளையில் எழுத்தாளன் என்ற நபரை முற்றிலுமாக மறந்துவிடுவது சாத்தியமில்லை என்றும் வாதிடுகிறார். படைப்பாளனே எல்லாம், படைப்பாளன் ஒன்றுமே இல்லை என்ற இரண்டு நிலைபாட்டிற்கு இடையே ஓர் உரையாடலை வைக்கிறார். ஆசிரியன் என்ற கருத்தாக்கம் சில பல பனுவல்களை ஒருங்கிணைக்கும் செயலைச் செய்கிறது என்று கூறும் அவர் இவ்வாறு ஒருங்கிணைக்கப்படும் பனுவல்களுக் கிடையேயான உறவொன்று ஏற்படுவதோடு, அப்பனுவல்களின் ஒட்டுமொத்த அர்த்தத்தளம் என்ற புதியதொரு சொல்லாடல் உருவாகவும் செய்கிறது (120) என்கிறார். நவீன மொழியியல் மீதான இந்த புதிய நிலைபாடு அயோத்திதாசரைப் பற்றிய யோசனை மூலம் டி. தருமராஜ் எழுப்பும் விமர்சனம்.

இந்தப் பின்னணியில்தான் அயோத்திதாசரின் சிறிதும் பெரிதுமான கட்டுரை ஒன்றைத் திரும்ப எழுதிப் பார்த்தல் என்பதை அவர் விளக்குகிறார். அயோத்திதாசர் முதலான சிந்தனையாளர்கள் கட்டுரையை எழுதத் தொடங்கும் முன்பு, தங்களுடைய மனதிற்குள் அதனை அரூபமாக உருவாக்கிக் கொள்கிறார்கள் என்பது முக்கியம். கட்டுரையின் முழுமையான வடிவம் மனதினுள் உருப்பெற்றுவிட்டது என்று சொல்லமுடியாவிட்டாலும் அது பற்றிய கலங்கிய, தெளிவற்ற கோட்டுச்சித்திரமாவது மனதில் இருந்திருக்கவேண்டும் என்று கணிக்கிறார் (ப. 117). மேலும் இத்தகைய கலங்கிய தெளிவும் - தெளிவுமற்ற கட்டுரையின் ஒழுங்கை 'எழுத்தாளனின் சொல்லாடல்' என்ற பெயரில் அழைக்கிறார்கள். எல்லாப் பனுவல்களுமே இதுபோன்றதொரு

எழுத்தாளனின் சொல்லாடலிலிருந்தே உருப்பெறுகிறது. இச்சொல்லாடல் மொழிவழிப்பட்டுப் பனுவலாகத் தோற்றம் கொள்கையில் மொழியின் சகல மயக்கங்களோடு விதவிதமான வாசிப்புகளுக்குச் சாத்தியமாகிறது (124) என்கிறார்.

இவ்வகைப் பண்புக்கு உதாரணமாக அயோத்திதாசர் எழுதிய 'இந்திரர் தேச சரித்திரம்' என்ற நூலின் ஒழுங்கைக் காட்டுகிறார். பூர்வ பௌத்த இந்தியா, அதன் மீதான திரிபு, பெயர் மறந்து வேறுபெயரில் செயல்பட்டு வரும் பாங்கு (உள்மெய்) போன்ற தொடர்பில் வரலாற்றை எழுதியிருக்கும் அவர் அதற்காக வெவ்வேறு புலங்களிலிருந்து சான்றுகளையும் கோணங்களையும் இணைத்துத் தொடர்சித்திரமொன்றைத் தீட்டியிருப்பதைக் கூறுகிறார். இந்திரர் தேச சரித்திரமே அவருடைய சிந்தனைகளின் அடித்தளம். இந்தச் சரித்திரத்தின்மீது அமர்ந்தே இலக்கியத்தை வாசிக்கிறார். வரலாற்றிலிருந்து மொழியைத் திரட்டிக்கொண்டு வருகிறார். சடங்குகளை விளக்குகிறார் (ப. 107) என்கிறார்.

இந்நூலில் அயோத்திதாசர் நிகழ்வுகள்மீது தரும் மறுவிளக்கங்கள் நாட்டுப்புற ஆய்வாளனான இவருக்கு உற்சாகத்தைத் தருகின்றன. இதற்கு மாறாக எழுத்தை நம்பிக் கட்டுத்திட்டமாக எழுதப்பட்ட ஆதிவேதம் நூலைக் கிட்டத்தட்ட நிராகரிக்கிறார். இது அயோத்திதாசரின் வழக்காற்று அறிவும் தருமராஜின் யோசனையும் இணைந்துகொள்ளும் இடம். இது மிகவும் சிக்கலான இடம். இந்த இரண்டு போக்கிற்குமிடையே ஊடாட்டம்தான் அயோத்திதாசர். ஆனால் தனக்குத் தேவையில்லாததைப்பற்றிக் கவலையில்லாமல், தேவையானதை எடுத்துக்கொள்வதில் தயக்கம் காட்டாத அயோத்திதாசரின் அணுகுமுறையையே அவர் பற்றிய யோசனையில் டி. தருமராஜின் யோசனையிலும் வெளிப் படுகிறது. இப்பின்னணியில்தான் இந்நூலில் நாம் அயோத்தி தாசரை வாசிக்கும்போது தருமராஜையும் தருமராஜை வாசிக்கும் போது அயோத்திதாசரை வாசிப்பவராகவும் மாறிப்போகிறோம்.

●

அதற்கேற்பத் திரும்ப எழுதுதல் என்ற அணுகுமுறையை விளக்க தருமராஜ், அயோத்திதாசரிடமிருந்து இரண்டு சடங்குகளை எடுத்துக்கொள்கிறார். ஒன்று இறப்பு தொடர்பான சடங்குகள். இரண்டாவது அம்மன் வழிபாடு. இவ்விரண்டுமே வழக்காறு தொடர்பானது என்பது குறிப்பிடத்தக்கது. இவ்விடத்தில் அயோத்திதாசரிடமிருந்து அவர் கண்டெடுக்கும் இரண்டு

நிலைபாடுகளை நினைவுகூரலாம். ஒன்று நிகழ்வுகள். மற்றொன்று பனுவல். அதாவது இவற்றை அவர் நிகழ்வுகள் மீதான நம்பிக்கையும் பனுவலின் மீதான அவநம்பிக்கையும் என்கிறார். இவ்விரண்டும்தான் அயோத்திதாசரின் பௌத்த எழுத்துகளுக்குள் ஓடும் மையச்சரடு என்கிறார்.

இப்பின்னணியில் விவாதிக்கும் அவர் நாட்டுப்புறவியல் ஆய்வாளனாக உள்ளூர் நாட்டுப்புறவியல் யோசனையை வடிவமைத்த மேலைக் கோட்பாடுகளின் பிரச்னைபாடுகளைத் தொட்டுக்காட்டுகிறார். அதாவது தமிழ்ப் பின்புலத்திலிருந்து யோசிக்கப்படாமையின் போதாமையைச் சாடுகிறார். மேலும் தமிழ்ப்பகுதியின் வெவ்வேறு துறைகளுக்கும் இதுவே நேர்ந்திருக்கிறது என்கிறார். இவ்வாறு தமிழின் சகல துறைகள் மீதான விமர்சனங்களையும் முன்வைக்கிறார். தமிழ்ப் பின்புலத்தி லிருந்து இயங்கிய ஒருவரின் வாசிப்பு ஓர் ஆய்வாளனிடம் இத்தகைய கேள்விகளை எழுப்பிக்கொண்டுள்ளது. ஓர் ஆய்வு செய்யவேண்டியது இதைத்தான்.

டி. தருமராஜின் திரும்ப எழுதும் செயல்முறை

'ஆடி மாதத்தில் பரவலாக அம்மன் விழாக்கள் நடக்கின்றன. மாரியம்மன் தொடங்கிப் பல்வேறு பெயர்களில் அம்மன் அழைக்கப்படுகிறாள். காப்புக் கட்டி ஊரைச் சுத்தம் செய்து வேப்பிலைத் தோரணம் கட்டி 10 நாட்கள் விரதமிருந்து விழா நடத்துகின்றனர். இவ்வாறு செய்தால் மழை குறைவில்லாது பெய்யும். நோய் நொடி வராது என்று மக்கள் நம்புகின்றனர். குறிப்பாக அம்மனுக்கு நடக்கும் கூழ் ஊற்றும் விழாவில் ஊரே பங்கெடுக்கிறது. தமிழகமெங்கும் சிற்சில வேறுபாடுகளுடன் நிகழும் அம்மன் விழா அடிப்படையான பொதுத் தன்மைகளைக் கொண்டிருக்கிறது.

இது பனுவலில் இல்லாது சமூக நடைமுறையில் நிகழ்வுகளாக வழங்கப்பட்டு வருகின்றது. இதனை ஆடி மாதத்தில் அம்மனைச் சிந்திக்கும் விவரம் என்ற தலைப்பில் அயோத்திதாசர் திரும்ப எழுதியிருக்கிறார். விழாவில் தனித்தனியாக அமையும் நிகழ்வுகளை ஒழுங்கமைத்து அர்த்தப்படுத்துகிறார். அம்பிகாதேவி என்னும் அரசன் மகள் பிறந்து வளர்ந்து பிக்குணியாவதிலிருந்து மக்களுக்கு வந்த அம்மைநோயைத் தீர்க்க அர்த்தப்பாட்டைக் கட்டுகிறார். அயோத்திதாசர் வார்த்தைகளிலேயே அமைந்த பகுதியொன்றை இங்கே பார்க்கலாம்.

'பிடகறி பிடாறி என்னும் காரணப்பெயர் பெற்ற வேம்படியம்பாள் தான் மோனிலையால் அடைந்த ஞானவிழி பார்வையால் செல்லல், நிகழல், வருங்காலம் மூன்றின் பலன்களையும் குடிகளுக்கு விவரித்து வந்த காலத்தில் நாகைநாடு என்றும் தேயத்தில் மழைகுன்றிச் சாமளை என்னும் விஷப்பூச்சிகளின் கொடுரத்தால் வைசூரி வாந்திபேதி என்னும் மாரியாகிய வியாதிகள் தோன்றி மக்களும் விலங்குகளும் துன்புறுங்கால் குடிகள் பயந்து காவிரி உமளம் உமை வியாரத்துள் வேம்படி நிழலில் வீற்றிருக்கும் அம்மனிடஞ்சென்று விசாரித்தால் இம்மாறிக்கு ஏதேனும் பரிகாரஞ் சொல்லுவாள் என்னும் அவாக்கொண்டு உமளநாடணுகி அம்பிகையை சேவித்து நாகை நாட்டின் குறைகளை விளக்கினார்கள்.

அம்மன் உள்விழி நோக்கி மக்களை அழைத்து உங்கள் உள்ளங்களிலுள்ள அன்பையும் அறனையும் அகற்றி வஞ்சகம், பொறாமெய், பொருளாசை, கெடுமதி இவற்றை நிரப்பிக் கொண்டபடியால் வானம் பெய்யாது சாமளை என்னம் விஷக்காற்று உங்கள் நாட்டிற் பரவி உயிர்களைக் கொள்ளை கொள்ளுகின்றது.

இப்பவும் உங்களுள்ளங்களில் உள்ளக் கள்ளங்களை அகற்றி இதயம் சுத்தஞ் செய்வதுடன் வீதிகளையும் வீடுகளையும் சுத்தஞ்செய்து மட்டிப்பால் புகை கற்பூரப் புகைகளை வீடுகள் எங்குங் கமழ நிரப்பி நிம்பத்தார் என்னும் வேப்பிலைத் தோரணங்களைக் கட்டுவதுடன் வீட்டின் வாயிற்படிகளிலும் சொருகிப் பல தானியங்களை உப்பிடாமல் அவித்து ஏழைகளுக்குத் தானங்கொடுப்பதுடன் பச்சரிசி மாவும் கூழும் தானமளிப்பீர்களானால் இதய சுத்தத்தாலும் தேக சுத்தத்தாலும் வேப்பிலை மணத்தாலும் கற்பூரப் புகையாலும் அவிரிப்புகையாலும் சாமளைப் புழுக்கள் அகன்று கொள்ளை நோய் அகன்று குணம் அடைவீர்கள் என்ற வாக்கைக் கேட்டவுடன் நாகை நாட்டுக்குடிகள் இதய சுத்தம் தேச சுத்தம் செய்ததுடன் அன்பைப் பெருக்கித் தானம் அளித்த விஷயத்தால் கொள்ளைநோய் நீங்கி உள்ளம் குளிர்ந்தார்கள்'.

- இது அயோத்திதாசர் எழுதியவற்றின் ஒரு பகுதி. அம்மன் விழாக்களில் தனித்தனியே நடக்கும் சின்னச்சின்ன நிகழ்வுகளைக் கோர்த்து ஒரு கதையாடலாக விவரிக்கிறார். அம்பிகாதேவி என்னும் பெண் ஞானசங்கத்தில் சேர்ந்து ஞானமெய்தி

மக்களிடையே வருகிறார். அப்போது அம்மை நோய் பரவி மக்களைத் துன்பப்படுத்துகிறது. அதற்கு மருந்தினைப் பரிந்துரைக்கிறாள். அந்த இடத்தில் இரண்டு நிகழ்வுகளை அயோத்திதாசர் ஒருங்கிணைக்கிறார். தேக அசுத்தம், இதய அசுத்தம் என்ற இரண்டைக் காட்டுகிறார். இரண்டுமே நோய்கள். இரண்டும் சுத்தப்படவேண்டும். முதலாவது தேகம், வீடு, வீதி, ஊர் ஆகியவற்றின் சுத்தம். தற்காலத்தில் அம்மன் விழா நடக்கும் ஊர்களில் காப்புக் கட்டி நடக்கும் விரதத்தையே சுத்தம் என்கிறார். இதோடு அம்மனாக வணங்கப்படும் ஒளவை இயற்றிய செய்யுள் கருத்துகளைப் பின்பற்றினால் இதயம் சுத்தமாகும் என்கிறார். இவை முழுக்க முழுக்க இன்றைய அம்மன் விழாக்களின் கூறுகளை ஒருங்கிணைத்து அயோத்திதாசர் தரும் விளக்கமாகும். இதுவே சமூக நிகழ்வுகளை ஒருங்கிணைத்து அயோத்திதாசர் செய்த திரும்ப எழுதுதல்.

அயோத்திதாசர் அம்மன் விழாபற்றி எழுதிய இதே பகுதியை டி. தருமராஜ் தன் நூலில் திரும்ப எழுதுகிறார். அதிலொரு பகுதியைக் கீழே காணலாம்.

'வேம்பு காற்றில் அசைகிறது. குவிந்த கிளைகளை விரித்து அசைகிறது. பசும் இலைகளின் நடுவே அங்கே இங்கேயென ஒன்றிரண்டு பழுப்பு இலைகள். முத்து முத்தாய்க் காய்கள் கோர்க்கத் தொடங்கி, கசப்பை காற்றில் கரைக்கும் பூக்கள்! காற்றில் அசைகிறது வேம்பு!

காலத்தையும் அசைக்கிறது.

அழித்தொழிக்க முடியாத சாமளைக் கிருமிகள் காற்றிலும் நீரிலும் உறைந்து துயில்கின்றன. மானுடக் கண்களுக்குப் புலப்படாத உயிர்க்கொல்லிகள்.

தையிலும் மாசியிலும் பெய்யும் பனியில் தங்கள் உறக்கம் கலைந்து புதுத் தெம்புடன் வெளிவரத் தொடங்குகின்றன. வருடத்திற்கொரு முறை விழிப்பு. சாமளைக்கு உயிர்களே உணவு. பிரதானமாகத் தாவரங்களும் மனிதர்களும், பின்பனிச் சூழலில் விழித்துக் கொண்ட கிருமிகள் முதலில் தீண்டியவை ஊரெங்கும் வளர்ந்து நின்ற வேப்ப மரங்களை.

ஒவ்வொரு வருடத்தின் முதல் பலி வேம்பு. சாமளைப் பீடித்த வேம்பு குணங்குகிறது. இலைகளைப் பழுக்கிறது. இரவில் கொட்டும் பனியோடு பனியாய் வேம்பின் ஆழம்வரை பாய்கின்றன சாமளைகள். சுதாரிப்பதற்குள் அத்தனை

இலைகளும் பழுத்துவிட்டன. லேசாய் வீசும் காற்றிற்கும் தரையெங்கும் இலையிறக்கம்.

வேம்பு சுதாரித்தாள். தனக்குள் வேர்கொண்ட சாமளைக் கிருமிகளைப் போனமுறை துளிர்த்த இலைகள் எதிர்கொள்ள இயலாமல் வீழ்ந்ததை வேதனையோடு பார்த்தாள். கசப்பு பத்தாது! இன்னும் ஒரு சிட்டிகை கூட வேண்டும்.

வேம்பினுள் கசப்பு பாலாய் ஓடுகிறது. அணுவிலும் அணுவளவு கூடியது கசப்பு!

புதிய கசப்புடன் வேம்பு மலர்கிறாள். பனி ஓய்ந்து காலம் கோடையாய்த் திரும்புகிறது. புதுத்தளிர் கொண்டு தலை நிறைந்து நிற்கிறது வேம்பு.

புதுத்தெம்புடன் படையெடுத்து வந்த சாமளைக் கிருமிகள் வேம்பின் புதிய கசப்பைத் தாங்க மாட்டாது காற்றும், நீரும் ஏறி ஊரெங்கும் ஓடின. இனி அடுத்த பனிக்காலம்வரை வேம்பை நெருங்கமுடியாது என்பதை அவை அறியும். வேம்பு தன் புதிய கசப்புடன், சாமளையை விரட்டுகிற புதிய கசப்புடன் - ஊருக்குள் கிளைபரப்பி நிற்கிறது!

காலத்தினுள் தொடர்ந்து அசைகிறது வேம்பு. ஒவ்வொரு முறையும் சாமளையுடன் வாழ்வா சாவா போராட்டம். பனியின் போது கிளைகளை வருத்தும் சாமளையை எதிர்கொண்டு வேம்பின் சாறு கசப்பு ஏறி கள் போல் மணக்கிறது. எத்தனை வருடப்போர்! பட்ட காயங்களின் சாட்சியாய் மேனியெங்கும் ததும்பும் கசப்பு!

திருமணமே வேண்டாம் என்றாள் அவ்வை. எனக்கென்னவோ அதில் லயிப்பில்லை என்றாள். கணவன், குழந்தைகள், வீடு, குடும்பம் என்று அதென்னவொரு வாழ்க்கை! எனக்கு வேண்டாம் என்றாள். முதலில் இந்தக் குரலை வேடிக்கை செய்தார்கள்.

அறியாப்பிள்ளை, தெரியாத வயது. நாளானால் சரியாய்ப் போகும் என்றார்கள். நாளானதேயொழிய சரியாகவில்லை. அவள் மீண்டும் அதையே சொன்னாள்.

இந்தமுறை அவளது குரல் அச்சம் தருவதாய் இருந்தது. அதிலிருந்த பிடிவாதம் அலட்சியப்படுத்த முடியாததுபோல் இருந்தது. இயல்பை மீறிய குரலாய்க் கேட்டது.

'திருமணம் இயற்கையானது' என்று பண்பாடே நம்பிக் கொண்டிருந்தது. பண்பாட்டை மீறிய அனைத்தும் செயற்கை யானது என்று சொன்னார்கள். அவ்வை கேட்கிற மாதிரி இல்லை. தனக்குத் திருமணத்தில் பிடிப்பில்லை என்றாள். தன்னைச் சங்கத்தில் சேர்த்துவிடச் சொன்னாள்.

இந்தமுறை துறவியைக்கொண்டே சொல்ல வைத்தார்கள்.

இல்லறத்தைத் தாண்டினாலேயே துறவறம் சாத்தியம். அதுதான் வழிமுறை. ஆசைகளும் பாசங்களும் நிறைந்த வாழ்க்கையைத் திகட்டத் திகட்ட அனுபவிக்க வேண்டும். பின் ஒரு கணத்தில், இல்லறக் கடமைகளை முடித்த பின் துறவைத் தரிக்க வேண்டும்.

இல்லற வாழ்க்கையைத் துறத்தலே துறவு. இல்லறமே வேண்டாமென்றால் எதைத் துறந்து துறவியாவது? பௌத்த சங்கம் அவ்வையிடம் இப்படித்தான் கேட்டது.

துறவியாக மாறுவதற்காகவாவது போய்த் திருமணம் செய்துகொள் என்றது.

அவ்வை சிரித்தாள். தான் சங்கத்தில் சேரவேண்டும் என்றாள். என்னை அனுமதிப்பீர்களா? என்றாள். அவளுடைய துறவுக்கான காரணம் மிக எளிமையாய் இருந்தது.

'அவள் துறவை விரும்பினாள்' அவ்வளவுதான்.

துறவுச் சங்கம் சொல்வது தர்க்கபூர்வமான விளக்கம்; புத்தி சார்ந்தது; காரண காரியங்களைக் கொண்டது. அவ்வை என்ற பெண் சங்கத்தைப் பார்த்துச் சிரித்தாள். 'நான் துறவை விரும்புகிறேன்'.

கடைசியில், அவளது விருப்பம்தான் வென்றது.

ஆடி மாதம் அம்மன் கோவிலில் பந்தற்கால் நாட்டினார்கள். இன்றிலிருந்து எட்டாம் நாள் கொடை. அம்மன் கோவில் அருகிலிருந்த வேம்பின் பக்கமாகவே கொடி நாட்டினார்கள்.

கால் நாட்டினால் ஊரே கொடைக்குத் தயாராகிறது என்று பொருள். அம்மன் திருவிழாவைத் தவிர வேறெந்த நல்லது கெட்டதுகளும் தவிர்க்கப்படவேண்டும். கொடை முடியும்வரை சுத்த பத்தமாக இருக்கவேண்டும். கறி, மாமிசம் அறவே கூடாது. யாரும் இரவுகளில் வெளியேறக்கூடாது.

வெளியூர்க்காரர்கள் இரவில் தங்கல் கூடாது. கொலை, களவு, காமம், கள் கூடாது.

அம்மனுக்கு நேர்ந்தவர்கள் அன்றைய தினம் கோவிலில் வைத்துக் காப்புக்கட்டிக் கொள்கிறார்கள். சாமி கொண்டாடிகள் வழக்கம்போல் மஞ்சளாடை தரித்துக் கடும் விரதம் மேற்கொள்கிறார்கள். ஒரு வேளையே உணவு. பால்குடம் எடுப்பவர்கள், அலகு குத்துகிறவர்கள், பூச்சொரிகிறவர்கள், தீவிர விரதமிருப்பவர்கள் பத்து நாட்களும் கோவிலே கதியென்று வாழ்கிறார்கள்.

ஊரெங்கும் வேப்பிலைத் தோரணங்கள். நீர் நிலைகளிலும் - கிணறு, குளம், வாய்க்கால், ஆறு - வேப்பிலை இடுகிறார்கள். காப்புக் கட்டியவர்களின் வீடுகளில் இன்னும் கூடுதலாய் வேப்பிலைகள். அவ்வீடுகளை அடையாளப்படுத்த முற்றத்தில் சுண்ணாம்பு தெளிப்பு.

பத்தாம்நாள் அம்மனுக்குக் கொடை, பால்குடம் எடுக்கிறார்கள். பூச்சொரிகிறார்கள்; அலகிட்டு வருகிறார்கள். உற்றார் உறவினர் அனைவரையும் அன்றைக்கு அழைத்து வருகிறார்கள்.

ஊருக்குப் பொதுவாய்ப் பொங்கல் வைக்கிறார்கள். எல்லோருமாய் அமர்ந்து அவ்வுணவைப் பங்கிட்டுக் கொள்கிறார்கள்.

அம்மன் கோவிலில் உப்பிடாத கூழ் தருகிறார்கள். மஞ்சளும், வேப்பிலையும் இடப்பட்ட நீர் கொப்பரைகளில் வைக்கப் படுகிறது. காப்புக் கட்டியவர்கள் அதனை இறைத்து மேலெங்கும் ஊற்றிக் கொள்கிறார்கள். அம்மன் கொடைவிழா முடிவிற்கு வருகிறது.

'அம்மா, நீ தான் காப்பாற்றவேண்டும்' என்றது கூட்டம். அவ்வை ஊர் ஊராய்த் திரிந்துகொண்டிருந்தாள். திரிபிடகத்தையும் அட்சரத்தையும் போதிப்பதே அவள் செயலாக இருந்தது. போகும் வழியெங்கும் மரணத்தின் இரைச்சல்.

ஆடி மாதம் பிறந்தால் போதும், இல்லாத நோயெல்லாம் பறந்து வந்து சேர்கிறது. வாந்தி, பேதி என்று தொடங்கி உடல் இற்று மரணம் வந்து சேர்கிறது. ஒன்று, இரண்டல்ல வந்தால் மொத்த மொத்தமாய்க் கொண்டு போகிறது.

ஒன்று தொட்டு ஒன்று என நோய் விடுவேனா என்கிறது. எரிக்க முடியாத அளவிற்கு ஊரெங்கும் பிணங்கள். பேசாமல் ஊரையே சுடுகாடு என்று சொல்லிவிட்டுத் தேசாந்திரம் போகலாம். நிறைய ஊர்களில் அப்படியும் போனார்கள். எல்லா வீடுகளிலும் பிணங்கள்! அழுகுரல்! ஊருக்கும் சுடலைக்கும் நடுவே கடுகு மலையே உருவாகியிருக்கிறது.

'அம்மா, எங்களை க் காப்பாற்றேன்' என்றனர் அவ்வையிடம்'.

இதைக் கூறிவிட்டு நவீன மொழியியல் கருத்துகள் அடிப்படையில் அர்த்தம் உருவாகும் விதம் பற்றிய சிந்தனைகளை விளக்குகிறார்.

நவீன மொழியியல் மீதான விவாதங்கள்

முதலில் ஒரு சொல் தன்னைப் பிற சொற்களிலிருந்து வேறுபடுத்திக் காட்டுவதாலேயே தனியான அர்த்தத்தைக் கொண்டிருக்கிறது என்ற சசூரின் பார்வையைக் கூறுகிறார். எல்லாச் சொல்லும் குறைந்தபட்சம் ஓர் அர்த்தத்தையாவது கொண்டிருக்கும் என்பதையே சசூர் இவ்வாறு கூறியிருப்பதாகக் கூறுகிறார்.

'ஒரு சொல் என்பது ஒலிகளின் தொகுப்பு. ஒரு வார்த்தைக்கும் இன்னொரு வார்த்தைக்குமான வேறுபாடே இந்த ஒலிகளின் மாறுபாடுதான். இரண்டு சொற்கள் மாதிரியான ஒலி வரிசையைக் கொண்டிருப்பதில்லை. எனவே சொற்களை வேறுபடுத்துபவை இந்த ஒலித்துணுக்குகள்தான். அதேநேரம் அவற்றை இணைப்பதும் ஒலித்துணுக்குகள்தாம். ஒலியால் செய்யப்பட்டதாலேயே அவை வேறுவேறு சொற்கள்.

இந்த ஒலித்துணுக்குகளை, மொழியியலில் 'ஒலியன்' என்கிறார்கள். ஆக, ஒலியன்களே ஒரு சொல்லையும் இன்னொரு சொல்லையும் வேறுபடுத்திக் காட்டுகின்றன. இதனாலேயே இவற்றிற்கு இன்னொரு பெயரையும் வைத்தார்கள். வேறுபடுத்தும் கூறுகள்.

இதனால், சசூர் இப்படி எழுதினார். வேறுபடுத்தும் கூறுகளான ஒலியன்களே அர்த்தங்களை உருவாக்குகின்றன.

இந்த விஷயத்தை வேறுவேறு வாக்கியங்களில் சொல்லிப் பார்த்துக் கொள்ளலாம். அதாவது, ஒலியன்கள்தான் மொழியின் மிகச்சிறிய கூறுகள். மொழியில் பனுவல் உண்டு; பனுவலுள் பத்திகள்; பத்திக்குள் வாக்கியங்கள்; வாக்கியங்களுக்குள் சொற்கள்; சொற்களுக்குள் எழுத்துகள்;

எழுத்துகளுக்குள் ஒலியன்கள், ஒலியன்களை உடைக்க முடியுமா? முடியுமாயிருக்கும்' (பக். 133, 134).

இந்தப் பிரச்னையை ஒலியன்களே 'மிகச்சிறிய' கூறுகள் என்று நிறுத்திக்கொண்டதைக் கூறும் டி. தருமராஜ், ஒலியன் மிகச்சிறிய மொழிக்கூறுகள் என்றால் மிகச்சிறிய அலகுகளே அர்த்தங்களைத் தோற்றுவிக்கின்றன என்று அவற்றைப் பொருள்படுத்துகிறார். பிறகு மொழி மற்றும் அர்த்தம் பற்றிய சசூரின் இந்த அளவிலான யோசனை அடுத்துவந்த சிந்தனையாளர்களின் யோசனைகளை முன்னகர்த்தியதைக் கூறுகிறார். அதாவது தங்கள் ஆய்வுப் பொருட்களின் மிகச்சிறிய அடிப்படைக் கூறுகளை அடையாளம் கண்டு அவை ஒழுங்கமைப்புடன் செயல்படும் விதத்தைக் கண்டறிய முற்பட்டதைக் கூறுகிறார்.

ப்ராப் நாட்டுப்புறக் கதைகள் வடிவ ஒழுங்கைக் கண்டுபிடிப்பதன் மூலம் அவற்றின் பொதுக் குணங்களை வரையறுத்துவிடப் பார்த்தமை இதற்கான உதாரணமாகும். தான் ஆராய்ந்த நாட்டுப்புறக் கதைகள் வெளிப்பார்வைக்கு வேறுவேறு தோற்றங்களைக் கொண்டிருந்தாலும் பொதுவாகக் காணப்படும் 31 வகை செயல்பாடுகளால் ஆனவை என்றார். இதையே சமூகச் செயல்பாடுகளைக் கதைகளின் மிகச்சிறிய அடிப்படை அலகுகள் என்கிறார் (அயோத்திதாசர் சமூக நிகழ்வுகளின் புறமெய் தோற்றங்களைக் கடந்து உள்மெய் வாசிப்பு கொண்டிருந்தமை இங்கு நினைக்கத்தக்கது).

இதற்கடுத்து க்ளாட் லெவிஸ்ட்ராஸ் பிராப்பின் கதைகளை ஆய்வு செய்ய அவற்றின் அடிப்படை அலகுகளைக் கண்டறிய வேண்டுமென்பதில் உடன்படும் விஷயத்தைச் சொல்லுகிறார். பின்னாளில் லெவிஸ்ட்ராஸ் புராணங்களை அமைப்பியல் ஆய்விற்கு உட்படுத்தியபோது மிகச்சிறிய அடிப்படை அலகிற்கு 'புராணியம்' என்று பெயர் சூட்டுகிறார். புராணம் என்பதன் மிகச்சிறிய அடிப்படை அலகுதான் புராணியம். எண்ணிக்கையில் குறைவான புராணியங்களின் பன்முகச் சேர்க்கையே புராணம். புராணம் என்னென்ன புராணியக் கூறுகளால் செய்யப்பட்டது என்று அறிவதல்ல. மாறாக அவை எவ்வாறு ஒழுங்கமைக்கப் பட்டுள்ளன என்பதே முக்கியம் (அயோத்திதாசரின் அம்மன் கதையில் மிகச்சிறிய நிகழ்வுகளின் பன்முகச் சேர்க்கை கதையாக ஒழுங்கமைக்கப்பட்டுள்ளன என்றறிய வேண்டிய யோசனையை இங்கு நினைவுப்படுத்திக் கொள்ளலாம்).

பிறகு அல்கிர்தாஸ் ஜூலியன் க்ரீமாஸ், ஆலண் டண்டிஸ் போன்றோரின் குறிப்பிடல்களைச் சுட்டி எல்லோரிடமும் அடிப்படை அலகுகள் உண்டு. அவை அர்த்தங்களைத் தீர்மானிக் கின்றன என்ற முடிவு மாறவில்லை என்கிறார். இந்தப் பின்புலத்தில் பூக்கோவின் வரலாறு பற்றிய பார்வையைக் கொண்டுவந்து சேர்க்கிறார். பூக்கோ பனுவலைத் தோண்டி எடுக்கும் நினைவுச் சின்னத்திற்கு ஒப்பிடுகிறார். அங்குப் பனுவலைக் கட்டும் ஆசிரியன் முக்கியமானவனாகிறான். தொல்லியலாளன் தோண்டியெடுக்கப்பட்ட துண்டு துண்டான சின்னங்களை வைத்து அர்த்தப்படுத்திக்கொள்ள முயற்சிக்கிறான். அதாவது மறுதீர்மானம் செய்கிறான்.

இதே முறையியலை மொழியால் செய்யப்பட்ட பனுவல் களுக்கும் பூக்கோ பயன்படுத்துவதைக் கூறும் டி. தருமராஜ் 'கடந்த காலத்திலிருந்து வெவ்வேறு வகையான பனுவல்களாக வெளிக்கிளம்பி வருவனவற்றைத் தொல்லியல் முறையில் ஆய்வு செய்வதென்றால் முதலில் அப்பனுவலை ஒரு நினைவுச்சின்னம் போலப் பாவித்து அது என்னென்ன முறைகளிலெல்லாம் சிறு சிறுபகுதிகளாக உடைகிறதோ அத்தனை வகைகளிலும் அதனைத் துண்டுகளாகப் பகுத்தல், பின்பு, அவ்வாறு பகுத்த பனுவல்கள் பகுதிகளை மீண்டுமொருமுறை மறுநிர்மாணம் செய்து பனுவலாகக் கட்டுதல்.

இவ்வாறு, ஆய்விற்கு எடுத்துக்கொண்ட பனுவலை அதனதன் போக்கில் பிரியவிட்டு, பின்பு மறுநிர்மாணம் செய்யும் வரையிலான அனுபவம் அப்பனுவலின் உள் ஒழுங்கைக் காட்டித் தருவதோடு அதன் தோற்றச் சூழலையும் காரண காரியங்களையும் மறைந்திருக்கும் நம்பிக்கைத் தளங்களையும் வெளிப் படுத்தவல்லது என்பது பூக்கோவின் நம்பிக்கை' (ப. 135, 136) என்கிறார். அயோத்திதாசரின் அம்மன் கதையை இந்தத் தொல்லியல் பார்வையோடு திரும்ப எழுதுவதாகவே கூறுகிறார்.

அயோத்திதாசர் என்னும் கதையாடல்

மேற்கண்ட யோசனையைப் பயன்படுத்தி அம்மன் கதையை மட்டுமல்ல, அயோத்திதாசர் எழுதிய இந்திரர் தேச சரித்திரம் பனுவலையும் தருமராஜ் அவ்வாறே பார்க்கிறார். வண்ணங் களையும் கோடுகளையும் வளைவுகளையும் இணைக்கும் ஓவியனாகவும் பல்வேறு விளக்க இழைகளை ஒன்றிணைக்கும் நெசவுக் கலைஞனாகவும் இப்பனுவலில் அயோத்திதாசர் வெளிப்

படுவதைக் கூறுகிறார். சிறிய துண்டுகள், இழைகள், துணுக்குகள் ஆகியவற்றை இணைக்கும் அயோத்திதாசரின் முறையியலைப் பேசும்போது பூக்கோவின் தொல்லியல் பார்வையைப் பார்க்கிறோம். இதன்படி இந்நூலில் அயோத்திதாசர் வரலாற்றைத் திரும்ப எழுதினார் என்பது முக்கியமாகப்படுகிறது. பிராமணர் உள்ளிட்ட சாதிகளால் பறையர் என்போர் தீண்டப்படுவதில்லை என்ற கதையாடலை அவர்களே பிராமணர்களைத் தீண்டுவதில்லை என்று திருப்பிப் பார்ப்பதும்கூட இதன்படிதான்.

போலச்செய்து புறமெய்யாகத் தோற்றம் காட்டி வருவதை உளமெய்யாகத் திரும்ப எழுதி மீட்கிறார். வரலாறு ஒடுக்கப் பட்டவர்களுக்குச் செய்திருப்பதை இவ்வாறு திரும்ப எழுதுதல் மூலம் இவர் பிராமணர்களுக்குத் திரும்பச் செய்தார். அவர்களை ஏதுமற்றவர்களாக ஆக்கினார். அயோத்திதாசர் திரும்ப எழுதியது மூலம் பௌத்தத்தை உலவவிட்டார். தருமராஜ் அயோத்திதாசர் சிந்தனைகளைத் திரும்ப எழுதியது மூலம் அவர் வரலாற்றை எழுதினார்.

பௌத்தத்தின் வீழ்ச்சியையும் பூர்வகுடிகள் வீழ்த்தப்பட்டதையும் ஒருசேரச் சேர்த்து யோசிக்கும் அயோத்திதாசர் பாரம்பரிய அறிவுமரபின் வீழ்ச்சியாகக் கணிப்பதாகக் கூறுகிறார். பாரம்பரிய அறிவு மரபே (வித்தை புத்தி ஈகை) பண்டிகைகளாக, விழாக்களாக, சடங்குகளாக மாறியது. அதன் உண்மைப்பொருள் வீழ்த்தப்பட்டபோதே சாதியம் தோன்றியது. இவற்றை ஆய்வுக்குட்படுத்திப் புதிய விளக்கங்களைத் திரும்ப எழுதுதல் மூலம் மீட்டெடுத்தார். இவ்வாறு அயோத்திதாசர் மொத்த சிந்தனைகளையும் கொணர்ந்து ஒன்றன்பின் ஒன்றாக இணைத்துத் திரும்ப எழுதுதல் நிலைபாட்டின் பின்புலத்தில் வைத்து விளக்கினார். இந்தத் திரும்ப எழுதுதலின் தொடர்ச்சியில்தான் மாற்று வரலாறு உருப்பெறுகிறது.

இன்றைய ஆய்வுகளைப்போல் முன்மாதிரியை அயோத்திதாசர் துணையாகக் கொண்டிருக்கவில்லை எனினும் முறையியல்களே அவரிடம் இல்லை என்று கூறமுடியாது. அவருக்கேயான முறையியல்கள் உருவாகியிருந்தன. அவ்வாறு இரண்டை டி. தருமராஜ் கூறுகிறார். ஒன்று, மொழியிலிருந்து வரலாற்றுத் தரவுகளை வருவித்தல். இரண்டு, புனைவுகளைக் கட்டுடைத்தல். மொழியிலிருந்து வரலாற்றுத் தரவுகளை அவர் உருவாக்கும் முயற்சியில் இருப்பதைக் கூறுகிறார். அயோத்திதாசர் பாரம்பரிய

மொழியறிவையும் பௌத்த மொழியறிவையும் துணை கொண்டு யோசிக்கிறார் என்கிறார் (ப. 198). அயோத்திதாசரிடம் வெளிப்படும் இம்முறையியல்படி இரண்டு அனுகூலங்களைக் காட்டுகிறார். ஒன்று தமிழ்ப்பௌத்தம் சார்ந்த மொழியியல், இரண்டாவதாக அவரின் மொழிசார்ந்த முறையியல் அறிவு தற்கால மொழியியல் பார்வைகளை மறுபரிசீலனை செய்ய உதவக்கூடும் என்கிறார். தமிழ் பௌத்த மொழி தத்துவத்தின் அடிப்படையாக இலக்கணம் - லட்சணம் என்பவற்றை எடுத்து வைக்கிறார்.

இவ்வாறு நவீன மொழியியலும் நாட்டுப்புறவியல் கேள்விகளும் இணைந்து எழுப்பும் கேள்விகளையும் விமர்சனங்களையும் அது தொடர்பான ஆய்வாளன் உள்ளூர் சிந்தனைகள் வாயிலாக மறுசிந்தனைக்குக் கொணர்ந்து விவாதித்திருப்பது இந்நூலின் முக்கியத்துவம் எனலாம். இந்த நிலையில் இந்நூல் அயோத்திதாசர் பற்றிய நூலாக மட்டுமில்லாமல் சமகாலத் தமிழ் அறிவியக்கம் பற்றிய நூலாகவும் மாறியிருக்கிறது. அயோத்திதாசரிடம் இதற்கான கேள்விகளும் பதில்களும் இருக்கின்றன என்பதை அறிவதற்கும் இந்நூல் உதவியிருக்கிறது. இவ்வாறு தமிழ் நாட்டுப் புறவியலின் கேள்விகளுக்கான விடைகள் அவரிடமிருந்ததை இந்நூல் வாதிடுகிறது.

இவ்விடத்தில் இக்கட்டுரையின் தொடக்கத்தில் கூறப்பட்ட ஆய்வு - புனைவு என்ற எதிர்மறை கடக்கப்பட்ட விதத்தை நினைவு படுத்திக் கொள்வது அவசியம். டி. தருமராஜ் ஓர் ஆய்வாளரா? புனைவெழுத்தாளரா? அவரைப் படிக்கும் யாருக்கும் இந்தச் சந்தேகம் வரும். அவர்களில் பலரும் இரண்டையும் எதிரெதிராக வைத்துப் புரிந்துகொண்டவர்கள் எனலாம். அவரிடம் கறாரான ஆய்வுமுறைகள் இல்லை. அவராகச் சொல்கிறார் என்று சொல்லிவிடும் வாய்ப்புகளே அதிகம். தன்னுடைய ஆய்வைக் குறிப்பிடும்போது தான் புனைவைதான் எழுதிக்கொண்டிருக் கிறேன் என்று சொல்லியிருக்கிறார். இவ்விரண்டையும் அவர் எவ்வாறு புரிந்து வைத்திருக்கிறார் என்பதை இது காட்டுகிறது.

திரும்ப எழுதுதல் என்பதை ஆய்வாகக் கருதலாம். ஆனால் அது அவரளவில் புனைவே. மறுவாசிப்பு, திரும்ப எழுதுதல் என்ற இரண்டு சொற்கள் உண்டு. இரண்டும் ஒன்றே என்று கருதி மறுவாசிப்பு என்பதன் மாற்றுச் சொல்லாகத் திரும்ப எழுதுதல் என்பதைப் பார்க்கும் குழப்பம் வர அதிக வாய்ப்பிருக்கிறது.

ஆனால் இரண்டும் வேறுவேறு என்கிறார் டி. தருமராஜ். மறுவாசிப்பு என்பது புதிய விளக்கங்களுக்கான தேடலோடு நடைபெறுவது என்றால் திரும்ப எழுதுவது எழுத்தாளனின் சொல்லாடலைக் கட்டமைப்பது என்று பொருள்படும். அதாவது மறுவாசிப்பு என்பதில் ஆய்வுக் கண்ணோட்டம் மிகும். திரும்ப எழுதுதலில் புனைவு மனம் வேண்டப்படும். டி. தருமராஜ் இவ்வாறு கூறுகிறார். மறுவாசிப்பில் வாசகமனம் தொழிற் படுகிறது என்றால், திரும்ப எழுதுவதில் படைப்புமனம் மையப் படுத்தப்படுகிறது. எனவே திரும்ப எழுதுவது படைப்பு. இது அயோத்திதாசருக்குப் பொருந்தும். அவருடைய எழுத்து ஆய்வு போன்ற தோரணையில் எழுதப்பட்ட புனைவு. அயோத்தி தாசரிடமும் டி. தருமராஜிடமும் ஒரே வினை தொழிற்படுகிறது. அயோத்திதாசர் பௌத்த ஆய்வின் பெயரில் சமூகப் பண்பாட்டு வரலாற்றைத் திரும்ப எழுதினார் என்றால் டி. தருமராஜ் அயோத்திதாசர் பெயரில் தமிழ்ச்சமூகம் பற்றிய ஏராளமான கேள்விகளையும் விவாதங்களையும் திரும்ப எழுதியிருக்கிறார்.

இங்கொரு சுவாரஸ்யம் நிகழ்ந்திருக்கிறது. 'ஆதிவேதம், புத்தர் என்னும் இரவு பகலற்ற ஒளி' என்னும் தலைப்புகளைத் தவிர்த்துப் புத்தர் பற்றிய வாழ்க்கை வரலாற்றைக் கவலைப்படாமலேயே பௌத்தக் கதையாடலை எழுதியிருக்கிறார் அயோத்திதாசர். இந்நூலில் முதல் பகுதியான நான் பூர்வ பௌத்தன் தவிர்த்து மற்ற இரண்டு பகுதிகளிலும் அயோத்திதாசரின் பிறப்பு வளர்ப்பு விவரங்களுக்குள் நுழையாமலே அயோத்திதாசர் என்னும் கதையாடலை எழுதியிருக்கிறார் தருமராஜ். இங்கு அயோத்திதாசரே ஒரு கதையாடல் ஆகி இருக்கிறார்.

திரும்ப எழுதுவதாக அமைந்த இந்நூலை அயோத்திதாசருக்கான வாழ்க்கை வரலாறு என்று கூறுவதன் அர்த்தத்தை இப்போது புரிந்துகொள்ள வாய்ப்பிருக்கலாம். அதாவது சிந்தனை முறைக்கான வரலாறு. அயோத்திதாசரின் பிம்பத்தை உருவாக்க தான் முயற்சிக்கவில்லை என்று கூறும் டி. தருமராஜ், நாம் யோசிப்பதெல்லாம் அவரது எழுத்துகளிலிருந்து உருவாகிவரும் அயோத்திதாசர் என்ற சொல்லாடலை மட்டுமே என்கிறார். இந்தச் சொல்லாடல் முழுக்க முழுக்க அவரது எழுத்துகள், செயல் பாடுகள், பின்புலங்கள் முதலானவற்றிலிருந்து கட்டமைக்கப் படுகிறது. இச்சொல்லாடலை உருவாக்கும் முயற்சியிலேயே நாம் அயோத்திதாசரின் கட்டுரையைத் 'திரும்ப எழுதிப்பார்ப்பது' என்ற முடிவிற்கு வந்து சேர்ந்தோம். அயோத்திதாசரின் வாழ்க்கை

வரலாற்றை எழுதுவதைவிட சிந்தனையின் தடத்தை எழுதுவதே அவசியமானது (அவ்வாறு எழுதினால் தனியானதாகவே இருக்கமுடியும்). ஏனெனில் இன்று அயோத்திதாசரிடம் சிக்கலாகவும் புரியாமலும் இருப்பது அவரது சிந்தனைதான். அவர் சிந்திக்கும் பாங்கிலிருந்து விலகி வந்துவிட்ட நமக்கு அவற்றைப் புரிந்துகொள்ளும் முறையியலே தேவை. அதற்கான அணுகுமுறை திரும்ப எழுதுதலே. இங்குத் திரும்ப எழுதப்பட்டதற்கான உதாரணமாக இந்நூலிலுள்ள சிவனும் காத்தவராயனும் காலத்தினுள் அசையும் வேம்பு ஆகிய கட்டுரைகளைக் கூறலாம். காலத்தினுள் அசையும் வேம்பு கட்டுரையைத் தொடர்ந்து அவர் இவ்வாறு கூறுகிறார்.

இம்முயற்சி அயோத்திதாசரின் கட்டுரையைச் சுருக்கித் தருவதோ விரித்து எழுதுவதோ இல்லை. அவர் எழுதிய கட்டுரையை உடைத்துவிட்டுப் பின்பு அதேபோல் மறுபடியும் கட்டுதல். இவ்வாறு செய்வதன் மூலம் பனுவலுள் மறைந்து கிடக்கும் சரடுகள் மேலெழும்பலாம். இதன் அடுத்த நிலையாக, இவ்வாறு மறுநிர்மாணம் செய்ததன்மூலம் நாம் கண்டுகொண்ட சூட்சுமங்கள் தெரியலாம். அவ்வாறு செய்வதே அயோத்திதாசரின் சிந்தனைத் தடத்தை நமக்குக் காட்டித்தரும் (ப. 136).

அயோத்திதாசரை
அறிதலும் தொடர்தலும்

பிரேம்

பேராசிரியர் மற்றும் ஆய்வாளர்

'இலட்சியங்கள் விதிமுறைகளாக அமைவது நன்மை தருவது, அது தேவையானதும்கூட. ஒரு சமூகமோ ஒரு தனிமனிதரோ விதிமுறைகள் இன்றி வாழ முடியாது. ஆனால் அந்த விதிமுறைகள் கால மாற்றத்திற்கு ஏற்பவும் சமூகச் சூழலுக்கு ஏற்பவும் மாறி அமையவேண்டும். எந்த ஒரு விதிமுறையும் நிரந்தரமானதென உறுதி செய்யப்படக்கூடாது. விதிமுறைகளின் தகுதியை மறுமதிப்பீடு செய்தறிவதற்கான இடம் எப்போதும் இருக்க வேண்டும். ஒரு நிறுவனம் புனிதத்தன்மை கொண்டதாக மாற்றப் படாமல் இருந்தால்தான் மதிப்பீடுகளை மறுபரிசீலனை செய்வதற்கான வாய்ப்பு இருக்கும். புனிதத்தன்மை ஏற்றப்பட்ட மதிப்பீடுகள் மறுஆய்வு செய்யப்படுவதை எதிர்க்கின்றன. ஒருமுறை புனிதமானதென ஒன்றை ஏற்றுக்கொண்டால், அது எப்போதும் புனிதமானதாகவே இருக்க முயலும்'(பாபாசாகேப் அம்பேத்கர்,1946).

தமிழ்ச் சிந்தனை, தமிழ் அறிவு, தமிழ் அரசியல் என்ற பெயர்களில் நிலவிவரும் நவீனகாலப் பேச்சுகளும் எழுத்துகளும் தமிழின் பொது அடையாளம் என்று தம்மைத் தாமே அறிவித்துக் கொண்டவை. தமிழ் வாழ்வை முழுமையாக உள்ளடக்கிய வரலாற்று உண்மையாகத் தம்மைத் தாமே உறுதிப்படுத்திக் கொண்டவை. இந்த அடையாளத்திற்குள் இருந்தபடி அரசியல், சமூகவியல், தேசியம், சர்வதேசியம், கலை, இலக்கியம், வரலாறு, சமூகநீதி என எதைப்பற்றியும் பேசமுடியும் என்ற ஒரு பொதுக்கருத்து நிறுவப்பட்டிருந்தது.

சாதி அடையாளத்தை மறுக்காமலும் சமயப் பற்றைத் துறக்காமலும் ஒருவர் நவீனத் தமிழ்ச் சிந்தனைக்குப் பங்களிக்க முடியும் என்ற பொது நடைமுறையும் இருந்து வந்தது. ஒருவகையில் சாதி அடையாளங்கள் இணைந்தே தமிழ் அடையாளமாக மாறியிருந்தது. நவீனத் தன்மை, நவீனச் சிந்தனை, நவீனத் தன்னிலை என்ற புதிய அடையாளத்தைப் பெறுவதற்கான மாற்று மரபுகளாகப் பகுத்தறிவு சார்ந்த திராவிடக் கருத்தியலும் மார்க்சியத்தை அடிப்படையாகக் கொண்ட முற்போக்கு அரசியலும் இத்துடன் இணைந்தன. இந்திய நவீனத் தன்மை தேசியம், மார்க்சியம் என்ற இரட்டை எதிர்வுகளில் அடை பட்டிருந்தபோது தமிழின் நவீனத் தன்மை தேசியம், பகுத்தறிவு - திராவிடம், மார்க்சியம் என்ற மூன்று முரண்களுக்கிடையில் நிலைப்படுத்தப்பட்டிருந்தது. தமிழின் மரபான அடையாளங் களான பக்தியும் சாதியமும் இந்த நவீன அடையாளங்களையும் தம் கட்டுப்பாட்டிற்குள் வைத்திருக்கின்றன என்ற நடைமுறை உண்மையோ விவாதிக்கப்படாத அமைதிக்குள் அடங்கியிருந்தது.

இதே காலகட்டத்தில்தான் நவீன மதிப்பீடுகள் அனைத்திற்கும் எதிரான வைதிக - சனாதன இந்துத்துவப் பாசிசம் உள்ளூடித் தன்னைப் பெருக்கிக்கொண்டிருந்தது. சமூகத்தையும் பண்பாட்டையும் தனது அதிகாரத்தில் வைத்திருந்த இந்துத்துவப் பாசிசம் அரசியலையும் பொருளாதாரத்தையும் தனது ஆதிக்கத்திற்குள் கொண்டுவரும் செயல் திட்டத்துடன் தீவிரமாக இயங்கிக்கொண்டிருந்தது. அறத்தை மறுக்கும் இந்தியச் சாதிய உளவியலும் மாற்றங்களை வெறுக்கும் இந்தியக் குடிமரபுகளும் இதற்குத் துணையாக அமைந்தன. அப்படியெனில் இந்துத்துவ பாசிசத்தை உள்ளூடி வளர்த்த, பலப்படுத்திய சக்திகள் வேறு எதுவுமல்ல, சாதி அடையாளத்தை மறுக்காமலும் சமயப் பற்றைத் துறக்காமலும் நவீன அரசியலிலும் பண்பாட்டுக் களத்திலும் இயங்கி வந்த குழுக்கள்தான்.

இந்தியப் பொது உளவியல் அரசியல் - பொருளியல் மாற்றத்திற்கு எதிராகச் செயல்படுவதற்கான அடிப்படையெது? சமத்துவச் சமூகத்திற்கான மாற்றம் எங்கிருந்து தொடங்கப்படவேண்டும்? என்ற கேள்விகள் உண்மையான விடுதலை அரசியலைக் கொண்டு சேர்த்த களம்தான் அம்பேத்கரிய, தலித் அரசியல் களம். தமிழில் தலித் அரசியலும் தலித் சிந்தனையும் தலித் இலக்கியமும் தலித் ஆய்வுகளும் நவீன அறிவமைப்பையும் கருத்தியலையும் இந்தக் கேள்விகளால்தான் கட்டுடைப்புச் செய்தன. இந்தக்

கட்டுடைப்பின் வழியாகத் தமிழின் மாற்றுச் சிந்தனைகள் தம்மை மறுஆக்கம் செய்து கொள்வதற்கு மாறாகத் தலித்தியத்தையும் அம்பேத்கரியத்தையும் தனித்த ஓர் அரசியலாகவும் வெளிநிறுத்தப் படும் கருத்தியலாகவும் அடையாளப்படுத்தி, அதற்கெதிரான அணிச்சேர்க்கையைச் செய்தன. இந்த வெளிநிறுத்தமும் தனிமைப்படுத்தலும் நீண்டகால வரலாற்று வன்முறையையும் சமூகத் துயரத்தையும் மறு உறுதி செய்தன.

'சாதியொழிப்பு இன்றி இந்தியச் சமூகத்தில் அரசியல் மாற்றமோ பொருளாதார மாற்றமோ உருவாக முடியாது. சமூகச் சமத்துவம் உருவாகாமல் அரசியல், பொருளாதாரச் சமத்துவம் உருவாக முடியாது' என்பதை விளக்கும் அம்பேத்கரிய ஆய்வு 'சாதிய மனம் சமூக மாற்றத்தை எதிர்ப்பதுடன், எந்தக் குற்றவுணர்வுமின்றி வன்முறைகளை நியாயப்படுத்துகிறது' எனச் சாதிய மனதிற்கும் இந்திய வரலாற்றுக் கொடுமைகளுக்கும் உள்ள உறவையும் விளக்குகிறது. தேசியம், திராவிடம், மார்க்சியம் அனைத்தையும் மரபான சாதி காக்கும் உளவியல் தனதாக்கிக் கொண்டது. சாதி மற்றும் குடிவழிப் பெருமைகளின் புதிய வடிவமாகப் பொது அரசியலையும் ஜனநாயக அமைப்பையும் அது மாற்றி வைத்திருக்கிறது. நவீன வாழ்வியல் இந்தியச் சமூகத்தில் தோல்வியடைந்து நிற்பதன் பெருந்துயரமாக இது நம்மைச் சூழந்துள்ளது.

சாதி காக்கும் சிந்தனைகளும் சாதிப் பெருமை கொண்ட எழுத்துகளும் சாதி அடையாளம் பெருக்கும் புனைவுகளும் தமிழின் பொது மொழியாடலாக நிறுவப்பட்டிருந்தபோது சாதி மறுக்கும், சாதியழிக்கும், சாதி பேதமன்ற சமத்துவ அரசியலான தலித் அரசியலும் தலித் பண்பாடும் தனியே அடையாளப்படுத்தப் பட்டதற்கான காரணங்கள் எவை? உண்மையான முற்போக்கு அரசியலில் அதற்குரிய தலைமை இடம் வழங்கப்படாததற்கான காரணம் என்ன? அனைவருக்குமான விடுதலையின் தொடக்க மாகச் சாதியொழிப்பை முன் வைக்கும் தலித் அரசியல் ஏன் தனி அரசியலாக ஒதுக்கி வைக்கப்பட்டது? என்று நாம் திகைத்து நின்ற ஒரு காலப்பகுதியில்தான் அயோத்திதாசர் சிந்தனைகள் மறு உருவம் பெற்றுப் புதிதான ஒரு வரலாற்றையும் ஓர் அரசியலையும் மாறுபட்ட ஒரு தமிழ் அடையாளத்தையும் புரிய வைத்தன.

சாதியத்தை அடிப்படையாகக் கொண்ட - சாதி காக்கும் தமிழ்ப்பண்பாடு, சாதி மறுத்த - சாதி பேதமன்ற தமிழ்ப்பண்பாடு என்ற இரட்டைத் தன்மையை அயோத்திதாசர் விளக்கிய பின்தான்

'பிராமணர் மற்றும் சூத்திரர்' அல்லது 'ஆரியர் - திராவிடர்' 'பார்ப்பனர் - தமிழர்' என்ற எதிர்வுகள் வழி கட்டமைக்கப் பட்டிருந்த தமிழ் அரசியலின் அடிப்படைக் குழப்பம் நமக்கு மற்றொரு வடிவில் புலப்படத் தொடங்கியது. இந்தப் புரிதலுக்கும் புலப்பாட்டிற்கும் காரணமான அயோத்திதாசப் பண்டிதரையும் நாம் மறு உருவாக்கம் செய்ய வேண்டியிருந்தது.

தமிழரின் வரலாற்றைப் பூர்வ பௌத்தர்களின் வரலாறாகவும் சாதிபேதமற்ற திராவிடர்களின் வரலாறாகவும் மறு உருவாக்கமும் மீளுருவாக்கமும் செய்து தமிழுக்கு அளித்த அயோத்திதாசரையே ஒரு நூற்றாண்டு கடப்பதற்குள் மறு உருவாக்கம் செய்யவும் மறதியிலிருந்து மீளுருவாக்கம் செய்யவும் வேண்டிய நிலை ஏற்பட்டுவிட்ட மெய்நடப்பையும் எதிர்கொண்டபடிதான் தலித் அரசியல் தன் வரலாற்றை எழுதவும் தன்கருத்தியலை விளக்கவும் வேண்டியிருக்கிறது.

'வரலாற்றில் தலித்துகளின் பங்களிப்பு, அவர்களது சிந்தனை மரபு, அவர்களது சமயம், அவர்களது சாதிய எதிர்ப்பு முயற்சிகள், அவர்களது தொன்மம் போன்ற செய்திகளை உள்ளடக்கிய அயோத்திதாசரின் 'தமிழ் பௌத்தச்' சிந்தனை அத்தகையதொரு விவாதத்தை ஏற்படுத்தும் என்ற நம்பிக்கை இருக்கிறது. எனவே, அயோத்திதாசரையும் அவரது 'தமிழ் பௌத்தச்' சிந்தனைகளையும் பரவலாக்க வேண்டிய தேவை இருக்கிறது.'.. (டி. தருமராஜ், நான் பூர்வ பௌத்தன், 2003) என்ற அறிவிப்புடன் ஒரு தமிழ்ச் சிந்தனையாளர் தன் வரலாற்றை மீண்டும் மீண்டும் எழுதுவதன் மூலம் தன் மேல் சுமத்தப்பட்ட வரலாற்றைத் தகர்க்க வேண்டியிருக்கிறது. தன்னைச் சூழ்ந்துள்ள பொய்க் கருத்தியல் களை உடைத்துப் பிறகு தனக்கான கருத்தியல்களை உருவாக்குவதுடன், இது தனது தனித்த வரலாறோ கருத்தியலோ அல்ல அதுதான் விடுதலை நோக்கிய வரலாறு, சமத்துவத்திற்கான கருத்தியல் எனவும் நிறுவ வேண்டியிருக்கிறது.

இந்தக் கூடுதல் சுமைகளை உணர்ந்தால்தான் நண்பர் டி. தருமராஜ் உருவாக்கும் எழுத்துகளையும் சிந்தனைக் களத்தையும் கற்க முடியும். அது முன் வைக்கும் 'நான் ஏன் தலித்தும் அல்ல?' என்ற சொல்லாக்கத்தின் உள்ளுறையையும் 'தலித் என்ற சாதியற்ற பேதநிலை' என்பதான உருவாக்கத்தையும் புரிந்துகொள்ள முடியும். 'வரலாற்றில் நிகழ்ந்த இத்தகைய குழப்பங்களை யெல்லாம் ஒதுக்கிவிட்டு, குறைந்த பட்சம் சுயநலமற்ற

தன்மையோடு நமது பண்பாட்டையும் அதில் நிலவும் சாதிய உணர்வுகளையும் நாம் அணுக வேண்டும் என்றே நான் விரும்புகிறேன். சாதி, மதம், பண்பாடு போன்ற பல்வேறு காரணிகளும் விவாதத்திற்கான பொருட்களாய் நம்முன் வைக்கப் பட்டுள்ளன. சாதிய வேறுபாடுகள் நியாயமானவை என்று கருதுபவர்களுடன் நமக்கு எவ்வித உரையாடலும் அவசிய மில்லை. சாதியத்தை மறுக்கிற, வேரறுக்க விரும்புகிற சிலராவது ஒரே தளத்திற்கு வரமுடியுமா என்று முயற்சிக்கலாம்.'.. என்ற எளிய நிபந்தனையுடன் அவர் அளித்துள்ள 'நான் பூர்வ பௌத்தன்' (2003), 'நான் ஏன் தலித்தும் அல்ல' (2016), 'அயோத்திதாசர்: பார்ப்பனர் முதல் பறையர் வரை' (2019) என்ற மூன்று நூல்களை வாசிப்பது, 'அயோத்திதாசரை வாசித்தல், திரும்ப வாசித்தல், திரும்பத் திரும்ப வாசித்தல்' என்பதாக விரிவடைகிறது. அந்த வாசிப்பு அயோத்திதாசரை அம்பேத்கரிய சிந்தனையுடனும் தற்காலச் சமூக அரசியல் கோட்பாடுகளுடனும் இணைத்தும் பொருள்படுத்தியும் வாசித்தலாக வடிவம்கொள்கிறது. அதனால் நம் காலத்தின் மாற்று அரசியல் பற்றியும் விடுதலை அரசியல் பற்றியுமான அடுத்தகட்ட உரையாடலின் பகுதியாக அது நீட்சியடைகிறது.

மறு உருவாக்கமா, புது உருவாக்கமா

திராவிட அரசியலின் முன்னோடி, தென்னிந்திய சாக்கிய பௌத்த சங்கத்தை நிறுவியவர், தமிழன் என்ற பத்திரிகை நடத்தி ஆதிதிராவிடர் விடுதலைக்கான கருத்துகளைப் பரப்பியவர், இரட்டைமலை சீனிவாசனார், எம். சி. ராஜா உள்ளிட்ட தலைவர்களுக்கு வழிகாட்டியாக அமைந்தவர் எனப்பெருமித மான குறிப்பைத்தவிர அயோத்திதாச பண்டிதர் பற்றிய முழுமையான, விரிவான பேச்சுகள் தமிழகத் தலித் அரசியல் அரங்கங்களிலோ ஆதிதிராவிடர் இயக்க அவைகளிலோ இல்லாமலிருந்த காலம் உண்டு. இரண்டொரு சிறு வெளியீடுகள் மட்டுமே இயக்கத்திலிருந்த மூத்தவர்களுக்கு அறிமுகமாகி இருந்தன. இவையெல்லாம் தலித் இயக்கத் தளத்தில் மட்டும்தான். மற்றத் தமிழ் உரையாடல்களிலோ அயோத்திதாசர்பற்றிய குறிப்புகளும் நினைவுகளும் முற்றிலுமாக நீக்கப்பட்டிருந்தன. அயோத்திதாசரின் எழுத்துகள், நூல்கள், வெளியீடுகள், இயக்கப் பணிகள் அனைத்தும் நெடிய மறதிக்கு உட்பட்டிருந்தன. தலித் அரசியலின் புதிய வடிவமும், தலித் கருத்தியலின் புதிய புரிதல்களும் தமிழ் வரலாற்றையும் பண்பாட்டையும் கேள்விக்குட் படுத்தியிருந்த 1990-களில்தான் பல மறதிகள் கலைந்து

நினைவுகளின் மறு உருவாக்கம் நிகழ்ந்தது. மறைக்கப் பட்டவைகள் திறந்து வரலாறு புது உருவம் பெற்றது.

இந்தச் சூழலில்தான் 1999ஆம் ஆண்டு தலித் சாகித்ய அகாடமி வெளியிட்ட 'க. அயோத்திதாஸப் பண்டிதர் சிந்தனைகள்' தொகுதிகளும் நாட்டார் வழக்காற்றியல் ஆய்வு மையம் வழி ஞான. அலாய்சியஸ் தொகுத்தளித்த 'அயோத்திதாசர் சிந்தனைகள்' தொகுதிகளும் வெளிவந்து அதுவரை பொத்தி வைக்கப்பட்டிருந்த அமைதிகளை உடைத்தன மறதிகளைக் கலைத்தன. இதனைத் தருமராஜ் 'ஒவ்வொரு முறை அயோத்திதாசரை யோசிக்கும் பொழுதும் இரண்டு விஷயங்களே முன்னுக்கு வருகின்றன: மறதி, ஞாபகம்'. என்கிறார். இதன் தொடர்ச்சியாக அவர் நினைவு படுத்தும் வேறு சில தொடர்களும் உள்ளன. 'அயோத்திதாசரை மறைத்தது அல்லது மறந்தது', 'நான் பூர்வ பௌத்தன்', 'ஒரு நூற்றாண்டு மறதி'. இதனை இன்னும் குறிப்பாகச் சொன்னால் 'திடீரென்று பழசெல்லாம் ஞாபகம் வந்தவரின் திக்பிரமைதான் அயோத்திதாசர் குறித்து எல்லோருடைய முதல் அனுபவமும்'.

இதற்கு முதன்மையான காரணம் என்னவாக இருக்கும்? 'ஒரு நூற்றாண்டு மறதிக்குப் பின் அயோத்திதாசரை நாம் கண்டுபிடித்துக் கொண்டாடினால், அவரோ பல்லாயிரம் ஆண்டுகள் மறந்திருந்த பூர்வ பௌத்தரைக் கண்டுபிடித்துக் கொண்டாடிக் கொண்டிருக் கிறார்'. இத்துடன் இன்னும் ஒரு காரணமும் இணைகிறது, 'நம்மைப் போலவே அவரும் ஞாபகத்தின் சுழலில் அலைக் கழிந்தவர். அயோத்திதாசரின் 'தமிழன்' நமது கண்டுபிடிப்பு என்றால், 'பூர்வ பௌத்தன்', அந்தக் கண்டுபிடிப்பின் கண்டு பிடிப்பு. நமது ஞாபகத்திற்கு ஞாபகம் வந்த ஞாபகம். நாம் காணும் கனவு, கண்டு கொண்டிருக்கும் கனவு'. ஆனால் அது ஒரு கனவாக மட்டும் எஞ்சிவிடவில்லை, அதுவரை நம்மீது சுமத்தப்பட்டிருந்த பல கனவுகளைக் கலைத்த கனவு, அதனால் அது நம்மை நினைவை நோக்கி நகர்த்தியது. நாம் மறக்க வேண்டியவற்றை நினைவூட்டிய ஒரு கனவாகவும் வந்து சேர்ந்தது.

இந்த 'மறதியையும் ஞாபகத்தையும் விளங்கிக் கொள்ளாமல் அயோத்திதாசரை விளங்கிக் கொள்ள முடியாது' என்ற இடத்தில் நாம் நிறுத்தப்பட்டிருந்தாலும் 'தமிழகத்தின் இருபத்தோராம் நூற்றாண்டு அயோத்திதாசர் சிந்தனைகளோடுதான் ஆரம்பித்தது'. ஆனால் இதனைப் பகுத்தறிவு மரபும் மார்க்சிய மரபும் தமக்கான சிந்தனைகளாக ஏற்பதில், அதனைத் தற்காலப்படுத்திப் புரிந்து

கொள்வதில், தன்வயப்படுத்திக் கொள்வதில் சிக்கல் ஏற்பட்டது, அல்லது அப்படி எதுவும் நிகழவே இல்லை எனலாம். ஏனெனில் 'மொழி, சமயம், சுதந்திரம், சுயமரியாதை, சாதி குறித்து முற்றிலும் புதிய வகை விளக்கங்களை அந்த எழுத்துகள் கொண்டிருந்தன. அதுவரை தமிழில் வழங்கி வந்த அரசியல் சொல்லாடல்களின் எந்தவொரு சாயலும் அந்த எழுத்துகளில் இல்லை. மிகவும் குறிப்பாக, இருபதாம் நூற்றாண்டில் இந்தியாவெங்கும் செல்வாக்குப் பெற்று விளங்கிய 'ஒடுக்கப்பட்டோர் அரசியலுக்கு' எதிரான போக்கை அயோத்திதாசர் சிந்தனைகள் கோடிட்டுக் காட்டின. அவ்வாறு கோடிட்டுக் காட்டப்பட்டவை, தமிழ் நிலத்தோடும் வரலாற்றோடும் இலக்கியத்தோடும் சிந்தனை முறையோடும் வாழ்க்கையோடும் பின்னிப் பிணைந்திருந்தன'. அதே சமயம் அயோத்திதாசரின் தமிழ் நிலமும் அவர் பொருளுரைத்த வரலாறும் அதுவரை நிறுவப்பட்டிருந்த பக்தி படிந்த தமிழ் நிலத்தை மட்டுமின்றி, அப்போது உருவாகிக் கொண்டிருந்த பகுத்தறிவு பதிந்த திராவிட நிலத்தையும் அறத்தகர்ப்பு அல்லது அறம் சார்ந்த நிலைத்தகர்ப்பு செய்திருந்தன.

அயோத்திதாசர்தான் முதன் முதலாக ஒடுக்கப்பட்ட மக்களின், தீண்டாமைக்குட்பட்ட மக்களின் வாழ்வியலை நவீன மொழியில் எழுதியவர். தீண்டாமைக்குட்பட்ட மக்களின் நெடிய துயரங்களை வரலாற்றுத் தரவுகளுடன் முன் வைத்தவர். சாதியமைப்பின் வன்முறையை அரசியல், சமூகப் பின்புலத்தில் விளக்கியவர். சாதிபேதமற்ற திராவிடர்கள் என்ற அரசியல் அடையாளத்தைக் கட்டமைத்தவர். இவை அனைத்தின் வழியாகவும் விடுதலை கொண்ட தமிழ் அரசியலின் தலைமை ஆதித்தமிழராம் ஒடுக்கப் பட்ட மக்களுக்குரியது என நிறுவியவர். தமிழின விடுதலை அரசியல் பிராமணர் மற்றும் சூத்திரர் (பிராமணரல்லாதோர்) என்ற எதிர்மையில் கட்டமைக்கப்பட்டிருந்ததைத் தர்க்கப்பூர்வமாகத் தகர்த்து பார்ப்பனர்கள், சூத்திரர்கள் இருவருமே சாதியமைப்பை ஏற்றவர்கள்; அதனால் சாதிபேதமற்ற திராவிடர்களான பூர்வ பௌத்தர்களே விடுதலைக்கான மக்கள் என முன்மொழிந்தவர். அப்படியெனில் தமிழ்ச் சமூக விடுதலைக்கான முதல் சிந்தனையாளராக அயோத்திதாசர் ஏற்கப்பட்டிருக்க வேண்டு மல்லவா? அதற்கு மாறாக 'இருபதாம் நூற்றாண்டின் தொடக்க காலங்களில், தமிழகத்தின் மிகப்பெரும் சிந்தனையாளராக விளங்கிய அயோத்திதாசர், தமிழகத்து வரலாற்றாய்வாளர்களால் திட்டமிட்டே மறைக்கப்பட்டார்'.

'தமது மரணம்வரையிலும் மிகத் தீவிரமாகச் செயல்பட்டு வந்த அயோத்திதாசரைப் பற்றிய ஒரு சிறு குறிப்புக்கூட இடம்பெற்று விடாதபடி பார்த்துக் கொண்ட தந்திரம் இருபதாம் நூற்றாண்டின் இறுதிவரையில் வெற்றிகரமாகவே செயல்பட்டு வந்தது'. இந்தத் தந்திரம்தான் தமிழ்ச் சமூகத்தில் பகுத்தறிவு, சுயமரியாதை, சமத்துவம் என எதனையும் இன்றுவரை சமூக உளவியலாக மாற்றாமல் அரசியல் கலைச்சொல்லாக மட்டும் வைத்திருக்கிறது.

அயோத்திதாசர் வாழ்ந்து பணி செய்த காலத்தில் அதிகம் அறியப்படாதவராக இருந்ததால்தான், அவர் காலத்திற்குப்பிறகு அவருடைய பதிவுகள் தேய்ந்து போயினவா என்ற சந்தேகம் எழலாம். ஆனால் அதற்கு மாறாக வாழ்ந்த காலத்தில் மட்டுமின்றி மறைந்த பின்னும் கற்றவர்களாலும் எளிய மக்களாலும் போற்றப்பட்ட அறிஞராக விளங்கியவர் அவர். 'பௌத்தத் தம்மப் பாலிப் பிரதிகளைக் கொண்டும் தமிழ்ப் பிரதிகளைக் கொண்டும் பரம்பரைச் சுருதிவாக்கியங்களைக் கொண்டும்' அரிய நூல்களை எழுதியவர் எனக் கற்றவர்களால் போற்றப்பட்டவர். 'சென்னை சாக்கைய பௌத்த சங்க ஸ்தாபகர், பொதுக்காரியதரிசி, 'தமிழன்' பத்திரிகையின் அதிபராக விளங்கிய க. அயோத்திதாஸப் பண்டிதர் இந்திய பௌத்த மறுமலர்ச்சியின் முதல் முன்னோடி; தென்னிந்திய சாக்கிய புத்த சங்கத்தின் நிறுவனர்' (பூர்வத் தமிழொளியாம் புத்தரது ஆதிவேதம், 1912) என வாழ்ந்து தொண்டாற்றிய காலத்திலேயே பெருமைப்படுத்தப்பட்டவர்.

'சென்னையில் கீர்த்திபெற்று இருந்தவரும் தமிழ் நூல்களை நன்கு ஆராய்ச்சி செய்திருந்தவருமான ஸ்ரீமான் அயோத்திதாஸ் பண்டிதர் என்பவர் பறையர் என்போர் பௌத்தமதத்தை ஏற்றுக் கொண்டதினால் இவ்விதத் தாழ்மைநிலைக்குக் கொண்டுவரப் பட்டார்கள் என்று அநேக நூலாதரவுகளுடன் ருசுவுசெய்கின்றார். இது விஷயம் அவர் எழுதியிருக்கும் நூல்களெல்லாவற்றையும் வாசிக்க தகுதி உடையன. அவற்றை அனுசரித்துப் 'பறையர்' என்போர் அநேகர் பௌத்த மதத்தை இச்சென்னை ராஜதானியில் தழுவியிருக்கின்றனர்' (ஆதிதிராவிடர் பூர்வ சரித்திரம், கோபால் செட்டியார், 1920) என அவருக்குப் பின் வந்த நூலாசிரியர்களால் உயர்வாகப் போற்றப்பட்டவர்.

'ஆதி திராவிடர்கள் புராதன மக்கள்; என்றும் தமிழர்களென்றும்; (நிறுவி) வஞ்ச நெஞ்சப் பிராமணர்களது சூழ்ச்சியால் பழந்தமிழர் சரிதங்களும் அவரது செல்வங்களும் நாளுக்கு நாள் மறைவுண்டு போக (மறைந்து போனதால்) அன்னோர் தாழ்த்தப்பட்டோ

ரென்றும், ஆன்ற கல்வி கேள்வி பெருக்கினால் 'தமிழன்' என்னொரு பத்திரிகை நடாத்தி இரவும் பகலும் பழங்குடிகளாகிய ஆதி திராவிடர்களின் முன்னேற்றத்தையே கருதினவராகப் பிரகாசித்திருந்தார் ஸ்ரீலஸ்ரீ. க. அயோத்திதாச பண்டித பெருமான் அவர்கள்' எனப் பல சமூகச் சீர்திருத்தக்காரர்களால் முன்னோடியாக ஏற்கப்பட்டிருந்தவர்.

தமது மக்கள் 'மூதாதையரின் சூழ்ச்சிகளை இணைய தென்றுணராமல் தாழ்ந்தவராய் நடத்தற்கானதை யுணர்ந்து அவரது அறியாமையை யகற்றும் வண்ணம், கபிலரகவல், ஞானவெட்டி முதலிய நூலாசிரியர்கள் அறிவுச்சுடர் அருளியுள்ள படி' அதுவரை அறியாதிருந்த உள்மெய்களை எடுத்துரைத்த அவர் அறிஞர் மட்டுமல்ல செயல்வீரரும் கூட. '50 வருஷங்களுக்கு முன்னிருந்த பெரியாருள் பாலவாகடத் திரட்டு என்ற நன்னூலியற்றிய வல்லக் காளத்திநகர் ஸ்ரீமான் அயோத்திதாச பண்டிதர் அவர்களும்... மற்றும் பலரும் ஆதிதிராவிடர் எனப்படும் பழங்குடிகளைப் பஞ்சமா பறையர் என்று தீய பொருளடியே அழைத்து வரும் பழக்கத்தைக் கண்டித்து வந்தனர்'. என வரலாற்றுப் பெருமை பெற்றிருந்தார். இவருடன் கற்றோர் பலர் கூடி 'ஆதிதிராவிடர் மகாஜனசபை' என்றொரு பெருங்கழகத்தைக் கடந்த 1890-ம் ஆண்டில் ஏற்படுத்தி... சட்டத்தின்படி ஆளுகையாரின் முத்திரையுறச் செய்வித்தனர் (ஆதிதிராவிடர் வரலாறு, திரிசிரபுரம் ஆ. பெருமாள் பிள்ளை, 1922) எனத் தம் உடன் காலத்தவர்களால் பெருமைப்படுத்தப்பட்ட சரித்திர நாயகராக விளங்கியவர்.

அயோத்திதாசர் தம் காலத்திய சிந்தனையாளர்கள், சீர்திருத்தவாதி களுடன் இணைந்து ஓயாது செயல்பட்டவர். இந்தியப் பொதுவுடமை இயக்கத்தின் முன்னோடிகளில் ஒருவராகப் 'போர்க்குணம் மிகுந்த செயல் முன்னோடி பொதுவுடைமைக்கு ஏகுக அவன் பின்னோடி' எனப் பாரதிதாசனால் போற்றப்பட்ட ம.சிங்காரவேலர் (1860-1946) முதலானவர்களுக்கும் வழி காட்டியாக இருந்து பௌத்த சங்கத்தில் இணைந்து செயல்பட வைத்தவர். அதனால் 'நாத்திகம் போதிக்கும்' கூட்டம் என்று பழமைவாதிகளின் தாக்குதலுக்கு உள்ளானவர். அவருடைய வழிகாட்டுதலின்படி பௌத்தர்களாக மாறிய மக்கள், அவரது வழிகாட்டுதலின்படி ஆதிதிராவிடர் உரிமைகளுக்காக இயக்கம் நடத்திய தலைவர்கள் என அவருடைய வரலாற்று நீட்சி அமைந்திருந்தது. ஆனாலும் அவர் தமிழக வரலாற்றில்

மறைக்கப்பட்ட சிந்தனையாளராக மாற்றப்பட்டார். அயோத்திதாசரை அறியும்போது அவர் மறைக்கப்பட்டதன் வரலாற்றையும் சேர்த்தே அறியவும் புரிந்துகொள்ளவும் வேண்டியிருக்கிறது எனத் தருமராஜ் சொல்லுவதும் அதனால்தான் மிகுந்த கருத்தியல் முக்கியத்துவமுடையதாகிறது.

'இருபதாம் நூற்றாண்டின் தொடக்கக் காலத்தில் தமிழகத்தில் வாழ்ந்த மிக முக்கியமான சிந்தனையாளர் அயோத்திதாசர். பாரம்பரியமாகச் சித்த மருத்துவர்; திண்ணைப் பள்ளியில் தமிழ் இலக்கணம், இலக்கியம் கற்ற தமிழ்ப் பண்டிதர்; 'தமிழன்' என்ற வாரப்பத்திரிகையை 1907முதல் 1914வரை தொடர்ந்து நடத்திய பத்திரிகையாளர்; சமத்துவத்தைப் பாதுகாக்கிறது என்ற ஒரே காரணத்திற்காகப் பௌத்தமதத்தைப் பரப்பிய சமயவாதி; திருக்குறளுக்கு உரை, ஒளவையின் மூன்று நூற்களுக்கு உரை, இந்திரர் தேச சரித்திரம் என்ற வரலாற்று நூல், ஆதி வேதம் என்ற புத்தரின் வாழ்க்கை வரலாறு என்று ஏராளமான நூற்களை எழுதிய ஆய்வாளர்; சமதருமம், பகுத்தறிவு, பிராமண எதிர்ப்பு, சாதி ஒழிப்பு, திராவிடம் போன்ற இருபதாம் நூற்றாண்டுத் தமிழக அரசியலை வடிவமைத்த கருத்தாக்கங்களை உருவாக்கித்தந்த சிந்தனையாளர்; ஐரோப்பிய அறிஞர்கள் தமிழின் இலக்கணத்தைக் கற்றுக்கொள்ள முடியுமே தவிர அதன் 'இலட்சணத்தை' உணர முடியாது என்று எழுதிய காலனிய எதிர்ப்பாளர்,' என இன்று அயோத்திதாசரைச் சுருக்கமாக அறிமுகம் செய்யும் தருமராஜ், அதற்கு முன் இருந்த ஒரு நிலையை 'அயோத்திதாசரின் சமகாலத்தில் வாழ்ந்து வந்த தேசியக் கவிகளுக்கும் புரட்சியாளர் களுக்கும் சுதேசிகளுக்கும் அவருக்குப் பின் தோன்றி, சென்ற நூற்றாண்டில் தமிழகமே தலைமேல் வைத்துக் கூத்தாடிய திராவிடச் சிந்தனையாளர்களுக்கும் எழுத்தாளர்களுக்கும் அரசியல்வாதிகளுக்கும் அவரை இருட்டடிப்புச் செய்ததில் கணிசமான பங்கு இருக்கவே செய்தது என்கிறார். தமிழ்ச் சமூகத்தின் நாடி நரம்புகளிலும் புரையோடிப் போயிருக்கும் சாதிய வெறியையும் காழ்ப்புணர்வையும் தவிர்த்து இதற்கு வேறென்ன தான் காரணமாக இருக்க முடியும்?' என்ற வரலாற்று மெய்யை நமக்கு நினைவூட்டுகிறார்.

தாம் வாழ்ந்த காலத்தில் பத்திரிகையாளராகவும் பாட்டுப் பிரசங்கியாகவும் அறியப்பட்டுத் தம் பாடல்களை வெளியிட முன்வெளியீட்டுத் திட்டம் அறிவித்தும் வெளியிட இயலாத சூழலில் ஜமீந்தாரிடம் உதவி கேட்டும் கிடைக்காத நிலையில் தன்

வாழ்வு முற்றுங் கனவென்று புலம்பித் தன் சுயசரிதையையே இருமுறை எழுதிவிட்டு மறைந்த சி. சுப்பிரமணிய பாரதியை மறைந்த பத்தாண்டுகளில் மகாகவி, தேசியகவி எனப் பேருரு வாக்கம் செய்த வரலாற்றைக்கொண்ட தமிழகப் பண்பாட்டு அரசியல் பற்றிய புரிதலுடன்தான் தருமராஜ் அயோத்திதாசரை மறுவாசிப்புக்கு உட்படுத்துகிறார்.

அயோத்திதாசர் சிந்தனைகளைப் புரிந்துகொள்வதற்கான முதல் வாசிப்பு, அவற்றைத் தற்காலப்படுத்துவதற்கான மறுவாசிப்பு இரண்டுமே ஒன்றாக நிகழ வேண்டியிருக்கிறது என்ற தெளிவுடன் இயங்குகின்ற எழுத்து அவருடையது. அயோத்திதாசரைக் கற்பதும் 'நான் பூர்வ பௌத்தன்' என்று உணர்வதும் ஒன்றாக நிகழ்வதென விளக்குவதுடன் 'புதிய கேள்விகளைச் சுமந்து கொண்டு அயோத்திதாசரை முன்னிலும் அதிகமாக வாசிக்க' வேண்டிய தேவையையும் வலியுறுத்துகிறார். அயோத்திதாசரின் தேடலுடன் நம் தேடல் இணையும் இடத்தை அவர் வாக்கியமாக்கும் முறை இது.

'19ஆம் நூற்றாண்டின் கடைசிப் பத்து வருடங்களில் அவர் இன்னமும் தீவிரமாகச் செயல்பட்டுக் கொண்டிருந்தார். அவருடைய உழைப்பிற்கான பலன் விளையவே விளைந்தது. அவருடைய தேடல், தமிழகத்தில் யாருமே கற்பனை செய்திராத தளம் ஒன்றிற்கு அவரை இட்டுச் சென்றது. அந்தத் தளத்தை அடைந்ததில் அயோத்திதாசர் பெற்ற உணர்வுகளைச் சொல்வதற்கு வார்த்தைகள் இல்லை. மாறுபட்ட உலகமொன்றின் வாசல் திறக்கப்பட்டதாகவே அவர் கண்டார். அங்கு வாழ்க்கை, கூடுதல் தெளிவுடனும் அறிவின் வழிநடத்துதலிலும் அதித நேர்மையுடனும் கறாரான சமத்துவத்துடனும் கட்டப் பட்டிருப்பதைக் கண்டுகொண்டார். மிக முக்கியமாக, அவ்வுலகில் சாதிய வேறுபாடுகளோ வர்ண வித்தியாசங்களோ கற்பிக்கப் படவும் இல்லை; நடைமுறைப்படுத்தப்படவும் இல்லை. மாறாக, அவரது கண்களின் முன்னே, முற்றிலும் மாறுபட்ட தொனியில் ஒலிக்கக்கூடிய மாற்றுப் பெருங்கதையாடல் ஒன்று மெல்ல மெல்ல அவிழ்ந்து விரிந்தது. அதன் பெயர் 'தமிழ் பௌத்தம்'.

இந்த மாறுபட்ட உலகத்தைக் கண்டடைய அவர் மேற்கொண்ட நீண்ட பயணம் 1892 இல் சென்னை மகாஜன சபையின் கூட்டத்தில் நடைபெற்ற சம்பவத்தில் 'உங்களுடைய கடவுள்கள் எங்கள் மக்களுக்கு என்றைக்கும் வேண்டாம்' என்ற அறிவிப்புடன் தொடங்குகிறது. 'அன்றைய தினம், அந்தக் கூட்டத்தில் பிராமணர்

குலம் பறையர் குலத்தின்மீது தனது விரோதத்தைக் காட்டியது என்றா கொள்ளவேண்டும்? அப்படித்தான் என்றால், இவ்விரு குலங்களுக்கும் இடையிலான விரோதத்தின் காரணம் என்ன? பறையர் குலத்தைச் சார்ந்த நானோ எவருமோ அந்தக் கோவில்களுக்குள் வரக்கூடாது என்று பிராமணர்கள் கூச்சலிடுவதன் நோக்கம் என்ன? பறையர் குலத்தவர் கோவிலுக்குள் வந்தால் என்ன நடந்துவிடும்? பிராமணர்கள் ஏன் பயப்படுகிறார்கள்?' என்ற கேள்விகளாகத் தொடர்கிறது.

அவற்றிற்கான பதில்களைத் தேடி அவர் வாசித்த நூல்கள், பயணித்த ஊர்கள், கிராமங்கள், அவர் சந்தித்த அறிவு நிரம்பிய பெரியோர்களுடனான உரையாடல்கள், செய்த வாதங்கள், மறுபடியும் வாசித்த தமிழ் இலக்கிய நூல்கள், சமஸ்கிருதமும், பாலியும் கற்றுத் தேர்ந்து அதில் உள்ள நூல்களை வாசித்தது எனத் தொடர்ந்த தேடல்களின் விளைவுதான் அவரைத் தமிழ் வரலாற்றைத் தலைகீழான மாற்றத்திற்கு உட்படுத்தும் சிந்தனை யாளராக மாற்றியது. 'தம்மையும் தமது சமூகத்தையும் 'இந்துக்கள் அல்ல' என்று அறிவித்ததுடன் 'ஆதித்தமிழர்' என்ற மொழி அடையாளமே பிரதான அடையாளம் என்று' அறிய வைத்தது. 'பழங்குடியின மக்களும் தாழ்த்தப்பட்டவர்களுமான ஆதித் தமிழர்களே இந்நாட்டின் முதல் குடிமக்கள், அதாவது பூர்வகுடி கள், மண்ணின் மைந்தர்கள். இம்மண்ணின் மைந்தர்களான அவர்கள் இந்துக்கள் அல்லர்'. என்பதைக் கண்டறிய வைத்தது. அந்த அறிதல் 'அயோத்திதாசரின் பிற்காலத்திய சிந்தனைகளைத் தீர்மானிக்கக் கூடியவையாக அமைந்திருந்தன. சாதியால் ஒடுக்கப் பட்டவர்களே இந்நாட்டின் பூர்வகுடிகள்; அவர்கள் என்றைக்கும் இந்துக்களாக இருந்ததில்லை என்ற இரு கோட்பாடுகள் அவருடைய 'தமிழ்பௌத்த' ஆய்வுகளுக்குப் பின்னணியாக நின்றன'. 'நாங்கள் இந்துக்கள் அல்ல' என்று அறிவிப்பதும், தம்மை 'ஆதித்தமிழனாக' அடையாளப் படுத்துவதும் அதற்கும் மேலாக 'நாங்கள் பூர்வ பௌத்தர்கள்' என நிறுவுவதும் இந்திய வரலாற்றில் நிகழ்ந்த சிந்தனைப் புரட்சிகள். இந்தப் புரட்சியையே பின்னாட்களில் அம்பேத்கர் தமிழ் வரலாற்றில் இருந்து இந்திய வரலாறு முழுமைக்குமானதாக விரிவுபடுத்தினார்.

அயோத்திதாசர் பிராமண சுதேசிய அரசியலுக்கு எதிரானவர். சுதேசியம் என்பது வேஷப்பிராமணர்களால் ஏற்படுத்தப்பட்டது. 'அவர்கள் உருவாக்கிப் பரப்பிய பொய் வேதங்களும் பொய்ப் புராணங்களும் இத்தேசத்தார்களையும் பொய்யர்களாக்கி

பாழ்படுத்திவிட்டது' என்பதை ஆதாரங்களுடன் புலப்படுத்திக் காட்டியவர். அவர்கள் சாதி கர்வம், மத கர்வம், வித்தியா கர்வம், தன கர்வம் கடைபிடிக்கும் 'சுயப்பிரயோசன சுதேசிகள்'. அவர்கள் தங்களைத் தாங்களே 'உயர்ந்த சாதி'யென்று சொல்லிக்கொண்டு, தங்களுக்கு எதிரிகளாகவும் விரோதிகளாவும் உள்ளோர்களைத் தாழ்ந்த சாதியென்று வகுத்து நிலைகுலையச் செய்தவர்கள்'. சாதி பேதமற்ற சமத்துவமே 'நீண்ட சாந்தமும் நீடிய சமாதானமும் கொண்ட சுதேசியம்' என எடுத்துரைத்தவர்.

அதனைக் கடைபிடிக்கும் மெய்யான சுதேசிகளாகிய நாம் நமது சுதேசத்தை எவ்வகையில் சிறப்படையச் செய்யலாம் என்னில் சீர் திருத்தம் என்னும் பூமியை ஒற்றுமெய் என்னும் கலப்பையால் உழுது, சாதிகள் என்னும் கல்லுகரடுகளையும் சமயங்கள் என்னும் களைகளையும் பிடுங்கி, சமுத்திரத்தில் எறிந்துவிட்டுச் சகோதர ஐக்கியமென்னும் நீரைப்பாய்த்து ஒருவருக்கொருவர் நம்பிக்கை என்னும் எருவிட்டு, சர்வ சாதி சமரசம் என்னும் பரம்படித்து, இங்கிலீஷ் கல்வி, ஜப்பான் கைத்தொழில், அமெரிக்கன் அபிவிருத்தி பாவனை என்னும் விதைகளை ஊன்றி, அவன் சின்னசாதி இவன் பெரியசாதி எனக் குரோதம் ஊட்டும் சத்துருக்களாகிய பட்சிகள் நாடாவண்ணம், சகலரும் சுகமடைய வேண்டும் என்னும் கருணை என்போனைக் காவல் வைத்து கல்வி, கைத்தொழில், யூகம் என்னும் கதிர்களை ஓங்கச் செய்யின் அதன் பலனால் நாமும் நமது குடும்பமும் நமது கிராமவாசிகளும் நம் தேசத்தோரும் சீர் பெறுவதுடன் தேசமும் சிறப்படையும்' (தமிழன், சூன் 26, 1907) என அவரால் நவீன அரசியலை இந்திய வயப்படுத்த முடிந்தது.

'இத்தகைய சீர்திருத்தங்களை முதனோக்காது கனவான்களும் கல்வியாளர்களும் ஒன்றுகூடி சுதேசியம், சுதேசியம் என்னும் பெருங்கூச்சலிடுவதை' தன் வாழ்நாள் முழுக்க எதிர்த்துப் போராளியாக நிற்க முடிந்தது. அறிவியலும் பகுத்தறிவும் கொண்ட சர்வதேச அரசியலை ஏற்று அதனைப் பௌத்த தம்மத்துடன் இணைத்து நவீன வாழ்வியலைக் கட்டமைக்க முடியும் என அவர் முன்மொழிந்தார். அதனால் 'ஆரிய தேசம்' கொண்டாடும் 'சுயப்பிரயோசன சுதேசிகள்' எழுதிய பிராமண மைய வரலாற்றில் அவர் பெயர் அழிக்கப்பட்டதைப் புரிந்துகொள்ள முடிகிறது. ஆனால் விடுதலை, சமத்துவக் கொள்கைகளை ஏற்ற சுயமரியாதை, மார்க்சிய இயக்கங்களின் வரலாற்றுச் சொல்லாடலிலும் அவர் மறைக்கப்பட்டதற்கான காரணம் எதுவாக இருக்க முடியும்?

தனித்து விடப்பட்ட குரல்

பார்ப்பனரல்லாதோர் அரசியல் நீண்ட கால வரலாற்றைக் கொண்டது, சூத்திரர்களுக்கும் பிராமணர்களுக்குமான பகைமையும் சத்திரியர்களுக்கும் பிராமணர்களுக்குமான பகைமையும் போர்களாகவும் சதிகளாவும் வெளிப்பட்டுப் பிறகு இணக்கமாகவும் ஒப்பந்தமாகவும் மாறியிருக்கிறது. ஒரு கட்டத்தில் பிராமணர்களைச் சத்திரிய சாதிகள் பாதுகாப்பதற்கான தேவையும் ஏற்பட்டது. சூத்திரர்களுக்கும் பிராமணர்களுக்கும் சாதி தேவைப்பட்டதுடன் தமக்குக் கீழாக அடிமைப்படுத்தி வைப்பதற்கான மக்கள் கூட்டம் தேவைப்பட்டது. அம்பேத்கர் தனது ஆய்வின் வழியாக விளக்கியதை இங்கு நினைவில் கொள்ள வேண்டும்.

'தீண்டாமைக்குட்பட்டோரின் இயக்கங்களும் போராட்டங் களும் வெற்றியடையாமல் போனதற்கு வர்ண - சாதிக் குழுக்களால் அவர்கள் தனிமைப்படுத்தப்பட்டதே காரணம். அவர்களுக்குத் தோழமையானவர்களாகச் சாதியச் சமூகத்தைச் சேர்ந்த யாரும் இணையவில்லை. இந்துக்கள் சவர்ண இந்துகள் என்று சொல்லிக் கொண்ட சாதி இந்துக்களாவும் அவர்ண இந்துக்கள் எனச் சொல்லப்பட்ட சாதியற்ற இந்துக்கள் என இரு பெரும் பிரிவாகப் பிரிக்கப்பட்டுள்ளனர். பிராமண, சத்திரிய, வைசிய, சூத்திர சாதிகள் சவர்ண சமூகத்தினராகவும் பூர்வ குடிகள், குற்றப் பரம்பரையினர் என்று சொல்லப்பட்ட பழங்குடி மக்கள், தீண்டாமைக்குட்படுத்தப் பட்ட மக்கள் என்ற மூன்று பிரிவினர் சாதியற்ற அவர்ண சமூகத்தினராகவும் பிரிக்கப்பட்டுள்ளனர்'.

'இந்து மதத்தின் வர்ண அமைப்புக்கெதிராகச் சத்திரிய, வைசிய, சூத்திர சாதிகள் ஒன்றிணைந்திருக்க முடியும், ஆனால் அவர்கள் வர்ண அமைப்புக்கு எதிராக நிற்கவில்லை. இவர்களில் இந்துச் சமூகத்தின் வர்ண - சாதிக் கட்டமைப்பின்மீது உண்மையான தாக்குதலைச் செய்யக்கூடியவர்கள் தீண்டாமைக்குட்பட்ட மக்களே. சூத்திரர்களும், குற்றப் பழங்குடி மற்றும் பூர்வகுடி மக்களும் பிராமணர்களிடம் காட்டும் பகைமையைவிடத் தீண்டாமைக்குட்பட்ட மக்களிடம் அதிகமான பகைமை காட்டுகின்றனர். இந்து வர்ணசாதி அமைப்பின் மீதும் பிராமணியத்தின் மீதும் தீண்டாமைக்குட்பட்ட மக்கள் தாக்குதல் தொடுக்கும்போதெல்லாம் சூத்திரர்களே சாதி

காக்கும் காவல்படையாக மாறிவிடுகின்றனர். இது ஒரு விபரீதமான நிலைமை, ஆனால் மெய்நிகழ்வு'.

'தம்மீது திணிக்கப்பட்டுள்ள கொடுமையான விதிகளையும் கட்டுப்பாடுகளையும் தீண்டாமைக்குட்பட்ட மக்கள் எதிர்க்கும் போதும், மீறும்போதும் அவர்கள்மீது வன்கொடுமைத் தாக்குதல்களைச் செய்யக்கூடியவர்கள் சூத்திரர்களே. இதற்கெல்லாம் காரணம் படிப்படியாக அமைக்கப்பட்டுள்ள சாதி ஆதிக்கம்தான். பிராமணர்கள் அனைவருக்கும் மேலானவர் களாகவும் சூத்திரர்கள் அவர்களுக்குக் கீழானவர்களாகவும் வைக்கப்பட்டிருந்தாலும் தீண்டாமைக்குட்பட்ட மக்களுக்கு மேலானவர்களாகச் சூத்திரர்கள் தங்களை வைத்துக் கொள்வதை விரும்புகின்றனர். பிராமணர்களைத் தமக்குக் கீழாக இறக்க சூத்திரர்கள் விரும்பினாலும் தீண்டாமைக்கு உட்பட்ட மக்கள் தமக்குச் சமமாக மேலெழுவதை அவர்களால் ஏற்கமுடிவதில்லை. அதனால் தீண்டாமைக்குட்பட்ட மக்களுடன் இணைந்து இந்து சமூக அமைப்பை மாற்றியமைப்பதை வெறுக்கும் சூத்திரர்கள், பிராமணர்கள் தமக்கிழைக்கும் அவமானங்களை ஏற்றுக்கொண்டு வாழப் பழகிக் கொண்டுள்ளனர். அதனால்தான் சாதியழிப்புப் போராட்டத்தில் தீண்டாமைக்குட்பட்ட மக்களுடன் இணைந்து நிற்க யாரும் இல்லை, அவர்கள் தனித்து விடப்பட்டுள்ளனர். இந்த தனிமைப்படுத்தப்பட்ட நிலை தீண்டாமையொழிப்பிற்கு இன்னொரு பெருந்தடை' (Dr. Babasaheb Ambedkar Writings and Speeches, Volume No. : 5 pp. 112-16).

அயோத்திதாசர் சாதிபேதமற்ற தமிழர்கள், சாதிபேதமற்ற திராவிடர்கள் என விடுதலை வேண்டி நிற்கும் தீண்டாமைக்குட் பட்ட மக்களைத் தனித்த அரசியல் அடையாளமாக்கியதுடன் சாதி காக்கும் சக்திகள் எவையெனவும் அடையாளம் காட்டுகிறார். சாதி சமயம் தகர்க்காத பிராமணர்கள் - பிராமணரல்லாதோர் என்ற எதிர்நிலை அரசியல் ஒடுக்கப்பட்ட மக்களை வெளிநிறுத்தி, தனிமைப்படுத்தும் சூத்திரர்களின் அரசியலாகவே இருக்கும் என்பதை அம்பேத்கருக்கு முன்பே அவர் விளக்கியிருக்கிறார்.

'தற்காலம் பிராமணர்கள் என்று பெயர் வைத்துள்ள வகுப்பாருள் கீழ்ச்சாதி மேற்சாதியென்னும் வரம்புகள் ஏற்படுத்தி இருக்கின்றார்கள். அவ்வரம்புக்குள் அடங்கி சாதிபேதம் வைத்துள்ளவர்கள் யாவரும் பிராமணக்

கூட்டத்தோர்களையே சேர்ந்தவர்களாவர். சைவம், வைணவம், வேதாந்தமென்னும், சமயங்களையும் அப்பிராமணன் என்போர்களே ஏற்படுத்தி அச்சமயத்தை எவரெவர் தழுவி நிற்கின்றனரோ அவர்களும் பிராமணச் சார்புடையவர்களேயாவர்'.

'இத்தகையச் செயலுள் சாதி ஆசாரங்களையும், சமய ஆசாரங் களையும் தழுவிக்கொண்டே 'நான்பிராமின்ஸ்' என்று சங்கங்கூடியிருக்கின்றனரா அன்றேல் சாதியாசாரங்களையும் சமயவாசாரங்களையும் ஒழித்து நான்பிராமன்ஸ் என்ற சங்கங்கூடியிருக்கின்றனரா விளங்கவில்லை.

அங்ஙனம் சாதியாசாரங்களையும் சமயவாசாரங்களையும் ஒழித்துள்ளக் கூட்டமாயிருக்குமாயின் அவர்களுடன் சேர்ந்துழைப்பதற்கு அனந்தம் பெயர் காத்திருக்கின்றார்கள்.

பிராமணர் என்போரால் வகுத்துள்ள சாதி ஆசாரங்களையும், சமய ஆசாரங்களையும் வைத்துக்கொண்டு நான்பிராமன்ஸ் எனக் கூறுவது வீணேயாகும். காரணம், சாதியாசாரக் கிரியைகளிலும் பிராமணர்கள் என்போர் வரவேண்டியவர் களாய் இருக்கிறார்கள். ஆதலின் இவ்விரண்டிற்குஞ் சம்பந்தப்பட்டவர்கள் யாவரும் நான்பிராமன் ஆகார்கள்' (தமிழன், செப்டம்பர், 15 1909).

சாதியழிந்த சமரச அரசியலைத் தவிர வேறெதையும் விடுதலை அரசியலாக ஏற்காத அயோத்திதாசர் இவ்விதமாகத்தான் தனித்து விடப்பட்டவராக நின்றார்.

இந்தப் பின்னணியில்தான் அயோத்திதாசரை வாசித்தலும் தொடர்தலும் தனித்த வாசிப்பாகவும் புரிதலாகவும் இல்லாமல் குழுவாகவும் இயக்கமாகவும் நிகழ்த்தும் தேவை உள்ளது. நவீனத்துவ எதிர் இருமை முறையைக் கடந்து பின்நவீனத்துவப் பன்முரண், தன்முரண் அறிதல்முறைகொண்ட வாசிப்பில் அயோத்திதாசர் சிந்தனைகளின் தகவையும் விரிவையும் நாம் கூடுதலாகப் புரிந்து கொள்ள முடியும். அதனால்தான் தருமராஜ் அயோத்திதாசரை மட்டுமின்றி விடுதலை அரசியலாம் தலித் அரசியலையும் பின்நவீனத்துவ, பின்அமைப்பியல், பின்காலனிய கருத்தமைவுகளைக் கொண்டு விளக்கும்போது மறுவாசிப்பாக மட்டுமில்லாமல் முரண்நிலை வாசிப்பாகவும் புதிய வாசிப்பாகவும் அமைகிறது.

வாசிப்பின் வழி அறிதல்

சமூக, அரசியல், வரலாற்று ஆய்வுகள், கோட்பாடுகள் அனைத்தும் மார்க்சியத்தில் உள்ளடங்கியிருக்கிறது என்ற நம்பிக்கையுடன்தான் தொடங்கியது விடுதலை அரசியல் மீதான எனது புரிதலும் விருப்பும். நவீனச் சிந்தனையை அறிந்து விடுதலை அரசியலைத் தேர்வு செய்யும் யாருக்கும் இது நிகழும். அதற்கும் முன்பாக நான் வாசித்திருந்தது பெரியாருடைய எழுத்தும் பேச்சும் வாழ்வும். அது மரபுகளையும் பழமைகளையும் உடைத்துப் புதிய அறிவையும் மனப்போக்கையும் உருவாக்கியிருந்தது. அத்துடன் கலகமும் எதிர்ப்புமே புதிய வாழ்விற்கான தொடக்கம் என்பதையும் பதியவைத்திருந்தது. ஆனால் மிகக் குறுகிய காலத்தில் மார்க்சியம் பெரியாரியத்தைவிட விரிவானது, உலகு தழுவியது அதனால் பெரியாரியம் எனத் தனியே ஒன்று தேவையில்லை என்ற மனநிலை உருவாகிவிட்டது. இந்த இரண்டுக்கும் நடுவே அம்பேத்கர் மதிப்பிற்குரிய ஓர் அரசியல் தலைவர், ஒடுக்கப்பட்ட மக்களின் சம உரிமைகளுக்காகப் பாடுபட்ட சீர்திருத்தவாதி என்ற அளவில்தான் அறிமுகமாகியிருந்தார்.

அம்பேத்கரின் சாதியொழிப்பு நூலும் அம்பேத்கரின் இந்து மத எதிர்ப்புப் பற்றிய அறிமுகமும்கூட பெரியாரின் எழுத்துகள், பேச்சுகள் வழிதான் அறிமுகமாகியிருந்தன. உலகச் சிந்தனை களைத் தேடி அறிவதே அரசியல் செயல்பாடு, அதுவே மாற்று வாழ்க்கை என்று ஆகிவிட்ட என் போன்றவர்களுக்கு மார்க்சியத்திற்குள்ளான மாற்றுப் போக்குகளும் மார்க்சியம் கடந்த ஆய்வு முறைகளுமே கவனத்திற்குரியனவாக இருந்தன. பின்நவீனத்துவம், பெண்ணியம், பின்காலனியம் எனப் பலவிதமான அறிதல் முறைகளுக்குக் கொடுத்த முக்கியத்துவத்தை அம்பேத்கரியத்திற்குக் கொடுப்பதற்கான அறிதலும் புரிதலும் அப்போது எனக்கு இல்லை. ஒடுக்கப்பட்டோர் விடுதலையையும், சாதியொழிப்பும் மார்க்சிய அரசியலின் ஒரு பகுதியே என்று நம்பியிருந்ததால் அதற்கெனத் தனியே ஒரு கோட்பாட்டு முறை, சிந்தனைப் பள்ளி இருக்க முடியும் என்ற எதிர்பார்ப்புக்கூட இல்லாமல்தான் இருந்தது.

இவை அத்தனையையும் தகர்த்துப் புதிய ஓர் உலகத்தைப் புலப்படுத்தின அம்பேத்கர் நூல் தொகுதிகளும், அம்பேத்கர் பற்றிய புதிய வாசிப்புகளும். அதற்குக் காரணமாக அமைந்தது விடுதலைச் சிறுத்தைகள் இயக்கத்தின் புதிய எழுச்சியும் அது

அறிவுத்தளத்தில் ஏற்படுத்திய தாக்கமும். இன்று அயோத்திதாசரை அறிவதுபோல அப்போது அம்பேத்கரை அறியத் தொடங்கி பாபாசாகேப் என்னும் அசாத்திய ஆளுமையை, அறிவுப் பெருக்கை, இந்திய விடுதலை அரசியலின் தொடக்க ஆற்றலைக் கண்டறிந்து கொண்டபோது இத்தனை தாமதமாக ஏன் இது நடந்தது? என்ற கேள்விதான் முன்னே வந்து நின்றது.

இன்று இந்திய விடுதலை அரசியலுக்கு மட்டுமின்றி, மாற்றுச் சிந்தனைகள் அனைத்திற்கும் தொடக்கமாக, வரலாற்றுச் சமூகப் புரிதல்களுக்கான அறிவாய்வு முறையாக அம்பேத்கரியம் நம்மில் படிந்திருந்திருந்தாலும் 1980-களில் ஏன் இந்த நிலை இல்லை என்ற கேள்வி இன்றும் தொடர்ந்துகொண்டே இருக்கிறது. அந்தக் கேள்வியின் இன்னொரு பகுதியை அடையாளம் காட்டும் ஒரு வாசகத்துடன்தான் நான் தருமராஜின் நூல்களை வாசிக்கிறேன். 'இந்தப் புத்தகம் அயோத்திதாசரோடு நான் மேற்கொண்ட நீண்ட பரிசோதனையின் விளைவு. நீண்ட என்றால் மிக நீண்ட, இருபது ஆண்டுகள் (1999 - 2019). அயோத்திதாசரின் எழுத்துகள் அறிமுக மான ஆரம்ப வருடங்களில் உன்மத்தம் பிடித்த நிலையில் இருந்தேன்' என தருமராஜ் சொல்வது மிகையானதில்லை என்பது எனக்கும் புரியும்.

அம்பேத்கரை வாசிக்கும் தோறும் அதில் உள்ள அறிவு உழைப்பும் அதன் தர்க்க வலிமையும் வியப்பை ஏற்படுத்திப் புதிய தெளிவுகளை அளிக்கக்கூடியது. ஆனால் அயோத்திதாசரை வாசிக்கும்போதும் அதனை ஆயும்போதும் ஏன் உன்மத்தம் பிடித்த நிலை ஏற்படுகிறது? ஏன் 'நிஜமாகவே பைத்தியம் பிடித்திருப்பது'போல உணரச் செய்கிறது? ஏனெனில் 'அவரிடம் கிறுக்குப் பிடிக்க வைக்கும் எழுத்து முறை இருக்கிறது' என்பது தருமராஜின் பதில். எனக்கு அது வேறு விதமாகத் தோன்றுகிறது. பெரியாரிடமும் அம்பேத்கரிடமும் உள்ள நவீன, அறிவுமைய அணுகுமுறை, விளக்கமுறை அயோத்திதாசரிடம் இல்லை. அவருடையது தமிழில் நெடுங்காலமாக இருந்து வந்த, அதிகம் பதிவுசெய்யப்படாத மாற்று மரபின் மொழி. அதற்கான தரவுகள் முற்றிலும் வேறானவை. தமிழ்ப் பெருங்கதையாடலுக்குப் புறம்பானவை. அதனால் அயோத்திதாசர் வழி நாம் பெறக்கூடிய அறிவுக்கும் புரிதலுக்கும் முன்பாக அயோத்திதாசரை அறியவும் புரியவும் தேவையான ஒரு பயிற்சி, புத்தி தேவைப்படுகிறது.

ஒரே சமயத்தில் நாம் மாற்றுச் சிந்தனையாளர் ஒருவரையும் அவருக்கு முன்னிருந்த அதிகம் அறியப்படாத மாற்றுச்

சிந்தனைகளின் மரபையும் அறிந்துகொள்ள வேண்டியவர்களாக இருக்கிறோம். அந்த அறிதல் நிகழ்ந்தபிறகுதான் 'சமூக நீதியையும் சமத்துவத்தையும் இத்தனை கற்பனை வளத்தோடு விவரிக்க முடியுமா என்ற வியப்பு' அயோத்திதாசரிடம் நமக்கு ஏற்பட முடியும்.

நவீனத்துவம் கற்பனைகளுக்கும் கற்பிதங்களுக்கும் பொய்மை என்ற தகுதியையே அளித்திருந்தபோது பின்நவீனத்துவம் அறிவின் அடிப்படையாக இயங்கும் மொழியும் அதன் வழியான எடுத்துரைப்பும் கற்பிதங்களே என்று தெளிய வைத்தது. அந்தத் தெளிவு அல்லது குழப்பத்தினால் ஏற்படுவதுதான் அயோத்திதாசர் பற்றிய வியப்பும் அதன் தொடர்ச்சியான உன்மத்தமும். அதன் ஒரு பகுதிதான் தமிழ்ச் சிந்தனையோ தமிழ் அரசியலோ எதைப்பற்றிய பேச்சிலும் 'அயோத்திதாசரைக் குறிப்பிடாமல் பேச முடியாது' என்ற எல்லைக்கு நம்மைக் கொண்டு சேர்க்கிறது. அது ஓர் இயல்பாகவே மாறிவிடுகிறது. அதன் தொடர்ச்சியாக 'நான் பூர்வ பௌத்தன்' என்ற அறிவிப்பு அரசியல் செயல்பாட்டின் பகுதியாகிறது. அது ஒத்த சிந்தனை உடையவர்களிடம் 'அயோத்திதாசர் கொண்டாடப்பட வேண்டியவர் என்ற யோசனையைப் பற்ற வைக்கிறது'. விடுதலைச் சிறுத்தைகள் கட்சியைச் சார்ந்த தோழர்களை அயோத்திதாசரின் புகைப்படங்களையும் ஓவியங்களையும் தங்களது முகப்பாக மாற்றிக் கொள்ளத் தூண்டுகிறது, பல புதிய ஆய்வாளர்களை அயோத்திதாசர் குறித்து எழுத வைக்கிறது.

இதற்கு மாறாக 'அயோத்திதாசரை மறுக்கக்கூடியவர்கள் என்றொரு குழு' உருவாகி கடுமையான 'அயோத்திதாசர் - பெரியார்' விரோதம் ஒன்று' வளர்த்தெடுக்கப்படுவதும் தவிர்க்க முடியாதது. இதனுடன் இணைந்த மற்றொரு நிகழ்வு 'அயோத்திதாசர் விளிம்பு நிலை மக்கள் குறித்து வெளிப்படுத்திய அபிப்பிராயங்கள் ஏராளமானோரைக் காயப்படுத்தியது'. என்பதும் கவனத்தில் கொள்ளவேண்டியதாகிறது.

இவை எல்லாவற்றையும் கடந்து புதிய கேள்விகளைச் சுமந்து கொண்டு அயோத்திதாசரை முன்னிலும் அதிகமாக வாசிக்க வேண்டிய தேவை ஏன் ஏற்படுகிறது. அவரது கட்டுரைகளைத் திரும்ப வாசிப்பதோடு திரும்ப எழுதிப்பார்க்க வேண்டும் என்ற நிலை ஏன் உருவாகிறது. வரலாற்றை ஒரு புனைவுபோலச் சித்திரிக்கும் அயோத்திதாசரின் முறை எவ்வகையில் முக்கியத்துவ முடையதாகிறது. இதற்கான பதில்கள் மரபான மெய்யியலிலோ

வரலாற்றியலிலோ நவீனத்துவ அறிவியக்க முறையிலோ நமக்குக் கிடைப்பதில்லை.

அயோத்திதாசரிடம் காணப்படும் வியக்க வைக்கும் புதுமை, 'ஒரு கற்பனையை நிஜத்தோடு கலந்து மிகையுலகு ஒன்றை உருவாக்குவது. அது ஒரு துணிச்சலான சாகசம்'. சென்ற நூற்றாண்டின் ஆரம்ப வருடங்களில் இப்படியான சாகசங்கள் நிறைய நடந்திருந்தன. காந்தி, பெரியார், ஒருவகையில் பாரதி என வேறு சிலரையும் சொல்ல முடியும். தாம் எதைக் கற்பனை செய்கிறோமோ அதுவாகவே மாறிவிடுதல். அவ்வகையில் வேதகால மரபை, புராணிக உலகை, ரிஷிகள் முனிகள் கொண்ட ஒரு தேசத்தைக் கற்பனை செய்து அதுவாகவே மாறிய பாரத வர்ஷ பிராமண உலகைத் தற்காலப்படுத்திய இந்துத்துவமும் இதில் அடங்கும், தொன்மைகளை மீட்கும் பாசிசமும் இதனையே செய்கிறது.

ஆனால், அயோத்திதாசரின் கற்பனையும் மிகையுலகும் முற்றிலும் வேறானது. வித்தை, புத்தி, ஈகை, சன்மார்க்கம் நிறைந்த பழைய பௌத்தர்களையே அவர் கற்பனை செய்தார். தானே அப்படியொரு பழைய பௌத்தனாக வாழ்ந்து காட்டினார். தமிழக வரலாற்றில் அது ஓர் அசாத்தியமான நிகழ்ச்சி. அப்படி அவர் உருவாக்கிய 'மிகையுலகைக் கொண்டாடுவதும் விளங்கிக் கொள்வதும்' விடுதலையையும் சமத்துவத்தையும் நேசிக்கும் யாருக்கும் இயல்பான தேவையாகிவிடுகிறது.

அம்பேத்கரையும் அயோத்திதாசரையும் ஏன் நாம் அறிவாக மட்டுமின்றி, உணர்வாகவும் உளவியல் அமைப்பாகவும் ஏற்க வேண்டியிருக்கிறது என்பதைத் தருமராஜின் வாக்கியங்கள் இவ்வாறு விளக்குகின்றன.

'இந்த நாட்டில் சாதியம் கொடூரமாக மட்டுமே வெளிப்படுகிறது என்று இனியும் நம்புவோமானால், நாம் பெருந்தவறுகளைச் செய்தவர்களாய் மாறுவோம். சாதியம் அடக்குமுறையாக, கொடுங் கோன்மையாக மட்டுமல்ல, கிறங்க வைக்கும் புன்னகையுடன், நட்புணர்வாகவும் வெளிப்படுகிறது. பெருஞ் சமூகத்தால் கொண்டாடப்படும் தத்தம் சாதிய உணர்வுகளைப் பலரும் பல்வேறுவிதமாய் வெளிப்படுத்து கிறார்கள் என்பதே உண்மை'.

'படுகொலை செய்வதும் பாலியல் பலாத்காரம் செய்வதும் விலங்கிலும் கேவலமாய் நடத்துவதும், இழிவான வகையில் தண்டிப்பதும் கட்டற்ற வன்முறையைப் பிரயோகிப்பதும்

மட்டுமே சாதிய அடக்குமுறை என்று சொல்வதற்கில்லை. சாதி, நண்பர்களைத் தீர்மானிக்கிறது; கொள்கைகளைத் தீர்மானிக்கிறது; நம்பிக்கைகளை வடிவமைக்கிறது; கும்பிட வேண்டிய தெய்வங் களைச் சொல்லித் தருகிறது; பொருளாதார நிலையை வடிவமைக்கிறது; கோட்பாடுகளை உருவாக்குகிறது'.

'சாதியம், நாம் கற்பனை செய்வதைவிடவும் ஆழமானது. சாதிய உணர்வுகள் புத்திசார்ந்தது மட்டுமல்ல, பகுத்தறிவால் திருத்திக் கொள்வதற்கு. அதன் வலைப்பின்னல் பொதுப்பிரக்ஞை சார்ந்தது. எனவேதான் சாதியத்தைத் தனிநபர்களால் வெல்ல முடிவதில்லை. அது, சமூகத்தால் திருத்தப்படவேண்டியது'.

'சாதியம்' தனிநபர் சார்ந்தது இல்லை, சமூகம் சார்ந்தது என்றால், சாதியம்தானே நமது பண்பாடு என்பதாக விவாதிக்கும் நபர்கள் 'பண்பாடு' பற்றிய மயக்கமான, போதை தரும் விளக்கங்களைக் கொண்டிருக்கிறார்கள். அதனால் அவர்கள் சாதியத்திற்கு ஆதரவான நிலைப்பாட்டை எடுக்கக்கூடியவர்களாகவும் உள்ளனர். 'சாதியம்தான் நமது பண்பாடு' என்ற முடிவிற்கு வந்து அதையே கடைப்பிடிக்கவும் தொடங்கிவிடுகிறார்கள்.

வேறு சிலரோ சாதிக்கும் பண்பாட்டிற்குமான தொடர்பை 'பகுத்தறிவு' சார்ந்து விளங்கிக்கொள்ள முயற்சிக்கிறார்கள். இந்தப் 'பகுத்தறிவு' தமிழ்ப் பண்பாட்டிலிருந்து'சாதியம்' என்ற காரணியைத் தனிமைப்படுத்தி அதற்குப் 'பிராமணியம்' என்று பெயர் சூட்டுகிறது. அந்தப் பிராமணியமே சாதியமாக உருவகப் படுத்தப்படுகிறது. பிராமணியமே சாதியம் என்று சொல்வதன் மூலம், தமிழ்ப் பண்பாட்டின் புனிதம் நிறைந்த பழங்கதைகள் நிறுவப்படுகின்றன. சாதியத்திற்கு எதிரான போராட்டத்தில் கண்ணுக்குத் தெரிந்த ஓர் எதிரி முன்னிறுத்தப்படுகிறார்'.

எவ்வளவு தாமதமான அறிதலாக இது நமக்குள் வந்து சேர்ந்திருக் கிறது. இந்த இடைப்பட்ட காலத்தில் 'இந்து' அடிப்படைவாதம் அரசியல் நிலைப்பாடாக மட்டுமின்றி, அரசியல் அதிகாரமாகவும் சமூக ஆதிக்கமாகவும் மாறியிருக்கிறது. அதன் வன்கொடுமை, அச்சுறுத்தல்முறை ஜனநாயகத்தின் அடிப்படைகளைத் தகர்த்து விட்டு ஒடுக்குமுறை அரசை நிறுவியிருக்கிறது. ஆனால் அதிகாரம், ஆதிக்கம், அடக்குமுறை, ஒதுக்குதல், வன்கொடுமை என்ற எதுவும் இந்திய வரலாற்றில் 'ஒடுக்கப்பட்ட எம் மக்களுக்கும்' அரசியலான எமது 'தலித் சமூகத்திற்கும்' புதிதானதோ பழகாததோ அல்ல. ஒருவகையில் அதுதான் எம்

மக்களின் வாழ்வு. மதவாதத்திற்கு எதிரான திராவிடச் சிந்தனையிலும் பொதுவுடைமைக் கோட்பாட்டிலும் வளர்ந்து வந்தவர்கள், இதனைப் புதிய ஒரு வரலாற்று நிகழ்வு போலவும் வீழ்ச்சி போலவும் எதிர்கொண்டனர்.

இந்தியச் சமூக உளவியலில் சமயங்கள் குறித்துப் பகுத்தறிவு இயக்கமும் பொதுவுடைமைக் கட்சிகளும் கொண்டிருந்த பார்வை கேள்விக்குள்ளானது. வெகுமக்கள் உளவியல், தலித் அரசியல், அடித்தள மக்கள் வரலாறுபற்றிய உரையாடல்களும் விவாதங்களும் முன்னெடுக்கப்பட்டன. அதன் ஒரு பகுதியாகப் பெரும்பான்மை மக்களின் வாழ்க்கையில் அங்கமாக இருந்த நாட்டுப்புறத் தெய்வங்களின் பண்பாட்டுப் பாத்திரத்தை உணர்ந்து கொள்ளும் முயற்சிகள் தொடங்கின. 'இந்து' அடிப்படை வாதத்தை எதிர்கொள்வதற்கான சரியான தளம் நாட்டுப்புறத் தெய்வ வழிபாடுகளே என்று உணர்ந்துகொண்டு, நாட்டார் தெய்வ வழிபாடுகளைப் போராட்டக் கருவியாக மாற்றுவதற்கான திட்டங்கள் முன்வைக்கப்பட்டன. அதனைப் பண்பாட்டு அரசியல் என்ற பெயரில் மார்க்சியத் தளத்தில் முன்னெடுத்துச் சென்றவர்கள் 'இந்து' அடிப்படைவாதம் சொல்கிற சர்வாதிகார ஒற்றைத் தன்மைக்கு எதிரான பன்முகத் தன்மை கொண்டதாக நாட்டுப்புறத் தெய்வ வழிபாடுகள் இருப்பதாக விளக்கம் அளித்தனர்.

இதற்குள்ளும் சில குழுக்கள் நாட்டுப்புறத் தெய்வங்களையே தமது அடையாளங்களாக முன்னிறுத்துவது பற்றிய யோசனை களை முன்வைத்தன. ஆனால் இவை அனைத்தும் பொய்த்துப் போவதற்கான தரவுகளைக் கொண்டதாகவே இந்தியச் சமயங் களின் வரலாறு அமைந்திருந்தது. நாட்டுப்புறத் தெய்வங்கள் செவ்வியல் சமயங்களுக்குள் இணைவதும் ஆவிகளைப்பற்றிய நம்பிக்கைகளில் தொடங்கி, முன்னோர் வழிபாடாக உருமாறி, பல தெய்வ நிலையை அடைந்து, இறுதியில் ஒருதெய்வச் செவ்வியல் சமயமாக மாறுவதே சமயங்களின் படிநிலை இயக்கம் என்பதும் நிறுவப்பட்டது.

நடுகற்களாக, ஆயுதங்களாக, மரங்களாக நிற்கும் நாட்டுப்புறத் தெய்வங்கள் சிலையுருவங்களாக மாறும்; முன்னோர்களைப் பற்றிய பழங்கதைகள் தெய்வங்களின் புராணங்களாக உருமாறும்; அசைவப் படையல் சைவப் படையலாகும்; வழிபாட்டு விதிமுறைகள் ஒழுங்குபடுத்தப்படும்; புனித நூல்கள் உருவாகும்; வழிபாடுகளை நடத்துவதற்குத் தனியான சாதிகள் அதிகாரம்

பெறும்; எல்லாத் தெய்வங்களும் ஒற்றைக் கடவுளின் அவதாரங் களாக அல்லது ஏவல் படைகளாக மாற்றப்படும் என்பதும் விளக்கப்பட்டது.

நாட்டுப்புறத் தெய்வங்களைப் போராட்டக் கருவியாய்க் கையிலெடுப்பதில் உள்ள முதன்மையான சிக்கல் இந்தியச் சாதி அமைப்பு. நாட்டுப்புறத் தெய்வங்கள் அந்தந்த வட்டாரங்களைச் சார்ந்தவை, அதனால் ஒவ்வொரு வட்டாரத்தின் சாதிய ஒடுக்கு முறைகளும் அவற்றில் முழுமையாகப் படிந்திருக்கிறது. பல நாட்டுப்புறத் தெய்வங்கள் சாதிய அடையாளம் உடையவை. பல குடிமரபு தெய்வங்கள் சாதி மீறிய செயல்பாடுகளால் கொலை செய்யப்பட்டுப் பிறகு தெய்வமாக்கப்பட்டவை.

'அவற்றின் வழிபாட்டு முறைகளில் பிராமண அதிகாரம் இல்லை யென்றாலும் பிற சாதிகளின் அதிகாரங்கள் வரையறுக்கப் பட்டிருந்தன. பல்வேறு நாட்டுப்புறத் தெய்வ வழிபாடுகளில் தலித்துகள் கேவலத்திலும், கேவலமாய் நடத்தப்படுவது இன்றும் தொடரும் நிகழ்வு. ஏவல் தொழில் செய்வதற்குக் கட்டாயப் படுத்தப்பட்ட சாதிகள் நாட்டுப்புறத் திருவிழாக்களில் மிகக் கொடூரமாய் நடத்தப்படுவது இன்றும் வழக்கத்தில் உள்ளது. கொடை விழாக்களின் ஒரு பகுதியாய் நிகழ்த்தப்படும் நாட்டுப்புறக் கலைநிகழ்வுகள் பாலியல் நிகழ்வுகளாக மாற்றப் பட்டுப் பெண் கலைஞர்கள் பாலியல் வன்முறைக்குள்ளாக்கப் படுவது விழாக்களின் முக்கியப் பகுதியாகவே இருந்து வருகிறது. ஆண் கலைஞர்கள் 'கூத்தாடிகள்' என்ற இழிநிலையிலேயே வைக்கப்பட்டுள்ளனர். சாதிய ஒடுக்குமுறையையும் பெண்களை இழிவுபடுத்துவதையும் திரும்பத் திரும்ப வலியுறுத்தி வரும் நாட்டுப்புற வழிபாடுகள் போராட்டக் கருவியாக இருக்க முடியாது' என்பது வெளிப்படையான உண்மை.

'இந்து' அடிப்படைவாதத்திற்கு எதிரான ஆயுதம் என்று முன்வைக்கப்பட்ட நாட்டார் சமயங்களும் தெய்வங்களும் சாதிய வன்மம் நிறைந்தவையாகவும் தலித் வெறுப்பு கொண்டவை யாகவுமே உள்ளன. இந்தச் சூழலில் இந்துத்துவ வன்முறைக்கு எதிரான விடுதலைக்கான போராட்டங்களும் சமத்துவத்திற்கான அரசியலும் இனி எந்தத் தளத்தில் எந்தக் கோட்பாடுகளின் அடிப்படையில் செயல்பட முடியும் என்பதற்கு ஒற்றைப் பதில் இருக்க முடியாதுதான். ஆனால் அயோத்திதாசரையும் அம்பேத்கரையும் நாம் அறிவாக மட்டுமின்றி, உணர்வாகவும் உளவியல் அமைப்பாகவும் ஏற்பதுதான் அதன் தொடக்கம்.

அதனால்தான் 'சுமார் நூறு வருடங்களுக்கு முன்பு அயோத்திதாசர் முன்வைத்த 'தமிழ் பௌத்தம்' என்ற திட்டம் மிகச் சரியானதாக இருக்க முடியும் என்ற நம்பிக்கை' தருமராஜூவுக்கும் அவரைப் போன்றவர்களுக்கும் உருவாகிறது. 'தமிழ் பௌத்தம்' என்ற தமது பெருங்கனவை நாட்டுப்புறத் தெய்வங்களிலிருந்தே தொடங்கும் அயோத்திதாசர் 'இந்து' அடிப்படைவாதத்திற்கு எதிராகப் பகுத்தறிவு சார்ந்து முன்வைக்கும் பண்பாட்டு மாற்றத்திற்கான திட்டங்களைத் தனது புரிதலுடன் இணைத்துத் தன் நூலின் வழி விளக்க வேண்டியிருக்கிறது.

அயோத்திதாசரும் அம்பேத்கரும் பௌத்தத்தை விடுதலைக்கான மார்க்கமாக, தமது மக்களுக்கான பெருங்கனவாக முன்வைத்த போதும் இருவரும் அதனை அடைந்த வழிகளும் அதனை விளக்கிய முறைகளும் வேறுபட்டிருந்தன. தனது நிலைப் பாட்டை, ஆய்வு முறையை, தான் வேறுபடும் தளங்களைப் பல ஆயிரம் பக்கங்களில் அம்பேத்கர் விளக்கியிருக்கிறார். ஆனால் அயோத்திதாசரிடம் நாம் விளக்கங்களைக் காண முடியாது. ஏனெனில் 'அவர் வித்தை, புத்தி, ஈகை, சன்மார்க்கம் நிறைந்த பழைய பௌத்தராகத் தன்னைக் கற்பனை செய்திருந்தார். அப்படி யொரு பழைய பௌத்தனாகத் தானே வாழ்ந்து காட்டினார்'. அதனால்தான் அவர் உருவாக்கிய 'மிகையுலகை' கொண்டாடு வதற்கு முன் விளங்கிக்கொள்ள வேண்டியிருக்கிறது. விளங்கிக் கொள்வதற்கு 'அயோத்திதாசரை வாசித்தல், திரும்ப வாசித்தல், திரும்பத் திரும்ப வாசித்தல்' தேவையாக இருக்கிறது.

மறுவாசிப்பின் வழி அறிதல்

அட்டவணைச் சாதிகள் என்றும் தலித் என்றும் சொல்லப்படும் வகைப்பாடுகளின்மீது நம்பிக்கை இல்லை என்றும் காலனியச் சொல்லாடலின் ஓர் அங்கமாக உருவாகிச் சுதந்திர இந்தியாவில் மேலும் உறுதிப்படுத்தப்பட்ட இந்த அடையாளம் தனக்குத் தனிப்பட்ட முறையில் பெரும் சுமையாகவே இருக்கிறது என்றும் தனது நிலைப்பாட்டை உறுதியாக விளக்கும் தருமராஜ் இதிலிருந்து வெற்றிகரமாக வெளியேறுவதற்கு அயோத்திதாசரின் யோசனைகள் துணைசெய்ய முடியும் என்ற ஒரு கருதுகோளை முன் வைக்கிறார்.

திராவிட இயக்கங்கள் தங்களது ஆதாரமான கருத்தியல் நிலைப் பாடுகளை இழந்து விட்டன. அதிகாரம், கருத்தியல் நேர்மை, வெகுஜன இயக்கம் போன்ற விஷயங்களை நாம் மறுபரிசீலனை

செய்ய வேண்டும். மாறிவரும் சூழல்களுக்கு ஏற்பச் சமத்துவம், பகுத்தறிவு, கடவுள் மறுப்பு முதலானவற்றை இன்னும் வலிமையாகத் தன்வயப்படுத்த வேண்டும். இந்த முயற்சிக்கும் அயோத்திதாசர் பயனுள்ளவராக இருப்பார் என்பதை அவர் விரிவாக விளக்குகிறார்.

சாதி குறித்து நிலவும் எந்தவொரு அறிவியல் உண்மையிலும் அவருக்கு உடன்பாடு இல்லை. அதனை மாறுபட்டு விளக்க வேண்டிய தேவை உள்ளது. இந்த உரையாடலுக்கும் அயோத்திதாசர் மிக முக்கியமான தரவாக இருக்க முடியும் என்பது அவரது இன்னொரு கருதுகோள். அதனால் அயோத்திதாசர் குறித்த அவரது விளக்கங்கள் மறுவாசிப்பாகவும் தலித் அரசியல் பற்றிய அவரது கேள்விகள் முரண் வாசிப்பாகவும் அமைகின்றன.

அவரது வாசிப்பு 'தீண்டாமைக்குட்படுத்தப்பட்டவர்கள்' தம்மை 'தலித்' என்று புரிந்துகொள்வதற்கான' அரசியலைப் பற்றியது என்றாலும் தலித்தெனத் தன்னை உணர்ந்தவரின் வலி ஆழமானது என்பதையும் வலியுறுத்துவதால் அது குறித்த பொதுக்கருத்து களுக்கு எதிர் வாசிப்பாகவும் அமைகிறது. இவ்வகையான அவரது வாசிப்புகள் வழி கற்பதையும் உணர்வதையும் இவ்வாறு நான் தொகுத்துக்கொள்கிறேன்.

இன்றைய தமிழகத்தின் அரசியல் பண்பாட்டுச் சூழலில் மிகவும் நம்பிக்கை தரக்கூடிய சிந்தனையாளராக அயோத்திதாசர் விளங்குகிறார். அதிலும் குறிப்பாக, அவரது சமயம் குறித்த சிந்தனைகள் இன்றைய காலகட்டத்தில் விவாதிக்கப்பட வேண்டிய ஒன்று. தமது வாழ்வில், இறுதிப் பத்தாண்டுகளில் அவர் முன்னெடுத்த 'தமிழ் பௌத்தம்' என்ற சிந்தனை வரலாற்றில் தலித்துகளின் பங்களிப்பு, அவர்களது சிந்தனை மரபு, அவர்களது சமயம், அவர்களது சாதிய எதிர்ப்பு முயற்சிகள், அவர்களது தொன்மம் போன்ற செய்திகளை உள்ளடக்கியது. தமது 'தமிழ் பௌத்தம்' என்ற பெருங்கனவை நாட்டுப்புறத் தெய்வங்களி லிருந்தே அயோத்திதாசர் தொடங்குகிறார். 'இந்து' அடிப்படை வாதத்திற்கு எதிராகப் பகுத்தறிவு சார்ந்து அவர் முன்வைக்கும் பண்பாட்டு மாற்றத்திற்கான திட்டங்களைத் தமிழ் பௌத்தம் கொண்டுள்ளது.

இருபதாம் நூற்றாண்டின் தொடக்க காலங்களில், தமிழகத்தின் மிகப்பெரும் சிந்தனையாளராக விளங்கிய அயோத்திதாசர், தமிழகத்து வரலாற்றாய்வாளர்களால் திட்டமிட்டே மறைக்கப்

பட்டார். தமிழ்ச் சமூகத்தின் நாடி நரம்புகளிலும் புரையோடி யிருக்கும் சாதிய வெறியும் காழ்ப்புணர்வுமே இதற்குக் காரணம்.

அயோத்திதாசரின் குடும்ப வழியில் பலரும் கல்வியில் ஓங்கியவர் களாக, மருத்துவர்களாக, கணியர்களாக இருந்து வந்ததால் அவருடைய இளமைப்பருவம் முழுமையும் கல்வியிலும், கேள்வியிலுமே கழிந்தது. அவரது வீட்டில் தமிழிலக்கிய ஏட்டுப் பிரதிகளும் மருத்துவச் சுவடிகளும் ஜாதக ஏடுகளும் பாதுகாக்கப் பட்டு வந்தன. இலக்கிய, அறிவியல் ஏடுகளின் பரிச்சயம் அயோத்திதாசரின் சிந்தனையைக் கட்டமைப்பதில் பெருமளவில் துணைபுரிந்துள்ளது. தமிழ் இலக்கியம் தொடர்பான அவரது மாறுபட்ட பார்வைகள் அனைத்தும் அவரது குடும்பப் பாரம்பரியத்திலிருந்தே உருவாகியுள்ளன.

குருகுல முறையில், திண்ணைப் பள்ளி வழியாகத் தமிழின் பாரம்பரியத்தையும் மரபையும் அயோத்திதாசர் தெளிவாகக் கற்றுத் தேர்ந்தார். இலக்கிய, இலக்கணப் பயிற்சிகள் அவருடைய பார்வையை விசாலமாக்கியதுடன், கூர்மையான தர்க்க அறிவையும் ஊட்டின. இந்தப் பயிற்சியும் அறிவும் அவரது ஆய்வு முறையையும் எழுத்தையும் முற்றிலும் மாறுபட்டதாக மாற்றின.

சாதிய ஒடுக்குமுறைக்கு எதிரான அவரது நிலைப்பாட்டின் தொடக்க காலங்களில், அத்வைத மரபின்மீதான நம்பிக்கைகளே அவரை வழிநடத்திச் சென்றன. ஆனால் அதிலிருந்து மாறிய அயோத்திதாசரின் தமிழ்பௌத்த செயல்பாடுகள் 1890இல் தொடங்கு கின்றன. வர்ணக் கோட்பாட்டையும் சாதிய மேலாண்மையையும் கிறிஸ்தவ மதமாற்றத்தையும் எதிர்த்து வந்த அயோத்திதாசர், சமூக விடுதலையை வேற்றுத் தேச மதத்தின் மூலமாக அல்லாமல், நமது தேச மதத்தின் மூலமாகவே அடையமுடியும் என்று நம்பி வந்தார்.

1881ஆம் ஆண்டு, காலனிய ஆட்சியாளர்கள் நடத்திய மக்கள் தொகைக் கணக்கெடுப்பின் மூலமாக மறைமுகமான 'மதமாற்றம்' நிகழ்வதை அயோத்திதாசர் உணர்ந்துகொண்டார். 'இந்துக்கள்' என்ற அடையாளம், உயர் சாதியினரின் தந்திரம் மூலம் வலுக்கட்டாயமாக இந்திய சமூகத்தின்மீது திணிக்கப்படுவதை அறிந்துகொண்டார். முதன் முறையாகத் தமிழ், தமிழர் என்ற சிந்தனைகளும் நாம் இந்துக்கள் அல்ல என்ற தெளிவும் அயோத்திதாசரிடம் ஏற்படத் தொடங்கின. இந்தத் தெளிவும் அறிவும் நவீன இந்திய வரலாற்றில் வேறு எங்கும் உருவாக வில்லை என்பது குறிப்பிடத்தக்கது.

இந்திய தேசத்திலுள்ள பழங்குடி மக்களும் பஞ்சமர் என்றழைக்கப் படும் தாழ்த்தப்பட்டவர்களும் 'இந்துக்கள்' என்ற அடையாளத்தை ஏற்றுக்கொண்டவர்கள் அல்ல. எனவே, இவ்விரு மக்களும் 'ஆதித் தமிழர்கள்' என்பதாகவே கணக்கெடுப்பில் பதிவு செய்யப்படல் வேண்டும் என்பது அயோத்திதாசரின் கோரிக்கை.

நிர்வாக வசதிக்காகக் காலனிய ஆட்சியாளர்களால், மேற்கொள்ளப்பட்ட இத்தகைய மக்கள் தொகைக் கணக்கெடுப்பும் சமய அடையாளக் கணக்கெடுப்பும் எவ்வளவு பெரிய அரசியல் மாறுதல்களைச் சுதந்திர இந்தியாவில் ஏற்படுத்தப் போகின்றன என்ற முன்னெச்சரிக்கை அன்றைக்கு வேறு எவருக்கும் இருக்கவில்லை. இதனால், எத்தனை உயிர்கள் பலியாகப் போகின்றன என்று யோசித்து முடிவுசெய்யும் பக்குவமும் யாருக்கும் இருக்கவில்லை. 1881 - மக்கள் தொகைக் கணக்கெடுப்பில் மறைந்திருந்த சூழ்ச்சியை உணரக்கூடிய அறிவுத்திறன் கொண்டவராக அயோத்திதாசர் இருந்தார்.

'இந்துக்கள்' என்ற அடையாளம் தங்களுக்குப் பொருந்தாது என்பதில் அவர் உறுதியுடையவராக இருந்தார். அதற்கு மாற்றாக அவர் முன்வைத்த அடையாளம் மொழி அடையாளமாக இருந்தது. தமிழகப் பழங்குடியினரும் தாழ்த்தப்பட்ட மக்களும் 'ஆதித் தமிழர்கள்' என்றே குறிக்கப்படவேண்டுமென்ற அவரது கோரிக்கையை நாம் கவனத்தில் கொள்ளவேண்டும். 'ஆதித் தமிழர்கள்' என்ற அடையாளம் மொழியையும், அம்மக்களின் தொன்மையையும் குறிப்பதாக அமைகிறது.

1880-க்குப் பிறகு வர்ணாசிரம அடக்குமுறையையும், சாதியக் காழ்ப்புணர்வையும் மறுக்க அத்வைதக் கொள்கை பயனற்றது என உணர்ந்து தம்மையும் தமது சமூகத்தையும் 'இந்துக்கள் அல்ல' என்றும் 'ஆதித்தமிழர்' என்ற மொழி அடையாளமே தமக்கு உகந்ததென்றும் அறிவித்தது அயோத்திதாசரின் வரலாற்றுத் தலைகீழாக்கச் செயல்பாட்டுக்கான தொடக்கமாக அமைந்தது. 'ஆதித்தமிழர்' என்ற அடையாளம் அவருக்குள் ஆழமாகச் செயல் பட்டது. இந்த நாட்டின் பழங்குடியின மக்களும், தாழ்த்தப் பட்டவர்களும் தமிழ் பேசும் மக்களின் மூதாதையர்கள், முன்னோர் குடியினர் என்ற சிந்தனையைத் தொடர்ந்து வளர்த்ததுடன் தொல்தமிழர் அல்லது தமிழ் மூதாதையர் அல்லது ஆதித் தமிழர் கோட்பாட்டை வலுப்படுத்தும் பல்வேறு சான்றுகளையும் அவர் தேடிக் கண்டுபிடித்தார். ஆதித் தமிழர்களே இந்நாட்டின் முதல் குடிமக்கள், மண்ணின் மைந்தர்கள். அவர்கள் இந்துக்கள் என்ற

இக்கோட்பாடு அவருடைய 'தமிழ் பௌத்த' ஆய்வுகளுக்கு அடிப்படையாக அமைந்தது.

அயோத்திதாசர் மற்ற சமூகப் போராளிகளிடமிருந்து வேறுபட்டவர். பன்முகச் செயல்பாடுகளைக் கொண்டவர். தாழ்த்தப்பட்ட மக்களின் விடுதலைக்காக வாழ்ந்த போராளி, 'தமிழ் பௌத்த' நெறிமுறை மறுமலர்ச்சியடையச் செய்த ஆன்மீகவாதி என்ற இரண்டு அடையாளங்களைக் கடந்து, அவர் ஒரு சிறந்த பத்திரிகையாளர்; அரசியல் செயல்பாட்டாளர்; தான் வாழ்ந்த காலத்து அரசியல் நிகழ்வுகளுக்கான எதிர்வினைகளை எழுத்தின் மூலமாகவும் போராட்டங்கள் மூலமாகவும் முன்னெடுத்தவர். அவருடைய தமிழிலக்கிய ஈடுபாடும், புலமையும் அசாதாரண மானது. மற்றவர்களால் மறைக்கப்பட்ட மாற்று மரபின் வழிப்பட்டது. அவரது திருக்குறள் உரையும் ஆத்திச்சூடி உரையும் தமிழிலக்கிய உலகிற்கு வளம் சேர்ப்பவை. இவற்றுக்கும் மேலாக அவர் பெரும் புகழ் கொண்ட சித்த மருத்துவ அறிஞர். மக்களுக்குத் தம் வாழ்நாள் முழுக்க மருத்துவப் பணி செய்தவர். 1880-களின் பிற்பகுதியில் அருட்திரு ஜான் ரத்தினத்துடன் இணைந்து வெளியிட்ட 'திராவிட பாண்டியன்', தமிழ் இதழியல் வரலாற்றில் முக்கிய இடத்தினைப் பெறுகிறது. 1981ஆம் ஆண்டு 'திராவிட மகாஜன சபை' அமைப்பைத் தொடங்கி அதன் தலைவராகப் பணியாற்றினார். 'ஆதித்தமிழன்' என்ற சொல்லை எந்த அரசியல் பொருளில் பயன்படுத்தினாரோ அதே பொருளிலேயே 'திராவிடன்' என்ற சொல்லையும் கட்டமைத்தார்.

(இந்த இடத்தில் குறிப்பிடப்பட வேண்டிய ஒரு தகவல். அவர் எழுதிய பாலவாகடம் மற்றும் சில மருத்துவ ஏடுகள் சித்த மருத்துவர்களிடையே இன்றும் புழக்கத்தில் உள்ளன. கவிராஜ பண்டிதர் அயோத்திதாசர் என்று அவரை மருத்துவ உலகம் போற்றியிருக்கிறது. 1970-களில்கூட பாலவாகடம், பதார்த்தகுண சிந்தாமணி போன்ற நூல்களில் கவிராஜ பண்டிதர் அயோத்திதாசர் இயற்றிய என்ற குறிப்பு காணப்பட்டது. தற்போது இவை அச்சில் பெயரின்றி உள்ளதாகக் தெரிகிறது.)

தமிழ் நூல்கள் மட்டுமின்றி சமஸ்கிருதமும், பாலியும் கற்றுத் தேர்ந்தவர் அவர். சிறு வயதில் ஏற்பட்ட நோயினால் அவருடைய கால்கள் பலமற்று இருந்தன என்றாலும் அதையும் மீறித் தன் அறிவுத் தேடலுக்கான தொடர் பயணங்களைச் செய்தவர். அவரது அறிவுத் தேடல் நூற்களையும் ஏடுகளையும் வாசிப்பதுடன் நில்லாமல் கிராமங்கள் தோறும் சென்று, அங்குள்ள நடைமுறை

களை அறிந்து, குறிப்புகள் எடுத்து ஆராய்வது, அனுபவம் நிறைந்த அறிஞர்களுடன் உரையாடுவது எனக் களச்செயலுடன் இணைந்தது.

கயமையும் ஏமாற்றுத்தனமும் சுயநலமும் சாதி வெறியும் கொண்ட தேசியவாத அரசியலுக்கு வெளியே நிறுத்தப்பட்ட பெருவாரியான தாழ்த்தப்பட்ட மக்களையும் அவர்களது விடுதலை இயக்கங்களையும் கணக்கில் எடுத்துக்கொள்ளாத தேசியவாத சக்திகள் சுதேசிய உணர்வை ஏற்காத ஒடுக்கப்பட்ட மக்களின் இயக்கங்களையும் தலைவர்களையும் தேச விரோத சக்திகள் என்றும் காலனிய அடிவருடிகள் என்றும் இழிவுபடுத்திக் கொண்டிருந்த காலகட்டத்தில் வாழ்ந்து அதற்கெதிரான தன் அரசியல் போராட்டத்தை முன்னெடுத்தவர் அயோத்திதாசர்.

'தமிழ் பௌத்தம்' என்ற விடுதலைக்கான கற்பனை அப்போது சுதேசிய சக்திகளால் மட்டுமின்றி, மற்ற தமிழ் கற்பித அடையாளங் களாலும் ஏற்கப்படாத ஒன்றாக இருந்தது. அயோத்திதாசர் தம் காலத்திய அறிவியல் தரவுகளையும் உலகம் சார்ந்த தகவல் களையும் பலநாடுகளின் வரலாறுகளையும் கற்றிருந்தாலும் தமது விடுதலைக் கருத்தியலை உருவாக்கத் தமிழின் வாய்மொழித் தரவுகளையும் தமிழ், சமஸ்கிருத, பாலி மொழிகளின் இலக்கியப் பனுவல்கள் மற்றும் அவற்றின் மாற்று விளக்கங்களையும் சித்த மருத்துவக் கோட்பாடு மற்றும் கருத்துகளையும் மொழியின் தோற்றம் மற்றும் அதன் தத்துவம், மொழிகளுக்கு இடையிலான உறவுகள் போன்றவற்றையும் பயன்படுத்திக்கொண்டார். அதனால் அவரது ஆய்வும் கருத்தியல்களும் தமிழ்ச் சமூகத்தையும் தமிழர்களின் சமயத்தையும் மையமாகக் கொண்டே அமைந்தன.

ஆனால் சாதியமைப்பிற்கு எதிராக அவர் முன்வைக்கக்கூடிய வாதம் தமிழக வரலாற்றைத் தலைகீழாக்கம் செய்யக்கூடியதாக அமைந்தது. சாதியையும், சமயத்தையும் பற்றி நிலவிவரும் ஏராளமான பொய்க்கதைகளை மறுத்து அவற்றின் உண்மை நிலையை எடுத்துரைப்பதே அவரின் நோக்கமாக இருந்தது. அந்த உண்மைநிலை நோக்கிய அவரது முனைப்பு 'தமிழ் பௌத்தம்' என்ற சிந்தனையைத் தோற்றுவிக்கிறது.

பிராமணர்களுக்கும் ஆதி திராவிடர்களுக்குமான பகைமைக் காரணத்தைத் தேடிக்கொண்டிருந்த அயோத்திதாசருக்கு 1890-களில் 'நாரதீய புராண சங்கைத் தெளிவு' என்று பெயரிடப் பட்டிருந்த ஓர் ஓலைச்சுவடி கிடைத்தது. அஷ்வகோசர் என்ற முனிவர் எழுதிய பாடலுக்கான உரையான அது காக்கைப்

பாடினியார், நல்லந்தனார் என்ற இரு தமிழ்ப்புலவர்களுக்கு அஷ்வகோசர் விவரித்ததாக அமைந்திருந்தது. அப்பனுவல் முற்றிலும் புதிய உலகமொன்றை அவருக்குத் திறந்துவிட்டது. அதில் விளக்கப்பட்டிருந்த வரலாறு அவரது பல்வேறு கேள்விகளுக்குப் பதிலாக அமைந்திருந்தது.

தீண்டாமைக்குட்படுத்தப்பட்ட மக்களின் கடந்த காலம் உன்னதமானது. அவர்கள் பூர்வீகத்தில் பெளத்த மதத்தைத் தழுவியிருந்தனர். நல்வாழ்க்கையை வாழ்வது எப்படி என்று வாழ்ந்து காட்டி அதையே போதித்து, புத்தரின் கொள்கைகளை மக்களிடம் பரப்பும் உத்தம வாழ்க்கையை மேற்கொண்டு வந்தவர்கள். அப்பெளத்தக் கொள்கைகளை இலக்கியங்களாக எழுதி வைத்துப் பேணி வந்தவர்கள். பிராமணர்களே பெளத்த மதத்தை அழித்து, பெளத்தர்களைத் தீண்டப்படாதவர்கள் என பெயரிட்டுத் தனிமைப்படுத்தினார்கள் என்பதையெல்லாம் உணர்ந்த அயோத்திதாசர் சமூகத்தை வேறு கோணத்தில் பார்க்க வேண்டியதன் தேவையையும் இலக்கியப் பனுவல்களை மறுவாசிப்பிற்கு உட்படுத்த வேண்டியதின் அவசியத்தையும் புரிந்துகொண்டார். இனி தம் மக்கள் யாரென்று கேட்டால் பெருமையாகச் சொல்வதற்கு அவரிடம் ஒரு பதில் இருந்தது, 'நாங்கள் பூர்வ பெளத்தர்கள்'.

பெளத்தம் இந்தியாவில் பல அறிஞர்களை ஈர்த்திருக்கிறது, கடந்த இரு நூற்றாண்டுகளில் அதனை ஆய்வு செய்த அறிஞர்கள் பலர். நன்னெறி எனப் போற்றிப் பெளத்தத்தை மீட்கவும் உலகமெங்கும் பரப்பவும் அமைப்புகள் தோற்றுவிக்கப்பட்டன. ஆனால் அம்பேத்கரும் அயோத்திதாசரும் பெளத்தத்தை அறிந்ததும் தேர்ந்தெடுத்துக் கொண்டதற்குமான காரணம் முற்றிலும் வேறுபட்டது. பெளத்தம் ஒற்றைத் தன்மையுடையதில்லை. அது பல பிரிவுகளைக் கொண்டது. அவற்றில் அயோத்திதாசரும் அம்பேத்கரும் தேர்ந்தெடுத்த பெளத்தம் சாதியத் தளைகளை அறுத்து, சமத்துவத்தையும், சமூக அறத்தையும் தரும் பெளத்தம். அதற்காகவே அவர்கள் பெளத்த சமயத்தை ஆய்வுக்கு உட்படுத்தினார்கள்.

அம்பேத்கர் உலக அளவிலான கம்யூனிச சமூகத்தை உருவாக்கும் ஆற்றலுடைய அற மார்க்கமாகப் பெளத்தத்தை முன்மொழிகிறார். அம்பேத்கர் பெளத்தம் இந்தியாவில் அழிக்கப்பட்டது பற்றிய வரலாற்றுத் தரவுகளைத் தந்து அதனை மீட்கவேண்டும் என்று

சொல்கிறார். ஆனால் அயோத்திதாசர் பௌத்தம் இந்தியாவில், அதிலும் முக்கியமாகத் தமிழகத்தில் அழிந்து போனது என்ற கருத்தை ஏற்பதில்லை. இந்த மண்ணில் பௌத்தம் இன்றும் வாழ்ந்து கொண்டிருக்கிறது என்பது அவரது நம்பிக்கை. பௌத்தம் அழிக்கப்பட்டது, பௌத்தர்கள் விரட்டப்பட்டனர் என்று சொல்வது பொய்க்கதை என்பதாக விவரிக்கிறார்.

அயோத்திதாசரைப் பொறுத்தளவில் பௌத்தர்கள் இன்றும் வாழ்ந்து கொண்டிருக்கிறார்கள். பௌத்த சமயமும் வாழ்ந்து கொண்டிருக்கிறது. எனவே பௌத்தம், அழிந்த சமயமல்ல; வாழும் சமயம். அவருடைய ஒவ்வொரு விளக்கமும் பௌத்தம் எவ்வாறு வாழ்ந்துகொண்டிருக்கிறது என்பதை விளக்கும் வகையிலேயே வடிவமைக்கப்பட்டுள்ளது.

தற்போது பின்பற்றப்படாத ஒரு மரபு எப்படி வாழ்வதாக இருக்கமுடியும் என்பதற்கு 'பௌத்தர்கள் அழிந்து விட்டார்கள், ஊரை விட்டு ஓடி விட்டார்களென்று எண்ணற்க. யாவர் வீட்டில் இலக்கிய நூற்கள், இலக்கண நூற்கள், வைத்திய நூற்கள், சோதிட நூற்கள், கணித நூற்கள் இருக்கின்றதோ யாப்பிலக்கணங் கொண்டு வெண்பா விருத்தம், அகவற்பா மற்றும் பாடல்கள் பாடும் வித்துவான்கள் நாவிற்கும் பௌத்தர்களே அமுதூட்டி வருகின்றார்கள். ஆதலின் பௌத்தர்களை அழித்துவிட்டார்கள் என்பதும் அழிந்தார்களென்பதும் பொய், பொய் முக்காலும் பொய்யென்று அறிந்து கொள்ளுவீராக'. என அவர் அளிக்கும் விளக்கத்தைப் புரிந்துகொள்ள பண்பாட்டுத் தடயங்கள், புலப் படாத வரலாறு, சமூக உள்ளியக்கம் போன்ற கருத்தாக்கங்கள் துணைசெய்யும்.

பல நூற்றாண்டு மக்கள் வாழ்வியலாக, நம்பிக்கையாக, அறமாக, சமயமாக இருந்த பௌத்தத்தின் கூறுகள் இன்றும் சிறுமரபுகளில் மட்டுமின்றி, பெருமரபுகளிலும் பல்வேறு வடிவில் பதிந்தே உள்ளன. அம்பேத்கர் இந்தியாவுக்கு ஜனநாயக, சமத்துவ மரபு புதிதில்லை அது பௌத்தமாக நம் மண்ணில் இருந்துள்ளது என்று குறிப்பிடுவதன் பொருளும் இதுதான்.

பௌத்த, சமண சமயங்களைக் குறித்த அயோத்திதாசரின் பார்வை முற்றிலும் வேறாக அமைகின்றது. தமிழகத்தில் சைனர் என்றும் சமணர் என்றும் இரு பிரிவினர் வாழ்ந்ததாகக் கூறும் அயோத்திதாசர், சமணரென்பது பௌத்த சங்கத்தின் ஒரு வகையினரைக் குறிக்கும் என்றும் சைனரென்பது பௌத்தத்தி

லிருந்து வேறுபட்டுச் சென்ற குழு என்றும் வாதிடுகிறார். இதற்கு வாய்மொழி மரபின் ஒரு பகுதியே அவருக்குத் துணையாக அமைந்திருக்கவேண்டும். அருகதேவன், அருக புத்தன், சமணமுனி போன்ற மக்கள் வழக்கில் புத்தரும், மகாவீரரும் இணைந்த ஒரு வழக்காறு இருந்துள்ளதற்கான பதிவு காணப் படுகிறது. இவை இரண்டையும் இணைத்து சிரமண மார்க்கம் என்று குறிக்கப்படுவதும் கவனத்திற்குரியது.

பௌத்தத்தையும் சமணத்தையும் வெவ்வேறு சமயங்கள் என்று எண்ணாது, இரண்டையும் இணைத்த ஒற்றை அடையாளத்தின் கீழ் விரிக்கக்கூடிய பண்பாட்டு, இலக்கிய, சிந்தனை உலகம் வியப்பூட்டுவதாக அமைகின்றது. இந்த ஒற்றை அடையாளத்தின் வழி அவர் உருவாக்க நினைத்த சமூக அமைப்பும், அடைய நினைத்த விடுதலையுமே இங்கு முக்கியத்துவமுடையன.

சமணம், பௌத்தம் என இரண்டும் வெவ்வேறு சமயங்கள்; தமிழகத்தில் விடாப்பிடியான வாதப்போர் நடத்திய மதங்கள் என்ற பொதுவான சிந்தனையை மறுத்து, பௌத்தத்தின் துறவு நிலையே சமணம் என்று சொல்லி, பௌத்தத்தின் எல்லையை விரித்து, வைதீக பிராமணிய, வேத சமயங்களுக்கு எதிரான ஆற்றல்களை யெல்லாம் ஒன்றாய்த் திரட்டுகின்ற அயோத்திதாசரின் திட்டம் பிரமிப்பையே ஏற்படுத்துகின்றது.

தமிழையும் அதன் தொன்மையையும் அது உருவாக்கும் பண்பாட்டு அடையாளத்தையும் வியந்து பேசக்கூடிய பலரும், சைவ - வைணவம் இரண்டும் தமிழரின் பூர்வீக மதங்கள் என்றும் வடஇந்தியாவில் இருந்து வந்த 'பௌத்த - சமண' சமயங்கள் இவற்றை அழித்து செல்வாக்குப் பெற்றன (புறச்சமயங்கள்) என்றுமே வலியுறுத்து கிறார்கள். இதற்கான தொன்மமாக, சிவனுடைய உடுக்கையிலிருந்து தமிழ் மொழி பிறந்தது என்றும், முருகனால் அகத்தியருக்கு வழங்கப் பெற்றது என்றும் சில கதைகளைக் கட்டுகிறார்கள். இதன் மூலம் சமண - பௌத்த சமயங்கள் தமிழகத்திற்குப் புறம்பானவை என்றும் தமிழுக்கும் தமிழுணர்விற்கும் எதிரானவை என்றும் புனைவுகள் பரப்பப்பட்டுள்ளன.

இத்தகவல்கள் அனைத்தையும் எந்தவிதத் தயக்கமுமின்றி மறுத்துவிடும் அயோத்திதாசர், சைவ - வைணவ சமயங்களின் கட்டுக்கதைகளே இவை என்று நிறுவுகிறார். வரலாறு எழுதுபவர்கள் சொல்வதுபோல் சைவ - வைணவத்திற்கும்

பௌத்தத்திற்குமான முரண் தமிழ் - வடமொழி என்ன மொழி முரணோ தமிழ்ச்சமயம் - புறச்சமயம் என்ற மோதலோ தென்னவர் - வடவர் என்ற பகைமையோ அல்ல. பௌத்தத்திற்கும் சைவ, வைணவ சமயங்களுக்குமான முரண்பாடு சாதிய அமைப்பு குறித்த எதிரெதிரான விதிகளுக்கிடையிலான முரண்பாடே என்பதை அயோத்திதாசர் கண்டறிந்து கூறினார்.

வைதீக, சனாதன, சாதி வர்ணத்தை எதிர்த்தது தமிழ் பௌத்தம். அதனால்தான் மக்களிடம் அது செல்வாக்குப் பெற்றிருந்தது. அதனால் தமது சாதிய ஆதிக்கத்தை விட்டுவிடாத சைவர்களும் வைணவர்களும் 'தமிழ்' என்ற அடையாளத்தை உருவாக்கி, அதற்கான போராட்டம் என்ற தந்திரப் புனைவையும் உருவாக்கினர். இதன் விளைவாகவே விளிம்புநிலை மக்களின் சமயமான பௌத்தம் அந்நிய மதம், புறச்சமயம் என அடையாளப் படுத்தப்பட்டது.

வரலாற்றில் நடைபெற்றிருந்த பொய்களுக்கும் புரட்டுகளுக்கும் எதிரான வாதமாகவே அயோத்திதாசர் தன்னுடைய 'தமிழ் பௌத்தம்' என்ற கருத்தாக்கத்தை முன் வைக்கிறார். சாதிய சனாதனத்தை விடாப்பிடியாகப் பிடித்துக்கொண்டு தொடர்ந்து வலியுறுத்தி வரும் சைவ-வைணவ-வைதீக பிராமண பிரச்சாரங் களுக்கு எதிரான கதையாடலொன்றைக் கட்டமைக்கத் தொடங்குகினார். எதைக் காரணமாகச் சொல்லி பௌத்தர் களையும் பௌத்தத்தையும், பௌத்த நூற்களையும் ஏளனப் படுத்தி, குற்றம் சாட்டினார்களோ அதையே தனது ஆயுதமாகக் கொண்டு, பௌத்தத்தை மறுபடியும் தொகுக்கத் தொடங்குகிறார். சமூகத்தின் விளிம்புகளில் வாழும்படி நிர்பந்திக்கப்பட்ட பெருவாரியான தமிழர்களே பௌத்தர்கள் என்று பிரகடனப் படுத்துகிறார். கீழ்நிலைக்குத் தள்ளப்பட்ட தமிழ் பௌத்தர்கள் இன்றளவும் வெளித்தெரியாதபடிக்குத் தங்களது பௌத்த ஞாபகங்களையும் சார்புகளையும் வழிபாடுகளையும் பாதுகாத்து வருகிறார்கள் என்று அறிவிக்கிறார்.

தீண்டத்தகாதவர்கள் அல்லது இழிசினர் என்றெல்லாம் தூற்றப்படும் பெருவாரியான ஒடுக்கப்பட்ட தமிழர்களே தமிழ் இலக்கிய, இலக்கண, கணித, சோதிட, வானியல் நூற்களைப் பாதுகாத்து வருகிறார்கள் என்ற ஆதாரங்களை அளித்துத் 'தமிழகத்தில் பௌத்தர்கள் அழிந்துவிடவில்லை வாழ்ந்து கொண்டிருக்கின்றனர்' என்று நிறுவுகிறார். இந்த மாற்று அடையாளம், சாதிய எதிர்ப்புணர்வைத் தனது மையப்பொருளாக்

கொண்டிருக்கிறது; தமிழ்ச் சமூகத்தின் வரலாற்றைத் திருத்தி எழுதும் வேட்கையை வெளிப்படுத்துகிறது.

மகட மொழிக்கும் சகட மொழிக்கும் திராவிட மொழிக்குமான வரி வடிவங்களைப் பௌத்தம் உருவாக்கித் தந்தது. திராவிட மொழிக்கான எழுத்து வடிவத்தையும் இலக்கணத்தையும் அவலோகிதரான புத்தர் அகத்தியருக்குச் சொல்லித் தந்தார். அகத்தியர் வழியாக அது தமிழுலகில் பரவத் தொடங்கியது. பௌத்தத் தமிழிலக்கண நூலான வீரசோழியம் தரும் இந்தத் தகவலை வைத்துத் திராவிட மொழியான தமிழுக்கு வரிவடிவையும் இலக்கணத்தையும் ஆக்கித் தந்தது பௌத்தம் எனத் தமிழையும் பௌத்தத்தையும் இணைக்கும் அயோத்திதாசர் இந்திய மொழிகளுக்கு வரிவடிவம் தந்தது பௌத்தம் என்கிற ஒரு முக்கியமான கண்டுபிடிப்பைத் தருகிறார். தமிழ், பாலி, சமஸ்கிருதம் மொழிகளுக்கிடையில் உள்ள தொன்மையான உறவைப் பௌத்தம் வழி நிறுவுகிறார்.

'பௌத்த சமயம் பெருவாரியான தமிழக மக்களின் சமயமாக இருந்தது' என்ற கண்டுபிடிப்பு அயோத்திதாசரின் தமிழ் பௌத்தக் கட்டமைப்பில் இன்றியமையாத, வரலாற்று முக்கியத்துவம் வாய்ந்தது. தமிழ்ச் சிந்தனையுலகிற்குப் புதுமையானது. சாதியின் பெயரால் ஒடுக்கப்படும் மக்களின் சமய மரபாகப் பௌத்தமே விளங்கியது என்று அவர் விவாதிக்கும்முறை தமிழுக்குப் புதியது; அவசியமானது.

அயோத்திதாசர் பௌத்த சமயத்தின் கோட்பாடுகளையும் கொள்கைகளையும் புத்தரின் வாழ்க்கை வரலாற்றையும் அவருடைய போதனைகளையும் எழுதிய 'புத்தர் எனும் இரவு பகலற்ற ஒளி', 'ஆதிவேதம்' போன்ற தத்துவம் சார்ந்த கட்டுரைகளும் வழக்காறுகள், பண்பாட்டுச் செயல்பாடுகள்பற்றிய சமயம் சார்ந்த கட்டுரைகளும் இருவேறு தளத்தில் இயங்குகின்றன. சமயத்திற்கும் வாழ்க்கைக்குமான நெருங்கிய தொடர்பை வெளிப்படுத்தும் கட்டுரைகள் மரபாகச் சொல்லப்பட்டு வரும் விளக்கங்களை முற்றிலும் மறுப்பதாக அமைகின்றன. அவரது எல்லா விளக்கங்களும் ஏற்கெனவே சொல்லப்பட்டு வருவன வற்றுக்குத் தலைகீழாக அமைந்துள்ளன. இத்தலைகீழ் விளக்கங் களை ஆதாரங்களுடன் நிறுவுகிறார். பழந்தமிழ் இலக்கியங்கள், இலக்கண நூற்கள், நிகண்டுகள், பழமொழிகள், பழஞ்சொற்கள் என ஒரு பரந்த தளத்திலிருந்து தனது வாதத்திற்கான ஆதாரங்களை அவர் எடுத்துத் தருகிறார்.

புராணங்களுக்கும் கதைகளுக்கும் அவர் ஏடுகளில் இருந்தும் பழம் பாடல்களிலும் இருந்துமே ஆதாரங்களைப் பெறுகிறார். எழுத்து சார்ந்த தரவுகளுடன் வாய்மொழிக் கதைகளையும் அவர் பயன்படுத்திக் கொள்கிறார். புராணங்களையும் வரலாற்றையும் வேறுபடுத்தாத அயோத்திதாசர், புராணங்களிலிருந்து பொய்க் கதைகளை வேறுபடுத்திக் காட்டுகிறார். அவரைப் பொறுத்த வரையில் புராணம் - வரலாறு என்ற எதிர்மறை இல்லை. ஆனால் மெய்க்கதை - பொய்க்கதை என்ற பாகுபாடு செயல்படுகிறது.

புராணங்களை 'வரலாறு' என்று விளங்கிக் கொள்ளும் அயோத்திதாசர் மாற்று வரலாறு என்ற அர்த்தத்தில் தனது 'பெளத்தப் பெருங்கதையாடலை' மாற்றுப் புராணங்கள் என்று சொல்கிறார். தமிழ் பெளத்தர்களின் பண்பாட்டு வரலாற்றை மீட்டுருவாக்கம் செய்ய முற்படும் அயோத்திதாசர் மரபான வரலாற்று வரைவியலை விடுத்து நாட்டுப்புறப் பழக்கவழக்கங் களையும் சடங்குகளையும் தெய்வங்களையும் நம்பிக்கை களையுமே தனது முதன்மை ஆதாரங்களாய் எடுத்துக்கொள்கிறார். ஒடுக்கப்பட்ட மக்களின் பண்பாட்டு வரலாற்றை எழுதவேண்டும் என்ற நோக்கமே நாட்டுப்புற வழக்காறுகளின்மீதான அவரது அக்கறையாக மாறியது.

இன்று ஒடுக்கப்பட்டோருக்கான விடுதலைப் பாதையில் மாற்று வரலாறுகளையும் எதிர்க் கதையாடல்களையும் உருவாக்குதல் வலிமையான போராட்டக் கருவி என்பது நிரூபிக்கப்பட்டுள்ளது. அதனை அடித்தள மக்கள் வரலாறு என நாம் இன்று சொல்கிறோம். எழுதப்பட்ட ஆதிக்க வரலாறுகளுக்கு எதிரான மாற்று வரலாறும் விளிம்புநிலை மக்களின் வரலாறும் மாற்றுக்கதையாடல்கள், எதிர்த்தொன்மங்கள் வழியாகவே உருவாக்கப்படுகின்றன. தலைகீழாக்கமும் கட்டுடைப்பும் மையக் கலைப்பும் இதன் மொழி உத்திகளாகின்றன. இதனை ஒரு நூற்றாண்டுக்கு முன் அயோத்திதாசர் செய்திருக்கிறார் என்பது வியப்பை ஏற்படுத்துகிறது. அவ்வியப்பே அவரைத் தமிழின் முன்னோடிச் சிந்தனையாளராக வாசிப்பதற்கான தேவையை உருவாக்குகிறது.

மறதியா? மறைப்பா? மறுப்பா?

தமிழ்ச் சமூகம் ஒற்றை அரசியல் கொண்டதில்லை. அது ஒற்றை அடையாளத்தையும் கொண்டதில்லை. ஆனால் தமிழ் மொழி, தமிழ்நாடு, திராவிட அரசியல் என்ற கருத்தியலின் கீழ் தமிழர்களை ஒன்றுபடுத்தும் முயற்சிகள் பத்தொன்பதாம் நூற்றாண்டிலிருந்து

தொடர்ந்து நடந்து வருகின்றன. ஜனநாயகம், தேர்தல், சட்டமன்ற, பாராளுமன்ற அதிகாரம், சமநீதி என்னும் நவீனச் செயல்பாடுகளின் அடிப்படையில் தமிழ்ச் சமூகம் இரண்டு மூன்று கட்சி அணிகளாகப் பிரிந்து இயங்கி வருகின்றது. பகுத்தறிவு, சமூகநீதி, திராவிடப் பண்பாடு என்ற சொல்லாடல் இவை அனைத்தையும் தொட்டு நின்றாலும் வாழ்க்கை நடைமுறையிலும் வெகுசன உளவியலிலும் இது ஒரு விளிம்புநிலைத் தன்மையையே கொண்டுள்ளது.

பெரியாரியம், சுயமரியாதை, சமத்துவம் என்பவை அதிகம் பேசப்பட்டாலும் அவையும் வேறுபட்ட, விளம்புநிலைத் தன்மை கொண்டவையே. சாதி, சமயம் இரண்டும்தான் தமிழர்களின் உளவியலில், நடத்தையில், மொழியில், வாழ்வியல் முனைப்பு களில் முழுமையாக நிறைந்திருக்கிறது. இன்றைய உலகமயமான நுகர்விய விருப்பும் ஊடக, கேளிக்கை வடிவங்களும் தமிழர் களைப் பொதுவெளியில் இணைக்கின்ற கூறுகள். இவற்றை யெல்லாம் வீழ்ச்சி என்றோ சீரழிவு என்றோ சொல்வதற்கில்லை. இதுதான் பல நூற்றாண்டு நிலை, மெய் நடப்பு.

தமிழ் அரசியல், தமிழ் அடையாளம், தமிழ் அறம் என்பவை யெல்லாம் இனிதான் உருவாக வேண்டிய, மெய்ப்பட வேண்டிய கற்பிதங்கள், கற்பனைகள். அந்தக் கற்பிதங்களும் புதியவை அல்ல. அவையும் பல நூற்றாண்டு பழைமை வாய்ந்தவையே. நாம் இன்று கொண்டாடும் சிந்தனையாளர்கள், போராளிகள், அறிஞர்கள் அனைவரும் இந்தக் கற்பிதங்களைக் கண்டறிந்தவர்கள், உருவாக்கியவர்கள். வடிவம் தந்தவர்கள். அதனை அனைவருக்கும் அளிக்கத் தம் வாழ்நாளை அளித்தவர்கள்.

தமிழ் அரசியலில் அயோத்திதாச பண்டிதர், பெரியார் எனப் போற்றப்படும் ஈ.வெ.ரா. இருவரும் இரு வேறு தளங்களில் இயங்கி விடுதலையும் அறிவும் கொண்ட தமிழ்ச் சமூகத்தை உருவாக்கத் தம் வாழ்வையும் அறிவையும் அளித்தவர்கள். இதனை இன்று கூறுவது இலகுவாக இருக்கலாம். ஆனால் இருபது முப்பது ஆண்டுகளுக்கு முன் இப்படி ஒரு புரிதல் யாருக்கும் இல்லை. இந்திய விடுதலை அம்பேத்கரியத்தில்தான் தொடங்க முடியும் என்பதைத் தலித் அரசியல் ஏற்ற நம்மைத் தவிர எத்தனை குழுக்கள் இன்று ஏற்றுக் கொள்கின்றன. அதேபோலத்தான் பெரியாரிய பேச்சுகள் நிறைந்துள்ள இடத்தில் அயோத்திதாசர் ஒரு பெயர்க்குறிப்பாக மட்டுமே இன்றும் பதிவாகியுள்ளார்.

இருபதாம் நூற்றாண்டின் கடைசி ஆண்டுகளில் அயோத்திதாசர் என்ற சிந்தனையாளர் கண்டுபிடிக்கப்பட்ட பின்புதான் அவரைப் பற்றிய பேச்சுகள் அங்கொன்றும் இங்கொன்றுமாக நடைபெறத் தொடங்கின. இப்படியொரு சிந்தனையாளரை இத்தனை நாளும் கவனியாது, பாராமுகமாய் இருந்துவிட்டோமே என்று அறிவு உறுத்தல் ஏற்பட்டுத் தமிழ் அறிவுலகம் அவரைக் கொண்டாடி விடவில்லை. அவருடைய பெயரை உச்சரிக்கிற வழக்கம் மட்டும் பரவலாக வந்திருக்கிறது. தமிழக வரலாற்றில் இது போன்ற வொரு மாபெரும் மனிதர் நூறு வருடங்களாக மறக்கப்பட்டிருந்த துயர்நிலை அயோத்திதாசரைத் தவிர வேறு யாருக்கும் ஏற்பட்டிருக்கவில்லை. இதுபோல இருட்டடிப்புச் செய்யப்பட்ட சிந்தனையாளர்கள் ஒடுக்கப்பட்ட சாதிகளைச் சார்ந்தவர்களாவே இருப்பது நிச்சயம் எதேச்சையானதல்ல.

அயோத்திதாசரின் வரலாற்று இருப்பில் நிகழ்ந்த மறைப்பு, மறதி, மறுப்புகள் பற்றித் தருமராஜ் தொகுத்துள்ளவையும் அதன் வழி அவர் தரும் முடிவுகளும் இன்றுள்ள அரசியலுக்கு மட்டுமின்றி இனிவரும் அரசியலுக்கும் தேவையானவை; மறதிக்கோ மறைப்புக்கோ உள்ளாகக் கூடாதவை.

அயோத்திதாசர் என்ற பெயரைத் தவறியும் உச்சரித்தல் கூடாது என்ற எச்சரிக்கையுடனேயே தமிழ் அறிவுலகம் இயங்கி வந்ததாய் ஒரு குற்றச்சாட்டு உள்ளது. அயோத்திதாசரை மறைத்ததில் பெரியாருக்குக் கணிசமான பங்கிருப்பதாய்ச் சந்தேகமும் நிலவுகிறது. அதனைப் பெரியார் மீதான குற்றச் சாட்டாகவே சிலர் முன்வைக்கிறார்கள். பெரியாருக்கும் அயோத்திதாசருக்கும் தொடர்புகள் என்ன? அயோத்திதாசரைப்பற்றி அவர் அறியாதிருந் திருக்க முடியுமா? தெரிந்திருக்கவில்லை என்றால், அயோத்திதாசர் முன்வைத்த சுயமரியாதை, பகுத்தறிவு, திராவிடன், பிராமண எதிர்ப்பு உள்ளிட்ட பல கருத்தியல்களை மற்றொரு தளத்தில் பெரியாரும் பேசியதன் பின்புலம் என்ன? அயோத்திதாசர்பற்றி அவர் அறிந்திருந்தால் அவரது சிந்தனைகளை உள்வாங்கி யிருந்தால் பெரியாரின் எழுத்திலும் பேச்சிலும் அவர் பற்றிய ஒரு குறிப்பும் ஏன் காணப்படவில்லை. பெரியார் மட்டுமல்ல, அவரோடு இணைந்து செயல்பட்ட திராவிட இயக்கச் செயல் வீரர்களும் அவரைப் பின்பற்றிய திராவிட இயக்கத் தொண்டர்களும்கூட அயோத்திதாசர் குறித்தும் தமிழ் பௌத்தச் செயல்பாடுகள் குறித்தும் கனத்த மௌனம் சாதிப்பதன் காரணம்,

பின்னணி என்ன? இவை குறித்து ஞான. அலாய்சியஸ் தரும் விளக்கங்களைத் தருமராஜ் ஆவனப்படுத்துகிறார்.

அயோத்திதாசரின் மறைவுக்குப் பின்னர்த் தமிழ் பௌத்த இயக்கத்தை வழி நடத்தியவர்களில் முக்கியமானவர்கள் லட்சுமி நரசு, அப்பாதுரையார் உள்ளிட்டவர்கள். 1928ஆம் வருடம் சென்னையில் நடந்த தென்னிந்திய பௌத்த சங்கத்தின் மாநாட்டுத் தலைவர் லட்சுமி நரசு, சிறப்புப் பேச்சாளர்களில் ஒருவர் ஈ.வெ.ரா. பெரியார். பெரியாரும் அப்பாதுரையாரும் இறுதிவரை நண்பர்களாக இருந்தனர். பெரியார் கோலாருக்குச் செல்லும்போது பௌத்தம் தொடர்பான நூல்களைத் தேடிச் சேகரிப்பதை வழக்கமாகக் கொண்டிருந்தார். தமிழ் இலக்கியம், வரலாறு, பிராமண எதிர்ப்பு, பகுத்தறிவு மீதான விமர்சனப் பார்வைகளுக்காக 'தான் அயோத்திதாசருக்குக் கடமைப்பட்டிருப்பதாய்' பலமுறை நேரடிப் பேச்சில் சொல்லியிருக்கிறார். இவை அப்பாதுரை யாருடன் பழகிய சிலர் நினைவில் இருந்து சொல்லப்பட்டவை.

1925இல் குடி அரசு இதழ் தொடங்கப் பெற்றதற்கு மறு வருடம், 1926இல் அப்பாதுரையார் 'தமிழன்' பத்திரிகையை மறுபடியும் கொண்டுவரத் தொடங்கினார். இவ்விரு பத்திரிகைகளும் நிறைய ஒற்றுமைகளைக் கொண்டிருந்தன. அவற்றின் பார்வைகள் ஏறக்குறைய ஒன்றேபோல் இருந்தன. இரண்டு இதழ்களிலும் ஒரே மாதிரியான நபர்களே எழுதினார்கள். சுயமரியாதை இயக்க வெளியீடுகள்பற்றிய விளம்பரம் 'தமிழனிலும்' தமிழ் பௌத்த வெளியீடுகள் பற்றிய விளம்பரம் 'குடி அரசிலும்' வெளிவந்தன. குடி அரசு சமதருமத்தை வலியுறுத்தியது. தமிழன் பௌத்த தருமத்தைப் பேசியது.

சுயமரியாதை இயக்கம் திராவிட இயக்கமாக மாறி அரசியல் தளங்களில் செயல்படத் தொடங்கியபொழுது, வட தமிழகப் பகுதிகளில், தமிழ்ப் பௌத்த இயக்கத் தலைவர்களும் செயல் வீரர்களுமே முதன்மை உறுப்பினர்களாக விளங்கினர். பௌத்தக் கூட்டங்களுக்கும் திராவிட இயக்கக் கூட்டங்களுக்கும் பெரிய வேறுபாடு இல்லாமல் போயிற்று. 1932இல் சுயமரியாதை இயக்கப் பொது மாநாட்டைக் கோலாரிலுள்ள பௌத்த சங்கக் கிளைகளே முன்னெடுத்து நடத்தின.

திராவிட இயக்கத்தின் ஆணி வேராகத் தமிழ் பௌத்த இயக்கங்களே அமைந்திருந்தன. கருத்துருவ அளவில் மட்டு மல்லாது இயக்கம் கட்டுவதிலும் பௌத்த சங்கங்களின்

பங்களிப்புப் பெருமளவில் இருந்துள்ளது. திராவிட இயக்கத்தின் அடிப்படைக் கொள்கைகளான திராவிடர் அடையாளம், பிராமண எதிர்ப்பு, பகுத்தறிவு, சமதருமம் ஆகிய தமிழ் பௌத்த முன்னோடியான அயோத்திதாசரிடமிருந்தே பெறப்பட்டவை. வட தமிழகத்தில், ஆதிதிராவிட மக்கள் மத்தியில் திராவிட இயக்கம் வேரூன்ற பௌத்த சங்கங்களே அடிப்படையாக இருந்தன. ஒருவகையில் பௌத்த சங்கங்கள் தேய்ந்துமறைய அதன்மீது திராவிட இயக்கம் எழுந்தது.

அயோத்திதாசரைப் பற்றியும், அவரது கோட்பாடுகளைப் பற்றியும், பௌத்த சங்கங்களைப் பற்றியும் பெரியார் நன்கு அறிந்திருந்தார். அயோத்திதாசரின் வழிவந்தவர்களுடன் பெரியாருக்கு நெருங்கிய நட்பு இருந்தது. அயோத்திதாசரின் தமிழ் பௌத்த இயக்கத்தை முன்னோடியாகக்கொண்டே திராவிட இயக்கம் வளர்ந்தது. பிறகு தமிழ் பௌத்த இயக்கத்தை அது தனக்குள் மறைத்துக்கொண்டது.

திராவிட இயக்கமும் பெரியாரியச் செயல்பாடுகளும் இந்த வரலாற்றை மறந்தன. அயோத்திதாசரைப் பற்றிய பேச்சுகளை மறைத்தன, மறுத்தன. பெரியாரியம், பகுத்தறிவு, சுயமரியாதை சமதருமம் என்ற கொள்கைகளின் மதிப்பையும் அவற்றின் வரலாற்றுத் தேவைகளையும் பற்றிய புரிதலுடன் நான் இங்கு நினைவுபடுத்த விரும்புவது இதுதான்.

அயோத்திதாசரும் அவரது பூர்வ பௌத்தம் - தமிழ் பௌத்தம், சாதிபேதமற்ற தமிழர்கள் என்ற கருத்தியல்களும் சாதி அழிப்பையும் தீண்டாமை ஒழிப்பையும் முதன்மை நோக்கமாகக் கொண்டவை. அதில் ஆதித்தமிழர்களே சமூக மாற்றத்தின் தலைமைப் பங்கை ஏற்பவர்கள். ஒடுக்கப்பட்டவர்களின் விடுதலை அரசியல் அது. ஆனால் பெரியார் தீண்டாமை ஒழிப்பு, சாதி அழிப்புப் போராளி அல்லர். அவர் தீண்டாமையை ஏற்றவரல்லர், சாதியமைப்பைக் காக்க வேண்டும் என்ற கருத்து அவரிடம் இருந்ததில்லை. ஆனால் அவர் சூத்திர சாதிகளின் தலைவர், சூத்திர இழிவை நீக்குவதையே தன் வாழ்நாள் பணியாக ஏற்று அதிலேயே மூழ்கிக் கிடந்தவர். சூத்திர சாதிகளுக்கான அரசியல் அதிகாரம், சமூகநீதி இரண்டும் அவருக்கு முதன்மை யானவை. பிராமணர்கள் சூத்திர சாதிகளை இழிவுபடுத்தி, அவமானப்படுத்தி வைத்திருக்கும் வரலாற்றை உடைப்பதுதான் அவரது செயல்திட்டம். பிராமணர் - பிராமணரல்லாதார் என்ற எதிரிடையே அவரது அரசியலின் முழுமையான அடிப்படை.

ஆனால் இடைநிலைச் சாதிகள், சூத்திர சாதிகள் ஆதி திரா விடர்களை, ஆதித்தமிழர்களை, பூர்வ பௌத்தர்களைத் தமக்குக் கீழாக அடக்கி வைக்கவும் விலக்கி வைக்கவும் விருப்பம் கொண்டவை. அதனை நியாயப்படுத்தும் குணம் கொண்டவை. பெரியாரியம், திராவிடம் என்ற அரசியலின் எல்லை இதுதான். அது ஒடுக்கப்பட்ட மக்களை அரசியலில் உருவழிந்தவர்களாக மாற்றியது.

பெரியாரின் அரசியல் வெளிப்படையானது. தான் சூத்திரர்களின் இழிவைப் போக்கும் இயக்கத்தின் தலைவன் என்பதைத் தொடர்ந்து சொல்லிக்கொண்டே இருந்தார். அவரது இறுதிக் காலங்களில் சூத்திரர்கள் இழிவையும் அவர்களுக்கான இடஒதுக் கீட்டையுமே ஓயாமல் பேசிக்கொண்டிருந்தார். அவர் ஒடுக்கப் பட்ட மக்களின் அரசியலுக்கு ஆதரவளிப்பவர். ஆனால் ஒடுக்கப் பட்ட மக்களின் விடுதலை அரசியலைத் தலைமையாகக் கொள்ளாதவர். அப்படி ஆதிதிராவிட - பூர்வ பௌத்த தலைமையை ஏற்றவராக இருந்திருந்தால் ஒடுக்கப்பட்டோர் விடுதலை அரசியலை முதன்மைப்படுத்தியவராக இருந்திருந்தால் அவர் தமிழக அரசியலில் இருந்திருக்கவே முடியாது. சுயமரியாதை இயக்கம், திராவிட அரசியல் என ஒன்று தமிழகத்தில் ஏற்பட்டிருக்காது.

பெரியாரிடம் ஒரு தெளிவு இருந்தது. வெளிப்படையான தன்மை இருந்தது. அவர் சொல்லியிருக்கிறார்: நீங்கள் - நாங்கள், நாம் - அவர்கள், ஆதிதிராவிடர்கள் - சூத்திரர்கள் - பிராமணர்கள். நீங்கள் உங்கள் விடுதலைக்கும் உரிமைக்கும் போராடுங்கள், நாங்கள் எங்கள் விடுதலைக்கும் உரிமைக்கும் அதிகாரத்திற்கும் போராடுகிறோம் என்பது அவரது திட்டம்.

'சென்னையில் சமீபத்தில் கூடிய ஆதிதிராவிட மகாநாட்டைப் பற்றி பார்ப்பன பத்திரிகைகளும் அவற்றைப் பின்பற்றி வாழும் பார்ப்பனரல்லாத சில பத்திரிகைகளும் அம்மகாநாட்டையும் மகாநாட்டுத் தீர்மானங்களையும் நசுக்க எண்ணங்கொண்டு அதைப்பற்றி வெகு கேவலமாக எழுதியும் பேசியும் வருகிறார்கள். இதைப்போன்ற ஒரு கொடுமையான காரியம் வேறு ஒன்று இருப்பதாகச் சொல்ல முடியாது.

ஆதிதிராவிடச் சகோதரர்கள் இந்தியாவின் ஜனத்தொகையில் சுமார் நாலில் ஒன்று அல்லது ஐந்தில் ஒன்று என்பதாக 6 அல்லது 7 கோடி மக்கள் இருக்கிறார்கள். ஆனாலும் அதைப்பற்றி ஒரு சிறிதும்

லட்சியம் இல்லாமல் அப்படி ஒரு கூட்டம் இருப்பதாகக்கூட வெளியார்கள் அறிவதற்கும் இல்லாமல் சூழ்ச்சி செய்து மறைத்து வைத்துவிட்டு அவர்களது சுதந்திரத்திற்காக இப்பார்ப்பனர்களும் அவர்களது அடிமைகளான பார்ப்பனரல்லாதாரும் அவர்களது பத்திரிகைகளும் எவ்வித உதவியும் செய்யாமலிருப்பதோடு ஆதிதிராவிடர்களாக ஏதாவது முயற்சி செய்தாலும் அதையும் கொலை செய்யப் பார்க்கிறார்கள். என்ன கொடுமை! என்ன கொடுமை! அதாவது சமீபத்தில் சென்னையில் கூடிய ஆதிதிராவிட மகாநாட்டு நடவடிக்கை களையும் தீர்மானங்களையும் பற்றி ஒரு சிறிதும் அனுதாபம் கொள்ளாமல் அது 'சர்க்கார் தாசர்கள் மகாநாடு' என்றும் 'சுயநலக்காரர்கள் மகாநாடு' என்றும் 'முப்பது பேர்களே' அம்மகாநாட்டில் கூடி இருந்தார்கள் என்றும் எழுதி அதன் மதிப்பைக் கெடுத்துப் பொதுமக்களுக்கு அதனிடம் துவேஷமும் வெறுப்பும் வரும்படி பிரசாரங்கள் செய்து வருகின்றனர்'(குடி அரசு, கட்டுரை, 22-01-1928).

தீண்டாமைக் கொடுமை என்பதை ஏற்கும் பெரியார் ஆதிதிராவிடர் அரசியலையும் அதன் போராட்டத்தையும் நியாயப்படுத்துகிறார். அதற்கெதிராகப் பார்ப்பனர்கள், பார்ப்பனரல்லாதவர்கள் என இரண்டு சக்திகள் செயல்படுகின்றன என்பதையும் ஒப்புக் கொள்கிறார். ஆதிதிராவிட அரசியலை இழிவு செய்வது கொடுமையான காரியம் என்று அறிவிக்கிறார். பெரியாரின் புரிதலில் ஆதிதிராவிட சகோதரர்கள் இந்திய ஜனத்தொகையில் நாலில் ஒரு பங்கு, ஐந்தில் ஒரு பங்கு என்பதும் பதிவாகிறது. நாலில் ஒரு பங்கு சாதியற்ற மக்களின் அரசியல் சக்தியை ஒப்புக்கொள்ள இன்றும் பலர் முன்வருவதில்லை. அந்த அரசியலுக்கும் அவர்களின் சுதந்திரத்திற்கும் உதவி செய்ய வேண்டும் என ஒப்புக்கொள்ளுவது பெரியாரின் அரசியல் குணப்பாங்கு. அந்த அரசியல்மீது அவருக்கு உள்ளது அனுதாபம் என்பதும் கவனத்திற்குரியது.

ஒடுக்கப்பட்ட மக்களின் விடுதலைப் போராட்டமும் அதன் கோரிக்கைகளும் காலனிய அரசு சார்பானது அல்ல, சுயநலமானது அல்ல, அத்துடன் அது சிறுகுழுவினரின் செயல்பாடும் அல்ல என்பதில் தெளிவும் அவரிடம் உள்ளது. பொது மக்கள் எனச் சொல்லப்படும் 'சாதித் தமிழர்கள்' ஆதிதிராவிடர் அரசியலில் மதிப்பு இல்லாதவர்களாக இருக்கிறார்கள். அதன்மீது துவேஷமும் வெறுப்பும் கொண்டவர்களாக இருக்கிறார்கள். அவர்கள் பார்ப்பனர்களை உயர்வாக ஏற்ற சூத்திரர்களாக இருக்கிறார்கள்.

அதனால் பெரியார் தனது அரசியல் களத்தின் அறிவை, புத்தியை மாற்ற வேண்டியிருக்கிறது.

அதனால், 'தீண்டாமை விலக்கு என்பது பிறருக்காகச் செய்யப்படும் பரோபகாரமான செய்கை எனக் கருதுவது அறிவீனம். அது மனிதத் தன்மையை நிலைநாட்ட, சுயமரியாதையைக் காக்க நாட்டின் விடுதலைக்கு அவசியமானதென்று கருதவேண்டும். நம்மைப் பொருத்தமட்டில் நமக்குக் கீழாகக் கருதப்படும் மக்களை நாம் கொடுமைப்படுத்துகின்றோம். இதற்கு நாம் வெட்கப்பட வேண்டும். நமக்கு மேலாகக் கருதப்படும் ஓர் இனத்தார் நம்மைக் கொடுமைப் படுத்துகின்றனர். பஞ்சமர்கள் எனப்படுபவர்களுக் கிருக்கும் பழியை விட நம்மிடத்திலிருக்கும் பழியை முதலில் ஒழிக்க முயல வேண்டும். அப்பொழுது அது தானாய் மறையும்' (குடி அரசு, சொற்பொழிவு, 17-02-1929) எனச் சாதியற்ற தமிழர்களில் அறிவும் மானமும் சுயமரியாதையும் உள்ளவர் களுக்குக் கற்பிக்க முனைகிறார்.

மனிதத் தன்மை, சுயமரியாதை, நாட்டின் விடுதலை அனைத்திற்கும் அடிப்படையானது தீண்டாமையற்ற, சாதியற்ற சமூகம். அதனால் தீண்டாமை ஒழிப்பே முதன்மையான அரசியல். பெரியாரின் புரிதல் பெரியாரியப் புரிதலாக மாறித் திராவிட அரசியலாக மாறியிருந்தால் சாதி காக்கும் இடைநிலைச் சாதிகளின் அரசியலாக அது திரண்டிருக்காது. ஆனால் அதற்கெதிராகவே இருந்தது திராவிட அரசியல். பெரியார் பார்ப்பனிய, சனாதன அநீதியை எதிர்த்தார். சாதி அமைப்பையும் தீண்டாமையையும் முழூத் தீமையென உணர்ந்திருந்தார். தீண்டாமைக்குட்பட்ட மக்களைவிட தம்மை உயர்வாகவும் வேறுபட்டவர்களாகவும் கற்பிதம் செய்திருக்கும் சாதிய உளவியலைத் தகர்க்கவேண்டும் என்ற புரிதல் அவரிடம் இருந்தது.

ஆதிதிராவிட அரசியலைத் தனித்த சக்தியாக ஏற்று அதற்கு இணையான ஓர் அரசியலே சூத்திர சாதிகளின் அரசியல் என ஒப்புக் கொண்டு இரண்டின் தேவையையும் ஒப்புமைப்படுத்தினார். 'தீண்டாமை விலக்கு என்னும் விஷயத்தில் நான் ஏதாவது ஒரு சிறிதாகிலும் வேலை செய்திருப்பதாக ஏற்படுமானால், அது எங்கள் நலத்திற்குச் செய்ததாகுமேயொழிய உங்கள் நலத்திற்கு என்று செய்ததாக மாட்டாது. ஏனெனில் உங்களுக்கும் எங்களுக்கும் சமூக வாழ்வின் பொதுத் தத்துவத்தில் சிறிதும் பேதமில்லை. அனுபோகத்தில் மாத்திரம் ஏதாவது அளவு

வித்தியாசமிருக்கலாம். உதாரணமாக நீங்கள் எப்படித் தீண்டப்படாதவர்களோ அப்படியேதான் உங்களைவிட சிறிது மேல் வகுப்பார் என்கின்ற நாங்களும் ஒரு வகுப்பாருக்கு - அதாவது கடவுள் முகத்திலிருந்து பிறந்ததாகவும் பூலோக தேவர்கள் என்றும் சொல்லிக்கொள்ளும் பார்ப்பனர்களுக்கு நாங்கள் தீண்டப்படாதவர்களாகவே இருக்கின்றோம். நீங்கள் கோயிலுக்குள் வந்தால் எப்படிக் கோயிலும் சாமியும் தீட்டுப்பட்டு விடுகின்றதோ உங்கள் எதிரில் சாப்பிட்டால் உங்களுடன் சாப்பிட்டால் உங்கள் வீட்டில் சாப்பிட்டால் எப்படித் தோஷமும் பாவமுமான காரியமாகி விடுகின்றதோ அப்படியே எங்கள் வீட்டிலே எங்கள் முன்னாலே எங்கள் பக்கத்திலே சாப்பிட்டாலும் தோஷம், மோசம் பாவமென்றுதான் சொல்லப்படுகின்றது' (12-06-1929 இல் ஆதிதிராவிடர் மாநாட்டில் நிகழ்த்திய தொடக்க உரை, குடி அரசு 16-06-1929).

திராவிடர்க் கழகமும், பெரியார் தலைமையிலான இயக்கச் செயல்பாடுகளும் விடுதலைக்கான மக்கள் அரசியலின் (ஒடுக்கப்பட்டோர் விடுதலை அரசியலான தலித் அரசியல்) தலைமையையோ முதன்மையையோ எடுத்துக்கொள்ள முடியாது என்பதைப் பெரியார் தெளிவாக விளக்கிவிட்டுச் சூத்திர இழிவைப் போக்கும் அரசியலை மட்டுமே தனக்கானதாக்கிக் கொண்டவர்.

தனது எல்லையை உணர்ந்திருந்த பெரியார் தலித் அரசியலின் முதன்மையையும் வலிமையையும் ஒப்புக்கொள்ள மறுத்த தில்லை. சாதி ஒழிப்பு இன்க்ச் சுதந்திரம் இல்லை என்பதையும் சாதி ஒழிப்பில் தலைமையும் முதன்மையும் ஏற்பது தலித் அரசியலாகத்தான் இருக்க முடியும் என்பதும்தான் 'பெரியாரியப் புரிதல்'.

சாதிபேதமற்ற திராவிடர் என்றும் சாதிபேதமற்ற தமிழர் என்றும் அயோத்திதாசர் அடையாளம் தந்த தலித் அரசியலை, விடுதலை அரசியலைப் புரிந்துகொள்ளாமலும் ஏற்றுக்கொள்ளாமலும் பார்ப்பனியத்தின் இணையமைப்பாக மாறிய இடைநிலைச்சாதிகள் அல்லது சாதிபோற்றும் தமிழர்களின் ஆதிக்கமும் அதிகாரமும் பெரியாரிய பகுத்தறிவுக்கு எதிராக மாறியதுடன் திராவிட அரசியல் என்ற பெயரில் சாதித்திமிர் அரசியலைத்தான் வளர்த்தன. தலித் தலைமையிலான அரசியலை இழிவு செய்தன. பெரியாரியத்தை யும் உள்ளடக்கிய அம்பேத்கரியத்தை அவர்கள் கற்கவில்லை. தலித் அரசியலின் தனித்த அடையாளத்தை ஏற்று அதனுடன்

இணையச் சொல்லும் பெரியாரின் அணுகுமுறையையும் அவர்கள் ஏற்கவில்லை.

முரண் வாசிப்பின் வழிபுரிந்து கொள்ளுதல்

எல்லா அறிவும் தொடர்ச்சிகள் கொண்டவையே. முன்னிருப்பதுடன் உடன்பட்டோ இணைந்தோ முரண்பட்டோ உருவாகும் தொடரமைப்பு. சமூகம் என்பதே ஒரு குறிப்பிட்ட அறிவுத் தொகுதிதான். அதில் காலம்தோறும் சில புதிய கூறுகள் இணைவதும் சில கூறுகள் அழிவதுமாகத் தொடர்வதன் மூலம் அறிவின் திரட்சி கூடுதலடைகிறது. வேறு சமூகம் அல்லது குழுக்களில் இருந்து புதிய அறிவுமுறை, அல்லது கருவிகள் மற்றொரு சமூகத்திற்கு அறிமுகமாகிப் புதிய அறிவுக்கூறுகள் உருவாகலாம். பரிமாற்றங்கள் வழியாகவும் ஆதிக்கம் வழியாகவும் ஆட்சிகள் வழியாகவும் அறிவு பெருக்கம் அடையலாம்.

இனம், மொழி, நிலங்கள், மக்கள் குழுக்கள் சார்ந்த அறிவு மரபுகளும் கலந்தும், பிணைந்தும் உருவாகும் அறிவுமுறைகளே பெருமரபுகளாக மாறுகின்றன. எல்லா அறிவுமுறைகளுக்குள்ளும் என்றும் தீர்க்கப்படாத எதிர் மறுப்புப் பகுதிகள் இருக்கும். அவை விளிம்புநிலையிலேோ விலக்கப்பட்ட நிலையிலேோ இருக்கலாம் (ராஜவிஸ்வாசம் என்பதும் ராஜதுரோகம் என்பதும் ஒரே சமூகத்தில் ஒரே இடத்தில் உள்ள அறிதல் முறைகள்). அறிவு, பண்பாடு, மொழி என்பவை நன்மைக்கானவை, நலம் தருபவை, காக்கக்கூடியவை, ஆக்கத்திற்கானவை என நேர்நிலையாக மட்டும் இருப்பதில்லை. தீமை, கொடுமை, அழிவு, குரூரங்களும் அறிவின் அடிப்படை கொண்டவை. அத்துடன் நன்மைக்கான அறிவைவிட அவை வலிமையும் வேகமும் கொண்டவை.

நல்லறிவு, தீயறிவு என்ற பிரிவு வர்க்கங்களின் நலன், வாழ்வாதார உரிமைகள், அதிகாரப் படிநிலைகள் சார்ந்தே தகுதி பெறுகின்றன. அடிமைகளை அடக்கி வைப்பதற்கான திறனையும் உத்தியையும் பெறுவதே ஆண்டைச் சமூகத்தின் அறிவுப்பயிற்சியாகிறது. பிராமணியத்தின் அறிவு சாதி, வர்ணப் பகுப்பை நியாயப்படுத்தி தன் ஆதிக்கத்தை நிலைப்படுத்திக் கொள்வதற்கான உத்தி, மொழி, சடங்குகளைக் கற்பது, மற்றச் சாதிகளின் அறிவு அவற்றிற்கு அடிபணிந்து நடப்பதற்கான பயிற்சியைப் பெறுவது. அதனை எதிர்ப்பதற்கான அறிவோ பிராமண - சனாதன அறிவைத் தனக்கான அறிவல்ல என அறிந்து, அதற்கு மாறான அறிவை உருவாக்குவது.

அடிபணியும் அறிவைவிட முரண்படும், எதிர்க்கும் அறிவு மூன்று நான்கு மடங்கு அதிகமான சுமை கொண்டது. மூன்று நான்கு முரண்களில் இயங்க வேண்டியுள்ளது. ஒன்றை அறிவது, அதனைத் தீமையென்றும் பொய்யென்றும் அறிவது, அதற்கு மாறான அறிவை உருவாக்குவது, அந்த அறிவை மெய்ப்படுத்த நடைமுறைப்படுத்த வழிமுறைகளைக் கண்டடைவது எனக் கடின உழைப்பு தேவைப்படுவது. அதனால்தான் அடிமை உளவியலும் அறிவும் எளிதாகவும் பாரமற்றும் தோன்றுகிறது. விடுதலையே பெரும்சுகம் என்பதை உணர்வதும் அடங்கி நடப்பதே புனித இன்பம் என உணர்வதும் இருவேறு அறிவுமுறைகளின் விளைவுகள்.

இன்றுள்ள உலக அறிவு அவ்வகையில் பெரும் முரண்களாலும் கலப்புகளாலும் உருவான பெரும் திரட்சிகளின் விளைவால் ஏற்பட்டது. இரு அறிவு மரபுகள் முரண்படுவதன் மூலம் புதிய ஓர் அறிவுத்தொகுதி உருவாக முடியும். புதிய அறிவுகள் அனைத்துமே ஏற்கெனவே உள்ள அறிவுமுறையைக் கற்று அதனை விரிவு படுத்துதல் அல்லது முரண்படுதல் வழியாக நிகழும் ஆக்கங்களே. முரண்படுதல், மறுத்தல் வழியாக உருவாகும் புரட்சிகள் முற்றிலும் புதிய அறிவியக்கத்தையும் அறிவுருவாக்கமுறையும் வாழ்வியல் முறைகளையும் உருவாக்கக் கூடியன. நவீன அறிவு உலக மயமான அறிவுக் கலப்புகளாலும், அவற்றுக்குள் நிகழ்ந்த புரட்சி அல்லது புத்தாக்கங்களாலும் உருவானவை. உடைப்பு, மறுப்பு, சிதைவாக்கம் செய்தல் வழியாகவும் எதிர்பாராத கண்டறிதல்களாலும் பெருக்கமடைந்தது தற்கால அறிவு.

அறிவியல், தொழில்நுட்பங்கள், உயர் தொழில் நுட்பங்களில் கால்வழி மரபுகளும், தொடர்ச்சிகள், தொடர்ச்சியின்மைகள், தலைகீழாக்கங்கள் வெளிப்படையான பதிவுகளாக அறியக் கிடைக்கும் அளவுக்கு சமூகம், அரசியல், பண்பாட்டு அறிவு முறைகளில் கிளைவழிகள், கால்வழிகள், தொடர்ச்சிகள், புரட்சிகள் பதிவாவதில்லை. அவை உட்பொதிந்தும் உருமறைந்தும் அமைகின்றன.

தமிழில் அயோத்திதாசர், பெரியார் என்ற இரு சமூக, அரசியல் சிந்தனையாளர்கள் முற்றிலும் புதியானவர்கள் இல்லை. அதேபோலப் பழைமையின் தொடர்ச்சியும் இல்லை. அவர்கள் பழைமையை முழுமையாக அறிந்து அதன் பல்வித விதிகளை ஆய்ந்து அதன் அடிப்படைகளைக் கேள்விக்குள்ளாக்கப் புதிய அணுகுமுறைகளையும் அறிவுமுறைகளையும் அதற்கான

மொழியையும் உருவாக்கியவர்கள். இருவருமே புதிய சமூக அமைப்பை, சமூக அறங்களை, அரசியல் விதிகளை உருவாக்க முனைந்தவர்கள். அவற்றைத் தம் மக்களுக்குக் கற்பிப்பதற்கான இயக்கத்தைக் கட்டியவர்கள். நம் காலத்தின் அரசியல் சிந்தனையாளர்களாகவும் செயல்பாட்டாளர்களாகவும் இருந்து விடுதலை, சமூக மாற்றம், புதிய வாழ்வு பற்றிய தமது கற்பிதங் களை, கற்பனைகளை, அவற்றை நடப்பியலாக்குவதற்கான வழிமுறைகளை மக்களுக்குப் போதித்தவர்கள்.

அவ்வகையில் இருவகை விடுதலைக் கருத்தியல்களின் முன்னோடி களாக, இருவகை மாற்றுச் சிந்தனைகளின் அறிஞர்களாக அவர்கள் வரலாற்று வடிவம் கொள்கின்றனர். இவர்கள் இருவருமே நவீன அறிவு, உலக அரசியல், நவீன உலகியல் பார்வை, புதிய வாழ்வியலின் இருவகைத் தமிழ் விளைவுகள்; முரண்படுதல், மறுத்தல், சிதைவாக்கம் செய்தல் வழி கலகக்காரர்களாகச் செயல்பட்டவர்கள்.

இந்த இடத்தில் காந்தியைப் பற்றிக் குறிப்பிடுவது கலகம், புரட்சி பற்றி மேலும் விளங்கிக்கொள்ள உதவும். அவரும் நவீன உலக அரசியலின் விளைவுதான். ஆனால் அவர் பழமையை மீட்கவும் மரபை மறு உருவாக்கவுமான அமைப்பைக் கட்டியவர். அயோத்திதாசர் காந்திக்கு நேர் எதிரான திசையில் இயங்கியவர். அவர் நடப்பில் உள்ள பழமையை வகைப்பிரித்து அதில் அறம் சார்ந்த, சன்மார்க்கம் சார்ந்த மரபை மீட்டுத் தற்காலத்திற்கான புதிய வாழ்வாகக் கட்ட முனைந்தவர். அயோத்திதாசரின் பழமை வேறு, காந்தியின் பழமை வேறு. காந்தியின் மக்கள் வேறு, அயோத்திதாசரின் மக்கள் வேறு.

இந்த இடத்தில் பெரியார் இருவரிடமிருந்தும் வேறுபடுகிறார். அவருக்கு வரலாறு, மரபு, பண்பாடு எனப்படும் அனைத்துமே நவீன, தற்கால அறிவியல், கருவிசார் உலகின் விளைவுகள். அதன் வழி உருவாகும் வாழ்வியல் மரபின் தொடர்ச்சியை மறுத்துப் புதிய மதிப்பீடுகள், புதிய உளவியல், புதிய அரசியல் என நவீன அமைப்பாக்கம் சார்ந்து அமையவேண்டியவை. இந்த இடத்தில் அயோத்திதாசர், காந்தி இருவரைவிட பெரியார் நவீனத் தன்மையை அதிகம் ஏற்றவராகத் தோற்றம் தருகிறார். ஆனால் இந்தியச் சமூகத்தின் அடிப்படைச் சிக்கலான வர்ண - சாதி வன்முறை, அறிவு மறுக்கும் அடிமை உளவியல், பொது அறமற்ற அரசியல் எதார்த்த நிலை பெரியாரை அயோத்திதாசர் இயங்கிய அதே தளத்தில்தான் நிறுத்துகிறது.

நடைமுறைச் சாத்தியம் என்ற தளத்தில் பெரியார் சூத்திர சாதிகளின் விடுதலையைத் தனது செயல்முறையாக எடுத்துக் கொள்கிறார். காங்கிரசில் இருந்து அவர் 1925இல் வெளியேற வகுப்புவாரிப் பிரதிநிதித்துவத் தீர்மானம் மறுக்கப்பட்டது காரணமாக அமைந்தது. அதுதான் அவரது திராவிட - சுயமரியாதை அரசியலின் தொடக்கமாக அமைந்தது. அயோத்திதாசருக்குத் 'தான் இந்து அல்ல' எனச் சொல்லி வெளியேறிப் பௌத்தராக மாற, 1892 ஆம் ஆண்டு சென்னை மஹாஜன சபை கூட்டத்தில் 'உங்களுடைய கடவுள்கள் எங்கள் மக்களுக்கு என்றைக்கும் வேண்டாம்' என அறிவித்தது தொடக்கமாக அமைந்தது. பெரியார் முன்வைத்த சுயமரியாதைச் சூத்திர சாதிகளுக்கான சுயமரியாதை, பகுத்தறிவு இந்து - சனாதனப் பழமைக்கெதிரான பகுத்தறிவு, இரண்டும் இணையும்போது திராவிட அரசியலாக வடிவம் கொள்கிறது. காந்தியின் அரசியல் வெறும் நினைவூட்டல் உத்தியாக முடிந்துபோனது. சாதிய உளவியலை அறிந்திருந்தும் சாதியின் வன்முறைகளைக் கண்கூடாகக் கண்டிருந்தும் அதனை இந்தியச் சமூகத்தின் ஆக்கபூர்வமான கட்டமைப்பு என்று தொடர்ந்து வலியுறுத்திவந்து பிறகு தனது இறுதிக் காலத்தில் தன் நிலைப்பாட்டை மாற்றிக் கொள்ள முனைந்த அவரது மாற்று அரசியல், சமூக அறம் பற்றிய கருத்துகள் பிழைபட்டுப் போயின. இயற்கைசார் உற்பத்தி, மக்கள் வயமான தொழில்நுட்பம், சுயச்சார்புடைய சிறுகட்டமைப்புகள் பற்றிய காந்தியின் கற்பனைகள் மட்டுமே ஆக்கபூர்வமான பங்களிப்புகளாக இன்று மீந்துள்ளன. காந்தி பற்றிய குறிப்புகளை இங்கு நிறுத்திக்கொண்டு அயோத்திதாசர், பெரியார் பற்றிய நம் புரிதலைத் தொடரலாம்.

அயோத்திதாசர், பெரியார் இருவருமே விடுதலைக் கருத்தியல் களுக்கான முன்னோடிகள், சமத்துவ அரசியலுக்கான சிந்தனை யாளர்கள் என்ற புரிதலில் இருந்து தொடங்கி, இருவரது அணுகு முறைகளும் வேறுபட்டவை, அத்துடன் இருவரும் மையப் படுத்திய, இருவரும் முதன்மைப்படுத்திய மக்கள் குழுக்கள் வேறுபட்டன என்ற நிலைப்பாட்டை நான் எடுக்கிறேன். சாதிபேதமற்ற தமிழர்கள், சாதித் தமிழர்கள் என்ற இருபிரிவுகளாக இவை நிலைகொள்கின்றன. அவ்வகையில் ஆதிதிராவிடர், ஆதித்தமிழர், பூர்வ பௌத்தராம் சாதிபேதமற்ற விடுதலைக்கான மக்கள் அரசியலுடன் இணைந்து இயங்குவதுதான் பெரியாரியத்தின் இன்றைய தேவை எனும் புரிதலை நான் பெறுகிறேன். இவை இரண்டையும் இணைத்து இன்னும் விரிவாக அம்பேத்கரியம் என்று குறிப்பிடவே நான் விரும்புகிறேன்.

பகுத்தறிவு, சுயமரியாதை, அறிவியல் சார்ந்த வாழ்வியல், சமத்துவ அரசியல் அனைத்தும் அம்பேத்கரியத்தில் அடங்கி உள்ளன. அவை பற்றிய அம்பேத்கரின் ஆய்வுகள் ஆழமானவை. பிராமண ஆதிக்கம், சனாதனப் பழமைவாதம் இரண்டுக்கும் எதிரான அம்பேத்கரின் கருத்தியல் போர்த்தொடுப்புகள் விரிவானவை. பண்பாட்டு அரசியல், மாற்று அறம், வரலாற்று மறுஆக்கம் இணைந்த பௌத்தத்தை அயோத்திதாசர் வழியில் அம்பேத்கரியம் ஏற்றுக்கொண்டு, இந்தியப் பெருநிலம் சார்ந்ததாக விரிவடைந்திருக்கிறது. அயோத்திதாசர், அம்பேத்கர், பெரியாரிய புரிதல்களுடன் இன்றைக்கான சிக்கல்களையும் இணைத்துத் தொடர்வதுதான் விடுதலைக்கான அரசியல் (தலித் அரசியல்) என நான் உணர்கிறேன், நம்புகிறேன். ஆனால் இந்த உணர்தலும் புரிதலும் அவ்வளவு எளிதான செயல்பாடுகள் அல்ல என்பதைத்தான் தருமராஜின் ஆய்வுமுறை எனக்கு நினைவூட்டுகிறது.

'கலகக்காரர்களின் கால்வழி மரபு' என்ற கட்டுரையை இதற்கு உதாரணமாகச் சொல்லலாம். அயோத்திதாசர் மறுகண்டு பிடிப்புக்கும், மீளுருவாக்கத்திற்கும் உட்பட்ட பின் தமிழக அறிவுச் சூழலில் ஏற்பட்ட திணறல், வெளிச்சொல்ல முடியாத வெறுப்பு, வெளிச்சொல்லத் தயங்காத மறுப்பு, பெயர் சொல்ல மறுக்கும் மறைப்பு எனப் பல்வேறுபட்ட எதிர்விளைவுகள், முரண்விளைவு களைத் தொகுத்துத் தருவதாக இக்கட்டுரை அமைந்துள்ளது. 'அயோத்திதாசர் தொடங்கி வைத்த அறப்போராட்டம்' நூலை எழுதியபோதும், கடந்த இருபது ஆண்டுகளாக அயோத்திதாசர் உரையாடலை முன்வைப்பது, தொடர்வது என இயங்கியபோதும் நான் எதிர்கொண்ட கேள்விகள், மறுப்புகள், விலக்குதல்கள் அனைத்தையும் நினைவூட்டக்கூடியதாக இக்கட்டுரை உள்ளது. தருமராஜின் கட்டுரை எம்.எஸ்.எஸ். பாண்டியன் எழுதிய "Brahmin and Non Brahmin:Genealogies of the Tamil Political Present' (2007) நூலை எதிர் நிறுத்தி விசாரணை செய்கிறது. அந்த விசாரணையின் வழி அது எனக்கான, நான் அளிக்க விரும்பிய பல விளக்கங்களை அளிக்கிறது.

பிராமின் - நான்-பிராமின் நூலை முதல்முறை வாசிக்கத் தொடங்கித் தொடராமல் நிறுத்திவிட்டேன். அதற்குக் காரணம் முன்னுரையி லேயே தொடங்கிவிட்டது. 'பிராமின் - நான்-பிராமின் என்ற வகைப்பிரிவு தமிழ்நாட்டில் நடைமுறை எதார்த்தமாக உள்ளது, ஒருவருடைய சிந்திக்கும்முறை, உணரும்முறை, நடைமுறைச்

செயல்கள் அனைத்தையும் இந்த வகைப்படுத்தல் வடிவமைத்துத் தருகிறது'. என்ற கருத்தில் எனக்கு உடன்பாடு இல்லை. ஆனால், அது விவாதத்திற்குரியது. அடுத்துப் பார்வையில் பட்ட 'அயோத்திதாசர் என்ற தீண்டாத சாதிப் பறையர், பௌத்தப் பண்டிதர்' என்ற தொடர் முகச்சுளிப்பும் கோபத்தையும் ஏற்படுத்தியது. பகுத்தறிவாளரான பாண்டியன் ஏன் இப்படி எழுதியிருக்கிறார்? அதிலும் அந்த முன்னுரையின் தொடக்க மேற்கோள் "Name set up a field of Power' (Michel-Rolph Trouillot) என இருந்தது.

அயோத்திதாசர் பெயரை இவ்வாறு குறிப்பிடுவதற்கு ஏதாவது தொழில்நுட்பக் காரணம் இருக்குமா? எனத் தேடியபோது 'நான் அயோத்திதாஸைப் பறையர் சாதிப் பண்டிதர் (இன்டலக்சுவல்) எனவே குறிப்பிடுகிறேன். ஏனெனில் அவர் பறையர்களை மற்ற தீண்டாத சாதிகளைவிட உயர்வானவர்கள் என மனப்பூர்வமாக வேறுபடுத்திக் கொண்டார். அவருடைய கருத்துப்படி 'குறவர், வில்லியர், சக்கிலியர், தோட்டியர் சாதியினர் இயல்பிலேயே தாழ்ந்தநிலையில் உள்ளவர்கள்'.'பறையர்களை இந்தச் சாதிகளுடன் இணைத்துப் பஞ்சம சாதியினர் என்று குறிப்பிடுவதை அவர் எதிர்த்தார்' என்ற விளக்கத்தைத் துணைக்குறிப்பாக அளித்திருந்தார். பாண்டியன் தந்துள்ள இந்த மேற்கோளைத்தான் நான் இருபது ஆண்டுகளாக அயோத்திதாசரை மறுக்கும் சிலரிடமிருந்து தொடர்ந்து கேட்டு வருகிறேன். அந்த மேற்கோளின் காரணமாக அயோத்திதாசரை an Untouchable parayar /Buddhist intellectual என்று குறிப்பிடுவது எவ்வகை அறிவு நேர்மை எனத் தெரியவில்லை.

வேறு எதையும் வாசிக்காமல் இதனை மட்டும் குறிப்பிட்டு அயோத்திதாசர் சாதி வெறியர், பிராமணியக் குணம் கொண்டவர் அதனால் அவரைத் தலித் அரசியல் முன்னோடியாக ஏற்கமுடியாது என்ற சொல்லுகிறவர்களை நான் சந்தித்து வருகிறேன். அவர்களின் சாதியற்ற சமத்துவ உணர்வு மதிப்புக்குரியது என்றாலும் அயோத்திதாசர் என்ற நிகழ்வு ஒரு தனிமனிதர் போலவும் அவரது மெய்யான குணம் இதுதான் என்பது போலவும் அவர்கள் ஒரு வரியில் கடந்து செல்வது அறிவுப் பொறுப்பற்ற தன்மை என்பதையும் நான் அறிவேன்.

பாண்டியன் தன் பெயரிடும் முறையை நியாயப்படுத்தியதைக் கடந்து சென்றபொழுது, 'மறைமலையடிகள் ஒரு வெள்ளாள, சைவ அறிஞர் (இன்டலக்சுவல்)' என்ற பெயரிடுதலும் இருந்தது.

'மறைமலையடிகளும் அயோத்திதாசும் பிராமணர்களை லட்சியமாக உருவப்படுத்தியிருந்தனர், தமது சாதிகளைப் பற்றிய 'பொற்காலக்' கற்பனைகளை உருவாக்கியிருந்தனர். அதன் வழி தற்போது உள்ள பிராமணர்களுக்கு எதிரான கருத்துகளை உருவாக்கியிருந்தனர். தற்போதுள்ள பிராமணர்கள் பற்றிய கண்டனத்தை அவர்கள் செய்தாலும் உண்மையான பிராமணர்கள் பற்றிய கற்பிதம் ஒன்றை உருவாக்கித் தமது சாதிகளின் பொற்காலம்பற்றிய கற்பனையை உருவாக்கியிருந்தனர்.

பௌத்தப் பறையர்கள், சைவ வெள்ளாளர்கள் இருவரையும் லட்சியப் பிராமணர்களாகக் காட்டும் இவர்கள் முயற்சியால் ஏற்பட்ட முரண் விளைவுகளை நான் விளக்குகிறேன். இவ்வாறாக இவர்கள் இருவரின் சமூக விமர்சனத்தில் உள்ள சுயமுரண், தர்க்கப்பிழைகளின் காரணமாகத் பிராமணர்களைக் கீழிறக்கம் செய்வதற்குப் பதிலாக, பிராமணியத்தை மீட்கவும் பிராமணர் களைப் பெருமைப்படுத்துவதும்தான் நடந்தது என்பதையும் விளக்குகிறேன்' (எம். எஸ். எஸ். பாண்டியன், 2007) (வாக்கிய அமைப்பில் சற்று மாற்றம் உள்ளது.).

அயோத்திதாசரையும் அவர் கனவு கண்டு மெய்ப்படுத்திய தமிழ் பௌத்தத்தையும் பௌத்தப் பறையர்களின் இயக்கமெனச் சுட்டும் பாண்டியன் பிராமணரல்லாதோர் அரசியல், திராவிடர் கழகம், சுயமரியாதை இயக்கம் இவற்றை அடித்தள மக்கள் அரசியல் (சபாள்டர்ன் பாலிடிக்ஸ்) என அடையாளப்படுத்துகிறார். அயோத்திதாசரின் அரசியலை 'பறையர்' சமூகத்தின் 'இழிநிலையைப்' போக்க 'சாக்கிய பௌத்த சங்கம்' என்ற சங்கத்தைக் கட்டிய 'புதிய பௌத்த' (நியூ புத்திஸ்ட்) செயல்பாடு எனப் பெயரிடுகிறார்.

அந்நூலில் உள்ள மற்றப் பகுதிகளோ மேலும் கோபமடையச் செய்தன. ஆசான் அயோத்திதாசரை அவர் தமிழில் படிக்கவில்லை என்பதும் இதற்கான காரணம். 'பண்டிட் சி. அயோத்திதாஸ் தீண்டாத சாதி அறிஞர், இழிவுபடுத்தப்பட்ட தனது பறையர் அடையாளத்தை நவபௌத்த அடையாளத்தால் மீற முயற்சித்தவர். மறைமலையடிகள் இருபதாம் நூற்றாண்டின் தொடக்கத்தில் வாழ்ந்த புகழ் பெற்ற சைவ அறிஞர். இருவரும் பிராமண அடையாளத்தை முன்னிலைப்படுத்தித் தமக்கான புதிய தன்னிலை அடையாளத்தை உருவாக்கிக்கொள்ளத் தனது எழுத்தைப் பயன்படுத்தினார்கள். இருவரும் தமிழின் சமயவாத மரபின் வழியில் எழுத்துகளையும் சுவடிகளையும் பண்பாட்டு

விசாரணைக்கு முதன்மையான சான்றுகளாகப் பயன்படுத்திய பழமைவாதச் சிந்தனையாளர்கள். இவ்வகை இலக்கியச் சான்றுகள் சார்ந்த விவாதங்கள் படிப்பாளிகளுக்குள் மட்டும் நடப்பவை, அடித்தள மக்களுடன் தொடர்பற்றவை. சுருக்கமாகச் சொன்னால் மறைமலையடிகளும் அயோத்திதாசும் பிராமணர்களின் மேலாதிக்கத்தைப் பண்பாட்டுத் தளத்தளத்தில் மட்டும் கேள்விக்குட்படுத்தியவர்கள்'.

'பறையர்களின் உண்மையான வரலாறான பெளத்த வரலாற்றை இளம் அயோத்திதாஸ் ஒருகட்டு ஓலைச்சுவடியிலிருந்து கண்டுபிடிக்கிறார். கோயம்பத்தூர் மாவட்டத்தில் அவர் பயணம் செய்த நாட்களில் சில தமிழ் ஓலைச்சுவடிகளைக் கண்டு பிடிக்கிறார். அதில் 570 செய்யுள்கள் உள்ள 'நாரதீய புராண சங்கைத் தெளிவு' என்ற பெயர் கொண்ட சுவடியும் உள்ளது. அயோத்திதாசின் கருத்துப்படி அஸ்வகோஷ முனி இயற்றிய அந்த நூல் திராவிடர்களின் வரலாற்றைச் சொல்கிறது. அந்த ஏட்டுச் சுவடி எப்படிக் கிடைத்தது என்பதை தாஸ் சொல்லவில்லை. அவர் தேடிக் கண்டுபிடித்தாரா? அதனை எப்படிக் கண்டுபிடித்தார்? யார் அவருக்கு அதனை அளித்தார்? என எதுவும் நமக்குத் தெரியாது. நூலைப் பற்றிய எந்த விபரமும் இல்லாததால் அவர் சொல்லுவது தொன்மக் கதையில் வரும் ஞான திருஷ்டி போன்று தோன்றுகிறது'.

இந்த வாசகம் ஆசான் அயோத்திதாசரின் அறிவு, ஆய்வு, நூலாராய்ச்சிகள் அனைத்தையும் சிறுமைப்படுத்தும் நோக்கம் கொண்டது. தமிழில் பத்தொன்பதாம் நூற்றாண்டில் கண்டறியப் பட்டுப் பதிப்பிக்கப்பட்ட நூல்களைப்போலப் பல மடங்கு நூல்கள் அழிக்கப்பட்டன; மறைக்கப்பட்டன; இனி மீட்க முடியாத அளவுக்கு இல்லாமலாக்கப்பட்டன. அவை மாற்று மரபுகளையும் எதிர்ப்பு மரபுகளையும் சேர்ந்தவை. இதனை அறிந்திருந்தால் அயோத்திதாசரின் நூலாய்வு இவ்வாறு (சான்று அற்ற) புராணக்கற்பனையே எனக் குறிப்புத் தரும்படி எழுத முடியாது. இன்னும் குறிப்பாக 'அஸ்வகோஷரின் ஏட்டில் உள்ளதை உண்மையான வரலாறு என்று ஏற்றுக் கொண்ட தாஸ், அதற்கு மிக விரிவாக மறுவடிவம் தந்தார்' எனச் சொல்லுவது அதன் 'வரலாற்றுத் தகுதியைக்' கேள்விக்குட்படுத்தும் உத்தி.

அடித்தள மக்கள் வரலாற்றை எழுதுவதாகச் சொல்லும் ஒரு வரலாற்று ஆய்வாளர், அடித்தள மக்களைச் சென்றடையாத நூல் மரபைச் சார்ந்தவர் என அயோத்திதாசரின் ஆய்வைக் கீழிறக்கம்

செய்யும் ஓர் ஆய்வாளர், வாய்மொழி மரபுகளையும் சிறுமரபு களையும் சான்றாக வைத்து அயோத்திதாசர் உரைக்கும் பௌத்த வரலாற்றை உண்மையல்ல தொன்மக் கற்பனை என்கிறார். 'அயோத்திதாஸ் சொல்லும் பறையர்களின் வரலாற்றுக்குத் தரவுகள் குறைவு. நிலவியல், எல்லைகள்பற்றிச் சரியான புரிதல் அற்றது. வடக்கு தெற்கு பற்றிய தெளிவில்லாக் கருத்தைச் சொல்கிறது. கால வரிசைக் குழப்பம் நிறைந்தது. அதனால் வரலாற்று மதிப்பற்ற தொன்மக் கற்பனைத் தன்மையில் உள்ளது'.

இவ்விதமாகத் தொடரும் அந்த நூல் முன் வைக்கும் முடிவு இதுதான்: 'அயோத்திதாசரின் தமிழ் பௌத்தம் என்ற பறையர் பௌத்தம் விழாக்கள், சடங்குகள் (புத்த ஜயந்தி, பொங்கல், போகி பண்டிகை போன்றவையாம்) அனைத்தையும் பிராமணிய ஹிந்து சமயத்திலிருந்தே கடன் வாங்கி அதனைப் புதுப்பித்துக் கொண்டது. அது ஒழுக்கம், சீலம், அந்தணர், அறம் எனப் பிராமணிய கருத்துகளையே முன்னிலைப் படுத்தியது. அயோத்திதாசரின் பௌத்தம், தமிழ் இரண்டும் அடித்தள மக்களுக்கு அந்நியமான பண்டிதத் தன்மை கொண்டது. மக்களுக்குப் புரியாதது. அதனால் அது பிராமணியத்தை எதிர்ப்பதாகச் சொல்லி இன்னொரு பிராமணியத்தை வளர்த்தது (பள்ளிகள் நடத்துவது, விழாக்கள் நடத்துவது, சங்கங்கள் அமைப்பது, சமய உரையாடல்களை ஒருங்கிணைப்பது, எளியவர் களுக்கு உணவிடுவது போன்றவையாம்). தனி மனித ஒழுக்கத்திற்கு அதிக முக்கியத்துவம் கொடுத்தால் ஆதிதிராவிடர் அரசியலுக்குத் தமிழ் பௌத்தம் உதவி செய்யவில்லை. தமிழ் பௌத்த இயக்கம் மிகக் குறைவான மக்களால்தான் ஏற்கப் பட்டிருந்தது. அதனால் அவருக்குப் பிறகு ஆதிதிராவிடர்கள் தமிழ் பௌத்தத்தைவிட்டுத் திராவிட இயக்கத்தில் இணைந்தனர்'.

இருபதாம் நூற்றாண்டுத் தமிழக அரசியல் வரலாற்றை விரிவான தரவுகளுடன் தற்காலக் கோட்பாடுகளின் துணையுடன் ஆய்வு செய்யும் ஒரு நூலில் முன் வைக்கப்படும் கருத்துகள் இவை. திராவிடக் கருத்தியலை மையமாக வைத்து இந்த ஆசிரியர் தன் மொழியில் பதிவு செய்துள்ள கருத்துகள்தான் திராவிட இயக்கத்தவர்களிடையே பொதுவான புழக்கத்தில் உள்ளவை, அதனால் அதன் கருத்துருவப் பிரதிநிதித்துவத் தன்மை கூடுகிறது.

தருமராஜ் தன் கட்டுரை வழியாக அந்நூலினைத் தகர்ப்பாக்கம் செய்யும்போது 'தனது சார்பு நிலைகளுக்குக் கோட்பாட்டு ரீதியிலான தற்காப்புகளைச் செய்துகொள்ளும் முயற்சியாக

வந்துள்ள நூல்' எனக்குறிப்பிடுவதற்கு இந்தக் 'கருத்துருவப் பிரதிநிதித்துவமே' காரணமாகிறது.

தருமராஜ் முன் வைக்கும் தகர்ப்புகளை இவ்வாறு தொகுக்கலாம்: 'ஆங்கிலத்தில் செய்யப்படும் சமூகப் பண்பாட்டு ஆய்வுகள் பெரும்பாலும் எந்தச் சமூகத்தைப்பற்றிச் செய்யப்படுகிறதோ அந்தச் சமூகத்திற்குத் தேவைப்படுவதில்லை அல்லது அச்சமூகத்திற்கு வழங்கப்படுவதில்லை. இதனால், தன்னைப் பற்றி ஒரு சமூகம் கொண்டிருக்கக்கூடிய எந்தவொரு மனப்பதிவையும் கற்பனையையும் இத்தகைய ஆய்வுகள் சட்டை செய்யவேண்டிய அவசியம் ஏற்படுவதில்லை' என நூலுக்கான நோக்கமே முதலில் கேள்விக்குள்ளாக்கப்படுகிறது. அந்த நூல் 'நான்-பிராமின் என்ற கருத்தாக்கம் பெரும் மக்கள் சக்தியாகத் திரண்டு அரசியல் அதிகாரத்தைக் கைப்பற்றும் அளவுக்குச் சென்றது என்ற ஆங்கிலக் கற்பனையைச்' சரி பார்க்கும் ஒரு முயற்சி. 'நான்-பிராமின் என்பது பொதுவாகப் 'பிராமணரல்லா தோர்' என்று மொழிபெயர்க்கப்படுகிறது. ஆனால், இந்த மொழி பெயர்ப்பும் புத்தகங்களுக்குள் மட்டும்தான் செல்லுபடியாகிறதே தவிரப் பேச்சு வழக்கில் இல்லை. அன்றாடப் பயன்பாட்டு மொழியில் ஒரு சொல் இல்லாதபட்சத்தில், இவ்வடையாளம் தமிழக அரசியல் வாழ்வைக் கட்டமைத்தது என்று எப்படிச் சொல்வது? என மக்கள் மொழிபற்றி அதிகம் கவலைப்படும் அந்த நூலை அயோத்திதாசர் வழியில் கேள்வி கேட்கிறது கட்டுரை.

'பிராமணரல்லாதோர்' என்ற அடையாளம் கட்டமைக்கப் பட்டிருக்க வில்லை. ஆனால் இல்லாத ஒன்றைப் பாண்டியன் தனது நூலில் மிக விரிவாகப் பேசுகிறார். 'பிராமணரல்லாதோர்' ஒருமை செயல்படவில்லை. ஆனால் பிராமணர்கள் மீதான வெறுப்பு, வடக்கு - தெற்கு, சமஸ்கிருதம் - தமிழ், பூர்வீக மக்கள் - ஆரியர்கள் என்னும் கருத்துகள் சமூகத்தில் பரவியிருந்தன. அது 'திராவிடர்' என்ற அடையாள உருவாக்கத்தின் பின்னணியிலேயே நடைபெற்றிருந்தது. இவை தொடக்க கட்ட வரலாற்று மாணவர் களுக்கும் தெரிய வேண்டிய உண்மைகள். அப்படியிருக்க 'திராவிடர்' என்ற அடையாளத்தைத் தவிர்த்து, நான் - பிராமின் என்று பேசுவதற்கு வேறு நோக்கம் உள்ளது.

பாண்டியனின் நூல் அயோத்திதாசப் பண்டிதரையும் மறைமலையடிகளையும் ஒப்பிடுகிறது. இந்த ஒப்பீடும் அதன் மொழிதல் முறையும் முற்றிலும் அயோத்திதாசரை வரலாற்று

நீக்கம் செய்யும் நோக்கம் கொண்டவை. 'பிராமணர்' அடையாளம் உருவாக்கப்பட்ட விதம், அதற்கான சூழல் பற்றி நூலில் உள்ள கற்பனை, வரலாற்றுப் புரிதலற்றது. அயோத்திதாசரை அந்த நூல் சித்திரிக்கும்முறை அவரை வாசிக்காததினாலும் புரிந்து கொள்ளா ததினாலும் உருவானது. திராவிட அரசியலை சபால்டர்ன் அரசியலாக அந்த நூல் விவரிப்பது பல குழப்பங்களைக் கொண்டது.

பிராமணச் சாதியின் மீட்டெடுப்பு இந்து மதத்தையும் இந்திய தேசத்தையும் வென்றெடுப்பதோடு தொடர்புடையது. 'பிராமணர் - இந்து - பாரதம்' என்ற கூட்டு அடையாளம் அதில் செயல் படுகிறது. ஆனால், பிராமணர்களின் திடீர் சாதியக் கட்டமைப் பிற்கும் சமயப் பற்றிற்கும் தேசியப் பற்றிற்கும் என்ன காரணங்கள் என்று விளக்குவதில் நூலுடன் நமக்கு முரண்பாடு ஏற்படுகிறது.

19ஆம் நூற்றாண்டில் தமிழகம் வந்த மிஷனரிகள் தங்களது மத மாற்ற முயற்சிகளை ஒடுக்கப்பட்ட சாதிகளிடம் நிகழ்த்தினர். அதனால் அவர்கள், இந்து மதத்தையும் சாதியமைப்பையும் வெளிப்படையாகக் கண்டிக்க வேண்டிவந்தது. பிராமணர் போன்ற ஆதிக்கச்சாதியினருக்கு எதிராகப் பேச வேண்டிவந்தது. ஒடுக்கப் பட்ட சாதிகளின் நம்பிக்கையைப் பெறுவதற்காக அவர்கள் இப்படிப் பேச நேர்ந்தது. இதன் இன்னொரு பகுதியாக ஒடுக்கப்பட்ட மக்களும் தங்களது குரலை ஒலிக்கும் கருவியாக மிஷனரி அமைப்பைப் பயன்படுத்தியுள்ளனர். 19ஆம் நூற்றாண்டின் காலனியம் ஒடுக்கப்பட்ட மக்களுக்குப் பிரதிநிதித்துவம் அளித்தது. ஒடுக்கப்பட்ட மக்களுக்கு அதுவரை மறுக்கப் பட்டிருந்த கல்வி, வேலை, பொருளாதார வாய்ப்புகள் ஓரளவு அவர்களுக்குக் கிடைக்கத் தொடங்கின. அத்துடன் ஒடுக்கப்பட்ட மக்கள் பல்வேறு இயக்கங்களாகத் திரண்டு தங்களுக்கான உரிமைகளைக் கேட்கும் போராட்டங்களில் ஈடுபட்டனர்.

தென் திருவிதாங்கூரில் உருவான முத்துக்குட்டி சாமிகளின் அய்யாவழி, வட தமிழகத்தில் கிளர்ந்தெழுந்த அயோத்திதாசரின் பௌத்த இயக்கம் போன்றவை ஒடுக்கப்பட்ட சாதிகளின் விடுதலையை மையப்படுத்திய இயக்கங்கள். இவை பண்பாட்டுத் தளைகளை அறுப்பதில் கவனம் செலுத்தின. பிராமணர்களின் இந்து மதத்திலிருந்து விலகிச் செல்லத் தொடங்கின. காலனிய ஆட்சியாளர்களிடம் பேச்சுவார்த்தை நடத்தித் தங்களுக்கான உரிமைகளைப் பெறத் தொடங்கின. அதனால் கல்வி மேம்பாடு ஏற்பட்டது.

இவைதான் பிராமணர்கள் மிஷனரிகள், மற்றும் காலனிய அரசின்மீது சீற்றம்கொள்ளவும் வெறுப்புக் கொள்ளவும் முதன்மையான காரணங்கள். ஒடுக்கப்பட்ட சாதிகள் அரசியல் பிரதிநிதித்துவம் பெறுவதும், சமூக, பொருளாதாரத் திரட்சி கொள்வதும், அதிகாரத்தில் பங்கு கேட்பதும்தான் காலனிய ஆட்சியால் நிகழ்கிறது என்பதை அறிந்து இந்திய அரசியலை, ஆட்சியை, அதிகாரத்தை, நிர்வாகத்தைத் தம் ஆதிக்கத்தின் கீழ் கொண்டுவரும் பிராமணர்களின் முயற்சியையே தேசியப் போராட்டம் என்றும், சுதந்திரப் போர் என்றும் பிராமணர்கள் மகிமைப்படுத்திக் கொண்டனர்.

ஒடுக்கப்பட்ட மக்கள் தங்களது பண்பாட்டுத்தளைகளை உடைத்து விட்டு, அரசியல் அதிகாரத்தை நோக்கி நகரத் தொடங்கியதைக் கண்டு கலகலத்துப்போன ஆதிக்கச்சாதியினர், குறிப்பாகப் பிராமணர்கள், தங்களையும் தங்களது அதிகார பீடங்களையும் காப்பாற்றிக்கொள்ள இனியும் காலனிய சக்திகளை நம்பக்கூடாது என்று முடிவு செய்து காலனிய எதிர்ப்பாளர்களாக உருமாற்றம் அடைந்தனர். இதுதான் பிராமணர்கள் தேசப்பற்றாளர்களாக மாறிய வரலாறு. இதனை உணர்ந்து கொண்டதால்தான் அயோத்திதாசரும் அம்பேத்கரும் சுதேசிய அரசியல் என்ற கட்டமைப்பை எதிர்த்தனர். அது முழுக்கவும் பிராமண நலம் சார்ந்தது, பிராமண ஆதிக்கத்தை மீட்டெடுப்பது என்று கண்டனம் தெரிவித்தனர். பெரியாரின் வாதமும் இதுவாகவே இருந்தது.

இதையெல்லாம் மறந்துவிட்டுப் பேசும் ஒரு நூலைப் பாண்டியன் எழுதியிருப்பதற்குக் காலனியாக்கப்பட்ட நாடுகளைப் பற்றிய காலனிப்படுத்திய நாடுகளின் பார்வைகளின் தொகுப்பாக அமைந்த கீழைத்தேயவியல் அணுகுமுறையை (ஓரியண்டலிஸம்) அவர் ஏற்றுக்கொண்டதுதான் காரணம். தம் காலனிகளாய் இருந்த சமூகங்களனைத்தும் நாகரிக வளர்ச்சி அற்றவை, காலனிய ஆட்சியே அவர்களை மேன்மையடையச் செய்தன என்பது அதன் அடிப்படைக் கோட்பாடு. கண்மூடித்தனமான காலனியச் சொல்லாடலும் கீழைத்தேயவியல் வாதமும் இந்தியச் சமூகங்களைப் பொறுத்தளவில் பிராமணியத் துதிப்பாடலாகவே முடிந்துபோகும். அப்படித்தான் பாண்டியனின் நூலும் பிராமணத் துதிபாடுவதாக, ஒடுக்கப்பட்ட மக்களின் வரலாற்றுப் பாத்திரத்தை மறுப்பதாக மாறுகிறது. அயோத்திதாசர் பற்றிய அவரது கதையாடலில் இது மேலதிகமாக வெளிப்படுகிறது.

'நான் - பிராமின் என்றொரு கூட்டமாமே! அது என்ன சாதியா அல்லது வேறெதுவுமா?' எனக் கேலி செய்து 'தமிழர்', 'திராவிடர்', 'பௌத்தர்' சாதிபேதமற்ற மக்கள் என்ற அடையாளங் களைப் பேசும் அயோத்திதாசரையும் 'தமிழர்', 'வேளாளர்' 'சைவம்' என்ற அடையாளங்களை முன்னிறுத்தும் மறைமலையடிகளையும் நான்-பிராமின் என வகைப்படுத்துவது ஆய்வு நியாயமற்றது.

அயோத்திதாசரின் வரலாற்று மீட்டுருவாக்கம் தர்க்க அளவில் வலிமையானதாகவும் பிராமண மேலாண்மைக்கு எதிரானதாகவும் விளங்கினாலும் அதில் உள்ள பண்டிதத்தனம், வெகுமக்களைக் கவரவில்லை என்பது பாண்டியன் முன் வைக்கும் முடிவான கருத்து. இது முற்றிலும் தவறான புரிதல்.

அயோத்திதாசர், சுயப்பிரயோசனக் கல்வியாளர்களைப்போலக் கலாசாலைகளில் அமர்ந்துகொண்டு எழுத்துப் பணி ஆற்றியவரல்லர். அவர் தனது கருத்துகளைத் தொடர்ச்சியான பொதுக்கூட்டங்களின் வழி மக்களிடம் பரப்பிவந்தார்; அவரோடு கம்யூனிஸ சித்தாந்தங்களைப் பேசும் சிங்காரவேலர் போன்ற சிறந்த பேச்சாளர்களும் கலந்துகொண்டு பேசுவது வழக்கம்.

ஏழு ஆண்டுகள் தமிழன் என்னும் வாராந்திரப் பத்திரிகையை நடத்தியவர் அயோத்திதாசர். அப்பத்திரிகையின் வாசகர் வினா-விடை பகுதி முக்கியமானது. தென்னிந்தியாவின் பல இடங்களில் இருந்து வாசகர் கேள்விகளை அனுப்புவது வழக்கம். அயோத்திதாசரின் பதில்கள் மட்டுமின்றி, பத்திகளும் செய்திகளும் மக்கள் மொழியில், வாழ்வியல் வழக்கில் எழுதப்பட்டன. அக்காலத்தில் புழக்கத்தில் இருந்த பழமொழிகளும், வாய்மொழிச் செய்யுள்களும் உழைக்கும் மக்களின் சொல் தொடர்களும் உரையாடல் முறையும் ஓசையமைப்பும் நிறைந்த மொழியில் அவர் எழுதியிருக்கிறார். பேச்சும் எழுத்தும் கலந்த ஓர் எழுத்து முறை அவருடையது, இலக்கியம், பௌத்தம், வரலாறு, அரசியல், வழக்காறு என ஒவ்வொரு துறைக்கும் ஒரு தொனியும், மொழியாக்க அமைப்பும் கொண்டது. அதனால்தான் இன்று அதனைப் படிக்கத் தனியே பயிற்சி தேவைப்படுகிறது. அவரது முன்னெடுப்பால் பல ஊர்களில் பௌத்த சங்கங்கள் தோற்று விக்கப்பட்டிருந்தன. இந்தச் சங்கங்கள் பின்னளில் திராவிட இயக்கத்தின் பாசறைகளாகச் செயல்பட்டன. தமிழகத்தில் திராவிட இயக்கத்தின் பரவல் தென்பகுதியை விடவும்

வடபகுதியில் அதிகமாக இருந்ததற்கு அயோத்திதாசரின் பௌத்தக் களப்பணிகளே காரணமாயிருந்தன.

அயோத்திதாசர் தமிழன் இதழில் எழுதி வந்தவை ஒடுக்கப்பட்ட மக்களின், உழைக்கும் மக்களின் அன்றாடப் பிரச்னைகளைப் பற்றியே. தண்ணீர்ப் பிரச்னை, ஆடு, மாடு மேய்வதால் ஏற்படும் தகராறுகள், தீண்டாமைக் கொடுமைகள், சாதியிழிவுகள், கூலிப் பிரச்னை, சாலை வழி நடக்கமுடியாத நிலை எனத் தினவாழ்வின் பிரச்னைகளை உலகுக்கு அறிவிக்கும் பத்திரிகையாகவே தமிழன் நடந்து வந்தது. வெகுசனப் பண்டிகைகளான தீபாவளி, கார்த்திகை, பொங்கல் போன்றவற்றையும் வாழ்க்கை வட்டச் சடங்குகளையும் சுற்றியே அவரது எழுத்துகள் அதிகமாக அமைந்திருந்தன.

இலக்கிய மறுவாசிப்புகளும் பௌத்தத் தம்ம விளக்கங்களும் அவருடைய எழுத்துகளின் ஒரு சிறு பகுதி மட்டுமே. பிற பத்திரிகைகளையும் அரசையும் மக்களையும் நோக்கித் தொடர்ச்சியாக பேசிக்கொண்டு, களப்பணியிலேயே இருந்த அயோத்திதாசரை 'வெகுசன மொழியில் பேசாதவர்' அடித்தள மக்களிடம் இருந்து விலகியிருந்த பழமைவாதப் பண்டிதர் எனப் பாண்டியன் குறிப்பிடுவது அவரைப் படிக்காத அறியாமையின் விளைவே.

அந்த நூலின் வாதமுறையில் உள்ள முன்னுக்குப் பின்னான முரண்களில் இரண்டை இங்குக் குறிப்பிடவேண்டியுள்ளது. அயோத்திதாசரின் மொழி பண்டிதத் தன்மை கொண்டது. குறியீடுகள், அலங்காரங்கள் கொண்டது. அதனால் அடித்தள மக்களிடம் இருந்தும் உழைக்கும் மக்களிடமிருந்தும் அந்நியப் பட்டிருந்தது என்று சொல்லும் ஆய்வாளர் திராவிட இயக்கத்தின் மொழி அமைப்பு, எடுத்துரைப்புப் பல மடங்கு அலங்கார, அணிவகை சார்ந்திருந்தது, அடித்தள மக்களிடம் இருந்து அந்நியப்பட்ட அறிவு முறை, புள்ளிவிவரங்கள், தர்க்க முறைகளைக் கொண்டது, அதனைவிட மக்களால் வெறுக்கப் பட்ட நாத்திகவாதம், சமயச் சடங்கு மறுப்பு, தெய்வ நிந்தனை எனப் பல கூறுகளைக் கொண்டது, மக்களை அறிவற்றவர்கள் என்றும், மந்தைகள் என்றும், அடிமைகள் என்றும் இடித்துரைக்கக் கூடியது, அது எப்படி அடித்தள மக்களுக்கு நெருக்கமாக மாறியது என்ற கேள்வியை எதிர்கொள்ளவே இல்லை. அடித்தள மக்கள் அப்படியான மொழியை விரும்பமாட்டார்கள் என்பதற்கும் சான்றுகள் இல்லை. திரைப்படங்களில்கூட வேறுபட்ட மொழியை 'அடித்தள மக்கள்' கொண்டாடவே செய்தனர்.

அயோத்திதாசர் சடங்குகள், வழக்காறுகள், விழாக்களை மறுகட்டமைப்புச் செய்து முற்றிலும் புதிய அர்த்தத்தில் மக்களிடம் கொண்டு சென்றதன் வழியாக அடித்தள மக்களை இணைத்த இயக்கத்தைக் கட்டியெழுப்பினார். இதனை மக்களிடமிருந்து அந்நியப்பட்ட செயல்பாடு, பிராமணத் தன்மையை மீட்பது எனச் சொல்கிறார் ஆய்வாளர். ஆனால் பகுத்தறிவு, சுயமரியாதை பிரச்சாரமோ வழிபாடு, விழாக்கள், சடங்குகளை மூடத்தனம் என்றது. அதனால் எளிய மக்களிடமிருந்தும், அடித்தள மக்களிட மிருந்தும் முற்றிலும் விலகியதாக, அவர்களால் வெறுக்கப் பட்டதாக இருந்தது. பெரியார் வந்து பேசிவிட்டுச் சென்றால், கோயில் இல்லாத ஊர்களில் கோயில் முளைக்கும் என்றும், இருண்டு கிடக்கும் கோயில்கள் புதுப்பொலிவு பெறும் என்றும் ஒரு நகைமுரண் பேச்சு இருந்தது, ஆனால் அது நடைமுறையில் ஓரளவு உண்மையும்கூட. பகுத்தறிவின் அடையாளமாக மாறியிருந்த கருப்புச் சட்டையை அடித்தள மக்கள் ஐயப்ப பக்தியின் அடையாளமாக மாற்றியதில் இருந்த தலைகீழாக்கம் எதற்கான எதிர்ப்பு என்பதை இந்நூலில் கதை சொல்லும் ஆய்வாளர் பகுத்துப்பார்க்கத் தவறியிருக்கிறார்.

இதுவரை குறிப்பிட்டது அணுமுறையின் தவறு. அறியாமையின் விளைவு. ஆனால் அயோத்திதாசரைப் பௌத்தப் பறையர் எனத் தொடர்ந்து குறிப்பிட்டு மறையமலையடிகள் சைவ வெள்ளாள சாதிக்கான சிந்தனையாளர், அயோத்திதாசர் தம் சாதியான பறையர் சமூகத்திற்கான சிந்தனையாளர் என அடையாளப்படுத்துவது அறியாமை அல்ல அரசியல் வன்மம். வரலாற்றுக் கீழிறக்கம். இதனைச் சாதிகள் பற்றிய ஓர் ஆய்வு நூல் செய்திருக்கிறது என்பதுதான் துன்பியல் முரண்.

அயோத்திதாசரின் படைப்புகளும் பணிகளும் மீண்டுமொருமுறை தமிழகத்திற்கு அறிமுகமான தினத்திலிருந்தே அவரைப் 'பறையர் சாதியைச் சார்ந்த சிந்தனையாளர்' என்று அடையாளப்படுத்தும் முயற்சிகள் தொடங்கிவிட்டன. 'அருந்ததியச் சாதியைக் கேவலமாகப் பேசிய பறையர்' என்ற குற்றச்சாட்டு இன்னொரு தளத்தில் கடுமையாக வைக்கப்பட்டது. ஆனால் அயோத்திதாசர் சாதி ஒழிப்பு, சமத்துவம் நோக்கிய அடையாள அரசியல் பற்றிய ஆய்வுக்கெனத் தன் வாழ்வை அளித்தவர். அம்பேத்கருக்கும் முன்பாக 'இந்து' அடையாளத்தை மறுத்துத் 'தொல் தமிழர்' 'திராவிடர்' என்ற அடையாளங்களை உருவாக்கி ஒன்று திரட்ட முயன்றவர். 'தொல் தமிழர்', 'திராவிடர்' என்ற அடையாளங்களைத்

தான் பிறந்துவிட்ட பறையர் சாதிக்கானதாக அவர் முன்மொழியவில்லை. ஒட்டுமொத்த பிற்படுத்தப்பட்ட, தாழ்த்தப் பட்ட, பழங்குடியின், உழைக்கும் மக்களாம் தமிழர்களுக்கெனக் கட்டமைத்தார். அவரது கோட்பாட்டில், அறத்தில் சாதி ஏற்றத்தாழ்வுகளுக்கு இடமில்லை. சாதியற்ற தமிழ்ச் சமூகத்தின் அடையாளமாகவே அவர் தமிழ் பௌத்தத்தையும் கண்டறிந்தார்.

பூர்வ பௌத்தராம் 'பறையர்' என்ற அடையாளத்தைத் தன் சாதிப்பெருமையைக் கட்டியெழுப்பும் நோக்கத்தோடு அவர் உருவாக்கவில்லை. 'பறையர்' என்ற சொல்லின்மீது சுமத்தப்பட்ட வன்முறையை, வன்மத்தைத் தலைகீழாக்கவே வரலாற்றுப் பெயராக அதனை உருவாக்குகிறார். 'பறையப் போகிறார்கள்' அல்லது 'பறைகிறவர்கள்' என்ற சொற்றொடரே 'பறையர்' என்ற அடையாளமாக மாறியது, உண்மையைப் பறைந்ததால் வீழ்த்தப் பட்ட பௌத்தர்களே பறையர் என அறிவிக்கிறார். பிறப்பின் வழியாக, குருதி உறவாக அமைவதில்லை அவர் காட்டும் பறையர் அடையாளம். ஒத்த தம்மத்தை ஒரு கொள்கையைப் பின்பற்றியவர்களே பறையர்கள். அயோத்திதாசர் இந்தியாவில் உள்ள ஒடுக்கப்பட்ட, தீண்டாமைக்குட்பட்ட மக்கள் 490-க்கு மேலான சாதிகளாகத் பிரிந்துள்ளனர் என்பதையெல்லாம் கணக்கில் கொள்வதில்லை. அனைவருமே 'பறையர்கள்', அனைவருமே 'பூர்வ பௌத்தர்கள்', அதனைத் தமக்கான அடையாளமாகத் தானே ஏற்ற அடையாளமாக முன் வைக்கிறார். பிறகு அந்த அடையாளம் 'தமிழ் பௌத்தர்' என மாறுகிறது. தனது சாதி அடையாளத்தை அழித்து அதனைக் கொள்கை அடையாளமாக மாற்றியவர் அயோத்திதாசர்.

ஈ.வெ.ரா. பெரியாரின் நிலைப்பாடுகளும் செயல்பாடுகளும் மட்டுமே பிராமண மேலாண்மையைக் கேள்விக்குள்ளாக்கித் தகர்த்தது என்பது பாண்டியன் நூலின் முடிவு. பிராமணச் சதிகளை, புராணக் கட்டுக்கதைகளைப் புலப்படுத்தித் தன் வாழ்நாள் முழுக்க மக்களிடம் பேசியும் எழுதியும் வந்தவர் பெரியார். பெரியாரியம் பிராமணியத்தை மறுத்தது, எதிர்த்தது. அதனால் 'பிராமணர்' குறித்த மாயைகள் தமிழகத்தில் உடைந்து போயின என்ற கருத்து எந்த அளவுக்கு உண்மையானது.

தமிழ் நாட்டின் இடைநிலைச் சாதிகள் (சூத்திர சாதிகள்) பெரியார் முன்னெடுத்த அரசியலில் இருந்த இடஒதுக்கீடு, திராவிட கட்சிகளின் ஆட்சி என்ற கருத்துகளை மட்டும்தான் எடுத்துக் கொண்டன. இந்து மதம், பிராமணியம், வைதிகச் சடங்குகள்

எல்லாவற்றையும் விட்டொழிக்கும் பகுத்தறிவையோ, தீண்டாமை ஒழிப்பையோ பெண்ணியக் கருத்துகளையோ எடுத்துக்கொள்ளவில்லை. அதனால்தான் பிராமணர்களின் சடங்குகள் பல மடங்கு பெருகின. இந்து மத விழாக்கள் பெருகின. கோயில்கள் பல மடங்காகப் பெருகிப் பிராமணர்களின் வருமானம் பெருகின. ஊடகங்கள், பொழுது போக்குகள், பத்திரிகைகள், அரசு நிர்வாகம் என அனைத்திலும் பிராமணர் ஆதிக்கம் அதிகமானது. அதன் வடிவம் சற்று மாறியது, அதன் நேரடி மொழியில் சில மாற்றங்கள் ஏற்பட்டன. மத்திய அரசில், நீதித் துறையில், திட்டமிடும் துறைகளில் பிராமணர் ஆதிக்கம் பெருகியது. பிறகு முழுமையான அரசியல் பிராமண, சனாதனச் சக்திகளின் கட்டுப்பாட்டில் போனது. தற்போது பெரியார் தன் வாழ்நாள் முழுக்க பேசிவந்த எதிர்க் கருத்துகள் பொது வெளியிலிருந்து மறைந்துவிட்டன. சில தனி மனிதர்களைத் தவிர பெரியாரியத்தின் கலக அறிவை விளக்கிச் சொல்ல, தொடர, யாருமற்ற நிலை உருவாகியுள்ளது. பக்தி, வழிபாடு, மூடநம்பிக்கை எனப் பெருகிக் கிடக்கும் இரு தலைவர்கள் தமிழக முதலமைச்சர்களாக மட்டு மின்றி மக்களின் தெய்வங்களாக, தாய்த் தேவதைகளாகவும் மாற முடிகிறது.

தருமராஜ் தரும் தரவுகளும் பார்வைகளும் என்னை இதுவரை அழைத்து வந்து ஓர் இடத்தில் நிறுத்துகின்றன. 'கலகக் காரர்களையும் நிறுவனங்களே உருவாக்குகின்றன. தங்களைப் பற்றிய அவதூறுகளையும் எதிர்மறையான வாதங்களையும் முன்வைக்க அவை கலகக்காரர்களை அனுமதிக்கின்றன. அப்படியான கலகக்காரர்களையும் நிறுவனங்களே தேர்ந்தெடுக் கின்றன. இதன் மூலம் நிறுவனங்கள் தங்களுக்கு எதிரான குரல்களையுங்கூடக் கண்காணிக்க முடிகிறது. அப்படியொரு கலகக்காரராய்த் தேர்ந்தெடுக்கப்பட்டவர்தான் பெரியார். அவர் பேசுவதைப் பிராமணியம் ரசித்தது. அவர் பேசுவதை மட்டுமே ரசித்தது. அவருக்குப் பின் கலகக்காரராய் வலம்வரும் தகுதியை வேறு யாருக்கும் பிராமணர்கள் இன்னும் வழங்கவில்லை. அதனால் 'பிராமணர்களுக்கு எதிரான கலகத்தை மேற்கொண்டிருந்த பெரியார், அவர்களை மேலும் மேலும் திடப்படுத்தவே செய்தார்' என ஒரு முடிவை அளிக்கிறார்.

இதனை நான் பொறுப்புடன் கவனத்தில் கொண்டாலும் சற்றுக் குழப்பமடைகிறேன். ஏனெனில் பெரியாரியம், பெரியார் என இருநிலைகளில் பெரியாரியம் விரிவான எதிர்ச் சொல்லாடல் கொண்டது. அம்பேத்கரின் இந்து மதம்பற்றிய, இந்திய மரபுகள்

பற்றிய அத்தனை ஆய்வுகளையும், கருத்துகளையும் பெரியாரியம் ஏற்றுக் கொண்டுள்ளது. அம்பேத்கரின் அதே சொற்களில் பெரியாரிய மத எதிர்ப்பு, பகுத்தறிவுச் சொல்லாடல் அமைந்திருந்தது. அதனால் மாற்றுச் சொல்லாடல் என்ற அளவில் அது வரலாற்று முக்கியத்துவமுடையது என்பது எனது கருத்து. பெரியார் நடைமுறை அரசியலில் சூத்திரச் சாதிகளை ஒருங்கிணைத்து சாதி, தீண்டாமை அனைத்திற்கும் பிராமண - பார்ப்பன சாதியே காரணம் என விளக்கியதில்தான் நான் சிக்கலைக் காண்கிறேன். பெரியார் ஆதிதிராவிட அரசியலைத் தனக்கு வெளியில் உள்ளதாகப் பார்த்தார். திராவிடர் - ஆதிதிராவிடர் - பிராமணர் என்ற அடையாளங்களை அவர் அப்படியே ஏற்றுக் கொண்டார். அத்துடன் தானும் ஒடுக்கப்பட்டோர் அரசியலுக்கு வெளியே இருப்பதாக அறிவித்துக்கொண்டார்.

இதனைத் தொடர்ந்து நான் சற்றுத் தயக்கத்துடனேயே இதனைச் சொல்லிக்கொள்கிறேன். இதற்கெல்லாம் காரணம் பார்ப் பனியத்தின் இணையமைப்பாக மாறிய இடைநிலைச்சாதிகளும் சாதிபோற்றும் தமிழர்களின் ஆதிக்கமும் அதிகாரமும் பெரியாரிய பகுத்தறிவுக்கு எதிராக மாறியதுடன் திராவிட அரசியல் என்ற பெயரில் சாதித்திமிர் அரசியலைத்தான் வளர்த்தன. இது பெரியாரின் நடைமுறை அரசியலான சூத்திர - இடைநிலைச் சாதி அரசியலின் நீட்சியாகவே அமைந்துள்ளது. அவர் சூத்திர சாதிகளின் தலைவர், பிராமணர்களுக்கு இணையாக மற்றச் சாதிகளை மேம்படுத்த உழைத்தவர் என்ற அளவில் பெரியாரை எடுத்துக்கொண்ட சாதிய சக்திகள், விடுதலைக்கான இயக்கமான தலித் தலைமையிலான அரசியலை இழிவு செய்தன. பெரியாரியத்தையும் உள்ளடக்கிய அம்பேத்கரியத்தைக் கற்க மறுத்தன. தலித் அரசியல் இன்றித் தமிழ்ச் சமூக விடுதலை இல்லை என்பதைப் புரிந்துகொள்ளும் அறிவற்று மீந்தன.

அதனால்தான் பிராமணர்களின் சூழ்ச்சிக்கு எதிரான நிலைப்பாடும் அப்படியொரு செயல்திட்டமும் கொண்ட, பிராமணியம் மட்டுமின்றி எந்தவொரு சாதியக் கற்பனையையும் தவிடுபொடி யாக்கும் பார்வையும் கொண்ட அயோத்திதாசரைத் தமிழக திராவிட அரசியல் புரிந்துகொள்ளவும் ஏற்கவும் கற்கவும் முன் வரவில்லை. பிராமணியத்தின் மீதான மயக்கத்தைத் தொடரும் சாதிகளின் அரசியல்தான் இந்துத்துவ சக்திகளின் மாறுவேடப் படைகளாக இயங்குவதன் 'கால்வழி மரபு' என நான் புரிந்துகொள்கிறேன்.

தருமராஜின் கருத்தியல் பகுதிகள்

'சாதியால் கட்டப்பட்ட இந்தியச் சமூக அமைப்பில், ஒவ்வொருமுறை தலித்தின்மீது அநீதி இழைக்கப்படும்பொழுதும், தலித்துகள் மனிதத்தன்மை அற்றவர்கள் என்ற வாதம் மீண்டும் மீண்டும் உறுதி செய்யப்படுகிறது. அதேபோல், சாதி என்ற முட்டாள்தனமான கற்பனையை நம்பிக்கொண்டு சக மனிதனை விலங்கிலும் கேவலமாய் நடத்தத் தொடங்கும்பொழுது, அந்தச் சாதி ஒடுக்குமுறையாளரும் தனது மனிதத்தன்மையை இழந்து விடுகிறார். சாதிய வன்கொடுமை என்பது, ஏறக்குறைய, மனிதத் தன்மையயற்ற இரண்டு பேருக்கு - ஒருவருக்கு மனிதத்தன்மை மறுக்கப்பட்டது; இன்னொருவர் தானாகவே மிருகமானார் - இடையில் நடைபெறும் மோதல்' என்ற தருமராஜின் கூற்றை நான் இப்படி வாசிக்கிறேன்:

'சாதியால் கட்டப்பட்ட இந்தியச் சமூக அமைப்பில், தினம் ஒவ்வோர் இடத்திலும் தலித்துகள் மீது அநீதி இழைக்கப் படுகிறது, ஏனெனில் தலித்துகள் மனிதத்தன்மை அற்றவர்கள் என்பது சாதியக் கட்டடைப்பின் வாதம். அதேபோல், சாதி என்ற வன்முறையான ஒரு கற்பனையை நம்பிக்கொண்டு சக மனிதர்களை மொழியால், பேச்சால், சைகையால், அமைதியால், முகச்சுளிப்பால், கதைகளால், புகைப்படங்களால், திரைப் படங்களால், தமக்குள்ளான கிசுகிசுப்புகளால், நடத்தைகளால், தம் சடங்குகளால், விழாக்களால், அரசு திட்டங்களால், எழுதும் வரலாறுகளால், எழுதப்படாத சட்டங்களால், எழுதப்பட்ட தீர்ப்புகளால், ஆயுதங்கள் கொண்டும் ஆயுதங்கள் இன்றியும் மருத்துவமனைகளில், காவல் நிலையங்களில் விலங்கினும் கீழாக நடத்துகிற, எண்ணிக்கொள்கிற ஒவ்வொரு சாதி ஒடுக்கு முறையாளரும் மனிதத்தன்மை அற்றவராகவே இருக்கிறார், செயல்படுகிறார். சாதிய வன்கொடுமை என்பது, ஏறக்குறைய மனிதத்தன்மையயற்ற இரண்டு பேருக்கு - ஒருவர் மனிதத்தன்மை மறுக்கப்பட்டவர், இன்னொருவர் தானாகவே மிருகமானவர் - இடையில் நடைபெறும் தொடர் வரலாற்று நிகழ்வாகிறது'. இது தரும் அழுத்தத்துடன்தான் அயோத்திதாசரைத் தருமராஜ் வாசகங்கள் வழியாக அறிகிறேன். அத்துடன் எனது சில வாக்கியங்களை இணைக்கிறேன்.

அயோத்திதாசரின் எழுத்துகளில் ஒவ்வொரு காலகட்டத்திலும் வளர்ச்சியுறுகிற ஆய்வுப் போக்கு உள்ளது. தொடர்ச்சியாக

விவாதித்தல், திரும்பத் திரும்ப விவாதித்தல் அவரது பாணி. வினா, விடை என்ற உரையாடல், விவாத வடிவம் அவரது எழுத்துகளில் முக்கியமானது. கருத்துருவாக்கத்தின் குழூஉத்தன்மையைப் புலப் படுத்தக்கூடியது. அயோத்திதாசரின் எழுத்துகள் தொடர்ச்சியான உரையாடலொன்றைத் தங்களுக்குள் கொண்டுள்ளன.

அயோத்திதாசரின் சிந்தனைமுறை பழகிய தர்க்க நியாயங்களி லிருந்து வேறுபட்டதாக உள்ளது, அதனால் குழப்பங்கள் தருவது போன்ற, புரியாத புதிர் போன்ற தோற்றம் பெறுகிறது. நாம் 'அறிவியல்' என்று நம்புகிற சில தர்க்கமுறைகளையும் விதிமுறை களையும் தாண்டிச் செல்வதும் புறக்கணிப்பதும் ஏளனம் செய்வதுமாக அவரது எழுத்து முறை அமைந்துள்ளது. 'தர்க்க' விதிகளுக்கு அப்பாற்பட்டு இயங்குகிறது என்று ஒன்றைச் சொல்லவேண்டுமென்றால் தர்க்க ஒழுங்கும் அறிவியல் கண்ணோட்டமும் மீற முடியாத புனிதம் கொண்டவை என நாம் நம்புகிறவர்களாக இருக்கவேண்டும். அயோத்திதாசரின் எழுத்துகளில் நாம் அறிந்த அறிவியல் பார்வையில் இருந்து முரண்படக்கூடிய தளங்கள் உள்ளன.

தமிழிலக்கியப் பனுவல்கள் பற்றிய அயோத்திதாசரின் பார்வை, நாம் இன்று அங்கீகரித்துள்ள இலக்கிய வரலாற்றையும் வரிசையையும் விளக்கங்களையும் மறுப்பதாக அமைகின்றது. அவரது வரலாற்றுப் புரிதல்களை உள்வாங்கிக்கொள்வதிலும் சிக்கல்கள் உள்ளன. காலவரிசையில், தனிநபர்கள் சார்ந்து அமையும் எழுத்துகளை ஆதாரமாகக்கொண்ட வரலாறுதான் அறிவியல் பூர்வமானது எனப் பழகிப்போன மனதுக்குப் புராணங்களையும் இதிகாசங்களையும் கதைகளையும் விளக்கங் களுக்கு உட்படுத்திக் கட்டப்படும் அவரது 'வரலாற்றை' எதிர்கொள்ளுவதில் சிக்கல் ஏற்படுகிறது.

சமயம் தொடர்பான அவரது விளக்கங்கள் நமது இன்றைய புரிதல்களுக்குக் குழப்பமாகத் தோன்றும். பௌத்தம், சமணம் என்ற இருபெரும் சமயங்களையும் ஒன்றோடொன்று பிணைக்கிற அவரது வாதமுறை நேரடியாகப் பொருள்கொள்ள முடியாதது. குறிப்புப் பொருளைக் கொண்டது. எனது ஆய்வுமுறை இது, இவ்வாறுதான் நான் முடிவுகளுக்கு வந்து சேருகிறேன்; இந்த வகையிலேயே நான் வாதங்களைச் செய்கிறேன் என்று வெளிப்படையாக எதையும் பேசாதது அயோத்திதாசரின் சிந்தனை முறையியல்.

அயோத்திதாசரின் சிந்தனை முறை, ஆய்வு முறையியல் என்பது 'அயோத்திதாசர்' என்ற 20ஆம் நூற்றாண்டின் தொடக்கக் காலங்களில் வடதமிழகத்தில் வாழ்ந்த ஒரு நபரைப் பற்றியது இல்லை. அயோத்திதாசர் என்ற சிந்தனையாளரின் பிம்பம் முக்கியமில்லை. நமது வாசிப்புக்கும் புரிதலுக்கும் உரியது அவரது எழுத்துகளிலிருந்து உருவாகிவரும் அயோத்திதாசர் என்ற சொல்லாடல் மட்டுமே. இந்தச் சொல்லாடல் அவரது எழுத்துகள், செயல்பாடுகள், பின்புலங்களிலிருந்து கட்டமைக்கப்படுகிறது.

அயோத்திதாசரிடம் இரண்டுவிதமான எழுத்துமுறைகள் உள்ளன. எழுதப்பட்ட பனுவல்களிலிருந்து உருவாகும் எழுத்து, பண்பாட்டுத் தரவுகளிலிருந்து கட்டமைக்கக்கூடிய வாய்மொழி மரபையே பெருமளவு சார்ந்திருக்கிற எழுத்து. நவீனக் கருவிகளோ கோட்பாடுகளோ இல்லாத உலகில் அந்தந்தச் சூழலின் தன்மைக்கேற்பத் தனக்காகப் பொருளை உருவாக்கிக் கொள்ளும் மரபான அறிவியல் குணத்தை அயோத்திதாசரின் எழுத்துகள் கொண்டுள்ளன.

பௌத்தத்தை அயோத்திதாசர் இறை நம்பிக்கையோடே ஏற்றுக் கொண்டிருந்தார். புத்த பகவான்மீதான நம்பிக்கையும் பக்தியும் மேலோங்கியிருந்திருக்கிறது. ஆனால் அதற்கு மாறாகப் புத்தனை அறிஞன், குரு என்று சொல்லுகிற இன்னொரு பார்வையும் அவரிடம் உள்ளது. தெய்வ நிலை என்பது மனிதர்கள் தம் அறிவாலும் ஜீவகாருண்யத்தாலும் அடையும் நிலை என்பதும் அவர் கூற்று.

அம்மன் வழிபாடு, கார்த்திகை தீபத் திருவிழா, தீபாவளி, சங்கராந்தி, இறப்புச்சடங்கு, திருமணச் சடங்கு, மொட்டை யடித்தல், மஞ்சளாடை உடுத்தல் போன்ற பண்பாட்டு நிகழ்வு களுக்கு மாற்று விளக்கமளிக்கும் கட்டுரைகள் வியப்பூட்டும் புதிய ஒரு முறையியலைக் கொண்டவை.

'ஆதி வேதம்' நூலை எழுதிய பௌத்த சமயப் பற்றாளர், தமிழ்ப் பண்பாட்டுத் தளங்களை புதிய முறையில் ஆய்ந்த ஆய்வாளர், உலகின் புதிய அறிவியல் கருத்துகளை ஏற்று பௌத்த அறிவுடன் இணைப்பவர், அரசியல் நிகழ்வுகளைப் பகுத்து மக்களின் நலனுக்கான திட்டங்களைச் சொல்லும் அறிஞர், சமகால வரலாற்றைத் தொகுத்து வருங்காலத்திற்கான கருத்துகளைச் சொல்லும் படைப்பாளி எனப் பல வடிவங்களில் அவரது இயக்கம் இருந்தது.

பௌத்தத்தை ஏற்றுக் கொண்டவர் ஆனால், சிங்கள பௌத்தத்தின் (மகாபோதி) சங்கத்தின் மக்கள் விரோத, சமத்துவம் சன்மார்க்கம் அற்ற தன்மையை எதிர்த்துத் தென்னிந்திய சாக்கிய பௌத்தச் சங்கத்தைக் கட்டுகிறார். அதில் திராவிட பௌத்தம் நிலை கொள்கிறது. இது வரலாற்று முக்கியத்துவமுடையது. அவர் குறிப்பிடும் அவ்வை, வள்ளுவர், அகத்தியர் என்ற மூன்று பௌத்த சிந்தனையாளர்களும் தமிழ் மரபுக்குள் மட்டுமே இருப்பவர்கள். பௌத்தத்தைத் தனது அடையாளமாக ஏற்றுக்கொண்ட அயோத்திதாசர் பண்பாட்டு விவாதங்கள் வழியாக அதனைத் தனது மரபுகளில், வேர்களில் கண்டுணரும் தருணம் மேன்மையானது.

அறிவியல் கண்டுபிடிப்புகளையும் கல்வியின் பலனையும் அனைவரும் பெறவேண்டும் என்பதில் உள்ளார்ந்த ஈடுபாடு கொண்ட அயோத்திதாசர், மரபின் இன்றியமையாமையையும் உணர்ந்திருந்தார். புதிய அறிவியல் கண்டுபிடிப்புகளைப் பாராட்டி அதனுடைய பலன்களை மக்களுக்கு எடுத்துச்சொல்லும் அவரே கைத்தொழிலையும் உள்நாட்டுத் தொழில்நுட்ப மேம்பாட்டையும் பேசி வந்தார். இரும்பு, தோல், மரம் போன்ற பொருட்களைப் பயன்படுத்தி தொழிற்கருவிகளைச் செய்வோரைச் சமூகம் மதிக்கத் தவறியதாலேயே நமது, பாரம்பரிய அறிவு சிதைந்ததாய் எடுத்தரைத்தார். காலனியத் தாக்கங்களைத் தெளிந்த மனதுடன் புரிந்துகொண்டதுடன் தனது மரபின்மீது கொண்ட ஆழமான நம்பிக்கையைப் போற்றி வந்த அயோத்திதாசருக்கு நாட்டுப்புற வழக்காறுகள் பொருளுடையவை என்ற புரிதல் இருந்தது.

நவீனத்துவத்திற்குப் பிறகான விளைவுகளை அறிந்துகொண்டு அதற்கு மாற்றாக மரபுக்குத் திரும்பாமல் தனது சமூகத்தின் மீதும் பண்பாட்டின்மீதும் மக்களின்மீதும் கொண்ட மதிப்பும், நம்பிக்கையும் காரணமாக வழக்காறுகளில் உண்மை பொதிந்துள்ளது எனச் சிந்தித்துச் செயல்பட்ட அயோத்திதாசர் காலத்தினைக் கடந்து முன்செல்லும் சிந்தனையாளர்களில் ஒருவர். வழக்காறுகளும் எழுத்துப் பிரதிகளும் ஒன்றையொன்று மறுப்பவையல்ல. மாறாக ஏராளமான ஊடாட்டங்களையுடையவை என்ற நம்பிக்கையுடையவர்.

தமிழ் பௌத்தம் தொடர்பான அயோத்திதாசரின் கட்டமைப்பில் 'வரலாற்றைத் திரும்ப எழுதுதல்' முக்கிய பங்கு வகிக்கிறது. வரலாற்றை எழுதுதலில் 'தொடர்ச்சியின்மை' என்ற கருத்தில் அவர் அதிகம் கவனம் செலுத்தினார். தொடர்ச்சியின்மைக்கு முன்பிருந்த நெடிய வரலாறு, மரபுபற்றிக் கற்பனை செய்ய

அவருக்கு உதவி செய்தது. அவர் எழுதிவந்த வரலாறுகள் வீழ்ச்சியைப் பேசக்கூடிய வரலாறு களாகவே அமைந்திருந்தன. இந்திர தேசம் வீழ்ந்த வரலாறு; பண்பாடு வீழ்ந்த வரலாறு; பௌத்தம் வீழ்த்தப்பட்ட வரலாறு; நீதியும் நியாயமும் ஒழுக்கமும் ஒடுக்கப்பட்ட வரலாறு. மாபெரும் வீழ்ச்சிகளையும் வீழ்ச்சிக்கு முன்பான நிலைமைகளையும், வீழ்ச்சிக்கான காரண காரியங்களையும் வீழ்ந்த பின்பு நடைபெற்ற சமூகப் பண்பாட்டு மாற்றங்களையும் விளக்குவதாகவே இந்திர தேச சரித்திரம் வடிவமைக்கப்பட்டுள்ளது.

தீண்டாமையை, தாழ்த்தப்பட்டவர்களுக்கு நேர்ந்த ஒரு கொடூரம் என்று சொல்லி முடித்துக்கொள்ள விரும்பாத அயோத்திதாசர், அப்படியானவொரு அநீதி தீண்டத்தகாதவர்கள்மீது ஏவப்பட்ட வரலாற்றுச் சூழல்களையும் அதுபோன்றவொரு தவறு நடைபெறுவதற்கான காரண காரியங்களையும் அப்படி நிகழ்ந்த பின் ஒடுக்கப்பட்டவர்கள் மட்டுமல்லாது ஒட்டுமொத்த இந்தியச் சமூகமே எவ்வாறு சீரழிந்து போயிற்று என்பதையும் இணைத்து விளக்குகிறார். இதன் மாபெரும் விரிவை நாம் அம்பேத்கரிடம் காண்கிறோம். தீண்டாமையின் பெயரால் இத்தேசத்தின் பூர்வகுடிகள் வீழ்த்தப்பட்டது, சாதிப் பாகுபாட்டை எதிர்த்த பௌத்த சமயம் வீழ்த்தப்பட்டது இரண்டையும் உறவுபடுத்திய அயோத்திதாசரின் விளக்கமே அம்பேத்கரிடத்தில் இன்னும் வலிமையான சான்றுகளுடன் தொடர்கிறது.

பௌத்தத்தின் வீழ்ச்சி, பூர்வகுடிகளின் வீழ்ச்சி, பாரம்பரிய அறிவு மரபின் வீழ்ச்சி என்பவைதான் இந்தியாவின் உண்மையான ஞான மரபின் வீழ்ச்சி என்பது அயோத்திதாசரின் வியக்க வைக்கும் மாற்றுப் பார்வை, வரலாற்றுத் தவற்றை நேர் செய்யும் பார்வை. இந்தியப் பெருமிதம், ஞானம், உயர் மரபு, தொன்மை, அறிவியல் அனைத்தையும் பௌத்தத்துடன் இணைத்துப் பேசும் அம்பேத்கரிய மொழியின் முதல் கட்டம் இது.

'பாரம்பரிய அறிவும் ஞானமும் உழைப்பிலிருந்து தோன்றுகிறது. இந்த மண்ணின் குணங்களை அறிந்து, அதனின்று தனது உணவுத் தேவைகளை, வாழிடத் தேவைகளை உருவாக்கிக்கொண்டிருந்த பூர்வ குடிகளே அதன் சொந்தக்காரர்கள் என்பது அவரது தெளிவு. அதனை 'வித்தை, புத்தி, ஈகை' என விளக்கினார். அதனை அனைவரும் பகிர்ந்துகொள்ளும் சன்மார்க்கத்தை ஞானம் என அறிவித்தார்.

தொழில்நுட்பமும் கருவிகளைச் செய்தலும் வித்தை. வித்தைகளிலிருந்து முகிழ்த்துக் கிளம்புவது புத்தி. அநீதி எது, நீதி எது என்ற போதத்தைக் கற்றுத் தருவது, நன்மையை யோசித்து, நன்மையைப் பேசி, நன்மையைச் செய்யவேண்டிய இன்றியமை யாமையைக் கற்றுத் தருவது, உழைப்பு என்ற வித்தையிலிருந்து கற்றுக்கொண்ட புத்தி இது. இப்படியான வித்தை மற்றும் புத்தியின் விளைவாகத் தோன்றியதே ஈகை. அனைத்தையும் பகிர்ந்து கொள்தல், வித்தையை, உணவை, புத்தியைப் பகிர்ந்து கொள்ளுதல் ஈகை.

உண்மைப் பொருளை உணர்ந்தவர்கள் உழைக்கும் மக்கள், இந்த நிலத்தின் பூர்வ குடிகள். அவர்களின் அறிவு மரபினுள்ளேயே இந்த 'உண்மைப் பொருள்கள்' செயல்பட்டுவந்தன. அந்த அறிவு மரபை உள்வாங்கியும், ஆதரித்தும், செறித்தும், பாதுகாத்தும் வந்தது பௌத்தம் என்ற சமயம். அந்த வித்தை, புத்தி, ஈகை என்ற தொடர்ச்சியை சாதியும், தீண்டாமையும் சிதைத்தன.

பூர்வகுடிகளையும் உழைக்கும் மக்களையும் சமத்துவ சிந்தனையையும் போற்றி வந்த பௌத்தம் மெல்ல அழிக்கப் பட்டது. அதனை விடாப்பிடியாய் நம்பிக்கொண்டிருந்த பூர்வகுடி கள் அனைவரும் தீண்டாமை மூலம் சமூக விலக்கம் செய்யப்பட்டனர்.

தீண்டாமையின் தோற்றத்தை அல்லது தீண்டத்தகாதவர்களின் தோற்றத்தை ஒட்டுமொத்த இந்தியச் சமூகத்தின் வீழ்ச்சியாகச் சித்திரிக்கும் பாங்கு வரலாற்று முக்கியத்துவமுடையது. ஒரு மாபெரும் வரலாற்று நிகழ்வின் விளைவாகவே இதுபோன்ற வொரு சமூகக் கொடுமை தோன்றியிருக்க முடியுமென்ற அறிதல் இந்திய அரசியலின் அடிப்படையை மாற்றியமைக்கக் கூடியது. வரலாற்றின் நெடிய பக்கங்களில் தான் நிகழ்த்தியிருந்த வன்முறைகளையும் முட்டாள்தனங்களையும் சூழ்ச்சிகளையும் மறைத்துவிட முயலுகின்ற இந்தியப் பெருஞ்சமூகத்தின் ஒட்டு மொத்தப் பொய்யையும் உடைத்து அதன் கொடிய உள்ளமைப்பை வெளிக்காட்டும் செயல்பாடு இது.

அதற்கு மறுநிலையில் நூற்றாண்டுகளாகத் திரும்பத் திரும்பச் சொல்லப்பட்டதை நம்பி, தன்னைத்தானே அசிங்கமென்றும் அழுக்கென்றும் இழிபிறப்பென்றும் மருகிக்கொண்டிருந்த 'தீண்டாமைக்குட்பட்டவரின்' உள்ளத்தைப் பெருமிதத்தாலும் தற்பெருமையாலும் சுயமரியாதையாலும் நிரப்பும் விளக்கம் இது.

நாங்கள் தாழ்ந்தவர்கள் இல்லை, தாழ்த்தப்பட்டவர்கள். நாங்கள் ஒடுங்கியவர்கள் இல்லை, ஒடுக்கப்பட்டவர்கள். வீழ்ந்தவர்கள் இல்லை, வீழ்த்தப்பட்டவர்கள். நாங்கள் அறியாமை நிறைந்தவர் கள் இல்லை அறிவால் நிறைந்தவர்கள் என்ற உணர்வு உளவியல் சார்ந்து பெரும் மாற்றங்களை விளைவிக்கக்கூடியது.

ஒடுக்கப்பட்ட மக்களின் வீழ்ச்சியைப் பௌத்த சமயத்தின் வீழ்ச்சியோடும், நியாய, தரும, நீதியின் வீழ்ச்சியோடும் உறவுபடுத்தி எழுதப்படும் வரலாற்றில் உண்மை, சான்று என்ற கேள்விகளுக்கு இடமில்லை. வெற்றியடைந்தவர்களின் புனை கதைகளே வரலாறுகள்; ஆதிக்கத்தில் உள்ளவர்களின் கட்டுக் கதைகளே உண்மைகள் என்ற உள்மெய்யை உணர்ந்தால் தீண்டாமைக்கும் ஒடுக்குதலுக்கும் உள்ளான ஒரு சமூகம் மேலெழ, விடுபட இவைபோன்ற வரலாற்றுக் கட்டமைப்புகள் தேவை என்பது மட்டுமல்ல, இப்படிச் சொல்லப்படுவனவே வரலாறு களாக இருக்கமுடியும் என்பது புரியவரும்.

'வரலாற்றை எழுதுதல்' என்ற செயல்பாட்டை மொழியியல் கேள்விக்குட்படுத்தி அதன் புனிதம், உண்மை என்ற தகுதிகளை உடைத்துவிட்டது. கடந்த காலத்தை மட்டுமல்ல நிகழ்காலத்தை யும் எதிர்காலத்தையும் எழுதும் எந்த ஒரு செயல்பாடும் கருத்தியல் சார்பும், அதிகார உரிமையும், அதனுடன் இணைந்த புனைவுகளும் கொண்டது. எழுதும் வல்லமையைக் கைக்கொண்டிருந்த குழுக்கள், தங்களுக்குச் சாதகமான வரலாற்றையே பொதுவான வரலாறு என எழுதித் திணித்து வந்துள்ளன.

இதனை விளங்கிக்கொள்ள தருமராஜ் தரும் ஒரு நிகழ்வை இங்கு நினைவுபடுத்திக்கொள்கிறேன். 'பத்தொன்பதாம் நூற்றாண்டில் அச்சு வடிவம் பெற்ற செவ்விலக்கியப் பிரதிகளை முறையான ஆய்விற்கு உட்படுத்தாமலும் விளங்கிக்கொள்ளாமலும் தத்தமது சாதிய மேலாண்மையை வலுப்படுத்துவதற்கான ஆதாரங்களாக மாற்றி அதிலிருந்து தமக்கான வரலாற்றை எழுதுவதையே வரலாற்று எழுத்தியல் என்று பிராமணர்கள் தொடங்கி அனைத்துச் சாதியினரும் சொல்லிக்கொண்டனர். இவற்றையே 'தமிழக வரலாறு' எனக் கொண்டாடவும் செய்தனர். இதனைத் தலைகீழாக்கம் செய்வது போலவும் கேலி செய்வதுபோலவும் தமிழிலக்கிய ஏடுகளில் 'ப' என்ற ஒற்றை எழுத்தை 'ம' என்று மாற்றினால் (பள்ளர் - மள்ளர்) தமிழக வரலாறே மாறிப் போகிறது என்று தேவேந்திரர்கள் நிரூபித்துக் காட்டினார்கள்.

இதில் அவர்கள் கையாண்ட உத்தி 'போலச் செய்தல்' அல்ல 'திரும்பச்செய்தல்'. மற்றச் சாதிய வரலாறுகள் எவ்வாறு எழுதப் பட்டனவோ அதே 'முறையியலையே' இவர்களும் கையாண்டார்கள்; அதே 'ஆதாரங்களையே' இவர்களும் பயன்படுத்திக்கொண்டார்கள்; அதே 'கருத்தியலையே' இவர்களும் முன்வைத்தார்கள். ஆனால் தமிழகச் சாதிச் சமூகங்கள் இந்த 'வரலாற்று மீட்டுருவாக்கம்' பொய்யானது என்றும் புனைவானது என்றும் வெறுப்பைக் கக்கின'.

ஒடுக்கப்பட்ட மக்கள் வரலாற்றுப் பிரக்ஞைகொண்டு தங்களுக் கான வரலாற்றை எழுதத் தொடங்கும்போது சமூகச் சிக்கல்கள் கூர்மையடைந்து அதிகாரங்கள் மறுபங்கீடு செய்யப்படும் சூழல் உருவாகும். இந்தச் சூழலை உருவாக்கும் வலிமை வரலாறெழுதுதல் என்ற தொழில்நுட்பத்திற்கு உள்ளது. ஒடுக்கப் பட்ட மக்களின் வரலாற்றை எழுதும் வழிமுறைகளில் வாய்மொழி வழுக்காறுகளே முக்கியச் சான்றுகளாக உள்ளன. இதுபோன்ற புரிதல்கள் இருபதாம் நூற்றாண்டுச் சமூக அறிவியல் சார்ந்த சிந்தனைகளின் தொடர்ச்சியாய் நிகழ்ந்த மாற்றங்கள்.

அயோத்திதாசர், இந்த விவாதங்களும் புரிதல்களும் தொடங்கு வதற்கு முன்பாக இருபதாம் நூற்றாண்டின் தொடக்க காலங்களில் 'வரலாறு' என்ற ஆயுதத்தை மிகச்சரியாக அடையாளம் கண்டிருந்தார். இந்தத் தேசத்தின் வரலாற்றை ஒடுக்கப்பட்டோரின் வரலாறாக எழுதவும் தொடங்கினார். இருபதாம் நூற்றாண்டில் செய்யப்படும் ஒடுக்கப்பட்டோரின் வரலாறும் அதற்கான பிரக்ஞையும் பெருமளவில் சமூக அறிவியல் சிந்தனைகளையும் கோட்பாடுகளையும் அடித்தளமாகக் கொண்டவை. சமூக நிகழ்வுகளைக் கோட்பாடாக மாற்றி, அக்கோட்பாட்டின் வளர்திசையிலேயே நாம் மாற்று வரலாற்றிற்கு வந்து சேர்கிறோம். ஆனால், அயோத்திதாசர் சமூக நிகழ்வுகள் மீதான விமர்சனப் பார்வையிலிருந்து நேரடியாக மாற்று வரலாற்றின் தேவையை உணர்ந்துகொண்டவர். 'கோட்பாடு' என்ற இடைநிகழ்வு அவரது காலகட்டத்தில் இருந்திருக்கவில்லை. அயோத்திதாசர் தரவுகளிலிருந்து விமர்சனத்திற்கும், விமர்சனத்தி லிருந்து சமூகச் செயல்பாட்டிற்கும் எளிதாக வந்து சேர்கிறார்.

இந்திர தேச சரித்திரம் எழுதும் அயோத்திதாசர் மரபான வரலாற்றை எழுதும் முறைகளிலிருந்து முற்றிலும் மாறுபட்ட வேறொரு எழுத்து முறையைத் தேர்ந்தெடுக்கிறார். இந்த எழுத்துமுறை அத்தனை வரலாற்றுச் சம்பவங்களையும் புரட்டிப் போடுகிறது.

ஏற்கெனவே சொல்லப்பட்ட விளக்கங்களுக்குப் பின்னால் ஒளிந்திருக்கக்கூடிய பல்வேறு ரகசியங்களை அம்பலப் படுத்துகிறது. அதன் மூலம் மாற்று வரலாறு ஒன்றைக் கட்டமைக்க முயலுகின்றது. தலைகீழாக்கம், திருப்பிப் போடுதல், சமூக உறவுகளை வீழ்ந்தவர்களின் பக்கமிருந்து விவரித்தல், ஒடுக்கப் பட்டவர்களின் வரலாற்றை அவர்களது பார்வையில், அவர்களது சொற்களில் அவர்களையே கட்டமைக்கச் செய்தல் என அது உருவம் கொள்கிறது.

இப்பொழுது நடைமுறையில் காணப்படும் சமூக அமைப்பு திரிக்கப்பட்டவொரு வடிவம் என்பதில் அவருக்குத் தீவிரமான நம்பிக்கை இருந்தது. தற்காலச் சமூக அமைப்பின் மீதான இத்தகைய அவநம்பிக்கை, அவரது வாழ்க்கை அனுபவங்களி லிருந்து உருவானது. வாழிடம், வழிபாட்டிடம், சிந்தனை, மரபு, சடங்கு என்று சமூகச் செயல்பாட்டின் அத்தனைத் தளங்களிலும் புறக்கணிப்பட்ட பகுதியிலிருந்து உருவாகி வந்த அயோத்திதாசரின் 'கலகக்குரல்' சமூகத்தின் மையம், விளிம்பு, ஓரம், அடித்தளம், மேற்றளம் என்று சொல்லப்படுகின்ற எதையும் சார்ந்திராத, சமூகத்திலிருந்து அந்நியமாகி நிற்கிற மனிதர்களின் மன உணர்வின் வெளிப்பாடு, இதிலிருந்தே அவரது அரசியல் நிலைப்பாடுகள் உருவாகின்றன.

தற்காலச் சமூக ஒழுங்கமைப்பின் மீதான கண்டனமும் 'தீண்டப்படாத சாதிகள்' என்ற உருவாக்கம் இடையில் நிகழ்ந்த விபத்து என்ற பார்வையும், அயோத்திதாசருக்கு வரலாற்றின் மீதான பற்றுதலை ஏற்படுத்துகிறது. கடந்த காலத்தை மிகச் சரியாக எழுதுகிறபோது, சமூக நோய்களுக்கான மூலத்தைக் கண்டுபிடித்து விடலாம் என்பது அவரது அரசியல் செயல்பாட்டின் பகுதியாகவே அமைகிறது. வரலாற்றை மறுபடி எழுதுவதன் மூலம், அந்நியமானவர்களின் பார்வையில் அதனை மீள் கட்டமைப்பு செய்தவன் மூலம், சீரழிவுகளுக்கான காரணங்களைக் கண்டு பிடித்து விடலாம் என்ற நம்பிக்கை அவரது எழுத்துகள் அனைத்திலும் வெளிப்படுகின்றது. அந்த எழுத்துகள் மொழியில் இருந்து வரலாற்றுத் தரவுகளை வருவித்தல், புனைவுகளைக் கட்டுடைத்தல் என இருவகையில் செயல்படுகின்றன. இந்தச் செயல்பாடு விடுதலைக்கான வரலாற்றை மீட்டுருவாக்கம் செய்வதாக அமைகிறது.

'எழுத்து' என்ற கருவி என்றைக்குமே யதார்த்தத்தைச் சொல்வ தில்லை; தனக்குள்ளே தவிர்க்க முடியாத புனைவொன்றை அது

கொண்டிருக்கிறது; எழுத்தால் செய்யப்படும் சொல்லாடல்கள் இத்தகைய புனைவுகளின் பலத்திலேயே எழுப்பப்படுகின்றன; எனவே, வரலாற்றை எழுதுதல் என்பதும் புனைவுகளை உருவாகும் செயலே என்ற அமைப்பியல்வாத விளக்கங்கள் 'வரலாற்றுத் தன்மை' என்பதை வேறுவிதமாக விளக்கியுள்ளன.

எல்லாவிதமான ஆய்வுகளும் சில முன்முடிவுகளின்மீதே எழுப்பப் படுகின்றன. இந்த முன்முடிவுகள் பல தருணங்களில் தத்துவம் சார்ந்ததாக அமைந்துவிடுகின்றது. கோட்பாட்டின் துணையோடு ஆய்வு செய்பவர்கள் அக்கோட்பாடு கொண்டிருக்கும் நம்பிக்கைகள்மீதே தங்களது ஆய்வையும் கட்டத் தொடங்குகிறார் கள். அனைத்து அறிவியல்களும் தங்களுக்கான, கேள்வி கேட்கக் கூடாத அடிப்படைகளைக்கொண்டே தங்களது எல்லைகளை வரையறுக்கின்றன.

இந்தப் பின்னணியிலேயே அயோத்திதாசரின் முன்முடிவுகளும் மதிப்பு பெறுகின்றன. இந்தியச் சமூகத்தில் ஒடுக்கப்பட்ட மக்களை மேன்மையுடன் இணைத்துப் பேசும் பேச்சு அயோத்திதாசரிடம் தான் தொடங்குகிறது. அயோத்திதாசர், சமூகத்திலிருந்து ஒதுக்கப் பட்ட மக்களையே பூர்வீக ஒழுக்கசீலர்கள் என நிறுவுகிறார். இந்தியச் சமூகம் ஒடுக்கப்பட்ட மக்களை வெளியேற்றியபோது தனது சீலத்தை இழந்து அசுத்தமானது என்பதே அயோத்திதாசரின் வாதம். 'தீண்டாமை' என்பது ஒழுக்கசீலமான மக்களுக்கு வழங்கப் பட்ட தண்டனையாகவே அயோத்திதாசர் கருதுகிறார்.

இந்தியாவின் நவீனத்துவம் சாதியமைப்பிலிருந்து விடுவித்துக் கொள்ளுதல், மொழியைக் கூடுதலாக விளங்கிக் கொள்ளுதல், சமயங்களின் செயல்பாட்டை மறுவரையறை செய்தல் என்ற தளத்தில் இயங்குகிறது. சாதியமைப்பு மேலும் மேலும் இறுக்க மடைதல், சமய நிறுவனங்கள் புதிய புதிய வடிவங்களில் பெருகுதல், தன்மொழி மீதான வெறி, மற்ற மொழிகள் மீதான வெறுப்பு என்பன இதற்கெதிரான செயல்பாடுகள். அயோத்திதாசர் சாதி - மொழி - சமயம் என்ற மூன்று கருத்தாக்கங்களையும் மிக விரிவாகப் பேசியிருக்கிறார்.

சாதி - மொழி - சமயம் என்ற மூன்றில் எது மனிதனின் அடையாள மாக இருக்கமுடியும் என்ற கேள்விக்கு அயோத்திதாசரிடம் தெளிவான பதில் இருந்தது. மொழி, அவரைப் பொறுத்தவரையில் ஒரு தத்துவார்த்த நிலைப்பாடு, கருத்துருவ அரசியல் நிலை, ஒருவரின் இலட்சணத்தைத் தீர்மானிக்கக் கூடியது. அயோத்திதாசர்,

பௌத்த தம்மம் என்று சொல்லக்கூடிய அனைத்தும் உலகியல் மெய்யை அடிப்படையாகக் கொண்டவை.

எந்தவொரு அர்த்தமும் இந்த உலக நிகழ்வுகளிலிருந்தே பெறப்படுகிறது. ஒருவர் செய்யக்கூடிய செயலே அவரது தன்மையைத் தீர்மானிக்கிறது. உலகைக் கடந்து வேறொரு சக்தி எதுவும் நம்மை இயக்கவில்லை. அறிவை விருத்தி செய்வதன் மூலமே ஒவ்வொருவரும் முக்தி அடைய முடியும். பிறப்பினடிப் படையிலான ஏற்றத்தாழ்வுகள் இல்லை என்ற தெளிவுதான் பண்பாடு, அதுவே பௌத்தம் என அயோத்திதாசர் சொல்வது சமய விளக்கமாக இருந்தாலும் நவீனக் கருத்துருவமே.

'எந்தவொரு வரலாறும் முதலில் ஞாபகங்களைக் கொன்றுவிட முயற்சிக்கிறது. பின், விமர்சனங்களாலும் பகுத்தறிவாலும் சரி பார்க்கப்பட்ட சம்பவங்களைக் கற்பனை செய்ய ஆரம்பிக்கிறது. இறுதியாக, இச்சம்பவங்களின் எச்சங்களைக் கொண்டு நிகழ் கால நினைவிடங்களை நிர்மாணிக்கத் தொடங்குகிறது. கடந்த காலத்தை அது மிகத்தெளிந்த காட்சிப் பொருளாக மாற்றி விடுகிறது. ஞாபகத்தின் ஸ்தூல வடிவங்களை நினைவிடங்களாக மாற்றிவிடும்பொழுதே, அஞ்ஞாபகங்கள் முழுமையாக அழிந்தும் படுகின்றன'.

'அயோத்திதாசரின் இந்திர தேச சரித்திர செயல்பாட்டில் சற்றே மாறுபட்ட நிகழ்வு நடக்கிறது. பறையர் ஞாபகங்களிலிருந்து வெளியேற எத்தனிக்கும் அயோத்திதாசர் புதிய வரலாற்றை எழுத முனைகிறார். பறையர் என்ற பாரம்பரிய ஞாபகத்தைக் கொன்று விட்டுப் பெளத்தர் என்ற வரலாற்று ஞாபகத்தை அவர் முழுமை யாகக் கட்டமைக்கிறார். இவ்வாறு கட்டமைத்த பௌத்தர் என்ற வரலாற்று ஞாபகத்தை அவர் வாழும் பௌத்தமாகக் கற்பிதம் செய்கிறார்'.

அத்துடன் நிறுத்தாமல் அந்தக் கற்பிதத்தை மெய்ப்படுத்த முயல்கிறார். அதற்கான அமைப்புகளை உருவாக்குகிறார். அதனுடன் இணைந்த அரசியல், சமூக இயக்கத்தைக் கட்டுகிறார். தனித்த ஒரு கற்பிதம் பெருகி ஓர் அமைப்பாக மாறும்போது மெய்நடப்பாக மாறத்தொடங்குகிறது.

புத்தரது காலம், பிராமணியத்திற்கு முந்தையது என்பதை அயோத்திதாசர் வலியுறுத்துகிறார். பௌத்த நெறி பிராமணிய சனாதனத்திற்கு எதிராக உருவான விளைவு அல்ல, இந்த

நிலத்திலிருந்து, இந்த சமூகத்தின் தேவைகளுக்காக உருவானவை என்று அவர் நிறுவ விரும்பினார். பௌத்தம் நூல்களில் மட்டுமே உயிர் வாழ்கிறது என்பதை அவர் தொடர்ந்து மறுத்து வந்தார். பௌத்தர்கள் இன்றைக்கும் வாழ்ந்துகொண்டிருக்கிறார்கள்; நமது பண்பாட்டு நிகழ்வுகள் அனைத்துமே பௌத்தப் பின்னணி உடையவைதான் என்பது அவரது விளக்கம்.

புத்தரும் அவரது தம்மமும் பிராமணியத்திற்கு எதிராகக் கிளம்பிய குரல் அல்ல. ஏனென்றால், புத்தரது காலம் பிராமணியத்திற்கு முந்தையது. புத்தர் பிராமணியத்திற்கு எதிரான கலகக்காரர் அல்ல. ஆனால் பூர்வ பௌத்தர்கள் பிராமணியத்திற்கு எதிரானவர்கள். புரட்சியாளர்கள். வரலாற்று ரீதியாய்ப் புத்தருக்குப் பின் எழுந்ததே பிராமணியம். புத்தர் சீர்திருத்த நினைத்தது இந்த நிலத்தில் வேரூன்றியிருந்த சனாதனங்களையே தவிர பிராமணியத்தை அல்ல. பின்னால் வந்த பிராமணியம் அச்சனாதனங்களுக்குச் சடங்கியல் அங்கீகாரங்களை வழங்கியது. அதற்கு எதிராகக் கிளம்பியவர்கள் புத்தரை அடியொற்றி வாழ்ந்து வந்த பூர்வ பௌத்தர்கள். அந்தப் பூர்வ பௌத்தர்களே பிராமணியச் சூழ்ச்சியால் தீண்டத்தகாதவர்களாக மாற்றப்பட்டனர். இச்சமூகத்திலிருந்து விலக்கி வைக்கப்பட்டிருந்த பூர்வ பௌத்தர்களே, பௌத்தம் வாழ்ந்துகொண்டிருக்கிறது என்பதற்கான சாட்சிகள்.

பௌத்தம் தொடர்பான அயோத்திதாசரின் வரலாற்றுக் கற்பனையில் ஒரு தர்க்க ஒழுங்கு இருக்கிறது. இக்கற்பனையின் மூலம் தீண்டாமைக்குட்பட்டவர்களுக்கு ஓர் உயர் தன்னிலையை கட்டியெழுப்புகிறார். அதற்கான செயல்வடிவம் எது, 'இந்த வரலாற்று உண்மைகளை மேற்கொண்டு என்ன செய்வது என்ற கேள்விக்கு அவர் தரும் விடை, 'எல்லோரும் பௌத்தர் ஆகி விடுங்கள்'. மதமாற்றம் தேவைப்படாத, வெளிப்படையான மாறுதல்கள் அற்ற, 'பூரண மனமாற்றம்' பெரும் விளைவுகளை ஏற்படுத்தும் என்று அவர் கணிக்கிறார். அதாவது, மனதளவில் பௌத்தராக உணர ஆரம்பித்தல் ஆகப்பெரிய சமூகச் செயல் பாடாக அவரால் முன்வைக்கப்பட்டது.

அயோத்திதாசர் முன்மொழியும் பௌத்தம் பூர்வ பௌத்தர் கடைபிடித்த சமய நெறி. தமிழ் இலக்கண, இலக்கிய, ஞான நூல்களிலிருந்து அவர் சித்திரிக்கும் பௌத்தம் அவர் காலத்திலும் இன்றைக்கும் எந்தத் தேசத்திலும் நடைமுறையில் இல்லாதது. அவர் கற்பனை செய்வதுபோல, நீதியும் அறமும் மேலோங்கிய

காலத்தில், அதாவது பூர்வ பெளத்தர்கள் வாழ்ந்த காலத்தில் விளங்கிய சமயம் அது. அந்தச் சமயத்திற்கு மீண்டும் அவர் உயிரூட்ட விரும்புகிறார். அவரைப் பொறுத்தவரையில் பூர்வ பெளத்தம் வாழும் பெளத்தமே, அதனால் அதற்கு உயிரூட்ட வேண்டிய தேவைகூட இல்லை. அது வாழ்ந்துகொண்டிருக்கிறது என்பது அவரது நம்பிக்கை.

சிக்கலை உணர்தலும் தீர்வுகளைத் தேடுதலும்

'அயோத்திதாசரின் பெளத்த மறுகட்டமைப்பு சார்ந்த அரசியல் நடவடிக்கைகளில் சிக்கல் உள்ளது. அயோத்திதாசர் தான் கட்டமைக்க விரும்புகிற புத்துலகில் வெகுஜன மக்கள் திரளுக்கான பாத்திரம் என்ன என்பதை வரையறுப்பதில் மரபு சார்ந்து யோசிக்கிறவராக இருக்கிறார். பெளத்த மரபைக் காப்பாற்றி வருவதால், 'தீண்டத்தகாதவர்' என்று தூற்றப்படும் பூர்வ பெளத்தர்களே நவீன சமூகத்தின் கருத்தியலை வடிவமைக்க வேண்டியர்கள் என்று அவர் தொடர்ந்து வலியுறுத்துகிறார். சிந்தனையில் நோயுற்ற சமூகத்திற்கு மருத்துவம் செய்ய வேண்டிய வைத்தியர்கள் இவர்கள், சமூகத்தை நவீனம் நோக்கி நகர்த்த வேண்டிய கடப்பாடு இவர்களுடையது. ஆனால் வெகுஜன மக்கள் திரளுக்கான நவீன சமூக உருவாக்கக் கடப்பாடுகள் குறித்து அவரிடம் தெளிவான பார்வை இருக்கவில்லை'.

'பெளத்தராக மாறுதல், பெளத்தராக ஆகுதல் என்ற வழிமுறை களோடு பெளத்தராகப் பழக்கப்படுதல் என்ற ஒன்றையும் அயோத்திதாசர் கற்பனை செய்கிறார். அயோத்திதாசரின் பெளத்தத் திட்டத்தில் நாம் சந்திக்கக்கூடிய மிகப் பெரிய சிக்கல் இதுதான். வெகுஜன மக்கள் திரள் பழக்கத்தின் காரணமாகப் பெளத்தர்களாக வாழ்கிறார்கள் என்று நிரூபிப்பது மட்டுமே அவருக்கு போதுமானதாக இருந்து விடுகிறது'.

'சமத்துவம் என்பதும் பகுத்தறிவு என்பதும் ஒன்றையொன்று சார்ந்து நிற்கக்கூடிய கருத்துகள் என்று சொல்கிறோம். சமத்துவம் எவ்வாறு பகுத்தறிவோ அதேபோலப் பகுத்தறிவும் சமத்துவ மானது. எல்லோருக்கும் பொதுவானது. நடைமுறையின்மீது எழும் எந்தவொரு அதிருப்தியும் பகுத்தறிவிலிருந்தே தோன்றுகிறது. இருப்பதை மாற்றுவது என்று தீர்மானிப்பதும், பிறரிடமிருந்து வேறுபடுவது என்று விரும்புவதும் பகுத்தறிவின் விளைவுகள். அந்த வகையில் பழக்கம் என்பது மானுட இயல்பு இல்லை; அது ஒரு மயக்கம் மட்டுமே'.

'அதனால் எந்தவொரு பண்பாடும் மரபும் நிலையானது அல்ல என்று நாம் விளக்குகிறோம். தொடர்ந்து அது நகர்ந்து கொண்டிருக்கிறது. பழுக்கத்திலிருந்து ஞாபகத்திற்கும் ஞாபகத்தி லிருந்து வரலாற்றிற்கும் நகரும்போது சமூகம் நவீனமடைகிறது'.

'அயோத்திதாசரின் நவீனத்துவச் சிந்தனைகளும், செயல் திட்டங்களும் மறதிக்கு ஆளானதற்கான மிக முக்கியக் காரணமென்று நாம் இதனைச் சொல்ல முடியும். மரபான இந்தியச் சிந்தனை மரபுகள் தொடர்ந்து சொல்லி வரும் விசேடம் - சாதாரணம் என்ற வித்தியாசத்தையே அவரும் கடைபிடிக் கிறவராக இருந்தார். மற்றவர்களுக்கும் அவருக்குமான ஒரே வேறுபாடு, சாதாரணர்கள் விசேடர்களாக மாறமுடியும் என்பதை அவர் ஏற்றுக்கொண்டார் என்பதுதான். பூர்வ பௌத்தன் என்பதே அவர் முன்மொழியும் விசேட அடையாளம்'.

'அயோத்திதாசரின் பௌத்தத் திட்டத்தில் நாம் சந்திக்கக்கூடிய மிகப் பெரிய சிக்கல் இதுதான். வெகுஜன மக்கள் திரள் பழுக்கத்தின் காரணமாகப் பௌத்தர்களாக வாழ்கிறார்கள் என்று நிரூபிப்பது மட்டுமே அவருக்குப் போதுமானதாக இருந்து விடுகிறது. நவீனத்துவ பயணத்தில் அவ்வெகுஜனம் என்ன செய்யவேண்டும் என்ற கேள்விக்கு அவரிடம் எந்தப் பதிலும் இருக்கவில்லை'.

'ஆனால், இதே மாதிரியான கருத்துகளை, அச்சாதாரணர்களை நோக்கி, அச்சாதாரணர்களையே மையப்படுத்தி, யோசிக்கவும் பேசவும் எழுதவும் ஆரம்பித்ததே ஈ.வெ.ரா. பெரியாரின் வெற்றி. நவீனம் நோக்கிய பயணத்தில் சாதாரணர்களையும் இழுத்து வந்து இணைத்த வேலையைத் தமிழகத்தில் திராவிட இயக்கம் செய்தது. கடவுள் மறுப்பு, பிராமண எதிர்ப்பு, பகுத்தறிவு, வரலாற்றுப் பிரக்ஞை, சமத்துவம், மத நிராகரிப்பு என்று பெரியார் பேசிய அத்தனை விஷயங்களும் தமிழ்ச் சமூகத்தை மந்தத் தன்மையி லிருந்து விடுவித்துச் செயலூக்க நிலைக்குக் கொண்டுவந்தது என்பதே இருபதாம் நூற்றாண்டு வரலாறு. அந்த வகையில் இருபதாம் நூற்றாண்டுப் பௌத்த சங்கங்கள் செய்யத் தவறியதைத் திராவிட இயக்கங்கள் செய்து காட்டின. மத அமைப்புகளுக்கும் விடுதலை இயக்கங்களுக்குமான ஆதார வேறுபாடு இதுதான். வெகுஜனம் அசாதாரணமானது என்றும் பகுத்தறிவோடு செயல்படக்கூடியது என்றும் விடுதலை இயக்கங்கள் நம்பின. மதங்கள் அப்படி நம்புவது இல்லை'.

இவ்வாறு வாசித்து முடித்த எனக்குச் சற்றே ஒரு குழப்பம் ஏற்பட்டது. இந்த இடத்தில் பாபாசாகேப் தனது புத்தரும் அவர்

தம்மமும் நூலை எழுதிய நாட்களும் நாகபுரியில் பல லட்சம் மக்கள் முன் அவர் தம்மம் ஏற்றபோது இருந்த மனநிலையும், அதற்கு முன் அவர் தம் மக்களின் எதிர்காலம்பற்றிக் கொண்டிருந்த தடுமாற்றங்களும், அவரது காலத்திலேயே உருவாகி வந்த இந்துத்துவ, சனாதன பாசிசத்தை எப்படி எதிர்கொள்வது என அவர் தேடிய வழிகளும் என் நினைவுக்கு வருகின்றன. அவை தருமராஜ் அறிந்த மெய்கள்தான்.

அம்பேத்கரின் பௌத்தம் அரசியல் தன்மை கொண்டது. புதிய வாழ்வைக் கட்டியெழுப்பும் சமூகத் தன்மையும் கொண்டது. அது பண்பாட்டு, பொருளாதாரக் களங்களையும் உள்ளடக்கியது. அவரே விளக்கியுள்ளதுபோல மார்க்சியத்திற்கும் மேலான உலக அரசியலாக வளரும் தன்மைகளைக் கொண்டது. அம்பேத்கரின் பௌத்தம் சமய நிலையிலிருந்து சமயம் கடந்த நிலைக்குச் செல்லும் உருவாக்க நிலையாகவும் தோன்றுகிறது. அது நவீனத் தன்மையுடன் இணைவதற்கும், நவீனமடைவதற்கும் தடையாக இல்லை. உலக அரசியலாக விரிவடையும் திறப்புகளும் அதில் உள்ளன என்பது எனது புரிதல். இந்தப் புரிதலுடனும் உணர்வுணர்வுடன் தருமராஜ் முன் வைத்துள்ள முடிவை மனங்கொள்வதில் எனக்குச் சிக்கல் ஏற்படுத்துகிறது.

'வெகுஜன மக்கள் திரளுக்கான நவீன சமூக உருவாக்கக் கடப்பாடுகள் குறித்து அவரிடம் தெளிவான பார்வை இருக்க வில்லை'. 'நவீனத்துவப் பயணத்தில் வெகுஜனம் என்ன செய்ய வேண்டும் என்ற கேள்விக்கு அவரிடம் எந்தப் பதிலும் இருக்கவில்லை' என்று தருமராஜ் குறிப்பிடுவதை மீண்டும் சரிபார்க்கவேண்டும் என்றுதான் என்னால் தற்போது கூறமுடிகிறது.

அம்பேத்கர் பௌத்தத்தில் சுதந்திரம், சமத்துவம், சகோதரத்துவம், சமநீதி இருக்கிறது என்பதாலேயே தான் பௌத்த தம்மத்தை ஏற்பதாகவும் அது தனிமனித ஈடேற்றத்துக்கான சமயம் அல்ல சமூக வளர்ச்சிக்கான அறம் என்று சொல்வதையும் சர்வாதி காரத்தையும் அதிகாரத்தையும் பௌத்தம் ஏற்கவில்லை என்பதால் மார்க்சியத்தினும் சிறந்தது என அறிவிப்பதையும் நினைவில் கொண்டால் பௌத்தம் அம்பேத்கரிடம் மட்டுமல்ல அயோத்தி தாசரிடமும் சமயமாக அல்லாமல் சமூக அரசியல் நெறியாக, விடுதலைக்கான வாழ்வியலாகத்தான் பொருள்படுகிறது என்பதைப் புரிந்துகொள்வது கடினமில்லை.

எனது குறிப்புகளின்படி அயோத்திதாசர் தனது மக்களின் விடுதலைக்கும் சமத்துவத்திற்கும் உதவாது என்றாலோ தடையாக இருக்கும் என்றாலோ பௌத்தத்தை விட்டுவிடத் தயங்க மாட்டார் என்றே உணர்கிறேன். நவீனத் தன்மையை, உலகத் தன்மையை, மக்கள் அரசியலை, புதிய அறிவியலை மறுக்கும் என்றால் பௌத்தத்தை 'வேஷவித்தியா அலங்காரம் வீண் வாதம்' என்று வருத்தத்துடன் கூறி விலகிவிடவும் தயங்கமாட்டார் என்றே புரிந்து வைத்திருக்கிறேன்.

ஒருவகை சோஷலிச அமைப்பின் அறிக்கைபோலவும் காந்தியத்திற்கும் முன்பே சொல்லப்பட்ட இயற்கை சார் பொருளாதாரத் திட்டம்போலவும் உலக மயமான சூழலில் மக்கள் அரசுகளும் பொருளாதாரத் திட்டங்களும் எப்படியிருக்க வேண்டும் என்பதற்கான வரைவுபோலவும் தலித் அரசியல் திட்டமிடுதலில் கல்வியும் அறிவும் எப்படி அமையவேண்டும் என்பதற்கான அறிவுரைபோலவும் தோற்றம் தரும் ஒரு பகுதியை இங்கு நான் மீண்டும் வாசித்துப் பார்க்கிறேன். அது எழுதப்பட்ட ஆண்டு 1912. அயோத்திதாசர் என்ற பூர்வ பௌத்தர் மக்கள் அரசியலின் தொடக்கம் மட்டுமல்ல தொடர்ச்சியும் கொண்ட நவீன பௌத்தரும் கூட என்பது புரிகிறது. அதனைத் தருமராஜ‑வுடன் பகிர்ந்து கொள்ளவே விரும்புகிறேன்.

'வித்தியா விருத்தியும் விவசாய விருத்தியுமுள்ள தேசம் சீரும் சிறப்பும் பெறும். வித்தையும் புத்தியும், ஈகையும், சன்மார்க்கமும் நிறைந்த மக்கள், சுகமும் ஆறுதலுமுற்ற வாழ்க்கை பெறுவார்கள். அதாவது தேச மக்கள் தங்கள் தங்கள் முயற்சியை நீர்வளம் நிலவளம் முதலியவற்றில் செலுத்த வேண்டும். ஆகாயத்தை நோக்கி மழையைப் பார்ப்பதுடன் அந்தந்தப் பண்ணை பூமிகளினருகே நீர் தோன்றுமிடங் கண்டு கருணை தங்கிய கவர்ன்மென்றாரால் கண்டுபிடித்துள்ள நீர் இயந்திரங்களைக்கொண்டு நீர் வளத்தைப் பெருக்கிக்கொள்ளல் வேண்டும்.

அதனால் வளம் பெற்ற பூமிகளை வரப்புயரச் செய்யல்வேண்டும். அவ்வகை செய்தும் எத்தேசத் தானியம் இத்தேசத்தை சீரும் சிறப்பும் பெறச்செய்யுமெனக் கண்டறிந்து அவைகளை விதைத்தல்வேண்டும். இத்தியாதி விவசாய விருத்திக்கும் நாளொன்றுக்கும் முக்காலணா கூலி ஓரணா கூலிக்கு ஏனவாய்ப் பறையன் அகப்படுவான் இளிச்சவாய்ப்

பள்ளன் அகப்படுவான் என்னும் உலோபத்துவமும் சாதிகர்வமும் வையாது பண்ணை பூமியானது பார்ப்பானுடைய தாயினும் அவன் பெரியசாதியின் போர்வையைப் பூராவாக அப்புறப்படுத்திவிட்டு அவனே ஏர்பிடித்து உழுது பூமியைப் பழுக்கவழுக்கக் கலக்கி விழைவிதைவிதைத்து பிள்ளைகளை வளர்ப்பதுபோல விளையும் பயிறுகளையும் கண்ணுங் கருத்துமாகக் காத்து விருத்தி செய்யல் வேண்டும்.

அத்தகைய விருத்தியால் தேச செழிப்புண்டாவதுடன் சாதிபேத நாற்றமற்ற பர்மா தேசத்தோர் அரிசியும், சாதிபேத நாற்றமற்ற அமேரிக்கா தேசத்தோர் கோதுமையும், உலகெங்குஞ் சென்று உண்ண உதவுவதுடன் தங்கள் தேசங்களின் பெயரையுஞ் சிறப்படையச் செய்வதுபோல் இத்தேசத்துள் விருத்திபெறுந் தானியங்கள் மற்றய தேசங்களுக்கு உபகாரமாவதுடன் இத்தேசப் பெயரும் உலகெங்கும் விளங்கும். ஒவ்வோர் மனிதனும் பூமியின் விருத்தியை நாடிப் பணங்களைச் செலவு செய்வதுடன் தங்கள் கண்ணையுங் கருத்தையும் அதனிடம் நிறுத்தல்வேண்டும். அதுவே விவசாய விருத்தியின் சிறப்பென்னப்படும்.

வித்தியாவிருத்தியாங் கைத்தொழில்களிலே மண்ணினாற் செய்யுங் கைத்தொழில்களும், உலோகங்களாற் செய்யுங் கைத்தொழில்களும், பஞ்சினாற் செய்யுங் கைத்தொழில்களும், தோலினாற் செய்யுங் கைத்தொழில்களும் அனந்தமுண்டு. அத்தகைய வித்தியா விருத்திகளுக்குப் பணங்களைச் செலவிட்டு ஒவ்வோர் தொழிலையும் விருத்தி செய்யல் வேண்டும். அவ்வகை விருத்தியை நாடுவோர் சாதியாசாரம் இல்லாதவர்களை (ஒடுக்கப்பட்ட சாதிகள்) மட்டிலும் அதில் சேர்க்கப்படாதென்பாராயின் அதனழிவிற்கு அடிப்படை அப்பொறாமையென்றே அறிந்து கொள்ளவேண்டும். அங்ஙனஞ் சேர்த்துக்கொள்ளினும் பெரியசாதிகள் என்போரே பெரிய பெரிய காக்காய் பிடிக்கும் பெரியதன உத்தியோகத்திலிருத்தல் வேண்டும். சிறிய சாதிகள் என்று அழைக்கப்படுவோர் சிறிய தொழிலையே பெறவேண்டும் என்பாராயின் அதுவுங் கைத்தொழில் விருத்திக்குக் கேடாக முடியும்.

அதாவது காக்காய் பிடிக்கும் வேஷதாரிகள் கைத்தொழில் செய்வதற்கும், அதன் மேற்பார்வை இடுவதற்கும் உதவவே மாட்டார்கள். காரணமோ என்னில், ஒவ்வோர் தொழிலாளியும்

அந்தந்தத் தொழிலில் சிறுவயதினின்று உழைத்து விருத்தி பெற்று விவகாரம் அறிந்தவனே அந்தந்தத் தொழிலுக்கதி காரியும், அந்தந்தத் தொழிலைப் பார்வையிடுபவனுமாய் இருத்தல்வேண்டும். அதனால் வேலையின் நுட்பமும், வேலைகள் செய்வோர் முன்னேற்றமும் கண்டு வித்தியா சாலையை விருத்திக்குக் கொண்டுவருவான். அதனாற் சகல கைத்தொழில்களும் விருத்தியடைவதுடன் விருத்திபெற்ற பொருட்கள் பல தேசங்களுக்குஞ் சென்று தேசத்தின் வித்தியா சிறப்பு விளங்கும். இத்தகையாய் விருத்திபெறும் விவசாயமும், சித்திபெறும் வித்தையுமே அத்தேசத்தை சீருஞ் சிறப்பும் பெறச்செய்யும்.

எத்தேச மக்களாயினும் தங்கள் எண்ணங்களையும் நோக்கங் களையும் வித்தியா விருத்தியினிடத்திலேயே வைத்தல் வேண்டும். அஃது கோவில் சுற்றும் வித்தையல்ல, குளமுழுகும் வித்தையல்ல, குறுக்குபூசும் வித்தையல்ல, நெடுக்குப்பூசும் வித்தையல்ல, சந்தனப் பொட்டு வித்தையல்ல, சாந்துப் பொட்டு வித்தையல்ல, மஞ்சள் திருசுன்ன வித்தையல்ல, சிவப்பு திருசுன்ன வித்தையல்ல, பேரிலந்தங் கொட்டை வித்தையல்ல, துளசிக்கட்டை வித்தையல்ல, குடுமி வைக்கும் வித்தையல்ல, நூல் போடும் வித்தையல்ல, மந்திரம் பண்ணும் வித்தையல்ல, மணிகுலுக்கும் வித்தையல்ல, அவனை வேண்டிக்கொள்ளும் வித்தையல்ல, இவனை வேண்டிக் கொள்ளும் வித்தையல்ல, பெரிய பூசை வித்தையல்ல, சிறிய பூசை வித்தையல்ல, ஆடடிக்கும் வித்தையல்ல, கோழியறுக்கும் வித்தையல்ல, இத்தியாதி வித்தைகளும் மதக்கடை பரப்பி வஞ்சித்தும் பொய் சொல்லியும் பொருள் பறித்தும் சீவிக்கும் சாமிக்கடை, சோம்பேறிகளின் வித்தைகளாகும்.

அத்தகைய மதக்கடை சாமிக்கடை சரக்குகளை நம்பிப் பின் பற்றுவோர் அவர்களிலும் சோம்பேறிகளாகி அல்லல் அடைய வேண்டியவர்களாவதுடன் அத்தகையோர் தேசமும் பாழடைய மென்பது சத்தியம். ஆதலின் சுகமும் ஆறுதலும் அடைய வேண்டிய மக்கள் மண்வித்தையிலும், உலோகவித்தையிலும், மரவித்தையிலும், பஞ்சுவித்தையிலும், சித்திரவித்தையிலும், ஓடவித்தையிலும், வியாபார வித்தையிலுங் கருத்தை இருத்தி விடாமுயற்சியில் இருப்பார்களாயின் அம்மக்கள் சுகமும் ஆற்றலும் பெறுவர். அத்தகையோர் தங்கள் தங்கள்

புத்தியையும் விருத்தி செய்து கொண்டு ஈகையாம் தன்ம சிந்தையுடையவர்களாகி, சன்மார்க்கத்தைப் பின்பற்று வார்களாயின் அத்தேசத்தோர் குருவிசுவாசமும், இராஜ விசுவாசமும் பெருகி சதா சுகமும் ஆறுதலும் பெற்று ஆனந்தத்தில் லயிப்பார்கள்' (தமிழன், செப்டம்பர், 1912).

மீந்துள்ள ஒரு கேள்வி

சாதி ஒழிப்பிற்கு, சமத்துவ அரசியலுக்கு எதிரான கருத்து கொண்டவர் அயோத்திதாசப் பண்டிதர்; அவரை விடுதலை அரசியலுக்கு முன்னோடியாகக் கொள்ள முடியாது என்றும் அவர் பறையர் சாதி மேலாதிக்கத்தைப் போற்றியவர் என்றும் ஒரு குற்றச்சாட்டு வைக்கப்படுகிறது. இந்தக் குற்றச்சாட்டை வைப்பவர்கள் உண்மையான சாதி ஒழிப்பையும் சமத்துவ அரசியலையும் நேசிப்பவர்கள் என்ற நம்பிக்கை வைத்து அதற்கான பதிலைத் தேட வேண்டியிருக்கிறது. இரட்டைமலை சீனிவாசனார் 'பறையன்' என்ற பெயரில் இதழ் நடத்தியதை வெறுத்து, எதிர்த்த ஆசான் அயோத்திதாசர் தன் இதழுக்குத் 'தமிழன்' எனப் பெயரிடுகிறார். அந்தத் தமிழன் இதழில் 'இந்தியாவில் தாழ்த்தப்பட்ட ஜாதியோருக்கு நியமிக்கப்பட்ட சங்கம்' என்ற கருத்தில் அயோத்திதாசர் எழுதியுள்ள பத்தியே அதிகம் மேற்கோளாகக் காட்டப்படுகிறது.

'இந்த டிசம்பர் மாதம் விடுமுறைக் காலத்தில் சில பெரியோர்கள் கூடி இந்தியாவில் தாழ்த்தப்பட்டுள்ள சாதியோரைச் சீர்திருத்த வேண்டும் என்று முடிவு செய்திருக்கிறார்கள். இவற்றுள் இயல்பாகவே அறிவின்றித் தாழ்ந்துள்ள சில வகுப்பாரும் உண்டு. சாதித் தலைவர்களின் விரோதத்தால் தாழ்த்தப் பட்டுள்ளவர்களும் நாளதுவரையில் தாழ்த்தி வருகிறவற்றுள் தாழ்ந்தவர்களுமாகிய ஓர் வகுப்பாரும் உண்டு. அவர்கள் யாரென்பிரேல் குறவர், வில்லியர், சக்கிலியர், மலமெடுக்கும் தோட்டிகள் இயல்பாகவே தாழ்ந்த நிலையிலுள்ளவர்கள்.

சாதித் தலைவர்களாகும் வேஷ பிராமணர்களால் பறையரென்றும், சாம்பாரென்றும் வலங்கையரென்றும் கூறி அவர்களைச் சுத்த ஜலங்களை மொண்டு குடிக்கவிடாமலும், வண்ணார்களை வஸ்திரமெடுக்க விடாமலும், அம்மட்டர்களை சவரஞ்செய்ய விடாமலும், அந்தஸ்தான உத்தியோகங்களில் பிரவேசிக்க விடாமலும், ஏதோ துரை மக்கள் கருணையால் ஓர் உத்தியோகத்தை பெற்றுக்கொண்ட

போதிலும் அதனினின்று முன்னுக்கு ஏறவிடாமலும் பலவகை இடுக்கங்களைச் செய்து தாழ்த்திக்கொண்டே வருகிறார்கள். இவர்களைத் தாழ்ந்த வகுப்பார் என்று கூறலாகாது. சாதிபேதமுள்ள மற்றவர்களால் தாழ்த்தப்பட்ட வகுப்பார் என்று கூறல் வேண்டும்.

இவற்றுள் கூளங் குப்பைகளுடன் குணப்பெரும் பொருட் களையும் சேரக் குவித்துக் குப்பைக் குழியென்பது போலக் கல்வியிலும், நாகரீகத்திலும், விவேகத்திலும், ஒற்றுமையிலும் மிகுந்து வேஷ பிராமணர்கள் கற்பனா கதைகளுக்கிணங்காமல் விரோதிகளாய் நின்ற திராவிட பௌத்தர்கள் யாவரையும் பறையர், சாம்பார், வலங்கையரென்று தாழ்த்திக் கொண்டதுமின்றி சக்கிலி, தோட்டி, குறவர், வில்லியர் இவர்கள் யாவரையும் ஐந்தாவது சாதியென்றும், பஞ்சம சாதியென நூதனப் பெயரிட்டு மேன்மக்களாம் பௌத்தர் களையும் அக்குப்பையில் சேர்த்து பஞ்சம சாதியென்று வகுத்திருக்கின்றார்கள்.

ஆதலின் தாழ்ந்த சாதியோரை சீர்திருத்த ஏற்பட்ட கனவான்கள் ஒவ்வொருவரும் இவற்றைச் சீர்தூக்கித் தாழ்ந்த வகுப்போர்கள் யாவரையுந் தருவித்துச் சாதிபேதம் வைத்துக்கொண்டு வாழ்பவர்கள் யாவர், சாதிபேதமில்லாமல் வாழ்பவர்கள் யாவரென்று தேற விசாரித்துச் சாதி பேதம் உண்டென்போர் யாவரையும் சாதித் தலைவர்கள் கூட்டத்தில் சேர்த்துவிட்டுச் சாதியாசாரங்கெடாது சீர்திருத்திவிடுங்கள்.

சாதி பேதமில்லை என்னும் கூட்டத்தாருக்கு நீங்கள் யாதோர் உபகாரமும் செய்யவேண்டாம். அவர்களைத் தலையெடுக்க விடாமல் செய்துவரும் மாளாயிடுக்கங்களை மட்டிலும் செய்யாமல் அன்பு பாராட்டுவீர்களாயின் அதுவே தாங்கள் செய்யும் பேருபகாரமாகும்' (தமிழன், சனவரி 6, 1909).

இயல்பாகவே அறிவின்றித் தாழ்ந்துள்ள சில வகுப்பார், இயல்பாகவே தாழ்ந்த நிலையிலுள்ளவர்கள், குப்பைக் கூளங்களுடன் குணப் பெரும் பொருள்களையும் சேரக் குவித்துக் குப்பைக் குழியென்பது என்ற குறிப்புகளும் அதில் குறிப்பிடப்பட்டுள்ள சில சாதிகளும் விவாதத்திற்குரியதாகின்றன.

அயோத்திதாசரின் சிந்தனைத் தொகுப்பு என்பது ஓர் அமைப்பு முறை, அயோத்திதாசர் என்ற தனிமனிதராக அவர் எதிர்கொண்ட வாழ்வு என்பது ஒரு நடப்பு நிலை. அயோத்திதாசரின் சிந்தனை

சாதியற்ற, சமத்துவம் கொண்ட சமூகத்தை விழைவது, அதற்கான தம்மத்தை ஏற்றது. அவரது மொழியில் பறையர் என்பவர்கள் சாதிபேதமுள்ள மற்றவர்களால் தாழ்த்தப்பட்ட வகுப்பார். அவர்கள் வித்தை, புத்தி, ஈகை கொண்ட மக்கள். அவர்கள் உழைப்பாலும் சன்மார்க்கத்தாலும் உயர்ந்தவர்கள். வேஷ பிராமணர்களைவிட உயர்ந்தவர்கள். அவர்கள் ஒரு சாதியினர் இல்லை. வேஷ பிராமணர்களால் பறையரென்றும், சாம்பா ரென்றும் வலங்கையரென்றும் பெயரிடப்பட்டு இழிவு செய்யப் பட்டவர்கள். இவர்கள் 'சாதியாசாரம் இல்லாதவர்கள்'. அவர்கள் மீது 'சாதியாசாரமுள்ளவர்கள் யாவரும் நேர் விரோதித்து நிற்கிறார்கள்'. சாதியாசாரத்தை ஏற்று (வரலாற்றில்) பௌத்த தம்மத்தை மறுத்த மற்றவர்கள் தற்போது 'இயல்பாகவே அறிவின்றித் தாழ்ந்துள்ள சில வகுப்பாராக' மாறிவிட்டனர். அவர்கள் சாதியை ஏற்றதால் 'இயல்பாகவே தாழ்ந்த நிலை யிலுள்ளவர்கள்'. இந்த உயர்ந்த நிலை, தாழ்ந்த நிலை உழைப்பை, புத்தியை, வித்தையை, தன்மத்தை அடிப்படையாகக்கொண்டு அயோத்திதாசரால் தலைகீழாக்கம் செய்யப்பட்ட ஒரு நிலை. சாதிபேதமில்லாமல் வாழ்பவர்கள், சாதி பேதம் உண்டென்போர் என்ற பிரிவால் உண்டான நிலை. சாதி பேதத்தை மறுத்துவிட்டால் அவர்களும் உயர்நிலை அடைவார்கள் என்பது அயோத்திதாசரின் பொருண்மைக் குறிப்பு.

'கல்வியிலும் நாகரீகத்திலும் விவேகத்திலும் ஒற்றுமையிலும் மிகுந்து வேஷ பிராமணர்கள் கற்பனா கதைகளுக்கிணங்காமல் விரோதிகளாய் நின்ற திராவிட பௌத்தர்கள்' என்பது சாதி இழிவுக்கும் தீண்டாமைக்கும் எதிரான அறிவிப்பு. திராவிட பௌத்த நிலையே குணப் பெரும்பொருள் மற்றவை குப்பைக் கூளங்கள். சாதியென்பது குப்பைக் குழி. பஞ்சம சாதியென நூதனப் பெயரிட்டு மேன்மக்களாம் பௌத்தர்களையும் அக்குப்பையில் சேர்க்க முடியாது என்பது அவர் சொல்ல முனையும் செய்தி. இயல்பிலேயே தாழ்ந்த நிலையில் சிலர் உள்ளனர். அவர்களுக்கு அதிகம் உதவித்திட்டங்கள் வேண்டும் என்பதுதான் இதில் உள்ள குறிப்பு.

இவையனைத்தும் அவரது மொழியின் தன்மையால் வேறுபட்ட தோற்றத்தைப் பெறுகின்றன. தீண்டாமை உண்டென்பதோ தீண்டாமை நியாயம் என்பதோ அயோத்திதாசரின் கருத்தியலில் இல்லை. பிறப்பால் சாதியில்லை என்னும் தம்மத்தை பரப்பு வதையே தன் வாழ்வாகக்கொண்டிருந்த அயோத்திதாசரின்

சிந்தனைத் தொகுதி விரிவானது. அதன் விரிவைப் புரிந்து கொண்டால் பஞ்சமர்கள் எனப்படுவோர் ஈடேற்றப்படவேண்டும் என்பதை உள்ளடக்கமாகக் கொண்ட வரிகளின் தொனிப்பொருள் விளங்கும்.

அம்பேத்கர் போன்று சமூகவியல், மானுடவியல் தரவுகளின் அடிப்படையில் தீண்டாமைக்குட்பட்ட சாதிகள், குற்றப் பரம்பரையைச் சேர்ந்த பழங்குடியினர், ஆதிவாசிகள் அனைவரை யும் இணைத்த ஒடுக்கப்பட்ட மக்களுக்கான ஈடேற்றம், மேன்மை, விடுதலை என விரிவாக விளக்கிப் பேசும் மொழி அயோத்தி தாசரிடம் இல்லை. அதிலிருந்து வேறுபட்ட ஓர் அறிவு மொழியில், அறமொழியில் இயங்கியவர். இந்திய மண்ணின் ஒடுக்கப்பட்ட மக்கள் அனைவரையும் 'பறையர்' என்றே பொதுவாகக் குறிப்பிடும் பழக்கமுள்ள அவரது ஒரு குறிப்பிட்ட வாக்கை அதன் பின்புலத்திலிருந்து பிரித்துத் தனியே பொருள் படுத்தி அவருடைய கருத்தியலைத் திரிப்பதும் அவர் கட்டமைத்த ஆக்க அரசியலை மறுப்பதும் விடுதலை அரசியலுக்கான வாசிப்பு அல்ல. அவரது வாழ்வு, அறிவியக்கம், அறநோக்கு, செயல் திட்டம் அனைத்தின் பின்னணியில்தான் ஒவ்வொரு கருத்தும் விளக்கப்படவேண்டும்.

தமிழன் இதழில் சனவரி 31, 1912 பதிப்பில் வந்துள்ள கேள்வி பதிலை இப்போது வாசிக்கலாம்.

வினா: பூர்வ பௌத்த சக்கரவர்த்திகளின் வமிஷவரிசையோரும் பௌத்த சிகாமணிகளுமாயிருந்து தற்காலம் பறையரென்று அழைக்கப்படுவோர்களுமாய ஏழை மாக்கள் விசுவபிரம்ம குலத்தாரென்னும் கம்மாளரிடம் ஜலபானஞ் செய்யாதுஞ், சாதமுதலியது உண்ணாதுந் தங்களைவிட கம்மாளர் கீழானவர் கெளென்று கொண்டுள்ள வைராக்கியம் யாதுக்கு?

கோசிங்கிகள் என்றழைக்கப்படுஞ் சக்கிலியரை பறையரென்போர் மாமன் மைத்துனன் உறவாய் முறை கொண்டாடி, உண்பன, கொள்வன, கொடுப்பனவைகளிற் சம்பத்தப்படாமனிற்பதோ ஒருவருக்கொருவர் வீதிகளில் ஒருவர்க்கொருவர் பாதரட்சையணிந்து ஏகாது உறுதி செய்துகொண்டு, இவ்விருதரத்தோருள் யாரேனுந் தெரிந்தோ அல்லது தெரியாதோ வீதிகளில் பாதரட்சை அணிந்தேகினால் இருவகுப்பாரும் பஞ்சாய சபைகூட்டி தவறு செய்தவனிடம்

அபராதம் முதலியவைகள் வாங்கி வருவதெற்றுக்கு? (சி. முத்துகுமாரசுவாமி, நாதமுனி, தீர்த்தகிரி, உபாத்தியாயர், ஜோலார்பதி).

விடை: ஜோலார்பதி உபாத்தியாயர்களே! சற்று நோக்குவீர் களாக. தாங்கள் வினவியுள்ள சங்கைகள் யாவும் மத்தியில் தோன்றி மறைந்தவைகளேயாம். அதாவது பிராமணர்களென் போருக்கும், கம்மாளரென்போருக்கும் சித்தூர் ஜில்லாவில் நேரிட்ட வழக்கில், கம்மாளர் ஜெயம் பெற்றபோது பிராமணகளென்போர் பறையர்களென்று அழைக்கப் படுவோரை வலங்கையரெனத் தங்களுடன் சேர்த்துக்கொண்டு இவர்களுக்குக் கற்பித்த விரோதச் செயலால் அவ்வகை உண்பினையைத் தவிர்த்து வீண் விரோதிகளாகிவிட்டார்களன்றி வேறில்லை. மற்றபடி இவர்கள் அவர்களுக்குத் தாழ்ந்தவர் களல்ல. அவர்கள் இவர்களுக்குத் தாழ்ந்தவர்களல்ல. பிராமணர்களென்போர் செய்த விரோதச் செயல்களேயாம்.

வசிஷ்டரைச் சக்கிலிச்சி மகனென்று கூறியுள்ள ஓர் சரித்திரத்தைக் கொண்டும் விஸ்வாமித்திரப் பரம்பரையைக் கொண்டும் மைத்துனர் முறைக் கொண்டாடி வந்த சில சரித்திரங்களை ஒட்டிப் பேசி வந்த போதிலும் அவர்களது அசுத்தச் செயலை ஒட்டி உண்பினையற்றிருப்பதுடன் வாசஞ்செய்யும் வீதிகளில் பாதரட்சை அணிந்து வரப்போகா தென்றுந் தடுத்து வந்தார்கள். வைணவ மதத்துள் சிலர் தோன்றி முத்திரை தானமென்னும் சூடுபோட்டு விடுகிறார்கள். அவ்வகை சூடு போட்டுக்கொண்டவர்களுக்குள் நூதனமானச் செயல்களை அனந்தமாக ஏற்படுத்திக் கொண்டிருக்கிறார்கள். அவைகள் யாவும் பூர்வ சாஸ்திரங்களுக்கு ஒவ்வாதவை களேயாம். சூடுண்ட பூனை அடும்பங்கரையேறா தென்னும் பழமொழிக்கிணங்க இவர்கள் சூடுபோட்டு நாமமிட்டுக் கொண்டவுடன் சுயசாதியோரை நெருங்காமலும், அவர்களிடம் உண்ணாமலும் தூரவே விலகிவருவதுடன் பந்து விரோதி களுமாகி நாலு நாளையில் கெட்டு நடுத்தெருவில் நின்று விடுகிறார்கள். இதுவுமோர் நூதன வேஷக் கேடுபாடுகளேயாம் (அயோத்திதாசர் சிந்தனைகள் 1 அரசியல் சமூகம்: ப. 94-95).

இதுதான் அயோத்திதாசர் உருவாக்கிய தமிழ் பௌத்தச் சிந்தனையின் விளைவு, அதன் மையம் பௌத்தம் சொல்லும் சீவகாருண்யம். அதில் சாதிகளும் மேல் கீழ் இழிவுகளும் இல்லை.

அவர் உருவாக்க விரும்பும் மனிதர் சாதி காக்கும் மனிதர் அல்ல, முற்றிலும் வேறான மனிதர்.

'மனிதர்களை மனிதராக பாவிப்பவன் எவனோ அவனே மனிதன்... பாஷைபேத முடையவனயினும் உருவத்தில் மனிதன் மனிதனேயாவான். மனிதவுருவம் அமையினும் சருவ உயிர்களையும் தன்னுயிர் போற்காப்பவன் மனிதன். தன்னைப் போல் பிறரை நேசிப்பவன் மனிதன். தனக்கு ஓர் துன்பம் வரினும் ஏனையோர்க்கோர் துன்பம் வராமற் காப்பவன் மனிதன். தான் பசியுடனிருப்பினும் ஏனையோரைப் பசிதீர்த்து ரட்சிப்பவன் மனிதன். தான் சுகிக்க விரும்புவதுபோல் ஏனையோரும் சுகிக்க விரும்புகிறவன் மனிதன்... மனிதென்னும் மானமும், சீவகாருண்யமும் அமைந்த மக்களிற் சிறந்த ஆறாவது தோற்றம் மனிதென்று கூறப்படும். அவனே ஏழாவது தோற்ற தெய்வநிலை அடைபவனுமாவான். இவற்றிற்கு மாறாய்ச் செயலுடையோரை நரரென்று தீர்க்கப்படும்' (தமிழன், ஏப்ரல் 17, 1912).

எனப் பெளத்தத்தையும் நவீன சமத்துவத்தையும் இணைக்கும் நோக்கு கொண்ட மனிதர்.

'உன் கடவுள் என் கடவுளென்னும் வெறுஞ்செருக்கும், உன் மதம் என் மதமென்னும் மதச் செருக்குமே கருணை யென்பதற்று, கோபவெறியேறி தாங்கயே யாத்த வலையிலுந் துக்கத்திலும் வாதைப்படுவதன்றி தங்குடிபடைகளையும் கூலிப் படைகளையுங் கொண்டுபோயழித்து மீளா துன்பத்தில் ஆழ்த்தி வருகிறார்கள். இதுவே தற்கால யுத்தம் என்னப்படும்' (தமிழன், நவம்பர் 27, 1912).

என உலகப் போர்களுக்கு முன்பே நவீனப் போர்களின் கொடுமையை விளக்கிய சிந்தனையாளர்.

'விவேகமிகுத்த வித்தியா புருஷர்களாக விளங்கும் ஆங்கில வகுப்பாருக்கு உட்பட்ட டார்வினென்னும் துரைமகன்... வானின்று மழை பெய்தவுடன் பூமியினின்று புற்பூண்டுகள் தோன்றுவதும், புற்பூண்டுகளினின்று புழுக்கீடாதிகள் தோன்றுவதும், புழுக்கீடாதி களினின்று பறவைகள் தோன்றுவதும்... ஆய்ந்து குரங்கினின்று மக்கள் தோன்றியுள்ளாரென வற்புறுத்திக் கூறியிருக்கின்றார்... புழுக்களின்று பறவைகள் தோன்றுவதென்னில் அதன்

விவரமறி யாதவர்களுக்கு விந்தையாகவே விளங்கும். விவரந்தெரிந்தபின் இயல்பென்றுணர்வர்' (தமிழன், டிசம்பர் 21, 1910).

என மதங்கள் ஏற்காத டார்வினின் பரிணாமக் கோட்பாடு என்றாலும் அதனைப் புகழ்ந்து ஏற்றுப் பௌத்தப் பார்வையுடன் இணைத்துக்கொள்ளும் முறை அவருடையது.

அயோத்திதாசர் எழுத்தின் ஒரு வாக்கியமென்றாலும் ஒடுக்கப் பட்ட சாதியொன்றை இழிவுபடுத்துவதுபோன்ற குறிப்பை வாசிக்கும் போது மனம் புண்படுவதும், சீற்றம் எழுவதும் தவிர்க்க முடியாத ஒரு நிகழ்வு என்பதையும் நாம் ஒப்புக்கொள்ளத்தான் வேண்டும். ஆனால் அயோத்திதாசரின் சிந்தனை உலகம் அதுவல்ல, மேற்சாதி கீழ்ச்சாதியெனும் பொய்க்கதைகளை உடைத்து உள்மெய்களைத் தேடும் உலகம் என்பதைப் புரிந்து கொள்ள அவருடைய எழுத்துகளை முழுமையாக வாசிக்க வேண்டும்.

அந்த வாசிப்பு அயோத்திதாசர் என்ற தனிமனிதரை மேன்மைப் படுத்துவதற்கானது அல்லநம் விடுதலை அரசியலின் அறிவார்த்த பகுதியை நாமே அறிந்து கொள்வதற்கானது. அதன் வழி அறிவின் அடையாளத்தை மேம்படுத்திக் கொள்வதற்கானது. தருமராஜின் வாசிப்பின் வழி அயோத்திதாசரை அறிதல் என்பது ஒரு நூற்றாண்டுக்கு முன் தொடங்கிய விடுதலை அரசியலுக்கான அறிவை இடையில் மறந்துபோய் இன்றுள்ள பின்னவீன அறிவின் வழி மீண்டும் தொடர்வதான அனுபவமாகவே அமைகிறது.

•

துணை நூல்கள்

• அயோத்திதாசர் சிந்தனைகள் 1 (தொகுப்பாசிரியர். ஞான. அலாய்சியஸ்) பாளையங்கோட்டை, நாட்டார் வழக்காற்றியல் ஆய்வு மையம், 2011 (1999)

• அயோத்திதாசர் சிந்தனைகள் 2 (தொகுப்பாசிரியர். ஞான. அலாய்சியஸ்) பாளையங்கோட்டை, நாட்டார் வழக்காற்றியல் ஆய்வு மையம், 2011 (1999)

• க. அயோத்திதாசப் பண்டிதர் சிந்தனைகள், தொகுதி: ஒன்று. சென்னை, தலித் சாகித்ய அகாடமி, 1999.

- க. அயோத்திதாஸப் பண்டிதர் சிந்தனைகள், தொகுதி இரண்டு. சென்னை, தலித் சாகித்ய அகாடமி, 1999.

- க. அயோத்திதாஸப் பண்டிதர் சிந்தனைகள் தொகுதி: நான்கு. சென்னை, தலித் சாகித்ய அகாடமி, 1999.

- தருமராஜ். டி., நான் பூர்வ பௌத்தன். மதுரை, டாக்டர் அம்பேத்கர் பண்பாட்டு மையம், 2003.

- தருமராஜ். டி., நான் ஏன் தலித்தும் அல்ல? தலித் என்ற சாதிபேதமற்ற நிலை, கிழக்கு பதிப்பகம், 2016.

- தருமராஜ். டி. அயோத்திதாசர்: பார்ப்பனர் முதல் பறையர் வரை. கிழக்கு பதிப்பகம், 2019.

- பெரியார் ஈ.வெ.ரா. சிந்தனைகள்: மூன்று தொகுதிகள் (தொகுப்பாசிரியர் - வே. ஆனைமுத்து), திருச்சிராப்பள்ளி, சிந்தனையாளர் கழகம், 1974.

- Ambedkar, B.R., Who Were the shudras?, Bombay: Thacker & Co.,Ltd., 1946.

- Pandian, M.S., Brahmin and Non - Brahmin, Genealogies of the Tamil Political Present, Permanent Black, 2007.

•

அயோத்திதாசரின் தமிழர் அடையாள அரசியல்

ஏர் மகாராசன்

ஆய்வாளர், மக்கள் தமிழ் ஆய்வரண்

தமிழ்ச் சமூகத்தின் அறிவு மரபு நீண்ட நெடிய வரலாற்றைக் கொண்டிருப்பது. அது, ஒற்றைத் தன்மையானதுமல்ல; ஒன்றை மட்டும் மய்யப்படுத்தியதுமல்ல. மேலதும் கீழதுமாக, மய்யமும் விளிம்புமாகக் கலந்த பன்மையின் தொகுப்பாகவே தமிழர் அறிவு மரபு வடிவமைந்து வந்திருக்கிறது. இவ்வாறாக, ஒவ்வொரு காலத்திய அறிவாளுமைகளால் முன்னெடுக்கப்பட்ட அறிவுச் செயல்பாடுகள் பொதுச்சமூகத்தின் ஏற்பைப் பெறுவதிலும் புறக்கணிப்பைச் சந்திப்பதிலும் நிறைய காரணங்கள் இருந்திருக் கின்றன. அவற்றுள் ஒன்று சாதி; மற்றொன்று கருத்தியல்சார் அரசியல் ஆகும்.

சாதியும் (Caste), கருத்தியல் (Idelogy) சார்ந்த அடையாள அரசியலும்தான் ஒன்றைப் பேசுபொருளாக்குவதில் மிக முக்கியப் பங்கை வகிக்கக் கூடியவை. அக்காலத்திலிருந்து இன்று வரையிலும் இதுதான் தமிழ்ச் சமூகத்தின் மறைபண்பாய் இருந்து கொண்டிருக்கிறது.

அயோத்திதாசர் எனும் பேசுபொருள்

தமிழ்ச் சமூகத்தின் அறிவு மரபைத் தமது அறிவுச் செயல்பாடுகளால் வளப்படுத்தியவர்களுள் அயோத்திதாசப் பண்டிதரும் ஒருவர். அயோத்திதாசரைக் குறித்தும் அவரது அறிவுச் செயல்பாடுகளைக் குறித்தும் பேசுபொருளாக்கி, வெளிவந்திருக்கும் ஆய்வுநூல் பேராசிரியர் டி. தருமராஜ் எழுதிய அயோத்திதாசர்: பார்ப்பனர் முதல் பறையர் வரை எனும் நூலாகும். கிழக்கு பதிப்பகத்தின் வெளியீடாக 2019இல் வெளியான இந்நூல், அயோத்திதாசரின்

அறிவுச் செயல்பாடுகள் முழுவதையும் ஆராய்ந்து அவற்றைப் பேசுபொருளாக்கியிருக்கிறது.

தமிழ்ச் சமூகம் அயோத்திதாசரைப் பேசுபொருளாக முன்னெடுக்க மறந்த அல்லது மறைத்ததன் பின்புலம் குறித்து எழுதும் நூலாசிரியர், 'சுமார் 125 வருடங்கள் கழித்து இன்றும்கூட தமிழ் கூறும் நல்லுலகில் 'அயோத்திதாசப் பண்டிதர்' என்ற பெயர் எந்தவொரு ஆச்சர்யத்தையும் அதிர்ச்சியையும் ஏற்படுத்தக் கூடியதல்ல. இருபதாம் நூற்றாண்டின் தொடக்க காலங்களில், தமிழகத்தின் மிகப்பெரும் சிந்தனையாளராக விளங்கிய அயோத்திதாசர், தமிழகத்து வரலாற்றாய்வாளர்களால் திட்டமிட்டே மறைக்கப்பட்டார்.

தமது மரணம்வரையிலும் மிகத் தீவிரமாகச் செயல்பட்டு வந்த அயோத்திதாசரைப் பற்றிய ஒரு சிறு குறிப்புகூட இடம்பெற்று விடாதபடி பார்த்துக்கொண்ட தந்திரம் இருபதாம் நூற்றாண்டின் இறுதிவரையில் வெற்றிகரமாகவே செயல்பட்டு வந்தது.

அயோத்திதாசரின் சமகாலத்தில் வாழ்ந்து வந்த தேசியக் கவிகளுக்கும் புரட்சியாளர்களுக்கும் சுதேசிகளுக்கும் அவருக்குப் பின் தோன்றி, சென்ற நூற்றாண்டில் தமிழகமே தலைமேல் வைத்துக் கூத்தாடிய திராவிடச் சிந்தனையாளர்களுக்கும் எழுத்தாளர்களுக்கும் அரசியல்வாதிகளுக்கும் அவரை இருட்டடிப்புச் செய்ததில் கணிசமான பங்கு இருக்கவே செய்தது. தமிழ்ச் சமூகத்தின் நாடி நரம்புகளிலும் புரையோடிப் போயிருக்கும் சாதிய வெறியையும் காழ்ப்புணர்வையும் தவிர்த்து இதற்கு வேறென்னதான் காரணமாக இருக்கமுடியும்?' (பக். 41,42) என்கிறார்.

அவர் கருதுவதுபோல, அயோத்திதாசரைப் பேசுபொருளாக முன்னெடுக்காமைக்குச் சாதியம் மட்டுமே காரணமாக இருந்திருக்க வாய்ப்பில்லை. ஏனெனில், அயோத்திதாசரின் சாதிப் பின்புலம் சார்ந்த வேறுபல சமூக ஆளுமைகளோடும் அரசியல் சமூகச் செயல்பாடுகளில் பங்கெடுத்திருப்பதோடு, அவற்றைப் பேசுபொருளாகவும் மற்றவரும் பொதுச் சமூகமும் முன்னெடுத் திருக்கும் வரலாறும் இருக்கிறது. ஆகவே, அயோத்திதாசரைப் பேசுபொருளாக்க மறந்து அல்லது மறைத்ததில் சாதியம் மட்டுமே காரணம் அல்ல எனக் கருதலாம்.

பிறகு ஏன் அயோத்திதாசர் பேசுபொருளாக முன்னெடுக்கப்பட வில்லை?

குறிப்பாக, திராவிட இயக்கங்களாலும் திராவிட அரசியல்வாதி களாலும் திராவிடக் கருத்தியல் செயல்பாட்டாளர்களாலும் அயோத்திதாசரை முன்னெடுக்காமல் போனதற்கும் / முன்னெடுக்காமல் இருப்பதற்குமான வலுவான அரசியல் காரணம் ஒன்று மட்டுமே இருந்திருக்க வேண்டும். அது, அயோத்திதாசரின் தமிழர் அடையாள அரசியலே ஆகும்.

தமிழர் அடையாள அரசியலை உள்ளீடாகக் கொண்ட தமிழ்த் தேசிய அரசியல் சக்திகளாலும் அயோத்திதாசரைப் பேசுபொருளாக முன்னெடுக்காமைக்குப் பின்புலமும் அயோத்திதாசரின் தமிழர் அடையாள அரசியலே காரணமாகும்.

திராவிட அரசியலிலிருந்தும் தமிழ்த் தேசிய அரசியலிலிருந்தும் வேறுபட்டதான தன்மைகளைக் கொண்டிருப்பதே அயோத்திதாசர் முன்வைத்த தமிழர் அடையாள அரசியலாகும். அயோத்திதாசரின் அத்தகைய அடையாள அரசியலையே பேசுபொருளாக முன்வைத்திருக்கிறார் டி. தருமராஜ். அயோத்திதாசரின் அத்தகைய அடையாள அரசியலைப் புரிந்துகொள்வதற்கான திறப்பைத் தருவதாக அமைந்திருக்கிறது அவரது நூல்.

அடையாள அரசியல்

அயோத்திதாசர் முன்னெடுத்த தமிழர் அடையாள அரசியலானது, அக்காலத்தில் பரவலாக முன்னெடுக்கப்பட்ட மற்ற அடையாள அரசியல்களிலிருந்து வேறுபட்டிருக்கக்கூடிய ஒன்றாகவே இருந்திருக்கிறது. தமிழ்ச் சமூகத்தில் கடந்த ஒரு நூற்றாண்டுக்கும் முன்பான காலகட்டத்தில் பல்வேறு அடையாள அரசியல்கள் முன்னெடுக்கப்பட்ட அதே அரசியல் சமூகச் சூழலில்தான் அயோத்திதாசரும் தமது அடையாள அரசியலை முன்வைத் திருக்கிறார்.

ஒரு நூற்றாண்டுக்கும் மேலாகத் தமிழ்ச் சூழலில் முன்னெடுக்கப் பட்டு வருகிற அடையாள அரசியல்களுள், பிராமண மேலாதிக்க எதிர்ப்பு அரசியலும் ஒன்றாகும். அயோத்திதாசர் முன்னெடுத்த அடையாள அரசியலும் பிராமண மேலாதிக்கத்தை எதிர்ப்பதாகவே இருந்திருக்கிறது. அவருக்குப் பிந்தைய திராவிட இயக்கத்தின் அடையாள அரசியலும் பிராமண மேலாதிக்கத்தை எதிர்ப்பதாகவே முன்னெடுக்கப்பட்டிருக்கிறது. ஆனாலும், திராவிட இயக்கத்தின் அடையாள அரசியலிலிருந்து முற்றிலும் முரண்பட்டதான அடையாள அரசியலையே அயோத்திதாசர் முன்வைத்திருக்கிறார் என்பதை அவரது அறிவுச் செயல்பாடுகளிலிருந்து அறிய முடிகிறது.

பிராமண மேலாதிக்கத்தை எதிர்க்கும் வகையில் உருவான அயோத்திதாசரின் அடையாள அரசியலையும் திராவிட இயக்கத்தின் அடையாள அரசியலையும் தமிழ்ச் சமூகத்தில் நிலை கொண்டிருந்த அவற்றின் வகிபாகத்தையும் ஒருங்கே வைத்துப் பார்க்கும்போதுதான் இருவேறு அடையாள அரசியலின் முரண்கள் தெளிவாகும்.

எதிர் மரபு

தமிழ்ச் சமூக வரலாற்றில் ஆரியர்களுக்கும் தமிழர்களுக்குமான பகையும் முரணும் தொடர்ந்து நீடித்தே வந்திருக்கிறது. பிராமணர் களாய் அறிவித்துக்கொண்ட வந்தேறி ஆரியர்கள், இந்திய நிலப்பரப்பிலும் தமிழர் நிலப்பரப்பிலும் நிலைகொண்டிருந்த அரசியல் சமூகப் பொருளாதாரப் பண்பாட்டு மொழித் தளங்களில் இருந்த யாவற்றையும் தமதாக்க முயன்றதோடு, அதிகாரப் பீடங்களைக் கைப்பற்றுவதற்கும் உரிய சூழ்ச்சிகளையும் அரங்கேற்றி இருக்கின்றனர். ஆரியப் பிராமணர்களின் சூழ்ச்சியில் தமிழரின் அதிகாரப் பீடங்கள் பலியாகிப்போனது அந்தந்தக் காலங்களில் நிகழ்ந்திருந்தாலும் ஆரியப் பிராமணர்கள் கட்டமைத்து வந்த பிராமணியக் கருத்தாக்கத்தை எதிர்ப்பதும் மறுப்பதுமான கருத்தியல் போர் மரபைத் தமிழர்கள் தமது அறிவுச் செயல்பாடுகளின் வழியே வெளிப்படுத்தி வந்திருக்கின்றனர்.

பிராமணிய எதிர்ப்பு எனவும் ஆரிய எதிர்ப்பு எனவுமான ஓர் எதிர்மரபு தமிழரின் அறிவு மரபிலும் அறிவுச் செயல்பாடுகளிலும் தொடர்ந்து வெளிப்பட்டே வந்திருக்கிறது. ஒவ்வொரு காலகட்டத்திலும் ஆரியப் பிராமணிய மரபுக்கெதிரான குரலும் அதனையொட்டிய செயல்பாடுகளும் தமிழர் வரலாற்றில் நடந்தேறியிருக்கின்றன. இத்தகைய ஆரியப் பிராமணிய எதிர்ப்பின் வரலாற்று நீட்சியாக, பத்தொன்பதாம் நூற்றாண்டின் இறுதிக் காலகட்டத்தில் ஆரியப் பிராமணிய எதிர்ப்பின் குரல் தமிழ்ச் சமூகத்தில் ஆங்காங்கே ஒலிக்கத் தொடங்கியது மட்டு மல்லாமல், அரசியல் வடிவமும் பெறத்தொடங்கியிருக்கிறது.

பிராமண மேலாதிக்கம்

பத்தொன்பதாம் நூற்றாண்டின் பிற்பகுதிகளில் ஆங்கிலேய வல்லாதிக்கச் சுரண்டல் ஒடுக்குமுறை ஆட்சி நிலவிக் கொண்டிருந்தாலும்கூட, அதிலும் அரசாங்க உயர் பதவிகளிலும் பொறுப்புகளிலும் பிராமணர்களின் அதிகப்படியான பங்கேற்பும் இருப்பும் தலையீடும் அதிகாரப் பரவலைச் செயலாக்குவதில்

தலைதூக்கி இருக்கின்றன. அதாவது, ஆங்கிலேயர்களின் வல்லாதிக்க ஆட்சி அதிகாரத்தில் பிராமணர்களின் ஆதிக்கம் மிக அதிகமாகவே இருந்திருக்கிறது.

19ஆம் நூற்றாண்டின் இறுதியிலும் 20ஆம் நூற்றாண்டின் தொடக்கத்திலும் இந்திய நிர்வாகப் பணிகளிலும் நகரம் சார்ந்த பகுதிகளில் உருவாகிக்கொண்டிருந்த தொழில்துறைகளிலும் பிராமணர்களே ஆதிக்கம் செலுத்தியிருக்கின்றனர். 1850 காலகட்டங்களில் அப்போதைய சென்னை மாகாணத்தில் இருந்த ஆங்கிலேய வல்லாதிக்க அரசு நிர்வாகப் பணிகளில் வட இந்தியப் பிராமணர்களுடன் ஒப்பிடுகையில் தென்னிந்தியப் பிராமணர்களே உயரிய இடத்தைப் பெற்றிருக்கின்றனர்.

குறிப்பாக, மொத்த மக்கள் தொகையில் 3.2 விழுக்காடே இருந்த பிராமணர்கள் அரசுப் பதவிகளில் பெருமளவில் இடம்பெறத் தொடங்கியதால், அவர்களது அரசியல் செல்வாக்கும் பெருகியிருக் கிறது. இதனால் பிராமணருக்கும் பிராமணர் அல்லாதோருக்கும் இடையே அரசியல், சமூகம், பொருளாதாரம், வாழ்வியல், பண்பாட்டு நிலைகளில் ஏற்றத்தாழ்வுகள் அதிகமாகவே நிலவி இருக்கின்றன.

இந்நிலையில், ஃபேர் பிளே (Fair Play) எனும் பெயரில் 1893இல் வெளியான இரண்டு புத்தகங்கள் அரசுப் பணிகளில் பிராமணர் களின் மேலாதிக்கத்தையும், பிராமணர் அல்லாதவர்கள் மீதான ஒதுக்குதல்களையும் பேசுபொருளாக்கி வெளிவந்திருக்கின்றன. அவற்றுள், 'பிராமணர் அல்லாதார் இனங்களும் இந்திய அரசுப் பணியும்' (The Non Brahmin Race and Indian Public Service) என்பது முதல் புத்தகம்.

நூற்றைம்பது ஆண்டுகளாகப் பெயருக்குத்தான் ஆங்கிலேயர்கள் ஆட்சி செய்கிறார்கள்; உண்மையில் இங்கே பிராமணர்களின் ஆட்சிதான் நடந்து வருகிறது எனவும் பிராமணர்களின் நலனுக்காக மட்டுமே காங்கிரசுக் கட்சி இயங்குகிறது; இந்திய அரசுப் பணிகள் அனைத்தும் பிராமணர்களுக்கு மட்டுமே என்ற நிலைதான் இன்னமும் நீடித்து வருகிறது என்பதே முதல் புத்தகத்தின் சாரம்.

அடுத்ததாக, 'பிராமணர் அல்லாதார் இனங்கள் தெளிவு பெறுவதற்கான வழிவகைகள்' (The Ways and Means for the Amelio - ratoin of Non Brahmin Races) எனும் இரண்டாவது புத்தகமானது, அனைத்து அரசுப் பணிகளுமே பிராமணர்களுக்கு என்ற நிலையை மாற்றவேண்டும் எனில், வேலைவாய்ப்பு என்பதை மட்டுமே

மையமாகக் கொண்டு புதிய இயக்கம் ஒன்று உருவாக்கப்பட வேண்டும் எனவும் அதற்குப் பிராமணர் அல்லாதார் அனைவரும் ஒருங்கிணைந்து செயல்படவேண்டும்; புரிதலையும் விழிப்புணர் வையும் உத்வேகத்தையும் ஏற்படுத்தும் வகையில் பிராமணர் அல்லாதார் தங்களுக்கென்றே சில பத்திரிகைகளைத் தொடங்க வேண்டும் எனவும் வலியுறுத்தியிருக்கிறது.

அதாவது, பிராமணர் அல்லாதவர்களின் பிரச்னைகளை விளக்கும் வகையில் முதல் புத்தகமும் அவற்றுக்கான தீர்வுகளைச் சொல்லும்வகையில் இரண்டாவது புத்தகமும் வெளிவந்ததாக ஆய்வாளர்கள் குறிப்பிடுகின்றனர்.

அப்போதைய அரசாங்க உயர் பதவிகளில் பெரும்பாலும் பிராமணர்களே இருந்திருக்கிறார்கள். மற்றக் கீழ்ப் பதவிகள்தான் பிராமணர் அல்லாதவர்களுக்கு வழங்கப்பட்டிருக்கின்றன. உத்தரவு போடுவதும் அதிகாரம் செலுத்துவதுமே பிராமணர்களின் பணி உரிமையாக இருந்திருக்கிறது. பிராமணர்கள் ஏவுகிற பணிகளைச் செய்து முடிப்பதுதான் பிராமணர் அல்லாதவர்களின் பணிக் கடமையாக நிலவி இருக்கிறது.

பிராமணர் அல்லாதவர் என்ற ஒரே காரணத்துக்காகப் பணியிடங் களில் புறக்கணிப்பும் அவமதிப்பும் மறுப்பும் எனப் பிராமணர்களின் வஞ்சனை அதிகரித்த காரணத்தால், அரசுப் பணிகளில் இருந்த பிராமணர்களுக்கும் பிராமணர் அல்லாதவர்களுக்கும் இடையே மோதல்கள் ஏற்படத் தொடங்கியுள்ளன. இந்நிலையில்தான், பிராமண மேலாதிக்கத்திற்கு எதிராகப் பிராமணர் அல்லாதவர்களுக் கான இயக்கத்தைக் கட்டமைக்கவேண்டும் எனப் பல தரப்பினரும் முன் வந்திருக்கின்றனர்.

பிராமணர் அல்லாதார் சங்கம்

பிராமண மேலாதிக்கம் நிலவிய இத்தகைய பின்புலத்தில்தான் 1909இல் வழக்கறைஞர்களாக இருந்த பி. சுப்பிரமணியம், எம். புருசோத்தம நாயுடு ஆகியோர் இணைந்து 'சென்னை பிராமணர் அல்லாதார் சங்கம்' (The Madras Non Brahmin Associations) எனும் சங்கத்தை, பிராமணர் அல்லாதவர்களின் பிரச்னைகள் குறித்த அக்கறையோடும் அவர்களின் எதிர்காலம் குறித்த ஏக்கத்தோடும் தொடங்கியிருக்கிறார்கள்.

அரசாங்க உயர் பதவிகளில் பிராமணர்களின் மேலாதிக்கம் பெற்றிருப்பதற்கு, பிராமணர்கள் பெற்றிருக்கும் கல்வி அறிவும்

புத்திக் கூர்மையும்தான் காரணம் எனும் கருத்தைக்கொண்டு, நல்ல புத்திக் கூர்மையும் கல்வி கற்கும் ஆர்வமும் கொண்ட மேற்கொண்டு படிப்பதற்கு வசதியில்லாத நிலையிலிருக்கும் பிராமணர் அல்லாத மாணவர்களுக்கு உயர்கல்விக்கான உதவி களைச் செய்தல், பிராமணர் அல்லாத இளைஞர்கள் வெளிநாடு களுக்குச் சென்று தொழில்நுட்பக் கல்வியைப் பெற உதவுதல், அவ்வாறு கல்வியைப் பெற்றிருக்கும் பிராமணர் அல்லாதவர் களுக்குத் தேவையான அனைத்துவிதமான உதவிகளையும் ஊக்கத்தையும் சங்கம் கொடுத்தல் எனும் நோக்கங்களைக் கொண்டு அச்சங்கத்தைத் தொடங்கியிருக்கிறார்கள்.

அதாவது, சமூக அளவில் மிகவும் தாழ்ந்த நிலையில் இருந்த பிராமணர் அல்லாத மக்களை முன்னேற்றவேண்டும் என்பதுதான் சங்கத்தின் முதன்மையான நோக்கமாக இருந்திருக்கிறது. எனினும், பொருளாதாரப் பின்புலம் இன்மையாலும் வகுப்புவாதத்தைத் தூண்டுகிறார்கள்; இனவெறியைப் பரப்புகிறார்கள்; அதனை ஊக்குவிக்கக்கூடாது என்பதான பிராமணர்களின் எதிர்ப்பாலும் அச்சங்கம் மேற்கொண்டு செயல்பட இயலாமல் போயிருக்கிறது.

சென்னை ஐக்கியக் கழகமும் திராவிடர் சங்கமும்

மேற்குறித்த அதே காலகட்டத்தில், அரசுப் பணிகளில் இருந்த பிராமணர் அல்லாதவர்களின் பெருவாரியான பங்கேற்போடு சரவணப் பிள்ளை, ஜி. வீராசாமி நாயுடு, துரைசாமி முதலியார், என். நாராயணசாமி நாயுடு போன்ற பிராமணர் அல்லாதவர்களால் இணைந்து 1912இல் 'சென்னை ஐக்கியக் கழகம்' (The Madras United league) என்ற புதிய இயக்கம் உருவாக்கப்பட்டிருக்கிறது. பிராமணர் அல்லாதவர்களிடம் அச்சங்கத்தின் அறிமுகம் மெல்லப் பரவத் தொடங்கிய பிறகு, இயக்கத்தின் பெயரை மாற்றவேண்டும் எனும் இருவேறு கருத்துகள் விவாதிக்கப்பட்டிருக்கின்றன.

புதிதாக வைக்கப்படும் பெயர், பிராமணர் அல்லாத மக்கள் அனைவரையும் ஈர்க்கும்வகையில் இருக்கவேண்டும் என்ற நோக்கில் பிராமணர் அல்லாதார் சங்கம் என்ற பெயர்தான் பொருத்தமாக இருக்கும் எனவும் ஏற்கெனவே அந்தப் பெயரைப் போலவே 1909இல் ஓர் இயக்கம் உருவாகி மறைந்துவிட்டது. அதையே வைத்துக் கொள்ளலாம் எனவும் முன்மொழியப் பட்டிருக்கிறது. எனினும், பிராமணர் அல்லாதோர் எனும் பெயரானது எதிர்மறைப் பெயராக இருக்கிறது எனக் கருதியும் சென்னை, கேரளம், கர்நாடகம், ஆந்திரம் ஆகிய இந்தியாவின்

தென்பகுதியைச் சேர்ந்த பிராமணர் அல்லாத மக்களுக்கான பொதுவான பெயர் வைக்கக் கருதியும் 'சென்னை திராவிடர் சங்கம்' (The Madras Dravidian Association) என்று அச்சங்கத்திற்குப் பெயர் வைத்துவிடுகிறார்கள்.

அதாவது, பிராமணர் அல்லாதவர்களால் - பிராமணர் அல்லாதவர்களின் நலனுக்காகத் தொடங்கப்பட்ட ஒரு சங்கமானது, தமிழர், தெலுங்கர், மலையாளி, கன்னடர் ஆகியோரின் நலன்களைக் கருத்தில் கொண்டு திராவிடர் சங்கமாக வடிவம் அடைந்திருக் கிறது. மேலும், சி. நடேச முதலியார், பிட்டி. தியாகராயச் செட்டியார், பனகல் அரசர் எனும் ராமராய நிங்கார், டி. எம். நாயர் உள்ளிட்ட பிராமணர் அல்லாத பிரபலங்களின் ஆதரவும் வழிகாட்டலும் அச்சங்கத்திற்குக் கிடைத்திருக்கிறது. இதனால், அச்சங்கத்தின் செயல்பாடும் காங்கிரசைச் சார்ந்த பிராமணர் அல்லாதவர்களின் ஆதரவும் அதிகரித்திருக்கிறது.

இந்தக் காலகட்டத்தில் பிராமணர் அல்லாத மக்களின்மீது நடத்தப்பட்ட ஒதுக்கல்களையும் இழிவுகளையும் வெளிச்சம் போட்டுக் காட்டும் நோக்கில் 1915இல் சென்னை திராவிடர் சங்கமானது இரண்டு கருத்து விளக்க நூல்களை வெளியிட்டிருக் கிறது. எஸ். என். கே என்பவர் தொகுத்த 'பிராமணர் அல்லாதார் கடிதங்கள்' (Non Brahmin Letters) எனும் நூலில், பிராமணர் அல்லாத தலைவர்கள் எழுதிய இருபத்தியொரு கடிதங்கள் இடம்பெற்றிருக்கின்றன.

சி. சங்கரன் நாயர் எழுதிய 'திராவிடப் பெருமக்கள்' (Dravidian Worthies) என்ற நூல், கல்வி கற்பதில் பிராமணர் அல்லாதவர்களின் நிலையைக் குறித்து விவாதித்திருக்கிறது. மேற்குறித்த இரண்டு நூல்களுமே பிராமணர் அல்லாதவர்கள் தமக்குரிய தனித்துவத்தைப் பெறவேண்டுமெனில், அமைப்பு ரீதியாக ஒன்றிணைய வேண்டும் எனவும் குறிப்பாக, திராவிட மகா சபை என்ற பெயரில் விரிவான அரசியல் அமைப்பு ஒன்றைத் தொடங்கி மாவட்டம், மாநகரம், நகரம், கிராமம் என்று பல்வேறு மட்டங்களில் அந்த இயக்கத்தை வளர்த்தெடுக்கவேண்டும் என்பதையே வலியுறுத்தியுள்ளன. திராவிடர் சங்கத்தின் வளர்ச்சியைக் காங்கிரசுக் கட்சியில் இருந்த பிட்டி. தியாகராயச் செட்டியார், டி. எம். நாயர் உள்ளிட்ட தலைவர்கள் உன்னிப்பாகக் கவனித்தும் வந்துள்ளனர்.

இந்நிலையில்தான், டி. எம். நாயரின் அரசியல் வாழ்க்கையில் திருப்பத்தை ஏற்படுத்தக்கூடிய முக்கியச் சம்பவம் ஒன்று

நிகழ்ந்திருக்கிறது. அதாவது, 1916 ஆகசுடு மாதத்தில் டெல்லி சட்டசபைக்குச் சென்னை மாகாணத்தில் நடைபெற்ற தேர்தலில் டி.எம். நாயர் தோல்வியடைந்திருக்கிறார். நாயரை எதிர்த்துப் போட்டியிட்ட சீனிவாச சாசுதிரி என்ற பிராமணர் வெற்றி பெற்றிருக்கிறார். டெல்லி சட்டசபைத் தேர்தலில் தோல்வி யடைந்தது டி.எம். நாயரை வெகுவாகப் பாதித்திருக்கிறது. பிராமணர்கள் தம்மைத் திட்டமிட்டுத் தோற்கடித்து விட்டார்கள் என்று அதிருப்தி அடைந்திருக்கிறார் டி. எம். நாயர்.

தென்னிந்திய நல உரிமைச் சங்கம் / நீதிக் கட்சி

பிராமணர் அல்லாதோருக்காக ஓர் அரசியல் அமைப்பை உருவாக்கியே ஆகவேண்டும் என்கிற அரசியல் தேவையைப் பிராமணர் அல்லாதவர்கள் கைக்கொள்ளத் தொடங்கியது அப்போதுதான் நடந்திருக்கிறது. அதே காலகட்டத்தில் சென்னை மாகாணத்தில் தொடர்ச்சியாக நிகழ்ந்த பிராமணர் அல்லாதோர் மாநாடுகளின் விளைவாக 1916ஆம் ஆண்டு சி. நடேச முதலியார், டி.எம். நாயர் மற்றும் தியாகராயச் செட்டியார் ஆகியோர் இணைந்து 'தென்னிந்திய நல உரிமைச் சங்கம்' (South Indian Liberal Federation) எனும் அரசியல் கட்சி உருவாக்கப்பட்டிருக்கிறது. எனினும், அதன் அரசியல் பிரிவாக நீதிக் கட்சி (Justice party) என்றே பரவலாக அறியப்பட்டிருக்கிறது.

இந்தியாவில் அப்போது நிலவிய ஆங்கிலேய வல்லாதிக்க அரசின் சட்டமன்றங்களிலும் ஆட்சியாளர்களிடமும் முறையீடு செய்து அரசுப் பணிகள் மற்றும் சட்டமன்றங்களில் பிராமணரல்லா தோருக்கு வகுப்புவாரிப் பிரதிநிதித்துவம் பெறுவதற்குப் பலவாறு முயற்சிகள் செய்திருக்கிறது நீதிக்கட்சி. மேலும், அப்போதைய சென்னை மாகாணத்தில் நீதிக்கட்சியே காங்கிரசுக் கட்சிக்கு அரசியல் மாற்றாகச் செயல்பட்டிருக்கிறது. இக்காலத்தில்தான் மாண்டேகு செம்சுஃபோர்டு அரசியல் சீர்திருத்தங்களின் விளைவாக இந்திய அரசுச் சட்டம் 1919 இயற்றப்பட்டு, சென்னை மாகாணத்தில் இரட்டை ஆட்சி என்பதான ஆட்சிமுறை நடைமுறைப்படுத்தப்பட்டிருக்கிறது.

காங்கிரசுக் கட்சி இம்முறையை ஆதரிக்கவில்லை. எனினும், நீதிக் கட்சி அதனை ஆதரித்திருக்கிறது. இரட்டை ஆட்சி எனும் இம்முறையின் மூலம் பிராமண ஆதிக்கத்தை வீழ்த்தி, பிராமணர் அல்லாதவர்களுக்கான ஆட்சியை ஏற்படுத்த முடியும் என அது நம்பியது. இம்முறையின்கீழ் 1920ஆம் ஆண்டு முதன்முதலில்

நடைபெற்ற தேர்தலில் நீதிக்கட்சி பங்கேற்று வெற்றி பெற்றிருக்கிறது. 1920முதல் 1937வரையிலான காலகட்டத்தில் இரட்டை ஆட்சி முறையில் அய்ந்தில் நான்குமுறை நீதிக்கட்சி அரசுகளே ஆட்சி புரிந்திருக்கின்றன. இவ்வாறாக, பிராமண எதிர்ப்பே நீதிக்கட்சி அரசியல் கொள்கைகளின் மய்யக் கருத்தாக இருந்திருக்கிறது.

நீதிக் கட்சியானது அரசியல் கட்சியாகப் பரவிய அதே காலகட்டத்தில் 1919இல் காங்கிரசுக் கட்சியில் தம்மை இணைத்துக் கொண்டு அரசியல் களத்திற்குள் நுழைந்திருக்கிறார் ஈ.வெ.ரா பெரியார்.

சுயமரியாதை இயக்கம்

1922இல் அப்போதைய சென்னை மாகாணத்தின் காங்கிரசுக் கட்சித் தலைவராகப் பெரியார் தேர்ந்தெடுக்கப்பட்டதற்குப் பிறகு, அரசுப் பணிகளிலும் கல்வியிலும் இடஒதுக்கீட்டை அமல்படுத்த வேண்டும் என்ற வகுப்புவாரிப் பிரதிநிதித்துவக் கோரிக்கையைக் காங்கிரசுக் கட்சி ஆங்கில அரசுக்கு வலியுறுத்தவேண்டும் என்பதை மிகத்தீவிரமாக முன்மொழிந்திருக்கிறார் பெரியார்.

பெரியாரின் இந்தக் கோரிக்கையை அன்றைய காங்கிரசுக் கட்சியில் உள்ளவர்களே நிராகரித்திருக்கிறார்கள். இதனாலேயே 1925இல் காங்கிரசுக் கட்சியிலிருந்து பெரியார் விலகியிருக்கிறார். அதேவேளையில், சமுதாய ஏற்றத் தாழ்வுகளைப் போக்கி, சமூக விடுதலைக்கான பிரச்சார இயக்கமாகச் 'சுயமரியாதை இயக்கம்' எனும் இயக்கத்தை உருவாக்கி இருக்கிறார் பெரியார்.

பிராமணர் அல்லாதோர் பெருமையுடன் வாழவும் அதை உணரவும் பிராமணர் அல்லாதோர் யாருக்கும் அடிமையில்லை என்ற உணர்வை அவர்களுக்கு ஊட்டவுமான நோக்கில் அதன் முக்கியக் கொள்கைப் பரப்புரைகள் அமைந்திருக்கின்றன. மூடப் பழக்க வழக்கங்களைப் பின்பற்றப்படுவதைத் தொடர்ந்து எதிர்த்தல்; மக்களை அறிவின்மையிலிருந்து மீட்டெடுத்துத் தெளிவுடையவர்களாக மாற்றுதல்; பகுத்தறிவுச் சிந்தனையுடன் மக்களின் செயல்பாடுகள் இருக்க வலியுறுத்தல் போன்றவை அதன் பிரச்சாரச் செயல்பாடுகளாக அமைந்திருக்கின்றன.

இதனினும், சுயமரியாதை இயக்கத்தின் முக்கியப் பிரச்சாரக் கொள்கையாக அமைந்திருந்தது எதுவெனில், அரசு நிர்வாகப் பணி, கல்வி போன்றவற்றில் வகுப்புவாரியான இட ஒதுக்கீடு

முறையைக் கடைப்பிடிக்க வேண்டுமென அப்போதைய ஆங்கிலேய அரசு நிர்வாகத்தை வலியுறுத்தியதாகும். இதனால், சுயமரியாதை இயக்கம் வெகு வேகமாக மக்களிடையே வளர்ந்தது மட்டுமல்லாமல், மக்களின் ஆதரவையும் நீதிக்கட்சித் தலைவர்களின் மூலமாகப் பெற்றிருக்கிறது. குறிப்பாக, நீதிக்கட்சி ஆதரவு பெரியாருக்கும் பெரியாரின் ஆதரவு நீதிக் கட்சிக்கும் அக்காலத்தில் கிடைத்திருக்கிறது.

அப்போதைய சென்னை மாகாணத்தில் காங்கிரசுக்கு மாற்றாகவும் பிராமணர் அல்லாதவர்களின் அரசியல் கட்சியாகவும் இருந்து ஆட்சி செலுத்திக்கொண்டிருந்த நீதிக் கட்சியானது, 1937ஆம் ஆண்டுத் தேர்தலில் தோல்வியைச் சந்தித்தபிறகு தேக்கநிலையை அடையத் தொடங்கிய காலத்தில்தான் அதன் தலைமைப் பதவியைப் பெரியார் ஏற்றுக்கொண்டிருக்கிறார்.

திராவிடர் கழகமும் திராவிடக் கட்சிகளும்

அதன் பிறகான காலத்தில், நீதிக்கட்சியின் தலைவராகப் பெரியார் இருந்தபோது 1944இல் நீதிக் கட்சி எனும் பெயர் 'திராவிடர் கழகம்' எனப் பெயர் மாற்றப்பட்டிருக்கிறது. அன்று முதல் இன்று வரையிலும் திராவிடர் கழகம் என்றே அழைக்கப்பட்டும் வருகின்றது.

அன்றைய காலகட்டங்களில் பெரியாரின் கருத்துகளைப் பேச்சிலும் எழுத்திலும் படைப்பிலும் மிகத் தீவிரமான அரசியலாக முன்னெடுத்தவர்களுள் ஒருவரான அறிஞர் அண்ணாவும் வேறு சிலரும் திராவிடர் கழகத்திலிருந்து பிரிந்து சென்று, 1949இல் திராவிட முன்னேற்றக் கழகம் (தி.மு.க.) எனும் கட்சியை உருவாக்கி இருக்கிறார்கள். பிற்காலத்தில் தி.மு.க.விலிருந்து பிரிந்து சென்ற எம்.ஜி.ஆர். 1972இல் அனைத்திந்திய அண்ணா திராவிட முன்னேற்றக் கழகம் (அ.இ.அ.தி.மு.க) எனும் கட்சியைத் தொடங்கியிருக்கிறார். திராவிடர் கழகம் தவிர தி.மு.க.; அ.இ.அ.தி.மு.க.; தி.மு.கவிலிருந்தும் அ.இ.அ.தி.மு.க.விலிருந்தும் பிரிந்த பலப்பல அரசியல் கட்சிகள் தமிழ்நாட்டின் ஆட்சி அதிகாரத்தை நோக்கிய இந்திய நாடாளுமன்ற / சட்ட மன்றத் தேர்தலில் பங்கேற்கும் அரசியல் கட்சிகள் என்பதான நிலைப் பாட்டில் செயல்பட்டு வருகின்றன.

எனினும், திராவிடர் கழகத்திற்கு முன்பும் பின்புமான இயக்கங் களையும் அரசியல் கட்சிகளையும் 'திராவிட இயக்கங்கள்' என்றே பொதுவாக அழைக்கப்படுவது வழக்கம். அந்தவகையில், தமிழ் நாட்டின் ஒரு நூற்றாண்டுகால ஆட்சி அதிகாரத்தின்

பெரும்பகுதியைத் திராவிட இயக்கம்தான் இன்னும் செலுத்திக் கொண்டிருக்கிறது அல்லது திராவிட இயக்கத்தின் துணையோடு தான் தமிழகத்தில் ஒரு நூற்றாண்டு கால ஆட்சி நடந்திருக்கிறது.

திராவிட இயக்க அரசியல்

பிராமண எதிர்ப்பு, காங்கிரசுக் கட்சி எதிர்ப்பு, பிராமணர் அல்லாதவர்களின் நலன், வகுப்புவாரியான இட ஒதுக்கீடு, சுய மரியாதை, இந்தித் திணிப்பு எதிர்ப்பு, கோயில் நுழைவு உரிமை, தீண்டாமை எதிர்ப்பு, பெண்ணுரிமை, மூட நம்பிக்கை எதிர்ப்பு, பகுத்தறிவு, சமூகச் சீர்திருத்தம், சமூக சமத்துவம், கல்வி, இந்துமத எதிர்ப்பு, தமிழ் நாட்டுரிமை எனத் தமிழ்ச் சமூகத்தின் அரசியல் சமூகத் தளங்களில் இதழ்கள், நூல் வெளியீடுகள், பொதுக் கூட்டங்கள், மாநாடுகள், பேரணிகள், போராட்டங்கள், சிறை செல்லல் போன்றவற்றின் வாயிலாகத் தீவிரப் பிரச்சாரங்களைப் பெரியார் மேற்கொண்டிருக்கிறார்.

பெரியார் மேற்கொண்ட அரசியல் சமூகச் சீர்திருத்தப் பணிகளால் பிராமணிய எதிர்ப்பும், பிராமணர் அல்லாதவர்களின் அரசியல், சமூக, பொருளாதார, ஆட்சி அதிகார நலன்களும் உள்ளடக்கிய வெகுமக்கள் அரசியலை - வெகுமக்களிடம் கொண்டுசேர்க்கிற வெகுமக்கள் இயக்கம் தமிழ்ச் சமூகத்தில் வலுவாகவே பரவலாகி இருக்கிறது. அதிலும் குறிப்பாக, ஆட்சி அதிகாரத்தில் நேரடிப் பங்கேற்பு செலுத்தாத வெகுமக்கள் இயக்கமாய் அதன் பங்களிப்பைச் செய்திருக்கிறது.

அப்போதைய சென்னை மாகாணம் தமிழகம், ஆந்திரம், கேரளம், கன்னட நிலப்பகுதிகளையும், அந்நிலப் பகுதிகளைச் சார்ந்த தமிழர், தெலுங்கர், மலையாளி, கன்னட மக்களையும் உள்ளடக்கியதாக இருந்தது. எனினும், பிராமண மேலாதிக்க எதிர்ப்பை முன்வைத்த பிராமணர் அல்லாதவர்களுக்கான திராவிட இயக்கத்தையோ அல்லது திராவிடக் கருத்தியல் செயல்பாடு களையோ ஆந்திரத் தெலுங்கர், கருநாடகக் கன்னடர், கேரள மலையாளிகள் போன்றோர் அவரவர் நிலப்பரப்பிலான சமூகச் சூழலில் முன்னெடுக்கவுமில்லை; பரவலாக்கவுமில்லை; அவற்றில் முனைப்பும் காட்டவில்லை என்பதும் குறிப்பிடத்தக்கது.

அதேவேளை, திராவிட இயக்கத்தின் பிராமணிய மேலாதிக்க எதிர்ப்பு மற்றும் பிராமணர் அல்லாதவர்களின் சமூக, அரசியல், கல்வி, பொருளாதார நலன்கள் சார்ந்த அமைப்பாக்கச் செயல் பாடுகளும் அவற்றின் கருத்தாக்கச் செயல்பாடுகளும்

தமிழ்நாட்டளவில் தமிழ்ச் சமூகத்தை முன்வைத்தே நடந்தேறியிருக்கின்றன.

தமிழ்ச் சமூகத்தில் பிராமண மேலாதிக்கத்திற்கு எதிரான பிராமணர் அல்லாதவர்களின் வெகுமக்கள் அரசியல் திரட்சிக்கும், பிராமணர் அல்லாதவர்களின் ஆட்சி அதிகாரத்திற்கும் திராவிட இயக்கம்தான் மிகப்பெரிய பங்களிப்பைச் செலுத்தியிருக்கிறது. பிராமண மேலாதிக்கத்திற்கு எதிரான பிராமணர் அல்லாதவர்களின் ஒரு நூற்றாண்டுக்கால அரசியல் தேவையைத் திராவிட இயக்கம்தான் பூர்த்தி செய்திருக்கிறது.

அந்தவகையில், தமிழ்ச் சமூகத்தின் ஒரு நூற்றாண்டுக்காலத் திராவிட இயக்கத்தின் வகிபாகத்தை மறைக்கவோ மறக்கவோ முடியாது. தமிழ்ச் சமூகத்தின் ஒரு நூற்றாண்டுக்கால மாற்றத்திற்கும் முன்னேற்றத்திற்கும் திராவிட இயக்கதின் பங்கேற்பு மிகப்பெரும் துணையாகவே இருந்திருக்கிறது என்பதை வரலாறு குறித்தே வைத்திருக்கிறது.

திராவிட இயக்க அடையாள அரசியல்

பிராமண மேலாதிக்க எதிர்ப்பும் பிராமணர் அல்லாதவர்களின் சமூக அரசியல் நலனையும் அடிப்படையாகக் கொண்ட திராவிட இயக்கம் முன்மொழிந்த திராவிட அரசியல், பிராமணர் அல்லாதவர்களின் அரசியலாகவே முன்னெடுக்கப்பட்டிருக்கிறது. அதாவது, பிராமண மேலாதிக்கத்திற்கு எதிரான ஓர் அடையாள அரசியலாகத் திராவிட அரசியல் கட்டமைக்கப்பட்டிருக்கிறது.

மேற்குறித்தவாறு, தமிழ்ச் சமூகத்தில் தமிழ்ச் சமூகத்தை முன்வைத்துக் கட்டமைக்கப்பட்ட திராவிட இயக்கமானது, பிராமண மேலாதிக்கத்திற்கு எதிரான பிராமணர் அல்லாதவர்களின் அடையாள அரசியலாக முன்னெடுக்கப்பட்டிருந்தாலும், அந்த அடையாள அரசியலில் 'தமிழர் அடையாளம் நீக்கம்' செய்யப் பட்ட ஒன்றாகவே வடிவமைக்கப்பட்டு வந்திருக்கிறது. பிராமணர் அல்லாதவர் இயக்கங்கள் ஒன்றுகூட தமிழ் / தமிழர் எனும் அடையாளத்தோடு இயங்கவில்லை. மாறாக, பிராமணர் அல்லாதார் / தென்னிந்தியர் / திராவிடர் எனும் அடையாளத்தையே முதன்மைப்படுத்திச் செயலாற்றி உள்ளன.

அவ்வகையில், திராவிட இயக்கத்தின் பிராமணர் அல்லாதோர் எனும் அடையாள அரசியல் என்பது, தமிழர் அடையாளம் நீக்கம் செய்யப்பட்ட தமிழர் அல்லாதவரான தெலுங்கர், மலையாளி,

கன்னடர் உள்ளிட்டவர்களின் அடையாளங்களை உள்ளீடாகக் கொண்டதாகும். அதாவது, பிராமணர் அல்லாதோர் என்பதற்குள் தமிழர் அல்லாதவரும் பங்கேற்கும் அரசியல் சமூகப் பொருளாதார ஆட்சி அதிகார வாய்ப்புகளைத்தான் திராவிட இயக்கத்தின் அடையாள அரசியல் தந்திருக்கிறது; இன்னும் தந்துகொண்டிருக்கிறது.

திராவிட இயக்க முன்னோடி

பொதுவாக, திராவிட இயக்கமே பிராமணிய மேலாதிக்கத்திற்கு எதிரான ஓர் அரசியல் எதிர்ப்பியக்கத்தின் தோற்றுவாயாகவும் எல்லாச் சமூகப் பிரிவினரும் உள்ளடக்கிய வெகுமக்கள் இயக்கமாக வும் கருதப்பட்டும் பேசப்பட்டும் வருகின்றது. மேலும், திராவிட இயக்கத்தின் திராவிட அரசியலே பிராமணிய மேலாதிக்கத்திற்கு எதிரான கருத்தியலாகவும் பேசுபொருளாக்கப்படுகிறது.

ஆனால், திராவிட இயக்கம் தோன்றுவதற்கு வெகுகாலத்திற்கு முன்பாகவே, திராவிட இயக்கத்தின் திராவிட அரசியலுக்கு முன்பாகவே பிராமண மேலாதிக்கத்தை எதிர்த்த பிராமணிய எதிர்ப்பியக்கத்தையும் பிராமணிய எதிர்ப்பு அரசியலின் கருத்தியலையும் தமிழ்ச் சமூகம் எல்லாக் காலத்திலும் கண்டடைந்தே வந்திருக்கிறது. அந்தவகையில், பிராமணிய மேலாதிக்க எதிர் மரபின் தொடர்ச்சியாய் இயக்கமாகவும் கருத்தியலாகவும் திகழ்ந்தவர் அயோத்திதாசப் பண்டிதர் ஆவார்.

பிராமண மேலாதிக்க எதிர்ப்பை மய்யப்படுத்திய அரசியலையும் கருத்தியலையும் திராவிடம் / திராவிடர் எனும் பெயரில் திராவிட இயக்கம் தோன்றுவதற்கு முன்பாகவே / அதை முன்னெடுப் பதற்கு முன்பாகவே அதே திராவிடர் / திராவிடம் எனும் பெயரில் பிராமண மேலாதிக்கத்தை எதிர்த்த இயக்கத்தையும் அதன் கருத்தியலையும் மிகத் தீவிரமாக முன்னெடுத்த வரலாறும் தமிழ்ச் சமூகத்தில் இருந்து கொண்டுதான் இருக்கிறது. அந்த வரலாற்று நீட்சியின் அடையாளம் அயோத்திதாசப் பண்டிதருடையது ஆகும்.

அயோத்திதாசர் பின்புலம்

1845ஆம் ஆண்டில் மே மாதம் 20ஆம் நாளில் பிறந்த அயோத்திதாசர் (20.05.1845 - 05.05.1914), இளவயதுக் காலங்களில் தமது பெற்றோர் இட்ட காத்தவராயன் எனும் இயற்பெயராலே அறியப்பட்டிருக் கிறார். அவரது பிறப்பிடம் சென்னை எனவும் கோவை மாவட்டத்திலிருந்த ஒரு சிற்றூர் எனவும் கூறப்படுகிறது. எனினும், தமது தந்தையின் பணி காரணமாக நீலகிரிக்குப் புலம்

பெயர்ந்திருக்கிறார். நீலகிரியில் ஜார்ஜ் ஹாரிங்டனிடம் அவரது தாத்தா வேலை பார்த்து வந்த குடும்பச் சூழல், இளம்வயதில் அயோத்திதாசருக்குப் பலவகைகளில் உதவியாய் இருந்திருக்கிறது.

அயோத்திதாசர், தமது தந்தையிடமும் சதாவதாணி வைரக்கண் வேலாயுதம் புலவர், வல்லக்காளத்தி வீ. அயோத்திதாசர் பண்டிதர் ஆகியோரிடமும் கல்வி கற்றிருப்பதோடு, தமிழ், ஆங்கிலம், வடமொழி மற்றும் பாலி போன்ற மொழியறிவும் நிரம்பப் பெற்று விளங்கியிருக்கிறார். அதோடு, சித்த மருத்துவம் மற்றும் தத்துவம் ஆகியவற்றில் ஆழ்ந்த ஈடுபாடும் புலமையும் கொண்டவராகத் திகழ்ந்திருக்கிறார். தமது ஆசிரியர்மீது கொண்ட அன்பாலும் மதிப்பாலும் காத்தவராயன் என்ற தமது இயற்பெயரை அயோத்திதாசர் என மாற்றிக் கொண்டிருக்கிறார்.

அத்வைதானந்த சபை

அயோத்திதாசர் தமது 25ஆவது வயதில் நீலகிரியில் ஒடுக்கப்பட்ட மக்களான மலைவாழ் மக்களை முன்வைத்து 1870களில் 'அத்வைதானந்த சபை' என்கிற ஒன்றை நிறுவியிருக்கிறார்.

அத்வைத வேதாந்தத்தில் ஈடுபாடு கொண்டிருந்தாலும் அதனுடைய கொள்கைகள், சடங்குகள், பண்பாட்டுக் கூறுகள் போன்றவற்றைப் பகுத்தறிவு ரீதியிலான தேடலோடே அணுகி இருக்கிறார். குறிப்பாக, இச்சபை இரண்டு நோக்கங்களுக்காக உருவாக்கப்பட்டிருக்கிறது என்கிறார் டி. தருமராஜ். 'ஒன்று, கிறித்துவ சமயப் போதகர்களின் சமயப் பரப்புப் பணிகளுக்கு எதிரான செயல்பாடுகளை ஒருங்கிணைப்பது; இரண்டு, அத்வைத மரபின் மூலம் வர்ணாசிரம, சாதிய ஒடுக்குமுறைகளுக்கு எதிரான நிலைப்பாட்டை வலுப்படுத்துவது' (பக். 43) எனும் நோக்கிலேயே அச்சபையை அயோத்திதாசர் முன்னெடுத் திருக்கிறார்.

திராவிட பாண்டியன் இதழ்

1880களில் சென்னை ஆயிரம் விளக்குப் பகுதியில் வெசிலியன் சபைப் பள்ளியொன்றை ஒடுக்கப்பட்ட சாதி மக்களுக்காக நடத்திக் கொண்டிருந்த வெசிலி சபையைச் சார்ந்த ஜான் ரத்தினத்துடன் அயோத்திதாசருக்குத் தொடர்பு ஏற்பட்டிருக்கிறது. அவருடன் இணைந்து பணியாற்றுகிற வாய்ப்பும் அயோத்திதாசருக்குக் கிடைத்திருக்கிறது. அவ்விருவரும் இணைந்து 'திராவிட பாண்டியன்' என்ற செய்தி இதழை வெளிக்கொண்டு

வந்திருக்கின்றனர். 'திராவிட பாண்டியன்' இதழ் மூலமே அயோத்திதாசர் பத்திரிகைத் தொழிலின் அரிச்சுவடிகளைக் கற்றுக்கொண்டிருக்கிறார்.

திராவிட மகாஜன சபையும்
ஆதித் தமிழர் எனும் அடையாள முழக்கமும்

இதனையடுத்து, 1881ஆம் ஆண்டு அயோத்திதாசரின் பெருமுயற்சி யால் 'திராவிட மகாஜன சபை' என்ற அமைப்பு தொடங்கப் பெற்றிருக்கிறது. நீலகிரியில் தொடங்கப்பட்ட இவ்வமைப்பின் தலைவராக அயோத்திதாசரே பணியாற்றியிருக்கிறார்.

இந்தக் காலகட்டத்தில்தான் பிரம்ம சமாஜம், ஆரிய சமாஜம் போன்ற அமைப்புகள் மூலம் ஆரியப் பிராமணிய வைதீக மரபுகளை 'இந்துத்துவம்' எனும் வடிவத்தில் மீட்டுருவாக்கம் செய்த பணிகள் மிகத் தீவிரமாக நடைபெற்றிருக்கின்றன.

1881ஆம் ஆண்டு, ஆங்கிலேய வல்லாதிக்க அரசின் ஆட்சியாளர்கள் மக்கள் தொகைக் கணக்கிடும் பணியை மேற்கொண்டபோது, சமய அடையாளங்களைப் பதிவு செய்யும் வேலையையும் செய்திருக்கிறார் கள். பவுத்தர், சமணர், கிறித்துவர், இசுலாமியர், சீக்கியர் போன்ற செவ்வியல் சமய அடையாளங்களைச் சாராத பெருவாரியான மக்களுக்கு எந்தச் சமய அடையாளத்தை வழங்குவது என்ற குழப்பம் ஏற்பட்டிருக்கிறது.

'யாரெல்லாம் கிறித்துவர்கள், இசுலாமியர், பவுத்தர், சமணர், சீக்கியர் இல்லையோ அவர்களெல்லாம் இந்துக்கள்' என 1861 முதல் 1891 வரையிலான மக்கள் தொகைக் கணக்கெடுப்பில் பெருவாரியான மக்கள் திரள் 'இந்து' எனும் அடையாளத்திற்குள் வலியத் திணிக்கப்பட்டிருக்கிறார்கள்.

மக்கள் தொகைக் கணக்கெடுப்பின் மூலமாக மறைமுகமான 'மதமாற்றம்' நிகழ்வதையும், 'இந்துக்கள்' என்ற அடையாளம், உயர்த்திக்கொண்ட சாதியினரின் தந்திரம் மூலம் ஆங்கிலேய வல்லாதிக்க அரசால் வலுக்கட்டாயமாக இந்திய / தமிழ்ச் சமூகத்தின் மீது திணிக்கப்படுவதையும் அறிந்த அயோத்திதாசர், இந்து எனும் அடையாளத் திணிப்பிற்கான எதிர்ப்புணர்வை அக்காலத்திலேயே மிகத் தீவிரமாக வெளிப்படுத்தி இருக்கிறார்.

'இந்து' எனும் அடையாளம் ஆரியப் பிராமணிய வைதீக மரபை அடித்தளமாகக் கொண்டிருப்பது. அது, சாதிய ஏற்றத்தாழ்வுகளை

அடிப்படையாகக் கொண்டிருப்பது எனக் கருதிய அயோத்திதாசர், இந்து எனும் அடையாளத்தை ஏற்றுக்கொண்டால் இந்து சமூகத்தின் சாதிய அமைப்பை ஏற்றுக்கொள்ளவேண்டும். ஆகையால், சாதியக் கொடுமையை மிக அதிகமாக அனுபவிக்கும் ஒடுக்கப்பட்ட மக்கள் இந்து எனும் அடையாளத்தை ஏற்கக்கூடாது என்பதில் மிக எச்சரிக்கையாக இருந்திருக்கிறார். இந்து என்ற அடையாளத்தை ஏற்க மறுத்த அயோத்திதாசர், அதற்கு மாற்றாக இந்து அல்லாத மாற்று அடையாளத்தையும் மிகத்தெளிவாக முன்வத்திருக்கிறார்.

'இந்திய தேசத்திலுள்ள பழங்குடி மக்களும் பஞ்சமர் என்றழைக்கப்படும் தாழ்த்தப்பட்டவர்களும் 'இந்துக்கள்' என்ற அடையாளத்தை ஏற்றுக்கொண்டவர்கள் அல்ல. எனவே, இவ்விரு மக்களும் 'ஆதித் தமிழர்கள்' என்பதாகவே கணக்கெடுப்பில் பதிவு செய்யப்படல் வேண்டும்' (பக். 45) என்ற குரலை 1881ஆம் ஆண்டு காலகட்டத்திலேயே வெளிப்படுத்தி இருக்கிறார்.

இந்து எனும் அடையாளத்திற்கு மாற்றாக அயோத்திதாசர் முன்வைத்த அடையாளம் மொழி அடையாளமாக இருந்திருப்பது குறிப்பிடத்தக்கது. தமிழகப் பழங்குடியினரும், தாழ்த்தப்பட்ட மக்களும் ஆதித் தமிழர்கள் என்ற அடையாளம் தமிழர்களான அவர்களது தமிழ்மொழி அடையாளத்தையும் அம்மக்களின் தொன்மை வரலாற்றையும் குறிப்பதாக அமைந்திருக்கிறது.

சாக்கிய பௌத்த சங்கமும் தமிழ்ப் பவுத்தமும்

பிராமணர்களாலும் உயர்த்திக்கொண்ட சாதியினராலும் ஒதுக்கலுக்கு உள்ளான ஒடுக்கப்பட்ட மக்களின் தாழ்வுநிலைக்குக் காரணம் பவுத்தம்தான் எனக் கருதியிருக்கிறார் அயோத்திதாசர். அதாவது, பவுத்தமே ஒடுக்கப்பட்ட மக்களின் பூர்வீகச் சமயமாக இருந்திருக்கிறது; பவுத்தத்தைப் பின்பற்றியதாலேயே அவர்கள் அடிமைகளாக்கப்பட்டார்கள். ஆகவே, சாதி மற்றும் சமயப் பண்பாட்டு ஒடுக்குதலுக்கு எதிராகச் சாதி, வருண எதிர்ப்புச் சமயமான பவுத்தமே ஏற்ற தீர்வு என்றும் கருதியிருக்கிறார். அதிலும் குறிப்பாக, இந்தியப் பாரம்பரிய மரபில் பேசப்பட்ட பவுத்த சமய அடையாளங்களிலிருந்து வேறுபட்ட 'தமிழ்ப் பவுத்தம்' என்கிற தமிழர் சமய அடையாளத்தையே கட்டமைத் திருக்கிறார்.

தமிழ்ப் பவுத்தம் எனும் அடையாளத்தை அடிப்படையாகக் கொண்டே 1898ஆம் ஆண்டு சென்னையில் 'சாக்கிய பௌத்த சங்கம்' ஒன்றை அயோத்திதாசர் தோற்றுவித்திருக்கிறார். தென்னிந்தியா

முழுவதும் அதன் கிளைகளை ஏற்படுத்திச் செயலாற்றி இருக்கிறார் அயோத்திதாசர்.

ஒரு பைசாத் தமிழன் இதழ்

தமிழ்ச் சமூக வரலாற்றில் அயோத்திதாசரின் சீரிய பங்களிப்புகளுள் குறிப்பிடத்தக்க மற்றொன்று, இதழியல் பணியாகும். அயோத்திதாசரை ஆசிரியராகக் கொண்டு, சென்னை இராயப் பேட்டையிலிருந்து 1907ஆம் ஆண்டு சூன் மாதம் 19ஆம் நாள் முதல் புதன் கிழமை தோறும் நான்கு பக்கங்களைக் கொண்டு அன்றைய காலணா விலையில் 'ஒரு பைசாத் தமிழன்' என்று பெயர் சூட்டப்பட்டு வெளிவந்திருக்கிறது.

'உயர் நிலையும், இடை நிலையும், கடை நிலையும் பாகுபடுத்தி அறியமுடியாத மக்களுக்கு நீதி, சரியான பாதை, நேர்மை ஆகியவற்றைக் கற்பிப்பதற்காகச் சில தத்துவவாதிகளும் இயற்கை விஞ்ஞானிகளும், கணிதவியலாளரும், இலக்கியவாதிகள் பலரும் ஒன்றுகூடி இப்பத்திரிகையை 'ஒரு பைசாத் தமிழன்' வெளியிட்டிருக்கிறோம். தமிழ் மணம் பரவ விரும்பும் தமிழர் ஒவ்வொருவரும் கையொப்பம் வைத்திதனை ஆதரிக்கக் கோருகிறோம்' என்ற அறிவிப்பின்படி வெளியான ஒரு பைசாத் தமிழன் இதழின் நோக்கமானது, தமிழ்ச் சமூகத்தின் விளிம்பு நிலையிலிருந்த ஒடுக்கப்பட்ட மக்களின் அறிவு மேம்பாட்டை அடிப்படையாகக் கொண்டிருந்திருக்கிறது.

தமிழன் இதழ் பரவல்

ஒரு பைசாத் தமிழன் இதழ் வெளியான ஓராண்டுக்குப் பிறகு, ஒரு பைசாத் தமிழன் என்பதில் உள்ள 'ஒரு பைசாத்' எனும் முன்னொட்டு நீக்கப்பட்டு 'தமிழன்' என்ற பெயரோடு 1908ஆம் ஆண்டு ஆகத்து மாதம் 26ஆம் நாள்முதல் வெளிவந்திருக்கிறது.

1907 முதல் 1914 வரையிலான காலங்களில் தமிழன் இதழில் வெளி வந்த செய்திகளும் விரிவான தளங்களைக் கொண்டிருந் திருக்கின்றன. குறிப்பாக, மகளிர் பத்தி (Ladies column) எனும் தலைப்பில் பெண்கள் கல்வி, பெண்கள் வேலை வாய்ப்பு, பெண்கள் முன்னேற்றம் பற்றிய செய்திகள் இடம் பெற்றிருக்கின்றன.

அடுத்ததாக, பொதுச் செய்தி (Genaral news) பகுதியில் பொது வர்த்தமானம், நாட்டு நடப்புகள், பொதுச் செய்திகள், வானிலை அறிக்கை, வாசகர் கடிதங்கள், அயல் நாட்டுச் செய்திகள்,

விளம்பரங்கள் மற்றும் நூல் விமர்சனங்கள் தொடர்ந்து இடம் பெற்றிருக்கின்றன. தமிழர்கள் அதிகம் வசித்த கர்நாடகக் கோலார் தங்க வயல், குடகு, பர்மா, தென்னாப்பிரிக்கா, இரங்கூன், சிங்கப்பூர் போன்ற அயல் நாடுகளிலும் தமிழன் இதழ் அக்காலத்தில் பரவி இருக்கிறது என்பர்.

அயோத்திதாசர் நடத்திய இதழின் பெயரும் 'தமிழன்' எனும் அடையாளத்தையே முதன்மைப்படுத்தி இருந்திருக்கிறது என்பதும் குறிப்பிடத்தக்கது.

அயோத்திதாசர் பேச்சும் எழுத்துமான அறிவுச் செயல்பாடுகள்

மூட நம்பிக்கை மற்றும் தீண்டாமையை முன்மொழிந்த ஆரியப் பிராமணிய வேத இதிகாசப் புராணங்கள், தமிழ்ச் சமூகத்தில் நிலவிய பிராமணிய மேலாதிக்கம், உயர்த்திக்கொண்ட சாதியினரின் சாதிய மேலாதிக்கம், ஒடுக்கப்பட்ட மக்களின் பூர்வீக வரலாறு, தமிழ் இலக்கியங்கள் மற்றும் வரலாறுபற்றிய மறுவாசிப்பு, அன்றைய அரசியல் சமூகச் சூழல் போன்றவை குறித்தெல்லாம் பேச்சாகவும் எழுத்தாகவும் செயலாகவும் மிகத் தீவிரமாக இயங்கி இருக்கிறார் அயோத்திதாசர்.

அயோத்திதாசர் சுமார் 25 நூல்கள், 30 தொடர் கட்டுரைகள், 2 விரிவுரைகள், 12 சுவடிகளுக்கு உரை தவிர, அரசியல் கட்டுரைகள், கேள்வி பதில்கள், பகுத்தறிவுக் கட்டுரைகள் எனச் சில நூறு கட்டுரைகளை எழுதியிருப்பதாகவும் அவர் மறைவதற்கு ஒரு வருடம் முன்பு எழுதத் துவங்கிய திருக்குறள் உரையானது அவரது மரணத்தால் 55 அதிகாரங்களுடன் நின்றுவிட்டது எனவும் கூறப்படுகிறது.

அம்பிகையம்மன் அருளிய திரிவாசகம், அம்பிகையம்மன் சரித்திரம், அரிச்சந்திரன் பொய்கள், ஆடிமாதத்தில் அம்மனை சிந்திக்கும் விவரம், இந்திரர் தேச சரித்திரம், இந்திரர் தேச பௌத்தர்கள் பண்டிகை விவரம், கபாலீஸன் சரித்திர ஆராய்ச்சி, சாக்கிய முனிவரலாறு, திருக்குறள் கடவுள் வாழ்த்து, திருவள்ளுவர் வரலாறு, நந்தன் சரித்திர தந்திரம், நூதன சாதிகளின் உள்வே பீடிகை, புத்தர் எனும் இரவு பகலற்ற ஒளி, புத்த மார்க்க வினா விடை, மாளிய அமாவாசை எனும் மாவலி அமாவாசி தன்ம விவரம், முருகக் கடவுள் வரலாறு, மோசோயவர்களின் மார்க்கம், யதார்த்த பிராமண வேதாந்த விவரம், விபூதி ஆராய்ச்சி, விவாஹ விளக்கம், வேஷ பிராமண வேதாந்த விவரம், பூர்வ தமிழ்மொழியாம் புத்தாது ஆதிவேதம், போன்றவை அயோத்திதாசர் எழுதிய நூல்களாகும்.

அயோத்திதாசர் தமது நூல்களில் வேத மத எதிர்ப்பு, பிராமணிய எதிர்ப்பு, மூடப்பழக்க எதிர்ப்பு, சாதி ஒழிப்பு போன்ற கருத்துகளைக் குறித்தும், அவற்றின் ஊடாகத் தமிழ் மற்றும் பவுத்த அடையாளங்கள் குறித்தும் மிக விரிவாக எழுதியிருக்கிறார்.

பிராமணிய மேலாதிக்கத்தை எதிர்த்தும், பிராமணர் அல்லாதவர் களின் சாதி மேலாதிக்கத்தை எதிர்த்தும், சாதி பேதமற்றவர்களே தமிழர்கள்; ஒடுக்கப்பட்ட மக்களே பூர்வத் தமிழர்கள் என்பதைப் பேசுபொருளாக்கியும் தமிழகத்தில் எந்த இயக்கமும் தோன்றாத அக்காலத்தில், அனைவருக்குமான சமூக நீதி, சாதிபேதமற்ற சமூக மதிப்பீடுகள், விளிம்பு நிலையிலிருந்த மக்களின் ஒடுக்குமுறைகள் குறித்தெல்லாம் அயோத்திதாசர் பேசியிருக்கிறார்.

அதிகாரத்தில் சம பங்கு, பிரதிநிதித்துவ அரசியல், ஒடுக்கப் பட்டோர் விடுதலை, பெண்ணுரிமை, தமிழ் மொழியுணர்வு, பகுத்தறிவு, சுயமரியாதை, சாதி ஒழிப்பு, இந்தி மொழியாதிக்க எதிர்ப்பு, வேத புராண எதிர்ப்பு, பிராமணிய மேலாதிக்க எதிர்ப்பு, தீண்டாமை எதிர்ப்பு போன்றவற்றுக்கான கருத்தியல் உரையாடல் களைச் தமிழ்ச் சமூகத்தில் அயோத்திதாசர் அக்காலத்திலேயே அறிவுச் செயல்பாடுகளாக நிகழ்த்தி இருக்கிறார் என்பது குறிப்பிடத்தக்கது.

ஒரு நூற்றாண்டு மறதி

இந்நிலையில், ஒரு நூற்றாண்டுக்கு முன்பே தமிழ்ச் சமூகத்தின் அரசியல் சமூகத் தேவைக்கான கருத்தியல்களைப் பேசுபொருளாக்கிய அயோத்திதாசரைக் குறித்தும், அவரது கருத்தாடல்கள் குறித்தும், அவருக்குப் பிறகான காலங்களில் நிலவியிருந்த திராவிட இயக்கம் பேசுபொருளாக்கி இருக்கவேண்டும். ஏனெனில், திராவிட இயக்கத்தின் ஆகப்பெரும் கருத்தாடல்கள் யாவும் அயோத்திதாசரால் ஏற்கெனவே பேசுபொருளாக ஆக்கப்பட்டவை.

இதைக் குறித்துக் கூறும் டி. தருமராஜ், 'திராவிட இயக்கத்தின் அடிப்படைக் கொள்கைகளான திராவிடன், பிராமண எதிர்ப்பு, பகுத்தறிவு, சமதருமம் போன்றவை தமிழ் பௌத்த மூலவரான அயோத்திதாசரிடமிருந்து கடன் வாங்கப்பட்டவை; அதேபோல் வட தமிழகத்தில், தாழ்த்தப்பட்ட மக்கள் மத்தியில் திராவிட இயக்கம் வேரூன்ற பௌத்த சங்கங்களே அடிப்படையாக இருந்தன. ஏறக்குறைய பௌத்த சங்கங்களின் அழிவிலேயே திராவிட இயக்கம் பிறந்தது' (பக். 97,98) என்கிறார்.

அயோத்திதாசரை முன் மாதிரியாகவும் முன்னோடியாகவும் பேசுபொருளாக்கி இருக்கவேண்டிய திராவிட இயக்கம், அவ்வாறு செய்யாமல் மறந்து போனது அல்லது மறைத்ததன் பின்புல அரசியல் என்ன?

பிராமணிய மேலாதிக்க எதிர்ப்பில் திராவிட இயக்கமும் திராவிட அரசியலும் பிராமணர் அல்லாதவர்களின் இருப்பையும் அடையாளத்தையுமே வெளிப்படுத்தி வந்திருக்கின்றன. அதிலும் குறிப்பாக, திராவிடர் எனும் பேரில் தமிழர், தெலுங்கர், கன்னடர், மலையாளிகள் உள்ளிட்ட உயர்த்திக்கொண்ட சாதியினரின் / பிற இனத்தவரின் குரலும் அடையாளமும் பங்கேற்பும்தான் அதிகமாய் இருந்திருக்கின்றன.

ஆனால், திராவிட இயக்கத்திற்கும் திராவிட அரசியலுக்கும் முன்பாகவே வெளிப்பட்டிருந்த அயோத்திதாசரின் பிராமணிய மேலாதிக்க எதிர்ப்புக் குரலானது, சமூக, அரசியல், கல்வி, பொருளாதார நிலைகளில் பின் தள்ளப்பட்ட / புறக்கணிக்கப்பட்ட / வஞ்சிக்கப்பட்ட / ஏமாற்றப்பட்ட ஒடுக்கப்பட்ட மக்களின் அடையாளத்தையும் இருப்பையுமே பேசுபொருளாக்கி இருக்கின்றது.

அதாவது, பிராமணிய எதிர்ப்பின் அரசியல் திரளாகவும் அதன் கருத்தியலாகவும் வெளிப்படுகிற பிராமணர் அல்லாதவர் என்பதற்குள், மேற்குறித்த விளிம்பு நிலைக்கும் அப்பாலிருக்கும் மக்களையும் உள்ளடக்கிய பெருந்திரள் குரலையே அயோத்திதாசப் பண்டிதர் வெளிப்படுத்தி இருக்கிறார்.

தமிழ்ச் சமூகத்தின் விளிம்புநிலைக் குரலையும் உள்ளடக்கிய அயோத்திதாசரது பேசுபொருட்கள் / சிந்தனைகள் / செயல் பாடுகள் குறித்து, அவருக்குப் பிறகான சமூக இயக்கங்கள், குறிப்பாகத் திராவிட இயக்கங்கள் ஒரு நூற்றாண்டு காலமாகவே பேசுபொருளாக ஆக்கப்படவில்லை. அதைத்தான் டி. தருமராஜ் 'ஒரு நூற்றாண்டு மறதி' எனும் கட்டுரையில் மிக விரிவாகவே அதன் காரணத்தை முன்வைத்திருக்கிறார்.

திராவிட இயக்கம் குறித்த மறுவாசிப்புத் தேவை

அயோத்திதாசர் குறித்தும், திராவிட இயக்கங்கள் குறித்தும் மறுவாசிப்புச் செய்வதற்கான மூன்று நோக்கங்கள் இருப்பதாகக் கருதுகிறார் டி. தருமராஜ். அதாவது, 'அட்டவணைச் சாதிகள் என்றும் தலித் என்றும் சொல்லப்படும் வகைப்பாடுகளின்மீது

எனக்கு எப்பொழுதுமே நம்பிக்கை இருந்தது இல்லை. காலனியச் சொல்லாடலின் ஓர் அங்கமாக உருவாகி வந்த இந்தவகை, அம்பேத்கரின் புண்ணியத்தில் சுதந்திர இந்தியாவில் மேலும் மேலும் உறுதிப்படுத்தப்பட்ட இந்தவகை எனக்குத் தனிப்பட்ட வகையில் பெரும் சுமையாகவே இருந்தது. இதிலிருந்து வெற்றிகர மாக வெளியேறுவதற்கு அயோத்திதாசரின் யோசனைகள் துணை செய்ய முடியும் என்பது ஒரு கருதுகோள்.

இரண்டாவதாக, திராவிடம் இயக்கம் வெற்றிபெற்ற மதமதப்பில் பிறந்து வளர்ந்த (அதாவது, 1967க்குப் பின் பிறந்தவர்கள்) எனக்கு, அதன் அடுத்த கட்ட வளர்ச்சி நிலை என்னவாக இருக்கவேண்டும் என்பது மாபெரும் சவாலாக இருந்தது. ஜனநாயக அரசியலமைப்பை மிகச்சாதுர்யமாகப் பயன்படுத்தி அதிகாரத்தைக் கைப்பற்றிக் கொண்டன என்றாலும் திராவிட இயக்கங்கள் தங்களது ஆதாரமான கருத்தியல் நிலைப்பாடுகளை இழந்து விட்டன என்பதே உண்மை. இந்த உண்மை என்னிடம் ஏராளமான கேள்விகளை எழுப்பியபடியே இருந்தது.

ஒரு விடுதலை இயக்கம், அரசியல் அதிகாரத்தைக் கையிலெடுக் கையில், கருத்தியல் நேர்மையைக் கை நழுவவிடுவது ஏன் என்பதை நான் விளங்கிக்கொள்ள விரும்பினேன். அதிகாரம், கருத்தியல் நேர்மை, வெகுஜன இயக்கம்போன்ற விஷயங்களை நாம் மறுபரிசீலனை செய்யவேண்டும் என்றும் எனக்குப் பட்டது. அந்தவகையில், மாறிவரும் சூழல்களுக்கு ஏற்பச் சமத்துவம், பகுத்தறிவு, கடவுள் மறுப்பு போன்றவற்றை இன்னும் வலிமை யாகக் கருக்கொள்வது எப்படி என்பதும் எனது கேள்வியாக இருந்தது. இந்த முயற்சிக்கும் அயோத்திதாசர் பயனுள்ளவராக இருப்பார் என்று எனக்குப் பட்டது.

அதேபோல, சாதி குறித்து நிலவும் எந்தவொரு அறிவியல் உண்மையிலும் எனக்குச் சம்மதம் இருக்கவில்லை. அவற்றிற்கு எதிரான வலுவான ஒரு பாடு அனுபவங்கள் என்னிடம் இருந்தன. சாதி தொடர்பான எல்லா வியாக்கியானங்களும் இறுதியிலும் இறுதியாய், சுத்தம் - அசுத்தம் அல்லது பார்ப்பார் - பறையர் என்று சுருங்கிப் போவதில் நான் நிஜமாகவே அதிருப்தி கொண்டிருந்தேன். அதன் தொடர்ச்சியாக, 'பிராமண எதிர்ப்பு' என்ற ஒற்றைத் திட்டம் சாதி எதிர்ப்பாக நிலைநிறுத்தப்படுவது குறித்தும் எனக்கு உடன்பாடு இல்லை. இந்த உரையாடலுக்கும் அயோத்திதாசர் மிக முக்கியமான தரவாக இருக்கமுடியும் என்பது இன்னொரு கருதுகோள்' (பக். 11, 12) என்கிறார்.

அதாவது, திராவிட இயக்க அரசியல் கருத்தியலின் போதாமைகள், அயோத்திதாசரின் அரசியல் கருத்தியலின் தேவைகள் குறித்தே மேற்குறித்த கருதுகோள்களின் சாரம். இன்னும் குறிப்பாக, அயோத்திதாசரின் சமூக, அரசியல், இலக்கியம், சமயம், தத்துவம், மொழி, வரலாறு, பண்பாடு பற்றிய சிந்தனைகள் இன்றைய காலகட்டத்துச் சமூக அரசியல் சூழலிலும் பேசுபொருளாக ஆக்கப்பட வேண்டியவை என்பதைத்தான் டி. தருமராஜின் கருதுகோள்கள் வலியுறுத்துகின்றன.

திராவிட இயக்க அரசியல் கருத்தியலின் போதாமையை / இடைவெளியை / விடுபடல்களை / குறைபாடுகளை அயோத்திதாசரின் கருத்தியல்களைக்கொண்டு முழுமையாக்கவோ செழுமைப்படுத்தவோ திராவிடக் கருத்தியலாளர்கள் முனைந்திருக்கலாம் அல்லது முயலலாம்.

ஆனால், பிராமண மேலாதிக்க எதிர்ப்பு, பிராமணர் அல்லாதவர் அரசியல், சாதி ரீதியாக ஒடுக்கப்பட்ட மக்களைப்பற்றிய எடுத்துரைப்புகள், ஒடுக்கப்பட்ட மக்களுக்கான அரசியல் சமூக விடுதலை, தமிழர் அடையாள அரசியல், வழிபாடு உள்ளிட்ட சமய அடையாளங்கள், பண்பாட்டு வழக்காறுகள், சமூக வரலாறுபற்றிய கண்ணோட்டங்கள் போன்ற யாவற்றிலும் அயோத்திதாசரின் கருத்தியல் நிலைப்பாடு ஒன்றாக இருக்கிறது; திராவிட இயக்க அரசியல் கருத்தியல்வாதிகளின் நிலைப்பாடும் புலப்பாடும் வேறொன்றாக இருக்கின்றன.

இந்நிலையில், அயோத்திதாசரைக் குறித்த திராவிட இயக்கத்தின் ஒரு நூற்றாண்டு மறதிக்கான காரணியாக டி. தருமராஜ் முன்வைக்கும் வாதம் சாதிப் பின்புலத்தையே அடையாளப் படுத்துகிறது.

'பெரியாருக்கும் அயோத்திதாசருக்கும் தொடர்புகள் இருந்திருக்க முடியுமா? தொடர்புகள் இல்லையென்றாலும் அயோத்திதாசரைப் பற்றி அவருக்குத் தெரியாதிருக்க நியாயமிருக்கிறதா? அப்படித் தெரிந்திருக்கவில்லை என்றால், அயோத்திதாசர் முன்வைத்த சுயமரியாதை, பகுத்தறிவு, திராவிடன், பிராமண எதிர்ப்பு போன்ற பல விஷயங்களைப் பெரியாரும் பேசியதன் பின்புலத்தை எவ்வாறு புரிந்துகொள்வது? அயோத்திதாசர்பற்றி அவர் அறிந்திருந்தார் என்றால், அயோத்திதாசரின் சிந்தனைகளை உள்வாங்கியிருந்தார் என்றால், தனது எழுத்திலும் பேச்சிலும் ஒரு முறையேனும் குறிப்பிடாமல் விட்டது ஏன்? ஒரு சிறு மேற்கோள்

அளவில்கூடப் குறிப்பிடப்படும் தகுதியை அயோத்திதாசர் பெற்றிருக்கவில்லையா?

பெரியார் மட்டுமல்ல, அவரோடு கூடச் செயல்பட்ட திராவிட இயக்கச் செயல்வீரர்களும், அவரைப் பின்பற்றிய திராவிட இயக்கத்தின் தம்பிகளும்கூட அயோத்திதாசர் குறித்தும், தமிழ் பௌத்த செயல்பாடுகள் குறித்தும் மௌனம் சாதிப்பதன் யதார்த்தம் என்ன? உண்மையிலேயே அவர்களுக்குத் தெரியாமல் இருந்ததா அல்லது பிறர் தெரிந்துகொள்ளாமலிருக்க மௌனம் காத்தார்களா அல்லது அயோத்திதாசர் பறையர் சமூகத்தைச் சார்ந்தவர் என்ற உண்மை அவர்களது வாய்களையும், கைகளையும் கட்டிப்போட்டதா?'(பக். 95, 96) என, திராவிட இயக்கத்தின்மீதான குற்றச்சாட்டாகவும் விமர்சனமுமாகவுமே முன்வைக்கிறார் டி.தருமராஜ்.

பிராமண எதிர்ப்பு, பிராமணர் அல்லாதவர் நலன், பகுத்தறிவு, சமூக விடுதலை போன்றவை குறித்த கருத்தியல் நிலைப்பாடுகளில், அயோத்திதாசரின் அரசியல் முன்னெடுப்புக்கும் திராவிட இயக்க அரசியல் முன்னெடுப்புக்கும் ஒருமித்த நிலைப்பாடு இருப்பது போலத் தோன்றினாலும், அவையிரண்டும் வேறுவேறான அடையாள அரசியலையே உள்ளீடாகக்கொண்டிருக்கின்றன. இந்நிலையில், அயோத்திதாசரைத் திராவிட இயக்கங்கள் பேசுபொருளாக்காமல் இருந்ததன் பின்புலம் சாதிதான் என அடையாளப்படுத்துவது முழுமையான வாதமாக அமையாது. எனினும், திராவிட அரசியல் கருத்தியலின் தோழமைக் கருத்தியலாகக்கூட அயோத்திதாசரது அரசியல் கருத்தியல் கணக்கில் கொள்ளப்படவில்லை என்பதும் குறிப்பிடத்தக்கதாகும்.

அயோத்திதாசரது அரசியல் கருத்தியல் / அறிவுச் செயல்பாடுகள் தோழமைச் செயல்பாடுகளாகக்கூடத் திராவிட இயக்கங்கள் அணுக முடியாது போனமைக்குக் காரணம், அயோத்திதாசர் முன்னெடுத்த அடையாள அரசியலே பின்புலமாகும்.

அயோத்திதாசரைக் குறித்தும் அவரது அறிவுச் செயல்பாடுகள், அவற்றின் கருத்தியல் புலப்பாடுகள் போன்றவை குறித்த அறிமுகமும் விவாதங்களும் திராவிட இயக்கத்தினருக்குக் கிடைத்திருக்கின்றன. திராவிட இயக்கத்தின் அமைப்பாக்க வளர்ச்சிக்கும் கருத்தியல் முன்னெடுப்புக்கும்கூட அயோத்திதாசர் தோற்றுவித்த இயக்கமும் அவரது அறிவுச் செயல்பாடுகளும் பக்கத்துணையாய் இருந்திருக்கின்றன. இதைக்குறித்து ஆராய்ந்த

ஞான. அலாய்சியசின் கருத்துகள் முக்கியமானவை எனக்கருதும் டி. தருமராஜ், அவற்றைப் பின்வருமாறு வரிசைப்படுத்துகிறார்.

'அயோத்திதாசரின் மறைவுக்குப் பின்னர், தமிழ் பௌத்த இயக்கத்தை வழி நடத்தியவர்களில் முக்கியமானவர்களாக லட்சுமி நரசு, அப்பாதுரையார் போன்றவர்களைச் சொல்லலாம். 'தமிழன்' பத்திரிக்கையை நடத்துவதையும், பௌத்த சங்கங்களைக் கட்டுவதிலும், பௌத்த மாநாடுகளை நடத்துவதையும் இவர்கள் தொடர்ந்து செய்து வந்தனர்.

1928ஆம் வருடம் தென்னிந்திய பௌத்த சங்கத்தின் பொது மாநாடு ஒன்று சென்னையில் ஏற்பாடு செய்யப்பட்டது. மாநாட்டின் தலைவராக லட்சுமி நரசு செயல்பட்டு வந்தார். மாநாட்டிற்கு சிறப்பு விருந்தினர்களாகவும் சிறப்புப் பேச்சாளராகவும் பலர் அழைக்கப்பட்டிருந்தனர். ஈ. வே. ரா. பெரியார் அவர்களில் ஒருவர். இந்த மாநாட்டின் மூலம் பெரியாரும் அப்பாதுரையாரும் ஒருவருக்கொருவர் நெருங்கி வந்து, பின் இறுதிவரை நண்பர்களாக இருந்தனர். அப்பாதுரையாரின் நட்பு பெரியாரைப் பலமுறை கோலார் தங்கச் சுரங்கத்திற்கு அழைத்து வந்தது.

பெரியார் ஒவ்வொருமுறை கோலாருக்கு வரும்பொழுதும் பௌத்தம் தொடர்பான புத்தகங்களைத் தேடித் சேகரிப்பதை வழக்கமாகக் கொண்டிருந்தார். அதிலும் குறிப்பாக அயோத்திதாசரின் எழுத்துகள்மீது அவர் அதிகமான ஆர்வத்தைக் காட்டினார். கோலாருக்குப் பெரியார் வந்தார் என்றால், பகுத்தறிவு, பிராமண எதிர்ப்பு என்று பல விஷயங்களைப் பற்றிப் பல பேருடன் விவாதித்துக் கொண்டேயிருப்பார். அப்படியான விவாதங்களில் தமிழ் இலக்கியம், வரலாறு, பிராமண எதிர்ப்பு, பகுத்தறிவு மீதான விமர்சனப் பார்வைகளுக்காக 'தான் அயோத்திதாசருக்கு கடமைப் பட்டிருப்பதாய்' பலமுறை நேரடிப் பேச்சில் சொல்லியிருக்கிறார். இந்த சம்பவங்களையெல்லாம் அப்பாதுரையாரின் வழி வந்த பலர் இன்றும் ஞாபகத்தில் வைத்துச் சொல்கிறார்கள்.

அப்பாதுரையாருக்கும் பெரியாருக்குமான நட்பு பின்னாட்களில் இரு பத்திரிகைகளுக்கு இடையிலான நட்பாகவும் மலர்ந்தது. 1925இல் 'குடிஅரசு' இதழ் தொடங்கப் பெற்றதற்கு மறு வருடம், 1926இல் அப்பாதுரையார் 'தமிழன்' பத்திரிகையை மறுபடியும் கொண்டுவரத் தொடங்கினார். இவ்விரு பத்திரிகைகளும் நிறைய ஒற்றுமைகளைக் கொண்டிருந்தன. அவற்றின் பார்வைகள் ஏறக்குறை ஒன்றேபோல் இருந்தன. இரண்டு இதழ்களிலும் ஒரே

மாதிரியான நபர்களே எழுதினார்கள். சுயமரியாதை இயக்க வெளியீடுகள்பற்றிய விளம்பரம் 'தமிழனிலும்' தமிழ் பௌத்த வெளியீடுகள்பற்றிய விளம்பரம் 'குடி அரசிலும்' வெளிவந்தன. குடி அரசு சமதருமத்தை வலியுறுத்தியது. தமிழன் பௌத்த தருமத்தைப் பேசியது.

சுயமரியாதை இயக்கம் திராவிட இயக்கமாக மாறி அரசியல் தளங்களில் செயல்படத் தொடங்கியபொழுது, வட தமிழகப் பகுதிகளில், தமிழ் பௌத்த இயக்கத் தலைவர்களும், செயல் வீரர்களுமே முதன்மை உறுப்பினர்களாக விளங்கினர். திருப்பத்தூரைச் சார்ந்த டி. எச். அனுமந்து, கோலாரைச் சார்ந்த ஜி. அன்னபூரணி, செங்கல்பட்டைச் சார்ந்த சி. கே. குப்புசாமி இவர்களுள் சிலர். இதற்குப் பின்பு, பௌத்த கூட்டங்களுக்கும் திராவிட இயக்கக் கூட்டங்களுக்கும் பெரிய வேறுபாடு இல்லாமல் போயிற்று.

1932இல் சுயமரியாதை இயக்கப் பொது மாநாட்டை கோலாரிலுள்ள பௌத்த சங்க கிளைகளே முன்னெடுத்து நடத்தின. புதிய தலைவராகப் பெரியார் உருவாக்கிக்கொண்டிருந்த காலகட்டத்தில் அப்பாதுரையாரும் அவருடைய ஆதரவாளர்களும் பெரியாருக்கு உற்ற துணையாய் இருந்து பணியாற்றினர். செங்கல்பட்டு, ஆற்காடு, சென்னைப் பகுதிகளில் தாழ்த்தப்பட்ட மக்களின் வசிப்பிடங்களில் கூட்டம் நடைபெறும் பொழுதெல்லாம் அப்பாதுரையாரும், பிறரும் பெரியாரை 'இவர் நம்ம ஆளு' என்று சொல்லி அறிமுகம் செய்வது வழக்கம்.

மேற்கூறிய சம்பவங்களையெல்லாம் விவரிக்கிற அலாய்சியஸ் தனது அபிப்பிராயமாக முன்வைக்கிற ஒரு கருத்தும் மிக முக்கியமானது. அதாவது, அவரது அனுமானத்தின்படி திராவிட இயக்கத்தின் ஆணி வேராகத் தமிழ் பௌத்த இயக்கங்களே அமைந்துள்ளன. கருத்துருவ அளவில் மட்டுமல்லாது இயக்கமாகக் கட்டுவதிலும் பௌத்த சங்கங்களின் பங்களிப்புப் பெருமளவில் இருந்துள்ளது.

அலாய்சியஸின் அனுமானத்திலிருந்தும், காட்டுகிற சான்றுகளில் இருந்தும் நமக்கு இரண்டு விஷயங்கள் தெளிவாக விளங்கு கின்றன. ஒன்று, ஈ.வே.ரா. பெரியாருக்கு அயோத்திதாசரைப் பற்றியும், அவரது கோட்பாடுகளைப்பற்றியும், பௌத்த சங்கங் களைப் பற்றியும் நன்றாகவே தெரிந்திருக்கிறது. அயோத்திதாசரோடு இல்லையென்றாலும் அவரது வழித் தோன்றல்களோடு பெரியாருக்கு நெருங்கிய நட்பு இருந்திருக்கிறது.

இரண்டாவது, பரவலாகக் கருதுவதுபோல் திராவிட இயக்கம் சுயம்புவானதோ, தனியொரு மனிதரின் மூளையில் உதித்ததோ அல்ல. வரலாற்றில் காணப்படும் வேறெந்தவொரு விடுதலை இயக்கத்தினையும்போல் திராவிட இயக்கத்திற்கும் முன்னோடி இயக்கங்கள் இருந்தன. அவற்றைத் தின்று செரித்தே திராவிட இயக்கம் வளர்ந்து வந்திருக்கிறது. அவ்வாறு செரிக்கப்பட்டதில் தமிழ் பௌத்த இயக்கம் முதன்மையானது'(பக். 96-98) என டி. தருமராஜ் முன்வைத்திருக்கும் கருத்துகள், திராவிட இயக்கத்தின் அறிவுச் செயல்பாடுகள் மீதான மறுவாசிப்பைக் கோருவதாகவே அமைந்திருக்கின்றன.

அயோத்திதாசரைத் திராவிட இயக்கங்கள் மிக நன்றாகவே அறிந்தும் தெளிந்தும் வைத்திருக்கின்றன. அயோத்திதாசர் மிகத்தெளிவாகவே முன்வைத்திருந்த அடையாள அரசியல்தான், திராவிட இயக்கத்தின் கருத்தியலுக்கும் அயோத்திதாசரது கருத்தியலுக்கும் இடைவெளியை அதிகப்படுத்தி வைத்திருக்கிறது.

அயோத்திதாசரின் தமிழர் அடையாள அரசியல்

திராவிடர் / திராவிடம் போன்ற அரசியல் சொல்லாடல்களை அயோத்திதாசர் தமது அறிவுச் செயல்பாடுகளில் முன்வைத்திருந் தாலும், திராவிட இயக்கத்தினர் முன்னெடுத்திருக்கும் அடையாள அரசியலில் இருந்து முற்றிலும் வேறான அடையாள அரசியலையே கொண்டிருந்திருக்கிறது தெளிவாகிறது. அயோத்திதாசரின் அத்தகைய அடையாள அரசியல் குறித்து டி. தருமராஜ் எடுத்துரைக்கும் பகுதிகள் முக்கியமானவை.

'திராவிடர்' என்ற சொற்பிரயோகம் அயோத்திதாசரின் காலத்தில் இருந்ததா என்று பலரும் ஆச்சரியப்படலாம். ஏறக்குறைய பத்து ஆண்டுகளுக்கு முன்பு, அதாவது 1881இல் மக்கள்தொகைக் கணக்கெடுப்புப் பணியின்போது 'ஆதித்தமிழன்' என்ற சொல்லை எந்தப் பொருளில் பயன்படுத்தினாரோ அதே பொருளிலேயே 'திராவிடன்' என்ற சொல்லையும் பயன்படுத்துகிறார்.

'திராவிட மகாஜன சபை' என்பது சாதியின் பெயரால் ஒடுக்கப் பட்டோருக்கான சபையாகவே தோற்றம் பெற்றது. இந்நாட்டில் பூர்வீகக் குடிகளாகவும் மண்ணின் மைந்தர்களாகவும் ஆதித் தமிழர்களாகவும் விளங்கிய பழங்குடிகளும், தாழ்த்தப்பட்ட மக்களுமே 'திராவிடன்' என்ற சொல்லால் அடையாளப்படுத்தப் பட்டனர். பின்னாட்களில், தமிழன் என்பதற்கும். திராவிடன் என்பதற்கும் பல்வேறு திரித்தல் விளக்கங்கள் அளிக்கப்பட்டன

என்றாலும், அத்தகைய திரிபடைந்த அர்த்தங்களே இன்றைக்கும் வழக்கில் உள்ளன என்றாலும், அயோத்திதாசர் அவற்றை முற்றிலும் மாறான பொருளிலேயே பயன்படுத்தினார் என்பது முக்கியம்'. (பக். 49)

'1880களில் மக்கள் தொகைக் கணக்கெடுப்பிற்கு எதிராக அவர் வெளியிட்ட கருத்துகள் முற்றிலும் புதிய தளமொன்றில் அவர் இயங்கத் தலைப்பட்டதை நமக்குச் சுட்டுகின்றன. வர்ணாசிரம அடக்குமுறையையும், சாதியக் காழ்ப்புணர்வையும் மறுக்கும் வழிமுறையென அத்வைத கோட்பாடுகளை முன்மொழிந்த அவர் அதனிலிருந்து முற்றிலும் மாறுபட்டு, தம்மையும் தமது சமூகத்தையும் 'இந்துக்கள் அல்ல' என்று அறிவித்ததுடன் 'ஆதித்தமிழர்' என்ற மொழி அடையாளமே பிரதான அடையாளம் என்று அறைகூவியது தலைகீழான மாற்றம் என்றுகூட சொல்ல முடியும்.

'ஆதித்தமிழர்' என்ற அடையாளத்தை எந்தவொரு அரசியல் லாபத்துக்காகவும் அவர் முன்மொழியவில்லை. அதே நேரம், அதிர்ச்சியை உண்டாக்குவது மட்டுமே அவரது நோக்கமாகவும் இருக்கவில்லை, 'ஆதித்தமிழர்' என்ற அடையாளம் அவருக்குள் ஆழமாகவே செயல்பட்டு வந்தது. இதனாலேயே இந்த நாட்டின் பழங்குடியின மக்களும், தாழ்த்தப்பட்டவர்களும் தமிழ் பேசும் மக்களின் மூதாதையர்கள் என்ற சிந்தனையை அவர் தொடர்ந்து வளர்த்து வந்தார். அக்கோட்பாட்டை வலுப்படுத்தும் பல்வேறு சான்றுகளையும் அவர் தேடத் தொடங்கினார்.

தொல்தமிழர் அல்லது தமிழ் மூதாதையர் அல்லது ஆதித் தமிழர் என்ற சிந்தனையின் அடுத்த நிலையாக 1886இல் அயோத்திதாசர் ஓர் அறிக்கையை வெளியிட்டார். அந்த அறிக்கை இரண்டு செய்திகளை வலியுறுத்துவதாக அமைந்திருந்தது.

ஒன்று, பழங்குடியின மக்களும் தாழ்த்தப்பட்டவர்களுமான ஆதித் தமிழர்களே இந்நாட்டின் முதல் குடிமக்கள், அதாவது பூர்வகுடிகள் அல்லது மண்ணின் மைந்தர்கள். இரண்டு, இம்மண்ணின் மைந்தர்களான அவர்கள் இந்துக்கள் அல்லர்'(பக். 47) என, டி. தருமராஜ் விவரித்த மேற்குறித்த பகுதிகள், அயோத்திதாசரின் அடையாள அரசியலைத் தெளிவுபடுத்திவிடுகின்றன.

அயோத்திதாசர் காலத்தில் நிலவிய பிராமண மேலாதிக்கத்தை எதிர்த்துப் பிராமணர் அல்லாதவர்களால் உருவாக்கப்பட்டுக் கொண்டிருந்த பிராமணர் அல்லாதார் இயக்கமானது, பிராமண

ஆதிக்கத்தை எதிர்த்தும், அதிகாரத்தில் பங்கு கோருவதாகவும் மட்டுமே இருந்ததே தவிர, பிராமணர் அல்லாதவர்களால் பிராமணர் அல்லாதவர்களிடம் கடைபிடிக்கப்பட்டு வந்த சாதி ஏற்றத்தாழ்வுகளைப் போக்குவது குறித்தோ, சாதி ரீதியாக வஞ்சிக்கப்பட்டு ஒடுக்கப்பட்ட மக்களின்மீது செலுத்தப்பட்ட பிராமணர் அல்லாதவர்களின் மேலாதிக்கத்தைக் களைவது குறித்தோ வேறெதுவும் வலியுறுத்தவில்லை.

ஆகையால்தான், பிராமணர் அல்லாதார் இயக்கம் என்பது பிராமணியத்தை உள்வாங்கிக்கொண்ட இயக்கம் என்கிற வகையில் அதிலிருந்து விலகியே நின்றிருக்கிறார் அயோத்திதாசர்.

பிராமணர் அல்லாதார் இயக்கம் குறித்த அயோத்திதாசரது நிலைப்பாடு பின்வருமாறு:

'பிராமணர்கள் என்று பெயர் வைத்துள்ள வகுப்பாருள் கீழ்ச்சாதி மேற்சாதி என்னும் வரம்புகளை ஏற்படுத்தி இருக்கின்றார்கள். அவ்வரம்புக்குள் அடங்கி சாதிபேதம் வைத்துள்ளவர்கள் யாவரும் பிராமணக் கூட்டத்தோர்களையே சேர்ந்தவர்கள் ஆகும். சைவம், வைணவம், வேதாந்தம் என்னும் சமயங்களையும், அப் பிராமணர் என்போர்களே ஏற்படுத்தி, அச்சமயத்தை எவரெவர் தழுவி நிற்கின்றனரோ அவர்களும் பிராமணச் சார்புடையவர்களே ஆவர்.

இத்தகையச் செயலுள் சாதி ஆசாரங்களையும், சமய ஆசாரங்களையும் தழுவிக்கொண்டே (நன் பிராமன்ஸ்) என்று சங்கம் கூடி இருக்கின்றனரா அன்றேல், சாதி ஆசாரங்களையும் சமய ஆச்சாரங்களையும் ஒழித்து (நன் பிராமன்ஸ்) Non Brahmin என்ற சங்கம் கூடி இருக்கின்றனரா விளங்கவில்லை.

அங்கனம் சாதி ஆசாரங்களையும் சமய ஆச்சாரங்களையும் ஒழித்துள்ள கூட்டமாய் இருக்குமாயின் அவர்களுடன் சேர்ந்து உழைப்பதற்கு அனந்தம் பேர் காத்திருக்கின்றார்கள்.

பிராமணர் என்போரால் வகுத்துள்ள சாதி ஆசாரங்களையும் சமய ஆசாரங்களையும் வைத்துக்கொண்டு நன் பிராமன்ஸ் எனக்கூறுவது வீணேயாகும்' (தமிழன் 3:14, செப் 15, 1909).

அதாவது, சாதி சமய ஏற்றத்தாழ்வுகளை ஏதோ ஒருவகையில் கடைபிடித்துக்கொண்டு, இன்னொரு சாதி ஏற்றத்தாழ்வுக்கு எதிராகத் திரள்வதென்பது உண்மையான பிராமணிய எதிர்ப்பு அல்ல; அது பிராமணியச் சார்பு நிலையே. பிராமணர்

அல்லாதவர்கள் அனைவரும் சாதி பேதமற்று அணிதிரள்வதே உண்மையான பிராமணிய எதிர்ப்பு என்பதுதான் அயோத்திதாசர் முன்வைத்திருந்த அரசியல் நிலைப்பாடாகும்.

தமிழ்ச் சூழலில் பிராமண மேலாதிக்கத்திற்கு எதிராக உருவாகி வந்த பிராமணர் அல்லாதார் இயக்கமானது தமிழர்களின் அரசியல் சமூக நலனைக் குவிமயப்படுத்துவதற்குப் பதிலாக, தமிழர், தெலுங்கர், மலையாளி, கன்னடர் உள்ளடக்கிய மக்களின் அரசியல் சமூக நலன்களைப் பாதுகாக்கும் நோக்கிலேயே திராவிடர் / திராவிடம் என்பதான அரசியல் திராவிட இயக்கத்தால் முன்னெடுக்கப்பட்டிருக்கிறது.

சேலம் செவ்வாப்பேட்டையில் பெரியார் பேசியதாகக் குடியரசு (29. 01. 1944) இதழில் பதிவாகியிருக்கும் செய்தி, திராவிடம் என்பதை வலியுறுத்தியதின் தேவையைத் தெளிவுபடுத்தியுள்ளது குறிப்பிடத்தக்கது. அது வருமாறு:

'திராவிடச் சமுதாயம் என்று நம்மைக் கூறிக்கொள்ளவே கஷ்டமாயிருக்கும்போது 'தமிழர்' என்று எல்லாரையும் ஒற்றுமையாக்க முயற்சி எடுத்தால் கஷ்டங்கள் அதிகமாகும். இங்கே பாருங்கள்! கண்ணப்பர் தெலுங்கர், நான் கன்னடியன், தோழர் அண்ணாதுரை தமிழர்.

இனி, எங்களுக்குள் ஆயிரம் சாதிப்பிரிவுகள். என்னைப் பொறுத்த வரையில் நான் தமிழனெனச் சொல்லிக்கொள்ள ஒப்புக் கொள்கிறேன். ஆனால், எல்லாக் கன்னடியரும் ஒப்புக்கொள்ள மாட்டார்கள். தெலுங்கர்களும் அப்படியே.

திராவிடச் சமுதாயத்தின் அங்கத்தினர்கள் நாம்; நம் நாடு திராவிட நாடு என்று வரையறுத்துக் கொள்வதில் இவர்களுக்கு ஆட்சேபணை இருக்காது. அது நன்மை பயக்கும். எனவே, இத்தகைய கேவல நிலையொழிய, ஜஸ்ட்டிஸ் கட்சி திராவிடக் கட்சியாக மாறவேண்டும். சேலத்தில் நடைபெற இருக்கும் மாகாண மாநாட்டில் இதையே முதல் தீர்மானமாகக் கொண்டுவரவேண்டும்' என்பதாகத்தான் திராவிட இயக்கத்தின் திராவிடம் / திராவிடர் என்பதான அடையாள அரசியல் மடைமாற்றங்கள் நடந்தேறியுள்ளன.

திராவிட இயக்கம் முன்னெடுத்திருந்த திராவிட அரசியலானது, தமிழர் எனும் அடையாளம் நீக்கம் செய்யப்பட்ட ஒன்றாகவும் தமிழர் அல்லாதவர்களை உள்ளடக்கியதாகவும் இருந்திருக்கிறது. ஆனால், அதற்கும் முந்திய காலத்திலேயே திராவிடம் / திராவிடர்

எனும் அரசியலை முன்னெடுத்திருந்த அயோத்திதாசர் தமிழர் எனும் அடையாளத்தையே முன்வைத்திருக்கிறார்.

'சாதிபேதமற்ற திராவிடர்களே இத்தேசத்தின் பூர்வகுடிகள் ஆகும். இவர்கள் பெரும்பாலும் தமிழ் பாஷா விருத்தியைக் கோரி நின்றவர்கள் ஆதலின் தென்னாட்டுள் தமிழர் என்றும், வடநாட்டார் திராவிடர் என்றும், திராவிட பௌத்தாள் என்றும் வழங்கி வந்ததுமன்றி, இலங்கா தீவத்திலுள்ளோர் சாஸ்திரங் களிலும் சரித்திரங்களிலும் இப் பூர்வக்குடிகளைத் திராவிட பௌத்தர்கள் என்று வரைந்திருப்பதுமன்றி வழங்கிக்கொண்டும் வருகின்றார்கள்' (தமிழன் 2:21, நவ 4, 1908.) என அயோத்திதாசர் தரும் திராவிட அடையாளம் என்பது, தமிழைத் தாய்மொழியாகக் கொண்ட தமிழர்களை, அதிலும் குறிப்பாகச் சாதிபேதமற்ற தமிழர் களையே அடையாளப்படுத்தியிருப்பது முக்கியமான ஒன்றாகும்.

பூர்வத் தமிழர் / பூர்வக் குடிகள் / சுதேசியர்கள் என்போரின் அடையாளங்கள்பற்றிய அடையாள அரசியல் அயோத்திதாசரின் கருத்தாடல்கள் பலவற்றிலும் வெளிப்பட்டிருக்கிறது.

'சுதேசிகள் என்பது தேசத்திற்கு சுதந்திரம் உள்ளவர்கள், தேசப் பூர்வக்குடிகள், தேசத்திலேயே பிறந்து வளர்ந்து அதன் பலனை அனுபவித்து வந்தவர்கள், இவர்களையே சுயதேச வாசர்கள் என்றும் கூறப்படும். மற்ற காலத்திற்குக் காலம் இவ்விடம் வந்து குடியேறியவர்கள் பரதேசிகளே. அதாவது, அவர்கள் அந்நிய தேச வாசிகளே ஆவர்.

குடியேறி நெடுங்காலம் ஆகிவிட்டபடியால் அவர்களையும் சுதேசிகள் என்று அழைக்கலாம் என்றாலோ, அவர்களுக்குப் பின் காலத்திற்குக் காலம் இவ்விடம் வந்து குடியேறி நூறு வருடத்திற்கு மேலாகக் காலங்கழிப்பவர்களையும் சுதேசிகள் என்றே கூறத் தகும். அங்கனம் அவர்களை நீக்கி ஆயிரம் வருடங்களுக்கு மேற்பட்ட காலமாக இருப்பவர்களாகிய எங்களை மட்டிலும் சுதேசிகள் என்று எண்ணவேண்டும், மற்றவர்களைச் சுதேசிகள் என்று அழைக்கலாகாது என்று கூறுவதற்கு ஆதாரம் இல்லை.

ஆதலின், இத்தேசப் பூர்வக் குடிகளும், இத்தேசத்தைச் சீர்பெறச்செய்து அதன் பலனை அனுபவித்து வந்தவர்களும் யாரோ அவர்களையே பூர்வக் குடிகள் என்றும், சுய தேசவாசிகள் என்றும் சுதேசிகள் என்றும் கூறத் தகும். அவர்கள் யாரென்னில், தமிழ் பாஷையில் பிறந்து தமிழ் பாஷையில்

வளர்ந்து தமிழ் பாஷைக்கு உரியோர்களாக விளங்கும் பூர்வத் திராவிடக் குடிகளே ஆகும்.

மற்றுமிருந்த ஆந்திர, கன்னட, மகாராஷ்டரும் பூர்வக்குடிகளே யாயினும், திராவிடர்களைப்போல் தேச விருத்தியை நாடியவர்களும், பல தேசங்களுக்கும் சென்று பொருளைச் சம்பாதித்து சுய தேசத்தைச் சீர்பெறச் செய்தவர்களும், பூர்வ சரித்திரங்களையும் ஞான நீதிகளையும் பல்லோருக்கு உணர்த்தி, சுய பாஷையில் எழுதி வைத்துள்ளவர்களும், சாதிபேதம் என்னும் கொடிய செயலைப் பூர்வத்தில் இல்லாமல் எவ்வகையாக வாழ்ந்து வந்தனரோ; நாளதுவரையில் வாழ்ந்தும் வருகின்றனரோ அவர்களே யதார்த்த சுதேசிகளும் பூர்வக்குடிகளுமாவர்.

திராவிடராம் தமிழ் பாஷைக்குரியவர்களுக்குள் சாதிபேத மென்னும் நூதனக் கட்டுப்பாட்டில் அமைந்திருப்போர்களைப் பூர்வக் குடிகள் என்றாயினும், சுதேசிகள் என்றாயினும் அழைப்பதற்கோ ஏது கிடையாது. எவ்வகையில் என்பரேல், அன்னிய தேசத்திலிருந்து இத்தேசத்தில் வந்து குடியேறிய நூதன சாதிகளையும், நூதன மதங்களையும் உண்டு செய்து கொண்டு சீவிப்போர்களுடன் உடைந்தையாகச் சேர்ந்துகொண்டு தேசத்தைப் பாழ்படுத்த ஆரம்பித்துவிட்ட படியினாலேயாம்.

இத்தேசத் திராவிடர்கள் அன்னிய தேசத்தோர் சாதிக் கட்டுக்குள் அடங்கினபடியால் ஒற்றுமெய்க் கேடும், அவர்கள் மதத்தைச் சார்ந்து விட்டபடியால் அவர்களால் ஏற்படுத்தியுள்ள சாமிகள் கொடுப்பார் என்னும் சோம்பலால் முயற்சி என்பதற்று வித்தியா விருத்தியையும், விவசாய விருத்தி, வியாபார விருத்திகள் யாவையும் பாழ்படுத்தித் தேசத்தையும் சீர்கெடுத்து விட்டார்கள். இன்னும் சீர் கெடுத்தே வருகின்றார்கள். தேசத்தையும் தேச மக்களையும் எப்போது சீர்கெடுக்க ஆரம்பித்துக்கொண்டார்களோ அச்செயல் கொண்டு அவர்களையும் சுதேசிகள் என்று கூறுவதற்கு ஆதாரம் இல்லை.

இத்தேசத்தின் பூர்வ சாதி பேதமற்ற நிலையைக் கருதி மக்களை மக்களாகப் பாவித்து வித்தியா விருத்தியையும் விவசாய விருத்தியையும் வியாபார விருத்தியையும் சிந்தையில் ஊன்றி, சோம்பலின்றி உழைத்து, தேசத்தைச் சீர்செய்ய முயல்பவர்கள் யாரோ, அவர்களே சுதேசிகள் என்றும் சுய தேசத்தவர்கள் என்றும் பூர்வக் குடிகள் என்றும் கூறத் தகும்.

மற்றைய சாதிபேதச் செயலால் ஒற்றுமையைக் கெடுப்போரும், சமய பேதச் செயலால் சோம்பலைப் பெருக்கித் தேசத்தைக் கெடுப்போரும் சுதேசிகள் ஆக மாட்டார்கள். அவர்கள் தங்கள் சுய நலத்தையே கருதும் அன்னிய தேசத்தோர்களே ஆவர். அவர்களுக்குச் சுதேசிகள் என்னும் பெயர் பொருந்தவே பொருந்தாவாம்' (தமிழன் 2:21, நவ 4, 1908).

அயோத்திதாசர் விவரிக்கும் பகுதிகள் யாவும் தமிழர் அடையாள அரசியலையே உள்ளீடாகவும் வெளிப்படையாகவும் கொண்டிருக்கின்றன.

தமிழைத் தாய்மொழியாகக்கொண்டு காலங்காலமாக இந்த மண்ணிலேயே உழன்று வாழ்ந்துவரும் மண்ணின் மைந்தர்களே இந்நிலத்தின் பூர்வத் தமிழ்க் குடிகள். வெகுகாலத்திற்கு முன்பாகவே வந்து குடியேறிய பிறமொழி பேசுவோர் இந்நிலத்தில் வாழ்பவர் ஆயினும், அவரெல்லாம் பூர்வத் தமிழ்க்குடிகள் அல்லர். தமிழரைப்போலவே தெலுங்கரும் கன்னடரும் மலையாளியும் மராட்டியர் உள்ளிட்ட யாவரும் அவரவர் நிலத்தின் பூர்வீகக் குடிகளே ஆவர்.

பூர்வீகத் தமிழர் / பூர்வீகத் தமிழ்க் குடிகள் என்றாலும் சாதி மத பேதமற்றவர்களாக இருப்பவர்களே உண்மையான பூர்வத் தமிழ்க் குடிகள் என்கிறார். பிறமொழி பேசுவோரையும், வந்து குடியேறிய பிற தேசத்தவர்களையும் தமிழராக அடையாளப்படுத்தி ஏற்றுக் கொள்ள மறுக்கும் அயோத்திதாசர், சாதி மத பேதத்தைக் கடைபிடிக்கும் பூர்வத் தமிழ்க் குடிகளையும் தமிழராக அடையாளப்படுத்திட முடியாது; கூடாது என்பதில் தெளிவாய் இருந்திருக்கிறார்.

அயோத்திதாசரைப் பொறுத்தளவில், பிராமணர் அல்லாதவர் / திராவிடர் / தமிழர் என்போர் யாரெனில், சாதி மத பேதமற்ற தமிழர்களையே குறித்திருக்கிறது.

ஆங்கிலேய வல்லாதிக்க ஆட்சி நிலவிக்கொண்டிருந்த காலகட்டத்தில், இந்நாட்டின் ஆட்சியை இந்நாட்டவரிடம் ஒப்படைக்கும் தருவாயில், அதன் பொறுப்பைப் பிராமணர் அல்லாதவர்களிடம் ஒப்படைக்க வேண்டும் எனப் பிராமணர் அல்லாதவர் / திராவிட இயக்கங்கள் கோரிக்கை வைத்தன. பிராமணர்களிடமிருந்த ஆட்சி அதிகாரமானது பிராமணர் அல்லாத - தமிழர் அல்லாதவர்களுக்குக் கைமாற்றுவதில்தான் அவ்வியக்கங்கள் முனைப்புடன் செயலாற்றி இருக்கின்றன. அதேவேளை, இந்நாட்டின் ஆட்சி அதிகாரப்

பொறுப்பைப் பிராமணர் அல்லாதவர் எனும்வகையில் தமிழர் அல்லாதவர்களிடம் வழங்கிடக் கூடாது எனத் திடமாய் எதிர்த்திருக்கிறார் அயோத்திதாசர்.

'பிரிட்டிஷ் துரைத்தனத்தார் தங்கள் ஆளுகையைச் சுதேசிகளின்மீது கிருபை பாவித்து சுய ராட்சியத்தை அளிப்பது ஆயினும், இத்தேசப் பூர்வக் குடிகள் யார்? யதார்த்த சுதேசிகள் யார்? எனக் கண்டு தெளிந்து, அவர்களைச் சீர்திருத்தி, அவர்கள்பால் அளிப்பதே கிருபையாகும். அங்கனம் இராது, நேற்றுக் குடியேறி வந்தவர்களையும் முன்னானாள் குடியேறி வந்தவர்களையும் சுதேசிகள் என்று கருதி, அவர்கள் வசம் சுயராட்சிய ஆளுகையை ஒப்படைத்துவிடுவார்களாயின் யதார்த்த சுதேசிகள் யாவரும் பாழடைந்து போவதுடன், சுதேசமும் கெட்டுச் சீரழிந்து போமென்பது சத்தியம்.' (தமிழன் 6:21, அக் 30, 1912.)

வந்தேறி பிராமணர்களிடமோ தமிழர் அல்லாத பிற வந்தேறிகளிடமோ ஆட்சி அதிகாரம் போய்ச் சேர்ந்தால், பூர்வக்குடித் தமிழர்களின் அடையாளமும் இருப்பும் வாழ்வும் பாழ்பட்டுப்போகும் என அயோத்திதாசர் அன்றைய காலகட்டத்தி லேயே தீர்க்கமாய் உணர்ந்து பேசியிருப்பதும் குறிப்பிடத்தக்கது.

அயோத்திதாசரின் தமிழ்ப் பெருங்கதையாடல்

அயோத்திதாசரின் தமிழர் அடையாள அரசியல் குறித்த பார்வையும் நிலைப்பாடுமானது, அக்காலத்திலும் இக்காலத்திலும் நிலவிய அல்லது நிலவுகிற எல்லாவகையான அடையாள அரசியல் பார்வையிலிருந்தும் நிலைப்பாடுகளிலிருந்தும் முற்றிலும் வேறுபட்டே அமைந்திருக்கிறது. அதிலும் குறிப்பாக, தமிழ் / தமிழர் என்பதாக முன்வைக்கப்பட்ட அல்லது முன்வைக்கப் படுகிற எல்லா வகையான அடையாள அரசியல் போக்குகளி லிருந்தும், அடையாள அரசியல் முன்னெடுப்புகளிலிருந்தும் வேறுபட்ட தனித்துவ அடையாள அரசியலையே தமது அறிவுச் செயல்பாடுகளின்வழி அயோத்திதாசர் முன்னெடுத்திருக்கிறார் என்பது புலனாகிறது.

தமிழ்ச் சமூக வரலாற்றில் ஆசிவகம், சமணம், பவுத்தம், சைவம், வைணவம் போன்ற சமயச் செயல்பாடுகள் வெவ்வேறு காலகட்டங்களில் முன்னெடுக்கப்பட்டிருக்கின்றன. எனினும், சமணம், பவுத்தம் போன்றவை தமிழரின் புறச் சமயங்கள் எனவும் சைவம், வைணவம் போன்றவையே தமிழரின் அகச் சமயங்கள்

எனவும் தமிழ் மரபில் குறிக்கப்பட்டிருக்கிறது. சைவம், வைணவம் சார்ந்த பக்தி இயக்கச் செயல்பாட்டு எழுச்சியே தமிழரின் அகச் சமயங்களின் எழுச்சியாகவும் தமிழ் / தமிழர் அடையாள எழுச்சியாகவும் முன்வைக்கப்படுகிறது.

தமிழ் / தமிழர் எனும் அடையாளத்தை முன்வைத்துக் கட்டமைக்கப்பட்ட சைவ, வைணவ சமயங்களின் அடையாள அரசியலை, சாதி பேதமற்ற தமிழர்களை ஒடுக்கிய அரசியலாகவே அயோத்திதாசர் அடையாளப்படுத்துகிறார். சைவ, வைணவ சமயங்கள் சாதி பேதங்களை ஆதரிப்பன எனவும் சாதி பேதமற்ற சமயமாக இருப்பது பவுத்தமே என்பதும்தான் அயோத்திதாசரது கண்ணோட்டமாகும். ஆகையால்தான், சைவம், வைணவ சமயங்களின் அடிப்படையிலான தமிழர் அடையாள அரசியலி லிருந்து அயோத்திதாசர் முரண்பட்டு நிற்பதோடு, சாதி பேதமற்ற தமிழ்ப் பெருங்கதையாடலைத் 'தமிழ்ப் பவுத்தம்' எனும் தமிழர் அடையாள அரசியலாக முன்னெடுத்திருக்கிறார் அயோத்திதாசர்.

அயோத்திதாசர் முன்னெடுத்த தமிழ்ப் பவுத்தம் சார்ந்த அறிவுச் செயல்பாடுகள், சாதி பேதமற்ற தமிழர் அடையாள அரசியலையே கட்டமைத்திருக்கிறது என்பதைத் 'தமிழ்ப் பௌத்தப் பெருங்கதை யாடல்' வழியாக டி. தருமராஜ் விவரிக்கும் பகுதிகள் மிக முக்கியத்துவம் வாய்ந்தவை. அவை வருமாறு:

'சாதிய எதிர்ப்புணர்வை தன்னுள்ளே ஆழமாகக் கொண்டிருந்த பௌத்தம் அக்கருத்துகளை மக்கள் மத்தியில் பரப்பும் வேகத்தையும், அது பெரும்பான்மையான மக்களின் சமயமாக மாறுவதையும் கண்ட சைவர்களும் வைணவர்களும் பதறிப் போனதில் ஆச்சர்யமில்லை. பௌத்தம் வளர்கிற வேகத்தையும், அதற்கான செல்வாக்கையும் கண்ட சைவ-வைணவ பக்திமான்கள் இதனை எதிர்கொள்வதெப்படி என்று யோசித்திருந்த வேளையில், தற்செயலாய்க் கண்டு பிடிக்கப்பட்டதே அவர்களது தமிழ்மொழி மீதான பற்றும் தமிழகச் சமயம் என்ற கோஷமும் தமிழ்நாடு என்ற தேசியமும்.

தத்தமது சாதிய நிலைப்பாடுகளை மறைக்க முடியாமல், அதனை விட்டுவிடவும் விரும்பாத சைவர்களுக்கும் வைணவர்களுக்கும் 'தமிழ்' என்ற அடையாளமும், அதற்கான போராட்டம் என்ற புனைவும் பௌத்தத்தை எதிர் கொள்வதற்கான தந்திரங்களாக விளங்கியிருந்தன.

அதுநாள்வரையில், பௌத்தம் பேசி வந்த சாதிக்கு எதிரான அரசியல் பின்னுக்குத் தள்ளப்பட்டு, சைவ-வைணவக் கூட்டணி முன்வைத்த 'அந்நிய மதத்தைப் புறக்கணித்து, தமிழர் மதத்தைத் தழுவுதல்' என்ற தமிழ்த் தேசிய அரசியல் முன்னிலைக்கு வந்தது.

சாதிய வேறுபாடுகளற்ற, ஏற்றத் தாழ்வுகளற்ற சமூகத்தை நிர்மாணிக்கும் பண்பாட்டு அரசியலை விடவும் சைவ - வைணவம் முன்வைத்த 'தமிழ்த் தேசிய' அரசியல் கவர்ச்சிகரமாகவே இருந்தது. இதனடிப்படையில், விளிம்புநிலை மனிதர்களின் சமயமாக விளங்கியிருந்த பௌத்தம் 'அந்நிய மதம்' என்று முத்திரை குத்தப்பட்டது.

தமிழுக்கு எதிரான வடநாட்டினரின் சமயம் பௌத்தமென்று திரும்பத் திரும்பச் சொல்லப்பட்டது. தமிழ் மொழியை அழிக்க வந்த சத்ருவாக அது சித்திரிக்கப்பட்டது. பௌத்தத்தின் புனித மொழி தமிழ் அல்ல, பாலி என்று பிரச்சாரம் செய்யப்பட்டது. பௌத்தர்கள் அனைவரும் வடவர்கள் என்பதுபோன்ற மாயை பின்னப்பட்டது.

இதற்கு மாற்றாக, தமிழ்த் தேசிய சமயமாகச் சைவ-வைணவக் கூட்டணி முன்வைக்கப்பட்டது. இவற்றின் சமயமொழி, தமிழ் என்று பிரகடனப்படுத்தப்பட்டது. இக்காலகட்டத்தில் அவசர அவசரமாகச் சைவ - வைணவத் திருமறைகள் எனப் பல்வேறு நூல்கள் தமிழில் செய்யப்பட்டன. தங்களது தமிழ் மீதான பற்றுதலையும் சார்பையும் 'பக்தி இலக்கியம்' என்ற பெயரில் பதிவு செய்யத் தொடங்கினார்கள்.

சாதிய ஒடுக்குமுறையை எதிர்த்துப் போராடிய தமிழ் பௌத்தர்களும் சமணர்களும் நாற்சந்திகளில் கூட்டம் கூட்டமாய் கழுவேற்றப் பட்டனர். 'தமிழ் தேசியத்தை உருவாக்கப் போகின்றோம்', 'தமிழகத்தில் தமிழர் சமயமே இருத்தல் வேண்டும்'. 'தமிழ் மொழியும் வடமொழியும் எதிரெதிரானவை' என்பவைபோன்ற கற்பிதங்கள் எல்லாத் திசைகளிலிருந்தும் கேட்கத் தொடங்கின.

சைவமும் வைணவமும் கிளப்பிய தமிழ்த் தேசியப் பெரு வெள்ளத்தில், பௌத்தத்தை ஆதரித்தவர்களும், பௌத்தர்களும் தமிழ் விரோதிகளாகச் சித்திரிக்கப்பட்டு அடித்துச் செல்லப்பட்ட வினோதத்தை, வரலாறு பக்தி இயக்கக் காலமென்று பதிந்து வைத்திருக்கிறது.

பெளத்தர்களின் புனித இடங்களைப் பறிமுதல் செய்து சைவ அல்லது வைணவத் திருவுருவங்கள் நிறுவித் தமிழ்ப் படுத்தினார்கள். பெளத்தர்களது இலக்கியங்களை 'அனல் வாதம்' பேசி எரியூட்டினர்; 'புனல்வாதம்' பேசி ஆற்றில் எறிந்தனர். சூத்திர நூற்கள் அழிக்கப்பட்டன. பெளத்தர்களால் முன்னிலைப்படுத்தப்பட்ட கைவினைஞர்களும் சூத்திர தாரிகளும் கீழ்நிலைக்குத் தள்ளப்பட்டனர். இவ்வளவு அநியாயங்களும் நடைபெற்ற காலகட்டத்தைத் தமிழக வரலாற்றாசிரியர்கள் 'மறுமலர்ச்சி காலமாக' முன்னிலைப் படுத்தினார்கள்.

வரலாற்றில் நடைபெற்றிருந்த இத்தகைய பொய்களுக்கும் புரட்டுகளுக்கும் எதிரான வாதமாகவே அயோத்திதாசர் தன்னுடைய 'தமிழ் பெளத்தம்' என்ற கருத்தாக்கத்தை முன்வைக்கிறார். சாதிய சனாதனத்தை விடாப்பிடியாகப் பிடித்துக்கொண்டு தொடர்ந்து வலியுறுத்திவரும் சைவ-வைணவ-வைதீக பிராமணப் பிரச்சாரங்களுக்கு எதிரான கதையாட லொன்றை மெல்ல மெல்லக் கட்டமைக்கத் தொடங்குகிறார். எதைக் காரணமாகச் சொல்லிப் பெளத்தர் களையும், பெளத்தத்தை யும் பெளத்த நூற்களையும் ஏளனப் படுத்தி, குற்றம் சாட்டினார் களோ அதையே தனது ஆயுதமாகக்கொண்டு பெளத்தத்தை மறுபடியும் தொகுக்கத் தொடங்குகிறார்.

அயோத்திதாசரின் 'தமிழ் பெளத்தம்' என்ற சிந்தனை, அடிப்படையில் 'தமிழ்' மொழிக்கும் பெளத்தத்திற்குமான நெருக்கத்தை விவரிப்பதாகவே ஆரம்பிக்கிறது. பக்தி இயக்க காலகட்டத்தில் பிரச்சாரம் செய்யப்பட்டதுபோல் 'பெளத்தர்கள்' வட இந்தியர்களோ வேற்றுமொழி பேசுகிறவர் களோ இல்லை என்று மறுக்கும் அயோத்திதாசர், இன்றைக்கும் சமூகத்தின் விளிம்புகளில் வாழும்படி நிர்பந்திக்கப்பட்ட பெருவாரியான தமிழர்களே பெளத்தர்கள் என்று பிரகடனப்படுத்துகிறார்.

சாதியின் பெயரால் புறந்தள்ளப்பட்ட தமிழர்கள்; சுத்தத்தின் பெயரால் விரட்டப்பட்ட தமிழர்கள்; விலங்கிலும் கேவலமாக நடத்தப்படுகின்ற தமிழர்கள்; அடிப்படை உரிமைகள்கூட வழங்கப்படாத தமிழர்கள்; தொழிலின் அடிப்படையில் தீண்டத்தகாதவர் என அடையாளப்படுத்தப்பட்ட தமிழர்கள் என்று ஒடுக்கப்பட்ட அனைத்துத் தமிழர்களும் பெளத்தர்கள் என்று அறிவிக்கும் அயோத்திதாசர், சமயக் காழ்ப்புணர்

வினாலேயே இம்மக்கள் அனைவரும் கீழ்நிலைக்குத் தள்ளப்பட்டார்கள் என்றும் பேசத் தொடங்குகிறார்.

கீழ்நிலைக்குத் தள்ளப்பட்ட தமிழ் பௌத்தர்கள் இன்றளவும் வெளித்தெரியாதபடிக்குத் தங்களது பௌத்த ஞாபகங்களையும் சார்புகளையும் வழிபாடுகளையும் பாதுகாத்து வருகிறார்கள் என்று அறிவிக்கிறார்.

தீண்டத்தகாதவர்கள் அல்லது இழிசினர் என்றெல்லாம் தூற்றப்படும் பெருவாரியான ஒடுக்கப்பட்ட தமிழர்களே தமிழ் இலக்கிய, இலக்கண, கணித, சோதிட, வானியல் நூற்களைப் பாதுகாத்து வருகிறார்கள் என்பதுபோன்ற ஆதாரங்களையும் இதற்காக எடுத்துரைக்கிறார். இதன் அதிகபட்ச வெளிப் பாடாகவே அவரது 'தமிழகத்தில் பௌத்தர்கள் அழிந்து விடவில்லை; வாழ்ந்து கொண்டிருக்கின்றனர்' என்ற பிரகடனம் அமைகிறது.'(பக். 73-75)

'பக்தி இயக்கக் காலகட்டம் தொடங்கி இன்றளவும் சைவ-வைணவக் கூட்டணியினர் செய்துவரும் புரட்டுகளுக்கு எதிரான மாற்று அடையாளமொன்றை அயோத்திதாசர் தனது எழுத்துகளின் மூலம் உருவாக்குகின்றார்.

இந்த மாற்று அடையாளம், சாதீய எதிர்ப்புணர்வைத் தனது மையப்பொருளாகக்கொண்டிருக்கிறது; தமிழ்ச் சமூகத்தின் வரலாற்றைத் திருத்தி எழுதும் வேட்கையை வெளிப் படுத்துகிறது; சாதியக் கட்டுமானத்தை விரும்பக்கூடிய சக்திகளின் உண்மையான முகத்தை அம்பலப்படுத்துகிறது; எந்தெந்தத் தளங்களிலெல்லாம் பெயர்களிலெல்லாம் சாதீய மேலாண்மை செயல்படுகிறது என்பதைப் பட்டியலிடுகிறது; பெருவாரியான தமிழ் மக்களின் பண்பாட்டு அடையாளங்களை புனருத்தாரணம் செய்கிறது; எவைஎவை கட்டுக் கதைகள் - அவற்றின் உள்ளர்த்தம் என்ன - அவை யாருக்குப் பயன்படுகின்றன என்பதை விளக்குகிறது; தமிழர்களின் பாரம்பரிய அறிவியல் தளத்தை அடையாளப்படுத்துவதோடு, அதனை அழிக்க முனையும் சக்திகளையும் வெளிப் படுத்துகிறது; சில, மிகச்சிறிய குழுக்களின் சுயநலத்திற்காக வருவிக்கப்பட்ட தமிழ் - சமஸ்கிருத எதிர்மறையின் யதார்த்தத்தை விளக்குகிறது; இத்தகைய பன்முகச் செயல்பாடு களுடைய மாற்றுத் தமிழ் அடையாளமே 'தமிழ் பௌத்தம்' என்றும் அழைக்கப்பட்டது'(பக். 76,77) என விவரிக்கிறார் டி.தருமராஜ்.

மேற்குறித்த தமிழ்ப் பவுத்த விவரிப்புகளிலிருந்து புலனாகும் அயோத்திதாசரின் தமிழர் அடையாள அரசியல் என்பது, சாதி பேதமற்ற சமூக சமத்துவத்தையும் சாதியின் பெயரால் பெருவாரியாக ஒடுக்கப்பட்ட தமிழர்களின் இருப்பையும் குரலையும் உள்ளடக்கிய பூர்வக்குடித் தமிழர் அனைவருக்குமான சமத்துவ அரசியலையே வெளிப்படுத்தி இருக்கிறது எனத் தெளியலாம்.

அயோத்திதாசர் தமது அறிவுச் செயல்பாடுகளின் மூலம் முன்னெடுத்திருந்த தமிழர் அடையாள அரசியலானது, திராவிட இயக்கம் முன்னெடுத்த திராவிட அடையாள அரசியலுக்கும், மற்ற அடையாள அரசியலுக்கும் எல்லாவகையிலும் நேர் எதிரான முரண்பாடுகளைக் கொண்டிருக்கிறது. இத்தகைய அடையாள அரசியலின் முரண்பாடு காரணமாகத்தான், திராவிட இயக்கங் களும் மற்ற அடையாள அரசியலை முன்னெடுத்த இயக்கங்களும் அவற்றின் மூலக் கர்த்தாக்களும் வழித்தோன்றல்களும் அயோத்திதாசரைப் பேசுபொருளாக்க மறுத்திருக்கின்றனர்.

ஆக, அயோத்திதாசரை ஒரு நூற்றாண்டு காலம் பேசுபொருளாக முன்னெடுக்காமைக்குக் காரணம், அயோத்திதாசரின் சாதிப் பின்புலம் மட்டுமல்ல; அயோத்திதாசரின் தமிழர் அடையாள அரசியலை மறுத்ததும் ஒரு காரணமாகும் எனலாம்.

அயோத்திதாசரின் தமிழ்ப் பெருங்கதையாடல் எல்லாவகையான வேடதாரிக் கதையாடல்களையும் தலைகீழாக்கும் பண்பை அடிநாதமாகக் கொண்டிருந்த ஒரே காரணத்தால்தான், அவரது அறிவுச் செயல்பாடுகள் மற்றவர்களால் பேசுபொருளாக்கப்பட வில்லை என்பது குறிப்பிடத்தக்கது ஆகும்.

அயோத்திதாசர் முன்னெடுத்த தமிழர் வரைவியலின் முன்மாதிரிகள்

அயோத்திதாசர் முன்னெடுத்த அறிவுச் செயல்பாடுகள் யாவும் தமிழ், தமிழர், அதிலும் குறிப்பாக, சாதியால் ஒடுக்கப்பட்ட பெருவாரியான தமிழர்களைப் பற்றியதாகவே இருந்த காரணத்தால், அவர்களின் பூர்வீக வரலாற்றைச் செவ்வியல் மரபுகளில் மட்டும் தேடிக் கொண்டிராமல், பெருவாரியான தமிழர்களின் வழக்காற்று மரபுகளில் / வாய்மொழி மரபுகளில் / பண்பாட்டு மரபுகளில் / நாட்டுப்புற மரபுகளில் காணலாகும் அறிவுச் செயல்பாடுகளைக் கண்டறிந்து, தமிழர் மரபின் அறிவு வரைவியலையும் தமிழர் வரலாற்று வரைவியலையும் உருவாக்கித் தந்திருக்கின்றன.

தமிழ்ச் சமூகத்தின் மொழி, இனம், நிலம், தொழில், வாழ்வியல், பண்பாடு, வரலாறு, கலை, இலக்கியம், மருத்துவம் உள்ளிட்ட அறிவுச் செயல்பாடுகள்போன்ற யாவற்றைக் குறித்துமான முழுமை யான தமிழர் வரைவியலுக்கான முன்மாதிரிகள் அயோத்திதாசரின் அறிவுச் செயல்பாடுகளில் நிறைந்து கிடக்கின்றன.

அயோத்திதாசரின் தமிழர் வரைவியல் முன்மாதிரிகள், தமிழர் சமூக வரலாற்றைக் கீழிருந்து கட்டியெழுப்பும் நோக்கத்தையும் முறையியலையும் அடிப்படையாகக் கொண்டிருப்பதாக டி.தருமராஜ் அடையாளப்படுத்துகிறார். இதைக் குறித்து அவர் கூறுவதாவது:

'அயோத்திதாசரைப் பொறுத்தவரையில் 'புராணம்' என்பதற்கு வரலாறு என்றும் கடந்த காலத்தில் நடந்த நிகழ்வுகள் என்றும் பொருள். இன்றைய காலகட்டத்தில் நாம் பயன்படுத்துவது போன்ற தொன்மங்கள், புனைவுகள், பழங்கதைகள் என்ற பொருளில் அவர் 'புராணம்' என்ற சொல்லைப் பயன்படுத்த வில்லை. அதனால் இன்று நாம் கற்பிப்பதுபோன்று வரலாறும் புராணமும் எதிரும் புதிருமானவை என்று யோசித்தால், அயோத்திதாசரின் நோக்கத்தைத் தவறவிட்டு விடுகிறோம். கடந்த கால நிகழ்வுகளை எழுதி வைக்கும்பொழுது அவற்றை பௌத்த மரபு 'புராணங்கள்' என்று அழைத்தது என்பதையே அவர் தனது வரையறையாகக் கொள்கிறார்.

புராணங்களையும் வரலாற்றையும் வேறுபடுத்தாத அயோத்திதாசர், புராணங்களிலிருந்து பொய்க்கதைகளை வேறுபடுத்திக் காட்டுவதை நாம் மறந்துவிடக்கூடாது. அவரைப் பொறுத்தவரையில் புராணம் - வரலாறு என்ற எதிர்மறை இல்லையே தவிர மெய்க்கதை - பொய்க்கதை என்ற பாகுபாடு மிக அதிகமாகச் செயல்படுகிறது.

விளக்கெண்ணெயும், விளக்கும் கண்டுபிடித்த வரலாற்றைச் சொல்லும் கார்த்துல தீப விழாப் புராணம் அவரைப் பொறுத்த வரையில் மெய்க்கதை. அதே கார்த்திகை தீப விழாவிற்கு சைவ சமயம் சொல்லும் 'சிவன் சோதியாய் மலையில் இறங்கினார்' என்ற விபரம் பொய்க்கதையும், கட்டுக் கதையும் ஆகும். முதல் வகை விளக்கம் விளக்கின் வரலாற்றைச் சொல்கிறது. ஆனால், சிவன் சோதியான கதை கடவுள் பெயரில் உண்பவர்களின் வயிற்றை நிரப்புகிறது. இதுபோலவே, தீபவதி ஸ்நானத்திற்கான விளக்கம் மெய்க்கதை, மாவலி வதம் பொய்க்கதை.

புராணங்களை 'வரலாறு' என்று விளங்கிக்கொள்ளும் அயோத்திதாசர், தனது 'பௌத்த பெருங்கதையாடலை' மாற்றுப் புராணங்கள் என்று சொன்னால் நாம் மாற்று வரலாறு என்றே அர்த்தப்படுத்த வேண்டும். ஏறக்குறைய ஒரு நூற்றாண்டுகள் கழித்து, ஒடுக்கப்பட்டோருக்கான விடுதலைப் பாதையில் மாற்று வரலாறுகளை உருவாக்குதல் மிகச் சரியான போராட்டக் கருவியாக இருக்கமுடியும் என்ற நம்பிக்கையில், அடித்தள மக்கள் வரலாறு என்று நாம் பேசுவதை எந்தவித ஆர்ப்பாட்டமுமில்லாமல் அயோத்திதாசர் செய்திருக்கிறார் என்பதே அவரது பலம்.

தமிழ் பௌத்தத்தின் விரிந்த பரப்பை, ஒரு மாயக்காரனின் கைலாகவத்தோடு எழுத்தில் பதிவு செய்கிற அயோத்திதாசர், ஒடுக்கப்பட்டோரின் பண்பாடு வரலாற்றையே திருத்தி எழுதுகிறார் என்று புரிந்துகொள்ளவேண்டும். வெளிப் பார்வைக்கு பௌத்த சமயத்தை அளவுக்கதிகமாகப் புகழ்வதாகவும் விரைந்து முடிவுகளுக்கு வருவதாகவும் தோன்றினாலும், அவற்றின் பின்னால் மறைந்திருக்கக்கூடிய பண்பாட்டு அரசியல் அவர் கட்டமைக்கும் வரலாற்றை நியாயப்படுத்தவே செய்கிறது.

தமிழ் பௌத்தர்களின் பண்பாட்டு வரலாற்றை மீட்டுருவாக்கம் செய்ய முற்படும் அயோத்திதாசர், நாம் ஏற்கெனவே பார்த்தது போல் நாட்டுப்புறப் பழக்கவழக்கங்களையும், சடங்கு களையும், தெய்வங்களையும், நம்பிக்கைகளையுமே தனது முதன்மை ஆதாரங்களாய்க் கருதுகிறார்.

வாய்மொழி சமூகத்துப் பண்பாட்டுக் கூறுகளான நாட்டுப்புற வழக்காறுகள்மீதான அக்கறை தமிழகத்தைப் பொறுத்த வரையில் இருபதாம் நூற்றாண்டின் பிற்பகுதியிலேயே வலுப்பெறுகின்றது. அதற்கு முன்புவரையிலும் மரபான வரலாற்று வரைவியலே நிலவி வந்தது. ஆனால் இதில் விதிவிலக்காக அயோத்திதாசரிடம் மட்டுமே வாய்மொழிப் பண்பாட்டுக் கூறுகள் மீதான அக்கறையும், மரியாதையும் வெளிப்படுகின்றது. ஒடுக்கப்பட்ட மக்களின் பண்பாட்டு வரலாற்றை எழுதவேண்டும் என்ற நோக்கமே அவரை நாட்டுப்புற வழக்காறுகள் பக்கமாகத் திருப்பிவிட்டிருக்க வேண்டும்'(பக். 91-93).

'நம்பிக்கைகள், கதைகள், புராணங்கள், பூஜைகள், சடங்குகள், கோவில்கள், வாழ்க்கை வட்டச் சடங்குகள், திருவிழாக்கள் என

இவை அனைத்தையும் இணைத்தே நாம் 'பண்பாடு' என்று சொல்லிக்கொள்கிறோம். இந்தப் பண்பாடே பல சமயங்களில் நம்மைத் தீர்மானிக்கும் வேலையைச் செய்கிறது. எனவே, அன்றாட வாழ்க்கை என்றும், பண்பாட்டு நிகழ்வுகள் என்றும், சமயச் செயல்பாடுகள் என்றும் சொல்லப்படுபவை அனைத்தும் ஒரே விஷயங்கள்தாம். சமயம் தொடர்பான அயோத்திதாசரின் இரண்டாவதுவகை எழுத்துகள் இவைபோன்ற பண்பாட்டுக் கூறுகள் பற்றியவையே.

சமயத்திற்கும் வாழ்க்கைக்குமான நெருங்கிய தொடர்பை வெளிப்படுத்தும் உச்சக்கட்ட உதாரணம் திருவிழா அல்லது பண்டிகை. 'திருவிழா' என்றும் 'பண்டிகை' என்றும் பேச்சு வழக்கில் அழைக்கப்படும் இத்தகைய நிகழ்வுகள் குறித்த அயோத்திதாசரின் எழுத்துகள் நமக்கு ஏராளமாய்க் கிடைத்துள்ளன. அம்மனுக்கு எடுக்கப்படும் ஊர்த்திருவிழா, கார்த்திகைத் தீபத் திருவிழா. தீபாவளி, சங்கராந்தி, காமன் பண்டிகை போன்றவை குறித்த நீண்ட கட்டுரைகள் ஆர்வத்தைத் தூண்டுவனவாக அமைந்துள்ளன'(பக். 80).

'மரபாகச் சொல்லப்பட்டு வரும் விளக்கங்களை முற்றிலும் மறுப்பதாக அமைகின்றன அயோத்திதாசரின் விளக்கங்கள். ஏறக்குறைய அவரது எல்லா விளக்கங்களும் ஏற்கெனவே சொல்லப்பட்டு வருபவைகளுக்கு தலைகீழாக அமைந்துள்ளன. இத்தலைகீழ் விளக்கங்களைப் பொத்தாம் பொதுவாய்ச் சொல்லிப் போகாமல் ஆதாரபூர்வமாய் நிறுவவும் செய்கின்றார். பழந்தமிழ் இலக்கியங்கள், இலக்கண நூற்கள், நிகண்டுகள், பழமொழிகள், பழஞ்சொற்கள் என ஒரு பரந்த தளத்திலிருந்து தனது வாதத்திற்கான ஆதாரங்களை அவர் எடுத்து வருகின்றார்.

வெவ்வேறு தரப்புகளிலிருந்து இவ்வாறு அவர் ஆதாரங்களை முன்வைக்கும் செயல்பாடு இன்றைய தமிழ்ச் சூழலில் காணப்படாத ஒன்று. மேலும் இவ்வாறு முன் வைக்கப்படும் ஆதாரங்களுக்கிடையேயும் அதைச் சார்ந்த தனது விளக்கங் களுக்கிடையேயும் அறுபட்டுவிடாத தர்க்கமொன்றையும் தனது கட்டுரைகளில் கட்டமைத்துக் கொள்கிறார். ஆதாரங்கள், விளக்கங்கள், தர்க்கம் என்ற மூன்றும் பின்னிப் பிணைந்ததாகவே அவரது கட்டுரைகள் அமைந்துள்ளன.' (பக். 80, 81)

பொதுவாக, இங்கிருக்கும் ஒவ்வோர் பண்பாட்டு அசைவு களுக்கும், ஆரிய பிராமண வைதீகப் பண்பாட்டு மரபுகளுக்கும் நேர் எதிரான முரணும் பகையும் காலங்காலமாக நிலவிக் கொண்டிருக்கிறது. ஆரிய பிராமணியத்தோடும் அதன் வைதீக மரபுகளோடும் எவ்வகையிலும் உறவும் ஈடுபாடும் இல்லாத பண்பாட்டுக் கூறுகளே தமிழரின் பண்பாட்டு மரபில் இருக்கின்றன.

தமிழர் மரபு சார்ந்தும் நாட்டுப்புற வழக்கு சார்ந்தும் நிலவுகிற பண்பாட்டு உணர்வுகளையும், அவற்றைச் சமயப் பண்பாட்டு அடையாளமாக வெளிப்படுத்துகிற மனிதர்களையும், அவர்களின் பண்பாட்டு நடத்தைகளையும், அவை சார்ந்து புலப்படுத்தப்படும் அறிவுச் செயல்பாடுகளையும் பிராமணியத்திலிருந்து பிரித்தறிந்து, பிராமணியமயமாக்கலிலிருந்து தமிழ் / தமிழர் மரபுகளை மீட்டெடுக்கும் நோக்கிலேயே அயோத்திதாசரது அறிவுச் செயல் பாடுகள் அமைந்திருக்கின்றன.

பிராமணிய மரபுகளிலிருந்து தமிழர் மரபுகளை வேறுபடுத்திப் பார்க்கும் கற்கை நெறிகளையும் அயோத்திதாசரே முன்வைத் திருக்கிறார். இதையெல்லாம் கணக்கில் கொள்ளாமலேயே பிராமணிய மரபு வடிவங்களைப்போலவே, இங்குள்ள தமிழர் மரபு வடிவங்களையும் ஒரே நேர்கோட்டில் வைத்துப் பார்ப்பதும் அணுகுவதும் விமர்சிப்பதும்தான் பிராமண எதிர்ப்பு / பகுத்தறிவுவாதம் என்பதாகக் கட்டமைக்கப்பட்டிருக்கிறது.

பிராமணிய வைதீகத்தின் எதிர் மரபாகிய தமிழரின் மரபுகளை யெல்லாம் பிராமணிய வைதீகச் சாயம் பூசி, அவற்றையெல்லாம் பிராமணிய வைதீகத்தின் பக்கம் தள்ளிவிடுகிற / அதுவாகக் கூட்டியும் காட்டியும் செய்கிற போக்கைத்தான் கொச்சைப் பொருள்முதல்வாதப் பகுத்தறிவு வாதங்கள் செய்து கொண்டிருக்கின்றன. அதாவது, இங்குள்ள தமிழரின் மரபுகளை ஆரிய வைதீக பிராமணியம் தன்வயப்படுத்தியும் சமக்கிருத மயப்படுத்தியும் வருகின்ற சூழல் ஒருபுறம் இருக்க, தமிழர் மரபுகளையெல்லாம் பிராமணிய மரபுகளைப்போலப் பகுத்தறிவு அற்றவை; ஆபாசம் நிறைந்தவை; பிற்போக்கானவை; இழிவானவை; வெறுக்கத்தக்கவை எனக் கொச்சையாக எடுத்துரைத்தும் அடையாளப்படுத்தியும் வருவதன் மூலம், அவற்றையும் ஆரிய பிராமணிய வைதீகச் சாயம் பூசுவதும் மறுபுறம் நிகழ்ந்துகொண்டிருக்கிறது. முன்னதை ஆன்மீகம் எனும் பேரில் ஆரியம் செய்கிறது. பின்னது பகுத்தறிவு எனும் பேரில் நடக்கிறது.

இவ்விரண்டு போக்குகளுமே தமிழர் மரபுகளுக்கு ஆரிய பிராமணிய வைதீகச் சாயம் பூசுவதைத்தான் நோக்கமாகக் கொண்டிருக்கின்றன. மேற்குறித்த இருவகைப் போக்குகளில் இருந்தும் வேறுபட்டதான அறிவுக் கண்ணோட்டமே அயோத்தி தாசருடையதாகும். அது, பிராமணியத்தை எதிர்க்கும் தமிழர் மரபுகளை மீட்டுருவாக்கம் செய்யும் நோக்கம் கொண்டதாகும்.

அயோத்திதாசரது அறிவுச் செயல்பாடுகளும் அவற்றின் அடையாள அரசியலும் தமிழ்த் தேசிய அரசியல் செயல்பாடுகளுக்கு உகந்த கருத்தியல் உருக்களையும் முன்மாதிரிகளையும் கொண்டிருக் கின்றன. தமிழ்த் தேசிய அரசியலின் முன்னத்தி ஏராகத் திகழ்ந்திருக்கும் அயோத்திதாசரது அறிவுச் செயல்பாடுகளே தமிழ்த் தேசியத்தின் முழுமையான அரசியலாகக் கொள்வதிலும் போதாமைகள் இருக்க வாய்ப்புண்டு. அயோத்திதாசரது அறிவுச் செயல்பாடுகளையும் மறு வாசிப்புக்கு உட்படுத்துவதும் வேண்டும். அயோத்திதாசரைப் பேசுபொருளாக முன்னெடுப்பதன் மூலமே அயோத்திதாசரை மறுவாசிப்பு செய்திட முடியும். அயோத்திதாசரைப் பேசுபொருளாக்கி மறுவாசிப்புச் செய்யும் போதே தமிழ்த் தேசிய அரசியலும் முழுமைபெற இயலும்.

அந்தவகையில், அயோத்திதாசரது தமிழர் அடையாள அரசியலை 'நான் பூர்வ பௌத்தன்' எனும் அத்தியாயத்தில் பேசு பொருளாக்கியதோடு, 'இது பௌத்த நிலம்', 'பூர்வ பௌத்தனின் கல்லறை' ஆகிய அத்தியாயங்களின் வழியாக அயோத்திதாசரை மறுவாசிப்புக்கும் உள்ளாக்கிப் பேசுபொருளாக வெளி வந்திருக்கிறது டி. தருமராஜின் 'அயோத்திதாசர்: பார்ப்பனர் முதல் பறையர் வரை' எனும் நூல்.

ஒரு நூற்றாண்டு காலத்திற்கும் மேலாகப் பிராமணிய எதிர்ப்பை மய்யப்படுத்தி நிலவுகிற திராவிட அரசியலைக் காட்டிலும் அயோத்திதாசரது அறிவுச் செயல்பாட்டை முன்னெடுக்க வேண்டியதன் அரசியல் சமூகத் தேவை என்ன?

'பார்ப்பனர் எதிர்ப்பில் அயோத்திதாசரும் பெரியாரும் எதிரெதிர் புள்ளிகளில்தான் நிற்கிறார்கள். பெரியாரின் பிராமண எதிர்ப்பு, சமகாலத்தை மட்டுமே மையமிட்டது. இன்றைக்கு அவர்கள் ஆக்கிரமித்திருக்கும் அதிகாரங்களையும் வளங்களையும் கேள்வி கேட்பது அவரது வேலையாக இருந்தது. இந்தச் சமகால விமர்சனத்திற்காக, அவர்கள் வரலாறு நெடுகிலும் எத்தனை கீழ்த்தரமானக் காரியங்களைச் செய்திருக்கிறார்கள் என்று

வாதிட்டார். அதாவது, பெரியாரைப் பொறுத்தவரையில் வரலாறு ஆற்றொழுக்கு போன்றது. நேர்கோட்டில் இயங்குவது. ஒரே முரண்பாட்டைக் கொண்டது. கடவுளைக் காட்டி வரலாறு நெடுகிலும் இந்த பிராமணர்கள் நம் மக்களை ஏமாற்றி வந்திருக்கிறார்கள் என்பதே இந்த விமர்சனம். இதனால், சமகாலத்தில் அப்பிராமணர்களைத் தண்டிக்க வேண்டும் என்கிறார் பெரியார். தண்டனை என்றால், அவர்களிடமிருந்து அதிகாரத்தைக் கைமாற்றுவது. திராவிட இயக்கம் மூலம் அது சாத்தியமானது என்பதே திராவிடர்களின் வெற்றி வரலாறு.

ஆனால், அப்படி அதிகாரம் கைமாறிவிட்டதா என்ற கேள்வியில் இருந்துதான் நாம் ஆரம்பிக்கிறோம். அதிகாரம் கைமாற வில்லை. இன்னமும் பிராமணர்களே ஆக்கிரமித்துக் கொண்டிருக்கிறார்கள். இந்தச் சூழல் ஏன் ஏற்பட்டது? என்றே நாம் கேட்க ஆரம்பிக்கிறோம். இவ்வளவு காட்டமான எதிர்ப்பின் பின்னும் அந்தச் சமூகம் அதிகாரத்திலேயே அமர்ந்திருப்பதன் சூட்சுமம் என்ன என்று கேட்கிறோம்.

இப்பொழுதே, பெரியாரின் அணுகுமுறை சரியானதுதானா? என்று நாம் மறுவிசாரணை செய்ய ஆரம்பிக்கிறோம். சமகால பிராமண மேலாண்மையை அழிப்பதற்காக, வரலாற்றை நாம் கற்பனை செய்தமுறை தவறோ? என்று கேள்வி கேட்க ஆரம்பிக்கிறோம். வரலாறு எப்படி இவ்வளவு துல்லியமாக நேர்க்கோட்டில் பயணிக்க முடியும்? என்று கேட்கிறோம். வரலாறு நெடுகிலும் ஒரு சமூகக் குழு ஒட்டுமொத்தச் சமூகத்தையும் எப்படி ஏமாற்றி வந்திருக்கமுடியும்? என்று கேட்கிறோம். அந்தச் சமூகம் அப்படியென்ன அதிமனித சமூகமா என்று வினா எழுப்புகிறோம்? இப்பொழுதே பெரியார் பிராமணர்கள் குறித்து வரைந்த சித்திரம் தவறானது என்று நமக்கு விளங்குகிறது. பிராமண வல்லாண்மையை நிரூபிக்க வேண்டி நம்மையெல்லாம் கோழைகளாகவும் முட்டாளாகவும் சித்தரித்ததை எதிர்க்கிறோம்.

இப்பொழுதே, அயோத்திதாசர் நமக்குத் துணை செய்ய ஆரம்பிக்கிக்கிறார். பிராமணர்களின் மேலாண்மை ஒரு சூழ்ச்சியின் மூலம் நடந்தது என்பதை அவர் விவரிக்கிறார். அவர் சொல்லும் வரலாறு, நேர்க்கோட்டில் இல்லாது, பல கோணல் மாணல்களுடன் இருக்கிறது. அந்த வரலாற்றில் நாமே அறிவாளிகளாக இருக்கிறோம். அம்பேத்கர் கருதுவதுபோல ஆணாதிக்கப் பாலுணர்வுதான் சாதித்

தோற்றத்தின் அடிப்படை என்று அயோத்திதாசர் கருதவில்லை. அதற்குப் பல்வேறு காரணங்கள் இருக்கமுடியும் என்று அவர் கருதுகிறார். சொல்லப்போனால், அயோத்திதாசரின் வரலாறு இன்னமும் கூடுதல் அறிவியல்பூர்வத்துடன் உள்ளது.

பெரியாரின் காலம் ஓர் அருமையான சந்தர்ப்பமாக இருந்தது. அதாவது, நவீன இந்தியாவை வடிவமைக்கும் தருணம் ஒரு நல்ல சந்தர்ப்பம். அப்பொழுதுதான் இந்த தேசத்தின் அடையாளத்தை நாம் முன்மொழியத் தொடங்குகிறோம். பெரியாருக்கும் முன்னால் காலனிய சிந்தனையாளர்களே நவீன இந்தியாவின் பாரம்பரியத்தை வடிவமைத்தவர்கள். அவர்களது பிராமணச் சித்திரத்தையே பெரியார் சுவீகாரம் செய்துகொள்கிறார். சமஸ்கிருத மொழி, பிராமணக் கலை வடிவங்கள் என்று இங்கிருக்கும் அத்தனையும் பிராமண மயமானது என்று நம்ப வைக்கப்பட்டிருந்தது. அதனாலேயே அதைப் பெரியாரும் நம்பினார்.

அந்த நேரத்தில் அதை எதிர்த்துக் குரல் எழுப்பும் வாய்ப்பை நாம் தவறவிட்டுவிட்டோம். அதனால் இங்கிருக்கிற அனைத்தும் பிராமணர்களுடையது என்று தொடர்ந்து நம்பப்படுகிறது. தமிழகம் அவர்களைப் புறக்கணித்தாலும் இந்தியா அவர்களைப் பாதுகாக்கும் அமைப்பாகத் தொடர முடிகிறது.

அயோத்திதாசரிடம் இதற்கு மாற்றான, அதாவது அபிராமணிய, அகாலனிய சிந்தனையொன்று ஓடிக்கொண்டிருக்கிறது. அது, வரலாற்றின் படிப்பினைகளிலிருந்து புதிய தேசத்தைக் கற்பனை செய்யச் சொல்கிறது. அது, எல்லா அதிகார, வள மையங் களையும் எல்லோருக்கும் சரிசமமாகத் திறந்து விடச் சொல்கிறது' (டி.தருமராஜ் ஆய்வுகள் வாசகர் வட்ட முகநூல் பதிவு 11. 06. 2020) என, அயோத்திதாசரைப் பேசுபொரு ளாக்குவதன் சமூகத் தேவையை தருமராஜ் எடுத்துரைக்கிறார்.

நூலாசிரியர் டி. தருமராஜ் குறிப்பிட்டதைப்போல, தமிழ்ச் சமூக விடுதலைக்கான புதிய அரசியல் பாதைக்கான அறிவுலகம் அயோத்திதாசரிடமே இருக்கிறது. எந்தவோர் அரசியலாக இருந்தாலும் ஒவ்வோர் அரசியலும் சமூகத் தேவை கருதி சுய பரிசீலனையும் மறு பரிசீலனையுமான மறுவாசிப்பை நிகழ்த்தும் போதே அதன் நேர்மையான அரசியல் பலப்படும்.

தமிழ்த் தேசிய அரசியலாக இருந்தாலும், திராவிட அரசியலாக இருந்தாலும், பிராமணிய எதிர்ப்பு அரசியலாக இருந்தாலும் அவை யாவும் மறுவாசிப்புக்கு உள்ளாக்கப்படவேண்டும். அத்தகைய மறு

வாசிப்புக்கு அயோத்திதாசரது அறிவுச் செயல்பாடுகளே பெருந்துணை புரியும். இந்நிலையில்தான், அயோத்திதாசரது அறிவுச் செயல்பாடுகளைப் புரிந்துகொள்ளவும் உள்நுழைய வுமான அறிவுலகத் திறவு நூலாக வெளிவந்திருக்கிறது டி. தருமராஜின் 'அயோத்திதாசர்: பார்ப்பனர் முதல் பறையர் வரை' எனும் நூல். இதைத் தமிழ்ச் சமூகம் பேசுபொருளாக்குவதே நேர்மையான அறிவுச் செயல்பாடாகும்.

●

துணை நூல்கள்:

- 'அயோத்திதாசர்: பார்ப்பனர் முதல் பறையர் வரை', டி. தருமராஜ், கிழக்கு வெளியீடு, 2019.

- 'நான் ஏன் தலித்தும் அல்ல', டி. தருமராஜ், கிழக்கு வெளியீடு, 2016.

- அயோத்திதாசர் சிந்தனைகள், 3 தொகுதிகள், ஞான. அலாய்சியஸ் (தொ. ஆ.), நாட்டார் வழக்காற்றியல் ஆய்வு மையம் வெளியீடு, 2011, இரண்டாம் பதிப்பு.

- பெரியார் ஈ. வெ. ரா சிந்தனைகள், தொகுதி 2, வே. ஆனைமுத்து (ப. ஆ.), பெரியார் ஈ. வெ. இராமசாமி நாகம்மை கல்வி ஆராய்ச்சி அறக்கட்டளை வெளியீடு, 2009, இரண்டாம் பதிப்பு.

- பெரியார் சுயமரியாதை சமதரும‌ம், எஸ். வி. ராஜதுரை, வ. கீதா, விடியல் பதிப்பகம், 1996, முதல் பதிப்பு.

- மண்ணுரிமை, முதற்பகுதி, குணா, தமிழக ஆய்வரண் வெளியீடு, 2000, முதல் பதிப்பு.

- திராவிடத்தால் வீழ்ந்தோம், குணா, தமிழக ஆய்வரண் வெளியீடு, 1994, முதல் பதிப்பு.

- தமிழின மீட்சி: ஒரு வரலாற்றுப் பார்வை, குணா, பஃறுளி பதிப்பகம், 1992, இரண்டாம் பதிப்பு.

- அடித்தள மக்கள் வரலாறு, ஆ. சிவசுப்பிரமணியன், என்சிபிஎச் வெளியீடு, 2018, இரண்டாம் பதிப்பு.

- திராவிடம் தமிழர் மறுமலர்ச்சியை வளர்த்ததா வழிமாற்றியதா, பெ.மணியரசன், பன்மை வெளி வெளியீடு, 2016, முதல் பதிப்பு.

- கலகக்காரர் தோழர் பெரியார், மு. இராமசுவாமி, ருத்ரா பதிப்பகம், 2004, முதல் பதிப்பு.

- பெரியார் இன்றும் என்றும்: பெரியாரின் தேர்ந்தெடுக்கப்பட்ட கட்டுரைகள், விடியல் பதிப்பகம், 2019, ஏழாம் பதிப்பு.

●

அயோத்திதாசர், பெரியார் மற்றும் இளையராஜா

சி. சரவண கார்த்திகேயன்

எழுத்தாளர்

ஆய்வுக் கட்டுரை எழுதத் தேவையான சமநிலைகொண்ட, ஒருமுகப்படுத்தப்பட்ட மனம் எனும் சொகுசுடன் இருக்க இந்த ஊரடங்குக் கிருமிக் காலம் சாதாரணர்களான நம்மை அனுமதிக்க வில்லை என்பதே நிலவும் கள யதார்த்தம். இது உண்மையில் கவிதைகளுக்கான காலம், புனைவுகளுக்கான காலம் அல்லது சோம்பல் முற்ற திரைப்படங்கள் கண்டு தீர்க்கும் காலம். அதனால் இக்கட்டுரையை ஆராய்ச்சியாக அன்றி, ஓர் உள்முக விவாதத் தெறிப்பாக எடுக்க எல்லா நியாயமும் இருக்கிறது.

அயோத்திதாசர் என்ற ஆளுமைபற்றிய என் பிம்பத்தைத் தொகுத்து நிறுவிக்கொள்வது இக்கட்டுரையை அணுக உதவக்கூடும். அவரது பங்களிப்பை இருபெரும் வகையாகப் பகுக்கலாம். முதலாவது அவரது செயல்பாடுகள். இரண்டாவது அவரது சிந்தனைகள்.

செயல் என்பது அவர் தாழ்த்தப்பட்டோர் விடுதலைக்காகச் செய்தவை. சுதந்திரத்தைவிடச் சமூக விடுதலையே முதன்மை யானது என்று சொன்னவர் (19ஆம் நூற்றாண்டின் இறுதியிலேயே). அதனால் அன்று மேல்தட்டுத் தலைவர்களிடம் பலத்த எதிர்ப்பைச் சந்தித்தவர். சென்னை மாகாண சங்கம் சார்பில் ஒடுக்கப் பட்டோருக்குக் கல்வியுரிமை, நில ஒதுக்கீடு ஆகியவற்றை அரசிடம் கோரினார். பஞ்சமி நிலத்துக்கான துவக்கப்புள்ளி இது. இந்தியாவில் பௌத்த மறுமலர்ச்சி ஏற்படுத்தியதில் அயோத்திதாசர் பங்களிப்பு முதன்மையானது. திராவிடர், தமிழர் போன்ற சொற்களைப் பரவலாகப் பயன்படுத்த ஆரம்பித்தவர் அவரே. அது சாதி வேற்றுமையைக் களையும் என நம்பினார். இதை எல்லாம் வைத்துப் பார்க்கும்போது சாதி ஏற்றத்தாழ்வை

மறுத்துப் போராடியதில் அவர் பெரியாருக்கும் அம்பேத்கருக்கும் முன்னோடி எனத் தயங்காமல் சொல்லலாம்.

இவ்வளவு இருந்தும் தன் மறைவுக்குப் பின் சுமார் 90 ஆண்டுகள் அயோத்திதாசர் காணாமல் போனார். அவருக்குத் தன் தங்கையை மணம் முடித்துக் கொடுத்த தலித் போராட்டக்காரரான இரட்டைமலை சீனிவாசன் அவருக்குப் பிறகு முப்பத்தைந்து ஆண்டுகள் வாழ்ந்திருக்கிறார் ('பறையன்' என்ற இதழை நடத்தி, சென்னை மாகாண சட்டசபை உறுப்பினராகவும் பல்லாண்டு காலம் அதிகாரத்தில் இருந்தவர்). அப்படி இருந்துமே அயோத்திதாசரின் சிந்தனைகள் பரவலாக்கப்படவில்லை என்பதைக் கவனிக்க வேண்டும். எனில் சீனிவாசனுக்கே அயோத்திதாசரது கருத்தாக்கங்களில் முரண்களும் மாறுபாடுகளும் இருந்திருக்கின்றன என்றே கொள்ளவேண்டியுள்ளது.

அதற்கெல்லாம் காரணம் அவரது சிந்தனைகள் ஆதாரங்களற்று அந்தரத்தில் நின்றதுதான். நவீன வரலாற்று ஆய்வு முறைகளின்படி அவரை அணுகும் எவருக்கும் அது திகைப்பூட்டுவதாகவே இருக்கும். அவர் சுமார் எழுபது ஆண்டுகள் வாழ்ந்திருந்தாலும் அதில் வெறும் பத்து சதவிகிதம் தொடர்பான ஆவணங்கள் மட்டுமே கிடைக்கின்றன. கடைசி ஏழு ஆண்டுகள். அவர் நடத்திய தமிழன் இதழ்கள் மூலம் (ஆரம்பத்தில் ஒரு பைசாத் தமிழன் என்ற பெயரில் நடத்தினார்). அவற்றிலிருந்து அவரது எழுத்துகளை ஞான அலாய்சியஸ் 'அயோத்திதாசர் சிந்தனைகள்' என்ற பெயரில் தொகுதிகளாக வெளியிட்டிருக்கிறார் (இன்னும் சில தொகுக்கப் படாமல் இருக்கின்றன என்கிறார்கள்).

பிறகு தமிழ்நாட்டுத் தலித் ஆய்வாளர்களின் மைய வசீகரமாக அயோத்திதாசர் மாறிப் போனார். ஏற்கெனவே ராஜ் கௌதமன், ஸ்டாலின் ராஜாங்கம், ரவிக்குமார், கௌதம சன்னாசி முதலான பலர் அயோத்திதாசர்பற்றி நூல்களும் கட்டுரைகளும் எழுதிக் குவித்துள்ள நிலையில் மதுரை காமராசர் பல்கலைக்கழகத்தின் நாட்டுப்புறவியல் துறைத்தலைவரான பேராசிரியர் டி. தருமராஜ், 'அயோத்திதாசர் பார்ப்பனர் முதல் பறையர் வரை' என்ற கனமானதொரு நூலைச் சென்ற ஆண்டு வெளியிட்டார்.

அயோத்திதாசர் என்ற பெயர் எனக்கு முதன் முதலில் அறிமுகமானது 2003ஆம் ஆண்டு வாக்கில். அப்போது சென்னையில் கல்லூரியில் வாசித்துக்கொண்டிருந்தேன். வாரம் ஒருமுறையாவது கன்னிமரா நூலகத்திற்குப்போய் வரும் பழக்கம் இருந்தது.

'அயோத்திதாசர் சிந்தனைகள்' நூலின் இரு பெரும் தொகுதிகள் குறிப்பிட்ட அடுக்கில் வைக்கப்பட்டிருக்கும். நான் முதல்நாள் அவற்றை எங்கே பார்த்தேனோ அங்கேயேதான் அது எப்போதும் இருக்கும். அதை யாரும் எடுத்து வாசித்ததாகவே தெரியவில்லை. முதலில் அது அயோத்தி, ராமர் கோயில் தொடர்பான ஏதோ இந்துத்துவ நூல் என்று நானும் கண்டுகொள்ளவில்லை. பிறகு அதன் அசையாத்தன்மையால் ஈர்ப்புற்று ஓரிருமுறை எடுத்துப் புரட்டியதில் அவர் நூறாண்டு பழைய தலித் சிந்தனையாளர் என்று அறிந்துகொண்டேன். ஒருமுறை அவற்றில் ஒன்றை என்ட்ரி போட்டு எடுத்ததும் நினைவிருக்கிறது. ஆனால் மேலோட்டமாய் மேய்ந்ததைத் தவிர முடிக்கவில்லை.

அயோத்திதாசரை நான் குறைவாகவே வாசித்தவன். போலவே அவரைப் பற்றிய வந்த எழுத்துகளையும் அதிகம் வாசித்ததில்லை. இந்தக் குறைதகுதிப் பின்புலத்தில் எனக்குத் தருமராஜின் நூலின் தனித்துவம் எனத் தோன்றுவது அதன் இயல்புதான். இது அவரது சரிதம் அல்ல; அவரது சிந்தனைகளை விளக்கும் பரப்பும் முயற்சி அல்ல; நிச்சயம் அவரை எதிர்மறையாக விமர்சிப்பதும் அல்ல; மாறாக அவரது சிந்தனைகள் வழி அவர் ஏன் மறக்கப்பட்டார் என்ற சித்திரத்தைக் கரிசனத்துடன் அளிக்க முயல்கிறது இந்நூல்.

●

தருமராஜ் சென்ற ஆண்டு இந்நேரம் - நூல் வெளியாகும் முன்பாக - நூலின் இறுதிப் பகுதியாக உள்ள 'பூர்வ பௌத்தனின் கல்லறை'யை மட்டும் மென்பிரதியாக எனக்கு அனுப்பி இருந்தார் - அப்போது அதன் தலைப்பு 'அயோத்திதாசரின் லட்சணம்' என்பது. அதைப்பற்றிய என் கருத்துகளை அப்போது சுருக்கமாக அவரிடம் பகிர்ந்திருந்தேன். அவற்றின் நீட்சியாகத் தோன்றிய சில எண்ணங்களை இவ்வழி பகிர்ந்துகொள்ளலாம் என நினைக்கிறேன் (புத்தகத்தின் மற்ற பகுதிகளை நான் இன்னும் வாசிக்கவில்லை).

முதலில் நூலின் மீதான என் விமர்சனங்கள்

அந்தக் கடைசிப் பகுதி பிடிஎஃப் வடிவில் 120 பக்கங்கள் கொண்டது. மொத்தமாய் 36 அத்தியாயங்கள் கொண்டது. என் முதல் அதிர்ச்சி அதை எனக்கு அனுப்பியபோது 'கட்டுரை' என தருமராஜ் குறிப்பிட்டார். என் முதல் வாசிப்பில் அந்த அத்தியாயப் பிரிப்புகளின் தர்க்கத்தை என்னால் சரியாக உள்வாங்க முடியவில்லை.

சிற்சில அத்தியாயங்கள் சேர்த்தே எழுதப்பட்டிருக்கலாம் - வலிந்து பிரிக்கப்பட்டதுபோல் தோன்றியது. அதில் நன்மையும் உண்டு; எதிர்மறையும். நன்மை வாசகனுக்குச் சிந்தனைகளைச் சிறிய பொட்டலமாகத் தர முடிவது. எதிர்மறை தர்க்கப்பூர்வத் தொடர்ச்சி அறுபடுவது. ஒரு வாசகனாக எனக்கு அது மெல்லிய தொந்தரவூட்டும் ஓர் அம்சமாகவே இருந்தது. தருமராஜிடம் சொன்னபோது கனத்த ஒன்றை வாசிக்கிறோம் என்ற அலுப்பைத் தவிர்க்கும் பொருட்டு வலிந்து செய்யப்பட்டதுதான் அது என்றார். எனில் ஒரு புதிய வாசகனுக்கு ஒருவேளை அது நல்ல விஷயமாகத் தோன்றலாம்தான்.

எனக்குப் பொதுவாகவே திரும்பச் சொல்லுதல் என்ற விஷயத்தில் உவப்பில்லை. 18, 19, 20 அத்தியாயங்களில் இலக்கணம் / லட்சணம், பனுவல், பண்பாட்டுச் செயல்பாடு பற்றிய விஷயங் களில் பல திரும்பத் திரும்பச் சொல்லப்படுகின்றன. இதுபோல் மேலும் சில இடங்களையும் இந்நூலில் சுட்டலாம். வாசகனுக்குப் புரியாதோ என்ற தயக்கம் எழும்போது இந்த விஷயம் நுழைந்துவிடும். அது அவசியமற்றது என்றேபடுகிறது. தேர்ந்த ஒரு வாசகனுக்கு அது எரிச்சலூட்டும் விஷயமாகத் தொனிக்கும் சாத்தியமுண்டு.

தருமராஜின் எழுத்து முறையில் இன்னொரு விஷயத்தையும் பார்க்கிறேன். அவர் பேசிக்கொண்டிருக்கும் மைய விஷயத்திற்குத் தொடர்புடைய இன்னொரு விஷயத்தைப் பற்றிப் பேச ஆரம்பிக்கும்போது அதையும் மிக மிக மிக விஸ்தாரமாகச் சொல்ல ஆரம்பித்து விடுகிறார் (அவர் ஒரு பேராசிரியர் என்கிற பின்புலம் இதற்குக் காரணமோ என்றும் தோன்றுகிறது). ஒரு பெருங்கதையில் நுழையும் கிளைக்கதை பிரதானக் கதையின் அளவுக்கே வளர்ந்து நிற்கும்போது நாம் வாசிக்கும் கதை எதைப்பற்றியது என்ற குழப்பம் நமக்கு வந்துவிடுவதுபோல்தான் அயோத்திதாசர் நூலிலும் நிகழ்கிறது.

உதாரணமாக அயோத்திதாசரை நாம் மறந்துவிட்டதுபற்றி எழுதும் போது ஞாபகம் மற்றும் மறதிபற்றிப் பல விஷயங்களை உளவியல் ரீதியாகவும் சமூகரீதியாகவும் பல அத்தியாயங்கள் சொல்லிச் செல்கிறார். அது தொடர்புடையதெனினும் மிகவும் நீண்டு விடுகிறது. போலவே எழுத்து, ஒலி, மெய், பன்மை, வாசனை, பனுவல், திக்கல் முதலிய பகுதிகளும் அப்படித்தான். பல அத்தியாயங்களில் அயோத்திதாசரோ பறையரோ பௌத்தரோ பிராமணரோ காணாமல்போய் இது ஒரு தவிர்க்கமுடியாத பாடப்

புத்தகத்தனத்தைக் கொணர்ந்து விடுகிறது ('இளையராஜாவை வரைதல்' நூல் மற்றும் அதன் தொடர்ச்சியான ராஜா கட்டுரையிலும் இதே கூறை நாம் காண முடிகிறது).

மாறாக எதிர்பார்த்த சில விஷயங்கள் சுருக்கமாகவே வருகின்றன. 'மிதக்கும் குறிப்பான்' பற்றிய அத்தியாயங்களை இன்னும் தெளிவாகவே விளக்கி இருக்கலாம் எனப்படுகிறது. 8 முதல் 11 வரையிலான அத்தியாயங்களில் 'ஞாபகம் ஒரு காலவாசி' என்பது வரை புரிகிறது. ஆனால் அதைத் தொடர்ந்து காலத்தை / காலவெளியை எப்படி நேரடியாய் ஞாபகங்கள் / மறதிகளுடன் சேர்த்துச் சொல்கிறார் என்பதில் தெளிவில்லை. அதில் காலம் / காலவெளி என்ற இடத்தில் மூளையின் நினைவடுக்கு என்ற விஷயத்தைத்தான் வைத்துப் பார்க்கமுடிகிறது. ஒருவகையில் ஆழ்வாசிப்பைக் கோரும் இடங்கள் அவை.

அடுத்து இந்த நூலின் பலமாக அல்லது தனித்துவமாக நான் கருதுவதைப் பார்ப்போம்.

வேஷ பிராமணன், யதார்த்த பிராமணன் பற்றிய இடங்கள் சிறப்பாக வந்திருக்கின்றன. அயோத்திதாசர் இயற்றிய இந்திர தேச சரித்திரம் குறித்து எழுதப்பட்டிருக்கும் கடைசி ஐந்து அத்தியாயங் களும் (32 முதல் 36 வரை) பிரமாதமாக வந்திருக்கின்றன. நூலின் ஆகச் சுவாரஸ்யமான பகுதி இதுவே (அயோத்திதாசரின் சறுக்கல்களைத் தருமராஜ் இப்பகுதியில் பேசுகிறார் என்பதும் எனக்குப் பிடித்ததற்குக் காரணமாக இருக்கலாம்). திண்ணைப் பள்ளிக்கூடம்பற்றி அயோத்திதாசர் சொல்லியுள்ளவை நன்றாக உள்ளன. இறுதியாக அந்த ரகசியக் கடத்தல் விஷயமும் சுவாரஸ்யமாக அமைந்திருக்கிறது.

அயோத்திதாசர் சொல்வதாக இந்தப் பகுதியில் தருமராஜ் முன்வைப்பது அன்றைய பறையர்கள் (அதாவது அவர்களில் சிலர் என்று புரிந்து கொள்கிறேன்) உண்மையில் பூர்வ பௌத்தர்கள். கல்வியறிவு கொண்டவர்கள். பிராமணர்களின் அபத்தங்களை எதிர்த்தவர்கள். அவர்கள் பௌத்தர்களாக இருந்தது வேஷ பிராமணர்களுக்கு எதிரான ஒரு கலகச் செயல்பாடு. அவர்களை ஒழிக்கும் நோக்கில் அந்தச் செயல்பாடுகளைக் கொச்சைப்படுத்த பறையர் என்பதைச் சாதிப் பெயராக, அவமதிப்பு மிக்க சொல்லாகப் பிராமணர்கள் மாற்றினார்கள் என்பது அயோத்திதாசரின் தியரி. இப்படிச் சொல்லும் போது (சில) பறையர்கள் மற்றும் பிராமணர்கள் தவிர்த்து மற்ற எல்லோரையும் கல்லாதவர்கள் என்று

சொல்கிறார். இதில் மற்றப் பறையர்களும் பிற தலித்களும் பழங்குடிகளும் பிற்படுத்தப்பட்டோரும் வருவார்கள். ஆதாரங்களற்ற பூர்வ பௌத்தர் என்ற அயோத்திதாசரின் இந்த ஞிடுச்சிடு ஒருவகையில் பெருமித உணர்வுதான். அதன் கரட்டு வடிவ நீட்சிதான் வீரப் பறையனார் எனக் கொம்பு சீவும் சுவரொட்டிகளை அடிப்பது. வள்ளுவப் பறையனார் போன்ற அடையாளத் திரிபுகளை மேற்கொள்வது.

அயோத்திதாசர் அடிப்படையில் சித்த மருத்துவர். அவர் சில சித்து வேலைகளும் தெரிந்து வைத்திருந்ததாகத் திரு.வி.க.வின் குறிப்பின் மூலம் அறியமுடிகிறது. இதில் கவனிக்கவேண்டியது அயோத்திதாசர் தாம் பூர்வ பௌத்தர் என உளப்பூர்வமாகவே நம்பினார் என்பதுதான். அமெரிக்கரான ஆல்காட்டின் மூலமாகவே இலங்கை சென்று அங்கிருந்த பௌத்த பிக்குகளின் வழிகாட்டலுடன் 1898இல் புத்த மதத்தைத் தழுவினார். அப்போது ஆல்காட்டிடம் 'நாங்கள் பூர்வ பவுத்தர்கள். இம்மண்ணின் பூர்வகுடிகளான நாங்கள் எங்களின் முன்னோரின் வழியில் செல்ல விரும்புகிறோம். எங்களுக்குப் பவுத்த சங்கம் அமைக்க உதவினால் நூற்றுக்கணக் கானோர் பவுத்தம் திரும்புவார்கள்' என்று தெளிவாகச் சொல்லி இருக்கிறார் (அந்த அமைப்பின் பெயர் திராவிட பவுத்த சங்கம்).

அவர் நவீன முறைகளைப் பின்பற்றாமல் செய்தவற்றை மீட்டுருவாக்க வரலாறு என்றார். அது வரலாறு அற்றவர்களின் வரலாறாக அமைகிறது என்று நம்பினார். ஆனால் அப்படிக் கட்டமைக்கப்பட்ட பெருமிதத்தைக் கொண்டாடுவது மட்டு மல்லாது அதையே நவீன அடையாளமாக முன்வைப்பதே அவரது பிரச்னை ஆகி விடுகிறது. அந்தப் பகுதியின் தலைப்பான 'பூர்வ பௌத்தனின் கல்லறை' இதையொட்டியதுதான்.

பெரும்பாலும் அலைபாயும் தன்மை மிகுந்து காணப்படும் இந்த இறுதிப் பகுதி, நூலின் பின்னுரையாகவே கட்டமைக்கப்பட்டிருக் கிறது. பிராமணர், பூர்வ பௌத்தர், பறையர்பற்றி அயோத்திதாசர் கொண்டிருந்த கருத்துகளும், அவர் ஏன் மறக்கப்பட்டார் என்ற தருமராஜின் பார்வையும் என்பதை இந்நூலின் மையச்சரடாகக் கொள்ள இடமுண்டு. அவ்வகையில் பார்த்தால் இந்நூல் அயோத்திதாசரின் வீழ்ச்சியைப் பேசும் நூல்தான்.

திராவிட இயக்கம் அயோத்திதாசரை விட எங்கே அதிகம் வெற்றி பெற்றது, எங்கே சித்தாந்தரீதியாகத் தேங்கியது என்பதற்கு அதிக விளக்கங்கள் இந்நூலில் இல்லை. அது நூலின் நோக்கம் இல்லை

என்பதால் குறை சொல்வதற்கில்லை. நமக்கு ஆர்வமிருக்கும் ஒரு விஷயத்தை நூல் பாதியில் கைவிட்டு நிற்பதன் தனிப்பட்ட ஏக்கம் மட்டுமே அது.

●

'தமிழன்' இதழ் 1926இல் மீண்டும் தொடங்கப்பட்டபோது அதை வரவேற்றுக் 'குடியரசு' இதழில் பெரியார் எழுதியதிலிருந்து ஒரு பகுதி:

'முன்னர் காலஞ்சென்ற திரு. அயோத்திதாசர் பண்டிதரவர் களால் 'தமிழன்' என்னும் பெயர் கொண்ட பத்திரிகை நடத்தப்பெற்றது. அவர் காலத்திற்குப் பின்னர் அப்பத்திரிகை நிறுத்தப்பட வேண்டியதாயிற்று'.

1961இல் கோலார் தங்கவயல் தென்னிந்திய புத்த சங்கம் நடத்திய கூட்டத்தில் ஜி. அப்பாத்துரையார் படத்தைப் பெரியார் திறந்து வைத்துப் பேசியது:

'காலஞ்சென்ற அயோத்திதாஸ் பண்டிதர் அவர்கள் அறிவு விளக்க நூல்களை நாங்கள் எப்படி குறைந்த விலையில் விற்பனை செய்து வருகின்றோமோ, அதுபோலவே குறைந்த விலையில் வழங்கி வந்தார். அயோத்திதாஸ் பண்டிதருடன் அப்பாத்துரை அவர்கள் ஈடுபட்டு பணியாற்றி வந்திருக் கிறார்கள். இதன் காரணமாக எங்களுக்கு நெருங்கிய நேயம் உண்டாயிற்று'.

பெரியார் அயோத்திதாசரை மறைத்தார் என்று முன்வைக்கப்படும் கருத்துகளை ஏராளம் பார்க்கிறோம். பெரியார் அடிப்படையில் பகுத்தறிவாளர். அவரால் நிச்சயம் ஆதாரப்பூர்வமற்று, வரலாற்று உணர்வற்று அயோத்திதாசர் முன்வைத்த கருத்துகளை ஏற்றிருக்க முடியாது. அதனால் அவரை ஓர் அடையாளமாக முன்வைக்கும் போது அவரது பகுத்தறிவற்ற பகுதிகளையும் சேர்த்துச் சுமக்க வேண்டும் என்பதால் அவரைத் தவிர்த்திருக்கலாம் என்றே கொள்ள வேண்டியுள்ளது. அயோத்திதாசரை எவ்வளவு தூரம் சிந்தனை யாளராகப் பெரியார் அறிந்திருந்தார் என்பதும் தெளிவாய்த் தெரிய வில்லை (அவர் நூல்களைப் பெரியார் பதிப்பித்தார் என்றாலும் அவை இட ஒதுக்கீடு, நில உரிமை போன்ற சமூக நீதி, சாதியொழிப்புக் கருத்துகள் தொடர்புடையவை. சடங்கு, பௌத்தம், வரலாற்று மீட்டுருவாக்கம் போன்ற பண்பாட்டு விஷயங்கள் தொடர்புடையவை அல்ல).

அயோத்திதாசரின் சமகாலத்தவரான பேராசிரியர் பி. லக்ஷ்மி நரசுவின் 'The Essnece of Buddhism' நூலின் மறுபதிப்பின் (1948) முன்னுரையில் 'இதுவரை புத்த மதம் பற்றி வந்துள்ள நூல்களில் இதுதான் சிறந்த நூல்' என்கிறார் அம்பேத்கர். அயோத்திதாசரும் 'புத்தரது ஆதிவேதம்' என்ற புத்தர் சரிதத்தைத் 'தமிழன்' இதழில் எழுதினார். மேற்கத்திய தரவுகளைக் கருதாது பழந்தமிழ் நூல்களை ஆதாரமாகக் கொண்டு எழுதினார். அது அம்பேத்கருக்கு போய்ச் சேரவில்லை. அவர் தமிழகத்திலேயே மறக்கப் பட்டிருந்தார்.

பெரியார் தமிழகத்தில் இருந்தவர். அம்பேத்கர் பம்பாயில் இருந்தார். அம்பேத்கருக்கு அயோத்திதாசர் போய்ச் சேராததை வைத்துப் பெரியாருக்கும் தெரிந்திருக்காது என்று முடிவு செய்ய முடியாதல்லவா? என ஒருவர் இங்கே கேள்வி எழுப்பலாம். சரிதான். ஆனால் அம்பேத்கர், பெரியார் இருவரின் ஆர்வப் புள்ளி களையும் கவனிக்கவேண்டும். அம்பேத்கர் புத்தர், பௌத்தம் தொடர்புடைய விஷயங்களில் ஆர்வமாக இருந்தவர். மாறாகப் பெரியாரோ சாதியொழிப்பு, கடவுள் மறுப்பு, மூடநம்பிக்கை எதிர்ப்பு, பார்ப்பன எதிர்ப்பு போன்றவற்றில்தான் முழுமூச்சாக ஈடுபட்டுக் கொண்டிருந்தார். அதனால் தமிழில் எழுதப்பட்டது என்றாலும் அம்பேத்கருக்கு அயோத்திதாசர் நூல் பற்றிய தகவலேனும் போய்ச் சேர்ந்திருக்க அதிக முகாந்திரம் இருந்தது என்றே கருதுகிறேன்.

இதெல்லாம் தாண்டிப் பெரியாருக்கும் அயோத்திதாசருக்குமான சிந்தனைத் தரப்புக்குப் பாரதூர வித்தியாசம் உண்டு. கார்த்திகை தீபம், ஆடி மாத அம்மன் வழிபாடு, விஜயதசமி / சரஸ்வதி பூஜை, சங்கராந்தி / பொங்கல் / போகி, முக வழிபாடு, சிவராத்திரி, அம்மி மிதித்தல், அருந்ததி பார்த்தல், அரசமரக் கிளை நடுதல், மாங்கல்யம் கட்டுதல் முதலான இந்துத் திருமணச் சடங்குகள் போன்ற தமிழர்கள் மத்தியில் நிலவிய பலவற்றையும் புத்த மதத்தோடு வைத்துப் பொருத்தி விளக்கமளித்தார். பெரியார் இவை அனைத்தையும் மூடநம்பிக்கை என்று மட்டையடியாக மறுதலித்தவர் (அது மட்டையடி என்றாலும் என் தனிப்பட்ட கருத்தில் நான் பெரியாரோடுதான் நிற்கிறேன்). அதனால் பெரியார் அயோத்திதாசரை ஏற்றிருக்கவேண்டும் என்றோ பரப்பியிருக்க வேண்டும் என்றோ நினைப்பதே முட்டாள்தனம் (அதில் பெரியார் மீதான மெல்லிய காழ்ப்பு தென்படுகிறது).

உதாரணமாகக் காந்தி, போஸ் இருவரின் நோக்கம் தேச விடுதலை தான் என்றாலும் மஹாத்மாவின் வழி அஹிம்சை; நேதாஜியின் வழி வன்முறை. ஆக, இருவருக்கும் பரஸ்பரம் மரியாதை இருந்தாலும் ஒருவரது கொள்கையை மற்றவர் விதந்தோதியிருக்க முடியாது. அவர்களாவது சமகாலத்தில் வாழ்ந்த பரஸ்பரம் அறிமுகமான மனிதர்கள். அயோத்திதாசரும் பெரியாரும் வெவ்வேறு காலகட்டத்தைச் சேர்ந்தவர்கள்; நேரடித் தொடர்பற்றவர்கள். இதில் எப்படிப் பெரியார் அயோத்திதாசரைக் கொண்டாட வேண்டும் என எதிர்பார்க்க முடியும்? ஆக, தனக்கான பல முன்னோடிகளுள் ஒருவர் என்ற அளவில் மட்டுமே அயோத்தி தாசரைப் பெரியார் பார்த்திருக்க அதிகபட்ச சாத்தியம் இருந்தது.

தருமராஜ் ஒருமுறை தனிமடலில் இப்படிக் குறிப்பிட்டார்: 'பெருமித வரலாற்றையும் பண்பாட்டையும் கொண்டாடுவது ஒரு பக்கம் என்றால், அதன் மறுபக்கம் மிகத் தீவிரமான நவீனத்துவ முன்னெடுப்புகள் தேவை. திராவிட இயக்க வரலாற்றில், நவீனத்துவ உந்துதல்களை பெரியாரின் செயல்பாடுகளும், பெருமித உருவாக்கங்களை திமுகவும் செய்தனர். திமுக இல்லையென்றால், பெரியார் இன்னொரு அயோத்திதாசர்! அதேபோல, பெரியார் இல்லையென்றால், திமுக இன்னொரு பாரதிய ஜனதா கட்சி!'

மிகத் துல்லியமான அவதானிப்பு இது. ஆம். திராவிடப் பெருமிதங்களையும் அதனூடே நவீன வளர்ச்சிகளையும் சமூக நல்லிணக்க முன்னெடுப்புகளையும் சேர்த்தே தமிழகம் கண்டிருக்கிறது. அதனால்தான் அயோத்திதாசர்போல் பெரியார் மறக்கப்படவில்லை.

ஒருவர் ஏன் கொண்டாடப்படுகிறார் அல்லது மறக்கப்படுகிறார் என்பது அவரது பங்களிப்புகள் சார்ந்து மட்டும் இல்லை. அதைத் தொடர்ந்து எடுத்துச் செல்லத்தக்க சூழலும், தேவையும் இருக்கிறதா? அப்படி எடுத்துப் போகும் வலுமிக்க அமைப்பு இருக்கிறதா? என்பதெல்லாம்தான் அதைத் தீர்மானிக்கிறது. இப்படிச் சிடுக்குகள் நிறைந்த இந்தச் சங்கிலித் தொடரைப் பொறாமை, சுயநலம் என்றெல்லாம் சுருக்கமாக ஒற்றைச் சொற்களில் எளிமைப்படுத்திவிட முடியாது என்பதைத்தான் பெரியார்மீது அயோத்திதாசரை இருட்டடிப்புச் செய்ததாகக் குற்றம் சுமத்துபவர்கள் புரிந்துகொள்ள வேண்டும். திமுக ஆட்சிக்கு வரவில்லை என்றால் பெரியார் மறக்கப்பட்டிருப்பார். போலவே காங்கிரஸ் ஆள வரவில்லை என்றால் காந்தி மறக்கப்பட்டிருப்பார்.

போலவே மறக்கப்படும் சித்தாந்தங்கள் தகுதியுடையவை அல்ல என்பதும் பொருள் அல்ல. அவை அந்தக் காலகட்டத்துக்குத் தேவையுடையவை அல்ல என மட்டுமே அதிலிருந்து அறிந்து கொள்ள முடியும். காந்தியம் ஏற்கெனவே மறக்கப்பட்டுவிட்டது. கம்யூனிஸம் காலாவதியாகி வருகிறது. நடுநிலைச் சாதிகளின் ஆதிக்கத்தில் திராவிடம் குற்றுயிரும் குலையுயிருமாய் இருக்கிறது. பௌத்தம் பல நூற்றாண்டுகள் இந்தியாவில் மறக்கப்பட்டுத்தான் இருந்தது. இப்போது மீள்கிறது. நாளை கிறிஸ்துவம் மறக்கப் படலாம்.

அதனால் அவை யாவும் தகுதியுடையவை அல்ல என்றாகிவிடுமா என்ன? அவ்வகையில் அயோத்திதாசருக்கு நூற்றாண்டுக்குப் பின் கிடைத்திருக்கும் இந்த மறுபிறவி அவரை அதிர்ஷ்டக்காரர் என்றே பார்க்க வைக்கிறது. மனிதர்களும் சித்தாந்தங்களும் மறக்கப்படுதல், பிறகு மீண்டும் எலும்புக்கூடுகள் தோண்டியெடுக்கப்பட்டு நினைக்கப்படுதல் என இது ஒரு சக்கரச் சுழற்சிதான். கீழிருப்பது மேலே போய்த்தான் ஆகவேண்டும்!

●

பேராசிரியர் டி. தருமராஜ் தனது 'அயோத்திதாசர் பார்ப்பனர் முதல் பறையர் வரை' நூலின் சமர்ப்பணக் குறிப்பை இவ்வாறு எழுதியிருக்கிறார்: 'நந்தனைக் கடந்த அயோத்திதாசரையும் அந்த அயோத்திதாசரைக் கடந்த பெரியாரையும் ஒரு சேரக் கடந்த இசைஞானி இளையராஜாவிற்கு'. இது பல திசைகளின் சர்ச்சை கிளப்பும் வல்லமை பொதிந்திருக்கும் வாசகம்தான் என்றாலும் புத்தகமோ திரைப்படமோ சமர்ப்பணங்கள் பெரும்பாலும் ஒருவர் பற்றிய உளப் பதிவிலிருந்து, அதிலிருந்து கிளைக்கும் மிகையுணர்ச்சி யில் நிகழ்வது. அது சிலசமயம் நேரடியாக இருக்கலாம். சில சமயம் பூடகமாக வாசகன் புரிந்துகொள்ள முடியா வண்ணமும் இருக்கலாம்.

ஆனாலும் தருமராஜ், அச்சமர்ப்பணத்தின்மீது எழுந்த விமர்சனங் களைக் கையாளும் முகமாக 'இளையராஜாவை வரைதல்' என்றொரு சிறுநூலை எழுதி வெளியிட்டார். அதாவது அந்த நூலில் இளையராஜாவின் சமூகப் பங்களிப்பை நிறுவ முயல்கிறார்.

தருமராஜ் குறிப்பாய் நூலின் அடிநாதமாய் எழுபதுகளுக்கு முன், அதற்குப் பின் என இரண்டு காலகட்டங்களைப் பிரித்து அப்போது மாறிய வெகுஜன உளவியலை விவரிக்கிறார். சமூகம் என்பது கலைந்து உதிரிகள் முக்கியத்துவம் பெறத் துவங்கிய காலகட்டம்.

லட்சியங்கள் எல்லாம் மாறிக் காதலும் பாசமும் (அதுவும் தாய்ப்பாசம்) திரைப்படங்களில் கொண்டாடப்பட்ட அந்த நேரத்தில்தான் இளையராஜா எழுந்து வருகிறார் என்கிறார். இது ஒரு தேர்ந்தெடுத்த பார்வை மட்டுமே என்றே தோன்றுகிறது.

ஏனெனில் அதைத் தாண்டியும் ஏராளச் சுவைகள் தருமராஜ் குறிப்பிட்ட 70கள் முதல் 90கள் வரையிலான காலகட்டங்களில் திரைப் பாடல்களாக வெளிப்பட்டிருக்கின்றன. வீரம், நகைச்சுவை, பக்தி, தத்துவம், கொண்டாட்டம், இயற்கையை ஆரோகணித்தல், தாய் தவிர்த்த உறவுகள் என. ஆனால் அவற்றை எல்லாம் 'துக்கடா' என்ற ஒற்றைச் சொல்லில் கடக்கிறார் தருமராஜ். ஒருபுறம் இளையராஜா வின் ஆளுமையை அவரது அசலைத் தாண்டிய சமூகப் பங்களிப்பு ஆகிருதியாகப் பிரம்மாண்டமூட்டும் தருமராஜ் மறுபுறம் கலையில் அவரது அசலான பன்முகத்தன்மையைச் சுருக்கி வரைகிறார்.

தருமராஜ் பார்வையில் எழுபதுகளின் பிற்பாடு தொழில்நுட்ப வளர்ச்சியால் இசை ஜனநாயகமயமாக ('காதுள்ள எல்லோரும்'), பாடல்களில் சொற்கள் பொருளிழந்து அல்லது வலுவிழந்து ஒலி பிரதானமாகிறது, மௌனத்துக்கெனத் தனி முக்கியத்துவம் உண்டாகிறது. அதுவரை நாட்டுப்புறப் பாடல்கள் இருந்த முறைக்கு நேர் எதிரானது இது. இப்பின்னணியில் இளைய ராஜாவின் முக்கியத்துவத்தை நிறுவ முனைகிறார் தருமராஜ். இது ஓரளவு சரியான பார்வைதான். ஆனால் இதனூடாக அந்த இசையில் எந்தவொரு சொல்லைப் போட்டு நிரப்பலாம் என்ற தொனியையும் முன்வைக்கிறார்.

அதை ஏற்பதில் ஒரு நெடுங்கால இளையராஜா ரசிகனாகக்கூட எனக்குச் சிரமங்கள் இருக்கின்றன. இளையராஜாவின் பாடல் களிலேயே வாலியும் வைரமுத்துவும் மிகச் சிறப்பாய் எழுதிய பாடல்கள் ஏராளம் இருக்கின்றன. அவற்றின் சொற்கள் மிக மிக முக்கியமாக இசைக்குச் சமமாகக்கூட நிற்கின்றன. உடனடியாக நினைவுக்கு வரும் பாடல்கள் 'இது ஒரு பொன்மாலைப் பொழுது' (நிழல்கள்), 'ராசாத்தி உன்னை' (வைதேகி காத்திருந்தாள்). இன்றும் இந்தப் பாடல்களின் வரிகள் இசை தாண்டிச் சொற்களாகவும் நிற்கின்றன. வரிகளைக் கடந்து இசையாகத் தனித்து நிற்பதில் இளையராஜா தனி ராஜாங்கம் நடத்தினார் என்பதில் எவருக்கும் மறுப்பிருக்க முடியாது என்றாலும் முற்றிலுமாக சொற்களற்ற நிலையை அவர் எட்டவிடாமல் செய்த கலைஞர்களும் அவரைச் சுற்றி இருந்தார்கள் என்பதே என் புரிதல்.

அதே சமயம் அது ராஜாவின் இடத்தை எந்தவகையிலும் குறைக்கவில்லை என்பதும் இங்கே கவனிக்கத்தக்கது.

இதே வாதத்தை இளையராஜாவின் பாடல்களின் காட்சியாக்கம் குறித்த அவரது நிலைப்பாட்டிலும் சொல்வேன். பாலு மகேந்திரா, மணிரத்னம் உள்ளிட்ட எவரும் இளையராஜாவின் இசைக்கு நியாயம் செய்யவில்லை என்ற பார்வை. காட்சிகளின் தரம் என்பது காலப்போக்கில் நமக்கு வெவ்வேறு வித அபிப்பிராயங்களைச் சொல்ல வைப்பவை (உதாரணமாக 2000ம் ஆண்டு 'அலைபாயுதே' வந்தபோது 'பச்சை நிறமே' பாடல் மிக மிகச் சிறப்பாக எடுக்கப் பட்டிருப்பதாகத் தோன்றியது. அதுவரையிலான ஒட்டுமொத்த தமிழ் சினிமாப் பாடல் படமாக்கல் முறைகளையும் தோற்கடித்து மேலெழுந்து நிற்பதாகப் புளகாங்கிதப்பட முடிந்தது. ஆனால் இன்று இருபதாண்டுகள் கழித்து அதைக் காணும் ஒருவர் ரஹ்மானின் சிறப்பான இசைக்கு மணி ரத்னம் நியாயம் செய்யவில்லை என்று சொல்லக்கூடும்).

ஆக, இவை ஒருவகையில் ஒளிப்பதிவு என்கிற தொழில்நுட்பத் தோடு தொடர்புடையவை. அதனால் 70களில் எடுக்கப்பட்ட ஒரு படத்தின் பாடல் காட்சி இன்று நமக்கு உயரம் குறைவாகத் தோன்றுவது இயல்பே. இசையைவிடக் காட்சிகளுக்கு எளிதில் வயதாகிவிடும் என்பதுதான் காரணம் (இளையராஜாவின் பாடல்களை இத்தலைமுறை இசை ரசிகர்கள் 'பழையது' என்று சொல்லும் தர்க்கமும் இதே திசையிலானதுதான். இசையை அவர்கள் வெறும் கருவிகளாகக் காண்பதில் நிகழும் அபத்தம் இது. அதேதான் காட்சியாக்கத்துக்கும்.).

அதே சமயம் இளையராஜாவின் பாடல்கள், சம்மந்தப்பட்ட படக் காட்சிகளிலிருந்து வெளியேறிவிட்டன என்ற தருமராஜின் பார்வையை ஏற்கத்தான் வேண்டும். ஆம். இன்று இளைய ராஜாவின் பாடல்களுக்கு எந்த ஊன்றுகோலும் தேவையில்லை. அது ரஜினி படமா, கமல் படமா, மணிரத்னம் படமா, பாலச்சந்தர் படமா, வைரமுத்து எழுதியதா, வாலி எழுதியதா, எஸ்பிபி பாடியதா, ஜானகி பாடியதா (தருமராஜ் இந்த இளையராஜா நூலில் சொல்லாமல் விட்ட பகுதி திரைப்பாடல்களில் குரல்களின் இடம் பற்றியது) என்ற துணைத் தகவல்கள் அவசியமற்றவை. சொல்லப் போனால் அவை சுமைகளும் கூட.

இந்த மிகைகள் அல்லது கற்பிதங்கள் தாண்டித் தமிழ் திரையிசை வழி இளையராஜா நிகழ்த்திய சாகசங்கள் எனத் தருமராஜ் சொல்பவை பெரும்பாலும் ஏற்கத்தக்கதாகவும் உவப்பான

தாகவுமே இருக்கின்றன. இதே திசையில் அல்லது இதன் தொடர்ச்சியாகத் தருமராஜ் சமீபத்தில் 'இளையராஜா, அம்மாவைச் சந்திக்கும் விபரம்!' என்ற தலைப்பில் ஒரு கட்டுரை எழுதினார். அதன் இறுதியில் இப்படிச் சொல்கிறார்: 'இளையராஜாவின் மேதமை என்று இதைத்தான் நான் சொல்வேன். இருபதாம், இருபத்தோராம் நூற்றாண்டுத் தமிழர்களின் வேட்கையை அவரைப் போல இத்தனை நெருக்கமாக அணுகியவர் யாரும் இல்லை. அணுகியதோடு அல்லாமல், அதற்கான தீர்வுகளைச் சமயச்சார் பற்ற, அறிவியல் முறையிலான நாடோடி உளவியல் சிகிச்சை முறைகளாக வழங்கியவர். தனது சிகிச்சை முறைகளின் நாடோடித்தன்மையைப் பாதுகாக்கும் வகையில் மேடைக்கச்சேரி களில் அது குறித்த தகவல்களைப் பரவலாக விநியோகிப்பது அவரது முறையியல். எந்தவொரு மதப்பண்டமாகவும் தன்னை உருவேற்றிடாதபடி அகங்காரியாகவும் கர்வியாகவும் தொடர்ந்து நிரூபிப்பது அவரது நாடோடி அரசியலின் ஒரு பகுதி'.

இளையராஜாவின் சமூக முக்கியத்துவம் பற்றிய தருமராஜின் நியாயப்படுத்தலின் சாராம்சமாக இதைக் கொள்ளலாம். இதுவும் நிரூபிக்கப்பட்ட உண்மைகள் அல்ல, ஒரு மனப்பதிவு மட்டுமே என்பதைக் கவனிக்கலாம். இவ்வகையில் பார்த்தால் தருமராஜ்வும் அயோத்திதாசர் கைகொண்ட அதே 'மிகைப்படுத்தல்' உத்தியையே பின்பற்றுகிறாரோ எனத் தோன்றாமல் இல்லை. நிறுவப்பட்ட கதையாடல்களுக்கு எதிரான அல்லது அவற்றில் விடுபட்ட பகுதிகளை நிரப்பும் ஒரு பிரக்ஞைப்பூர்வ எதிர்கதையாடல்.

தருமராஜ் வைத்த ஓட்டப் பந்தயத்தில் என் கருத்து இது: நந்தனார் என் வரையில் ஒரு புராணப் பாத்திரம் என்பதால் அவரை அயோத்திதாசர் கடந்தார் என்பதை ஏற்பதில் எனக்குத் தயக்கமில்லை. அயோத்திதாசரைப் பெரியார் கடந்திருப்பதாய்ச் சொல்வதை ஒருவர் ஆராயப் புகலாம். ஏற்கவும்கூடச் செய்யலாம். கடைசியாக இளையராஜா பெரியாரைக் கடந்தார் என்பதில் மட்டும் மாறுபடுகிறேன். அவர்கள் இருவரும் ஓடிக்கொண்டிருப்பது இரு வேறு திசைகள் (கவனிக்க : எதிரெதிர் என்று சொல்லவில்லை; வெவ்வேறு). அதில் எப்படி ஒருவரை மற்றவர் கடக்கவோ முந்தவோ பிந்தவோ முடியும்?

ஆனால் ஏற்கெனவே சொல்வதுபோல் இது ஒருவரது தனிப்பட்ட மனப் பிம்பம்தான். இதைச் சொல்ல தருமராஜ்வுக்கு முழு உரிமையும் உள்ளது என்றே கருதுகிறேன்.

●

பார்த்தலும் பறைதலும்

சுரேஷ்பிரதீப்

எழுத்தாளர்

தொண்ணூறுகளில் பிறந்தவர்களுக்குப் குழந்தைப் பருவத்தில் இந்தியா குறித்தும் தமிழ்ச்சமூகம் குறித்தும் இரண்டுவகையான சித்திரங்கள் கிடைத்தன. ஒன்று காந்தியை மையமாகக்கொண்டு உருவகிக்கப்பட்ட வெள்ளை ஆதிக்கத்தை எதிர்த்துச் சுதந்திர மடைந்த ஒன்றுபட்ட இந்தியா. மொழி, இனம், மதம் எனப் பலவகைப்பட்ட வேறுபாடுகள் நிலவினாலும் இந்தியர் என்ற உணர்வடிப்படையில் மக்களனைவரும் ஒன்றுபட்ட இந்தியா. இந்தக் கதையாடலில் இந்தியா என்ற நிலப்பரப்பு நெடுங்காலமாக உணர்வால் ஒன்றிணைந்திருந்த மக்களைக்கொண்ட பிரதேசம் என்பதும் இடைக்காலத்தில் இந்தியர்களிடையே ஏற்பட்ட மிடிமைகளாலும் மூடத்தனங்களினாலும் இந்த நாடு அந்நியர் - அதாவது ஆங்கிலேயர் - வசம் சென்றதென்றும் இருபதாம் நூற்றாண்டின் லட்சியத் தலைவர்களால் முன்னெடுக்கப்பட்ட விடுதலை இயக்கத்தினால் இந்தியா அந்நியரிடமிருந்து விடுதலை பெற்றுத் தன் பண்பாட்டுப் பெருமைகளை மீட்டு மீண்டும் தன் 'பழைய' ஒருங்கிணைந்த நிலைநோக்கிச் செல்கிறது என்றும் சொல்லப்பட்டது.

மற்றொரு கதையாடல் ஒருங்கிணைந்த இந்தியா என்ற யோசனைக்கு எதிரானதாக இருந்தது. இந்திய தேசத்தில் பெரும் பான்மையினராக விளங்கும் இந்துக்களுக்கு எதிரானதாகவும் இக்கதையாடல் அமைந்தது. இந்து மதத்திலும் இந்திய தேசத்திலும் நிலவிய ஜாதிய ஏற்றத்தாழ்வுகள் அடக்குமுறைகள் போன்றவற்றை விமர்சித்து ஆங்கிலேயராட்சிக்கு முன்பு இந்தியாவில் சமத்துவம் நிலவவில்லை, இந்தியர்களின் யோசனைகளில் சமத்துவம் என்பதே இருக்கவில்லை என்று அக்கதையாடல்

சொன்னது. சமத்துவம் என்பதே ஐரோப்பாவில் ஏற்பட்ட பிரஞ்சு புரட்சிபோன்ற அரசியல் செயல்பாடுகளால் பதினெட்டு, பத்தொன்பதாம் நூற்றாண்டுகளில் அங்குத் தோன்றி இந்தியாவுக்கு வந்த யோசனை என்றும் அக்கருதுகோளின் முற்போக்குதன்மை காரணமாக அதை நோக்கியே நாம் பயணிக்கவேண்டும் என்றும் இக்கதையாடல் சொன்னது.

தமிழகத்தைப் பொறுத்தவரை முதற் கதையாடலுக்கு காந்தியையும் இரண்டாவது கதையாடலுக்குப் பெரியாரையும் குறியீட்டு உதாரணங்களாகக் கொள்ளலாம். காந்தியைப் பழமைவாதி யென்றோ பெரியாரை முழுக்க மரபுகளுக்கு எதிரானவரென்றோ சொல்லிவிட முடியுமா என்பது வேறு விவாதம். ஆனால் காந்தியை ஒருங்கிணைந்த இந்திய தேசத்தின் முகமாகவும் பெரியாரை ஒருங்கிணைந்த இந்தியா என்ற யோசனையின் இடக்கரடக்கல் தன்மையைக் கேள்விக்கு உட்படுத்துகிறவர்களின் முகமாகவும் தொண்ணூறுகளில் பிறந்த என்னைப் போன்றவர்கள் அறிந்திருந்தோம். இந்தியாவில் ஆட்சியில் இருந்த இந்திய தேசிய காங்கிரஸின் வழியாகக் காந்தியும் தமிழகத்தில் ஆட்சியில் இருந்து திராவிட இயக்கக் கட்சிகள் வழியாகப் பெரியாரும் கருத்தியல் தலைமகன்களாக எதிர்கால வழிகாட்டிகளாக நிறுவப்பட்டுக் கொண்டிருந்த காலத்தில் தொண்ணூறுகளின் தொடக்கத்தில் தன்னுடைய நூற்றாண்டு விழாவின் காரணமாக அம்பேத்கர் தமிழகத்தின் விவாதத்திற்குள் வந்து சேர்ந்தார். அம்பேத்கரைத் திராவிட இயக்கக் கருத்தியல்களுக்கு ஆதரவானவராகவும் காந்திக்கு எதிரானவராகவும் சித்திரித்துத் தமிழகத்தில் அரசியல் இயக்கமாக வலுவடைந்திருந்த திராவிட இயக்கம் தங்கள் தரப்பில் அம்பேத்கரை இணைத்துக்கொண்டது.

தாராளமய உலகில் முழுமையாகப் பால்யத்தையும் இளமையையும் கழித்த இன்றைய தமிழ் இளைஞர் தன்னைச் சுற்றி நிகழும் அரசியல் சார்ந்த ஆர்வம்கொண்டவராக இருந்திருப்பின் இவர்கள் மூவரில் யாரோ ஒருவரையோ அல்லது மூவரையுமே கடந்து வந்திருப்பார். ஒருவரை முன்வைத்து மற்றொருவர் மறுக்கப்படுவதை வசைபாடப் படுவதை மட்டந்தட்டப்படுவதைச் சந்தேகத்துக்கு உட்படுத்தப்படுவதைச் சந்தேகங்களுக்கு அப்பாற்பட்டவராக நிறுவப்படுவதைக் கண்டிருப்பார்.

இவர்கள் வழியாக இன்றைய இளைஞரின் சுய அடையாளம் சார்ந்த நினைவுகளில் சில உறுதிப்பாடுகள் ஏற்பட்டிருக்கும். இந்த இளைஞர் திராவிடர்கள் ஆரியர்களால் விரட்டப்பட்டார்கள், தமிழ் திராவிடர்களின் மொழி, சமஸ்கிருதம் ஆரியர்களின் மொழி.

ஆகவே ஆரிய சூழ்ச்சியை இனம்கண்டு உன்னதமான திராவிடப் பெருமையை மீட்டெடுக்கவேண்டும் என்று உறுதிப்பாடு கொண்டிருப்பார். அல்லது வணிக நோக்கத்திற்காக இந்தியாவை ஆங்கிலேயர் பிரித்தாண்டனர். இன்று நாம் காணும் பிளவுகளுக்கு ஆங்கிலேயரே காரணம். ஆங்கிலேயர் விதைத்த பிரிவிணை நஞ்சிலிருந்து நாம் வெளியேறவேண்டும் என்றொரு கருத்தினைக் கொண்டிருப்பார். அல்லது இந்தியர்களின் சிந்தனைகளை மறபை எதிர்காலம் சார்ந்த கற்பனைகளை வடிவமைத்திருக்கும் புராணங்களும் தொன்மங்களும் தங்களுடைய கதையாடலை முழுக்க ஜாதிய சாயத்தைப் பூசிக்கொண்டுள்ளன. இந்தத் தொன்மங்களிலிருந்து அறிவுப்பூர்வமாக வெளியேறும் ஒருவரே உண்மையில் சமத்துவ உணர்வுகொண்டவராக இருக்க இயலும். ஆகவே இந்தத் தொன்மங்களை மீண்டும் மீண்டும் நிலைநிறுத்தும் பழக்கங்களி லிருந்து வெளியேறவேண்டும் என்ற உறுதிப்பாடு கொண்டிருப்பார்.

இதில் ஒரு தரப்பு உயர்ந்தது என்றோ மற்றது பிற்போக்கானது என்றோ விவாதிப்பது நமது நோக்கமல்ல. இந்த முரண்படும் தரப்புகள் உருவாவதற்கான காரணங்களைப் பேசவே இவற்றைச் சுட்ட வேண்டியிருக்கிறது.

அதிகாரத்தைக் கைப்பற்றுதல் அதிகார அமைப்பிடம் பேரம் பேசுதல் என்ற இரண்டு போராட்ட வடிவங்களிலும் போராடு கிறவர்கள் தங்களுடைய வரலாற்றுப் பெருமிதத்தை முன்னிறுத்த வேண்டிய தேவை உருவாகிவிடுகிறது. (வரலாற்றுப் பெருமிதங்களில் நம்பிக்கையில்லாத மார்க்ஸியர்கள்கூட அரசு உருவாக்கத்துக்கு முந்தைய கம்யூன் வாழ்க்கை என்ற ஒன்றைச் சுட்டுகிறார்களே!) வரலாறு என்பது பழைய காலத்தில் இருக்கிறது. ஆகவே வரலாற்று ரீதியான போராடும் குழுவின் பெருமிதத்தைப் பேசுவதும் வரலாற்று ரீதியான போராடும் குழுவுக்கு இழைக்கப்பட்ட அநீதியைப் பேசுவதும் பழமையைப் பேசுவதாகவும் இருக்கிறது.

பழமையைப் பேசுதல் என்ற இந்தச் செயல்பாட்டின்போதுதான் இந்தியர்களாகிய தமிழர்களாகிய நமக்கு எண்ணற்ற பெருமிதங் களும் எண்ணற்ற குழப்பங்களும் கிடைக்கத் தொடங்குகின்றன. ஏனெனில் இந்திய வரலாறு என்று நாம் பேசப் புகுந்தால் அதை ஐயாயிரம் ஆண்டுகள் பின்னே கொண்டு சென்றாகவேண்டும். தமிழ் வரலாறு என்றால் மூவாயிரம் வருடங்களாவது பின்னே போயாகவேண்டும். ஆயிரக்கணக்கான வருடங்களை வரலாற்றுக் காலமாக உருவகித்தால் இவ்வளவு நீண்ட காலவெளியில்

ஏற்பட்டிருக்கும் பண்பாட்டு மோதல்களும் பண்பாட்டு வெற்றிடங்களும் நமக்குத் திகைப்பையே அளிக்கின்றன. விதவிதமான சிந்தனை முறைகள் விதவிதமான வரலாற்று விளக்கங்கள் எதிர் விளக்கங்கள் என்று ஏராளமானவை வாசிக்கக் கிடைக்கின்றன.

நாம் மிகப் பழமையானது என்று நம்பிய ஒரு பழக்கம் இடைக்காலத்தில் ஏற்பட்டதாகவும் சமீபமானது என்று நம்பும் ஒரு செயல் மிகப் பழையதாகவும் இருக்கிறது. அன்றாட வாழ்க்கையின் ஒவ்வொரு செயலிலும் மரபும் தெய்வங்களும் ஊடாடுகின்றன. கடந்தகாலத்தைத் தெரிந்துகொள்ளப் புகுந்தால் நாம் தினம் தினம் வாழ்ந்துகொண்டிருக்கும் சுவாரஸ்யமில்லாத இந்த வாழ்க்கைகூட மர்மம் நிறைந்ததாக மாறிவிடும் வாய்ப்பு இருக்கிறது.

பத்தொன்பதாம் நூற்றாண்டில் தொடங்கி இருபதாம் நூற்றாண்டில் இந்தியா முழுவதுமாக மிகுந்த வீச்சுடன் எழுந்த சமூக சீர்திருத்த இயக்கங்களின் முன்பு இந்தப் பழமையை என்ன செய்வது என்ற கேள்வியே பிரதானமாக இருந்தது. பழமை என்பதைப் பழைய வாழ்க்கைமுறை என்று வகுத்துக்கொள்ளலாம். ஆங்கிலேய ஆட்சியினால் ஏற்பட்ட தாக்கங்களால் உற்பத்தி உறவுகள் பெருமளவு மாற்றம் கண்டிருந்தன. ராஜ் கெளதமனின் 'ஆரம்ப கட்ட முதலாளியமும் தமிழ்ச் சமூகமும்' என்ற ஆங்கில அரசு மேற்கொண்ட விரிவான விவசாய உற்பத்திப் பெருக்க நடவடிக்கைகளால் தமிழக ஜாதிய அடுக்குகளில் ஏற்பட்ட மாற்றங்களை விவரிக்கும் சிறு நூல் நடைபெற்றுவந்த மாற்றங் களுக்கு ஓர் உதாரணம். பொருளாதாரத்தில் ஏற்பட்ட திடீர் வாய்ப்புகள் சரிவுகள் வறுமையினாலும் தொழில் வாய்ப்பு களாலும் ஏற்பட்ட இடப்பெயர்வுகள் எனப் பத்தொன்பதாம் நூற்றாண்டு 'புற வாழ்க்கையில்' பெரிய மாற்றங்களைக் கொண்டு வந்து சேர்த்தது. அதற்கு ஏற்றபடி சமூகத்தின் அகத்தைப் பழக்குவதும் சுதந்திரம், சமத்துவம் போன்ற கருதுகோள்களை அறிமுகப்படுத்துவதும் அவற்றுடன் இசைவை ஏற்படுத்துவதும் என்றவகையான பணிகளை அன்றைய சீர்திருத்த இயக்கங்கள் மேற்கொள்ளத் தொடங்கின.

இந்த இயக்கங்கள் தமிழர்களுக்கு அவர்களுடைய பண்பாட்டுப் புலத்துக்கு வெளியே என்ன நடக்கிறது என்பது சார்ந்த அறிதலை அளித்தன. உலக அளவில் ஏற்படும் மாற்றங்களைப் புரிந்து கொள்ளவும் அவற்றுக்கு ஏற்றதுபோல நெடுங்கால நினைவுகளும்

வரலாறும் கொண்ட இந்திய மனதை மாற்றி அமைத்தன. இருபதாம் நூற்றாண்டின் தொடக்கத்தில் இந்தியாவில் வெளியான முக்கியமான நாவல்கள் பலவற்றிலும் இந்த மாற்றத்தின் பிரதிபலிப்பை நம்மால் காண இயலும். ஆனால் சீர்திருத்த இயக்கங்களுக்கு ஓர் எல்லை இருந்தது. சீர்திருத்த இயக்கங்களின் திட்ட வரைவு மேற்கின் சமத்துவ மற்றும் மனிதாபிமான சிந்தனை அடிப்படையிலான அதேநேரம் இந்தியத்தன்மையை முற்றிலும் கைவிட்டுவிடாத ஓர் இந்தியாவை ஸ்தாபிக்க முயன்றன. தமிழகத்தைப் பொறுத்தவரை இங்குத் தோன்றிய சுயமரியாதை இயக்கம் பெரியாரின் தலைமை ஏற்புக்குப் பிறகு முழுமையாகத் தன்னை மரபை எதிர்க்கும் ஓர் இயக்கமாக நிலைநிறுத்திக்கொண்டது. அவ்வியக்கம் பழமையை முழுமையாகப் புறக்கணிக்க முற்பட்டது.

இத்தகைய புறக்கணிப்பினால் ஓர் உடனடிப் பலன் விளைந்தது. ஆட்சி முறையும் புற உலகின் இயங்குமுறையும் மேற்கின் விதிகளை ஏற்றுக் கொண்டிருந்தன. ஆகவே மரபுகளைப் புறக்கணித்துவிட்டு 'நவீனச் சிந்தனை' என்ற பெயரில் மேற்கில் சொல்லப்படுவதைச் சந்தேகத்துக்கு அப்பாற்பட்டதாக நம்புவதும் ஏற்றுக்கொள்வதும் அன்றைய சாமான்யன் புழங்கிய வெளிக்கு ஏதுவானதாகவே இருந்திருக்கிறது. மரபு சார்ந்த கதைகளையும் தொன்மங்களையும் மறுபரிசீலனை செய்வதற்குப் பதிலாகப் புறக்கணிப்பது எளிதாக இருந்தது. ஏனெனில் மறுபரிசீலனை என்பதன் காலவெளி மிகப் பெரியதாகவும் குழப்பம் நிறைந்ததாகவும் இருந்தது.

இந்தியாவின் வரலாறு எவ்வளவு நீண்டதோ அவ்வளவு மங்கலானதும்கூட. வரலாறு என்ற பெயரில் நம்மால் கதைகளைத் தான் சொல்ல முடிகிறது. ஆங்கிலேயருக்கு முந்தைய இந்தியாவைக் குறித்த ஆவணங்கள் சொற்பமாகவே கிடைத்திருக் கின்றன. தமிழகத்தைப் பொறுத்தவரை 'இருண்ட காலம்' என்று சொல்லப்பட்ட பொது யுகத்தின் முதல் சில நூற்றாண்டுகள் குறித்துப் புதிய தகவல்கள் தெரியத் தொடங்கி இருக்கின்றன. ஆகவே இந்திய வரலாற்றையும் தமிழ் நில வரலாற்றையும் கிணறென்று உருவகித்தால் அதனைத் தோண்டும்போது அதிலிருந்து கற்பனைக்கு எட்டாத பூதங்கள் கிளம்பவே வாய்ப்பதிகம். இருண்ட காலம் களப்பிரர் காலமானது அப்படியானதொரு பூதப் பரிணாம வளர்ச்சியே.

தொன்மங்களை எதிர்கொண்டிருக்க வேண்டிய நவீன இலக்கியமும் சுயமரியாதை இயக்கம் போலவே மரபுத் துண்டிப்பை

மேற்கொண்டு விட்டது. தொண்ணூறுகளின் இறுதியில் வெளியான ஜெயமோகனின் விஷ்ணுபுரம் நாவல் தமிழ் இலக்கியச்சூழலில் ஏற்படுத்திய தாக்கத்துக்கு அது இந்தப் பேசாப்பொருளைப் பேசியது ஒரு முக்கிய காரணம். அந்த நாவல் அதுவரை இலக்கியப் பாத்திரங்களின் அசைவுகளில் சாதியத்தையும் வர்க்க நலம் பேணும் சுயநலத்தையும் நுண்மையாக அவதானித்துக் கொண்டிருந்த அறிவு ஜீவிகள் மத்தியில் ஏகப்பட்ட குழப்பங்களை ஏற்படுத்தியதற்கு அதன் மரபு விசாரணை ஒரு முக்கிய காரணம். விஷ்ணுபுரம் போன்ற நாவலை அது வெளிவருவதற்கு ஓர் அரை நூற்றாண்டுக்கு முன்பே தமிழ்ச்சூழல் எதிர்கொண்டிருந்தால் தமிழ்ச்சூழல் சீர்திருத்த இயக்கங்களிடம் இன்னும் அதிகமாகக் கோரியிருக்கும். ஆனால் நவீன இலக்கியமும் சுயமரியாதை இயக்கமும் தங்களை முற்றாகத் துண்டித்துக்கொண்டு வேறு வேறு பாதைகளில் நடைபோட்டால்கூட மரபைக் கைவிடுதல் என்ற புள்ளியில் ஒன்றுபோலவே யோசித்திருக்கின்றன.

இதுபோன்ற காரணங்களால் தமிழில் பேசப்படும் ஆன்மீகமும் நாத்திகமும் உறுதியற்றவையாக உள்ளன. ஓர் ஆன்மீகவாதியும் நாத்திகரும் கேள்விக்கு உட்படுத்தப்படும்போது ஓர் எல்லைக்கு மேல் மூர்க்கம் கொண்டு இறுகிவிடுகின்றனர். மிகக் கடுமையாக நாத்திகம் பேசுகிறவர்கள்கூடத் தங்களுடைய கொள்கை உறுதியால் அடுத்த சந்ததியினரை உருவாக்கும் திராணியற்றவர் களாகவே இருக்கின்றனர். அதுபோல ஆன்மீகவாதிகளாலும் அடுத்த தலைமுறையை ஈர்க்க முடியாமல் போகிறது.

நாம் பார்க்க நேரும் சீர்திருத்தம் பேசுகிறவர்களும் ஆன்மீகம் மரபு என்று பேசுகிறவர்களும் உள்நோக்கம் கொண்டவர்களாக நமக்குத் தெரிவார்களானால் அது நம்முடைய பார்வைப் பிசகு என்று மட்டுமே கொள்ள முடியாது. அப்பிசகில் ஐம்பது சதவிகிதப் பங்கு தமிழகத்தில் செயல்படுத்தப்பட்ட பெயரளவிலான சீர்திருத்தங் களுக்கும் அதற்கு எதிரான மேம்போக்கான ஆன்மீகப் பேச்சுகளுக்கும் உண்டு.

காந்தியம், பெரியாரியம், அம்பேத்கரியம் போன்ற தரப்புகள் தமிழ்ச்சூழலில் ஒரே காலத்தில் அறிமுகமானவை அல்ல என்றாலும் இத்தரப்புகள் இன்றைய தமிழ்ச் சிந்தனைப் பொது வெளியில் ஒரே காலதூரத்தில் - அதாவது சம்மந்தப்பட்ட 'இயத்தைத்' தோற்றுவித்தவர்கள் ஒரே காலத்தில் உயிரோடு இருந்தார்கள் என்ற அடிப்படையில் - வைத்தே இந்தச் சிந்தனைகள் அணுகப்படுகின்றன. கோவை ஞானி போன்றவர்கள்

இவர்களிடையே பொதுக்கூறுகளைக் கண்டடைந்த இந்தியாவில் வலுப்பெறும் 'ஒற்றைப்படையாக்கத்துக்கு' எதிராக ஒரு சிந்தனையை முன்வைக்க முடியுமா என்று யோசித்தனர். இவர்களுக்கு இடையேயான உள்முரண்களைக் காணும் போக்கும் இருக்கிறது. ஆனால் அயோத்திதாசர் சிந்தனைகள் தமிழ்ச் சூழலுக்கு அறிமுகமாகிக் கால் நூற்றாண்டாகப் போகும் இந்த நேரத்தில் அயோத்திதாசரை முன்னிட்டு அவருக்குப் பிறகு பிறந்த மூவரையுமே பழமைவாதிகள் என்றே சொல்லவேண்டியிருக்கிறது. அயோத்திதாசரை பூதாகரமாகத் தோற்றப்படுத்தி நிறுவுவதற்காக அல்லாமல் அயோத்திதாசரும் அவர் சார்ந்த எழுத்துகளும் இருபதாம் நூற்றாண்டின் சமூகச் சீர்திருத்தவாதிகள் பலரது சிந்தனையையும் கேள்விக்குட்படுத்துகின்றன என்பது ஓர் இயல்பானதாக இருப்பதே இதுபோன்ற ஒரு வரியை என்னைச் சொல்ல வைக்கிறது.

அயோத்திதாசர் மற்றும் அவர் சார்ந்த எழுத்துகளைப்பற்றிப் பேசுவதற்கு முன் சென்ற நூற்றாண்டின் சீர்திருத்தச் சிந்தனைகளின் காலாவதித்தன்மையைப் பேச வேண்டியிருக்கிறது. சிந்தனைச் சூழலில் நவீனத்துவம் உருவாக்கிய ஒளிமங்கலை விடுத்து இருபதாம் நூற்றாண்டைப் பேசவேமுடியாது. காந்தியம் பெரியாரியம் அம்பேத்கரியம் என்றெல்லாம் நாம் உத்தேசிக்கும் போது இந்த இயங்களில் உள்ள தனிமனிதப் பெயர்களைத் தாண்டி இந்த சிந்தனைகள் தொழிற்பட்ட காலத்தையும் இணைத்தே யோசிக்க வேண்டியிருக்கிறது. இவர்களுடைய சிந்தனைகள் பேசப்பட்ட காலமென இருபதாம் நூற்றாண்டின் பிற்பகுதியைச் சொல்லலாம். உலகப் போர் முடிந்த சோர்வு மேற்கையும் ஏகாதிபத்தியத்தின் முடிவையொட்டிய உற்சாகம் கிழக்கையும் ஆட்கொண்டிருந்த காலம். ஆனால் மேற்கின் சிந்தனைச் செல்வாக்குக் காரணமாக மேற்கின் பதற்றமும் சோர்வும் கிழக்கிலும் உருவானது. அதிகாரம் பற்றிய பதற்றம் போர் குறித்த வெறுப்பு 'கடவுள் கொல்லப்பட்ட நிலை' எதையும் தர்க்கப்பூர்வ மாக வகுத்துப் பொருள் கொண்டுவிட முடியும் என்றும் அப்படிப் பொருள் கொள்வதற்கு அப்பால் ஏதுமில்லை என்ற எளிய அறிவியல் மதவாதிகளின் ஆழமான நம்பிக்கை என்றும் நவீனத்துவத்தின் முகம் தலைகாட்டத் தொடங்கிய காலகட்டம் அது.

காந்தியர்கள் பெரியாரியர்கள் அம்பேத்கரியர்கள் என அனைவரிடமும் நவீனத்துவத்தின் நேர்மறையான அல்லது எதிர்மறையான எதிர்வினை இருந்திருப்பதை இப்போது உணர முடிகிறது.

காந்தியர்கள் நவீனத்துவச் சூழல் உருவாக்கிய பொருளின்மையில் இருந்தும் வறட்சியிலிருந்தும் தப்பிக்கத் 'தொடர்ந்து செயல்புரிதல்' என்ற வழிமுறையைக் கையாண்டனர். அம்பேத்கரியர்கள் 'சமூக ஆய்வுகள்' வழியாகத் தப்பித்துக்கொள்ள முயன்றனர். பெரியாரியர்களுக்குத் தப்பித்தல் என்பது 'உடைத்து வீசுதல்' என்ற புரட்சிகரப் பாவனையாக இருந்தது.

சிந்தனையளவில் இவர்கள் அனைவருமே பெருங்கதையாடல் என்ற ஒன்றைக் கற்பனை செய்வதை உணர முடியும். சமத்துவம் நிலவும் சமூகம், வன்முறையற்ற சமூகம், அறிவை ஆயுதமாக ஏந்திய சமூகம் என்று இவர்கள் கற்பனை செய்யும் சமூகம் நவீனத்துவத்தின் மையப்பொருளியல் வாதம் அல்லது மனிதமைய வாதத்தின் புனிதப்படுத்தப்பட்ட எதிர்வினைகள் மட்டுமாகவே இன்று தெரிகின்றன.

இவர்களுடைய சிந்தனைகளும் எழுத்துகளும் சமூகம் சார்ந்த புரிதல்களில் புதிய வெளிச்சங்களைப் பாய்ச்சின என்பதை மறுக்க முடியாது. ஆனால் சிந்தனை நதியைப்போல ஓடிக்கொண்டே இருக்க வேண்டியிருக்கிறது. சிந்தனையோட்டம் நிகழும் சமூகத்திலேயே வன்முறை குறைவாக இருக்கிறது. வரலாறு சார்ந்த ஒற்றைப்படையான புரிதலைக் கொண்டிருக்கும் சமூகங்களும் அப்படியான புரிதலைக் கொண்டவர்களை முன்னிறுத்துகிறவர் களைத் தங்கள் முகமாகக்கொண்ட சமூகங்களும் பேரழிவுகளை விளைவிக்கவும் தங்களுக்கென்றே விளைவித்துக்கொள்ளவும் செய்திருக்கின்றன என்று கடந்தகாலங்கள் நமக்குத் தெரிவிக்கின்றன. காந்தியையோ அம்பேத்கரையோ பெரியாரையோ எந்த அளவுக்கு நல்லெண்ணத்துடனும் உணர்ச்சிகரமாகவும் நாம் அணுகுகிறோம் என்றும் அந்த நல்லெண்ணமும் உணர்ச்சிகரமும் அவர்களுடைய சிந்தனைகளை மதிப்பிடுவதில் நம்மீது எவ்வளவு தாக்கத்தைச் செலுத்துகின்றன என்றும் கேட்டுக்கொள்ளவேண்டிய ஒரு காலத்திற்கு வந்து சேர்ந்திருக்கிறோம். அயோத்திதாசர் பற்றிப் பேச வேண்டிய தேவைகூட இந்த நல்லெண்ண உறைநிலையில் இருந்தே எழுகிறது.

வரலாற்றை அல்லது கடந்தகாலத்தை அணுகுவதற்கான முறையியல்களும் தொழில்நுட்பங்களும் அதிகரித்தபடியே இருக்கின்றன. பத்தொன்பதாம் நூற்றாண்டு குறித்து இருபதாம் நூற்றாண்டில் வாழ்ந்தவர்களை விட நமக்கு 'அதிகம்' தெரியும் என்று இதனைச் சொல்லிப் பார்க்கலாம். காந்தியைப்பற்றி அவரின் சமகாலத்திலும் அவர் இறந்த உடனேயும் எழுதப்பட்டவற்றை

விட எழுபதாண்டுகள் கழித்து ராமச்சந்திர குஹா எழுதியிருக்கும் வாழ்க்கை வரலாறு நம்பகத்தன்மையும் சமநிலையும் கொண்டதாகத் தெரிகிறது. ஒரு நூற்றாண்டுக்கு முன்பிருந்தைப் போலக் கல்வெட்டுகள், சுவடிகள் போன்றவற்றைத் தாண்டி வழக்காறுகள், தொன்மங்கள் போன்றவற்றையும் யோசித்தே இன்று நேற்றைப் பற்றின வரலாற்றை எழுதமுடியும். வரலாற்றுத் தர்க்கத்திற்குள் இதுபோன்ற புதுக்காரணிகள் வந்து சேரும்போது வரலாற்றின் இறுக்கம் குறைகிறது. மேலும் காலங்கழித்து எழுதப்படும் வரலாறு தன்னுடலில் இதுவரை எழுதப்படும் காலம் குறித்து நடந்த விவாதங்களுக்கான பதிலையும் தன்னுள்ளே கொண்டிருக்கும் என்று எதிர்பார்க்கலாம்.

இந்தப் பின்னணியில் வைத்தே அயோத்திதாசரின் மறுவருகை தமிழ்ச்சூழலில் புரிந்துகொள்ளப்பட்டது. கல்வி என்பது ஒரு விடுதலை கருத்தியல் என்பது சார்ந்த ஆழமான சந்தேகங்கள் உருவாகிவிட்டிருந்தன. 'படித்தால் முன்னேறினால் சமத்துவம் வந்து விடும்' என்று படித்த முன்னேறிய ஒரு தலித்தால் ஒத்துக் கொள்ள முடியவில்லை. காந்திய லட்சியவாதம் போன்ற காரணிகளால் மங்கியிருந்ததுபோலத் தோற்றம் தந்த ஜாதிய வன்மம் முழு வீச்சுடன் மீண்டும் தலையெடுக்கத் தொடங்குவதை எவ்வடையாளங்களெல்லாம் அருவருக்கத்தக்கவை என்று நவீனத்துவச் சீர்திருத்தவாதிகளால் சொல்லப்பட்டதோ அவ்வடை யாளங்களெல்லாம் திரும்பத் தங்களைத் பெருமிதமாகக் காட்டிக் கொண்டு தலையெடுப்பதை 'படித்து முன்னேறிய' தலித் குழப்பத்துடனும் அதிர்ச்சியுடனும் பார்த்துக் கொண்டிருந்தார். கல்வி அவருக்குக் கொடுத்த பகுத்தறிவு பிரச்னை இன்னும் சிக்கலானது என்று புரிந்துகொள்ள மட்டுமே உதவியது. அதாவது உண்மையான சீர்திருத்தத்தை நோக்கி இன்னும் ஓர் அடிகூட நாம் எடுத்து வைக்கவில்லை என்பதை அவர் கண்டுகொண்டார். இந்தப் புரிதலை அடைந்த தலித் வரலாற்றை எவ்வகையாகக் கற்பனை செய்வாரோ அப்படியான வரலாறு ஒரு நூற்றாண்டுக்கு முன்பே - இந்தச் சமூகச் சீர்திருத்த உற்சாகங்கள் பொங்கி வழிந்து வடிவதற்கு முன்பே - எழுதப்பட்டிருந்தது. தமிழக தலித் சிந்தனையாளர்கள் அத்தனை பேரும் ஏறத்தாழ அம்பேத்கரைக்கூட மறந்துவிட்டு அயோத்திதாசரைப் பற்றிப் பேசத் தொடங்குகின்றனர்.

ராஜ்கௌதமன், பிரேம், ஸ்டாலின் ராஜாங்கம் என அயோத்திதாசரின் வரலாற்றுப் பங்களிப்பை நிலைநாட்ட பல்வேறு தளங்களில் ஆய்வாளர்கள் முயன்றனர். இம்முயற்சியில் ஓரளவு வெற்றியுங்

கண்டனர். ஜெயமோகன் அயோத்திதாசரைப் பற்றி எழுதிய நெடுங்கட்டுரையும் அயோத்திதாசரை மையப்பாத்திரமாகக் கொண்டு அவர் எழுதிய வெள்ளையானை நாவலும் இலக்கிய உலகிலும் அயோத்திதாசரை அறியப்பட்டவராக மாற்றியது.

அயோத்திதாசர் என்ற பெயர் தமிழ் அறிவுச்சூழலில் புழங்கத் தொடங்கிய இந்தக் காலத்தில் அவரைப்பற்றி நடக்கும் பேச்சுகளில் இருந்து நம்மால் ஒன்றை ஊகிக்க முடிகிறது. அயோத்திதாசர் நவீனத்துவ மனநிலை கொண்டவர்களை எரிச்சல்கொள்ளச் செய்கிறவராகவும் பின்நவீனத்துவர்களை உற்சாகம்கொள்ளச் செய்கிறவராகவும் இருக்கிறார். ராஜ் கௌதமனின் 'க. அயோத்திதாசர் ஆய்வுகள்' என்ற நூல் அயோத்திதாசரைத் தர்க்கப்பூர்வமாக நிறுவ முயல்கிறது. அந்த நூலில் தாசர் அனைத்து வண்ணங்களையும் இழந்து வெளிறிப் போய் விடுகிறார். ஆனால் ஜெயமோகனின் அயோத்திதாசர் பற்றிய எழுத்துகளிலும் சரி; வெள்ளையானை நாவலிலும் சரி ஒரு புனைவெழுத்தாளனின் பரவசமும் உணர்ச்சியும் வெளிப்படுகின்றன.

இந்த முரணை உண்மைக்கும் புனைவுக்குமான முரணாக நாம் யோசித்துப் பார்க்கலாம். அயோத்திதாசர்பற்றி பேசப்புகுந்தால் இப்படியான முரண்சொற்களைத்தான் கேட்க வேண்டியிருக்கிறது. பௌத்தர் - பார்ப்பனர், ஆதி - சமீபம், யதார்த்தம் - வேஷம், அமிழ்தம் - விஷம், வழக்காறு - எழுத்து என்று முரண்களைப் பேசுவதே அயோத்திதாசரின் முறையியலாக இருக்கிறது. எழுத்து ஆதாரங்களை 'உண்மை' என்றும் உண்மையை வரையறுக்கப் பட்டுவிட்டது என்றும் நம்பும் நவீனத்துவராக நின்றே ராஜ் கௌதமன் அயோத்திதாசரை அணுகுகிறார். ஆனால் விஷ்ணுபுரம் வழியாக வரலாற்றையே ஐதீகமாக மாற்றி அணுகியிருந்த ஜெயமோகனிடம் இந்தச் சிக்கல் இருக்கவில்லை (பின்னாட்களில் ராஜ் கௌதமனே 'ஆகோள் பூசலும் பெருங்கற்கால நாகரிகமும்' என்ற ஆய்வில் கற்பனைக்கும் இடமளித்த முதல் தரமான ஒரு நூலை எழுதினார்).

பிரேமின் 'அயோத்திதாசர் தொடங்கிவைத்த அறப்போராட்டம்' எனும் நூல் அயோத்திதாசரை உலகச் சிந்தனைப்புலத்துடன் ஒப்பிட்டுத் தமிழுக்கும் தந்துவிடவேண்டும் என்ற உற்சாகத்துடன் எழுதப்பட்டுள்ளது என்றாலும் நூலின் 'உணர்ச்சி நிலை'யும் பிரேமின் சாதி குறித்த உறுதியான நிலைப்பாடுகளும் நூலிலிருந்து அந்நியப்படுத்தவே செய்கின்றன.

ராஜ் கௌதமன், பிரேம் இருவரையும் விட ஸ்டாலின் ராஜாங்கம் அயோத்திதாசர் பற்றி எழுதிய 'வாழும் பௌத்தம்', 'பெயரழிந்த வரலாறு' என்ற இரு நூல்களும் முக்கியமானவை. இவ்விரு நூல்களிலும் ஸ்டாலின் ராஜாங்கம் அயோத்திதாசரை அணுகுவதற் கென்று ஒரு பிரத்யேக முறையியலை உருவாக்கிக் கொள்கிறார். வாழும் பௌத்தம் அயோத்திதாசர் முன்வைத்த பௌத்தத்தின் வரலாற்றுத் தொடர்ச்சியைப் பேசுகிறது. இணையாக அயோத்திதாசர் என்ற மனிதரை வரலாற்றில் கட்டி எழுப்பவும் செய்கிறது. பெயரழிந்த வரலாறு ஒருவகையில் இன்னும் சுவாரஸ்யமான நூல். இந்த நூலில் அயோத்திதாசர் அவருடைய சமகால ஆளுமைகளான பாரதி, உ.வே.சா., மயிலை. சீனிவேங்கட சாமி போன்றோருடன் நிகழ்த்தியிருக்கக்கூடிய மௌன உரையாடல்களை அடையாளம் காண முயல்கிறார். பேசப்பட்டவை, எழுதப்பட்ட வற்றைத் தாண்டி ஒருவரைப்பற்றிப் பேசாமலிருப்பதன் அரசியலை இந்த நூலில் விவரிக்கிறார். அயோத்திதாசர் 'மறக்கப் படுவதற்கான' காரணங்களில் ஒன்றாக இந்தப் பேசாதிருத்தலை குறிப்பிடலாம்.

அயோத்திதாசர் பற்றிய எழுத்துகளில் டி. தருமராஜின் 'அயோத்திதாசர் பார்ப்பனர் முதல் பறையர் வரை' என்று நூலின் தனித்துவத்தைக் குறிப்பிடவே இவ்வளவு பேச வேண்டியதாக இருந்தது. மூன்று விஷயங்களை இந்த நூலின் தனித்தன்மையாகக் குறிப்பிடவேண்டும்.

முதல் விஷயம். மூன்று பகுதிகளைக்கொண்ட இந்த நூல் ஏறக்குறைய அயோத்திதாசருடனேயே வளர்ந்தது என்று சொல்லலாம். ஞான. அலாய்சிஸ் தொகுத்த 'அயோத்திதாசர் சிந்தனைகள்' பெருந்தொகுதிகள் வெளியான சில வருடங்களில் 'நான் பூர்வ பௌத்தன்' என்ற இந்த நூலின் முதல் பகுதி தனிநூலாக வெளியாகி இருந்தது. அதன் பிறகான உரையாடல்களால் செய்யப்பட்டதாக நூலின் இரண்டாவது பகுதியான 'இது பௌத்த நிலம்' உள்ளது. மூன்றாவது பகுதியான 'பூர்வ பௌத்தனின் கல்லறை' அயோத்திதாசரை ஒரு சிந்தனையாளராக, சீர்திருத்தவாதியாகத் தமிழ்ச் சமூகம் ஏற்றுக்கொண்ட இந்நாட்களில் எழுதப்பட்டுள்ளது. ஆகவே இந்நூலை ஒரு குறிப்பிட்ட நோக்கத்துடன் எழுதப்பட்ட பிரதியென்று வாசிக்காமல் தருமராஜின் அயோத்திதாசருடனான உரையாடலாகவும் அயோத்திதாசரின் சமூகத்துடனான உரையாடலாகவும் வாசித்துப் பார்க்கலாம்.

இரண்டாவதாக அயோத்திதாசரைப்பற்றி எழுதிய பிறருடன் ஒப்பிடும்போது தருமராஜ் அயோத்திதாசருக்கு மேலும் அணுக்கமானவர். நாட்டுப்புறவியல் பேராசிரியரான தருமராஜ் அயோத்திதாசரை ஏறக்குறைய தமிழ் நாட்டுப்புறவியலின் முன்னோடி என்று இந்நூலில் நிறுவியே விடுகிறார். தருமராஜ் அயோத்திதாசருக்கு இரண்டு முகங்கள் இருப்பதாகச் சொல்கிறார். ஒன்று 'புத்தரது ஆதிவேதம்' எழுதிய பண்டிதர். புத்தத் தம்மங்களை தமிழ்ப்படுத்தித் தரும் ஒரு மொழிபெயர்ப்பாளராக மட்டுமே அயோத்திதாசரின் இந்த முகம் வெளிப்படுவதாகச் சொல்கிறார். அயோத்திதாசரின் இன்னொரு முகம்தான் ஆசிரியரை ஆர்வங் கொள்ளச் செய்கிறது. அது 'இந்திரர் தேச சரித்திரம்' எழுதிய அயோத்திதாசர். இக்கட்டுரையின் தர்க்கத்தின்படிகூட இந்த இரண்டாவது அயோத்திதாசரே முக்கியமானவர் என்பதால் அயோத்திதாசரை ஆய்வு செய்யும் யாரை விடவும் இந்நூலாசிரியருக்கு அயோத்திதாசர் அணுக்கமானவராக இருக்கிறார்.

மூன்றாவதாக இந்த நூலின் கட்டமைப்புக் குறித்துச் சொல்ல வேண்டும்.

'சிவனும் காத்தவராயனும்' என்ற உணர்ச்சிகரமான கட்டுரையுடன் இந்த நூல் தொடங்குகிறது. 1892இல் அயோத்திதாசருக்குள் விதைக்கப்பட்ட கேள்வி எப்படித் தமிழ் பௌத்தமாகவும் தமிழன் இதழாகவும் இந்திரர் தேச சரித்திரமாகவும் இன்னும் பிற கதைகளாகவும் கிளைக்கின்றன என்று உணர்ச்சிகரமாகவும் ஆதங்கமாகவும் பேசுகிறது. அயோத்திதாசர் மறைக்கப்பட்டாரா மறக்கப்பட்டாரா என்ற விவாதங்களுக்குள் இப்பகுதி செல்ல வில்லை என்றாலும் அவர் கருத்துகள் திராவிட இயக்கத்தால் உள்ளிழுக்கப்பட்டதை இப்பகுதி ஒத்துக்கொள்கிறது. அயோத்திதாசரை மறந்திருந்த கோபமும் இப்பகுதியில் வெளிப்படுவதன் விளைவாகவோ என்னவோ /அயோத்திதாசரின் சுவடுகள் அழிக்கப்பட்டன/ என்று தன்னை முடித்துக்கொள்கிறது.

இரண்டாவது பகுதி ஒரு சுவாரஸ்யமான ஆய்வு நோக்கை வெளிப்படுத்துகிறது. அயோத்திதாசர் எழுதிய மாற்றுப் புராணங் களை 'திரும்ப எழுதுதல்' என்ற செயல்பாட்டினை ஆசிரியர் இப்பகுதியில் மேற்கொள்கிறார். திரும்ப எழுதுவதற்கான வரையறைகளைச் சொன்னதுடன் 'காலத்தினுள் அசையும் வேம்பு', 'ஒடுக்கப்பட்ட சரித்திரம்' போன்ற கட்டுரைகள் வழியாக அயோத்திதாசரின் சிந்தனையை நெருங்கிப் பார்க்க முடியுமா என்ற யோசனை நூலின் இரண்டாவது பகுதி முழுவதும் ஓடுகிறது.

மூன்றாவது பகுதியான பூர்வ பௌத்தனின் கல்லறை ஒரு சிறியதும் பெரியதுமான முப்பத்தாறு அத்தியாயங்களுடன் ஒரு நாவலைப் போன்ற வடிவத்தைத் தேர்ந்துகொள்கிறது. அயோத்திதாசரை நிறுவுதல், அயோத்திதாசரின் சிந்தனையைப் புரிந்துகொள்வது போன்ற செயல்பாடுகள் முடிந்தபின் எஞ்சியிருப்பது புரிந்து கொள்ளப்பட்டவரை என்ன செய்வது என்ற கேள்வி மட்டுந்தான். அந்தக் கேள்விக்கான கறாரான விடையைத் தேடிச் செல்லும் இப்பகுதி முழுக்க முழுக்க அயோத்திதாசரைப்பற்றிய நம்முடைய ஞாபகத்தையும் கடந்தகாலம் பற்றிய அவருடைய ஞாபகங்களை யும் விவரித்துச் செல்கிறது.

நூலின் முதல் அத்தியாயத்தில் (சிவனும் காத்தவராயனும்) ஒரு புதைவில் இருந்து மீட்டெடுத்த அயோத்திதாசரை அவ்வளவு உணர்ச்சிகரமாக முன்னிறுத்திய ஆசிரியர் இறுதி அத்தியாயத்தில் மீண்டும் கல்லறையிலேயே கொண்டு சென்று வைக்கிறார். இந்த நூலின் முக்கியமான தனித்துவம் இதுதான். இந்த நூல் வெறுமனே 'விமர்சன கண்ணோட்டத்துடன்' அயோத்திதாசரை அணுகுகிறேன் என்று பாவனை செய்தபடி அவரைப் போற்றவோ தூற்றவோ இல்லை. மாறாக அயோத்திதாசரை வகுக்க முற்படுகிறது. இன்றைய சூழலின் தேவையும் அதுதான். அயோத்திதாசரிடம் எதையெல்லாம் எதிர்பார்க்கலாம் எதிர்பார்க்கக்கூடாது என்று நூலை வாசித்து முடிக்கும்போது உணர்ந்து கொள்கிறோம்.

நூலின் முதலிரண்டு பகுதிகள் வழியாக ஆசிரியர் அயோத்திதாசரை நமக்குக் காட்டுகிறார். பூர்வ பௌத்தனின் கல்லறையில் அயோத்திதாசரை நமக்குப் புரிய வைக்க முயற்சி செய்கிறார். மொழியியல், உளவியல், நாட்டுப்புறவியல், இலக்கியம் எனப் பல்வேறு தளங்களின் அறிவைக்கொண்டு இப்பகுதியில் ஆசிரியர் அயோத்திதாசரை மோதுகிறார். அந்த மோதல் வழியாக ஆசிரியர் எடுத்துக்கொண்டு வரும் முடிவுகள் அதிச்சியளிப்பதாகவும் பரவசமூட்டுவதாகவும் உள்ளன. அயோத்திதாசரின் இந்திரர் தேச சரித்திரத்தை வாசிக்கும்போது ஏற்படும் அதே அதிர்ச்சியும் பரவசமும். இந்த இறுதிப் பகுதியில் ஞாபகங்கள் சார்ந்த ஆழமான விவாதங்கள் இடம்பெறுகின்றன. இந்த விவாதங்கள் வளர்த்தெடுக்கப்பட்டு பார்த்தல் - பறைதல் என்ற இருமையை நூல் கட்டமைக்கிறது.

பார்ப்பவர்கள் பார்ப்பனர்கள். பறைகிறவர்கள் பறையர்கள். இங்குப் பார்க்கப்படுவது மொழி. எழுத்து மொழியை நாம் பார்க்கிறோம். அதாவது எழுத்ததிகாரத்தை பார்ப்பனம் என்றும் பேச்சுச் செயலைப்

பறைதல் என்றும் ஆசிரியர் வரையறுக்கிறார். நூல் முழுக்க தொழிற்பட்ட விரோதம், அயோத்திதாசர் தமிழனில் திரும்பத் திரும்ப எழுதிய விரோதம் அவருக்கு முன்பே தமிழ்ச் சமூகத்தின் குருதியில் அறையப்பட்டிருந்த விரோதத்தை ஆசிரியர் பார்த்தலுக்கும் பறைதலுக்குமான விரோதமாக மாற்றிக் காட்டுகிறார்.

அயோத்திதாசரின் பங்களிப்பாக ஆசிரியர் நிலைநிறுத்துவது இந்தப் பண்பைத்தான். சமூக முரணைக் கருத்தியல் முரணாக மாற்றுகிறார். இந்தக் கருத்தியல் முரண் தீர்க்கப்படக்கூடியது என்பதே அயோத்திதாசர் பற்றிய பேச்சுகளின் நம்பிக்கை அளிக்கக் கூடிய அம்சமாக இருக்கிறது.

எப்படி?

இக்கட்டுரையின் தொடக்கம் முதலே நவீனத்துவத்தின் எல்லை களைப்பற்றியும் நவீனத்துவம் சார்ந்தும் அதற்கு எதிராகவும் எழுந்த சீர்திருத்தங்களின் எல்லைகள்பற்றியும் பேசினோம். ஒரு வகையில் எழுத்தும் ஒரு நவீனத்துவக் கூறுதான். அதாவது எழுத்தின் மீதான அதீத நம்பிக்கை. பத்தொன்பது மற்றும் இருபதாம் நூற்றாண்டுகளில் நடந்த மாபெரும் தேச உருவாக்கங்கள் எழுத்தையே அடிப்படையாகக் கொண்டிருந்தன. எழுத்து கடவுளின் இடத்திற்கு நகர்ந்திருந்தது. 'வாக்கு' என்ற சொல்லே பழையதாகிப் போனது. 'வாக்குக் கொடுத்தல்' என்பது மிக நெருக்கமான உறவுகளுக்கு இடையேகூடக் குறைந்து போனது. எழுத்தின் புனிதம் பேச்சை ஒரே சமயம் அபூர்வமானதாகவும் நாகரிகமற்றதாகவும் காண்பிக்கத் தொடங்கியது.

நிறைய பேசுவது தவறென்றும் ஆனது. நாம் அனைவருமே பள்ளிகளில் கைகளைக் கட்டிக்கொண்டு வாய் பொத்தி வாசித்துக் கொண்டிருந்தவர்கள். அதாவது பார்த்துக்கொண்டிருந்தவர்கள். ஆகவே, நாம் அனைவரும் ஒரு வகையில் பார்ப்பனர்கள். பேசுகிறவர்களாக அதாவது பறையர்களாக இருந்த நாம் பார்ப்பனர் களாகிப் போனோம். பறையர்களாகிய நாம் பார்ப்பனர் களாகியதைப் பற்றித் தீர்ப்பெழுதுவது நமது நோக்கமில்லை. ஆனால் பறைதலின் - அநாகரிகமானது, தவிர்க்கப்படவேண்டியது என்று கருதப்பட்ட பறைதலின் - அழகுகள் நமக்கு இப்போது தெரியத் தொடங்குகின்றன.

'குறைவாகப்பேசு' என்று சொன்ன நவீனத்துவத்தின் அந்திமம் 'அதிகமாகப் பேசும்' பின்நவீனத்துவத்தின் பிறப்புடன் ஒத்துப் போனது. இந்த இருபதாண்டுகளில் அயோத்திதாசரும் பல

சிந்தனையாளர்களைப் பேச வைத்துள்ளார். பறைதல் அநாகரிகம் பார்த்தல் நாகரிகம் என்ற இறுக்கமான மூடநம்பிக்கையை நம்மால் கைவிட முடிந்தால் பறைதல் என்ற பார்த்தலைவிட அதிக சாத்தியங்கள் நிறைந்த செயலை நம்மால் முழு மனதுடன் விசாரிக்க முடிந்தால் நம்முடைய சமத்துவம் சார்ந்த சொல்லாடல் களும் பண்பாடு சார்ந்த விவாதங்களும் மேலும் விரிவையும் கூர்மையையும் அடையும் என்ற நம்பிக்கையை டி. தருமராஜின் நூல் வழியே துலங்கி வரும் அயோத்திதாசர் நமக்கு அளிக்கிறார்.

இந்த நூலின் வழியாகவே வெவ்வேறு வகையான முடிவுகளை வாசகர்கள் சென்றடையமுடியும் என்றாலும் பார்த்தல் - பறைதல் என்ற இருமையை வெற்றிகரமாகச் சித்திரித்திருப்பதே இந்த நூலின் முக்கியத்துவம் என்று கருதுகிறேன். அயோத்திதாசரை இன்றைய சூழலில் மிகச் சரியாக அணுகி வகுத்திருக்கிறது என்றவகையில் அயோத்திதாசர் பார்ப்பனர் முதல் பறையர் வரை தமிழ் அறிவுச்சூழலில் ஒரு முதன்மையான நூல்.

•

வேள்விக்கும் வேதத்திற்கும் முந்தியது
புத்த தம்மம் எனும் ஆதி வேதம்

ஈஸ்வரபாண்டி

மருத்துவர்

அயோத்திதாசரின் பௌத்த சோதனைகள் சுயம்புவானதோ தற்செயலானதோ அல்ல. அவருக்குமுன்பு இந்தியாவில் அல்லது கீழைத்தேயவியல் அறிஞர்கள் பௌத்தம் குறித்த உரையாடலை நிகழ்த்தியிருந்தனர். கீழைத்தேயவியலர் பௌத்தத்தோடு இந்துமத்தை வரையறுக்கும் காரியத்தைச் செய்துவந்தனர்.

கீழைத்தேயவியலின் மதம் குறித்த கட்டமைப்புகளை விசாரிக்கும் ரிசார்ட்கிங், பௌத்த ஆய்வாளர்களிடம் காணப்படும் இரண்டு விதமான மனச்சாய்வுகளை அடையாளப்படுத்துகிறார் (King, Richard, 1999 Orientalism and Religion:Post Colonial Theory,Indian and Mystic East: Rountledge,London and Network). இந்த இரண்டு போக்குகளும் ஒன்றுக்கொன்று சளைக்காமல் மேற்கத்திய பண்பாட்டு மேன்மைகளில் எவ்வாறு மயக்கம் கொண்டிருந்தன என்றும் அவர் விளக்குகிறார்.

முதலாவதாகப் பௌத்த சமயத்தை இந்துமதத்திற்கு அல்லது பிராமணியத்திற்கு எதிரான நடவடிக்கையாகக் கற்பனை செய்து, இந்து வெகுஜன மரபின் சடங்கு ஆச்சாரங்களுக்கு எதிரான கலகக்குரலை எழுப்பியவர் புத்தர் என்ற இந்தக் கருதுகோளை மேற்கத்திய ஆய்வாளர்கள் மட்டுமல்ல இந்து சமய பண்டிதர்களும் ஆதரித்தனர்.

கௌதம புத்தரை ஒரு சமயச்சீர்த்திருத்தவாதியாகவோ இன்னும் ஒருபடி மேலேபோய் அவதாரமாகவோ ஏற்றுக்கொள்வதில் பிராமணப் பண்டிதர்களுக்கு எந்தச் சிக்கலும் இருக்கவில்லை.

கிறித்துவ சமயத்தில் மார்டின் லூத்தர் எழுப்பிய குரலைப்போல இந்து சமயத்தின் கலகக் குரலாகப் புத்தர் விளங்கினார் என்பது அவர்களுக்கு உவப்பாகவே இருந்தது.

அயோத்திதாசர் (பார்ப்பனர் முதல் பறையர் வரை) என்ற பேரா. தருமராஜ் அவர்களின் புத்தகத்தின் கடைசி அத்தியாயத்தில் இருந்தே எனது ஆய்வுக்கட்டுரையை நான் வடிவமைத்திருக் கிறேன். இனி இந்தக் கட்டுரைக்குள் செல்லலாம்.

வேள்விக்கு முந்தியது புத்த தம்மம்

இதுவரை எழுதப்பட்ட இந்திய வரலாறு அனைத்தும் கிட்டத்தட்ட பிராமண ஆதிக்கக் கருத்தியலின் அடிப்படையிலேயே (பிறப்பின் அடிப்படையிலான சாதிமேட்டின்மை வாதம்) கட்டமைக்கப் பட்டதாக எனக்குப் பலத்த சந்தேகம் உண்டு. ராகுல சாங்கிருத்தியாயன் ஆகட்டும், டி.டி. கோசாம்பியாகட்டும், தேவிபிரசாத் சட்டோ பாத்யாயா வாகட்டும் இவர்களில் தொடங்கி இப்போதைய ரோமிலா தாபார்வரை இந்திய வரலாற்றை இந்தக் கருத்தியல் மேட்டிமையைத் தகவமைக்கத்தக்க வகையிலேயே எழுதினார்கள் என்ற குற்றசாட்டை மறுப்பதற்கில்லை.

ஏன் அப்படிக் கட்டமைக்க விரும்பினார்கள் என்ற காரண காரியங்களுக்குள் நான் போகவிரும்பவில்லை. உங்களுடைய எண்ண ஓட்டத்திற்கே அதை விட்டுவிடுகிறேன். அப்படியானால் இந்தக் கருத்தியலை இதன் உண்மைத்தன்மையை யாரும் கேள்வி கேட்கவில்லையா? கேள்வி கேட்க விரும்புபவர்கள் மிகச்சிலரே.

அப்படிவந்த மிகச் சிலரும்கூட இந்தக் கருத்தியலுக்கு எதிர்நிலையில் இருந்தே வாதம் செய்தனர். எதிர்நிலையில் இருந்து வாதம் செய்தல் என்றால் எதிர்நிலையின் இருத்தலையும் அங்கீகரிப்பதாகவும் ஆகிவிடும் என்பதை மறுப்பதற்கில்லை. அதுவும் எதிர்நிலையில் இருத்தல் என்பது தற்கால ஆதிக்க அரசியல் கருத்தியலாக இருக்கும் பட்சத்தில் அந்தக் கருத்தியலையும் அப்படியே ஏற்றுக்கொள்வதாக அமைந்துவிடும்.

இப்படி எதிர்நிலையில் இருந்து வாதம் செய்தவர்களில் முக்கிய மானவர்கள் திராவிடக் கருத்தியலுக்குச் சொந்தக்காரர்களும் உண்டு, அம்பேத்கரியவாதிகளும் உண்டு, இடதுசாரிச்சிந்தனை யாளர்களும் உண்டு.

அம்பேத்காரிஸ்டுகள் என்று நான் சொல்வது அரசியல் அதிகாரத்திற்கு அம்பேத்காரை நாடுபவர்களை. பண்பாட்டுத்தளத்தில் அதுவும்

1950களுக்குப்பின் உள்ள அம்பேத்கரைச் சரிவரப் புரிந்து கொள்ளாதவர்களை.

இவர்கள் அனைவரும் சொல்லவரும் வரலாற்றுச் சுருக்கம் இதுதான்...

2500 ஆண்டுகளுக்கு முன் வேள்வி மதம் செழித்தோங்கி இருந்தது. பிராமணர்கள் உச்சநிலையில் இருந்தனர். செழிப்பான மொழி, அதற்கான எழுத்துவடிவம் அவர்களிடத்தில் இருந்தது. அவர்கள் நாகரீகம் அடைந்தவர்கள். நான்கு வேதங்களுக்குச் சொந்தக்காரர் கள். அதை அறிந்தவர்கள். அப்போது வர்ணாஸ்ரமம் எனும் ஒருவகை யான சாதிஅமைப்பு இருந்தது. தீண்டாமை இருந்தது. இப்படிப்பட்ட பிராமணர்களின் கட்டுப்பாட்டில் மக்கள் இருந்தனர். அரசர்கள் இந்த வேள்விகளில் கட்டுண்டு கிடந்தனர். இந்த வேள்வியில் உயிர்ப்பலி இருந்தது. அந்த உயிர்ப்பலி வேளாண்குடிகளையும் உணவு உற்பத்தியையும் பாதித்தது.

இப்படிப்பட்ட சூழல்தான் மகாவீரரும் கௌதம புத்தரும் பிறப்பதற்கான காரணமாக இருந்தது. அப்படிப் பிறந்தவர்களுக்குத் திடீரென ஞானம் பிறந்தது. அந்த ஞானத்தினால் வேள்விகளில் பலியிடப்படும் உயிர்களைத் தடுத்தனர். கொல்லாமையை வலியுறுத்தினர்.

ஆகா... பிறந்தது பௌத்த மதம் பாருங்கள் என்பதாகவே இந்த வரலாற்றாளர்களின் படைப்புகள் இருக்கின்றன.

இந்தக் கதையின்மூலம் இந்தப் புரோகிதசாதிகளின் மேட்டிமை வரலாற்றாசிரியர்கள் சொல்லவருவது என்ன?

இந்த நாட்டில் வேள்வி மதம்தான் (இன்றைக்குச் சொல்வதானால் பிராமண மதம், இந்து மதம்..) அனைத்திற்கும் தாய். அதிலிருந்து தான் மதச்சீர்திருத்த அடிப்படையில் (இந்துமதச் சீர்திருத்த) பிறந்ததுதான் பௌத்தம். அப்படிப் பிறந்த மதச்சீர்திருத்தவாதி தான் (விவேகானந்தர், இராமலிங்க அடிகளார்போல) புத்தர்.

எவ்வளவு பெரிய வரலாற்று மோசடி. எவ்வளவு பெரிய புரோகிதசாதி மேட்டிமைவாதம். விஷ்ணுவின் அவதாரம்தான் புத்தர். இந்து மதத்தில் இருந்து பிறந்ததுதான் பௌத்தம். பௌத்தம் இந்துமதத்தின் இன்னொரு பிரிவு, சைவம், வைணவம்போல... என்று கதை அளக்கும் வலதுசாரி வரலாற்றாளர்களுக்கும் இவர்களுக்கும் பெரிய வேற்றுமை ஒன்றும் இல்லை.

பௌத்தம் பெரும்பான்மையான மக்களால் இன்றைக்கும் பின்பற்றப் படுகிறது. தெற்காசிய நாடுகளில் சீனாவில் இருந்து ஜப்பான்வரை இலங்கையில் இருந்து தாய்லாந்துவரை.

பௌத்தம் இந்தியாவில் தோன்றியதற்கான வரலாறை அப்படியா எழுதிவைத்துள்ளார்கள் அல்லது வாய்மொழித் தரவுகள் ஏதேனும் அப்படி உண்டா அந்தந்த நாடுகளில்.

அந்த நாடுகளில் பௌத்ததோற்றம் குறித்த வரலாறுகளில், புத்தர் பிறப்புக் கதைகளில் இப்படியான புரோகித சாதி துதிகளுக்கு இடமில்லை என்பதையாவது இந்தத் துதிபாடிகள் அறிவார்களா?

அப்படியானால் புத்த தம்மத்தின் தோற்ற வரலாறுதான் என்ன?

இந்தக் கேள்விக்கு இந்தியாவின் சாபக்கேடான தீண்டாமையின் தோற்ற வரலாற்றைத் தேடி அலைந்து 'இந்திரர் தேச வரலாறு', எழுதிய அயோத்திதாசப் பண்டிதரைத் துணைக்கு அழைத்தே ஆகவேண்டும்.

அண்ணல் அம்பேத்கரின் மிக முக்கிய கட்டுரைகளில் ஒன்றான 'தீண்டத்தகாதவர்கள் யார்? தீண்டத்தகாதவர்களாக எப்படி ஆக்கப்பட்டார்கள்?' என்ற கட்டுரையின் முன்னுரையில் அனைத்தையும் இழந்து ஒடுக்கப்பட்டு நிற்கும் ஒரு சமூகத்தின் வரலாற்றை எழுதுவது என்பது, முற்றிலும் அழிக்கப்பட்ட ஒரு விலங்கின் மிச்சசொச்சம் கிடைத்த எலும்புத்துண்டுகளை வைத்து அந்த மிருகத்தைக் கற்பனை செய்வதைப்போல... அழிக்கப்பட்ட கோட்டையின் எச்சங்களை வைத்து அதன் முழுவடிவத்தையும் கொண்டுவருவதுபோல... அனைத்தையும் இழந்து நிற்பவனிடம் அவனின் எழுத்துகள் அனைத்தும் அழிக்கப்பட்ட நிலையில் இருப்பவனிடம் எழுத்து மூலங்களை மட்டுமே ஆதாரமாகக் கருதும் ஆய்வாளர்களை அண்ணல் அம்பேத்கர் புறந்தள்ளி இருப்பார்.

கிடைக்கக்கூடிய சிறு வாய்ப்புகளையும் வாய்மொழித் தரவுகளை யும் பயன்படுத்திக் கற்பனைக்குள்ளும் புனைவுகளுக்கும் இடமளித்தால் மட்டுமே உண்மையை வெளிக்கொணரமுடியும்.

பௌத்தர்களால் பௌத்தம் குறித்தும் இந்த நாட்டில் பாலியிலும் தமிழிலும் சமஸ்கிருதத்திலும் எழுதப்பட்ட நூல்கள் கிட்டத்தட்ட அழிக்கப்பட்டுவிட்ட நிலையில் எஞ்சிய நூல்களின் ஒரு சில பாடல்களிலிருந்தும் வாய்மொழிக் கதைகளிலிருந்தும் கற்பனை வளத்தில் இருந்தும் ஒரு வரலாற்று உண்மையை நாம் கட்டமைக்கக் கடமைப்பட்டுள்ளோம்.

ஆம்... புத்த தம்மத்தின் தோற்றத்தின் உண்மையையும் அதன் வரலாற்றையும் அறிந்துகொள்ள நீங்கள் 3500 ஆண்டுகளுக்குமுன் உள்ள இந்திரர் தேசத்தை இந்தியாவை உங்கள் கற்பனை வளத்திற்குள் கொண்டுவந்துதான் ஆகவேண்டும்.

சிந்துசமவெளி நாகரிகமும் கீழடியும்

இந்திரதேசம் என்று நான் குறிப்பிடும் பரப்பு இன்றைக்கு இந்தியா என்று வரையறுக்கப்பட்ட நிலப்பகுதி மட்டும் அல்லாமல் ஆப்கானிஸ்தானின் பெரும்பகுதி பாகிஸ்தான் பங்களாதேஷ் நேபாளமும் சேர்ந்தது என்பதைக் கவனத்தில் கொள்ளவேண்டும். உலகத்தின் மூன்றில் ஒருபங்கு மருதநிலம் நிறைந்த பகுதியாகவும் வண்டல் மண் பிரதேசமாகவும் எளிய முறையில் வேளாண் விவசாயம் செய்வதற்கு ஏற்ற பகுதியாகவும் உள்ள பரப்பு.

இந்த இந்திர தேசத்தில் கிமு 2500லிருந்து 5000வரை பல நாகரீகம் அடைந்த சமூகக்குழுக்கள் இருந்திருப்பதாகச் சொல்லப்படுகிறது.

இந்த நாகரீகத்தில் ஈடுபட்ட மக்கள் வேட்டையாடுதல் காட்டு உணவு களை உண்டு வாழுதல் என்பனபோன்ற உணவுப் பழக்கத்திலிருந்து தனக்கான உணவை உற்பத்தி செய்யக்கூடிய வித்தையைத் தெரிந்த மக்களாக இந்த உணவு உற்பத்திக்குத் தேவையான சிற்சில கருவிகளைச் செய்யும் தொழில்நுட்பம் தெரிந்தவர்களாக உற்பத்தி செய்யப்பட்ட உணவு தானியங்களைச் சேமிக்கத் தெரிந்தவர்களாகவும் இருந்திருக் கிறார்கள். மக்களிடையே வேலைப் பிரிவினைகள் இருந்திருக்கின்றன. தானியங்களைத் தங்களுக்குள் வேலைப் பிரிவினையின் அடிப்படையில் பங்கிட்டுக் கொள்ளவும் செய்திருக்கிறார்கள்.

உணவு உற்பத்தி, தானிய சேமிப்பு, பங்கீடு, நிலையான இருப்பிடம், நீர்மேலாண்மை இவற்றில் ஓரளவிற்கு நிபுணத்துவம் பெற்ற மக்கள் இவர்கள். இப்படிப்பட்ட நாகரீகம் அடைந்த குழுக்கள் இந்திரதேசம் முழுவதும் ஆற்றங்கரை நாகரீகங்களாகப் பரவி இருந்ததற்கான சான்றுகள் இருபது மற்றும் இருபத்தியோராம் நூற்றாண்டு முழுவதும் கிடைத்த வண்ணம் உள்ளன.

இப்படி ஒழுங்கமைக்கப்பட்ட சமூகம் எதன் அடிப்படையில் இயங்கி இருக்க முடியும். இவைகளை இயக்கிய விதிகள் எவை?

அரசு இருந்திருக்கிறது. வரிவிதிப்புகள்கூட இருந்திருக்கலாம். ஆனால் அரசு என்ற கட்டுமானம் பலவந்தமாக இல்லாததாகவே தெரிகிறது.

நைல் நதிக்கரை நாகரீகம், கிரேக்க நாகரீகம் போன்ற நாகரீகங்களில் ஆண்டான் அடிமை முறை இருந்ததற்கான பிரமீடுகள் இருக்கின்றன.

சிந்து சமவெளியில் இருந்து ஆதிச்சநல்லூர்வரை ஏன் தற்போதைய கீழடியிலும்கூட இப்படி ஆண்டான் அடிமைமுறை இருந்ததற்கான ஆதாரங்கள் ஏதும் இல்லை. அப்படியானால் கிடைத்திருக்கக்கூடிய அடையாளங்களும் குறியீடுகளும் எவற்றை உணர்த்துகின்றன.

கிடைத்தவற்றில் இன்றைக்குப் புழங்கக்கூடிய ஏதேனும் மத அடையாளங்கள் (வெளிப்படையாகச் சொல்வதானால் இந்துமதத்திற்கு உரிய) இருக்கவேண்டும் என்ற முனைப்போடு செயல்படும் வரலாற்றாளர்கள் ஒருபுறம்.

வேள்விமதம் மட்டுமல்ல எந்த இந்திய மதங்களுக்குமான அடையாளங்களும் கிடைத்துவிடக்கூடாது என்ற பரிதவிப்போடு இயங்கும் மார்க்சிய வரலாற்றாளர்கள் ஒருபுறம்.

மதம் என்பதையும் சமயம் என்பதையும் வெறுமனே இன்றைக்கு இருக்கக்கூடிய நிறுவன மதங்கள், சமயங்கள் என்ற பார்வையில் இருந்து அணுகுவதில் ஏற்படக்கூடிய சிக்கல் இது.

தொழில் புரட்சிக்குப் பின் உலகம் முழுவதும் ஜனநாயக அரசுகள் ஏற்பட்டுவிட்ட பின்னணியில் மதம் குறித்தும் சமயம் குறித்தும் ஒரு நவீனவாதியின் பார்வையில் இவைகளை ஒடுக்குமுறைக் கருவியாகவும் பகுத்தறிவுக்கு எதிரானதாகவும் கட்டமைத்திருக்கிறது.

முதலாளிய சமூகத்திற்கு முன் உள்ள அனைத்துச் சமூகமுறைமை களிலும் ஏன் இன்றைய சமூகங்களிலுமே மதத்தின் ஆதிக்கம் இருக்கவே செய்கிறது.

அகழ்வாராய்ச்சியில் உள்ள பொருள்கள் மத அடையாளங்களை உணர்த்தவில்லை என்றால் வேறு எவற்றை உணர்த்துகின்றன.

இப்போது மீண்டும் அதே கேள்விதான் நிறுவன மதங்கள் தோன்றுவதற்கு முன் இந்திய நாகரீக சமூக மக்கள் எப்படி எதன் அடிப்படையில் ஒழுங்கமைக்கப்பட்டிருந்தார்கள்?

உணவு உற்பத்தி வித்தைகளையும் அதற்கான கருவிகளையும் செய்யும் தொழில்நுட்பங்களையும் சிறந்த ஒழுங்கையும் கொண்டிருந்த மக்களிடையே கட்டாயம் மனித உயிர், உடல், பிறப்பு, இறப்பு, மறுபிறப்பு, இறப்புக்கு பின் உயிர் என்னவாகிறது?

காற்று, நீர், நிலம், நெருப்பு, ஆகாயம், சூரியன் போன்ற இயற்கையை புரிந்துகொள்ளுதல்... இயற்கைப் பேரிடர்களை அறிந்து கொள்ளுதல்...

இவற்றைப்பற்றியெல்லாம் தேடலும் விவாதங்களும் நடந்திருக்க வேண்டும். இப்படிப்பட்ட கேள்விகளும் அதற்கான பதில்களுமே அவர்களுக்கான தத்துவஞானத்தை அறத்தைக் (சமஸ்கிருதத்தில் சொல்வதானால் தருமத்தை, பாலியில் சொல்வதானால் தம்மத்தை) கற்பித்திருக்கவேண்டும். அந்த அறத்தைத் தொடர்ந்து அவர்கள் வளர்த்திருக்கவேண்டும். அத்தோடு நில்லாமல் அதன்படி ஒழுகி இருந்திருக்கவும்வேண்டும்.

இந்த அறத்தைக் கற்பிக்கவும் போதிக்கவும் வளர்க்கவுமான அறவோணர்களும் தத்துவ ஞானிகளும் இருந்திருக்கவேண்டும். இந்த அறவோணர்களும் தத்துவ ஞானிகளுமே இந்திய நாகரீகங் களுக்கான கொடை.

அப்படியானால் இந்த அறவோணர்கள் யார்?

இதற்கான பதிலைப் பௌத்தத்திலும் சமணத்திலுமே தேடவேண்டி இருக்கும்.

பௌத்தம் என்ற தத்துவத்தை நிறுவியவர் கௌதம புத்தர் என்றும், சமணத் தத்துவத்தை நிறுவியவர் மகாவீரர் என்றும் படித்திருக்கும் நாம் இந்த இந்திய மதங்கள் சொல்லும் கதையாடலுக்குள் சென்று தேடவேண்டி இருக்கும்.

பௌத்தம் கௌதம புத்தருக்கு முன் இருபத்தியேழு புத்தர்கள் இருந்ததாக வரையறுக்கிறது. சமணம் மகாவீரருக்கு முன் இருபத்தி மூன்று தீர்த்தங்கரர்கள் இருந்ததாகச் சொல்கிறது. இவர்களின் காலம் கிமு 3500 முதல் 5000 வரை இருக்கலாம். கௌதமருக்கு முன் புத்தர்கள் என்றால் அவர்கள் ஏதோ அவதார புருஷர்கள் அல்ல. இந்த நாட்டில் வாழ்ந்த அறவோணர்கள். அந்தந்த காலகட்டத்திற்கு ஏற்ப அறம், நீதி, தத்துவம், நேர்மை, வழிபாடு உட்பட அனைத்திற்கும் வழிகாட்டி வந்தவர்கள்.

இப்படிப்பட்ட தொடர் தத்துவமரபில் இருபத்தி எட்டாவதாக வந்தவர் கௌதமர். இருபத்தி நாலாவதாக வந்தவர் மகாவீரர். இந்தத் தத்துவமரபு இவர்களுக்கு முன்னும் பின்னும் தொடர்ந்து பாராயணம் செய்யப்பட்டு அடுத்தடுத்து வந்த அறவோணர் களுக்குக் கடத்தப்பட்டே வந்திருக்கிறது.

கௌதமர் இந்தப் பாராயணங்களைக் கேட்டவராகவே இருந்திருக்கிறார். அதோடு மட்டுமல்லாமல் அவரின் சமகாலத்தில் வாழ்ந்த சமண, ஆசுவீக, சாங்கிய, வைசேடிக, பூதவாத, நிகண்டவாத உட்பட அறுபத்தி இரண்டு தத்துவப் பிரிவு தத்துவ ஞானிகளுடனும் முனிவர்களுடனும் விவாதித்திருக்கிறார் (பார்க்க: அண்ணல் அம்பேத்கரின் 'புத்தரும் அவர் தம்மமும்').

பகுதி6

(புத்தரும் அவர் சம காலத்தவரும்) அதில் கிடைத்த அறிவு திரட்சியே பௌத்த தத்துவ மரபை (Middlepath) நடுநிலை தத்துவத்தைச் செழுமைப்படுத்தி இருக்கிறது. (பார்க்க: புத்தமும் அவர் தம்மமும்.)

பகுதி7

ஒப்புமையும் வேறுபாடும். 1. எவற்றை அவர் நிராகரித்தார். 2. எவற்றை அவர் புதுப்பித்தார். 3. எவற்றை அவர் ஏற்றார்.

கௌதமரின் காலத்தில் இந்திரதேசம்

கிமு 3500 ஆண்டுகளுக்குமுன் இந்திரதேசத்தில் ஆற்றங்கரைகளில் சமூகங்கள் வாழ்ந்திருக்கின்றன. அதை ஒட்டி மருத நில அரசுகளும் தோன்றி இருக்கின்றன. ஆனால் இப்படிப்பட்ட அரசுகளின் ஆளுகைக்குள் உட்பட்ட பரப்பு என்பது மிகமிகச் சிறியது. இந்த அரசுகளின் ஆளுகைக்குள் உட்படாத மிகப் பெரிய பரப்பில் பல பழங்குடிச் சமூகக்குழுக்கள் வாழ்ந்துகொண்டிருந்தன. இன்னும் சொல்லப் போனால் இந்திரதேசத்தில் பெரும் நிலப்பரப்பில் பல்வேறு பழங்குடிச் சமூகங்களே இருந்திருக்கின்றன.

பழங்குடிச் சமூகம் என்று சொல்வது இவர்கள் ஆற்றங்கரை சமூக மக்களைப்போல் நிலைத்த குடியினர் அல்ல. தனக்கான நீர் மேலாண்மை, உணவு உற்பத்தி, பங்கீடு இவற்றைத் தெரிந்தவர்கள் அல்ல. இந்தச் சமூகக் குழுக்கள் உணவை உற்பத்தி செய்யவோ சேமிக்கவோ தெரியாத சமூகம். காட்டு உணவுகளை உண்டும் வேட்டையாடுதலை முதன்மையாகக்கொண்டும் தன்னை உயிர்ப்பித்து வந்திருக்கிறது.

உயிர்ப்பித்து என்று சொல்வது ஆற்றங்கரை சமூகங்களைப்போல் உபரி உற்பத்தியோடும் அந்த உபரியின் காரணமாகத் தன் இனத்தைப் பெருக்கிக்கொள்ளும் வழிவகை இல்லாமல் ஒரு பற்றாக்குறை சமூகமாகவே இருந்திருக்கிறது என்பதுதான்.

உணவை உற்பத்தி செய்த நாகரீக சமூகங்களும் தன்னுடைய பழங்குடி மரபின் மிச்சொச்சங்களை விட்ட குறை தொட்ட குறையாக வேட்டையாடுதலைப் பல்வேறு காரணங்களுக்காகத் தொடர்ந்து செய்துகொண்டும் இருந்திருக்கிறது. இதுவே கௌதம புத்தர் காலகட்டத்தில் இந்திரதேச மக்களின்வாழ்நிலை.

உயிர்க் கொல்லாமையின் அவசியம்

வேளாண் குடிகளின் உணவு உற்பத்தி, நீர்நிலை மேம்பாடு, விவசாய உபரி இவற்றின் காரணமாகப் பெருகும் மக்கள் தொகைக்கு ஏற்ப இந்த மருதநில அரசுகளின் விரிவாக்கம் தேவைப்படுகிறது.

இன்னொருபுறம் பற்றாக்குறைச் சமூகமாக உள்ள பழங்குடிகள் இந்த மருதநில அரசுகளுக்குள் வந்தாகவேண்டிய தேவை இருக்கிறது. விலங்குகளை உணவுக்காக வேட்டையாடும் சமூகம் ஒருபுறம். வேட்டையாடுதலை எச்சமாகக்கொண்ட நாகரீக சமூகம் ஒருபுறம்.

இப்படியாக இருந்த சமூகத்தில் விலங்குகளை ஆடுமாடுகளை ஏன் குதிரையையும் கழுதையையும்கூட உணவு உற்பத்தியிலும் வணிகத்திலும் ஈடுபடுத்தமுடியும் என்பதை நாகரீக சமூகம் கண்டுபிடித்த சமயம் வரலாற்றில் முக்கியக் காலகட்டமே.

மருதநிலஅரசு தன்னுடைய உணவுத் தேவைக்காகவும் அரசை விரிவுபடுத்துவதற்கும் அதன் முன் இரண்டு வழிமுறைகள் இருந்தன.

ஒன்று பழங்குடி மக்களின் நிலப்பரப்பை எடுத்துக்கொள்ள வேண்டும்.

இரண்டு நாகரீக வேளாண் குடிகளிடம் இருந்த பழங்குடி எச்சங்களை (வேட்டையாடுதல், உணவிற்காக விலங்கைக் கொல்லுதல்) அழித்துக் கால்நடைகளை வேளாண் உற்பத்திக்குப் பயன்படுத்த வேண்டும்.

பழங்குடிகளின் நிலத்தை எடுத்துக்கொள்வதற்கு மருத நில அரசுகளுக்கு இரண்டு வழிமுறைகள் இருந்தன.

பழங்குடி இனக் குழுக்களுடன் போரிடுதல் அதிலொரு வழிமுறை.

போரிடுதல் என்ற உத்தியின் மூலம் நிலத்தை அபகரித்தல். நிலத்தையும் வனத்தையும் வளத்தையும் இழந்த மக்களை வேளாண் உணவு உற்பத்திக்கும் அதன் உணவுப்பழக்கத்திற்கும் மாற்றுதல்.

போரிடுதல் என்று வந்தால் உயிர்ச்சேதம் கட்டாயம் உண்டு. உயிர்சேதத்தின் அளவு வேண்டுமானால் இரு சமூகங்களுக் கிடையில் அளவில் மாறுபடலாம். போரைத் தவிர்க்கவேண்டிய தேவையும் வரலாற்று கடமையும்கூட இந்த அரசுகளுக்கு இருந்தது.

உயிர்சேதம் இல்லாமல் பழங்குடிச் சமூகத்தை வேளாண் உற்பத்திக்கு மாற்ற வேறு ஒருமுறையும் இருந்தது. இந்தமுறையைத் திறம்பட செய்தவர்களே பௌத்த சமண அறவோணர்கள்.

இந்தக் காலகட்டத்தில் ஏற்பட்ட தேவையின் காரணமாகவே இந்திர தேசத்தின் தத்துவ மரபில் புதிதாகப் பிறந்த அறவோணர்கள் (கௌதமர், மகாவீரர், etc) உயிர்க் கொல்லாமையை மிக முக்கியக் கோட்பாடாக மக்களிடம் பரப்புரை செய்கின்றனர்.

உயிர்ச்சேதம் இல்லாமல் பழங்குடி இனக்குழுக்களை வேளாண் நாகரீகத்திற்கு மாற்றும் இந்த வேலையை மிகக் கச்சிதமாகச் செய்தவை இந்த மொத்த சமண அறவோணர்களே.

போரின் மூலமாகத் தன் பேரரசை விரிவுபடுத்திய அசோகரைப் பௌத்தத்தை ஏற்க வைத்ததிலிருந்து இதை உணரலாம்.

சங்ககாலத் தமிழ்ச் சமூகத்தில் வேள்பாரி என்ற பழங்குடி மன்னனின்மீது மூவேந்தர்களும் படையெடுத்துப் பாரியின் பறம்பைத் தங்களது அரசு எல்லைக்குள் கொண்டுவந்ததையும் இப்படிக் கொண்டுவரப்பட்ட பறம்பு வேளாண் உற்பத்திக்கும் அதன் விரிவாக்கத்திற்கும் பயன்படுத்தியதையும் அந்தப் பழங்குடி மக்களை அரிசி உணவிற்கும் உப்புக்குப் பழக்கப்படுத்துவதையும் நாம் கபிலர் பாடல்கள் மூலம் விளங்கிக்கொள்ள முடியும்.

மணிமேகலை காப்பியத்தில் ஆதிரை பிச்சையிட்ட காதையில் வரும் ஆதிரையின் கணவன் சாதுவனின் கதை எப்படி ஒரு பழங்குடியினர் உயிர்வதையில் இருந்து பௌத்தத்திற்கு மாறினர் என்றும் மாமிச உணவை விடமுடியாது என்று அந்தப் பழங்குடிச் சமூகம் சொல்லும்போது அந்த இடத்தில் பௌத்தம், வயது முதிர்வால் இறக்கும் விலங்குகளை உணவாகக் கொள்வதில் தவறில்லை எனப் போதிப்பதையும் நாம் அறிய முடிகிறது.

'நன்று சொன்னாய் நல் நெறி படர் குவை
உன்தனக்கு ஒல்லும் நெறி அறம் உரைக்தேன்
உடைகலமாக்கள் உயிர்உய்ந்து ஈங்குஉறின்
அடுதொழில் ஒழிந்து அவர் ஆர் உயிர் ஓம்பி
மூத்து விளிமா ஒழித்து எவ்வுயிர்மாட்டும்
தீத்திறம் ஒழிகென, சிறுமகன் உரைப்போன்'

இந்தக் கதையின் மூலம் பௌத்தம் மாமிச உணவிற்கு எதிரானது அல்ல உயிர்வதைக்கே எதிரானது என்பதையும் மக்களின் பழக்கவழுக்கங்களுக்கு ஏற்றாற்போல வளைந்து கொடுத்து மக்களை உள்வாங்கிக்கொள்கிறது என்பதையும் அறியலாம். ஒளவையார் அதியமானின் நட்புறவின் மூலமாகப் பௌத்த சமணப் பிக்குகள் எவ்வாறு உயிர்ச்சேதத்தைத் தவிர்த்தனர், பழங்குடி இனக் குழுக்களை உணவு உற்பத்தி செய்யும் சமூகமாக மாற்றினர் என்பதை விளங்கிக்கொள்ள முடியும்.

வேளாண் குடிகளின் மிச்சசொச்ச உணவுப் பழக்க வழுக்கங்களைப் பௌத்தம் எவ்வாறு மாற்றி அமைத்தது என்பதைப் பௌத்தத்திற்கு மாறிய அசோகர் முதல் எட்டாண்டுகளில் அனைத்துவிதமான மாமிச உணவுகளைத் தடைசெய்தார் என்பதையும், இரண்டாவது எட்டாண்டுகளில் பொழுதுபோக்கிற்காக அரசர்கள் மற்றும் மக்களின் வேட்டையாடுதலைத் தடைசெய்துவிட்டு உணவிற்கும் பசியைப் போக்குவதற்கும் வேளாண்மைக்குப் பயன்படாத வயது முதிர்ந்த கால்நடைகளின் மாமிசத்தை உணவிற்காக அனுமதித்தது என்பதை அசோகரின் சாசனங்கள் மூலம் அறியலாம். இப்படிப் பட்ட வேளாண் விரிவாக்கத்திற்கும் பழங்குடிச் சமூகத்தை உணவு உற்பத்திக்கான சமூகமாக மாற்றுவதற்கான தேவையில் இருந்தே பௌத்தமும் சமணமும் உயிர் கொல்லாமை என்ற தத்துவத்தை மக்களிடம் பரப்புகிறது.

புரோகித சாதிகளின் மேட்டிமை வரலாற்றாளர்கள் சொல்வதைப் போல் வேள்வி மதம் செழித்திருந்தது, வேள்வியாளர்கள கட்டுப்பாட்டில் இந்த மக்கள் இருந்தனர். வேள்வியில் உயிர்ப்பலியிடப்படுகிறது. இதனால் வேளாண் உற்பத்தி பாதிக்கப்படுகிறது. அதனால் உயிர் கொல்லாமை தத்துவங்கள் பிறந்தன என்பது ஒரு குழுவின் மேட்டிமையைத் தற்காலத்தில் நிலைபெறச்செய்யும் வரலாற்றுப் புரட்டாகவே அமையும்.

வேள்வித் தத்துவம் வந்து சேர்ந்தது

அறத்தைப் போதித்த அறவோணர்களை, தத்துவஞானிகளை, சமணத் துறவிகளைப் பௌத்தபிக்குகளை அயோத்திதாசர் பிராமணர்கள் என்கிறார். அதாவது யதார்த்த பிராமணர்கள். இந்த யதார்த்த பிராமணர்கள் துறவு வாழ்க்கை மேற்கொண்டனர். மக்களிடம் யாசகம் பெற்று வாழ்ந்தனர் என்றும் கூறுகிறார்.

அறுபத்தி இரண்டு தத்துவங்களாலும் தத்துவ ஞானிகளாலும் அறவோணர்களாலும் ஒழுங்கமைந்த அல்லது அறவோணர்

களையும் தத்துவ ஞானிகளையும் தோற்றுவித்து அதன் மூலம் சமூக ஒழுங்கைச் சீரமைத்துக்கொண்டேவந்த இந்திரதேசத்திற்குள் மத்திய ஆசியாவில் இருந்துவந்த ஓர் இனக் குழு கால்நடைகளை மேய்த்துக்கொண்டு உள்ளே நுழைகிறது. இந்த இனக்குழு அக்னியை வழிபடக்கூடியது. வேள்விகளைச்செய்து அதன்மூலம் அக்னியை வழிபடும் தன்மையை உடையது. நிலைத்த உணவு உற்பத்தி செய்யும் தன்மை அற்றது. கால்நடைகளை அக்னியில் சுட்டுத் தின்னும் பழக்கம் கொண்டது. கால்நடைகளின் மாமிசத்தை அக்னி சுவைமிக்கதாக மாற்றக்கூடியது என்பதால்கூட அவர்கள் அக்னியை வழிபட்டிருக்கலாம்.

அவர்கள் பேசிய மொழிக்கு அப்போது எழுத்து வடிவம் இல்லை. ஏன் உலகின் எந்த மொழிக்குமேகூட அப்போது எழுத்து வடிவம் இல்லாமல் இருந்திருக்கலாம்.

இப்படிப்பட்ட ஓர் இனக் குழுவை வரலாற்றாளர்கள் ஆரியர்கள என்கிறார்கள். அவர்களின் வருகை ஆரிய வருகை என்றும் வர்ணிக்கப் படுகிறது. இந்த ஆரிய இனக்குழுவுக்கு இந்திர தேசமெங்கும் பரவி இருந்த ஆற்றங்கரை நாகரீங்களின் உணவு உற்பத்திமுறையும், நீர்மேலாண்மையும், தத்துவம், அறம், ஒழுங்கமைப்புப் போன்றவைகள் ஆச்சரியமூட்டின. பல நேரங்களில் ஆத்திரம்கூட மூட்டியிருக்கலாம்.

ஆரியர்களின் இந்த வருகையையே அயோத்திதாசர் தன்னுடைய இந்திரதேச சரித்திரத்தில் புருசீகர்களின் வருகையாகப் பதிவு செய்கிறார்.

இதுவரை இந்திரதேசத்தவர்கள் மழையையும் நீரையும் நிலத்தையும் பயிரையும் முதன்மையாகக் கருதியே வந்திருந்தனர். ஆரியர்களின் அக்னி வழிபாடு புதியதாகவும் வேள்வியில் உயிர்ப்பலிக் கொடுமையாகவும் இவர்களுக்குத் தோன்றியது. (இந்திரனின் சீலத்தில் கட்டப் பெற்ற தேச அமைப்பிற்குள் முதன்முறையாய், அச்சீலத்தை அறியாத அந்நியர்கள் சலனங்களை ஏற்படுத்த முனைகிறார்கள். இதனால் 1700 வருடங்களாக உருவாகி வந்த சமூக அமைப்பு கொஞ்சம் கொஞ்சமாகச் சிதிலமடையத் தொடங்குகிறது. அயோத்திதாசர் பக்கம் 168 பேரா. தருமராஜ்)

யதார்த்த பிராமணர்களுக்கு மக்களிடம் இருந்த செல்வாக்கையும் மதிப்பையும் பார்த்த இந்த ஆரியக் (புருசீக) கூட்டத்தார் தாங்கள் பிழைப்பதற்கும் உடல் உழைப்பில்லாமல் தங்கள் குடும்பம்

குட்டியுமாக வாழ்வதற்கு இது ஓர் எளிய வழிமுறை என்று முடிவு செய்கின்றனர். யதார்த்த பிராமணர்கள்போல் இந்தக் கூட்டம் வேஷம் தரிக்கிறது. வேஷ பிராமணர்களாக மாறுகிறது. இந்திரதேசத்தை சூழ்ச்சியாலும் நயவஞ்சகத்தாலும் வீழ்த்துகிறது என்பதைத் தன்னுடைய இந்திரர் தேச சரித்திரத்தில் அயோத்திதாசர் விளக்கி இருப்பார்.

வேஷ பிராமணராக மாறிய கூட்டம் கூடிய விரைவில் தீயைப் பயமுறுத்தும் ஒரு பூதமாகவோ கடவுளாகவோ கட்டமைத்தது. அதன் கோபத்தைத் தணிக்கவோ அருளைப் பெறவோ அதில் கால்நடைகளைப் பலியிடவேண்டும் என்ற கருத்தைப் பரப்பியது. இப்படிப் பலியிடப்படுதலையும் அக்னி வழிபாட்டையும் பிழைப்பதற்கும் தங்களின் குடும்ப வசதி வாய்ப்புகளைப் பெருக்குவதற்கும் பிராமணர்களைப்போல் வேஷமிட்ட இந்தக் கூட்டத்தை, புத்தருக்குப்பின் வந்த அறவோணர்களும் தத்துவ அறிஞர்களும் ஞானிகளும் துறவிகளும் (இவர்கள் அனைவருக்கும் அயோத்திதாசர் கொடுக்கும் பெயர்தான் பிராமணர்கள். யதார்த்த பிராமணர்கள்) எதிர்த்து வந்தனர்.

மேற்கூறிய இரண்டு கருத்துகள் அதாவது, 1. ஆரிய வருகை அல்லது படையெடுப்பு, 2. இந்திர தேசத்தில் புருசீகர்களின் வருகை – இந்த இரண்டு கதையாடல்கள் மூலம் இந்த வேள்வித் தத்துவமானது வெளியில் இருந்து வந்ததாகவே தெரிகிறது.

உள்ளிருந்ததே வேள்வித் தத்துவம்

வேள்வி மரபானது வெளியில் இருந்து வரவில்லை; அதுவும் இந்திய பாரம்பரியத் தத்துவ மரபுகளில் ஒன்றுதான் எனக் கூறுபவர்களும் உண்டு.

இதன்மூலம் ஆரியர்கள் இந்த நாட்டின் பூர்வகுடிகள்தான் எனக் கூற விழைகின்றனர். ஒரு பேச்சுக்கு வேள்வி மரபு இந்திர தேசத்தில் பிறந்தது என வைத்துக்கொண்டாலும் (ஆரியர்களும் இங்கே பூர்வ குடிகள்தான்) புத்தர், மகாவீரர் காலத்தில் அது பெருவாரியான மக்களைக் கட்டுப்படுத்தவும் இல்லை. கவரவும் இல்லை. கொடுமைப்படுத்தவும் இல்லை.

மிகச் சிறிய ஒரு சிறுபான்மை இனக்குழுவின் தத்துவமாகவும் வழிபாட்டு முறையாகவுமே அது இருந்திருக்கிறது. அறுபத்தி இரண்டு தத்துவப் பிரிவுகள் செழித்திருந்த தேசத்தில் அறுபத்தி

மூன்றாவதாக வேண்டுமானால் (பத்தோட பதினொன்னு) இந்த வேள்வித் தத்துவம் இருந்திருக்கலாம்.

துறவு என்பதும் துறவை ஞான அறிவுத் தேடலுக்கான வழிமுறையாகவும் என்றைக்குமே வேள்வித் தத்துவம் பரித்துரைக்கவில்லை. துறவைப் பரிந்துரைக்காத மரபில் இருந்து அறவோணர்களோ முனிவர்களோ தத்துவ ஞானிகளோ வந்திருக்க வாய்ப்பில்லை. இப்படி வராமல் இந்திர தேசத்தை அவர்களால் ஒழுங்கமைக்கவோ சீர்படுத்தி இருக்கவோ முடியாது. இன்றைக்கு இந்த வேள்வி மரபு வைதீக மரபாகவும் பிராமண மதமாகவும் இந்து மதமாகவும் தொடர்வதில் உள்ள தற்போதைய துறவிகள் கூட ஆதிசங்கரர் காலத்திற்குப்பின் யதார்த்த பிராமணர்களை வீழ்த்த வேறு வழியில்லாமல் துறவை ஏற்றுக்கொண்டதுதான்.

புத்த ஜாதகக் கதைகள், புத்தர் தோற்றக் கதைகள், சமணக் கதைகளின் மூலமும் பாலி, சமஸ்கிருத, தமிழ் நூல்களில் இருந்தும், அசோக சாசனங்களில் இருந்தும் நாம் இந்த முடிவிற்கு வந்து சேரலாம்.

●

டி. தருமராஜின் அயோத்திதாசரும் ஆய்வு முறையியலும்

சாந்தி நக்கீரன்

ஆய்வாளர்

அயோத்திதாசர் என்ற சமூக ஆர்வலர், சீர்திருத்தவாதி, சிந்தனையாளர், மருத்துவர், பண்டிதர் என்று பன்முகங்களைக் கொண்டவர். ஆயினும், இவை அனைத்திற்கும் மேலாகச் சாதியக் கட்டுப்பாடுடைய சமூகத்தை, அதன் வரலாற்றை, வரலாறு என்று கருதப்பட்டதையெல்லாம் சமத்துவச் சமுதாய நோக்கில் ஆராய விழைந்தவர்.

தமிழ்ச் சமூகத்தில் விளிம்பு நிலை மக்களின் மாற்று வரலாற்றையும் பண்பாட்டு அடையாளத்தையும் தனது விடாமுயற்சியின் மூலம் மரபு வழி அனுபவங்களின் மூலம் படைத்தவர். அவரின் படைப்புகளில் மிக முக்கியமானதாகக் கருதப்படும் 'தமிழன்' என்ற இதழின் மூலம் சாதிய சனாதனக் கோட்பாடுகளை எதிர்த்து மட்டுமின்றி, தமிழ்ப் பண்பாட்டுத் தளங்களில் மொழி, மதம் மற்றும் சாதி போன்றவை எவ்விதமாகச் சமூகத்தின் ஒரு பிரிவினரால் மற்றப் பிரிவினரை ஒடுக்கி, அவர்களை விளிம்பு நிலைக்குத் தள்ளப் பயன்படுகின்றன என்பதைத் தொடர்ந்தும் திரும்பத் திரும்பவும் விமர்சித்து வந்தார்.

இதற்காக அயோத்திதாசர் முதன்மைப்படுத்திய இரு பெரும் இலக்குகள் 'வரலாற்றை மறு வாசிப்பு செய்தல்'; 'வரலாற்றினை மறு கட்டமைப்பு செய்தல்' என்பவையாகும். மறுவாசிப்பு, மறுகட்டமைத்தல் என்ற இவை இரண்டுமே முதன்மையான உத்திகளாகப் பண்டிதரால் கையாளப்பட்டன என்று கூறப்படுகிறது.

அயோத்திதாசரின் படைப்புகள் மேற்குறித்த இரு உத்திகளைக் கையாண்டதன் மூலம், தமிழ்ப் பண்பாட்டு அரசியல் என்று

வகைப்படுத்தப்படும் சாதிய சனாதனமுறையில் பின்பற்றப்பட்ட பண்பாட்டு நிகழ்வுகளான திருவிழாக்கள், இறப்புச் சடங்குகள், கதைகள், புராணங்கள், நம்பிக்கைகள் போன்றவற்றிற்கும் தமிழ்த் தேசிய அரசியலுக்கும் இருந்த முரண்பாட்டையும், இவற்றிற்குப் பின் இருந்த சமூக அரசியலையும் விளக்குகின்றன.

இந்நிலையில், ஒவ்வொரு பண்பாட்டு நிகழ்வுக்குப் பின்னாலும் உள்ள உண்மையான அர்த்தங்களையும் (இங்குப் பௌத்த நெறியில் வந்த அர்த்தங்களையே அயோத்திதாசர் உண்மையான அர்த்தங்கள் என்று நெறிப்படுத்துகின்றார்) அதன் காரணங்களையும், அவை எவ்விதம் யாரால் எதற்காகத் திரித்துப் போதிக்கப்பட்டன என்பதையும் 'அயோத்திதாசர்: பார்ப்பனர் முதல் பறையர் வரை' எனும் இந்நூல் எளிதாக விளக்குகிறது. இதற்கான மிகப்பெரும் சான்றுகள் அயோத்திதாசரின் படைப்புகளில் இடம்பெற்ற 'அம்மன் வழிபாடு', 'தீப ஒளித் திருநாள்', 'கார்த்திகைத் தீபத் திருநாள்', 'இறப்புச் சடங்குகள்' பற்றிய பண்பாட்டு நிகழ்வு களுக்கான விளக்கங்கள் நூலில் இருக்கின்றன.

மறுகட்டமைப்புக்கு உட்படுத்தப்பட்ட இந்தப் பண்பாட்டு நிகழ்வுகளைப்பற்றிய இந்த விளக்கங்களின் மூலம், அயோத்தி தாசரின் மொழி, மதம், மற்றும் சாதியம் போன்ற கருத்தாக்கங்கள் எவ்விதம் இந்தியச் சமூகத்தை வரையறுக்கின்றன என்று தெளிவுபடுத்துகிறது இந்நூல்.

சாதி, சமயம், மொழி என்ற இந்த மூன்று காரணிகளுக்கிடையே உள்ள முரண்கள் மற்றும் ஒன்றையொன்று சார்ந்த தன்மையை விளக்கவே தமிழ் பௌத்தம் என்ற கருத்தாக்கத்தையும் உருவாக்கு கிறார். இந்து, பௌத்த மதங்களுக்கிடையேயான வேறுபாட்டை, அவற்றின் சாதிய நிலைப்பாடுகளுக்கிடையேயான வேறுபாடாகவே அயோத்திதாசர் கருதினார் என்கிறார் நூல் ஆசிரியர் டி. தருமராஜ்.

இந்து மதங்களாகிய சைவமும் வைணவமும் சாதிய சனாதனத்தை ஆதரிப்பதாகவும் பௌத்த நெறியானது சமத்துவத்தைப் போதிக்கும் சமயமாகவும் விளக்குகிறார் அயோத்திதாசர். பௌத்தம் தமிழை நிராகரித்து, பாலியையும் சமஸ்கிருதத்தையும் ஆதரிக்கிறது; பௌத்தம் தமிழ் நாட்டிலிருந்து தோன்றவில்லை, அது வட இந்திய மதம் என்பனபோன்ற கருத்துகள் பௌத்த மதத்தின்மீது குற்றச்சாட்டுகளாக வைக்கப்படுகின்றன. இவ்வாறு மொழியை அடிப்படையாகக்கொண்ட குற்றச்சாட்டுக்களை எதிர்கொள்ளவும் மொழிக்கும் மக்களின் வாழ்வியலுக்கும் உள்ள நெருங்கிய

தொடர்பை உணர்ந்ததினாலும் அயோத்திதாசர் தமிழ் பௌத்தம் என்ற கருத்தாக்கத்தைக் கட்டமைக்கிறார் என, நூல் ஆசிரியர் தமது கருத்தாக்கங்களுக்குப் பின்னால் உள்ள நோக்கங்களை விவரிக்கிறார்.

பிராமணியத்தால் அங்கீகரிக்கப்பட்ட சாதிய சனாதனத்தால் திரிக்கப்பட்டுச் சிதைக்கப்பட்ட ஒடுக்கப்பட்டோரின் சரித்திரத்தை இந்திர தேச சரித்திரம் என்னும் பெயரில் அவர்களின் சமூக விடுதலைக்கான வேட்கையின் காரணமாக எழுதுகிறார் அயோத்திதாசர்.

பண்டிதரைப்பற்றிய மேற்கூறிய கருத்துகள் அனைத்தும் நூலாசிரியரின் கருத்துகள். இந்தக் கட்டுரையின் நோக்கம், பண்டிதரின் படைப்புக்களைப்பற்றி மட்டும் அல்ல. மாறாக, இந்நூலில் ஆசிரியர் பின்பற்றிய முறையியல் என்ன? ஆசிரியர் பின்பற்றிய முறையியல், அயோத்திதாசரின் படைப்புக்களையும் அவருடைய கருத்தியலையும் புரிந்துகொள்ள எவ்விதம் பயன்பட்டது; பயன்படுகிறது என்பதே.

புத்தகம் முழுக்க வாசகர்களுடன் பயணிக்கும் பின்நவீனத்துவ நாட்டுப்புறவியல், மொழியியல் மற்றும் வரலாறு, வரலாற்றியல் கோட்பாடுகளின் கருத்துகள், பொருள்கோளியல், மெய்யியல் பற்றிய புரிதல்கள்; அதன் கருத்துகள், சொல்லாடல்கள், அவற்றின் கருத்தாக்கம் போன்றவற்றின் துணையோடு அயோத்திதாசரின் படைப்புகளையும் கருத்தியலையும் வாசிப்பவர்கள் எளிதில் புரிந்துகொள்ளுமாறு விவரிக்கிறார் நூலாசிரியர்.

சாதி, மதம், மொழி, தேசியம் போன்ற பல காரணிகளின்மீதும் சமூக நிகழ்வுகளின்மீதும் இருந்த அயோத்திதாசரின் வேறுபட்ட கண்ணோட்டங்களை விளக்குவதன் மூலம், வாசகர்கள் எவ்விதம் சமூக முரண்களையும் கருத்தாக்க முரண்களையும் புரிந்துகொள்ள முடியும் என இந்நூல் வழிவகுக்கிறது.

சமத்துவம், பகுத்தறிவு, கடவுள் எதிர்ப்புப் போன்ற கருத்தியல் நிலைப்பாடுகளிலிருந்து திராவிட இயக்கங்கள் விலக ஆரம்பித்த சூழ்நிலை, சாதித் துவேஷம் பிராமணரால் மட்டும் அல்ல பிராமணரல்லாத மற்ற சாதி இந்துக்களாலும் கடைபிடிக்கப்பட்ட புறநிலை, விளிம்பு நிலை மக்களின் வாழ்க்கைநிலை போன்றவை பெரும்பாலும் எதிர்மறை அனுபவங்கள் நிறைந்ததாகவே இருந்தன. வாழ்க்கை அனுபங்கள், திராவிட இயக்கங்களின் தற்போதைய கருத்தியல் நிலைப்பாட்டின் மீதான நம்பிக்கையில்லாத் தன்மையும் பின்வரும் ஐயங்களும் ஆசிரியருக்கு வருகின்றன என்று இந்நூலில் குறிப்பிடுகிறார்.

சாதித் துவேஷம் வெறும் பிராமணர்களின் சதி என்ற கருத்தின் மீதான வேறுபாடு.

பிராமண எதிர்ப்பு மட்டுமே சாதிய எதிர்ப்பாகுமா? அது சாதி வேறுபாடில்லாத சமுதாயத்தை உருவாக்கும் வல்லமை உடையதா? போன்ற ஐயங்களுக்கு அயோத்திதாசரின் படைப்புக்கள் விடை தருமா? தரும் என்ற நம்பிக்கையே இந்நூலின் படைப்பிற்கு அவசியமாகிறது.

அப்படியானால், எவ்விதம் அயோத்திதாசரின் எழுத்துகளைப் புரிந்து கொள்வது? அவ்வெழுத்துகளை வாசிக்கும் வாசகர்களுக்கு அயோத்திதாசரின் கருத்துகளைப்பற்றிய புரிதலை எந்தவகையில் எளிதாக்குவது? என்பதே ஆசிரியரின் நோக்கமாக இருந்திருக்கிறது. அதற்காக அவர் கையாண்ட முறையியல்கள் என்ன? எவை? என்பதே இக்கட்டுரையின் சாராம்சமாகவும் இருக்கப்போகிறது.

அயோத்திதாசரின் படைப்புகளைப் புரிந்துகொள்வதில் ஆசிரியருக் கிருந்த வேட்கை, அதற்காக அவர் கையாண்ட அணுகுமுறைகள், உத்திகள் மட்டுமின்றி, வாசகர்களுக்கும் அயோத்திதாசரைப் புரிந்துகொள்ள வைப்பதை எளிமைப்படுத்துகிறது.

சொல்லும்பொழுது எந்த ஓர் ஆய்விலும் கோள்களை (objective) அடைவதற்கும் அல்லது குறிப்பிடப்பட்ட நோக்கங்களைப் புரிந்து கொள்வதற்கும் தெளிவடைய வேண்டுமானால், பல்வேறு கண்ணோட்டங்களின் அடிப்படைக் கருத்தியல்களின் (School of thought) மூலமாகவும் பல்வேறு அணுகுமுறைகளைப் பயன் படுத்தியும் தரவுகளைத் தேடவேண்டும்; ஆவணப்படுத்த வேண்டும். இதைத்தான் ஆய்வு முறையியல் என்று சொல்லப் படுகிறது. வரலாற்றில் சேகரிக்கப்பட்ட தரவுகளை, பிற்காலத்தில் எவ்விதம் தேர்ந்தெடுத்த கண்ணோட்டத்தில் ஆய்வு செய்ய வேண்டும் என்பதையே ஆய்வு முறையியல் வலியுறுத்துகின்றது. அந்தவகையில், அயோத்திதாசரின் கருத்தியலைப் புரிதல் கொள்ளுதல் என்பது குறிக்கோளாக இருக்கும் பொருட்டு, அவரின் கருத்தியல் என்ன என்பதை ஆசிரியர் இவ்வாறு குறிப்பிடுகிறார்.

'சாதி எதிர்ப்பை அடிப்படையாகக்கொண்ட அயோத்திதாசரின் விடுதலை வேட்கை, பறையர் என்ற ஒடுக்கப்பட்ட அடையாளத்தை மறுத்து, பூர்வ பௌத்தன் என்ற பண்பாட்டு அடையாளத்தை மீட்டுருவாக்கம் செய்வதன் மூலம் சமத்துவ, நவீன சமுதாயத்தைப் படைக்க இயலும் என நம்புவதாக விளக்குகிறார்'.

இந்த நம்பிக்கையே, அயோத்திதாசரைக் கற்பனை கலந்த நிஜங்களையும் தாம் விரும்பிய நிஜங்களையும் அர்த்தமாகக் கற்பனை செய்யத் தூண்டியதாகவும் குறிப்பிடுகிறார். காலப்போக்கில் அந்தக் கற்பனை உலகிலேயே நிஜமாக வாழவும் தொடங்குகிறார். அபரிமிதமான கற்பனையே அவரின் விடாமுயற்சிற்கும் ஒடுக்கப்பட்டோரின் சமூக விடுதலைக்கான போராட்டத்திற்கும் வித்தாகவும் இருந்திருக்கிறது. இதன் விளைவாக உருவானதே 'இந்திர தேச சரித்திரம்' என்ற ஒடுக்கப்பட்டோருக்கான மாறுபட்ட சரித்திரம். இதில் அவர் பரிதாபத்தையும் பச்சாதாபத்தையும் எதிர்பார்க்கும் துன்ப இயலாக இல்லாமல், தமது பழமை, வரலாறு, பூர்வ பௌத்தன் என்ற பண்பாட்டு அடையாளம் பிரம்மாண்ட மாகவும் செழுமையாகவும் இருந்ததாக வரலாற்றுச் சான்று களோடு விளக்குகிறார்.

ஒடுக்கப்பட்டோருக்கான மாற்று வரலாறு ஏன் தேவை? அல்லது விளிம்பு நிலை மக்களின் மாற்று வரலாற்றுக்கான வரலாற்று நிர்பந்தங்களாக ஆசிரியர் எதைக் குறிப்பிடுகின்றார்? என்பதைப் புரிந்துகொள்வது இந்த இடத்தில் அவசியமாகிறது.

வேஷப் பிராமணர்கள் என்ற புருசீகர்கள் பௌத்த நெறிகளுடன் கூடிய சனாதனங்களுக்குப் சம்பிரதாய அங்கீகாரத்தை வழங்கு வதைப் பூர்வ பௌத்தர்கள் (பறையர்கள்) அம்பலப்படுத்தினர். தங்களின் மோச / வேஷ வேலையை அம்பலப்படுத்தியதன் காரணத்தால், பூர்வ பௌத்தர்களையும் பௌத்த நெறிகளைப் பின்பற்றி நடந்தவர்களையும் சமூக விலக்கம் செய்து தீண்டத் காதவர்களாகப் புறக்கணித்துவிட்டார்கள். அதுமட்டுமின்றி அவர்களின் அனைத்துப் பண்பாட்டு நெறிகளின் அடையாளங் களையும் அழித்துவிட்டனர். இவ்வாறாக, தீண்டாமையின் உற்பவத்தை மையமாக்கித் தாம் தாழ்ந்தவர்கள் அல்ல; தாழ்த்தப் பட்டவர்கள். ஆதலால், பழமை வாய்ந்த பெருமை மிக்க பூர்வ பௌத்தம் என்ற பண்பாட்டு அடையாளம் உள்ளது என்று விளிம்பு நிலை மக்களின் சுயத்தை, தன்னிலையை, சுயமரியாதையுடன் கூடிய ஞாபகமாகத் தட்டி எழுப்பக்கூடிய முயற்சியே இந்திர தேச சரித்திரம்.

இந்திர தேச சரித்திரத்தை விளக்கும்போது, ஆசிரியர் இரண்டு மிக முக்கியமான கருத்துகளை மையப்படுத்துகிறார். அதாவது, வேஷ பிராமணர்களின் சதி வேலைகளை அம்பலப்படுத்தியதன் (பறைந்ததின்) காரணமாக, எதிர் வினையை அடிப்படையாகக் கொண்ட பறையர் என்ற அடையாளம் திணிக்கப்பட்டது.

தீண்டாமை என்பது பாரம்பரியம் ஆனதல்ல; அது இடையில் நேர்ந்த சமூகச் சீரழிவு. அது, இந்தியச் சமூகப் பண்பாட்டில் நேர்ந்த ஒரு பின்னடைவு. அதாவது, பறையர் என்ற சொல்லின் உற்பவம், பொருள் எப்பொழுதிலிருந்து யாரால் திணிக்கப்பட்டது என்ற வரலாற்றுக் காலகட்டங்கள் (contex) போன்றவை தெளிவுபடுத்தப் படுகின்றன.

தீண்டாமை இடையில் நேர்ந்த ஒரு சமூக நிகழ்வு என்ற தெளிவு, விளிம்பு நிலையில் உள்ள புறந்தள்ளப்பட்ட பெரும் சமூகத்தி லிருந்து அந்நியப்படுத்தப்பட்ட மக்களின் உளவியலுக்கும், அவர்களின் போராட்டக் குரலைத் தம்மீது சுமத்தப்பட்ட 'ஒடுக்கப் பட்டவன்' என்ற அடையாளத்தை உறுதியோடும் சுயமரியாதை யோடும் எதிர்க்கும் குரலாக ஒலிக்கும் ஒரு புதிய உத்வேகத்தையும் அளிப்பதாக ஆசிரியர் விளக்குகிறார். இவ்வாறு, ஒடுக்கப் பட்டோரின் சுயம், தன்னிலை அவர்களின் உளவியல் சார்ந்த மனப்போராட்டங்களை விவரிக்கிறது நூல்.

பூர்வ பெளத்தர் என்பது தத்துவம் சார்ந்த பண்பாட்டு அடையாளம். அது பறையர் என்ற வினை-கர்ம அடையாளமாக ஒடுக்கப்பட்ட அடையாளமாகத் திணிக்கப்படுகிறது. அதாவது, இடையில் வந்தது; திணிக்கப்பட்டது என்ற கருத்துகள் இந்திர தேச சரித்திரத்தில் மீண்டும் மீண்டும் தொடர்ந்து முதன்மைப்படுத்தப் படுவதாகக் கூறுகிறார் ஆசிரியர்.

இதன் விளைவு, வாசகர் மனதில் இடையில் வந்து திணிக்கப்பட்ட அடையாளம் என்ற கருத்து ஆணிவேராகப் பதிகிறது. அப்படி யென்றால், இதற்கு முன்னிருந்த பூர்வீகப் பண்பாட்டு அடையாளம் என்ன? என்ற தேடுதலைத் தானாகவே உருவாக்கச் செய்யும் உத்தியாகவும் புரிந்துகொள்ளலாம். பாரம்பரிய பூர்வ பெளத்த அடையாளத்தை மீட்டுருவாக்கம் செய்யும் முயற்சியில் கையாண்ட இரண்டு உத்திகளாகப் புராணங்களை மறுவாசிப்புச் செய்தல், வரலாற்றைத் திரும்ப எழுதுதல் ஆகியவை குறிப்பிடப் படுகின்றன.

பின் நவீனத்துவக் கூறுகளான கட்டுடைத்தல், மீட்டுருவாக்கம் செய்தல், மறு நிர்மாணம் செய்தல் போன்ற உத்திகளைப் பயன்படுத்தி, அதன் உள்நோக்கினையும் பயனையும் விளக்குவதன் மூலம், அயோத்திதாசர் அவருடைய படைப்புகளில் கையாண்ட அணுகுமுறைகளும் உத்திகளும் புலப்படுகின்றன.

முன்னமே குறிப்பிட்டதுபோல், மறுவாசிப்பு மற்றும் திரும்ப எழுதுதல்போன்ற உத்திகளைப் பயன்படுத்தியதன் காரணங்களை விளக்குகையில், 'மறுவாசித்தல்' வாசகனையும் வாசிப்பையும் மேம்படுத்துகிறது; 'மீண்டும் எழுதுதல்' ஆசிரியரை மையப் படுத்துகிறது எனலாம். இந்த உத்திகளின் பயன்பாட்டுக்கான உள்நோக்கை விவரிக்கும்பொழுது, மீண்டும் எழுதுதல் என்பது மீண்டும் இணைத்துப் பார்த்தலுக்குச் சமம் எனவும் இதை ஃபூக்கோவின் 'கால் வழி மரபு' என்ற ஆய்வு முறைகளுடன் ஒப்பிட்டுப் புரிந்துகொள்ளவும் அறிவுறுத்துகிறார் (பார்க்க ப. 124).

இங்கு இந்த உத்திகளை ஏன் கையாளவேண்டும்? ஏன் பனுவல்களைக் 'கட்டுடைத்தல்' செய்யவேண்டும்? என்பதை விளக்க, ஐரோப்பிய நவீன மொழியியல் கோட்பாடுகளின் பண்பாட்டு அரசியலையும் உள்அர்த்தத்தையும் விளக்குகிறார். அதாவது, நவீன மொழியியல் கோட்பாடுகள் ஆசிரியனைப் படைப்பிலிருந்து அந்நியப்படுத்தும் வேலையைச் செய்கின்றன. படைப்பாளன் என்ற சொல்லாடல் படைத்தலின் காரணமாக இறைவனுக்குச் சமம் என்பதால், ஆசிரியன் இலக்கிய வாசிப்பின் மீது தன் அதிகாரத்தைச் செலுத்துகிறான். இந்த அதிகாரத்தை எதிர்கொள்ளும் செயலாகவே ஆசிரியனைப் படைப்பிலிருந்து அந்நியப்படுத்துதல் என்ற முயற்சி என்றும் விளக்குகிறார்.

அதேவேளையில், ஆசிரியரை முற்றிலுமாக ஒதுக்கிட முடியாது. பனுவல்களின் சிறு சிறு அர்த்தங்கள் ஒன்றிணைக்கும் வேலையைப் படைப்பாளி செய்துள்ளான். இந்த ஒன்றிணைந்த பனுவல்களை ஒட்டுமொத்தமாகப் பார்க்கும்பொழுது, அவை மற்றுமொரு சொல்லாடலை உருவாக்குகின்றன. இதனைச் 'சிந்தனை ஒழுங்கு' என்றும் குறிப்பிடுகின்றார். ஆகவே இந்தப் புதிய சொல்லாடலை விளங்கிக் கொள்ள 'மறுவாசிப்பு அவசியம்'. அவ்வாறு மறுவாசிப்பின் மூலம் புதிய சொல்லாடலுக்கான பொருளை ஒவ்வொருமுறையும் வாசிப்பு உற்பத்தி செய்வதால், வாசகனே இங்குப் படைப்பாளி ஆகிறான்.

கட்டுரையின் மூலம் ஆசிரியரையும், ஆசிரியர் மூலம் கட்டுரையை யும் புரிந்துகொள்ளும் அணுகுமுறை தவறானது என்ற நவீனத்துவ மொழியியல் கோட்பாட்டின்படி, ஆசிரியன் - படைப்பு இவற்றிற்கு உள்ள இடைவெளி ஏன் அதிகப்படுத்தப்பட்டது? அந்நியப்படுத்தப்பட்டது? இந்தச் செயல்பாடுகளுக்குப் பின்னால் இருந்த அதிகாரச் சமச் சீரின்மையை நிகர் செய்வதற்கான பண்பாட்டு அரசியல் அனைத்தும் புலப்படுத்தப்படுகின்றன.

புதிய சொல்லாடலின் உள் அர்த்தத்தை விளங்க வைக்க ஃபூக்கோவின் 'தொல்லியல்' ஆய்வு பற்றிய ஒப்புமைகள் விளக்கப்படுகின்றன. அதாவது, தொல்லியல் ஆய்வின் நினைவுச் சின்னங்கள் பூமிக்கடியிலிருந்து துண்டு துண்டுகளாகவே கிடைக்கின்றன. இவற்றைத் துப்புறப்படுத்தியபின் உண்மைகளைக் கண்டறிய இத்துண்டுகள் ஒன்றுசேர்த்து 'மறுநிர்மாணம்' செய்யப்படுகிறன்றன.

அதைப்போலவே புதிய சொல்லாடல்களாக வெளிப்படும் ஒட்டு மொத்தப் பனுவல்களை முதலில் சிறு சிறு அர்த்தக் கூறுகளாக அடிப்படை அலகுகளாகத் துண்டுகளாக்குதல் அவசியம். இதுவே கட்டுடைத்தல் எனப்படுகிறது. பின்பு, மீண்டும் துண்டுகளை ஒன்றிணைக்கும் முயற்சியே 'மறுபடியும் எழுதுதல்', 'மறு நிர்மாணம் செய்தல்' என்பதையும் ஆசிரியரே விளக்குகிறார். அதாவது, பனுவல்களை மறுநிர்மாணம் செய்யும்பொழுது அவற்றின் சூழல் காரண காரியங்கள் மற்றும் உள் அர்த்தங்கள் புலப்படும் சாத்தியம் உருவாகிறது என்கிறார் ஆசிரியர்.

பின் நவீனத்துவக் கருத்துகளுக்கு அடுத்தபடியாக, ஆசிரியரின் மொழியியல் ஆராய்ச்சி அனுபவங்கள் அயோத்திதாசரின் மொழி அறிவின் ஆழத்தையும் நேர்மையையும் விளக்கப் பயன்படுத்தப் படுகின்றன. தொடக்கத்தில், அயோத்திதாசர் பூர்வ பௌத்த அடையாளத்தைக் கட்டியமைக்க நினைக்கும்பொழுது, அதை ஏன் தமிழ் பௌத்தமாகக் கட்டமைக்க நினைத்தார்? ஏன் மொழியோடு சமயத்தைத் தொடர்புபடுத்துகிறார்? என்ற ஐயங்களைக் கருத்தாக்க முரண்களுக்கிடையே உள்ள பிரச்னையாக அணுகுகிறார்.

அதாவது, இந்து மதங்களாகிய சைவ, வைணவம் போன்ற வேத ஆகம சமயங்களுக்கு எதிராகப் பௌத்தம் என்ற அடையாளம் கட்டமைக்க விளையும்பொழுது, உண்மையில் இரண்டு சமயங்களுக்கிடையே முரண்களில்லை (தமிழ் மொழியைப் புறக்கணிக்கிறது; அதன் உற்பவம் தமிழ் நாட்டுக்கு வெளியே வடநாட்டிலிருந்து தோன்றிய சமயம்போன்ற குற்றச்சாட்டுகள் பௌத்தத்தின்மீது இருந்தாலும் கூட). மாறாக, சாதிய சனாதனத்தைப்பற்றிய நிலைப்பாடுகளில் அவ்விரு சமயங்களுக் கிடையே இருந்த வேறுபாடுதான் சமயப் போராக / மொழிப் போராக வெளிப்படுகிறது என்று விளக்குகிறார்.

இவ்வாறு சமூக - அரசியல் வேறுபாடுகளை, அது மொழி, சமயம் மற்றும் தேசியம் சார்ந்த எந்தக் கருத்தாக இருந்தாலும் அதன் சாதி

நிலைப்பாடு என்ன? என்ற கண்ணோட்டத்தில் பார்க்கக்கூடிய ஒரு முறையை இந்த நூல் விளக்குகிறது. அதற்காக, இதுதான் சரியான கண்ணோட்டம் என்று சொல்ல வரவில்லை. அயோத்திதாசரின் கருத்தியல் சாதி மறுப்பை அடித்தளமாகக் கொண்டிருந்ததன் காரணமாக, சாதியைப்பற்றிய பேதைமைகளைப் புரிந்துகொள்ள இந்தக் கண்ணோட்டம் மிகச் சரியானதாக இருக்க முடியும். அதாவது, குறிக்கோளை விளக்குவதற்குச் சாதகமான கண்ணோட்டமாகவும் அணுகுமுறையாகவும் கருத முடியும்.

மொழிப்போரின் அரசியலை விளக்கியபின், அயோத்திதாசர் ஏன் மொழியைச் சாதிக்கு எதிரான போரில் ஆயுதமாக்கினார் என்பதையும் விளக்குகிறார் ஆசிரியர். பக்தி இலக்கியங்கள், சைவம், வைணவம் போன்ற பனுவல்கள் மூலம் தமிழ்ச் சமயம், தமிழ் இலக்கியம் போன்றவற்றைக் காப்பது; பேணுவது; பாராட்டுவது என்பது தமிழைக் காப்பதற்குச் சமம் என்றும், தமிழைக் காப்பதென்பது தமிழர்களையும் தமிழ் நாட்டையும் காப்பதற்குச் சமம் என்றும் முன்மொழியும்போது, திடீரென்று தற்காலிகமாய்த் தோன்றிய தமிழ்த் தேசிய உணர்வை அதன் தொன்மையை விளக்கவேண்டுமெனில், தாமும் பூர்வ பௌத்த மீட்டுருவாக்க முயற்சியில் ஈடுபடும்பொழுது மொழி என்ற ஆயுதத்தைப் பயன்படுத்தவேண்டியதன் அவசியத்தை அயோத்திதாசர் உணர்ந்திருக்கிறார்.

தமிழ் மொழிக்கும் பௌத்தத்திற்கும் உள்ள நெருங்கிய தொடர்பைத் தம் எழுத்துகளில் கொண்டுவந்தார் என்கிறார் ஆசிரியர். ஏனெனில், மொழியாகிய தமிழும் மதமாகிய பௌத்தமும் வாழ்வியலை அடிப்படையாகக் கொண்டவை. பௌத்தம் என்பது தம்மம் என்றும், தருமம் என்றும், அறம், ஒழுக்கம் என்றும் பொருள் கொண்டால், அந்த அறநெறியை வாழ்க்கையில் போதிக்கவும் பின்பற்றவும் பேசவும் எழுதவும் மொழி அவசியம். இப்படியாகத் தமிழும் பௌத்தமும் வாழ்வியலாக மொழிவழி விரிந்த வாழ்க்கையாக விவரிக்கப்படுகிறது.

இப்படி விவரிக்கும்பொழுது ஆசிரியர் மொழியியலின் துணையோடு ஒலிக்கும் எழுத்துக்கும் உள்ள போராட்டத்தைப் (ஒப்புமையாக) பார்த்தலுக்கும் பறைதலுக்கும் உள்ள போராட்டங் களாகவும் பார்ப்பனருக்கும் பறையருக்குமிடையே உள்ள சமூக அடையாளப் போராட்டத்தை விளக்கும் முகமாய் விவரிப்பதும் சமூக முரண்களை மொழியியலின் கருத்துகள் மூலம் எங்ஙனம் புரிந்துகொள்ளலாம் என்பதை ஊர்ஜிதப்படுத்துகிறது.

அதோடுமட்டும் நில்லாமல், மொழி (குறிப்பாகத் தமிழ் மொழி) எவ்விதம் எல்லாவிதமான ஞானங்களுடனும் மற்ற அறிவுத் தொகுதிகளுடனும் (வானவியல், தத்துவம், மருத்துவம், கட்டக்கலை, சிற்பக் கலை என்று பல) தொடர்புடையது என்பதை விளக்க, தமிழ் உயிர் எழுத்துகளில் ஒள, ஐ என்ற இரண்டு எழுத்துகளைச் சேர்த்ததின் பின்னணி மற்றும் அவற்றுடன் வானிலையைத் தொடர்புபடுத்துதல், பின் அந்த இரண்டெழுத்தே தமிழ் மூதாட்டியின் பெயராக உருவான கதை (ஒளவை), ஒளவை பற்றி வரும் ஒளவை கதையின் ஆழம்போன்ற அனைத்துக் குறிப்பு களும் பௌத்தத்தில் சாதி சமய பேதமில்லை; ஆண் பெண் என்ற பேதமும் இல்லாத பெண்ணின் ஞானமும் கருணையும் பாராட்டப் பட்ட காலமாகக் காண்பிக்கப்படுவது குறிப்பிடத்தக்கது.

இவையன்றி, இலக்கணம் - இலட்சணம் பற்றிய மொழியின் வெளிப்பாட்டு வடிவங்கள் மற்றும் மொழியின் உள்ளடக்கம், உள்ளார்த்தம், தன்மெய்மைகளை விளக்கும்விதம், ஒலிக்கா மெய்மைகளின் பலம், எழுத்து என்ற திட்டமிட்ட செயல், திட்டமிடப்பட்டதால் எழுத்தில் உள்ள 'நஞ்செழுத்து', 'அமிழ்த எழுத்து' என்ற பாகுபாடு, ஒலியில் அந்தப் பாகுபாடு இல்லை என்ற விளக்கம், மொழியில் விஷத்தைப் பார்த்தோர் தமிழைத் 'தீராத விடம்' (திராவிடத்தின் விளக்கம்), அமிழ்த்தை உணர்ந்தோர் தமிழை அமிழ்த மொழியாகப் பாவித்தல், நவீனத்துவ மொழியியல் கருத்துகளிலிருந்து அயோத்திதாசரின் பண்பாட்டு விளக்கங்கள், அதாவது மொழி அறிவு எவ்விதம் வேறுபட்டு இருந்தது? (சொற்கள் உருவாகும்போதுதான் அர்த்தம் உருவாகிறது என்கிறது நவீன மொழி அறிவு. ஆனால், எழுத்துகளுக்கே அர்த்தம் இருப்பதாகப் பாவிக்கிறது அயோத்திதாசரின் மரபு சார்ந்த மொழி அறிவு என்கிறார் ஆசிரியர்) என்பதையெல்லாம் ஆசிரியர் விளக்கும்போது மொழியியல் கூறுகள் மட்டும் அல்ல, மொழியைப் புரிந்துகொள்ளுவதில் உள்ள அணுகுமுறைகளின் இன்றியமையாமையும் விளக்கப்படுகிறது.

இவ்வாறாக, மொழியின் தொன்மை, அதன் உற்பவம், அவற்றில் உள்ள எழுத்து, சொல், பொருள், அர்த்தங்கள், உற்பத்தி ஆனமுறை, அவற்றிற்கும் பௌத்தத்திற்கும் உள்ள தொடர்பை விளக்குகிறார். இவற்றை விளக்குவதற்குப் பண்பாட்டு நிகழ்வுகளான அம்மன் வழிபாடு, தீப ஒளித் திருநாள், கார்த்திகை விழா, ஒளவையின் கதை, நாராயண சங்கத் தெளிவு, நந்தனார் கதை மற்றும் இறப்புச் சடங்குகள் போன்றவற்றிற்கான

உண்மையான பௌத்த நெறி விளக்கங்கள் வரலாற்றுச் சான்றுகளுடன் எடுத்துரைக்கப்பட்டுள்ளன.

பனுவல்களின்மீது அயோத்திதாசருக்கு இருந்த நம்பிக்கை யின்மையின் காரணத்தினாலேயே அவர் பண்பாட்டு நிகழ்வுகளை அதிகமாக நம்பினார். எழுத்து என்பது திட்டமிடப்பட்ட செயல்; பனுவல் நம்பத்தகாதது என்ற கருத்துகள் இவைகளிடம் உள்ள வெகுஜன மின்மையை உணர்த்துகின்றன. அதாவது, அவர் வரலாற்றுச் சான்றுகளில் - எழுதப்பட்டதில் காழ்ப்புணர்ச்சிக்கும், ஒரு சாரார் பக்கம் பேசும் சார்புத் தன்மைக்கும் அதிக வாய்ப்பு இருப்பதால் அதைத் தவிர்த்து விடுகிறார். வெகுஜனத்தளத்தில் உள்ள நிகழ்வுகளின் பின்னணிதான் உண்மை விளக்கங்கள் என்று தம் ஆய்வினை அமைத்துக் கொண்டார்.

இந்தப் பண்பாட்டு விளக்கங்களுக்கு வேஷ பிராமணர்களால் சம்பிரதாய அந்தஸ்து, அங்கீகாரங்கள் வழங்கப்பட்டு அவை பிராமணிய ஆதிக்கத்திற்கு உட்படுத்தப்படுவதை வெகுஜனங் களுக்கு விளக்கவே, பண்பாட்டு நிகழ்வுகளின் உண்மையான பௌத்த நெறி விளக்கங்களை வரலாற்றிலிருந்து சொற்களின் உற்பவங்களைத் திரட்டி, அவை எவ்விதம் மருவின; திரிக்கப் பட்டன; சிதைக்கப்பட்டன என்று விளக்குகிறார்.

மொழி, மதம், மதம் சார்ந்த மரபான அடையாளங்கள் எவ்விதம் திட்டமிட்ட செயல்களால் சிதைந்திருக்கக்கூடும் என்று காட்சிப் படுத்தப்படுகிறது. திரிந்த சொற்களுக்கு விளக்கங்களுக்காக, திரு-திரி, சுடி-சுவடி, அறம்-அறன், நாயக்கர், ரெட்டியார், செட்டியார் போன்றவர்களை உதாரணமாகக் கூறலாம்.

இந்த வரிசையில் சாலக்கிரமம், காயத்ரீ மந்திரம் - திரிகாய மந்திரம் போன்ற வார்த்தைகளும் அதன் உண்மையான அர்த்தங்கள் தெரியாமலே போலியாக அதன் செயல்பாடுகள் மட்டும் பின்பற்றப்பட்டன. இந்தச் சொற்களின் சரியான ஒலிக்கும் வகை, மற்றும் அவற்றின் பொருள்கள் எவ்விதம் திரிக்கப்பட்டன என்ற புரிதல்கள், ஆசிரியர் எவ்விதம் மொழியியல் துறை சார்ந்த அனுபவங்களை இந்நூலில் பயன்படுத்தியிருக்கிறார் என்பதற்கான எடுத்துக்காட்டுகளாகக் கூறமுடியும்.

மொழியியல் உத்திகளோடு பொருள்கொள்ளும்முறை (பொருள் கோளியல் (epistomology), மொழியின் உள்ளடக்கத்தை, தன் மெய்யை விளக்க, (அதாவது அறமே மொழியின் இயல்பு) மெய்ப் பொருளியல் (ontology) போன்ற தத்துவம் சார்ந்த புரிதல்களும்

வாசகர்களுக்கு மிகப் பரந்து விரிந்த அறிவு சார்ந்த அனுபவங்களை அறிமுகப்படுத்துகின்றன.

இவ்வாறு மொழியியலின் அனைத்து அம்சங்களுடன் சிந்தனை ஒழுங்கு எழுத்து, ஒலி, சொல், பொருள், பொருள் கொள்ளும் முறை, இலக்கணம், இலட்சணம், மொழியின் உள்ளடக்கம், மெய்ப்பொருள் திரிந்த சொற்களுக்கான விளக்கங்கள், திரிபுக்கான காரண காரியங்கள் இவை அனைத்துக்குப் பின்னால் இருக்கும் பண்பாட்டு அரசியல், முரண்கள் எனப் பல்வேறு கோணங்களில் மொழிக்காரணி எப்படிச் சமூகக்காரணியாக மாறுகிறது என்பதை விளக்குகிறார் ஆசிரியர்.

அதாவது, மொழி எவ்வாறு தன் கருத்தியலை மேம்படுத்திக் கருவி யாக்கப்படுகிறது? மொழிக்கான பண்பாட்டு அரசியல் எவ்விதம்? ஏன் சமயம் மற்றும் சாதியக் காரணிகளுடன் தொடர்புபடுத்தப்படு கிறது? என, மொழி, சமயம், சாதி இம்மூன்றுக்கும் இடையே உள்ளதொடர்புகள் மற்றும் முரண்கள் விளக்கப்படுகின்றன.

இவ்வாறாக, மொழிவழி விரிந்த வாழ்வியல் அந்த வாழ்வியல் நெறிகளைப் போதித்த பௌத்தம் என்பதாலேயே அதை 'வாழும் பௌத்தம்' என்றும் 'தமிழ் பௌத்தம்' என்றும் அயோத்திதாசர் கட்டமைக்க விரும்பியதாகக் கூறுகிறார் ஆசிரியர்.

ஒடுக்கப்பட்டோரின் சமூக விடுதலைக்கான வரலாற்றை இந்திர தேச சரித்திரமாக அயோத்திதாசர் எழுத முயற்சிக்கும்பொழுது என்னென்ன சிக்கல்கள் மற்றும் இடைஞ்சல்களை உணர்ந்தார்? என்பதை ஆசிரியர் விளக்க முற்படும்பொழுது, நாட்டுப்புறவியல் ஆய்வு சார்ந்த அனுபவங்கள், புரிதல்கள் இவற்றின் துணையைப் பெரிதும் பயன்படுத்துகிறார்.

இதுவரை எழுதப்பட்ட வரலாறு எவ்விதம் யாரால் எழுதப்பட்டது என்ற வரலாற்று வரைவியல் புரிதலில் முதல் சிக்கல் ஆரம்பமாகிறது. எந்தவகையான வரலாற்று அடையாளமும் அங்கீகாரமும் இல்லாத அந்நியப்படுத்தப்பட்ட - புறக்கணிக்கப் பட்ட - ஒடுக்கப்பட்ட சமூகத்தின் வரலாற்றை, மறு வரலாற்றை எழுதச் சான்றுகள் எங்கிருந்து கிடைக்கும்? வாய்மொழித் தரவுகள் ஆவணமாக ஏற்றுக்கொள்ளப்படுமா? அப்படி ஏற்றுக்கொள்ளவும் அவற்றை வகைப்படுத்தவும் என்னென்ன வரையறைகளைப் பின்பற்றவேண்டும்? இவ்வாறு பெறப்பட்ட வாய்மொழித் தரவுகளைக்கொண்டு ஒடுக்கப்பட்டோரின் மாறுபட்ட வரலாற்றைப் படைக்கும் வரலாற்றுப் பிரக்ஞை இந்த அந்நியப்படுத்தப்பட்ட

சமூகத்திற்கு உள்ளதா? என்று அடுக்கடுக்காக ஆசிரியர் வைக்கும் கேள்விகள் நமக்கு வரலாறு எழுதுவதில் உள்ள சிக்கலைப் புரியவைக்கின்றன.

ஒடுக்கப்பட்டோரின் மாறுபட்ட வரலாற்றை எழுத முற்பட்ட அயோத்திதாசர் 'மறுவாசிப்பு', 'மீண்டும் எழுதுதல்' அதாவது, 'இலக்கியத்தை மறுவாசிப்புச் செய்தல்' வரலாற்றை மீண்டும் எழுதுதல் போன்ற உத்திகளை டி. தருமராஜ் கையாண்டிருந்தார் என ஏற்கெனவே சுட்டிக் காட்டப்பட்டுள்ளது. இங்கு, மெய்யான பண்பாட்டு விளக்கங்களைக் கண்டறிய புராணங்களும் நாட்டுப்புறக் கதைகளும் மறுவாசிப்புச் செய்யப்பட்டன. எப்படி மறுவாசிப்பு இருக்கவேண்டும்? அதன் பயன்பாடுகள் என்ன? என்பதை விளக்க ஆசிரியர் நாட்டுப்புறவியல்துறை ஆய்வில் ஈடுபட்ட பல அறிஞர்களின் படைப்புகளையும் அவர்களின் விளக்கங்களையும் மேற்கோள் காட்டுவதன் மூலம் படைப்புகளில் பொதுத் தன்மையைக் கண்டுபிடித்தலின் இன்றியமையாமையையும் விளக்குகிறார் (உதாரணம் விளாடிமிர் ஃபிராப் மற்றும் லெவிஸ்ட்ராஸ், ப. எண். 134), இதை அடிப்படை அலகுகள் என்றும் விளக்குகின்றார்.

நூற்றுக்கும் மேற்பட்ட ரஷ்யக் கதைகளை ஆய்வு செய்த 'விளாடிமிர் பிராப்' அவற்றில் சமூகச் செயல்பாடுகளே அடிப்படை அலகு என்பதாகவும் லெவிஸ்ட்ராஸ் அவர்கள் புராணங்களையும் இசையையும் ஒப்புமை செய்த ஆய்வுக்குப் பின், புராணியங்கள் என்பது புராணங்களின் அடிப்படை அலகு என்றும் எண்ணிக்கையில் மிகக் குறைந்த 'ஸ்வரங்கள்' இசையின் அடிப்படை அலகென்றும் மேலும் அல்கிர்தாஸ் ஆலெண்டாடிஸ் போன்ற அறிஞர்கள் 'பொருணீயம்' 'உருபனீயம்' என்ற அடிப்படை அலகுகளைத் தத்தம் ஆய்வுகளில் கண்டறிந்தனர் என்றும் மேற்கோள் காட்டுகிறார்.

இவ்வாறு பொதுத்தன்மையை அறியும் உத்தியானது எண்ணற்ற புராணங்களையும் நாட்டுப்புறக் கதைகளையும் வகைப்படுத்த அதற்குப் பின்னால் உள்ள கருத்தாக்கங்களை எளிதில் புரிய வைக்க, மருவியதற்கான காரண காரியங்களை, அவற்றின் உள் ஒழுங்கை, மரபான அறிவு சார்ந்த விவரங்களைப் புரிந்துகொள்ள உதவுகிறது என்கிறார் ஆசிரியர்.

லெவிஸ்ட்ராஸ் இசை எவ்வாறு உருவாகி இருக்கக்கூடும் என்பதை விளக்கும் ஆசிரியர், எண்ணிக்கையில் குறைவான 'ஸ்வரங்கள்'

என்னும் சப்தங்களாகிய அடிப்படை அலகுகளின் பன்முக இணைப்பே இசையாகும் என்று விவரிக்கிறார்.

இந்த முறையியல், அளவில் மிகப் பெரியதாக இருக்கும் பிரம்மாண்டமான படைப்புகளின் அடிப்படைத் தொகுதிகளை உடைத்து, பின்பு அவற்றின் பொதுத் தன்மையை அவற்றின் உள் ஒழுங்கிலிருந்து அறிய முற்படுகிறது என்று விளக்குகிறார். இந்த விளக்கமானது, எண்ணிக்கையில் அதிகமாகப் பரந்து விரிந்த பனுவல்களையும் புராணங்களையும் அவற்றின் அடிப்படை அலகுகளைக் கண்டறிவதன் மூலம், அவற்றின் பொதுத் தன்மை கண்டறியப்படுகிறது என்று உணர்த்துகிறது.

இந்தப் புரிதல்களின் நீட்சி, வாசகர்களுக்கு அயோத்திதாசர் அவர்களின் எழுத்துகளில் உள்ள அடிப்படை அலகுகளான சாதித் துவேஷம் மற்றும் தீண்டாமைபோன்ற சமூக நிகழ்வுகளையும் பண்டிதரின் எழுத்துகளில் தொடர்ந்து திரும்பத் திரும்ப வந்த 'சாதி மறுப்பு' என்கிற பொதுத்தன்மையையும் விளக்குவதற்குப் பயன்படுத்தப்படுகிறது.

அயோத்திதாசர் நாட்டுப்புறவியலை ஏன் அதிகமாகச் சார்ந்திருந்தார் என்பதற்கான விளக்கத்தை அயோத்திதாசரின் வரலாறு மற்றும் வரலாற்று வரைவியல் பற்றிய பார்வையை விளக்குவதன் மூலம் எடுத்துரைக்கிறார் ஆசிரியர். அதாவது, பொதுவாக வரலாற்றின் வரைவியலானது கால வரிசையாகவோ தனிநபர் சார்ந்ததாகவோ எழுத்தில் உள்ள சான்றுகளைக் கொண்டோ (பார்க்க. ப. எண். 114) அமையும். ஆனால், அயோத்திதாசர் இந்த வகையான வரலாற்றை ஒத்துக்கொள்ளாமல் புராணங்களிலும் இதிகாசங்களிலும் மறைந்திருக்கும் சமூக நிகழ்வுகளின் உண்மையைப் பண்பாட்டு விளக்கங்களுக்கு உட்படுத்திச் சமூக வரலாற்றை எழுத முற்பட்டார்.

இந்தவகையான வரலாற்று வரைவியலின் மீதிருந்த மாறுபட்ட கண்ணோட்டமே அயோத்திதாசர் தான் விரும்பிய கருத்தியலைக் கட்டமைக்க அடிப்படையாக இருந்தது. 'பூர்வ பௌத்தர்', 'தமிழ் பௌத்தம்' போன்ற பண்பாட்டு அடையாளங்களை மீட்டுருவாக்கம் செய்யும் பொருட்டே, அவர் மக்களின் வாழ்வியலோடு அதிக நெருக்கமுடைய நாட்டுப்புறவியலை அதிகம் சார்ந்திருந்தார் எனக் குறிப்பிடுகிறது இந்நூல்.

அதாவது, அயோத்திதாசருக்கு வரலாற்று வரைவியலின் மேலிருந்த மாறுபட்ட கண்ணோட்டம் அவரின் கருத்தியலைக் கட்டமைக்கும்

காரணியாக அமைந்தது. இதனால் அவர் நாட்டுப்புறப் பண்பாட்டு விளக்கங்களை மாறுபட்ட சமூக வரலாறு எழுதுவதற்கு இன்றியமையாத ஒன்றாகக் கருதினார் என்று ஆசிரியர் கூறுவது, அயோத்திதாசரின் எழுத்துகளைப் புரிந்துகொள்வதற்கு நாட்டுப் புறவியலின் இன்றியமையாமையையும் முக்கியத்துவத்தையும் புலப்படுத்துகிறது.

அயோத்திதாசரின் கருத்துகளும் கண்ணோட்டங்களும் எந்தச் சூழ்நிலைகளில் வேறுபட்டிருந்தன என்று முன்னிலைப் படுத்துவதும் ஆசிரியரின் மற்றுமோர் உத்தியாகும். பண்டிதரின் வேறுபட்ட கண்ணோட்டத்தை வாசகர்களுக்கு முன்னிலைப் படுத்துவதானது சாதி, சமயம், மொழி, தேசியம்போன்ற இந்தியச் சமூக பொருளாதாரக் கட்டமைப்பை உருவாக்கக்கூடிய காரணி களுக்குப் பின்னால் உள்ள சமூகப் பண்பாட்டு அரசியலை விளங்கிக்கொள்ள உதவுகிறது.

சான்றாக, சுதேசியம் என்ற நிலைப்பாட்டை அயோத்திதாசர் எதிர்த்தார். ஏனெனில், அது மீண்டும் 'அரசு அதிகாரம்' ஆதிக்கச் சாதியின் கையில் கிடைக்க உதவும் என்ற காரணத்தினால் என்று விளக்குகிறார் ஆசிரியர். அதைப்போலவே, இந்து என்ற மத அடையாளம் காலனி ஆதிக்கத்தின்போது மக்கள் தொகைக் கணக்கெடுப்பின் மூலம் திடப்படுத்தப்பட்டது. இந்திய விடுதலை எழுச்சியே இந்து மத அடையாளம் வெகு ஜன மக்கள் மத்தியில் வேரூன்றக் காரணம் என்பதால் தேசியம் மற்றும் விடுதலைப் போராட்டங்கள் பற்றியும் அயோத்திதாசருக்கு வேறுபட்ட கருத்துகளே இருந்தன என்றும் கருதுகிறார்.

அதாவது, 'பண்பாட்டுத் தளத்தில் காலனி ஆதிக்கத்தை எதிர்த்த அவர், அரசியல் தளத்தில் அதிகாரம் இந்தியர்கள் கையில் வருவதைச் சந்தேகக் கண்கொண்டே பார்த்தார்' என ஆசிரியர் கூறுகிறார். அனைத்து அரசியல் செயல்பாடுகளுக்குப் பின்னாலும் சாதியைப்பற்றிய நிலைப்பாடு ஒன்றாகவே உள்ளதால், அனைத்து அரசியல் செயல்பாடுகளும் விளிம்பு நிலை மக்களைப் புறக்கணிக்கவே செய்கின்றன என்ற உள்நோக்கம் தெளிவாகிறது.

இவ்வாறாக, பண்டிதரின் வேறுபட்ட கண்ணோட்டத்தை முதன்மைப் படுத்துவதாலும் எல்லா அரசியல் செயல்பாடுகளிலும் உள்ள பொதுத் தன்மையாக அவற்றின் சாதிபற்றிய ஆதரவான நிலைப்பாடு என்ற நிலைப்பாட்டை எதிர்க்கும் கண்ணோட்டத்துடன் அயோத்திதாசர் இந்தியச் சமூக

வரலாற்றையும் அதன் சமூகப் பொருளாதாரக் கட்டமைப்பையும் பார்த்தார் என்பதும் அதன் பின்னணியில் அவரது எழுத்துகள் உருவாகின என்பதும் விளங்குகிறது. இதைப் போலவே இன்னும் பல இடங்களில் அயோத்திதாசரின் மாறுபட்ட நம்பிக்கைகளை விளக்குகிறார் ஆசிரியர்.

உதாரணமாக, 'பௌத்தம் எல்லோரும் புரிந்துகொண்டதைப் போல, பிராமணியத்திற்கு எதிராகத் தோன்றிய எதிர்வினை அல்ல' என்பதாக ஆசிரியர் விளக்குகிறார். பௌத்தம் வேஷ பிராமணர் களின் வருகைக்கு முந்தியது என அயோத்திதாசர் நிரூபிக்கிறார். எனவே, 'பௌத்தத்தின் போதனைகள் அனைத்தும் இந்த மண்ணில் உள்ள சனாதனத்தைப்பற்றியே தவிர, பிராமணியத்தை எதிர்ப்பதற் காக அல்ல' என்று பண்டிதர் விளக்குவதாகக் கூறுகிறார் ஆசிரியர்.

அதாவது, புத்தருக்குப் பின் எழுந்ததே பிராமணியம் என்று நிரூபிப்பதன் மூலம் ஆசிரியர் சொல்ல விழைவது என்ன வென்றால், 'பௌத்த சிந்தனைகள் இந்த நிலத்திலிருந்து தோன்றியவை என்பதை நிரூபிக்கவே' என்று புரிகிறது. இதன் நீட்சியாகவே அவர் சமஸ்கிருதத்தையும் தமிழையும் எதிரெதிராகப் பார்க்கும் பார்வையையும் மறுத்தார். ஏனெனில் இரண்டு மொழிகளுமே புத்தரால் ஒரே சமயத்தில் வடிவமைக்கப்பட்டன என்கிறார்.

மேலும், பௌத்தம் புத்தகங்களில் மட்டுமே உயிர் வாழ்கிறது; பௌத்தத்தைக் கட்டமைக்க வேண்டுமென்றால் அது பனுவல் மூலமாகவே நடைபெறவேண்டும் என்ற கீழைத்தேயவியலின் மதம் சார்ந்த ஆய்வுகளின் கட்டமைப்பையும் புறந்தள்ளுகிறார் அயோத்திதாசர் என்று விளக்குகிறார் ஆசிரியர்.

இதன் பின்னணியாக இந்நூல் குறிப்பிடுவது என்னவென்றால், 'தமிழ் பௌத்தம்', 'வாழும் பௌத்தம்' என்றெல்லாம் கருதப்படும் பௌத்த நெறிகள் வேறெதுவுமில்லை, அவை தமிழ்ச் சமுதாயத்தின் அனைத்துப் பண்பாட்டு நிகழ்வுகளிலும் உறைந்து கிடக்கின்றன. இதனாலேயே, பண்பாட்டு நிகழ்வுகளுக்கான உண்மை விளக்கங்கள் அவர் எழுத்துகளில் முதன்மைப்படுத்தப் பட்டன என்றும் விளக்கம் தருகிறார் ஆசிரியர்.

சமூக அறிவியலின் பல்வேறு துறைகளில் வரலாறு என்பதற்கு மட்டும் சமுதாய மாற்றத்தை நிகழ்த்தும் சாத்வீகம் இருக்கிறது. இதை அறிந்ததின் காரணமாக, அயோத்திதாசரின் 'இந்திர தேச சரித்திரம்' என்பதன் கருத்தியல் நிலைப்பாடு, அதை எழுதும் முயற்சியில் அவர் கொண்ட கருத்து வேறுபாடுகள், கோட்பாடு

மற்றும் ஆராய்ச்சி முறையியலில் இருந்த தடைகள், இத்தடைக் கற்களைத் தன் பகுத்தறிவு மற்றும் விடாமுயற்சியின் காரணமாகவும் சமூக விடுதலைக்கான ஆழ்ந்த வேட்கையின் காரணமாகவும் அவற்றைப் படிக்கற்களாக எவ்வாறு மாற்றினார் என்பதை விளக்குவதன் மூலம் வரலாற்று வரைவியலின் இன்றியமையாமை உணர்த்தப்படுகிறது.

இதை விளக்கும் ஆசிரியர், எதிர்பார்க்கும் சமூக மாற்றத்தைக் கோட்பாட்டின் மூலம் சிந்திப்பதற்கும் விமர்சனங்களின் மூலம் (அதாவது கோட்பாட்டின் இடையூறின்றி) சிந்திப்பதற்கும் உள்ள வேறுபாட்டைக் குறிப்பிடுகிறார். கோட்பாட்டின் துணையோடு பார்க்கப்படும் வரலாறு கோட்பாட்டை மையப்படுத்துமேயன்றி, மக்களின் வாழ்வியல் அனுபவங்கள், உணர்வுகள், நம்பிக்கைகள் போன்றவை வெகுவாக மிகுந்த அளவில் புறந்தள்ளப்பட வாய்ப்புள்ளது என்பதை எளிதாக விளங்கிக்கொள்ள முடியும்.

மேலும், வரலாறு என்பதை எவ்விதம் தனக்கு வேண்டிய ஞாபகங்களை நினைவிடமாக்கி, வேண்டாத நம்பிக்கைகளைக் கொன்றுவிடுகிறது என்பதும், வரலாற்று வரைவியல் என்பது ஒரு திட்டமிடப்பட்ட அரசியல் என வெகு ஜனம் உணர வைக்கப்பட வேண்டும் என்பதே!

இதில் 'ஞாபகம்' மற்றும் 'மறதி' என்பதற்கான விளக்கங்கள் 'பூர்வ பௌத்தன்' என்ற பாழ் ஞாபகம் 'மறதி' என்ற திணிக்கப்பட்ட அடையாளமான 'தீண்டாமை' என்ற சமூக விளைவு இவற்றை விளக்கும் வண்ணமே பின்னப்படுகின்றன. ஏன் 'ஞாபகம்' மற்றும் 'மறதி' இவற்றை இவ்வளவு ஆழமாக விவரிக்கவேண்டும் என்ற கேள்வி வாசகர் மத்தியில் எழும். அதற்கான விளக்கமாக, 'மறதி எவ்வாறு அரசியல் நிலைப்பாடாக உருமாறுகிறது? (பார்க்க. ப. எண். 248) என்பது சமூக விளைவுகள் மற்றும் சமூக முரண்களைப் பற்றிய ஆழமான புரிதலை வழங்குகிறது. இதன் தொடர்ச்சியாக மத மாற்றங்கள் அவசியமானவையா? மதம் மாறுவதற்கும் அதே நம்பிக்கையாக ஆகுவதற்கும் உள்ள வேறுபாடு, புதிய தன்னிலையை உணரப் பழைய தன்னிலையை மறப்பது அவசியம் என்ற கருத்து, மாறுதலில் இந்த மறதி புறக்காரணிகளால் உந்தப்படுகிறது. ஆனால் 'ஆகுதல்' மூலம் புதிய தன்னிலை எவ்விதம் பழைய தன்னிலையை மறக்கிறது அல்லது 'பாழ்' ஞாபகத்தை மறதியை மீண்டும் புது ஞாபகமாக உருவாக்க முனைகிறது என்பதுபோன்ற அனுபவங்கள் எளிமையாகப் புரியவைக்கப்படுகின்றன.

வரலாற்று வரைவியலின் மற்றுமொரு செயல்பாடாக, எவ்விதம் அது சமூக முரண்களைக் கருத்தாக்க முரண்களாக மாற்றம் செய்யத் தடையோக உள்ளது. அவ்வாறு சமூக முரண்களைக் கருத்தாக்க முரண்களாக பார்க்காமல், இரு சமூகக் குழுக்களுக்கிடையே உள்ள முரண்களாக மட்டும் பார்ப்பதால் அங்கு வரலாறு படைப்பதற்குப் பதிலாக, காவியம் படைக்கப்படுகிறது.

வரலாற்று வரைவியலின் பாதிப்பு, சமூக வரலாற்றின்மீதான அதன் தாக்கம் போன்றவற்றைப் புரியவைப்பதன் மூலம் கருத்தியல்கள் அவற்றின் வேறுபாடுகளை, முரண்களைப் புரியவைப்பதன் அவசியம் மையப்படுத்தப்படுகிறது. இதை விளக்கவே ஆசிரியர் ஃபூக்கோ ஏன் வரலாற்றினைப் பார்க்கும்போது தொல்லியல் (archaeology) மற்றும் வம்சாவளி (geneology) போன்ற துறைகளை அதிகம் பயன்படுத்துகிறார் என்று மேற்கோள் காட்டுகிறார். ஏனெனில் ஃபூகோ, வரலாற்று வரைவியலின் எல்லை (limitation) அது ஏற்படுத்தக்கூடிய தடையை அறிந்திருந்ததன் காரணமாகக் கூட இருக்கலாம்.

இவ்வாறாக, அயோத்திதாசரின் தொடர்ச்சியான திரும்பத் திரும்பக் கூறப்பட்டக் கருத்தியலான சாதி மறுப்பு மற்றும் தீண்டாமை என்ற சமூகச் சீரழிவு இடையில் நேர்ந்த ஒரு சீர்கேடு; நாம் தாழ்ந்தவர்கள் அல்ல, தாழ்த்தப்பட்டவர்கள் என்ற ஒடுக்கப்பட்டோரின் உளவியல் சார்ந்த சுயமரியாதையுடன் கூடிய தன்னிலை, மறுக்கப் பட்ட ஒடுக்கப்பட்டோரின் மாறுபட்ட சரித்திரத்தை, சமூக வரலாற்றை, மொழி வழி விரிந்த நம்பிக்கை என்ற உணர்வு சார்ந்த பௌத்த அடையாளமாக தமிழ் பௌத்தம் என்ற பொது அடையாளமாக மீட்டுருவாக்கம் செய்கிறார்.

இதன் மூலம் சாதி பேதமற்ற சமத்துவ நவீனச் சமுதாயத்தை உருவாக்க முடியும் என்ற நம்பிக்கையை - அயோத்திதாசரின் கருத்தியல் வேட்கையைப் பின் நவீனத்துவம், மொழியியல், நாட்டுப்புறவியல், வரலாறுபோன்ற பல துறைகளிலும் உள்ள கருத்துகளின் புரிதலின் அடிப்படையில் விளக்கியுள்ளார் ஆசிரியர். இந்தவகையான ஆசிரியரின் முறையியல் வாசகர்களுக்குக் கோட்பாடுகளைப் புரிந்து கொள்ளவும் வாசிக்கவும் உதவும். அவர் பாணியிலேயே சொல்வதென்றால், கோட்பாடுகளையும் கருத்தாக்கங்களையும் மறுபரிசீலனை செய்ய உதவும்.

இதுபோக, வாசகர் கேட்க நினைக்கும் அத்துனைக் கேள்வி களையும் ஒவ்வொரு இடத்திலும் தானே கேட்டுவிடுவதால்,

வாசிப்பின்போது ஆசிரியர்கூடவே பயணிப்பதுபோலான பிரமையையும் உருவாக்குகிறது.

இறுதியாக, நூலின் ஆரம்பத்திலிருந்து திராவிட இயக்கங்களைச் சாடுதல். மிகப் பெரிய சமூக சீர்திருத்தவாதியாக - வெகுஜனத்தின் அறிவு ஜீவியான -பகுத்தறிவுவாதியான பெரியார்பற்றிய உதாசீனம் அல்லது அயோத்திதாசரைப்பற்றிய மறதி என்ற குற்றச்சாட்டுச் சான்றுகளுடன் நிரூபிக்கப்பட்டாலும், ஏற்றுக்கொள்ளுவது மிகவும் கடினமான காரியமாகவே இருந்தது.

வலதுசாரிக் கொள்கையாளர்கள் பெரியாரையும் திராவிட இயக்கங்களையும் சிறுமைப்படுத்துவதில் குறியாக உள்ள இந்தத் தருணத்தில், இந்த நூலின் முதன்மையான நோக்கம் என்ன? அயோத்திதாசரின் கருத்தியலைப் புரியவைப்பதா? இல்லை திராவிட இயக்கங்களைச் சாடுவதா? நவீன சமத்துவச் சமுதாயத்தைப்பற்றிய கனவினை நனவாக்குவதா? சமூகத்தில் பிராமணர் மட்டும் இன்றி, பிராமணர் அல்லாத வகுப்பினரால் இதே சாதிய சனாதனங்கள் இன்னும் திடமாவதைச் சாடுவது மட்டுமே முன்னிலைப்படுத்துகிறதா? என்ற கேள்விகளுக்கும் ஐயங்களுக்கும் முத்தாய்ப்பு வைப்பது போல, மத அமைப்புகளும் விடுதலை இயக்கங்களும் மக்களைப் பார்க்கும் கண்ணோட்டத்தில் (பகுத்தறிவுவாதியாகப் பகுத்தறிவுக்கு அப்பாற்பட்டவர்களாக) உள்ள வேறுபாட்டை விளக்குகிறார்.

திராவிட இயக்கங்களின் பங்களிப்பை, பெரியாரின் சமூகப் போராட்டத்தின் பங்களிப்பை அங்கீகரிக்கிறார். இதன் மூலம் அயோத்திதாசரும் அவர் நிரூபித்த பூர்வ பௌத்த அடையாளமும் வெகுஜனத் தளத்தில் ஏன் மறைக்கப்பட்டன என்று விளக்கும் முறையின்மூலம் நம்மைச் சமாதானப்படுத்துகிறார். அதுமட்டு மல்லாமல், அயோத்திதாசரின் கருத்தியல் நவீன சமத்துவ சமுதாயத்திற்கான மீட்டுருவாக்கக் கடப்பாடுபற்றிய தெளிவின்மையும் வெகுஜனம் அயோத்திதாசரை மறந்ததற்கு ஒரு முக்கியக் காரணம் என்பது, ஆசிரியரின் நடுநிலைமை மற்றும் சீர்தூக்கிப் பார்க்கும் திறனைப் புலப்படுத்துகிறது.

●

அயோத்திதாசருக்கு டி. தருமராஜ் நட்ட நடுகல்

இராவணன் அம்பேத்கர்

ஆய்வாளர், தொல்மரபும் தொடர்மரபும்

சற்றேறத்தாழ ஒரு நூற்றாண்டு மறதிக்குப்பின் அயோத்திதாசர் என்கிற பூர்வ பௌத்தனின் கல்லறை கண்டுபிடிக்கப்பட்டதும் அதைச் சிதைத்து அழிக்க ஒரு தரப்பும், அவர் எங்களவர் என்பதால் காத்து நிற்போம் என ஒரு தரப்புமாகச் சமூகம் பிளவுபட்டது. அந்த முரண்பாட்டில் இருந்து முற்றிலும் வேறுபட்ட வகையினராக நீங்கள் கல்லறையோடு என்னவாவது செய்துகொள்ளுங்கள், நாங்கள் அவருக்கு நடுகல் எழுப்பி அவரைக் காலத்தினுள் கரையாமல் அடைக்காத்து அவர் போதித்த அறத்தின் நினைவை அடுத்தடுத்த தலைமுறைகளுக்குக் கடத்திக் கொள்கிறோம் என்றனர் சிலர். அந்தத் தரப்பே இன்று தமிழகத்திலும் ஏனைய உலக அரங்குகளிலும் அயோத்திதாசரைக் கடந்த இருபது ஆண்டுகளாக முன்னெடுத்துச் செல்கிறது. அந்தத் தரப்பில் இருப்போரில் முதன்மையானவராகப் பேராசிரியர் தருமராஜைக் கருதுகிறேன்.

இன்னும் பலர் இருக்கிறார்கள் என்றாலும் குறிப்பிட்டு இவர்மீது முதன்மையானவர் என்கிற பிம்பத்தை ஏற்றுகிறேன். ஏனென்றால், இவர் ஒருவரே உள்ளும் புறமுமாக எந்நேரமும் அயோத்திதாசரை சிந்தித்துக்கொண்டு இருக்கிறார். இவரிடம் இருந்து அயோத்திதாசரை நீக்கிவிட்டால் வெறும் கூடாகிவிடுவாரோ என்றெண்ணும் அளவுக்கு அயோத்திதாசரின் ஆவி இவரைப் பிடித்தாட்டுகிறது. எனவேதான், அவர் என்ன பேசினாலும் எழுதினாலும் சிந்தித்தாலும் அதில் எங்காவது அயோத்திதாசர் தோன்றிவிடுகிறார். அது இசை, இலக்கியம், வழக்காறுகள், மேற்கத்தியச் சிந்தனைகள் என்று எந்தத் தலைப்பைக் குறித்த பகிர்தலாக இருந்தாலும் அதில் அயோத்திதாசரே உள்ளாடுகிறார்.

இவர் ஏன் இதைச் செய்துகொண்டிருக்கிறார் என்று நான் சிந்திப்பதுண்டு. அவரது இந்தச் செயலை நடுகல் எழுப்புவது என்கிற ஒரு குறியீடாகச் சிந்திக்கிறேன். சற்றேறத்தாழ இருபதாண்டு களாகச் செல்லுமிடமெல்லாம் நடுகற்களை எழுப்பிக் கொண்டே செல்கிறார். அதைக் காண்பவர்களுக்கு ஏன் இவர் இப்படி ஓயாமல் ஒரு பேய்போல் செயல்பட்டுக்கொண்டிருக்கிறார் என்று தோன்றுகிறது. அயோத்திதாசரின் ஆவி இவரைப் பிடித்து ஆட்டுவதைப்போல் இவ்வேலையை ஏன் செய்கிறார் என்றெண்ணுகிறார்கள். சிலர் ஒதுங்கிப் போகிறார்கள். சிலர் மெல்ல வந்து அந்தக் கற்களில் இவர் என்ன பொறித்து வைத்திருக்கிறார் என்று படித்துப் பார்க்கிறார்கள்.

படிப்பவர்களுக்குள்ளும் இரு பிரிவு உருவாகிறது. ஒரு பிரிவு அதிர்ச்சியடைந்து தாம் படித்ததை எப்படி மறப்பது அல்லது எதிர்ப்பது என்று சிந்திக்கிறது. மற்றப் பிரிவு இது என்ன இந்தக் கல்லில் பொறிக்கப்பட்ட மந்திரங்களில் நமக்கான சிறகுகளை வளர்த்துக் கொள்ளும் வழிமுறை இருக்கிறதே என்று உன்மத்தம் கொள்கிறது. இந்தக் கல்லை ஏன் முன்னரே யாரும் எழுப்ப வில்லை என்று கேட்கிறார்கள்; தம் சிறகுகளை வளர்த்துக் கொள்கிறார்கள்;கொண்டாடுகிறார்கள்; பறக்கிறார்கள். அந்த மந்திர வித்தையினால் தங்கள் பல்நூற்றாண்டு கால உளவியல் அடிமைத்தளைகளில் இருந்து விடுபடுகிறார்கள்.

இரு தரப்பினருக்கும் இடையேதான் மூன்றாம் தரப்பாகச் சிலர் உருவாகிறார்கள். தங்களுக்குச் சிறகுகள் கிடைத்த கொண்டாட்டத் தோடு தாங்களும் அந்த நடுகல் எழுப்பும் வேலையில் தங்களை இணைத்துக்கொண்டு பயணிக்க எத்தனிக்கிறார்கள். ஆனால், இதுபோன்ற செயல்பாடுகள் எல்லாம் புதிதாகத் தோன்றியவை யல்ல. காலங்காலமாக நடைபெற்றுக்கொண்டிருப்பவைதான். இந்த மாதிரி செயல்களுக்கு நாம் பூர்வ பௌத்தத்திலிருந்தே உதாரணங்களை எடுக்கமுடியும்.

புத்தர் தோற்றுவித்த சங்கத்திலிருந்து, அவர் காலத்திய புரட்டுக்காரர்களை எதிர்கொண்ட விதத்திலிருந்து பலவாறாக அவர் தீவிரமாக ஆற்றிய களப்பணிகள் சான்றுகள் திரிபிடகத்தில் கொட்டிக் கிடக்கின்றன. புத்தரின் இறுதிப் பேருரைகள் அடங்கிய மகாபரிநிப்பான சுத்தங்கத்தில் அவர் தமது மறைவுக்குப்பின் ஆற்றவேண்டிய விரிவான வேலைத்திட்டங்களைத் தம் சீடர்களுக்குச் சொல்லிச் செல்கிறார். புத்தர் தம் தம்மத்தைப் போதித்து

மக்களையெல்லாம் அறவாழ்வு வாழச் சொல்லி, தாம் முழுமையாக இவ்வுலகைவிட்டு அகலும்முன் தம் சீடர்களையும் குறிப்பாகத் தமது உதவியாளராக விளங்கிய ஆனந்தாவையும் அழைத்து, தமக்குப் பின் தம்மம் அழியும் அல்லது தேய்வுறும் எனவே தம்மத்தை அழியாமல் காக்க சில காரியங்களைச் செய்யச் சொல்கிறார். அவர் பரிநிப்பானம் அடைந்த பின் அவரது சடலத்தை முன்வைத்துக் கொண்டாட்டங்கள் தீர்ந்த பின்னர், அதை எரித்து முடித்து எஞ்சிய சாம்பலையும் எலும்புகளையும் கும்பங்களில் கொண்டு புதைத்து, எல்லா முக்கியமான நகரங்களின் பிரதான நாற்சந்திகளிலும், வேறு முக்கியமான இடங்களிலும் கல்தூண்களையும் ஸ்தூபிகளையும் எழுப்பித் தம்மத்தைப் பொறித்து வைத்து, அந்நினைவை அடுத்தடுத்த தலைமுறைகளுக்குக் கடத்திச் செல்லச் சொல்கிறார்.

மேலும் தாம் முதல் தம்மப் பேருரையை நிகழ்த்திய ராஜாகமம், தாம் பிறந்த இடமான லும்பினி, தாம் ஞானம் பெற்ற இடமான உருவேலா மற்றும் தாம் பரிநிப்பானம் அடையப் போகும் குசிநரா ஆகிய ஊர்களில் நினைவிடங்கள் எழுப்பி, வெகுமக்களை அங்கு புனிதப் பயணம் மேற்கொள்ள வேண்டி ஏற்பாடுகளைச் செய்ய வேண்டும் என்கிறார். இப்படிச் செய்தால் தம்மம் மறையாமல் காக்கப்படும் என்கிறார்.

அவர் போதித்தபடியே அவர் பரிநிப்பானம் அடைந்த பிறகு குசிநராவின் வேந்தர்களான மல்லர் குலத்தவர் அவரது சடலத்தை வைத்து ஏழு நாட்கள் இசை, ஆடல், பாடல் எனக் கொண்டாடி எரித்த பின், மிஞ்சிய சாம்பலைக் கும்பங்களில் இட்டு 8 தூண்களை நட்டுத் தம்மத்தை நிலைநாட்டுகிறார்கள். மற்றும், அவர் வாழ்வில் முக்கியத்துவம் வாய்ந்த நான்கு ஊர்களிலும் நினைவிடங்களை எழுப்புகிறார்கள். அப்படி இருந்தும் உடனடியாகப் பெரிய மாற்றம் நிகழவில்லை. தம்மம் மெல்லத் தேய்ந்துபோகும் நிலையில்தான் இருந்தது. அவரது மறைவுக்குப் பிறகு சற்றேறத்தாழ 200 முதல் 300 ஆண்டுகள் கழித்து, இந்தியாவின் பல பகுதிகளை ஒருங்கிணைத்த மாமன்னர் அசோகர் பல போர்கள், அழிவுகள் என்று சென்ற தம் வாழ்வில், புத்தரின் தம்மத்தை ஏற்று மனம் திருந்தித் தம்மத் தூதுவராகிறார்.

அதன் பின்னர், அறவாழியான் அசோகன் அந்த 8 தூண்களிலிருந்து சாம்பலையும் எலும்புகளையும் பிரித்தெடுத்து இந்தியத் துணைக் கண்டம் முழுதும் 84000 தூண்களை நிறுவுகிறார். வடமேற்கே இன்றைய ஆஃப்கானிஸ்தான், கிரேக்கம் தொடங்கிக் கிழக்கே

இன்றைய பர்மா வரையிலும், வடக்கே இமயமலை தொடங்கித் தெற்கே இலங்கை வரையிலும் இத்தூண்கள் நிறுவப்படுகின்றன. தம் ஆளுகைக்கு உட்படாத சேர, சோழ, பாண்டிய, யவன தேசங்களிலும் அமைதி வழியில் தம்மத்தைப் பரப்ப மருத்துவமனை கள், சத்திரங்கள், மடங்கள், விகாரைகள், அறப்பள்ளிகள் என எழுப்புகிறார். செல்லுமிடமெல்லாம் நோக்குமிடங்களெல்லாம் தம்மத்தின் எழுத்துகள் அடங்கிய தூண்களும் அவற்றைப் பரப்பும் பள்ளிகளும் நிறுவப்பட்டன. அத்தூண்களில் பொறித்திருந்ததோ முழுக்க தம்மச் செயல்பாடுகள் பற்றி.

கொலை, களவு, காமம், கள்ளம், கள் தவிர்த்தல், தானம் செய்தல், மருத்துவ வசதி ஏற்படுத்தல், பெரியோரை மதித்தல் என்று பலவாறாக அறவாழ்வை ஓங்கச் சொல்லும் எழுத்துகள் பொறிக்கப்பட்டன. மிகப் பெரிய தம்மப் பணியான இதன் பின்னரே புத்தரின் தம்மம் உலகெங்கும் பரவியது. கிட்டத்தட்ட ஆயிரம் ஆண்டுகள் தம்மம் அழிபடாமல் காக்கப்பட்டது.

இங்கு நாம் நோக்கவேண்டிய செய்தி என்னவென்றால், தமக்குப் பிடித்தமானவர்களோ சமூகத்துக்காக வாழ்ந்து மறைந்தவர்களையோ நினைவுறுத்த மற்றவர்கள் தூண்களையும் நடுகற்களையும் எழுப்புவது வழக்கம். சிலபோது தங்களது மன்னர்கள் மீண்டு வருவார்கள் என்ற நம்பிக்கையில் எகிப்திலும் சீனத்திலும் பெரும் நினைவிடங்களை எழுப்பி வைத்துக் காத்திருப்பதும் வழக்கம். ஆனால் புத்தர் தாமே தமக்கான நினைவிடங்களை எழுப்பச் சொன்னதுதான். அதற்கு அவர் சொல்லும் காரணமானது, அப்பொழுதுதான் மக்கள் தம்மத்தை மறவாமல் இருப்பார்கள் என்றும், அவ்விடங்களுக்கு வருடம்தோறும் புனிதப் பயணம் மேற்கொள்வதன் மூலம் தம்மம் என்றும் அழியாமல் போற்றப்படும் என்கிறார்.

ஆனால், அவருக்கு இது எது செய்தாலும் தம்மம் குறைபடும் என்றும் ஒரு சிந்தனை இருக்கத்தான் செய்தது. ஆனால், அப்படி குறைபடும் பொழுதெல்லாம் யாரேனும் வந்து அதை மீண்டும் நிலை நிறுத்துவார்கள் என்றும் அறிவிக்கிறார். ஏனெனில், தம்மம்தான் இங்கு மெய்யறம். அதுமட்டுமே நிலைத்த தன்மை கொண்டது என்றும் அருளுகிறார். ஆனால், அந்தத் தம்மம் தாமாகவே மறையும் அல்லது தேக்கமடையும் என்கிற போக்கு களைத் தவிர்த்து, அதை அழிக்கவும் சிலர் முற்பட்டார்கள் என்பதே நம் இந்தியத் துணைக்கண்டத்தின் வரலாறு.

84000 பௌத்த நினைவிடங்களில் நமக்கு மிஞ்சியதென்னவோ முப்பதுக்கும் கொஞ்சம் அதிகமான நினைவிடங்கள் மட்டுமே. அவையும் சிதிலமடைந்தே கிட்டின என்றால் இங்கு மிகப் பெரிய அழிவு வேலைகள் நடந்திருக்கின்றன என்பதை நாம் விளங்கிக் கொள்ள முடிகிறது. அப்படி அழிவு வேலை செய்யும் நாசகார சக்திகளை இனம் கண்டுகொள்ள நாம் நடுகல் பற்றியும் நினைவுகள் மற்றும் மறதிகளைப் பற்றியும் அறிந்துகொள்ள வேண்டும்.

நினைவும் மறதியும்

காட்சி, கால்கோள், நீர்ப்படை, நடுதல்

சீர்த்தகு மரபின் பெரும்படை, வாழ்த்தல் என்று

இரு மூன்று மரபின் கல்லொடு புணரச்

சொல்லப்பட்ட எழு மூன்று துறைத்தே

(தொல்காப்பியம் - பொருளதிகாரம், புறத்திணையியல் நூற்பா 5.)

விழுத்தொடை மறவர் வில்லிடத் தொலைந்தோர்

எழுத்துடை நடுகல் அன்ன விழுப் பிணர்ப்

பெருங்கை யானை

(ஐங்குறுநூறு 352, 1-3)

ஆகிய பாக்களின் மூலம், சங்க கால இலக்கண இலக்கியங் களிலேயே நமக்கு நடுகல் பற்றிய தரவுகள் காணக் கிடைக்கின்றன.

இந்தியத் துணைக்கண்டத்தில் நடுகல் எழுப்பி முன்னோர்களை நினைவுகூறுவதை மக்கள் வழக்காறாக, பண்பாடாக ஒழுகிக் கொண்டிருந்தார்கள். பெரும்பாலும் போர்களிலும், கள்வர்களாலும் வீழ்த்தப்பட்டவர்களுக்காக அவை எழுப்பப்பட்டு இருக்கின்றன. அந்தக் கற்களில் அவர்களின் பெருமைகளைப் பொறித்து வைப்பது என்பதும் ஒரு மரபாக இருந்திருக்கிறது. அந்த மரபை ஒட்டியே, புத்தரும் தம் தம்மம் அழியாமல் காக்கத் தூண்களை எழுப்பச் சொல்லி மகாபரிநிப்பானம் கொண்டார். அவரது காலக்கணக்கின்படி தம்மச் சக்கரம் என்கிற அறவாழி உருளத் துவங்கிய கணத்தில் இருந்து 2500 ஆண்டுகளில் அது தேக்கமுறும் அல்லது நிற்கும். அப்போது மீண்டும் ஓர் அறவோன் தோன்றி அதை உருட்டத் துவங்குவான். நியூட்டனின் மூன்றாம் விதியை ஒட்டிய எந்த ஒரு பொருளும், புறவிசையின் தாக்கம் அல்லாமல் அசையும் அசையாத் தன்மையிலிருந்து மாறாது என்கிற எளிய சூத்திரம்தான்.

உருளத் துவங்கிய அறவாழி புறத்தாக்கங்களால் நின்றுபோகும் நிலையில் வேறொரு விசை அதன்மீது தாக்கம் செலுத்தி உருட்ட வேண்டும்.

புத்தரின் காலம் தொடங்கிச் சரியாக 2500 ஆண்டுகளுக்குப் பின்னர் 1956இல் அண்ணல் அம்பேத்கர் அந்த ஆழியைப் புத்த தம்மமேற்று உருட்டினார். அந்த ஆண்டை உலகெங்கும் உள்ள பௌத்தர்கள் தம்மத்தின் 25ஆவது ஆண்டு என்று கொண்டாடினார்கள். ஏனெனில், அது மீண்டும் இவ்வுலகில் அறம் எழும் காலக் கணக்கு. இந்தக் காலக் கணக்கு என்பதைக் கடந்தும் பல அறவோர்களும் அந்தணர்களும் அவ்வாழியை உந்தித் தள்ளிக்கொண்டிருப்பார்கள். அது மாமன்னன் அசோகனாக, வான்புகழ் வள்ளுவனாக, ஒளவை யாக, சித்தர்களாகப் பல வடிவங்களில் வந்துகொண்டே இருப்பார்கள். அந்தணர்களுக்குக் குறைவில்லை. அப்படித்தான் நம் காலத்தின் அந்தணராக நமக்குக் கிடைத்தவர் பண்டிதர் அயோத்திதாசர்.

தம்மம் எனும் மெய்யறத்தைக் கண்டுகொண்ட ஒருவரால் அமைதி யாகவே இருக்கமுடியாது. புத்தர் தொடங்கி அயோத்திதாசர் அம்பேத்கர் வரைக்கும் அதை மக்களிடம் சொல்ல வேண்டும் என்கிற பேரவா எழுவது அதனால்தான். இப்படியாகப் புத்த அறநெறியில் ஒழுகி வாழ்தலே, சமத்துவமான ஏற்றத்தாழ்வற்ற அனைவருக்கும் நீதியான ஒரு சமூகமாக இருக்க முடியும். அதன் பலன் என்பது எல்லா மானிடர்களுக்கும் உரியது. ஆகவேதான், தொடர்ந்து அத்தம்மத்தை இவர்கள் பறைகிறார்கள். மறக்காமல் இருக்கவும் சொல்கிறார்கள். ஆனால், மனிதர்களுக்குத்தான் மறதி எளிதான பழக்கமாயிற்றே. மறதியும் நினைவும் என்பது ஒரு சுழற்சிதான். அந்தச் சுழற்சியில் நாம் எந்தக் கட்டத்தில் நிற்கிறோம் என்பதே முக்கியம். நாம் தற்போது இருக்கும் வரலாற்றுக் காலகட்டம் என்பது நினைவுகளின் மூலம் மறதிகளைக் கடந்து தம்மத்தை எழுப்புவதற்கான காலகட்டம்.

பேராசிரியர் தருமராஜ் தமது அயோத்திதாசர் நூலின் இறுதிப் பகுதியான பூர்வ பௌத்தனின் கல்லறையில் இப்படி எழுதுகிறார்.

'வேடிக்கை என்னவென்றால், நூறாண்டு மறதிக்குப்பின் அயோத்திதாசரை நாம் கண்டுபிடித்துக் கொண்டாடினால், அவரோ பல்லாயிரம் ஆண்டுகள் மறந்திருந்த பூர்வ பௌத்தனைக் கண்டுபிடித்துக் கொண்டாடிக் கொண்டிருக்கிறார்.

நம்மைப்போலவே அவரும் ஞாபகத்தின் சுழலில் அலைக் கழிந்தவர். அயோத்திதாசரின் 'தமிழன்' நமது கண்டுபிடிப்பு என்றால், 'பூர்வ பௌத்தன்', நமது கண்டுபிடிப்பின் கண்டுபிடிப்பு. நமது ஞாபகத்திற்கு ஞாபகம் வந்த ஞாபகம். நாம் காணும் கனவு, கண்டுகொண்டிருக்கும் கனவு'.

இதன் தொடர்ச்சியாக, ஞாபகம், மறதி என்று விரித்து, அயோத்திதாசர் தம் ஞாபகங்களின் ஊடாகத் தம்மை ஒரு பூர்வ பௌத்தத் தன்னிலையாக அடையாளம் கண்டுகொண்டு எப்படி நிலைக்கிறார் என்றும், ஆனால், அந்த நிலைத்தல் அவரே அவருக்கு எழுப்பிக் கொண்ட கல்லறையில் வந்து முடிகிற தென்றும் விளக்கிச் செல்கிறார் பேராசிரியர். ஆனால், அந்தக் கல்லறை முற்று முழுதான ஒன்றல்ல. கல்லறைகளின் மீது நாம் ஆற்றும் வினைகளின் வாயிலாக நாம் அடுத்த சுழற்சிக்குத் தயாராகவேண்டும். இந்த மறதிகள் மற்றும் நினைவுகளின் சுழற்சியைப் பின்னோக்கிப் பார்த்துக்கொண்டே சென்றால், அயோத்திதாசரை மறந்த நாம், அசோகரை மறந்து பூர்வ பௌத்தர்கள், புத்தரை மறந்து மகத மக்கள் என்று போக முடிகிறது. ஆனால் இதில் உள்ள சுவாரசியமான விஷயம் என்ன வென்றால், புத்தரே தமக்கு முன்பிருந்த புத்தர்களைப்பற்றிப் பேசுகிறார். அவரும் எங்கோ காலத்தில் தொலைந்துவிட்ட பௌத்தத்தை மீட்டெடுத்து நினைவுறுத்துவதாகத்தான் சொல்கிறார்.

அவரது வரலாற்று முக்கியத்துவம் என்னவென்றால், இந்த மறதியை இனம் கண்டு கொண்டதும் அதை நினைவுகளின் மூலம் எப்படிக் கடத்துவது என்று முன்னறிந்து சொன்னதும்தான். ஆக, புத்தர் அருளியதுபோலவே நாமும் அயோத்திதாசரையும் அவர் போதித்த அறத்தையும் அடுத்த கட்டத்துக்குக் கொண்டு செல்லமுடியும். அவரைப்பற்றிப் பேசும், அவரது கருத்தியலைப் பேசும் இதுபோல் பல நூல்கள் உருவாகி அவரை நினைவுறுத்திக் கொண்டிருக்கவேண்டும். இந்த வேலையை எடுத்துக் கொண்ட நாம் முதலில் பேராசிரியர் டி. தருமராஜ் உருவாக்கும் நினைவும் மறதியுமான இந்தச் சுழற்சிக்கான அடிப்படைகள் என்னவென்று புரிந்துகொள்ள வேண்டி இருக்கிறது. அதைப் புரிந்துகொள்ளும் போதுதான் மறதியிலிருந்து விடுபட்டு நினைவுகளை மீட்க முடியும்.

நம் வாழ்வு என்பதே நினைவுகளால் ஆனதுதான். உயிர் என்றாலே அது நினைவுதான். நினைவுகள் இல்லையெனில் ஒரு ஜடமாக

வாழ முடியுமே தவிர ஒருவரால் உயிர் வாழவே முடியாது. மரபணு போன்ற உயிரின் மிகச் சிறிய அலகு முதலாக நினைவுகளைக் கடத்துவது ஒன்று மட்டுமே உயிரியக்கச் செயல்பாடு. இந்த உயிரியக்கச் செயல்பாட்டின் படிப்படியான பரிணாம வளர்ச்சிதான் நாம். எனில், நினைவுகள் மட்டுமா நாம் என்றால், இல்லை மறதியும்தான். நினைவும் மறதியும் ஒரு சேர உருவாகி இருமை களாக வினையாற்றும்பொழுதே நனவிலி உருவாக முடியும். யோசித்துப் பாருங்கள், நம்மால் சில விஷயங்களை மறக்க முடியவில்லை எனில், நம்மால் உயிர் வாழ முடியுமாவென்று! வெறும் நினைவுகளால் ஆன ஓர் உயிரி ஒரு தகவல் சேமிப்புக் கிடங்காக மட்டும் இருக்க முடியுமே தவிர அதற்கு உயிரியக்கம் என்று ஒன்று உருவாகாது.

ஒரு சிறு கல்லை எடுத்து அடித்தால் தமக்குத் தேவையான உணவை வீழ்த்தலாம் என்கிற கண்டுபிடிப்பும், அந்தக் கண்டுபிடிப்பை நினைவில் வைத்திருந்து அடுத்தவருக்குக் கடத்த முடிந்த அம்முதற் செயல்தான் வேட்டையாடி மனிதர்கள் உருவாக்கத்தின் முதல்படி. அதே சமயம், முன்பு ஏதேனும் அசம்பாவிதங்கள் நிகழ்ந்து இருந்தால் அதை மறக்கவும் குறைந்தபட்சம் நினைவின் ஓரத்திற்குத் தள்ளி விடவும் தெரிந்திருக்கவேண்டும். ஆகவேதான், அச்செயல்பாட்டில் நமக்குத் தேவையானவை நினைவு களுக்குள்ளும் தேவையற்றவை மறதிக்குள்ளும் சேமிக்கப்படு கின்றன. மறதியும் நினைவின் ஓர் பகுதிதான். ஆக, சரியான நினைவுகளைக் கண்டுகொள்ள சரியான மறதிகளையும் பழுக வேண்டும் நாம். இந்தப் பழுத்தை உண்டால் விஷம் அல்லது இது விஷமில்லை என்று இந்த இரட்டைகளாகக் கண்டுபிடிக்கையில், எது நினைவின் பகுதி எது மறதியின் பகுதியாக இருக்க வேண்டும் என்றும் தீர்மானிக்கிறோம்.

இப்படியான நினைவு மறதிச் சுழற்சியில் சரி தவறு கண்டுபிடிக்கப்படுகிறது. வேளாண் சமூக உருவாக்கத்திற்குப் பின் இதை ஒட்டி விதிகள், வழக்குகள், பழக்கங்கள் என்று நீண்டு அறமும் அறமற்றதும் கண்டுபிடிக்கப்படுகின்றன. வேளாண் சமூகத்தில் புதிதாக எழுத்தையும் கண்டுபிடித்து இவை எல்லா வற்றையும் மறந்திடாமல் இருக்க கற்களிலும் சுவடிகளிலும் பதிந்து வைக்கப் பழுகுகிறோம். இப்போது மனிதச் சிந்தனைகளின் தொகுப்புகள் நினைவு, மறதி என்று இரண்டாகப் பிரிகிறது. எழுதியதெல்லாம் நினைவிலும் எழுதாதவை எல்லாம் மறதியிலும் சேகரமாகின்றன.

ஒரு சமூகம் தம் காலநிலை அகப்புறத் தாக்குதல்களுக்கு ஏற்ப எழுதியதை அழிப்பதும், புதியதை எழுதுவதும் என்று உருமாறுகிறது. எதை எழுதுவது? எதை அழிப்பது என்பதை வெற்றி பெற்ற சமூகங்கள் தீர்மானிக்கின்றன. தோல்வுயுறும் சமூகங்கள் தங்களது எழுத்தை ரகசியமாகப் பேணிக் கடத்து கின்றன அல்லது தம் ஆதி வழக்கமான வாய்மொழிக் கதைகளில் ஒளித்து வைக்கின்றன. பரிணாம வளர்ச்சிப் போக்கில் மனிதர்கள் அல்லது விலங்குகளில் தக்கன வாழும், தகாதன அழியும் என்று சொல்லப்படுகிறதோ, அது போலவே சிந்தனை அல்லது கருத்துகளிலும்கூட தக்கன வாழும்; தகாதன அழியும் என்று ஒரு கருத்தாக்கத்தை அறிவியலாளர் ரிச்சர்ட் டாக்கின்ஸ் முன்வைக்கிறார். உடலுயிர் சார்ந்த இயக்கத்தில் ஜீன் அதன் அடிப்படையான கூறு என்றால், கருத்தியல் தள இயக்கத்தில் மீம் அதன் அடிப்படையான கூறு என்ற முன்மொழிவைத் தமது 'செல்ஃப்ஃப்ஃபிஷ் ஜீன்' எனும் நூலில் முதன்முதலாக அறிவித்தவர் அவரே.

இந்த மீம்கள் செயல்படும் விதங்கள் குறித்தும், அதன் வாழும் வாழாத்தன்மை குறித்தும் அவர் மிக விரிவாகத் தமது நூலில் உரையாடி இருக்கிறார். இன்று நாம் சமூக வலைத்தளங்களில் அந்த மீம்களின் செயல்பாட்டைக் கண்கூடாகப் பார்த்துக் கொண்டிருக்கிறோம். ஒரு மீம் அல்லது ஹேஷ்டேக் உருவானால் அதை ஒத்த இன்னும் பல மீம்களும் அல்லது அதே ஹேஷ்டேக்கும் உருவாகி வரவேண்டும். அவை பத்து, நூறு, ஆயிரம் என்று தாண்டும்பொழுதுதான் இந்தச் சமூக வலைத்தள மெய்நிகர் உலக ட்ரெண்டிங்கில் பிழைத்து வாழும். இல்லையென்றால் அது அந்த மீமியக்குளத்தில் இருந்து வெளியேற்றப்படும். அடுத்தடுத்து இப்படியாகப் பல மீம்கள் உருவாகும், வாழும், சாகும் என்று நாம் பார்க்கமுடிகிறது. இப்படியான ஒத்தக் கருத்துள்ள மீம்கள் எல்லாம் சேர்ந்தால் ஒரு கருத்தியலாக உருவாகி நிலைக்கும். அன்றில் அது அழிபடும் அல்லது மீமியக்குளத்தில் கரையொதுங்கும்.

உயிரியிக்கம் செயல்படும் முறைக்கும் சிந்தனை இயக்கம் செயல்படும் முறைக்கும் பெரிய வேறுபாடு இல்லை. எனில், இந்த மீம்களை மொத்தமாக அழித்துவிடமுடியுமா? என்றால் இல்லை யென்றே வரலாறு நமக்குப் பாடம் சொல்கிறது. அது ஜீன்களைப் போலவே எங்கோ ஓரிடத்தில் அலைந்துகொண்டே இருக்கும் என்று வரையறுத்துக்கொள்ளலாம். எப்படி ஜீன்கள் தம்மை மறுதகவமைப்புக்கு உட்படுத்தி வெவ்வேறு உயிரினங்களின் வழியாகத் தமது வாழ்வை உறுதி செய்துகொள்கிறதோ,

அப்படித்தான் இந்த மீம்களும் என்றும் மறைவதில்லை. அவை எங்கோ ஒதுங்கியிருந்து தக்க காலநிலை சாதகமான அகப்புற நிலைகளைக் கண்டால் மீண்டும் மய்யத்துக்கு வந்துவிடுகின்றன. அப்படித்தான் நமக்கு அயோத்திதாசர் திரும்பக் கிடைக்கிறார்; புத்தர் திரும்பக் கிடைக்கிறார். அவர்களது நினைவுகளைக் கடத்திவந்த நூல்கள் தூண்கள் எல்லாம் கிடைக்கின்றன. அவற்றைத் தொடர்ந்து பேசுவதின் மூலமாக மீண்டும் பேருருவாக்கம் செய்கிறோம். நாம் அயோத்திதாசரையும் அவரது சிந்தனைகளையும் இந்தத் தமிழக் கருத்தியல் தளக் குளத்தில் தக்க வைக்கவேண்டுமென்றால், அவரை மேலும் மேலும் போற்றியும், எழுதியும், பேசியும் பரப்பிக்கொண்டே இருக்கவேண்டும்.

ஆதிபுத்தரும் மீதிபுத்தரும்

புத்தரின் மறைவுக்குப் பின் அவரது உடலுக்குச் சொந்தம் கொண்டாடிய மல்லர் குலத்தினர், அதற்காக உரிமை கொண்டாடிப் படையெடுத்து வந்தவர்களோடு போர் புரியத் தயாராகிறார்கள். ஆனால், புத்த பிக்குகள் எல்லாம் சேர்ந்து பௌத்த அறத்தின்படி போர் ஒரு தீர்வல்ல என்றவுடன், உரிமை கொண்டாடி வந்தவர் களோடு சமரசம் செய்துகொண்டு அவருக்கு நினைவிடங்கள் எழுப்பினார்கள். அதன் பின்னர் மாமன்னர் அசோகர் பௌத்த மீட்டெடுப்பு மற்றும் பண்பாட்டு மாற்றம் செய்ததையும் முன்பே பார்த்தோம். அசோகருக்குப் பின் புத்தம் எனும் சிந்தனை பல்கிப் பெருகுகிறது. இதன் தொடர்ச்சியாக மகாயானம், வஜ்ரயானம் என்று புதிய பௌத்தம் புதிய சிந்தனைகள் என அதில் கலந்து பெருகி உலகெங்கும் கொண்டு செல்லப்படுகிறார். ஆக, ஏற்கெனவே பரிநிப்பானம் அடைந்த புத்தருக்கும் இந்தப் புதிய புத்தருக்கும் எந்தத் தொடர்புமில்லை. இவர் நினைவுகளால் உருவான புத்தர். இப்படிப் பெருகி நின்ற பௌத்தத்தைத்தான் பின்னாட்களில் வேஷ பிராமணியம் அதனுள்ளில் ஊடுருவியும், அதன் அர்த்தங்களைச் சிதைத்தும், மாறுபடுத்தியும், கைப்பற்றியும், இந்தியத் துணைக் கண்டத்தில் இருந்து அழித்தொழிக்கிறது.

எந்த ஒரு குற்றமும் முற்றுமுழுதான ஒன்றல்ல. எவ்வளவு கவனமாக இருந்தாலும் குற்றவாளிகள் எப்படியும் தடயங்களை விட்டுச்செல்வர் எனும் கருத்துக்கு ஏற்ப, வேஷப் பார்ப்பனர்களால் அழிக்கப்பட்ட புத்தரின் தடங்களைக் கண்டெடுத்து மீட்டார்கள் காலனிய அதிகாரிகள். அப்படி மீண்டும் உருவான புதிய புத்தரை ஆசியாவின் ஒளி என்று கொண்டாடி மகிழ்கிறார்கள்.

ஆங்கிலேய அதிகாரிகளால் 19ஆம் நூற்றாண்டில் மீட்டெடுக்கப் படும் வரையில் இந்தியாவைத் தவிர கீழைத் தேசமெங்கும் பரவி இருந்த பௌத்த மதத்தின் தோற்றுவாய் பற்றி யாருக்கும் தெளிவில்லை. அப்படி ஒருவர் வரலாற்று மனிதரா அல்லது மக்களின் தொன்மக் கற்பனையா என்றுகூட அறுதியிட்டுச் சொல்ல முடியாத நிலை. அவரை மீட்டெடுத்த வரலாறு பல துரோகங்களும், பொய்க் கதைகளையும், காழ்ப்புகளையும் தாண்டி நிகழ்ந்தவொரு அதிசய வரலாறு. நாம் இப்போது ஒரு கேள்வியைக் கேட்டுக் கொள்வோம். இவர்தான் முன்னர் அழிக்கப்பட்ட புத்தரா என்றால், இல்லை என்றே சொல்லமுடியும்.

புத்தரை ஆதிப் புத்தராகவே இனி யாராலும் மீட்டெடுக்க முடியாது. வரலாற்றுப் புத்தர் கண்டெடுத்த ஆதிப் புத்தர்கள், அசோகர் கண்டெடுத்த வரலாற்று புத்தர், ஆங்கிலேயர்கள் கண்டெடுத்த வரலாற்றுப் புத்தர். ஆக, பல்வேறு புத்தர்கள் இங்கு உருவாகி உலவுகிறார்கள். நமக்கான புத்தரை நாமே உருவாக்கிக் கொள்ள முடியும் என்பதே இதிலிருந்து நாம் பெறும் பாடம். ஆனால், அவரை எப்படி வேண்டுமானாலும் உருவாக்கிக் கொள்ளலாமா என்றால், அதுதான் முடியாது. அவர் அறம் எனும் தம்மத்தின் மீதுதான் கட்டமைக்கப்படுவார். அதனால்தான் அவரை அழிக்கத் துடித்தது வேஷப் பார்ப்பனியம்.

அப்படித்தான் அயோத்திதாசரும் தமக்கான ஒரு புத்தரை உருவாக்குகிறார். அந்தப் புத்தர்தான் ஐந்திரர் எனும் இந்திரன் என்றும், பூர்வ பௌத்த காலத்தில் இவ்விந்தியத் தேசம் முழுதும் அவரைப் போற்றிப் புகழ்ந்திருந்து தம்மத்தில் மூழ்கிக் கிடந்தது எனவும் அப்படிப்பட்ட மகத்தான இந்தியாவைப் புருசீகத்தி லிருந்து இங்கே வந்த வேஷப் பார்ப்பனர்கள் தம் சுயநலத்தால் அழித்தார்கள் என்றும் சொல்லி ஒரு புதிய புத்தரை உருவாக்குகிறார். இந்தப் புத்தருக்கோ வரலாற்றுக் காலத்தில் 3500 ஆண்டுகளுக்கு முன்பான ஒரு வரையறையைச் சொல்கிறார்.

அயோத்திதாசர் வாழ்ந்த காலத்தில் 'சிந்து சமவெளி நாகரீகம்' இன்னும் கண்டுபிடிக்கப்படவில்லை. ஆக அவர் பல்வேறு பனுவல்கள், வழக்காறுகள், தம் அறிவால் எழுப்பிய கற்பனை ஆகியவற்றை உள்ளீடுகளாகக்கொண்டு இந்த வரலாற்றுப் புத்தரை உருவாக்குகிறார். தற்பொழுது வரும் சில ஆய்வுகள் அப்படி இரண்டு புத்தர்கள் இருந்திருக்க வாய்ப்புண்டு என்றும் சொல்கிறது. இனிவரும் காலங்களில் இந்த வரலாற்றுப் புத்தருக்கும் முன்பு ஓர்

ஆதிபுத்தர் இருந்தார் என்றும் வெளிவரலாம். அன்றைக்கு அயோத்திதாசரின் ஆய்வுகளின்மீது புதிய வெளிச்சங்கள் பாயக் கூடும்.

அயோத்திதாசரால் உருவாக்கப்பட்டு நமக்குக் கையளிக்கப்பட்ட அவ்வறவாழ்வு பற்றிய கருத்துகளில், அவரது மறைவுக்குப் பின் தேக்கம் உருவாகிறது. காலத்தில் மெல்லக்கரையும் அயோத்திதாசராகப் பொதுச் சமூக நினைவுக் குளத்தில் கரையொதுங்குகிறார் அவர். வரலாறு ஒரு சுழற்சிதானே. அவர் தந்த சிந்தனைகளில் இருந்து பெரியார் உருவாகி வருகிறார். பெரியாரால் இன்னும் பரவலாகத் தம் அறத்தைப் போதிக்கமுடிகிறது. அவர் பெருகப் பெருக அயோத்திதாசர் காலத்தில் மறைகிறார். பின்னர், பெரியாரின் வழி வந்தவர்களளாலேயே அவரது அறம் மறக்கடிக்கப்பட்டு அவர் வெற்று பிம்பமாகி நிற்கத் துவங்குகிறார். ஏறத்தாழ புத்தருக்கு ஏற்பட்ட அதே கதிதான். அறம் வீழும் போதெல்லாம் யாரோ ஒருவர் எழுந்து வந்து விடுவார்கள் என்பது அறவாழி அந்தணன் கூற்றல்லவா. அயோத்திதாசரை விளிம்பின் நினைவில் கடத்தி வந்த அன்புப் பொன்னோவியம் மற்றும் அதைக் கண்டுகொண்ட ஞான அலாய்சியஸ் மூலம் அயோத்திதாசர் மீண்டெழுகிறார்.

திகைத்தெழுந்த தமிழ்ச் சூழலில் மீண்டும் அவரை மறதிக்குள் இழுக்கும் பதற்றம் சூழ்ந்துகொள்கிறது. ஏற்கெனவே நடந்தது போலவே மறதிக்குள் தள்ளிவிடும் தரப்பும் மிகக் காத்திரமாகத் தம் வேலையைச் செய்கிறது. இப்போது நாம் இதைக் கவனமாகக் கையாளவேண்டி இருக்கிறது. அவரது மொழியை உள்வாங்கு கிறோம். அவரது செயல்திட்டங்களை உள்வாங்குகிறோம். அவரது 7 ஆண்டு கால எழுத்துகளை மட்டுமே வைத்து அவரை உருவாக்கத் தொடங்குகிறோம். வழக்கம்போல் அழிவு வேலைக்காரர்கள் எதிராக வேலை செய்ய, ஆக்க வேலையில் ஈடுபடும் தருமராஜ் போன்றோர் அவருக்குப் போகுமிடமெல்லாம் நடுகற்களை எழுப்பிக்கொண்டே போகிறார்கள். இனி ஒரு பேரழிவுக்கு உட்படுத்தினால் ஒழிய அவரைத் தமிழ் மக்களின் நினைவுக்குளத்தில் புறக்கணிக்க முடியாது எனும் அளவுக்கான வேலைகளைச் செய்கிறார்கள்.

அப்படிச் செய்யப்பட்ட இதுவரைக்குமான வேலைகளின் உச்சமாகத்தான் பேராசிரியர் டி. தருமராஜின் 'அயோத்திதாசர்: பார்ப்பனர் முதல் பறையர் வரை' எனும் நூலுக்கு நாம் வந்தடைகிறோம்.

பிறப்பும் மீள்பிறப்பும்

மீண்டும் நாம் ஒருமுறை நடுகல் பண்பாட்டை நினைவுறுத்திக் கொள்வோம். வேளாண் பண்பாட்டிற்கும் முன்பிருந்தே தொடரும் இவ்வழக்கத்தைச் சில நேரங்களில் நாம் விலங்கு களிடம்கூட காணமுடிகிறதென்று ஆய்வாளர்கள் கூறுகிறார்கள். இறந்த விலங்கின் நினைவாகக் கற்களைக் குவிப்பது அல்லது வேறு ஒரு குறியீட்டுச் செயல் மூலமாக அந்நினைவைப் போற்றுவது போன்ற செய்கைகளைப் பல்வேறு விலங்குகளின் வழக்கமாக இருப்பதை ஆய்வாளர்கள் பதிவு செய்து இருக்கிறார்கள். ஆனால், விலங்கினங்களின் அந்த ஆதி வழக்கத்தில் அது தற்காலத்தில் தோன்றி தற்காலத்திலேயே மறதிக்கும் உள்ளாகும் செயல். ஆனால், மனித இனம் மட்டுமே அதை அடுத்த தலைமுறைக்கும் கடத்த முற்படுகிறது. இதன் தொடர்ச்சியாகவே மனிதர்கள் தங்கள் பரிணாம வளர்ச்சிப் போக்கில் இறப்புச் சடங்குகளைக் கண்டடைகிறார்கள்.

சடங்குகளின் உருவாக்கமே நவீன மனிதர்கள் எனப்படும் 'ஹோமோ சேப்பியன் சேப்பியன்ஸ்' ஆகியோர்களின் தோற்றத்திற்குக் காரணம் என்று இன்று பலதரப்பு அறிஞர்களும் ஒப்புக்கொள்ளும் கருத்து. மிக முக்கியமாக அது இறப்புச் சடங்குவழி மூத்தோர் நினைவுப் பண்பாடாக உருவெடுத்தது என்பதையும் நாம் முன்பே பார்த்தோம். அச்சடங்கின் மிக முக்கியமான கூறுதான் நடுகல் எழுப்புதல் மற்றும் அதில் அடையாளக் குறிகள் இடுதல். மேலும், எழுத்து உருவான பின்பு அவர்களைப்பற்றிய செய்திகளைப் பொறித்து வைப்பதும் தொடங்கியது. இந்த மரபின் தொடர்ச்சி யாகவே பேராசிரியர் தருமராஜ் அயோத்திதாசருக்கு எழுப்பிய ஒரு நினைவிடமாக இந்நூலை நான் கருதுகிறேன். தருமராசன் என்பதே புத்தரின் ஆயிரம் நாமங்களில் ஒன்றாக இருப்பதால், அவர் செய்யும் இந்த வேலைக்குக் கூடுதலான அமானுஷ்யத்தன்மை கிட்டி விடுகிறது.

ஒரு நடுகல்லின் அமைப்புப் போலவே இந்த நூலும் தோற்றம் - பங்களிப்பு - மறைவு என்று முறையே மூன்று பகுதிகளாகப் பிரிக்கப்பட்டுள்ளது. நான் பூர்வ பௌத்தன் எனும் முதற் பகுதியில் அயோத்திதாசர் தம்மை ஒரு பூர்வ பௌத்தத் தன்னிலையாக உணரும் கணம் அவர் பிறப்பாகவும் இது பௌத்த நிலமென்னும் இரண்டாம் பகுதியில் அவர் இம்மண்ணில் செய்த ஆய்வுகளும் பணிகளும் என அவரது பங்களிப்புகளாகவும் பூர்வ பௌத்தனின்

கல்லறை எனும் இறுதிப் பகுதி அவரது மறைவைக் குறித்து செய்தியாகவும் நாம் வகுத்துக்கொள்ளமுடியும். நமக்கோ அயோத்திதாசரைப்பற்றிய சித்திரங்கள் அவரது நெடிய வாழ்வின் மிகக் குறுகிய இறுதிப் பகுதியான 1907 முதல் 1914 வரைக்குமான அந்த ஏழு ஆண்டுகளில் அவரேஎழுதிப் பதிப்பித்த 'தமிழன்' எனும் பத்திரிக்கையின் வாயிலாகத்தான் அறிந்துகொள்ள முடிகிறது.

அவரைப்பற்றிய குறிப்புகள் அங்கே இங்கே சொற்பமாகக் கிடைத்தாலும் நாம் இன்று உருவாக்கிக்கொண்டிருக்கும் அயோத்திதாசர் என்பது, பெரும்பாலும் அந்த ஏழாண்டுகளில் இருந்து மீட்டுக்கொண்டு வரப்பட்டவர்தான். அந்த அச்சு இதழ்களைப் போற்றிப் பாதுகாத்த அன்புபொன்னோவியம் அவர்கள் மற்றும் அதைப் பதிப்பித்த ஞான அலாய்சியஸ் அவர் களுக்கு நாம் நன்றி சொல்லக் கடமைப்பட்டுள்ளோம். கிட்டத் தட்ட வரலாற்றுப் புத்தருக்கு ஆனந்தா மற்றும் அசோகர்போல் இவர்கள் என்றால், அது மீண்டும் பதிப்பிக்கப்பட்ட கணம் முதலாக அதைக் கண்டெடுத்துப் படித்து, விளங்கி, விரித்து மக்களுக்கு எடுத்துச் செல்பவர்களாகப் பேராசிரியர் டி. தருமராஜ், ஸ்டாலின் இராஜாங்கம் மற்றும் பலர் வரலாற்றுப் புத்தருக்கு அலெக்சாண்டர் கன்னிங்ஹாம், ஜேம்ஸ் ப்ரின்ஸெப், அரைஸ் இடேவிஸ் ஆகியோர் இருந்ததுபோல் இருக்கிறார்கள்.

நான் பூர்வ பௌத்தன் என்று அறிவித்துக்கொண்டு தம்மைத் தாமே பிரசவிக்கும் அந்தக் கணத்தில்தான் அயோத்திதாசரின் பிறப்பு நிகழ்கிறது. அதன் பின்னர் அவர் வாழ்ந்த காலமெல்லாம் தமக்கும் தாம் சார்ந்த சமூக மக்களுக்கும் பூர்வ பௌத்தர்கள் எனும் அடையாளத்தையும் அந்த அடையாளத்தைக் கடத்தி வந்த நினைவுகளையும் தமது பல்வேறு ஆய்வுகளின் மூலமாக நிறுவுவது மட்டுமே ஒற்றைப் பணியாக இருக்கிறது. அப்படி அவர் கட்டமைக்கும் ஒரு பெரும் கற்பனை உலகில் அலையாடும் தகவல்கள் நமது நினைவுகளை மீட்டுகின்றன. நமது கனவுகளைக் கிளர்த்துகின்றன. இந்த மீட்டலிலும் கிளர்த்தலிலும் சொக்கிப் போய்த்தான் பலரும் உன்மத்தம் பிடித்தவர்போல் அலைகிறார் கள். முன்பே சொன்னதுபோல் அயோத்திதாசரின் ஆவி நம்மை எல்லாம் பிடித்தாட்டுகிறது.

மரபான ஆவிகள் நம்மைக் கூடுகளில் அடைக்குமென்றால், இந்த ஆவியோ நம்மை நம் கூடுகளிலிருந்து விடுவிக்கிறது. புத்தரின் ஆவி இறங்கிய அயோத்திதாசரின் எழுத்துகள் அயோத்திதாசரின் ஆவி இறங்கிய நம்மைப் பிரசவிக்கிறது. அதுவொரு ஆவிகளின்

பெரும் உலகமாக விரிகிறது. வழிவழியாகத் தம்மைத் துரத்தும் துர்கனவுகளில் இருந்து இத்தமிழ்ச் சமூகம் மீட்சியுற தமிழ் பௌத்தம் எனும் வண்ணமயமான ஓர் உலகைச் சிருஷ்ட்டித்துக் காட்டுகிறது. அயோத்திதாசர் உருவாக்கும் அந்த உலகில் இருந்துதான் நாம் நூலின் இரண்டாம் பாகமான இது பௌத்த நிலம் என்கிற இடத்துக்கு வந்து சேருகிறோம்.

நிலமும் பொழுதும்

'முதல் எனப்படுவது நிலம் பொழுது இரண்டின்
இயல்பென மொழிப இயல்புணர்ந் தோரே'

என்கிற தொல்காப்பிய நூற்பாவுக்கு ஏற்ப, அயோத்திதாசர் தமிழ் அகத்தின் நிலத்தையும் பொழுதையும் எப்படி பௌத்த அறத்தால் நிறைந்த ஒன்றாகக் கட்டி எழுப்புகிறார் என்பதை இப்பகுதியில் தான் உணர முடிகிறது. இந்த நூலின் மிக முக்கியமான பகுதியாக நான் கருதுவதும் இதையே. அயோத்திதாசரால் உருவாக்கப்பட்ட காலமும் இடமும் கலைத்துப் போடப்பட்டு மீண்டும் அடுக்கப்படுவது இந்தப் பகுதியில்தான்.

கலைத்துப்போட்டு அடுக்குவது என்பது பல நேரங்களில் ஒரு வியக்கத்தக்க கருத்தியலை நமக்கு நாமே விளங்கிக் கொள்ள ஏதுவாக அமையும். அயோத்திதாசரே கலைத்துப்போட்டு அடுக்கியவர்தான். எனில், அவரைக் கலைத்துப்போட்டு அடுக்குவதின் மூலமாக அவர் எப்படிச் சிந்தித்து இருப்பார்?அவர் ஏன் அப்படிச் சிந்தித்தார் என்பதை விளங்கிக்கொள்ளும் முயற்சியில் நாமே அயோத்திதாசராக உருமாறும் விளையாட்டு இது. ஆவி இறங்கி விட்டால் அதுவாகவே ஆகிவிடுவது இயல்புதானே!

கருத்தியல் பரப்பு அகச் செயல்பாடான இதில் நாமேதான் உடல்; நாமேதான் ஆவியை இறக்கிக்கொள்கிறோம்; நாமே கோடங்கி யாகவும் இருக்கிறோம். உடுக்கை அடிக்க அடிக்கச் சித்தம் பெருகி நம்முள்ளில் இருந்து அயோத்திதாசர் பேசத் தொடங்குகிறார். பேராசிரியர் தருமராஜ் அவர்களின் பங்களிப்பில் இது மிகவும் முத்தாய்ப்பான பங்களிப்பாகவும் தனித்ததன்மை கொண்ட தாகவும் இருக்கிறது. அவர் திரும்ப எழுதுதலின் மூலமாகச் சாதிப்பது, அயோத்திதாசரை இன்னும் ஆழமாகப் புரிந்து கொள்வதுதான்.

திரும்ப எழுதுதல் மூலமாக அயோத்திதாசரின் சிந்தனைத் தடத்தைப் பின்பற்றிச் சென்று, காலத்தினுள் அசையும் வேம்பென

ஒரு புதிய தொன்மத்தை உருவாக்கிக் காட்டுகிறார். இதற்கு அயோத்திதாசரின் அம்பிகையம்மன் வரலாற்றைத் துணைக் கழைத்துக் கொள்கிறார். பல்வேறு உலகத் தத்துவ ஆசிரியர்களின் பார்வைகளையும் கருத்தாக்கங்களையும் அயோத்திதாசரின் ஆய்வு முறைமைகளையும் ஒருங்கிணைத்து ஓர் அம்மன் கதையைச் சொல்கிறார். அதீத புனைவுத்தன்மைகொண்ட கதையாக அயோத்திதாசர்போலவே உருவாக்கிக் காட்டுகிறார். இப்படி எழுதிப் பார்ப்பதின் மூலமாக மேலும் அயோத்திதாசரையும் அயோத்திதாசரியத்தையும் விளங்கிக் கொள்ள முயற்சி செய்கிறார். மரபுக்கும் நவீனத்துக்கும் இடையே அலையாடிய அவரின் மனதை அடையாளம் கண்டு நமக்குக் கையளிக்கிறார். அப்படி அடையாளம் காணும் அயோத்திதாசரோ மரபினுள் ஆழமாக வேரூன்றி இருக்கிறார். எனக்கோ அயோத்திதாசர் போல் நவீனத்துவத்தை முன்னெடுத்த சிந்தனையாளர்கள் அவரது சமகாலத்தில் இல்லவே இல்லை என்று சொல்ல மனம் துணிகிறது.

ஏனெனில், அவருக்கு அதற்கான வரலாற்றுத் தேவை இருந்தது. ஆங்கிலேய அரசின் மூலமாகப் புகுத்தப்படும் நவீனத்துவம் என்பது இங்கு சாதிகளை நிர்மூலமாக்கும் என நம்பினார் அவர். அப்படி நம்பியதாலேயே அவர் அந்த அரசை விதந்தோதிப் போற்றுகிறார். என்றென்றும் நிலைத்திருக்கட்டும் என்று தன் ஆவலை வெளிப்படுத்துகிறார். ஆனால், துரதிஷ்டவசமாக அவருக்கு நம் சமூகத்தில் எழுப்பப்பட்டிருக்கும் சித்திரம் தலைப்பாகை அணிந்து கொண்டு சித்த மருத்துவம் பார்த்து மரபில் ஆழமாக ஊன்றி நின்ற ஒரு பண்டிதர்.

டி. தருமராஜ் உருவாக்கிய அயோத்திதாசர் மரபின்வழி நின்று அதீதப் புனைவுத்தன்மையால் வரலாற்றைக் கட்டுடைத்தவரா கிறார். அவர் புனைவுகளைப் புனைவுகளால் புராணங்களைப் புராணங்களால் எதிர் கொண்டவராகிறார். ஆனால், நான் எனக்காக உருவாக்கிக்கொள்ளும் அயோத்திதாசரோ முழுமையாக நவீனத்துவத்தை முன்னெடுப்பவர் அல்லது நவீனத்துவத்தோடு மரபை இணைத்து பின் நவீனத்துவத்தை முன்னெடுத்தவர். அவர் முழுக்க பகுத்தறிவு மற்றும் தர்க்கத்தின்மீது ஏறி நிற்பவர், புத்தரைப் போலவே. அந்தத் தர்க்கங்களை விளக்க அவர்கள் படைக்கும் தொன்மக் கதைகளில் இருக்கும் மாய யதார்த்த தன்மைகள்தான் நம்மை அவை புராணங்கள் என்று நினைக்கச் செய்கின்றனவே தவிர அதன் உள்ளார்ந்த கருத்துகள் தர்க்கங்களால் மட்டுமே ஆனது.

தர்க்கத்தினாலும் அதை விளக்கக்கூடிய கதைகளாலும் தம் கருத்தை மற்றவர்களுக்குச் சொல்ல முடியும் என்கிற பாணியை அயோத்திதாசர் புத்தரிடம் இருந்தே கற்றுக் கொள்கிறார். இங்குதான் அயோத்திதாசரால் பலமுறை மொழியப்பட்ட இலக்கணமும் லட்சணமும் என்கிற சொற்பதங்களை நாம் புரிந்துகொள்ள முடிகிறது. ஒரு பனுவலை வாசிக்கும்போதே அவற்றை வெறும் சொற்களாகவும் இலக்கணமாகவும் உள்வாங்காமல் அதன் அந்தரார்த்தத்தைப் புரிந்துகொள்ளும் தன்மையை மீண்டும் மீண்டும் அவர் பேசுவது அதனால்தான். அவர் சொல்வது நடந்திருக்குமா என்று நம் அறிவியல் கண்கொண்டு நோக்குவதைவிட அகக்கண்கொண்டு இது நடந்திருக்க அத்தனை வாய்ப்புகளும் உண்டு என்பதைப் புரிந்துகொள்ளும் இடம் இது.

இத்தனை அறிவியல் அறிவு பெற்ற காலத்திலும் வேத காலத்தில் விமானம் ஓட்டினார்கள், சிசேரியன் செய்தார்கள், டெஸ்ட் ட்யூப் பேபி உருவாக்கினார்கள், ப்ளாஸ்டிக் சர்ஜரி செய்தார்கள் என்றெல்லாம் அடித்துவிட முடியும்பொழுது, பழங்காலத்தில் இந்த வேஷப் பார்ப்பனர்கள் எப்படியெல்லாம் அடித்துவிட்டு இருப்பார்கள் என்கிற கற்பனையிலேயே அயோத்திதாசரின் தர்க்கம் உதிக்கிறது. அறிவியல் கண்டுபிடிப்புகளே பல நேரங்களில் தர்க்கம் மீறிய அசாத்திய கற்பனைகளிலிருந்து உதிப்பவைதானே. இதற்கு வரலாற்றில் பல சான்றுகள் இருக்கின்றன. ஜேம்ஸ் பிரின்செப்கூட அசோகன் கல்வெட்டு களில் உள்ள மொழியைக் கற்பனை செய்ததும் ஓர் அழகியல் செயல்பாடுதான். அது பின்னர் அறிவியலாக மாறியிருக்கலாம்; ஆனால் அந்த எழுத்துகளை அவன் கண்டடைந்த விதத்தில் ஒரு மாயத்தன்மை இருக்கத்தான் செய்கிறது. ஆனால், இப்படி மாயத்தன்மையோடு கற்பனை செய்வதாலேயே அயோத்திதாசரும் அடித்துவிடுகிறாரா? என்றால் அதுதான் இல்லை. காலங்களையும் காட்சிகளையும் மாற்றிக் கலைத்துப்போட்டு, மீண்டும் அடுக்கி ஒரு பெருங் கதையாடலை உருவாக்குகிறாரே தவிர, எந்த இடத்திலும் தர்க்கம் மீறுவதில்லை. அவர் அன்று பேசிய எழுதிய அத்தனை தர்க்கங்களுக்கும் நமக்கு இன்று அறிவியல் ஆய்வுகள் மூலம் விடை கிடைத்துக்கொண்டிருக்கின்றன. ஆகவேதான், அயோத்திதாசரால் தமது அத்தனை கருத்துகளையும் ஆணித்தர மாக எழுதமுடிகிறது. அவருக்கு அவர் எழுதிய ஒரேயொரு எழுத்தின்மீதுகூட இது சரியா தவறா என்று சந்தேகம் கிடையாது. அவரை வாசிப்போருக்குத்தான் சந்தேகங்கள் கிளம்பும்.

தர்க்கங்களின் மீதெழும்பிய புத்தரின் புனைவுகளையும் புராணங்களையும் மாறுபடுத்தி அதர்க்கங்கள் நிரம்பிய பொய்ப் புராணங்களைப் பல நூறு ஆண்டுகளாகக் கேட்டுக் கேட்டுச் சந்தேகம் கொண்ட நம் மனது, அயோத்திதாசரையும் சந்தேகிக்கச் சொல்கிறது. வேஷப் பார்ப்பனியம் நம்மீது திணித்த சிந்தனா முறையையும் அதன் எதிர்ச் சிந்தனா முறையையும் என இரண்டையும் வேஷப் பார்ப்பனியமே தீர்மானிப்பதின் அவலம் இது. இங்கேதான் அயோத்திதாசர் செய்வது எதிர்க்கதையாடல் எதிர்ப்புராணம் என்று நாம் கற்பனை செய்வதுகூட தவறோ என்றே தோன்றுகிறது. அவர் சிந்தித்ததும் எழுதியதும் முழுக்க முழுக்க நேரான கதையாடல்களை மட்டுமே என்று சொல்லிக்கொண்டால் தான் என்ன! சதா சர்வ காலமும் உள்மெய்யைச் சிந்தித்தவரால் பொய்மெய்யை உருவாக்க முடியுமா என்ன? அதற்காகத்தான் டி. தருமராஜ் பரிந்துரைக்கும் திரும்ப எழுதுதல் முறையை நான் புனைவின் மீதல்லாமல் தர்க்கத்தின்மீது ஏறி எழுதிப் பார்த்தால்தான் என்னவெனத் தோன்றியது. அந்த எண்ணத்தில் அயோத்திதாசரின் பாணியில் எழுதிப் பார்ப்போம் என உருவாகிய வினா விடை இது:

'வினா: ஐயா வேஷப் பார்ப்பனக் குடும்பங்களில் பத்தினிகள் தங்கள் கணவர்களை அண்ணா அண்ணாவென்று அழைக் கிறார்களே; அது வென்ன காரணத்தினாலேயென்று அடியேனுக்கு விளங்கும்படி சங்கையை நிவர்த்தி செய்வீராக.

விடை: அன்பரே, தாங்கள் வினாவிய சங்கை மிக்க விசேஷித்ததே யாம். அஃதாவது சித்தார்த்தி சக்கிரவர்த்தியவர்கள் தம் இல்வாழ்வு துறந்து போதிமரத்தினடி ஞானம் பெற்று இவ்விந்திர தேசத்தின் மனுக்களுக்கெல்லாம் தன்மத்தைப் போதித்துவந்த பூர்வத்தில், தன்மத்தை ஒழுகி வாழும் பௌத்த விகாரைகளில், பிக்குகளும் பிக்குனிகளும் அண்ணா, தம்பி, அக்கா, தங்கை என்று உறவுமுறை கொண்டாடி வாழ்வது வழக்காம். பௌத்தர்கள் புருஷர்களுக்கு வேறுமடமும் ஸ்திரிகளுக்கு வேறுமடமும் ஏற்படுத்திக் கற்பசாதனம் ஞானசாதனம் இரண்டிலும் விடுத்து இருந்தார்கள். கிறித்துவின் மடங்களிலும் அம்மாணாக்கர்கள் கற்பசாதனம் ஞான சாதனங்களையுஞ் செய்து வருகிறதைக் கண்ணுற்றால் அதுவும் பூர்வ பௌத்த வழி அனுசரித்தே என்பது தெளிவாம்.

விவாகம் செய்துகொள்ளாமல் அல்லது விவாக பந்தம் துறந்தோருக்கு மட்டுமே பிக்கு பிக்குனி ஆகுதல் சாத்தியமெனப் புத்தர் வகுத்த பாடம் என்பதால், அவருகளுள்ளில் காம இச்சைகள்

எழும்பாதிருக்க அண்ணன், தங்கை, அக்காள், தம்பி என உறவு ஏற்படுத்திக் கொள்ளோம் என்பது பகவான் புத்தரின் சொல்லாம். அதேபோன்று கிறித்துவின் மடங்களில் ஒருவரை ஒருவர் ப்ரதர், சிஸ்டர் என்று அழைப்பதை இன்ன நாளதும் கண்ணுற முடியும். விகாரைகளில் அறகத்துகள் பாலி மொழியில் பகினி, பாயி என்றும் அழைத்துக்கொள்வார்கள் என்பதைத் திரிபிடக வாசகங்களின்று நாம் அறியலாம்.

இப்படித் தம்மத்தை ஒழுகி வாழ்ந்து வந்து நம் இந்திர தேசத்தில் புருசீக நாட்டினின்று சிந்துரல் நதிவழியாக வந்து சேர்ந்த பராயக் கூட்டமொன்று பிக்கு பிக்குனிகளுக்குச் சமூகத்தில் இருக்கும் உயரிய அந்தஸ்த்தைப் பார்த்துப் பொறாமெய் கொண்டார்கள். அப்படிப் பொறாமெய் கொண்டது மட்டுமன்றி, அந்த அந்தஸ்த்தைத் தாம் எப்படிப் பெறுவது என்று சிந்தித்து ஒரு சூழ்ச்சி செய்தனர். அரசர்களிடமும் எளிய குடிகளிடமும் தாங்கள்தான் உண்மையான பௌத்தர்கள் என்றும், மாறுபாடான பல கதைகளைச் சொல்லி மநுமக்களின் மனதைப் பாழ்படுத்தித் தங்கள் பிழைப்புக்காக மதக்கடையைப் பரப்பினார்கள்.

அப்போழ்து ஆங்கே வந்த மெய்யறப் பௌத்தர்கள் யாரடா நீங்கள், விவாகம் செய்து இல்வாழ்வு ஒழுகும் நீங்கள் எப்படிப் பிராமணர்கள் ஆவீர் எனக் கேழ்ட்டதால் திகைத்து, இல்லை அவாள் எம் தமக்கையர் எனும் பொய்மொழி கூறி ஏமாற்றம் செய்தார்கள். அதைக் கண்டுபிடித்த பூர்வ பௌத்தர்கள் அவர்களைத் துரத்தி விரட்டுங்கால் அவர்களையே பொய்யர் என்று மாற்றிக் கூறி அவ்வுண்மையை மக்களுக்குப் பறைய வரும் அறகத்துகளை 'பறையர் வருகிறார்கள் பறையர் வருகிறார்கள்' என்று இழிவுபடுத்தி விரட்டினார்கள். இந்த உள்மெய் யாரும் அறிந்திடா வண்ணம் இருக்கத் தம் பத்தினி ஸ்திரிகளிடம் தங்களை யாவரும் பார்க்கும் வண்ணம் அண்ணா அண்ணாவென்றே வழைக்க வேண்டும் அப்போழ்துதான் எல்லோரும் நம்மைப் பிராமணர்கள் என நம்புவார்கள் எனச் சொல்லிப் பழக்கிக்கொண்டனர். இதுவே அவர்கள் தத்தம் புருசர்களை அண்ணாவென அழைக்கும் சூழ்குமம்.

இதன் அந்தரார்த்தம் அறியாவெழியக் குடிப் பெண்டிர், தற்காலத்தில் தத்ததமது கணவர்களை அத்தான் மாமா வென்றழைக்க, இவர்கள் மட்டுமே யேது காரணமாய் அண்ணா வென்றழைக்கிறார்கள் என்றெண்ணி நகைக்கிறார்கள்'.

இப்படி ஒரு கேள்வி எழுப்பியிருந்தால் அவர் அதை இப்படித்தான் ஆணித்தரமாக எதிர்கொண்டிருப்பார் என்று என் தர்க்கத்தில் வந்து

உதிக்கிறது. இதன் உண்மைத்தன்மை என்ன? இதற்கு என்ன ஆதாரம் என்று யாரும் கேட்டால், சரி அப்படி அண்ணா என்று அழைக்க வேறு காரணம் உண்டா என்று கேட்டுவிடுவார் அவர். பதிலாக அவர்கள் சொல்லும் காரணங்கள் எல்லாம் அதற்க மாகவே இருக்கும். இதுதான் அயோத்திதாசரின் தர்க்க வழிமுறை. அவர் சொல்வது உண்மையல்ல என்று நிறுவ எதிர்தரப்பு ஓர் உண்மையை முன் வைக்கவேண்டும். ஆனால் அவர்களிடம் இருப்பது முழுக்கப் பொய் மட்டுமே. எனில் அவர்களால் எப்படி அயோத்திதாசரின் ஆழமான தர்க்கத்தை எதிர்கொள்ளமுடியும். இப்படிப் பொறி வைத்துச் சிக்க வைத்து விடுவதன் மூலம் வேஷப் பார்ப்பனர்களின் போலிப் பிம்பத்தைக் கலைத்துப்போட்டுக் காட்டுகிறார் நமக்கு. ஆனால் ஏனோ தமிழ்ப் பொதுச் சமூகம் அவர் நமக்கு அறிமுகப்படுத்தும் அதீத ஒப்பனைக்குள் ஒளிந்திருப்பவர் களைத் தப்ப விட்டுவிட்டு அவரது எழுத்துகளில் தர்க்கங்களைத் தேடிக்கொண்டிருக்கிறது.

அடுத்து என்னை மேலும் ஆச்சரியப்படுத்தும் ஒரு விஷயம் உண்டென்றால், அது அவர் தமிழ் எழுத்துகளின் மற்றும் சொற்களின் ஒலிக் குறிப்புகளைக் கலைத்துப்போட்டு அடுக்குவது. தமிழ்ச் சமூகம் கட்டுடைத்தலின் தந்தை என்று ஒருவரைக் கொண்டாட முடியுமென்றால் அதற்கு முழுத் தகுதியும் கொண்ட ஒரே ஒருவர் அயோத்திதாசர் மட்டுமே. போகிற போக்கில் அவர் செய்து செல்லும் இந்த வேலையில் மிக ஆழமான அர்த்தங்கள் நிரம்பிய ஓர் உலகைச் சிருஷ்டிக்கிறார் என்றே சொல்லமுடியும்.

ஓர் ஓயிஜா போர்டில் நகரும் குப்பிபோல் அடுத்து என்ன எழுத்துகளை இவர் தொடப் போகிறார்? அது என்னவாக உருப்பெறப் போகிறது! என்று நாம் காத்திருக்கும் வகையில் அவரது எழுத்துகளில் அப்படி ஓர் அமானுஷ்யத்தன்மை நிறைந்து இருக்கிறது. ஒவ்வொருமுறையும் அவரைப் படிக்கும் பொழுதும் புதிய புதிய பதங்களையும் சொற்சேர்க்கைகளையும் கண்ணுற்றுச் சிலிர்த்துப்போகிறேன். கூடவே அவரது எழுத்துகளில் உள்ளாடும் ஆழமான பகடியும் நகைச்சுவையும் என கிறுகிறுப்பு ஏற்படுத்தும் எழுத்துக்குச் சொந்தக்காரர் அவர்.

அயோத்திதாசரது பல குறிப்புகளில் மீண்டும் மீண்டும் ஒரு குறிப்பு வந்து செல்கிறது. அது ஒலி வடிவில் இருந்த திராவிட பாஷையாம் தமிழுக்கும் மகட பாஷையாம் பாலிக்கும் வரி வடிவம் ஏற்படுத்தித் தந்தார் புத்தர் என்பதே. அவர் எழுத்தில் ஆங்காங்கே

சமஸ்கிருதத்தைப் பற்றியும் குறிப்புகள் வந்துபோகிறது. ஆனால் அதைக் குறித்த ஒரு தடுமாற்றம் அவருக்கு இருப்பதையும் உணரமுடிகிறது. பாலியையும் தமிழையும் கறாராகப் புத்தர் உருவாக்கித் தந்த வரிவடிவம் என்று சொல்ல முடிகிற அவரால், அதே தொனியில் சமஸ்கிருதத்தைப்பற்றிச் சொல்ல முடிவதில்லை. இதை அயோத்திதாசர் வாழ்ந்த காலத்தின் சமஸ்கிருத பெரும் தாக்கம் என்றே நாம் கொள்ள வேண்டி இருக்கிறது.

இன்று உலகளாவிய ரீதியில் மொழியியல் ஆய்வாளர்கள் சமஸ்கிருதத்தின் தொன்மையை நிராகரிக்கத் தொடங்கி விட்டார்கள். அது கிபி 6ஆம் நூற்றாண்டுக்குப் பின் இங்கிருந்த தமிழையும் பாலியையும் அவற்றிலிருந்து உருவான எண்ணற்ற இந்திய மொழிகளையும் சொந்தம் கொண்டாடி இட்டுக்கட்டப் பட்டு உருவாக்கப்பட்ட செயற்கை மொழியென்றும், அதற்கு எந்தச் செவ்வியல் தன்மையும் கிடையாது என்றும் பேசத் தொடங்கி உள்ளார்கள். மேலும், பாலியின் தம்மலிபி வரிவடிவமும் தமிழி வரிவடிவமும் இயல்பான பரிணாம வளர்ச்சியின் மூலமாக அல்லாமல் யாரோ ஒருவரால் அறிவியல் பூர்வமாகச் சிந்தித்து உருவாக்கப்பட்டிருக்கலாம் என்றும் கருது கிறார்கள். இந்தியத் துணைக்கண்டம் என்பது புத்த நெறியால் நிரம்பிக் கிடந்தது என்று அயோத்திதாசர் சொல்வது வருங்காலங் களில் ஆணித்தரமாக நிறுவப்படலாம். ஆகவேதான், அவர் இந்த நாட்டின் மொழி, பண்பாடு, வரலாறு, கலை, இலக்கியங்கள் எல்லாவற்றையும் புத்தரோடு பொருத்திக் காட்டுகிறார்.

புத்தரே தமிழ் மற்றும் பாலி வரிவடிங்களை உருவாக்கித் தந்தார் என்பதை விளக்க அவர் பல்வேறு பனுவல்கள், இலக்கியங்கள் என்று தரவுகளைத் தருகிறார் அயோத்திதாசர். அவற்றில் என் கவனத்தைக் கவர்ந்தது தொல்காப்பியத்தில் பனம்பாரனார் எழுதிய சிறப்புப் பாயிரப் பகுதிதான். அதன் இறுதியில் வரும் கீழ்க்கண்ட வரிகளை எடுத்துக்கொள்வோம். இதுதான் பரவலாக எல்லாப் பதிப்புகளிலும் இருக்கும் வடிவம்.

'மயங்கா மரபின் எழுத்துமுறை காட்டி
மல்குநீர் வரைப்பின் ஐந்திரம் நிறைந்த
தொல்காப்பியன் எனத் தன்பெயர் தோற்றிப்
பல்புகழ் நிறுத்த படிமை யோனே'.

மயங்கும் மரபு வாய்மொழி மரபென்றும், மயங்கா மரபு எழுத்துமுறை மரபென்றும் நமக்குப் புரிகிறது. ஆனால், அதற்குப்

பின்னர் வரும் மல்குநீர் வரைப்பின் ஐந்திரம் நிறைந்த என்பதற்கு வழமையாக ஒரு பொருள் சொல்லப்படுகிறது. அதாவது 'கடல் சூழ் உலகு வரை ஐந்திரம் எனும் இலக்கண நூல் நிறைந்த' என்பதே அதன் பொருளாகச் சொல்லப்படுகிறது. ஆனால் அயோத்திதாசர் இதைத் திருத்தி எழுதுகிறார் அல்லது அவரிடம் இருந்த சுவடியில் இப்படித்தான் இருக்கிறது.

'மயங்கா மரபின் எழுத்துமுறை காட்டி
மங்குநீர் வரைப்பின் ஐந்திரர்..'.

அவர் எழுதுவதில் மல்கு என்பது மங்கு என்றாகிறது. ஐந்திரம் என்பது ஐந்திரர் ஆகிறது. இப்போது இது முற்றிலும் வேறு பொருள் தருகிறது.

மல்கு / மல்குதல் என்றால் பெருகுதல் செழித்தல் என்றும், அது மல் எனும் வலிமையைக் குறிக்கும் வேரிலிருந்து பிறப்பதாகவும் புரிந்து கொள்ளலாம்.

மங்கு / மங்குதல் என்றால் குறைதல் இழத்தல் என்று பொருள்.

நீர் என்பது தண்ணீர் மட்டுமல்ல சுட்டுச் சொல்லும்தான். மங்குநீர் என்று வருவதால் குறைபாடு உடையவர் என்று பொருள் கொள்ளலாம்.

வரைப்பு என்றால் எழுதுவது, எல்லை, சூழப்பட்ட இடம், உலகம் என்று பல பொருள்கள் தரும். இங்கு நாம் எழுதுவது என்பதாகப் பொருள்கொண்டால் இந்த வரிகளின் பொருள் இப்படியாகிறது.

'மயங்கா மரபின் எழுத்துமுறை காட்டி' - குறைபாடுடைய வர்களாக இருந்தவர்களை எழுத வைத்த ஐந்திரர் என்றாகி விடுகிறது.

இப்போது அயோத்திதாசரின் வரிகளோடு கூடிய பாடலை முழுமையாகப் படிக்கலாம்.

'வடவேங்கடம் தென்குமரி
ஆயிடைத் தமிழ்கூறு நல்லுலகத்து
வழக்கும் செய்யுளும் ஆயிரு முதலின்
எழுத்தும் சொல்லும் பொருளும் நாடி
செந்தமிழ் இயற்கை சிவணிய நிலத்தொடு
மூந்துநூல் கண்டு முறைப்பட எண்ணிப்
புலம் தொகுத் தோனே போக்கறு பனுவல்

நிலந்தரு திருவிற் பாண்டியன் அவையத்து
அறங்கறை நாவின் நான்மறை முற்றிய
அதங்கோட்டு ஆசாற்கு அரில்தபத் தெரிந்து
மயங்கா மரபின் எழுத்துமுறை காட்டி
மங்குநீர் வரைப்பின் ஐந்திரர் நிறைந்த
தொல்காப்பியன் எனத் தன்பெயர் தோற்றிப்
பல்புகழ் நிறுத்த படிமை யோனே'.

இதன் பொருள் சுருக்கமாக, 'தமிழக எல்லை, அதன் வழக்கு,
செய்யுள் மற்றும் அவற்றின் எழுத்து, சொல், பொருள் நாடி, இந்த
நிலமெல்லாம் சென்று ஆய்ந்து, பல முன்னோர்கள் எழுதிய
நூல்களையெல்லாம் கற்றுத் தேர்ந்து இவைகளைத் தொகுத்து,
நிலந்தரு திருவிற் பாண்டியன் அவையில், அறம், பொருள்,
இன்பம், வீடுபேறு எனும் நான்மறை தெளிந்த அதங்கோட்டு
ஆசான் முன், மயங்கா மரபின் எழுத்துமுறை காட்டி குறையைப்
போக்கி எழுத வைத்த ஐந்திரர் நிறைந்த தொல்காப்பியன் என்று
தானே பெயரிட்டுக் கொண்ட புகழ்மிக்கவனே'.

இதுதான் அயோத்திதாசரியம். ஓர் எழுத்தையோ சொல்லையோ
மாற்றிப் போடுவதின் மூலம் ஒரு படைப்பின் முழுமையான
மெய்ப்பொருளை தெள்ளற விளக்கிவிடுவது.

இப்போது நமக்கு ஒரு சந்தேகம் எழலாம். ஏற்கெனவே
சொல்லப்பட்ட பொருள்களின் மூலம் நாம் ஐந்திரமெனும் ஒரு
நூலைக் கற்பனை செய்து வைத்து இருக்கிறோமே அதை என்ன
செய்யவென்று. இதை விளங்கிக்கொள்ள நாம் சில எளிய
கேள்விகளைக் கேட்போம்.

இந்தப் பாடலின் முதல் வரியிலேயே தமிழக எல்லைகள்
சுட்டப்பட்டு விட்டனவா?

ஆம்.

இந்தப் பாடலில் முந்து நூல் பல கண்டு என்று ஏற்கெனவே
சொல்லப்பட்டதா?

ஆம்.

எந்த எல்லை, எதைப் பற்றி, எதை ஆய்ந்து, எதைக் கற்று, யார்
அவையில், எவர் முன் என எல்லாமே சொல்லப்பட்டுவிட்டதா?

ஆம்.

எனில் மீண்டும் எந்த நில எல்லை மற்றும் எந்த நூல் என்று சொல்ல
வேண்டிய தேவை ஏதும் உண்டா?

இல்லை.

தொல்காப்பியம் முழுக்க அதில் 'என்மனார் புலவர்', 'என்பர்' என்று பல நூல்களையும் வழக்காறுகளையும் சுட்டியே எழுதுகிறார். ஒற்றை நூலான ஐந்திரத்தை மட்டும் எங்குமே சுட்டுவதில்லை. ஆக தனித்த ஒரு நூலின் சிறப்பை ஒழுகியவர், நிறைந்தவர் என்று சொல்ல வேண்டிய எந்தத் தேவையுமில்லை. ஆக, பாயிரத்தின் முந்தியப் பகுதிகள் கடந்து இந்தப் பகுதிக்கு வரும்போது 'தெய்வமென்று' ஒன்று இருந்தால் அதை அல்லது மூத்தோர் என்று ஒருவர் இருந்தால் அவரை, மற்றும் யாரால் இந்தக் காப்பியம் இயற்றப்படுகின்றது என்பதைச் சொல்ல வேண்டியதைத்தான் மிச்சம் வைத்து இருக்கிறார் பனம்பாரனார். எவ்வளவு பாந்தமாக வந்து பொருந்துகிறது அயோத்திதாசரது வரிகள். இப்போது மீண்டும் அந்தப் பாயிரத்தைப் படித்துப் பாருங்கள். அவர் எப்படிக் கட்டுடைத்துத் தெளிவை ஏற்படுத்துகிறார் என்பது விளங்கும்.

அயோத்திதாசர் கட்டமைக்கும் நிலமும் பொழுதும் அறவாழியான் புத்தர் வழி நின்று வேஷப் பார்ப்பனியத்தை முழுவதுமாகப் புறக்கணிக்கும் ஓர் உலகம். இந்த வேஷப் பார்ப்பனியம் என்பதைக் கூட நாம் புத்தரின் மொழிகளிலேயே காணமுடிகிறது. திரிபிடகத்தின் பிரிவான சுத்த நிபாதாவின் பிராமண தம்மிக சுத்தங் எனும் உரையில் தங்கள் நிலத்தையும் வளத்தையும் பெருக்கிக் கொள்ள இவர்கள் எல்லாம் புதிது புதிதாக மந்திரங்களைப் புனைந்து அரசர்களிடம் ஓதி ஏமாற்றுகிறார்கள் என்று புத்தரே நேரடியாக வேஷப் பார்ப்பனர்கள் மீது குற்றம் சாட்டுகிறார். முந்திய காலத்தில் தம்மத்தில் ஒழுகி வாழ்ந்த பிராமணர்களை வேறாகவும் பின்னர் இப்படி வேஷமிட்டுக் கொண்டு பொன்னும் பொருளும் நிலமும் வாங்கிக்கொண்டு பசுக்களையும் கொன்று வேள்வியில் இடும் பாவத்தைச் செய்யும் பிராமணர்களை வேறாகவும் கண்டு கண்டிக்கிறார்.

இவர்கள் இப்படிச் செய்யத் துவங்கிய பின்னர் அறம் மொத்தமாக வீழ்ந்ததையும் மக்கள் எல்லாம் ஒருவருக்கொருவர் எதிரிகளாக மாறியதையும் சொல்லி வேதனைப்படுகிறார். அயோத்திதாசரோ அப்படிப் பூர்வத்தில் அறமொழுகி சாதிபேதமற்று வாழ்ந்த மக்களைக் கெடுத்துப் பாழாக்கி விட்டார்களே வேஷப் பார்ப்பனர்கள் என அறச்சீற்றம் கொள்கிறார்.

புத்தர் அவர் காலத்தில் அவருக்கு இருந்த தரவுகளின் அடிப்படையில் பிரம்மம் பிராமணியம் என்பதைப்பற்றிப்

பேசுகிறார். பிராமணர்கள் உயர்வான எண்ணம்கொண்ட ஒழுக்கமும் தவமும் அறமும்கொண்ட வாழ்வை மேற்கொள்பவர்கள் என்கிறார். ஆனால் காலப்போக்கில் அவர்களே தற்காலத்தில் பேராசை கொண்டு இழிசினராகி விட்டனர் என்கிறார். அவர் காலத்தில் ஒரு 1000 முதல் 2000 வருடங்களுக்கு முன்பு வேறொரு இடத்தில் இருந்து ஒரு நாடோடிக் கும்பல் வந்து குடியேறி பிராமணர்கள்போல் பொய் வேடமிட்டுக்கொண்டார்கள் என்பதை அவர் அறிந்திருக்கவில்லை. ஆகவே அவர் முன்னர் அறநெறி யோடு வாழ்ந்த பிராமணர்கள் அந்நெறியில் இருந்து வீழ்ந்து விட்டார்கள் என்று சொல்கிறார்.

அவருக்கு வாய்மொழி வரலாறாகக் கடத்தப்பட்ட சேதி 'முன்பெல்லாம் இவர்கள் இப்படி இல்லை. இப்போதுதான் இப்படி' என்பதுதான். ஆகவே அறம் வழுவியவர்களைத் திருத்தும் நோக்கில் அவர்களை மீண்டும் அறத்தின் பாதைக்குத் திரும்பச் சொல்கிறார். இந்த இடத்தில் அரைஸ் இடேவிஸின் புத்திஸ்ட் இண்டியா நூலின் முன்னுரைப் பகுதியில் ஒரு குறிப்பு நினைவுக்கு வருகிறது.

பொதுமக்கள் மத்தியில் பிராமணர்/பிராமணியம் என்றால் உயர்வானவர்கள் என்றொரு எண்ணம் ஆழ வேரூன்றியுள்ளது. புத்தரும் அந்தக் கருத்தை ஒழுகி அவர்களைத் திருத்த நினைக்கிறார். ஆனால், ஒருவேளை புத்தர் அந்த வாதத்தை முன்னெடுக்காமல் பிராமணியம் என்பதையே முழுக்க நிராகரித்து இருந்தால் அவர்களால் மீண்டும் இந்த மக்களை ஏமாற்றிப் புத்தத்தை வீழ்த்தியிருக்க முடியாது என்று அவர் சொல்கிறார். வரலாற்றுத் தடத்தில் நமக்குக் கிடைக்கும் தரவுகளின் அடிப்படை யில் நாம் சில முடிவுகளை எட்டுகிறோம். இடேவிஸுக்கும் அயோத்திதாசருக்கும் இந்த வேஷப் பார்ப்பனர்கள் வேறிடத்தில் இருந்து வந்து ஏமாற்றிக் குடியேறியவர்கள் என்கிற தரவுகள் இருக்கவே அவர்களை நிராகரிக்கும் முடிவை எட்டுகிறார்கள். ஆனால் புத்தருக்கு அந்த வாய்ப்பு இல்லையே! எனவேதான் அவர் மென்மையாக அணுகும் விஷயத்தை அயோத்திதாசர் அறச்சீற்றத் தோடு அணுகுகிறார்.

இப்படி அறச்சீற்றத்தின் தெறிப்புகளாகவே அவரது எல்லா எழுத்துகளும் இருக்கின்றன. அவர் அப்படிச் சினம்கொண்டு பேசுவது என்பது நம்மை நோக்கித்தான். தமிழர்களான நாம் முந்தி ஒரு காலத்தில் சாதி பேதமற்ற தன்மையோடு வாழ்ந்ததாகவும்

அதைச் சீரழித்த வந்தேறிக் கூட்டத்தாரால் அந்நினைவுகள் மறக்கடிக்கப் பட்டதாவும் எழுதி அந்நினைவுகளை மீட்டு எடுப்பதன் மூலமாக அதேபோன்று அறமோங்கிய ஒரு காலகட்டத்தை நிர்மாணிக்க முடியும் என்று அவர் முழுமையாக நம்புகிறார். ஆனால் இதையெல்லாம் சாதி கடந்து சிந்திக்கும் ஒருவரால் மட்டுமே உள்வாங்க முடியும். சாதி ஒருவரின் சிந்தனையைத் தீர்மானிக்கும் என்றால் அவரால் எந்தக் காலத்திலும் அயோத்திதாசரை நெருங்கவே முடியாது. குறைந்த பட்ச நேர்மையோடு அவரை அணுகினால் பல புதிய திறப்புகளை உருவாக்கும் ஆற்றல் அவர் எழுத்துகளில் உண்டு என்பதைத் தமிழ்ச் சமூகம் புரிந்துகொள்ள வேண்டிய காலமிது.

இப்படிப் பண்பாடு, வழக்காறுகள், இலக்கியச் சான்றுகள், கல்வெட்டுகள், சுவடிகள் என்று அவர் தமிழ்ச் சமூகத்தைக் கூர்மையாக ஆய்ந்து பண்டிகைகள், தெய்வ நம்பிக்கைகள் எனத் தமிழ் வெகுஜன மக்களின் பண்பாட்டுக் கொண்டாட்டங்களிலும் நமது வாழ்க்கை முறைகளிலும் இன்னும் மிச்சமிருக்கும் பௌத்த அடையாளங்களைக் கண்டுபிடித்துத் தருகிறார். இப்போது நாம் புதிய சமயங்களைத் தேடி அலைய வேண்டியதில்லை அல்லது நாத்திகவாதம் பேசி எளிய மக்களின் நம்பிக்கைகளைக் குறை சொல்லத் தேவையில்லை. அந்த நம்பிக்கைகள் எல்லாமே பகுத்தறிவுபாற்பட்ட வழிவழியாகத் தொடரும் மூத்தோர் வழிபாட்டின் எச்சங்களே என்கிற புரிதலோடு இந்து மதப் பெருவாக்கத்தைத் தடுத்து நிறுத்தும் கருவிகளைத் தருவித்துக் கொள்ள முடிகிறது. இந்து மதம் என்று சொல்வதே போலி, இந்த வழக்கங்கள் எல்லாமே களவாடப்பட்டவை அல்லது அடையாளம் மாற்றப்பட்டவை என்று நிறுவி வேஷப் பார்ப்பனர்களின் புரட்டுகளை மறுதலிக்க முடிகிறது. எப்பேர்ப்பட்ட ஒரு கனவை விதைக்கிறார் என்று சிந்திக்கும்பொழுது பிரமிப்பாக இருக்கிறது.

அயோத்திதாசரியமும் பெருங்கனவும்

எனக்குத் தனிப்பட்ட முறையிலே அயோத்திதாசர் ஏன் நெருக்கமானவராக இருக்கிறார் என்றால், அவரது பல கேள்விகள் எனக்குள்ளும் ஏற்கெனவே தொக்கிக்கொண்டிருந்தன என்பதால் தான். நான் பார்த்துப் பழகிய பிராமணர்களில் பெரும்பான்மை யானோர் அறிவிலிகளாக இருக்க, இந்தச் சமூகம் அவர்களுக்குக் கொடுக்கும் உயரிய இடம் குறித்தும், ஆனால் அவர்களைக் காட்டிலும் திறமைசாலிகளாக அறிவாளிகளாக விளங்கும் நம் மக்களுக்குக் கொடுக்கப்படும் தாழ்வான இடம் குறித்துமான

உறுத்தல். நான் சார்ந்த மக்களின் சுத்தம் குறித்த உணர்வு மேலானதாக இருக்க, அவர்கள் இழிவினராகக் கருதப்படுவதைக் குறித்தும், சுத்தம்பற்றிய எந்த உணர்வும் இல்லாமல் அசுத்தமாக இருக்கும் பிராமணர்களை மேன்மைமிக்கவராகக் கருதப்படு வதையும் குறித்த உறுத்தல். பிராமணர்களின் பழுக்க வழுக்கங்களில் எந்த உண்மைத்தன்மையும் இல்லாமல் தங்கள் பிழைப்புக்காக எந்த நிலைக்கும் மாறும் வெறும் பாசாங்காய் வாழும் வாழ்வுமுறை குறித்த உறுத்தல்.

இப்படி உறுத்தலாகத் தோன்றியவை பின்னர்ப் பலவாறாகப் பல்கிப் பெருகிப் பரிணாம வளர்ச்சி பெற்று என்னுள்ளில் இருந்தே பிராமண மேட்டிமையை நிராகரிக்கும் போக்கைப் பல பத்தாண்டு களாகக் கொண்டிருந்தேன். பல நேரங்களில் இவற்றைப்பற்றி எழுதியும் உரையாடியும் வந்திருக்கிறேன். அந்த வகையில் அயோத்திதாசர் என்னைச் சட்டென்று பற்றிக்கொண்டார் என்றே சொல்லவேண்டும். பற்றிக்கொண்டது மட்டுமின்றி, நமது நிலைமைக்குக் காரணம் நாம் எல்லோரும் பூர்வ பௌத்தர்களாக இருந்ததே என்பதையும், வேஷப் பார்ப்பனர்களுடனான கடும் போராட்டத்தின் பின்னரே நாம் வீழ்த்தப்பட்டோம் என்பதையும் வெளிக்கொணர்ந்து ஒரு பெரும் அறிவுலகைத் திறந்துவிட்டவர் என்றே சொல்ல வேண்டும்.

அயோத்திதாசர், முன்னோர் மதம் என்பதால் பௌத்ததிற்கு மாற வேண்டும் என்று சொல்லவில்லை. நாம் பௌத்தர்களாகத்தான் வாழ்கிறோம் என்கிறார்.

அயோத்திதாசரின் பணியை மீட்டெடுப்பு என்று வரையறைப்பது கூட தவறான பார்வைதானோ என்று எனக்குத் தோன்றுவதுண்டு. தொலைத்தால்தானே மீட்டெடுக்க. அவர் மறைக்கப்பட்ட/ மறக்கடிக்கப்பட்ட வரலாற்றை நினைவுறுத்துகிறார் என்றே கொள்ள வேண்டும். பெரியார் மற்றும் அண்ணல் அம்பேத்கர் அவர்கள் வரலாற்றிலிருந்து முற்றிலும் துண்டிக்கப்பட்ட தொடர்ச்சியற்ற ஒரு நவீன வழியை நமக்குக் காட்டுவதால்தான் வெகுமக்களை நாம் இவ்வியக்கங்களுக்குள் பெரிதும் ஈர்க்க முடியவில்லை. அவர்களை முன்னெடுக்கும் முன்னிலைச் செயற்பாட்டாளர்களோ வெறும் பிழைப்புவாதிகளாகி வெற்றுக் கோஷங்கள் மற்றும் அடையாள அரசியலில் மூழ்கிக் கிடக்கிறார் கள். ஆனால் அயோத்திதாசரோ நம்மை வரலாற்றுத் தொடர்ச்சியோடு கூடிய ஒரு விடியலை நோக்கி அழைத்துச் செல்கிறார்.

நவீனம் அல்லது புதிய வழி / வாகனம் (நவயானம்) என்பதெல்லாம் காலத்துக்குக் காலம் மாறிக்கொண்டே இருக்கும். இன்றைய நவீனம் நாளையப் பழமை, நேற்றையப் பழமை அன்றைய நவீனம். ஆகவே இதோ ஒரு புதிய தத்துவம் இதை ஏற்றுக்கொள்ளுங்கள் என்பது ஒரு மாயைதான். புத்தரே அப்பக்ச் சொன்னவரில்லை. அவர் கண்டடைந்த வழி ஏற்கெனவே இங்கிருந்த வழி என்று சொல்லித்தான் மக்களைத் திரட்டுகிறார். அயோத்திதாசரும் அதையேதான் செய்கிறார். ஏனெனில், வெகுமக்கள் பண்பாடு என்பது அப்படியெல்லாம் எளிதில் ஒன்றிலிருந்து ஒன்றிற்கு மாறிவிடாது. அதற்கு வரலாற்றுத் தொடர்ச்சி தேவைப்படுகிறது.

ஒவ்வொரு காலக்கட்டத்திலும் ஒவ்வொரு ஆளுமை தோன்றி புதிய பண்பாடுகளை நிறுவ வருவார்கள். ஆனால் அவை வரலாற்றின் தொடர்ச்சியாக இல்லாமல் இருந்தால் தோல்வியுறும் என்பதே கடந்தகாலப் படிப்பினைகள். ஆக, சட்டென்று ஒரு கோடு கிழித்ததுபோல் முன் பின் என்று வரலாற்றை வெட்டி விடும் போக்கில் இருக்கும் போதாமைகளையும் ஆபத்தையும் நாம் கவனத்தில் கொள்ள வேண்டி இருக்கிறது.

நவீனத்துவத்தால் முன்வைக்கப்பட்ட சித்தாந்தங்களில் போதாமை களால்தான் பின்நவீனத்துவம் எழுந்தது. அது கிட்டத்தட்ட புத்தரும் அயோத்திதாசரும் சிந்தித்தது போலவே புரட்சிகளை நிராகரித்து மக்களின் சிந்தனா திசைவழியை அவர்கள் போக்கி லேயே சென்று மாற்றமுடியும் என்கிற தத்துவத்தை முன்வைத்தது. அந்தவகையில் பார்த்தால், அயோத்திதாசர் முன்னாலேயே தப்பிப் பிறந்த ஒரு பின்நவீனத்துவவாதி. அதனால்தான் அவர் ஆய்வு முறைகள் நவீனத்துவ பாணியில் இல்லாமல் மக்கள் பண்பாடு, வழக்காறுகள், நிகண்டுகள், பனுவல்கள் என்று பல்வேறு தரப்புகளை உள்வாங்கிக் கொண்டு செயல்படுகிறது. இந்த முறைமை வெகுமக்களுக்கும் எளிதில் விளங்கிக்கொள்ளும்படி இருக்கும். எளிதில் அவர்களைச் சமூகத்தைப் பிளவுபடுத்தும் அழிவுச் சக்திகளிடம் இருந்து மீட்க முடியும்.

அம்பேத்கரிய- பெரியாரியச் சிந்தனைகள் நமக்குப் பிழைத்துக் கிடக்க வழிகாட்டுகின்றன என்றால், அயோத்திதாசரியச் சிந்தனைகள் நமக்கான முழு விடுதலைக்கான வழியைக் காட்டுகிறது. தமிழர் என்று கூடியிருந்த அவையில் தம்மை இணைக்கவில்லை என்றவுடன், சட்டென்று தூக்கி எறிந்துவிட்டுத் தமக்கான விடுதலை அரசியலை உருவாக்கிக்கொண்ட

ஆயோத்திதாசருக்கும், தாம் இந்துவாகச் சாக மாட்டேன் எனப் பிரகடனம் செய்துவிட்டு அதைக் குறித்து ஆய்ந்து முடிவெடுக்க சற்றேறத்தாழ 22 ஆண்டுகள் எடுத்துக்கொள்ளும் அம்பேத்கருக்கும் இருக்கும் பாரிய வேறுபாடு இது. அவர் 1934இலேயே கண்டெடுத்த ஒரு திட்டத்தைப் பல ஆண்டுகள் தள்ளிப் போடுகிறார். அந்த 22 ஆண்டுகளும் சாதி இந்துக்களுடன் போராடிப் பார்க்கிறார் அண்ணல். அப்படிப் போராடிப் பார்த்துவிட்டு அந்த வழியில் மீட்சியில்லை என்றான பின் 1956இல்தான் புத்தம் ஏற்று முழு விடுதலையை அடைகிறார்.

அவர் கறாரான ஜனநாயகவதி. உரையாடல்கள் மூலமே சமூக மாற்றத்தை உண்டு செய்ய முடியும் என்று நம்பினார். அந்த நம்பிக்கை முழுக்கப் பொய்த்த பின்னரே பெளத்தம் தழுவும் முற்று முழுதான விடுதலை முடிவை எடுக்கிறார். இந்து சாதி சமயம் என்பதே போலிகளால் கட்டமைக்கப்பட்ட ஒன்று; அதை மாற்றவே முடியாது என்று புரிந்து இறுதி முடிவு எடுக்கவே அவருக்கு அத்தனை ஆண்டுகள் ஆனது. ஆனால் ஆயோத்திதாசருக்கு, பார்ப்பனரும் சூத்திரர்களும் நிறைந்து இருந்த ஓர் அவையில் அவர் நடத்தப்பட்ட விதம் போதுமானதாக இருந்தது.

அண்ணல் அம்பேத்கர் பெளத்தம் ஏற்கும் முடிவை எட்டினாலும், அவரது அறிவியல் பார்வைகொண்டு அதற்கு நவயான பெளத்தம் என்று பெயரிடுகிறார். அவரிடம் அதற்கு ஆழமான தர்க்கப் பூர்வமான காரணங்கள் உண்டு என்பதை மறுப்பதற்கில்லை. அவர் கண்டவை எல்லாம் தேராவாதம், மகாயானம், வஜ்ரயானம் என்று முழுக்க புத்தரைக் கடவுளாக்கித் தொழும் சடங்குகளும் மூடநம்பிக்கைகளும் நிறைந்த பெளத்தங்களையே. ஆகவேதான் அதில் அவர் நவீனத்துவத்தைப் புகுத்த நினைத்து 'புதிய பாதையை' வகுக்கிறார். ஆனால், இந்தத் திட்டத்தின் போதாமையை நவயான பெளத்தத்தில் மக்கள் பண்பாடுகளுக்கு என்ன இடம் என்ற கேள்வி கேட்டால் புரிந்து கொள்ளலாம்.

அவர்களது விழாக்கள், சடங்குகள், மரபுகள், கொண்டாட்டங்கள் என்னவாகும்? புதிதான ஒன்றென்றால் மக்கள் அதில் எப்படிப் பொருந்துவார்கள்? யூதம்/கிறிஸ்தவம்/இஸ்லாம் ஆகிய ஆபிரகாமிய மதங்கள்கூட ஏற்கெனவே இருக்கும் தொல்புராணங் களையும் பண்பாடுகளையும் உள்வாங்கிச் செரித்தும் விரித்துமே பரவின எனும்போது, நவயானத்தை மக்களுக்கு அணுக்கமாக எடுத்துச்செல்ல ஏதும் திட்டமிருக்கிறதா? புதிய பண்பாடுகள்,

சடங்குகள் உருவாக்கப்படுமா? இந்தக் கேள்விகளுக்கெல்லாம் விடை தேடும் பொழுதுதான் அயோத்திதாசரியம் எனும் பெருங்கனவுத் திட்டம் நமக்கு விளங்கும். ஒருவேளை, அண்ணல் அம்பேத்கர் இன்னும் கொஞ்சம் காலம் வாழ்ந்திருந்தால் இந்தச் சிக்கல்களுக்கும் அயோத்திதாசரின் வழியைக் கண்டைந்து இருப்பார். துர்வாய்ப்பாக அது இங்கு நிகழவில்லை.

மதம், சமயம், பண்பாடு, மொழி, இலக்கியம், அறிவியல், பகுத்தறிவு, பெண்ணடிமைத்தனம் என்று அயோத்திதாசர் பேசாத துறைகளே இல்லை எனுமளவுக்கு ஏராளமாக எழுதிக் குவித்து இருக்கிறார். தமிழ் மொழிக்கு, இலக்கியத்துக்கு, அரசியலுக்கு, சமயத்துக்கு என அவர் ஆற்றிய பங்களிப்புகளிலிருந்து நாம் இன்று அயோத்திதாசரியம் என்கின்ற கருத்தியல் வரையறையை உருவாக்கவேண்டிய காலக்கட்டத்தில் இருக்கிறோம். இத்திட்டத்தைப் பேராசிரியர் டி. தருமராஜ் அவர்கள் முன்மொழிந்ததிலிருந்து இதைக் குறித்துப் பல தளங்களில் உரையாடல் எழும்பி உள்ளதைக் காண முடிகிறது.

மௌனமாகக் கடக்கும் அல்லது அச்சத்தினால் எதிர் நிலைப்பாட்டில் இருந்து எழும் விமர்சனம் கேலி கிண்டல்களை எல்லாம் ஒதுக்கித் தள்ளிவிட்டு, இதை ஓர் அவசரகாலச் சமூக அரசியல் பண்பாட்டுச் செயல்பாடாகக் கருதி இன்னும் ஏராளமான சிந்தனையாளர்களையும் ஆய்வாளர்களையும் இத்திட்டத்தின் கீழ் ஒருங்கிணைக்கவேண்டும் நாம்.

அறம் வழுவிய இந்நாட்டின்மீது அயோத்திதாசரைப்போல் மக்கள்மீது அக்கறைகொண்ட ஒருவர் சமீபகால வரலாற்றில் தோன்றியதில்லை. வீழ்ச்சியையும் மீட்சியையும் ஒருங்கே இனம் காட்டிய பேராளுமை அவர். ஆக, அவரை முன்னிறுத்துவது என்பது நம்மையும் நம் மக்களின் விடுதலையையும் முன்னிறுத்துவ தேயாகும். பல நூறாண்டுகளாய் மறதியில் இருக்கும் மக்களை நினைக்க வைக்க வேண்டும். அவர்களுக்கு நினைவில் இருப்பதை மறக்கடிக்க வைக்க வேண்டும். அதற்கு அயோத்திதாசரியப் பெருங்கனவை அவர்களுக்குள் விதைக்கவேண்டும். பேராசிரியர் டி.தருமராஜின் வழியில் இன்னும் நிறைய நடுகற்களை எழுப்பவேண்டும். அன்றுதான் இத்தேசத்தில் அறவாழியான் புத்தனின் வழியில் அவ்வாழி மீளுருளும்.

•

அயோத்திதாசரியம்:
தருமராஜின் பெருங்கனவு

கோபிநாத்

பேராசிரியர்

ஆதவனை அடையாளங்காட்ட அகல் விளக்கு ஒன்று ஆசைப்பட்டதைப்போல் மாபெரும் பண்பாட்டு ஆய்வாளர் ஒருவரின் ஆய்வுச் சிறப்புகளைக் கூற நான் முன் வந்தது, வாய்ப்புத் தந்தவரின் பெருந்தன்மையாலும் என்மீது அவர் கொண்ட நம்பிக்கையாலும் என்றே எண்ணுகிறேன். நான் மதுரை காமராசர் பல்கலைக்கழகத்தில் உதவிப் பேராசிரியராகவும் கௌரவ விரிவுரையாளராகவும் கடந்த பத்து வருடங்களாகப் பணி புரிந்து வருகிறேன். அதோடு கடந்த இருபது வருடங்களாகப் பேராசிரியர் தருமராஜ°வுடன் மாணவனாக, பேராசிரியரின் ஆய்வுத் திட்டத்தில் ஒருங்கிணைப்பாளனாக மற்றும் முனைவர் பட்ட ஆய்வாளனாக எனப் பல்வேறு நிலைகளில் உடன் பயணித்தவன் என்கிற நிலையில் அரிபாபு வழங்கிய இவ்வாய்ப்பை எனக்குக் கிடைத்த பெரும் பேறாகக் கருதுகின்றேன்.

1998ஆம் வருடம்

பாளையங்கோட்டை, தூய சவேரியார் (தன்னாட்சி) கல்லூரியில் நாட்டார் வழக்காற்றியல் துறையில் முதுகலை இரண்டாமாண்டு மாணவனாகப் படித்துக்கொண்டிருக்கிறேன். முதலாமாண்டு படிக்கும் பொழுது எங்களுக்குப் பேராசிரியர்களில் ஒருவராக இருந்தவர் ஞா. ஸ்டீபன். அவர் மனோன்மணியம் சுந்தரனார் பல்கலைக்கழகத்தில் தமிழ்த்துறையில் உதவிப் பேராசிரியராகப் பணியில் சேர்ந்துவிட்டபடியால், எங்களுக்கு இரண்டாம் ஆண்டுக்குப் புதிய பேராசிரியர் ஒருவர் வருவதாகத் துறையில்

பேசிக்கொண்டார்கள். இரண்டாம் ஆண்டு வகுப்பு சில நாட்களில் துவங்கி நடைபெற ஆரம்பிக்கிறது. நான் புதிதாக வந்த ஆசிரியரை அதுவரையிலும் பார்க்கவே இல்லை. காரணம் பெரும்பாலும் மதிய உணவிற்குப் பின் நான் வேறு ஒரு வகுப்பிற்குச் சென்றுவிடுவதால் அந்தப் புதிய பேராசிரியரைப் பார்க்கும் வாய்ப்பு எனக்குக் கிட்டாமலே இருந்தது. இந்தச் சூழலில் சென்னையில் 'பாடி வரும் பரணி' என்ற ஒரு தேசிய கருத்தரங்கின் துவக்க விழா ஒன்று நடைபெறுவதாக இருந்தது.

அக்கருத்தரங்கிற்குக் கல்லூரியிலிருந்து நாட்டார் வழக்காற்றியல் துறைப் பேராசிரியர்கள் மற்றும் முதுகலை மாணவர்கள் அனைவரும் கலந்து கொள்வதற்காகச் செல்கிறோம். கருத்தரங்கத்தை எங்களது துறையும் மத்திய பிரதேசம் மாநிலம் போபாலில் இருக்கக்கூடிய இந்திராகாந்தி தேசிய மனோ சங்கராலயா என்ற தேசிய நிறுவனமும் இணைந்து நடத்துகிறது. அதனால் அக்கருத்தரங்கில் அந்த நிறுவனத்தின் இயக்குநரும் கலந்துகொள்கிறார். அவர் ஒரு வட மாநிலத்து ஐ.ஏ.எஸ். அதிகாரி. கருத்தரங்கமானது ஆங்கிலத்திலேயே நடைபெறுகிறது. இருப்பினும் சிலர் தங்களது கருத்துகளைத் தமிழிலும் முன் வைக்கின்றனர். உடனடியாக எங்களது ஆய்வு மையத்தின் இயக்குநராக இருந்த அருள்தந்தை ஜெயபதி அடிகளார் கருத்தரங்க அறையில் இருந்த ஒருவரிடம் தமிழில் பேசப்படும் கருத்துகளை ஆங்கிலத்தில் மொழி பெயர்த்துப் பேசும்படிக் கேட்டுக்கொள்கிறார். உடனடியாக ஒருவர் எழுந்து தமிழில் பேசுபவர்களுடைய பேச்சினைக் கேட்டு உடனடியாக ஆங்கிலத்தில் அங்கிருந்த அனைவருக்கும் புரியும்படி விளக்கிக்கொண்டிருக்கிறார். அப்பொழுது நான் எனது அருகில் இருந்தவரிடம் ஆங்கிலத்தில் மொழி பெயர்த்துப் பேசிக் கொண்டிருப்பவர் யார் என்று கேட்கிறேன். அதற்கு அவர் கூறிய பெயர் டி. தருமராஜ்.

நாட்டார் வழக்காற்றியல் ஆய்வு மையம்

அயோத்திதாசர் சிந்தனைகள் தொகுதிகளை அச்சேற்றி அரங்கேற்றி உலகறியச் செய்த அரும்பணியை மேற்கொண்டவர் பாளையங் கோட்டை தூய சவேரியார் கல்லூரியில் அமைந்துள்ள நாட்டார் வழக்காற்றியல் ஆய்வு மைய இயக்குநர் பிரான்சிஸ் ஜெயபதி. ஆய்வு மையமானது நாட்டார் வழக்காற்றியல் துறையுடன் இணைந்து நாட்டுப்புற வழக்காறுகளைச் சேகரிப்பது, ஆவணப் படுத்துவது, ஆய்வு மேற்கொள்வது மற்றும் ஆய்வுத் தரவுகளை

நூல்களாக வெளியிடுவது என்ற ஆய்வுச் செயல்பாடுகளைக் கொண்டதாகத் திகழ்ந்து வந்தது. இந்தச் சூழலிலேயே செப்டம்பர் மாதம் 1999ஆம் ஆண்டு அயோத்திதாசர் சிந்தனைகள் 700க்கும் அதிகமான பக்கங்களைக்கொண்ட இரண்டு தொகுதிகளாக ஆய்வு மையத்திலிருந்து வெளியிடப்படுகிறது. இந்த ஆய்வு மையத்தி லிருந்து இத்தொகுதிகள் வெளிவருவதில் தருமராஜனின் பங்கு முக்கியமானதாகும். அயோத்திதாசர் சிந்தனைகள் என்ற தொகுதிகளின் தொகுப்பாசிரியர் ஞான. அலாய்சியஸ் என்பது அனைவருக்கும் தெரியும். ஆனால் அவரை ஆய்வு மையத்திற்கு அறிமுகப்படுத்திப் பண்டிதரின் சிந்தனைத் தொகுதிகள் வெளி வந்ததில் பேராசிரியரின் பங்கு குறிப்பிடத்தக்க இடத்தை வகிக்கிறது.

அயோத்திதாசரின் சிந்தனைகள் அவரால் 1907 முதல் 1914 வரை ஏழு ஆண்டுகள் 'தமிழன்' என்னும் வார இதழில் எழுத்து வடிவம் பெற்றவை. இந்தத் தமிழன் இதழ்கள் முறையாக நூலகங்களிலோ ஆவணக்காப்பகங்களிலோ பாதுகாக்கப் பெறாமல் பண்டிதரின் கருத்துகள் அவரது வாரிசுகளிடமே சிதறிக் கிடந்தன. 1914 லிருந்து அவரது கருத்துகள் அல்லது எழுத்துகள் தொகுதிகளாக வெளியிடுவது வரையிலான சுமார் எண்பது ஆண்டுகளுக்கும் மேலாகப் பெரும் பாலும் அவரது வாரிசுகளின் குடும்பச் சொத்தாகவே இருந்து வந்திருக்கிறது தமிழன் இதழ். இப்பொழுது அது தமிழகத்தின் பொதுச் சொத்தாக மாறியிருக்கிறது என்றால் அன்பு பொன்னோவியம் அவர்களின் கொள்கை மற்றும் தாராள பண்புமே காரணம் என்கிறார் ஞான. அலாய்சியஸ்.

அயோத்திதாசரின் தொகுப்புகளுக்கு ஆதாரம் அன்பு பொன்னோவியம் அளித்த தமிழன் இதழ்க் கோப்புகளே ஆகும். அயோத்திதாசரின் சிந்தனை வளத்தைக் கண்டு வியந்த அலாய்சியஸ் அவற்றைத் தொகுத்து வெளியிடும் விருப்பத்தை அன்பு பொன்னோவியத்திடம் தெரிவித்திருக்கிறார். அதுவரையிலும் பலருக்கு நூல்கள், பத்திரிகைகள், மாநாட்டு உரைகள், தீர்மானங்கள் போன்றவை களைக் கொடுத்து ஏமாந்த அன்பு பொன்னோவியம் இறுதிமுறை யாக நம்புவோம் என்ற முடிவுக்கு வந்தவராகப் பல சந்திப்பு களுக்குப் பிறகு தமிழன் பத்திரிகைத் தொகுப்புகளை அலாய்சியசின் முயற்சிக்கு உதவட்டும் என்று கொடுத்திருக்கிறார்.

தமிழன் தொகுப்புகளைச் சேகரித்துக்கொண்ட ஞான. அலாய்சியஸ் தனது நண்பர்கள் வட்டத்தில் அயோத்திதாசரின் சிந்தனைகளைக் குறித்து விவாதிக்கிறார். குறிப்பிடும்படியான நண்பர்கள்

கஜேந்திரன், லட்சுமணன், வ. கிதா, மனுவேல், அல்போன்ஸ், எம்.எஸ்.எஸ். பாண்டியன், தே. லூர்து மற்றும் தருமராஜ் ஆகியோர் ஆவர். இவ்வாறான விவாதங்களைத் தொடர்ந்தே நாட்டார் வழக்காற்றியல் ஆய்வு மையத்தின் மூலம் தமிழ் நாட்டிற்கு அயோத்திதாசர் சிந்தனைகள் இரண்டு தொகுதிகளாகக் கிடைக்கிறது.

அயோத்திதாசர் சிந்தனைகள் பரவலாக்கம்

அயோத்திதாசர் சிந்தனைகள் தொகுதிகளாக வெளிவந்ததிலிருந்து இன்றுவரையிலான சுமார் இருபது வருடங்கள் அதனைப் பரவலாக்கம் செய்ததில் ஆரம்பித்து இன்று ஒரு தத்துவமாக, கோட்பாடாக உருமாற்றியதுவரையிலான தருமராஜனின் பங்கு அல்லது உழைப்பு முக்கியமானது. இன்று அயோத்திதாசர் சிந்தனைகள் குறித்துப் பல்வேறு அறிஞர்கள் பேசி மற்றும் எழுதி வருகின்றனர். ஆனால் பண்டிதரின் தொகுப்புகள் வெளி வந்தபோது சூழல் அவ்வாறு இல்லை. அதற்குக் காரணம் பண்டிதரின் மொழி. இந்த இரண்டு தொகுப்புகளும் பண்டிதரின் மூல எழுத்துகளின் உண்மைப் பிரதியாகவே இருந்தது. பண்டிதர் தமிழ் எழுதிய காலம் என்பது தமிழ் உரைநடை முழுமையாக நவீனத்துவமோ நிலைநிறுத்தலோ பெறாத காலம். ஆகவே இப்போதிருக்கும் நிலையிலிருந்து படிப்போருக்குச் சில எழுத்துகளும் சொற்களும் வாக்கியங்களும் மாறுபட்டு இருப்பதுபோன்று தோன்றும். மொழி ஆராய்ச்சியாளர்களின் பயன் கருதி ஏறக்குறைய முழுமை யாகவே அயோத்திதாசரின் தமிழிலேயே தொகுப்புகள் தரப்பட்டிருந்ததால் வாசிப்பதில், வாசித்துப் பொருள் கொள்ளுவதில் அனைவருக்குமே சிக்கல் இருந்ததை மறுத்துவிட முடியாது.

அன்பு பொன்னோவியத்திடமிருந்து தமிழன் இதழ்கள் சேகரித்தாயிற்று. சேகரித்த இதழ்களைத் தொகுத்து இரண்டு மிகப்பெரிய தொகுதிகளாக வெளியிடவும் செய்தாயிற்று. தொகுதிகள் வெளிவந்த மாத்திரத்தில் விரைவாக விற்றுத் தீர்ந்தும் போய்விட்டது. ஆனாலும் தமிழ்ச் சமூகத்தில் அயோத்திதாசரின் எழுத்துகள் அல்லது அந்தத் தொகுதிகள் எந்தவிதச் சலனத்தையும் தமிழகத்தில் ஏற்படுத்தியதாகத் தெரியவில்லை. இங்குதான் தருமராஜ் தனது முதல் கல்லை வீசுகிறார்.

டி. தருமராஜ்

மானுடவியல், நாட்டுப்புறவியல், பண்பாடு, வரலாறு, கலை, இலக்கியம், திரைப்படம் உள்ளிட்ட துறைகளில் தொடர்ந்து

இயங்கி வரும் தருமராஜ் அயோத்திதாசரை முற்றிலும் புதிய கோணத்தில் அறிமுகப்படுத்த ஆரம்பிக்கிறார். அயோத்திதாசரின் சிந்தனைத் தொகுதிகள் வெளியான ஆரம்ப வருடங்களில் அயோத்திதாசரின் எழுத்துகளில் கிறுக்குப் பிடிக்க வைக்கும் எழுத்துமுறை இருப்பதை உணருகிறார். தனது அயோத்திதாசர் நூலின் முன்னுரையில் குறிப்பிடுவதுபோன்று அவரது எழுத்துகள் மீது உன்மத்தம் பிடித்த நிலையில் இருக்கிறார். சமூக நீதியையும் சமத்துவத்தையும் இத்தனை கற்பனை வளத்தோடு விவரிக்க முடியுமா என்ற வியப்பு அதில் ஒன்று. அம்பேத்கரின் எழுத்துகளில் எதிர்பார்த்து ஏமாந்திருந்த எதுவோ ஒன்று அயோத்திதாசரிடம் இருப்பதாக டி. தருமராஜ் உணருகிறார். அதைக் கண்டுபிடித்தே தீரவேண்டும் என்ற வேட்கையின் விளைவாகவே அயோத்திதாசர் மீதான ஆய்வுச் செயல்பாடுகளை முன்னெடுக்க ஆரம்பிக்கிறார்.

அயோத்திதாசர் சிந்தனைகள் தொகுதிகளாக வெளிவந்த பின்பு அதனைப் படித்துப் புரிந்துகொள்வதற்கான முன்னெடுப்புகளில் முதலாவதாகக் கூட்டாக அல்லது குழுவாக வாசிப்பது என்ற முயற்சியினை டி. தருமராஜ் மேற்கொள்கிறார்.

குழு/கூட்டாக வாசிப்பது

பாளையங்கோட்டையில் தெற்கு பஜார் என்றொரு கடை வீதி ஒன்று உண்டு. அக்கடை வீதியில், ஒரு துவக்கப் பள்ளி ஒன்று இருந்தது. அப்பள்ளி தருமராஜின் நண்பர் ஒருவருக்கு வேண்டப் பட்ட பள்ளியாக இருந்தால் ஒவ்வொரு வாரமும் சனி அல்லது ஞாயிற்றுக் கிழமைகளில் ஒரு குழுவாகக் கூடி அயோத்திதாசர் சிந்தனைகள் தொகுதிகளை வாசிப்பதை வழக்கமாக மேற்கொண்டிருந்தார். குழு என்பது மிகப் பெரிய கூட்டம் எல்லாம் இல்லை. பத்து முதல் இருபது நபர்களுக்கு உள்ளான ஒரு சிறிய குழு. அக்குழுவானது நாட்டார் வழக்காற்றியலில் முதுகலை படித்த என்னைப்போன்ற மாணவர்கள் சிலர், ஆய்வாளர்கள் ஒரு சிலர் மற்றும் பேராசிரியரின் நெருங்கிய நண்பர்கள் ஆகியோரைக் கொண்டதாக இருக்கும். ஒவ்வொரு கூட்டத்திலும் கலந்து கொள்பவர்கள் அனைவரும் அயோத்திதாசர் சிந்தனைகள் தொகுதியிலிருந்து ஏதாவது ஒரு சிறிய தலைப்பினை முதலாவதாக வாசிப்பது, திரும்ப வாசிப்பது, திரும்பத் திரும்ப வாசிப்பது என்பதாக இருக்கும். தொடர்ந்து அக்கட்டுரையில் அயோத்திதாசர் என்ன கருத்தினை முன் வைக்கின்றார். அக்கருத்து எவ்வாறு ஒரு பெருங்கதையாடலுக்கு மாற்றுக் கதையாடலாக இருக்கிறது,

தற்காலச் சமூகத்திற்கு அக்கருத்தின் முக்கியத்துவம், தேவை என்ற நிலையில் தொடர்ந்து விவாதமாக நடைபெறும்.

இங்கு ஒன்றைக் குறிப்பிட்டே ஆகவேண்டும். வாசிப்பில் பத்துக்கும் மேற்பட்டவர்கள் இந்தக் கூட்டங்களில் கலந்து கொண்டாலும் தருமராஜின் சீரிய முயற்சியால் மட்டுமே தொடர்ச்சியாக ஒவ்வொரு வாரமும் நடைபெற்று வந்தது. இதற்காகவே 'கல்லாத்தி' என்றொரு அமைப்பினை தனது நண்பர் மயன் ரமேஷ் ராஜாவுடன் இணைந்து உருவாக்கி அதனுடைய முதல் செயற்பாடாக இந்தக் குழு வாசிப்பை மேற்கொள்கிறார். அதன் விளைவாகவே 'நான் பூர்வ பெளத்தன்' என்ற சிறு நூலை எழுதியதாக டி. தருமராஜ் தனது அயோத்திதாசர் நூலில் எழுதுகிறார்.

கல்லாத்தி

பேராசிரியர் தருமராஜ் அவரது நண்பர் ரமேஷ் ராஜாவுடன் இணைந்து உருவாக்கிய 'கல்லாத்தி' ஒரு பண்பாட்டு ஆய்வு நிறுவனமாகும். இது திருநெல்வேலியை மையமாகக்கொண்டு செயல்பட்டு வரும் நிறுவனமாகும். இந்நிறுவனம் குழந்தைகளுக் கான நாடகப் பயிற்சிப் பட்டறைகளைக் குழந்தைகள் வசிக்கும் கிராமங்களிலேயே சென்று நடத்துவது, குறிப்பாக இராமானுஜம், மு. இராமசாமி போன்ற நாடகப் பேராசிரியர்களைக்கொண்டு மிக நேர்த்தியான பயிற்சிப் பட்டறைகளை நடத்தின. தொடர்ந்து அயோத்திதாசர் சிந்தனைகள் தொகுதிகளைக் கூட்டாக வாசிப்பது மற்றும் அயோத்திதாசர் சிந்தனைகள் தொகுதிகளிலிருந்து சிறு சிறு நூல்களை வெளியீடு செய்வதாகத் தனது பங்களிப்பைச் செய்து வந்தது.

அயோத்திதாசர் சிந்தனைகளைக் கூட்டாக வாசிப்பது என்ற செயல்பாட்டைத் தொடர்ந்து, தருமராஜ் கையில் எடுத்த அடுத்த அஸ்திரம்தான் அயோத்திதாசரின் எழுத்துகளைத் திரும்ப எழுதியே பார்த்துவிடுவது என்பதாக உருவாக்கிக்கொள்கிறார். அதன் விளைவாகவே கல்லாத்தி அமைப்பின் மூலமாகப் பல்வேறு வெளியீடுகளைத் தனது எழுத்தின் மூலமாக வெளியிட ஆரம்பிக்கிறார். 'அயோத்திதாசரின் குட்டிக் கதைகள்', 'ஆத்திச்சூடி' அயோத்திதாசர் விளக்கவுரைகள் என்கிற தலைப்புகளில் சிறு சிறு வெளியீடுகளை வெளியிட ஆரம்பிக்கிறார். அதோடு தொடர்ச்சி யாகப் பல்வேறு இதழ்களிலும் அயோத்திதாசர் குறித்துப் பல்வேறு கட்டுரைகளை எழுதுகிறார். குறிப்பாகப் புதுவிசை இதழில் 2001 ஆம் ஆண்டு 'அயோத்திதாசர் இருபதாம் நூற்றாண்டின் நவீனத்

தமிழ்ச் சிந்தனையாளர்' என்ற கட்டுரை. டாக்டர் அம்பேத்கர் பண்பாட்டு மையம் மூலம் 2003ஆம் ஆண்டு 'நான் பூர்வ பௌத்தன்' என்ற நூலினை எழுதுகிறார்.

தொடர்ந்து 'ஒடுக்கப்பட்ட சரித்திரம்' என்ற கட்டுரையினைத் தலித் என்ற இதழில் 2003ஆம் ஆண்டு எழுதுகிறார். வல்லினம் இதழில் 2004ஆம் ஆண்டு 'மையம் விளிம்பு அதற்கும் அப்பால் நிற்கும் அயோத்திதாசர்' என்ற கட்டுரை, 'அயோத்திதாசர் என்ற கலகக்காரன்' என்று தலைப்பில் காலச்சுவடு இதழில் வெளியிடுகிறார். மேலும் 'இது பௌத்த நிலம்' என்ற தலைப்பிலான தொடர் கட்டுரை களைப் புதிய காற்று இதழில் ஜனவரி 2008 முதல் 2008 வரையிலான காலகட்டத்தில் எழுதி வெளியிடுகிறார்.

அயோத்திதாசரின் எழுத்துகளைத் திரும்ப எழுதுதல்

அயோத்திதாசரின் எழுத்துகளைக் கூட்டாக வாசிப்பது என்ற நிலையிலிருந்து அடுத்து அவரது எழுத்துகளைத் தானே திரும்ப எழுதிப் பார்த்து விடுவது என்ற நிலைக்கு வந்து சேருகிறார் தருமராஜ். அதன் விளைவாகவே அயோத்திதாசரின் சிந்தனைகள் தொகுதிகளில் உள்ள சிறு சிறு கட்டுரைகள் அல்லது சிறு சிறு குட்டிக் கதைகளைத் தனது எழுத்து மூலமாக எழுதி வெளியிட்டு விவாதங்களை மேற்கொள்கிறார்.

தருமராஜின் எழுத்துகளில் அயோத்திதாசரின் குட்டிக் கதைகள்

அயோத்திதாசர் தனது எழுத்துகளில் பெரும்பாலும் இப்பொதுச் சமூகம் பண்பாடு, வரலாறு, இலக்கியம் என உருவாக்கி வைத்திருக்கும் பெருங்கதையாடலுக்கு மாற்றான புதிய கதையாடல்களை உருவாக்குவது அல்லது பொதுச் சமூகம் உருவாக்கி வைத்திருக்கும் பெருங் கதையாடல்களைக் கட்டுடைப்பது என்ற வேலையினையே தனது எழுத்துகள் மூலம் தொடர்ச்சியாக மேற்கொள்கிறார். அவ்வாறு கட்டுடைக்கப்படும் எழுத்துகளே அவரது தொகுதிகள் முழுமையும் நிறைந்திருக்கிறது. குறிப்பாகச் சமயம் மற்றும் இலக்கியம் சார்ந்த அவரது எழுத்துகள் அனைத்துமே அதுவரையிலும் நம்மிடம் இருந்த விளக்கங்கள் அனைத்தையுமே தவிடு பொடியாக்கிவிடும் வேலையை மிகவும் தெளிவாகத் தனது எழுத்துகளில் தக்க ஆதாரங்களோடு விளக்கிச் சொல்கிறார்.

அவ்வாறான, அவரது எழுத்துகளில் குறிப்பிடும்படியானதாகக் காணும்பொழுது 'தீபாவளி பண்டிகை' 'கார்த்திகை தீபம்', 'ஆடி

மாதத்தில் அம்மனைச் சிந்திக்கும் விபரம்', 'ஆயுத பூஜை', 'சுடலை சடங்குகள்', 'மயான சடங்குகள்', போன்ற நிகழ்வுகளுக்கு பொதுச் சமூகம் ஏற்படுத்தித் தந்திருக்கும் பெருங்கதையாடலுக்கு நேர் எதிரான மாற்றுக் கதையாடல்களை உருவாக்குகிறார்.

பொதுச் சமூகத்தில் மக்களால் பிரபலமாகக் கொண்டாடப்படும் இந்தச் சடங்குகள் குறித்த அயோத்திதாசரின் மாற்றுக் கதையாடல் களைத் தருமராஜ் தனது 'அயோத்திதாசரின் எழுத்துகளைத் திரும்ப எழுதிப் பார்த்து விடுவது' என்கிற அணுகுமுறைக்கு எடுத்துக் கொள்கிறார். குறிப்பாகத் தனது கல்லாத்தி என்கிற அமைப்பிலிருந்து குறு நூல்களாக அயோத்திதாசரின் மாற்றுக் கதையாடல்களைத் தனது எழுத்து மூலம் வெளிப்படுத்துகிறார். அவ்வாறு வெளிவந்த முதல் நூல் 'அயோத்திதாசரின் குட்டிக் கதைகள்' என்பதாகும். இந்நூலே கல்லாத்தி அமைப்பிலிருந்து வெளிவரும் முதல் நூல். மிகப்பெரிய பதிப்பகங்களிலிருந்து வெளிவரும் நூல்கள் போன்று பிரம்மாண்டமின்றி மிகவும் எளிமையாகப் பதினைந்து பக்கங்களைக் கொண்ட சிறு புத்தகமாக வெளியிடுகிறார். இந்த நூலில் அயோத்திதாசரின் தொகுதிகளி லிருந்து எடுக்கப்பட்ட மூன்று கட்டுரைகளை, மூன்று குட்டிக் கதைகளாக எழுதுகிறார்.

அவை:

- விளக்கு கதை

- அம்மையும் அவ்வையும்

- எள் நெய்க் குளியல்

என்பதான மூன்று கதைகள் கொண்ட புத்தகமாக வெளியிடுகிறார்

விளக்கு கதை

அயோத்திதாசர் சிந்தனைகள் தொகுதி இரண்டில் சமயம் என்கிற தலைப்பில் எட்டாவதாக உள்ள ஒரு சிறு கட்டுரை அது. அக்கட்டுரையின் தலைப்பானது 'கார்த்திகை தீபமென வழங்கும் கார்த்துல தீபவிபரம்' என்பதாகும். அயோத்திதாசர் எழுத்துகளில் இக்கதை இவ்வாறு கூறப்படுகிறது

'நெடுங்காலங்களுக்கு முன் மடாலபுரம் என்னும் ஊரில் புத்த தம்மத்தைத் தழுவினின்ற சங்கத்தார் பேராமணக்கு சித்தாமணக் கென்னும் வித்துக்களிலிருந்து நெய்யெடுத்து மருந்துகளுடன்

உபயோகித்து அதன் நற்பண்புகளை அறிந்ததுமன்றி தீபம் ஏற்றிக் குளிர்ந்த பிரகாசத்தையுங் கண்டு ஆனந்தித்து அத்தேசத்தை ஆண்டு வந்த அரசனிடம் கொண்டுபோய் காண்பித்தார்கள்.

அவ்வரசன் பேராமணக்கையும் சித்தாமணக்கையும் அதிகமாக விளைவிக்கச் செய்து அவன் தேசத்துள் இருந்த அண்ணாந்து மலையினுச்சியில் வெட்டிப் பள்ளமிட்டு பருத்தி நூல் திரி செய்து ஆமணக்கு நெய்யை வார்த்து பெருந்தீபம் ஏற்றி விடியும் அளவு எரியவிட்டு உதயத்திற் சென்று அவ்விடமுள்ள பட்சிகளுக்கும் ஆடு மாடுகளுக்கும் புகையால் ஏதேனும் தீங்கு நேரிட்டுள்ளதோ என்று ஆராயுங்கால் அவ்விடம் உலாவும் பட்சிகளுக்கும் மிருகங்களுக்கும் யாதோர் தீங்கில்லாதைக் கண்டதுமின்றி அத்தீபக் காவலிலிருந்த மக்களுக்கும் ஓர் கெடுதி வராதிருந்ததினால் அரசன் குடிகள் யாவருந் தருவித்து ஆமணக்கு நெய்யை கொடுத்து தீபம் ஏற்றிக் கொள்ளும்படி ஆக்கியாபித்தான்.

இத்தீபச் சுடரை எக்காலும் காணாதக் குடிகளாதலின் தீபத்தை ஏற்றி வீட்டில் வைக்க பயந்து மூன்று நாள்வரையில் திண்ணைகளின் மீதும் தெரு மாடங்களிலும் வைத்து ஒரு தீங்குங் காணதினால் வீட்டுக்குள் வைத்து அத்தீபம் இருளை விலக்கும் ஒளியாக விளங்கினபடியால் (கார்த்துல தீபம்) என்னும் பெயரை அழித்து புத்த சங்கத்தோர் கண்டுபிடித்த கார்த்திகை மாத பௌர்ணமியில் தேசம் எங்கும் தீபம் வெளியீட்டு பண்டை யீகை அளித்து பகவ தியானஞ் செய்து வந்தார்கள்'

என்று அயோத்திதாசர் கார்த்திகைத் தீபம் குறித்துத் தனது தமிழன் இதழில் எழுதுகிறார். இக்கதையினைத் திரும்பத் திரும்ப வாசிப்பதன் மூலம் மட்டுமே கதையினைத் தெளிவாக விளங்கிக் கொள்ள முடியும். இந்த நிலையில்தான் தருமராஜ் தனது எழுத்து மூலம் இக்கதையைத் திரும்ப எழுதுகிறார். தருமராஜ் இக்கதைக்கு வைத்திருக்கும் பெயர் 'விளக்கு கதை'. இக்கதையை டி. தருமராஜ் இவ்வாறு தொடங்குகிறார்,

> 'ரொம்ப காலத்திற்கு முன் மடலாபுரம் என்று ஓர் ஊர் இருந்தது. அந்த ஊரை ஓர் அரசன் ஆண்டுவந்தான். அரசனின் அரண்மனை பிரம்மாண்டமாய் இருந்தது. அந்த ஊரில் அரசனை எல்லாரும் மதித்தார்கள். நல்லவன் என்று பாராட்டினார்கள். வீரன் என்று கொண்டாடினார்கள்'.

என்று மிகவும் எளிமையாகச் சிறு குழந்தைகளும் படித்துப் புரிந்து கொள்ளும்படியான எழுத்துமுறையைக் கொண்டதாக எழுதுகிறார்.

அயோத்திதாசர் சிந்தனைகள் தொகுதி இரண்டில் நாற்பத்தி ஏழாவது பக்கத்தில் இடம்பெறும் இக்கதையானது ஒரு பக்க அளவிற்கும் குறைவானதாகவே உள்ளது. அக்கதையில் மடலாபுரத்து அரசன் குறித்த தகவல் ஏதுமற்ற நிலையில் தருமராஜ் தனது எழுத்துகளில் மடலாபுரத்து அரசன் குறித்த மிகப் பிரம்மாண்டமான அறிமுகத்தைக் கொடுத்துக் கதையினைத் துவங்குகிறார். ஒரு பக்க அளவிற்கும் குறைவாகச் சொல்லப்பட்ட அக்கதையினைத் தருமராஜ் தனது குறுநூலில் சுமார் பத்துப் பக்கங்கள் கொண்ட ஒரு கதையாகக் கட்டமைக்கிறார். ஆக இக்கதையினை வாசிக்கும் ஒரு வாசகன் அயோத்திதாசர் எழுத்துகளிலிருந்து விளங்கிக்கொள்வதைவிட டி. தருமராஜனின் எழுத்துகள் மூலம் எளிமையாக விளங்கிக்கொள்ள முடியும் என்பது இங்கு முக்கியமானதாகும்.

இதனாலேயே அயோத்திதாசரின் சிந்தனைகள் குறித்த தருமராஜனின் எழுத்துகளை ஆய்வாளர்கள் இவ்வாறு குறிப்பிடுகின்றனர். 'அயோத்திதாசர்: பார்ப்பனர் முதல் பறையர் வரை' என்ற நூலின் வெளியீட்டு விழாவில் பேசும் சமஸ் இந்நூல் குறித்துக் குறிப்பிடும் போது 'அயோத்திதாசரை அணுகுவதற்கான சாவி' என்கிறார். ஒருவர் அயோத்திதாசர் குறித்த ஆய்வுகளை மேற்கொள்ள விருக்கிறார் எனில் அவருக்கு டி. தருமராஜனின் எழுத்துகள் மிகவும் உறுதுணையாக நின்று உதவி புரியும் என்பதாகத் தனது கருத்துகளை முன் வைக்கிறார்.

இவ்வாறே ஜெயமோகனும் அயோத்திதாசர் நூல் அறிமுகவிழாவில் தனது உரையில் தருமராஜனின் நூலினை குறித்துக் குறிப்பிடும் போது, 'இந்நூலானது அயோத்திதாசர் சிந்தனைகளைத் தொகுத்துக் கூறும் நூல் அல்ல; அதேபோல் அயோத்திதாசர் எழுத்துகளை மதிப்பிடும் நூலும் அல்ல; அவ்வாறே அயோத்திதாசரின் கருத்துகளை விவாதிக்கக் கூடிய நூலும் அல்ல' என்று குறிப்பிடுகிறார். இவ்வாறு கூறும் ஜெயமோகன் மேலும் இந்நூலினை அயோத்திதாசர் குறித்த பிற நூல்களிலிருந்து மாறுபடக்கூடிய நூல் என்கிறார். அதோடு மட்டுமின்றி அயோத்திதாசரின் பொருளேற்றம் செய்யப்பட்ட வரலாற்றை ஆய்வுக்கு உட்படுத்துகிறார் டி. தருமராஜ். நூறு ஆண்டுக் கால மறக்கப்பட்ட ஓர் ஆய்வாளரின் கருத்துகளை அல்லது நூறு ஆண்டு கால மறதிக்குப் பின் திரும்பி வந்து அயோத்திதாசரின் எழுத்துகளைத் தமிழ்ச் சமுகத்திற்கு மிகவும் எளிமையுடனும் அதே சமயம் அர்த்தச் செறிவு சிதையாமலும் கொண்டு செல்லும்

பணியை மிகவும் நேர்த்தியாக டி. தருமராஜ் செய்துகொண்டிருக் கிறார் என்று ஜெயமோகன் தனது உரையில் குறிப்பிடுகிறார்.

ஆத்திச்சூடி :

அயோத்திதாசர் விளக்கவுரைகள்

தருமராஜனின் கல்லாத்தி பதிப்பகத்திலிருந்து வெளிவரும் இரண்டாவது குறு நூல். இருபத்தெட்டுப் பக்கங்களைக்கொண்ட இந்நூல் ஆத்திச்சூடிக்கான மரபான விளக்கவுரைகளிலிருந்து மாறுபட்ட அயோத்திதாசரின் விளக்கவுரைகளைக் கொண்டதாக வெளிவருகிறது. ஒளவையார் இயற்றிய இந்நீதி நூல் சிறுவர்கள் இளம் பருவத்திலேயே பாடம் செய்து மனதில் இருத்திக் கொள்ளும் வகையில் சிறு சிறு சொற்றொடர்களால் எளிமையாக அமைந்த ஒன்று. தமிழ்ச் சமுதாயம் நல்லொழுக்கத்திற்கு முக்கியத்துவம் அளித்ததை உணர்த்தும்விதமாக அன்று வழக்கத்தி லிருந்த திண்ணைப் பள்ளிகள் முதல், இன்று பின்பற்றப்படுகின்ற மெக்காலே கல்விமுறை வரை தமிழ் கற்கும்போது தமிழின் உயிரெழுத்துகளைச் சொல்லித் தருகின்ற பொருட்டு ஒளவையின் ஆத்திசூடியைக்கொண்டு கற்பிப்பதை ஆசிரியர்கள் கடைபிடித்து வருகின்றார்கள். இவ்வாறான கற்பித்தலில் ஆத்திச்சூடிக்கு மரபான விளக்கவுரை ஆசிரியர்கள் தரும் விளக்கவுரையிலிருந்து மாற்றான விளக்கவுரை தருகிறார். உதாரணமாக 'அறஞ் செய்ய விரும்பு' என்ற ஆத்திச்சூடிக்கு மரபான விளக்கவுரையானது 'தருமம் செய்ய விரும்புவாயாக' என்கிறது. ஆனால் அயோத்திதாசர் அதற்கு மாற்றாக 'அறக்கடவுளாகிய புத்த பிரானுடைய செயல்களாகிய நல்ல சிந்தனை, நல்ல மனம், நல்ல கருத்து, நல்ல அமைதி ஆகியவற்றை விரும்பு' என்று விளக்கவுரை தந்திருப்பதாகத் தருமராஜ் தனது ஆத்திச்சூடி நூலில் விளக்குகிறார்.

மேலும் ஓர் உதாரணம், 'தையல் சொல் கேளேல்'. இந்த ஆத்திச்சூடிக்கு மரபான விளக்கவுரையாளர்கள் 'மனைவி சொல் கேட்டு ஆராயாமல் நடவாதே' என்பதாக இருக்கிறது. அதாவது பெண்களின் பேச்சினைக்கேட்டு அவ்வாறே நடந்து விடக்கூடாது. அதனை ஆழமான ஆய்வுக்கு உட்படுத்திச் சரியெனப்படும் பட்சத்திலேயே செயல்படவேண்டும் என்பதாகும். ஆனால், இந்த ஆத்திச்சூடிக்கு விளக்கம் தரும் அயோத்திதாசர், பெண்களுக்கும் இந்தச் சொற்றொடருக்கும் எவ்விதச் சம்பந்தமும் இருப்பதாகக் கூறாமல் மரபான விளக்கவுரையிலிருந்து மாற்றான தனது விளக்கவுரையை முன்வைக்கிறார். அதாவது, 'மனதைத் தைக்கும்

கொடூரமான வார்த்தைகளைக் காது கொடுத்தும் கேட்காதே' என்பதாக விளக்குகிறார். இவ்வாறாக ஓர் இலக்கியத்தின்மீதான விளக்கவுரைகளைத் தனது தமிழன் இதழில் அயோத்திதாசர் வாசகர்களின் கேள்விகளுக்குப் பதில் கூறுவதுபோன்று விளக்கிச் சொல்வதை டி. தருமராஜ் தனது எழுத்துகள் மூலம் பொதுச் சமூகம் எளிதில் புரிந்துகொள்ளும்படியாகவும் அயோத்திதாசரின் எழுத்து முறைக்குள் பயணிப்பதற்குத் தூண்டுகோலாகவும் விளக்க ஆரம்பிக்கிறார்.

தேவேந்திரர்கள் வீழ்த்தப்பட்டது எப்படி?

'இது பெரிய எழுத்து' இதழில் வெளிவந்த தருமராஜின் கட்டுரை, கோவையைச் சேர்ந்த தமிழ்ப் பண்பாட்டு ஆய்வு நிறுவனம் மூலம் 2010ஆம் ஆண்டு குறுநூலாக வெளிவருகிறது. வேளாண்மை சார்ந்த தேவேந்திரகுல வேளாளர் சமூகத்தின் உயரிய பண்பாடு தீண்டாமைக்குரியதாக எவ்வாறு மாற்றப்பட்டது? இவர்களுடைய நிலங்கள் எவ்வாறு பிடுங்கப்பட்டுச் சைவ வைணவக் கோயில் களுக்குரியதாக ஆக்கப்பட்டன? இவர்களிடமிருந்த இந்திரன் என்ன ஆனான்? பிராமணர்களுக்கும் தேவேந்திரர்களுக்குமான பகை எவ்வாறு தோன்றியது? தேவேந்திரர்களின் தெய்வம் இந்திரன் பௌத்த மதத்தோடு கொண்டிருந்த உறவு, புத்தருக்கும் இந்திரனுக்குமான தொடர்புகள், இந்திரவிழா எவ்வாறு கொண்டாடப்படுகிறது? நெல் இவர்களின் சமூகச் சின்னமாக எப்படி மாறியது? கோவிலின் அமைப்பு எவ்வாறு தேவேந்திரர் களுக்கு எதிரானதாகத் திருத்தப்பட்டது எனப் பல செய்திகளை டி. தருமராஜ் இந்நூலில் விளக்கிச் செல்வார்.

குறிப்பாகத் தேவ இந்திரர்கள் என்ற புதிய அடையாளத்தை இம்மக்கள் கட்டமைக்கும்முறையை டி. தருமராஜ் இவ்வாறு குறிப்பிடுகிறார். 'கௌதம புத்தருக்கான ஆயிரக்கணக்கான பெயர்களில் இந்திரன் என்பதும் ஒன்று. ஐம்புலன்களையும் அடக்கி ஆண்ட முனிவர் என்பதால் புத்தர் ஐந்திரன் என்று அழைக்கப் பட்டார். 'ஐ' 'இ' யாக மருவியதால் ஐந்திரன் இந்திரனாக அழைக்கப்பட்டார். இவ்வாறு இந்திரன் என்றழைக்கப்பட்ட புத்தர் தெய்வமாக மாற்றப்பட்டபோது அவரோடு தொடர்புடைய பல விஷயங்கள் பலவிதமாக மாற்றப்பட்டன. ஐராவதம் என்ற வெள்ளை யானை இந்திரனின் வாகனமாகக் கற்பனை செய்யப் பட்டது. விவசாயத்தை மையமாகக் கொண்ட சமூகத்திற்கு நீர் தானே அடிப்படை. ஆகவே இந்திரன் மழைக்கான தெய்வமாகக் கருதப்பட்டார். இந்திர விழா கொண்டாடப்படுகிறது. இறுதியாக

இச்சமூகம் தங்களை நெல்லோடு இந்த உலகிற்கு அனுப்பியது இந்திரனே என்றும் அதனால் தங்களது பெயரையும் தேவ இந்திரர்கள் என்று மாற்றிக்கொண்டார்கள் என்றும், மேலும் பிராமணர்களுக்கும் தேவேந்திர குல வேளாளர்களுக்குமான முரண்பாடுகளையும் இந்நூலில் விளக்கிச் சொல்வதற்கு பண்டிதரின் எழுத்துகளிலிருந்தே (இந்திர தேச சரித்திரம்) தரவுகளை எடுத்துக் கொள்வதை காணமுடியும்.

ஒடுக்கப்பட்ட சரித்திரம்

தமிழ் பௌத்தம் 'ஒடுக்கப்பட்ட சரித்திரம்' என்ற டி. தருமராஜனின் கட்டுரை, தலித் என்ற இதழில் 2003ஆம் வருடம் வெளிவருகிறது, அயோத்திதாசர் பண்டிதரின் எழுத்துகளில் மிக மிக முக்கியமான இடத்தை அவரது இந்திர தேச சரித்திரம் பெறுவதாகப் பேராசிரியர் குறிப்பிடுகிறார். இந்திர தேச சரித்திரம் என்கிற தலைப்பில் அயோத்திதாசர் தனது தமிழன் இதழில் 1910 ஆம் வருடம் ஆகஸ்ட் மாதம் கடைசி வார புத்தகம் 4, இலக்கம் 12 என்று குறிக்கப்பட்ட இதழில் ஆரம்பிக்கப்பட்டு 1911 ஆம் ஆண்டு நவம்பர் மாதம் 15 நாள் வெளியான தமிழன் இதழோடு நிறைவுறுகிறது. ஏறக்குறைய பதினைந்து மாதங்கள் தொடர் கட்டுரையாக ஒவ்வொரு வார இதழிலும் எழுதி வந்துள்ளார். கட்டுரைகள் அனைத்தும் தொகுக்கப்பட்டு அயோத்திதாசர் சிந்தனைகள் தொகுதி 1இல் பக்கம் 600 முதல் 679 வரையில் வெளியிடப்பட்டுள்ளது. இக்கட்டுரைகளை டி. தருமராஜ் நூல் என்றே கருதலாம் என்கிறார்.

சற்றேறக்குறைய எண்பது பக்கங்களுக்கு மேலான அயோத்திதாசரின் இந்திரர் தேச சரித்திர எழுத்துகளை டி. தருமராஜ் தலித் இதழுக்குத் 'தமிழ் பௌத்தம் ஒடுக்கப்பட்ட சரித்திரம்' என்கிற தலைப்பில் சுமார் பதினான்கு பக்கங்களில் தமிழ்ச் சமூகம் இந்திர தேச சரித்திரத்தினை மிகவும் எளிமையாகப் புரிந்துகொள்ளும் வகையில் எழுதி முடிக்கிறார். இக்கட்டுரை வெளிவந்த பின்பே சலனமற்று இருந்த தமிழ்ச் சமூகம் அயோத்திதாசரின் எழுத்துகள் குறித்த விவாதங்களைத் துவங்க ஆரம்பிக்கின்றன.

தருமராஜின் அயோத்திதாசர் குறித்த எழுத்துகள் வெளிவர ஆரம்பித்த பிறகு ஆய்வாளர்கள் அயோத்திதாசரின் எழுத்துகளை வாசிக்கவும் விவாதிக்கவும் ஆரம்பிக்கின்றனர். அவர்களில் கஜேந்திரன் அய்யாதுரை, நா. முத்துமோகன், ஆதவன் தீட்சண்யா, ஆ. மார்க்ஸ், மதிவண்ணன், ஸ்டாலின் ராஜாங்கம், பெரியசாமி ராஜா, ஜெயபதி, ஹமீம் முஸ்தபா, ஆ. சிவசுப்பிரமணியன்,

இரவிக்குமார், ராஜ் கௌதமன் மற்றும் ப. மருதநாயகம் போன்றோர் குறிப்பிடத்தக்கோர்.

இந்திர தேச சரித்திரம் பற்றி டி. தருமராஜ் குறிப்பிடும்போது ஒரே வரியில் 'அது ஒரு வரலாற்று நூல்' என்கிறார். 'இந்தத் தேசத்தின் வரலாற்றைப் பேசக்கூடிய நூல். இந்தத் தேசத்தின் கதையை ஒடுக்கப்பட்டோரின் வரலாறாகக் கட்டமைக்கும் நூல்' என்று விளக்குகிறார். இன்றைய காலகட்டத்தில் வரலாறு, வரலாற்று வரைவியல் என்ற செயல்பாடுகள் அனைத்தும் கேள்விகளும் சந்தேகங்களும் விமர்சனங்களும் நிறைந்ததாய் மாறிப்போயுள்ளன. காரணம் எழுதும் வல்லமையைக் கையில் வைத்திருக்கும் சமூகங்கள் தங்களுக்குச் சாதகமான வரலாற்றையே பொதுவான வரலாறாக மாற்றிவிடுகின்றனர். நாம் இன்று கொண்டாடிக் கொண்டிருக்கும் அறிவியல் பூர்வமான வரலாற்று நூல்கள் அனைத்தும் ஒரு பக்கச் சார்பும் பிற பக்கக் காழ்ப்புணர்வும் கொண்டவையாக உள்ளன. இவ்வாறு வரலாறுகள் ஒருபுறம் மிகத் தீவிரமான கண்டனங்களை அனுபவித்தாலும் மறுபுறம் சமூக மாற்றத்தை விளைவிக்கும் தன்மை வாய்ந்த ஆயுதமாக உள்ளது என்ற பாராட்டையும் ஆய்வாளர்களிடம் பெறுகிறது.

இவ்வாறான சூழலில் ஒடுக்கப்பட்ட அல்லது அதிகாரமற்ற அல்லது அடித்தள மக்களின் வரலாற்றை வாய்மொழி வழக்காறு களின் வழி கட்டமைக்க ஆய்வாளர்கள் முனைகின்றனர். இவற்றில் தோற்றம் குறித்த தோற்ற புராணக் கதைகள் முக்கியப் பங்காற்றுகின்றன. இவ்வாறான மாற்று வரலாற்று முயற்சி தொடர்ச்சியாக இருபதாம் நூற்றாண்டுச் சமூக அறிவியல் சிந்தனைகளில் ஒரு விவாதப் புள்ளியாக மாறுகிறது.

இந்நிலையில் அயோத்திதாசருடைய வரலாறு கட்டமைக்கும் பாங்கு அதுவரையிலும் வரலாற்று வரைவியல் சார்ந்த முறையியல் களிலிருந்து முற்றிலும் மாறுபட்டு நிற்பதை தருமராஜன் தனது ஒடுக்கப்பட்ட சரித்திரம் என்ற கட்டுரையில் மிகத் தெளிவாக விளக்குகிறார். அயோத்திதாசர் வரலாற்றை எழுதும் முறையியலில் இரண்டு விஷயங்கள் இருப்பதாகக் கூறுகிறார். ஒன்று சொற்களின் வரலாற்றை எழுதுதல், இரண்டு புராணங்களை மறுவாசிப்புச் செய்தல் என்பதாகும்.

ஒடுக்கப்பட்ட சரித்திரம் என்ற டி. தருமராஜன் கட்டுரை என்பது அயோத்திதாசரின் இந்திர தேச சரித்திரம் என்ற தொடர் கட்டுரைகளை மூலமாகக் கொண்டிருப்பினும் தமிழ்ச் சமூகம்

இந்திர தேச சரித்திரத்தினை அல்லது அயோத்திதாசரின் இந்திர தேச மாற்று வரலாற்றினைத் தருமராஜனுடைய ஒடுக்கப்பட்ட சரித்திரம் என்கிற கட்டுரையின் மூலமே விளங்கிக்கொள்கிறது என்பதை நாம் அனைவரும் இங்கு ஏற்றுக்கொண்டே ஆகவேண்டும் அயோத்தி தாசரின் எழுத்து முறையின்மீது மயங்கும் டி. தருமராஜ் அவரது எழுத்துகள் மூலம் மீண்டும் நம் அனைவரையும் அதே உன்மத்த நிலைக்குக் கொண்டுபோய் நிறுத்துகிறார். மிகவும் எளிமையான வாக்கியங்கள், நிஜத்தைப் புனைவுகளோடு விளக்கிச் சொல்வது அவரது எழுத்துகளில் வெளிப்படும். அவரது கட்டுரைகள், நூல்களைப் படிக்கும் ஒரு வாசகனுக்கு இது ஆய்வுக் கட்டுரையா? அல்லது புனைகதை என்று சொல்வதா? என்று ஒரு மயக்கத்தை ஏற்படுத்தும் என்பதே உண்மை. வலிந்து ஏற்றப்படுகிற ஆய்வுத் தோரணைகளையெல்லாம் களைந்துவிட்டுப் புனைவுகளில் வெளிப்படும் சொற்சுதந்திரத்தைப் பயன்படுத்தி எழுதுவதென்பது டி. தருமராஜனின் சிறப்பு. அறிவியலைப் புனைவின் பக்கமாய் நகர்த்திப் போகிற முயற்சியை மிக நேர்த்தியாகச் செய்து முடிப்பவர்.

இந்த எழுத்து முறையினை இவரது 'ஒடுக்கப்பட்ட சரித்திரம்' கட்டுரையின் மூலம் எங்கும் காண முடியும். அயோத்திதாசரின் இந்திர தேச சரித்திரத்தை நமது வாசிப்பு வசதிக்காக மூன்று பகுதிகளாக வகைப்படுத்திக் கொள்கிறார். முதல் பகுதி இந்திரர் தேசத்தின் உருவாக்கத்தையும் அதன் சமூக பண்பாட்டு சமயச் சூழல்களையும் பேசுகிறது. இரண்டாவது பகுதியில் ஆரியர்களின் வருகையும் அதனால் விளையும் சமூக மாற்றங்களையும் விளக்குகிறது. மூன்றாவது பகுதியானது வேச பிராமணியம் குறித்தும் கட்டுக்கதைகளின் உருவாக்கத்தினையும் விளக்குவதாகக் குறிப்பிடுகிறார்.

இந்திர தேச சரித்திரம் என்ற நூலினை அயோத்திதாசர் புதிய வரலாறு எழுதும் முறையிலாகவே கொள்கிறார். அதில் ஒரு மாற்று வரலாறு இருக்கிறது, அதோடு அது ஒரு வரலாறு எழுதும் முறையிலையும் கொண்டிருக்கிறது. ஏற்கெனவே குறிப்பிட்டது போன்று அயோத்திதாசர் சொற்களின் வரலாற்றை எழுதுதல், மற்றும் புராணங்களை மறுவாசிப்புச் செய்தல் என்ற இந்த இரண்டு விஷயங்களைக் கொண்டு மட்டுமே ஒரு மாற்று வரலாற்றைக் கட்டமைக்கிறார்.

சொற்களின் வரலாற்றை எழுதுதல்

ஐம்புலன்களையும் அடக்கி ஆண்ட சித்தார்த்தன் 'ஐந்திரன்' என்று அழைக்கப்படுகிறான். ஐந்திரன் என்ற பெயர் இந்திரனாக

மாறுகிறது. அவனை வணங்கும் மக்கள் இந்திரர்கள் என்றாகிறார் கள். அவர்கள் வாழும் நாடு இந்திரர் நாடாக விளங்குகிறது. இந்திர நாடு நாளடைவில் இந்திய நாடாக மாற்றமடைகிறது. இந்திரர்கள் இந்தியர்களாக மாறுகிறார்கள்.

வேளாண்மையின் சூத்திரம் அறிந்து தொழில் செய்யும் விவசாயி 'சூத்திரன்' ஆனான். பொருள்களை வாணிபம் செய்பவன் வைசியன், அரசை நிர்வகித்துக் காப்பவன் சத்திரியன், ஞானப் பயிற்சியால் அறிவு பெற்று அனைவருக்குமானவன் அந்தணன் என்று அழைக்கப்பட்டான். இங்கு அந்தணன் என்று குறிப்பிடப் படுபவர்கள் இன்றைக்குள்ள பிராமணர்களை அல்ல. பூர்வக்குடிகளையே அயோத்திதாசர் குறிப்பிடுகிறார். இரண்டு குழுக்களையும் அயோத்திதாசர் யதார்த்த பிராமணர்கள் மற்றும் வேச பிராமணர்கள் என்ற பதங்களைக் கொண்டு வேறுபடுத்துகிறார்.

தருமராஜ் தனது ஒடுக்கப்பட்ட சரித்திரத்தின் இரண்டாவது பகுதியில் ஆரியர்கள் இந்திர தேசத்தில் விளைவித்த எட்டுவகை யான ஏமாற்றுதல்களை வரிசைப்படுத்துகிறார். இதன் மூலம் அங்கு விளையும் சமூக மாற்றங்களும் வேச பிராமணர்களின் வளர்ச்சியையும் விரிவாக விளங்கச் செய்து விடுகிறார்.

**ஆரியர்கள் விளைவித்த எட்டு வகையான
ஏமாற்றுதல்களின் பட்டியல்**

1. அந்தணரென்று தங்களை அடையாளப்படுத்துதல்

2. அதிகாரத்துடன் பிச்சை எடுக்கத் துவங்குதல்

3. கைம்பெண்களை வஞ்சித்துச் சொத்துக்களை அபகரித்தல்

4. உபநய விழா

5. விரதம் என்ற பெயரில் அமைந்த ஏமாற்று

6. நோன்பைக் கெடுத்த செயல்

7. யாகம் என்ற பெயரிலான ஏமாற்றுதல்

8. ஆலயங்களை மதக் கடைகளாக மாற்றுதல்

இப்படியான இடையூறுகளாலும் ஏமாற்றுதல்களாலும் வேச பிராமணர்கள் இந்திர தேசத்தினை அற வழியிலிருந்து தவறிப் பாழ்பட்ட சமூகமாக மாற்றிவிடுவதை டி. தருமராஜன் தனது எழுத்துகள் மூலம் விளக்குகிறார்.

இந்திர தேச சரித்திரத்தின் இறுதிப் பகுதியே மிகவும் முக்கியமானது என்று குறிப்பிடும் அயோத்திதாசர் இங்கேயே சாதி, வர்ணம், தொழில், என மனிதர்களுக்குள் நிரந்தரமான வேறுபாடுகள் உருவாகின்றன. சாதி என்பதைச் சாதித்தல் பொருளிலும், வர்ணம் என்பதை வண்ணம் என்ற பொருளிலும், தொழில் அவர்கள் செய்யும் தொழிலையும் என்ற அர்த்தம் கொண்ட அடையாளத்துடன் அது வரையிலும் வாழ்ந்துவந்த இந்திர தேசத்துச் சமூகம் இந்த வேச பிராமணர்களின் ஏமாற்றும் பண்பாலும், சூழ்ச்சியாலும், தந்திரத்தாலும் அதற்கு வேறுமாதிரியான அர்த்தங்களைக் கட்டமைக்கின்றனர். அவையனைத்தும், ஒருவனது பிறப்பின் மூலம் தீர்மானிக்கப்படுகிறது எனப் பிராமணர்கள் ஒரு புளுகு மூட்டையை அவிழ்த்துவிடுவதாக அயோத்திதாசர் குறிப்பிடுவதை டி. தருமராஜ் தனது கட்டுரையில் விளக்குகிறார்.

இந்திர தேசத்தில் ஆரம்ப காலத்தில் இருந்த சொற்களுக்கான காரண காரியங்களையும் அர்த்தங்களையும் வேச பிராமணர்கள் எவ்வாறு ஏமாற்றித் திரித்துக் கூறினார்கள் என்பதையும் தெளிவு படுத்துகிறார். சான்றாக, 'திரிகாயம்' என்பதன் பொருளானது பௌத்த தன்மம் குறிப்பிடும் உடல் சுத்தம், மன சுத்தம், வாக்கு சுத்தம் ஆகியவற்றைக் குறிப்பதாகும். ஆனால் வேச பிராமணர்கள் அதனுடைய உண்மையான பொருளை அறியாமல் அது ஒரு ரகசியமான மந்திரம் என்றும், அதைச் சாதாரணமாகச் சொல்லக் கூடாது என்றும், அதனை உரு போட்டால் மாயங்கள் நடைபெறும் என்றும், அதன் உண்மைப் பெயர் காயத்திரி மந்திரம் என்று சொல்லி ஏமாற்றத் துவங்கினார்கள் எனக் கூறும் அயோத்திதாசர் இவ்வாறே திரிகாயம் காயத்திரியாகத் திரிகிறது என்கிறார்.

இதுபோல் பல முக்கியமான சொற்களின் அர்த்தங்களைச் சிதைக்கின்றனர். அவ்வரிசையில் 'சாலக்கிரமம்' என்ற சொல்லுக்கான 'அறிவு பெருகுக' என்ற பொருளினை அறியாதவர்கள் நதிக்கரை யின் கூழாங்கற்களில் வண்ண நூலால் கட்டிப் பொது மக்களிடம் இதுவே 'சாலக்கிரமம்' என்று ஏமாற்ற ஆரம்பிக்கின்றனர்.

இவ்வாறு மொழியமைப்புகளின் மீதும் அற நெறிகளின் மீதும் வேச பிராமணர்கள் மேற்கொண்ட தாக்குதல்கள் பலகாலமாகக் கட்டிக் காப்பாற்றிய இந்திர தேசத்துப் பண்பாடுகள் துண்டுகளாகக் காழ்ப்புகள் மேலோடிய சிறு சிறு குழுக்களாக மாற்றப்படுகிறது. ஒட்டு மொத்த சமூகமும் மொழியின் பெயராலும், இனத்தின் பெயராலும், சாதியின் பெயராலும், இந்தத் தேசம் வீழத்து வங்குவதாக டி. தருமராஜ் விளக்கிச் செல்கிறார்.

அயோத்திதாசரின் எழுத்துமுறைகளை விளக்கும் தருமராஜின் எழுத்துகளில் ஒடுக்கப்பட்ட சரித்திரம் என்ற கட்டுரை முக்கியமான தாகும். அயோத்திதாசரின் இந்திர தேச சரித்திரத்தை விளக்கும் தருமராஜ் இதனை மரபான வரலாற்றை எழுதும் முறைகளிலிருந்து முற்றிலும் மாறுபட்ட ஓர் எழுத்துமுறை என்கிறார். இந்த எழுத்து முறையானது வரலாற்றில் நிகழ்ந்திருக்கக் கூடிய அத்தனைச் சம்பவங்களையும் தயவு தாட்சண்யமின்றிப் புரட்டிப்போடுகிறது ஏற்கெனவே கட்டமைக்கப்பட்டிருக்கிற விளக்கங்களின் முதுகிற்குப் பின்னால் ஒளிந்து இருக்கக்கூடிய பல்வேறு ரகசியங்களை அம்பலப்படுத்தத் துவங்குகிறது.

ஏறக்குறைய தலைகீழான மரபு, திருப்பிப் போடுதல், சமூக உறவுகளை வீழ்ந்தவர்களின் பக்கமிருந்து விவரித்தல் ஒடுக்கப் பட்டவனின் வரலாற்றை அவனது பார்வையிலேயே, அவனது வார்த்தைகளிலேயே கட்டமைக்கச் செய்தல் என்பதன் மூலம் மாற்று வரலாற்றைக் கட்டமைக்க அயோத்திதாசரின் இந்திர தேச சரித்திரம் எவ்வாறு முயலுகின்றது என்பதனை டி. தருமராஜன் மிகவும் தெளிவாக அறிமுகப்படுத்துகிறார்.

இறுதியாக ஒன்றைக் கூறி இந்திர தேச சரித்திரத்திலிருந்து வேறு பகுதிக்குச் செல்கிறேன். அது என்னவெனில் பிராமணர்கள் குறித்த கருத்தாக்கம், பிராமணர்கள் குறித்துப் பேசும் பொதுச்சமூகமானது பிராமணர்களே சாதி, வர்ணம், தீண்டாமையை உருவாக்கியவன், எல்லாவற்றையும் தீர்மானிப்பவன், அவன் புத்திசாலி, அவனால் எதையும் சாதிக்க முடியும், அவன் இந்தியாவிற்குள் வரும்போதே செழுமையான மொழியையும் சமயத்தையும் பண்பாட்டையும் கொண்டுவந்தான். பிராமணன் அறிவாளி, எல்லாரையும் ஏமாற்றத் தெரிந்தவன், தன்னை உயர்த்திப் பிறரைத் தாழ்த்துவான், இதுபோன்ற பிராமண எதிர்ப்பு விளக்கங்கள் அனைத்தையுமே பிராமண எதிர்ப்பு என்ற பெயரில் செய்யப்பட்ட பிராமணத் துதிகளே என்று டி. தருமராஜ் தனது எழுத்துகள் மூலம் பதிவு செய்கிறார்.

அயோத்திதாசர் பிராமணர்கள் குறித்துக் குறிப்பிடும்போது அவர்கள் வேடதாரிகள், நன்றாக வேசம் போடத் தெரிந்தவர்கள், இங்கொன்றும் அங்கொன்றும் பேசுவதில் கூச்சமற்றவர்கள், பாதகங்களுக்கு அஞ்சுவதில்லை, குற்றவுணர்ச்சியை இழந்தவர்கள், இட்டுக்கட்டிக் கதைகளைச் சொல்வார்கள், மற்றபடி புத்திசாலித்தனத் திற்கும் இவர்களுக்கும் வெகு தூரம் எனப் பதிவிடுகிறார்.

எல்லாவற்றிற்கும் மேலாகப் பிராமணர்களைப் படிப்படியாக நிராயுதபாணியாக மாற்றும் வேலையை அயோத்திதாசர் செய்கிறார். பிராமணர்கள் சொந்தம் கொண்டாடும் பெயர் அவர்களுடையது இல்லை. அவர்கள் உரிமை பாராட்டும் மொழி அவர்கள் மொழி இல்லை. அவர்களது பழக்க வழக்கம் அவர்களுடையது இல்லை. எல்லாம் வேஷம்; பெயரில் வேஷம்; பேசும் மொழியில் வேஷம்; உணவில் வேஷம்; தோற்றத்தில் வேஷம் என ஒட்டுமொத்தமாக வேஷ விற்பன்னர்களாகச் சித்தரிக்கும் அயோத்திதாசர், பிராமணர்கள் சொந்தம் கொண்டாடிக் கொண்டிருக்கும் அனைத்தையும் அவர்களிடமிருந்து பிடுங்கி எறிந்து அவர்களை ஒன்றும் இல்லாத ஒரு நிராயுதபாணி நிலைக்கு மாற்றிவிடுகிறார். பிராமணர்கள் குறித்து அது வரையிலும் இருந்துவந்த பிம்பத்தை உடைத்ததுதான், அயோத்திதாசர் சாதி, வர்ணம், முறைகளை அழிப்பதற்காகச் செய்த முதல் காரியம் என்று தருமராஜ் தனது எழுத்துகள் மூலம் பதிவு செய்கிறார்.

நான் பூர்வ பௌத்தன்

அயோத்திதாசர் சிந்தனைகள் தொகுதிகளாக வெளியான பின்பு அதனைக் கூட்டாக வாசிப்பதே சரி என்று கருதி பாளையங் கோட்டையில் கல்லாத்தி என்ற பெயரில் தொடர்ச்சியான கூட்டு விவாதங்களை ஏற்படுத்தி அதில் அயோத்திதாசரின் சிறு கட்டுரைகளை வாசித்தும் விவாதித்தும் வந்ததன் விளைவாக தருமராஜால் எழுதப்பட்டதே 'நான் பூர்வ பௌத்தன்' என்ற நூல் என்பதனை ஏற்கெனவே கண்டோம்.

இந்நூல் 2003ஆம் வருடம் மதுரையிலுள்ள டாக்டர் அம்பேத்கர் பண்பாட்டு மையத்தின் மூலம் வெளிவருகிறது. வெளியான உடனேயே அனைத்துப் பிரதிகளையும் விற்றுத் தீர்ந்த இந்நூல் மெதுவாகத் தனது சலனத்தை ஆரம்பிக்கிறது. அயோத்திதாசர் கொண்டாடப்பட வேண்டியவர் எனத் தமிழ்ச் சமூகத்தில் ஒரு சாரார் யோசிக்க ஆரம்பிக்கின்றனர். அதே சமயம் மற்ற குழுவினர் சாதித்து வேசம் பார்க்கிற சாதாரண நபர்தான் என்றும் குறிப்பாக அருந்ததியர் பற்றிய அவரது விளக்கங்களை விமர்சனக் கண்ணோட்டத்தோடு அணுக ஆரம்பிக்கின்றனர். எவ்வாறாயினும் தொண்ணூற்று நான்கு பக்கங்களைக் கொண்ட அந்த சிறு நூல் தன் தகுதிக்கு மீறிய விளைவுகளைச் சமூகத்தில் ஏற்படுத்தவே செய்துவிடுகிறது.

2003ஆம் ஆண்டு முதல் பதிப்பாக வந்த இந்நூல் 2007 ஆம் ஆண்டு தூய சவேரியார் கல்லூரியில் தருமராஜின் பல்கலைக்கழக நிதி

உதவியுடன் செயல்பட்டு வந்த அம்பேத்கர் ஆய்வு மையம் மூலம் இரண்டாவது பதிப்பாக வெளிவருகிறது. அயோத்திதாசர் 'தமிழ் பௌத்தம்' என்ற தனது பெருங்கனவை நாட்டுப்புறத் தெய்வங்களி லிருந்தே துவக்குகிறார் என்பதனை டி. தருமராஜன் காண்கிறார். தமிழ் பௌத்தம் தொடர்பான சிந்தனைகளை அக்காலக்கட்ட தமிழ்ச் சூழலோடு பொருத்திப் பார்த்தே 'நான் பூர்வ பௌத்தன்' நூலினை எழுதுகிறார். தமிழ் பௌத்த சிந்தனைகளை விவாதிப்பதற்கு இரண்டு முக்கியமான காரணங்கள் உண்டு என டி. தருமராஜ் அதனை விளக்குகிறார்.

ஒன்று தமிழக அரசு கொண்டுவந்த மதமாற்ற தடைச் சட்டம். மற்றொன்று தமிழக நாட்டுப்புறத் தெய்வங்களையும், நம்பிக்கை களையும் சார்ந்தது என்கிறார். இந்து அடிப்படை வாதத்தை எதிர் கொள்வதற்கு நாட்டுப்புறத் தெய்வ வழிபாடுகளே சிறந்தது என்று யோசிக்கத் தோன்றும் இச்சூழலில் அதனையும் பிற்போக்குத் தனமானது என்ற முடிவுக்கு வந்து சேருகிறார். ஆக இந்து அடிப்படைவாதத்திற்கு எதிராகப் பகுத்தறிவு சார்ந்து அவர் முன் வைக்கும் பண்பாட்டு மாற்றத்திற்கான திட்டமாக 'தமிழ் பௌத்தமே' இருக்கமுடியும் என முடிவாக நம்புகிறார். இதனை விளக்கிச் சொல்வதற்காகவே 'நான் பூர்வ பௌத்தன்' என்ற சிறு நூல் டி. தருமராஜின் எழுத்துகள் மூலம் வெளிவருகிறது என்பதனை நாம் அறிந்துகொள்ள வேண்டியதாகவுள்ளது.

ஒரு பூர்வ பௌத்தனின் சாட்சியம்

அயோத்திதாசரின் சொல்லாடல்

தருமராஜின் கல்லாத்தி பதிப்பகத்தின் ஐந்தாவது வெளியீடு. ப. மருத நாயகத்தின் எழுத்துகள் மூலம் வெளிவந்த நூல். நூலாசிரியர் தமிழ் இலக்கியத்திலும் ஆங்கில இலக்கியத்திலும் முனைவர் பட்டம் பெற்றவர். பாண்டிச்சேரி மொழியியல் பண்பாட்டு ஆய்வு நிறுவனத்தின் இயக்குனராகப் பணியாற்றியவர். டி. தருமராஜின் அம்பேத்கர் ஆய்வு மையத்தில் அயோத்திதாசர்பற்றி ஒரு கட்டுரை படிக்கவேண்டுமென்று டி. தருமராஜால் பணித்தபோது அதனை மறுக்க முடியாமல் ஏற்றுக்கொண்டு ஒரு சிறப்புச் சொற்பொழிவில் தனது கட்டுரையை வழங்குகிறார். அக்கட்டுரையின் ஆழத்தைக் கண்ட டி. தருமராஜ், ப. மருதநாயகத்திடம் 'இதனையே ஒரு நீண்ட நூலாக ஏன் எழுதக்கூடாது? எழுதித் தாருங்கள் அதனை எங்களது பண்பாட்டு ஆய்வு நிறுவனம் 'கல்லாத்தி' மூலமாக வெளியிடு கிறோம்' எனத் தூண்டுதலை ஏற்படுத்துகிறார். அதன் விளைவாக

விளைந்ததே ப. மருதநாயகத்தின் 'ஒரு பூர்வ பௌத்தனின் சாட்சியம்' எனும் நூலாகும்.

இந்நூலின் உருவாக்கத்திற்காகப் ப. மருதநாயகம் அயோத்திதாசர் சிந்தனைகள் தொகுதிகள் மூன்றினையும் படிக்கத் தொடங்கிய போது ஒரு பெரும்புயலால் தாக்குண்டதுபோலவும் ஓர் அசுர ஆற்றலின் விளக்க முடியாத இரும்புப் பிடியில் சிக்குண்டது போலவும் புத்தனே மறுபிறவியெடுத்து வந்து மீண்டும் மனித இனம் முழுவதன் மேலும் அருள் மழை பொழிவதுபோலவும் உணர்ந்ததாகத் தனது முன்னுரையில் குறிப்பிடுகிறார். அதோடு மேலும் நம் நாட்டின் அரசியல், சமுதாயம், சமயம், இலக்கியம் ஆகியவற்றின் வரலாறுகள்பற்றி அதுவரையிலும் தான் கொண்டிருந்த முடிவுகளிலும், நம்பிக்கைகளிலும் சில மாற்றங்களும் திருத்தங்களும் செய்தாகவேண்டும் என்கிற நிலைப்பாட்டுக்கு வந்து சேர்ந்ததாகக் குறிப்பிடுகிறார் மருதநாயகம். இவ்வாறு, தான் மட்டுமின்றிப் பிற ஆய்வாளர்களுக்கும் அயோத்திதாசரை அறிமுகம் செய்து வைத்ததிலும் அவர்களையும் அயோத்திதாசர் எழுத்துகள் குறித்து விரிவாக எழுதுவதற்குத் தூண்டுகோலாகவும் அமைந்தவர் பேராசிரியர் டி. தருமராஜன்.

டி. தருமராஜ் தனது ஆய்வு சார்ந்த உரையாடல்களுக்கு அயோத்திதாசரின் எழுத்துகள் துணை செய்யமுடியும் என்று எண்ணுகிறார். எண்ணுவது என்பதோடு மட்டுமின்றி அதனையே தனது கருதுகோளாகவும் கொள்கிறார். அவ்வாறான அவரது உரையாடல்களில் மிகவும் குறிப்பிடத்தக்கது சாதி குறித்து நிலவும் அறிவியல் உண்மை. இதில் டி. தருமராஜன் எவ்விதச் சம்மதமும் இல்லாதவராக இருக்கிறார். அவற்றிற்கு எதிரான வலுவான ஏராளமான அனுபவங்களைக் கொண்டவராக உள்ளார். இறுதியாகப் பிராமணர் எதிர்ப்பைச் சாதி எதிர்ப்பாக நிலை நிறுத்துவதில் உடன்பாடு இல்லாதவராகவும் இருக்கிறார். இவ்வாறான இந்த உரையாடலுக்கு அயோத்திதாசரின் எழுத்துகளே மிக முக்கியமான தரவுகளாக அமையும் என்கிற நிலைக்கு வந்து சேர்கிறார்.

மேலும் மாறி வரும் சமூகச் சூழல்களுக்கு ஏற்பச் சமத்துவம், பகுத்தறிவு, கடவுள் மறுப்புப் போன்றவற்றை இன்னும் வலிமையாகக் கருக் கொள்வது எப்படி என்ற கேள்விக்கும் மற்றும் அட்டவணைச் சாதிகள் தலித் என்ற வகைப்பாடுகளிலிருந்தும் எவ்வாறு வெற்றிகரமாக வெளியேறுவது என்ற கேள்விக்கும் அயோத்திதாசரின் யோசனைகள் துணை செய்யமுடியும் என்பது தருமராஜின் முக்கியமான கருதுகோளாக விளங்குகிறது.

இதனையே 'நான் ஏன் தலித்தும் அல்ல' என்ற நூலில் விரிவாக விவரித்துச் செல்கிறார்.

அயோத்திதாசரியம்

அயோத்திதாசருக்கு எவ்வாறு 'தமிழ் பௌத்தம்' என்றொரு பெருங்கனவு இருந்ததோ அதேபோன்று தருமராஜனுக்கும் 'அயோத்திதாசரியம்' என்ற மாபெரும் ஒரு கோட்பாட்டை அல்லது சித்தாந்தத்தைக் கட்டமைக்கவேண்டும் என்ற பெருங்கனவு ஒன்று இருந்திருக்கிறது. இந்தப் பெருங்கனவினைச் சாத்தியப்படுத்துவதற்கு சுமார் இருபது வருடங்கள் மிகப் பெரியதாக தவம் ஒன்றையே மேற்கொண்டிருக்கிறார். அயோத்திதாசர் சிந்தனைகள் தொகுதிகளாக வெளிவந்த ஆரம்ப காலத்தில் ஏற்பாடு செய்த கூட்டாக வாசித்தல் என்ற செயல்பாட்டில் ஆரம்பித்த டி. தருமராஜ் தொடர்ச்சியாக அவரது எழுத்துகளை மீண்டும் திரும்ப எழுதுதல் என்ற அணுகுமுறையினைப் பயன்படுத்தித் தனது எழுத்துகள் மூலம் எழுதிப் பார்க்கிறார்.

பேசுவதற்கு வாய்ப்புக் கிடைக்கின்ற மேடைகளில் எல்லாம் அயோத்திதாசரின் சிந்தனைகளைப் பேசிப் பார்க்கிறார். குறிப்பாக எந்தத் தலைப்பில் பேசுவதற்கு அழைத்தாலும் அதில் அயோத்திதாசரைப்பற்றிப் பேசி விடுவதில் கவனமாக இருந்திருக்கிறார். இந்தப் பேச்சு தற்போதுவரையிலும் தொடர்ந்து வருவதைக் காண முடியும். சமீபத்தில் இணைய வழியில் ஏற்பாடு செய்யப்பட்ட 'உலக நாட்டுப்புறவியல் தின விழாவின்' உரையிலிருந்து, இன்னும் சமீபமாக நடந்து முடிந்த நாட்டுப்புறவியலின் எதிர்காலம் என்ற தலைப்பிலான ஒரு விவாத அரங்கில் கலந்துகொண்டு 'மெய்நிகர் நாட்டுப்புற உருவாக்கம் தமிழ் நாட்டுப்புறவியலின் அரசியல் என்ற தலைப்பிலான உரை வரைக்கும் அயோத்திதாசரையே தனது ஆய்வு உரையாடலுக்கு உறுதுணை செய்பவராக முன் மொழிகிறார். நாட்டுப்புறத் தெய்வங்களிலிருந்தே தமிழ் பௌத்தத்தைக் கட்டமைக்கும் அயோத்திதாசரே தமிழ் நாட்டுப்புறவியலின் முன்னோடி என்று ஏற்றுக்கொள்வதுவரையிலும் அயோத்திதாசரது மீதான டி. தருமராஜின் பற்று நீள்கிறதைக் காண முடியும்.

அயோத்திதாசரியம் என்ற சொற்பதத்தினை முதன் முதலாகக் கோவை பாரதியார் பல்கலைக்கழகம் தமிழ்த்துறை நடத்திய இணைய வழி கருத்தரங்கில் தமிழ் நாட்டுப்புறவியலை நோக்கி என்ற தலைப்பில் ஆகஸ்ட் 17ஆம் நாள் 2020 ஆம் ஆண்டு நிகழ்த்திய

தனது உரையிலேயே டி. தருமராஜ் பயன்படுத்துகிறார். இவ்வுரை யானது நாட்டுப்புறவியல் என்ற கல்விப்புலம் சார்ந்ததாக இருப்பினும் அதனுடைய அரசியலை வடிவமைப்பதில் அயோத்திதாசரின் பங்களிப்பு இன்றியமையாதது என்கிறார். மேலும் நாட்டுப்புறவியலின் வரலாறு என்பது அயோத்திதாசரி லிருந்தே துவங்கவேண்டும் என்றும், தனக்கும் தமிழ் நாட்டுப் புறவியல் என்ற யோசனையை தந்ததும் அயோத்திதாசரே என்று டி. தருமராஜ் தனது உரையில் குறிப்பிடுகிறார். அயோத்திதாசரைப் பற்றிக் குறிப்பிடும் டி. தருமராஜ் அவருக்கு ஆய்வுமுறையியல் அல்லது இனவரைவியல் ஆய்வு அணுகுமுறை என்பதெல்லாம் தெரிந்திருக்கா விட்டாலும் அவர் செய்து முடித்த செயல்பாடுகளே தமிழ் நாட்டுப்புறவியல் தோற்றத்திற்கு அடிப்படை என்கிறார். தனது தமிழ் நாட்டுப் புறவியல் என்ற நூல் முழுவதுமே இக்கருத்து குறித்தே பேசுகிறது என்கிறார்.

நாட்டுப்புறவியலாளர்கள் தங்களது ஆய்வுக்கு ஐரோப்பாவினுடைய முறையியல்களைப் பயன்படுத்துவதை வழக்கமாகக் கொண்டிருக்கும் சூழலில் அயோத்திதாசர் தனது அம்மன் வழிபாடு குறித்த ஆய்வுச் செயல்பாடுகள் மூலம் அதனைத் தலைகீழாக மாற்றிவிடுவதாகக் குறிப்பிடுகிறார் டி. தருமராஜன். அதாவது ஒரு பொதுத்தன்மை ஒன்றினைத் தமிழக அம்மன் வழிபாட்டிற்கு உருவாக்க முயற்சிக்கிறார். ஆடி மாதம், அம்மனுக்குக் கூழ் ஊற்றுதல், வேப்பிலை, விரதம், கட்டுப் பாடுகள், என ஒரு பொதுவான தன்மை ஒன்றினை உருவாக்குவதாகக் கூறும் டி. தருமராஜ் அவ்வாறு ஒரு பொதுத்தன்மை ஒன்றினை உருவாக்கி விடும் பட்சத்தில் சாதி வேறுபாடற்ற, வட்டார வேறுபாடற்ற ஒரு பொதுவான சடங்கு ஒன்றினை உருவாக்கிவிடமுடியும் என்று நம்புகிறார். இக்கருத்தினைப் பிற நாட்டுப்புறவியலாளர்கள் எவ்வாறு ஏற்றுக்கொள்வார்கள் என்ற நிலை இருப்பினும் டி. தருமராஜ் அயோத்திதாசருடைய எழுத்துகள்மீது கொண்டிருந்த வேட்கையினைத் தெளிவாகப் புரிந்துகொள்ள முடிகிறது.

ஆரம்ப காலங்களில் கம்யூனிசம், கேபிடலிசம், செக்யூலரிசம், எனச் சில இசங்கள் மட்டுமே இருந்தன. ஆனால் இன்று உலகெங்கும் பல நூறு இசங்கள் உள்ளதாகக் கூறப்படுகிறது. பாசிசம், நாசிசம், மாவோயிசம், லெனினிசம், மார்க்சிசம், இந்துயிசம், இஸ்லாமிசம், யேசுவிசம், சீக்கிசம், புத்திசம், ஜைனிசம், ஜோராஸ்திரானிசம், ஓசோவிசம், பெரியாரிசம், பெமினிசம், அண்ணாயிசம், ஆரியயிசம் மற்றும் தலித்தியம்

என்றெல்லாம் இசங்கள் உள்ளன. இசங்கள் குறித்து விளக்கும் ஆய்வாளர்கள், இசம் என்பது மனித வாழ்க்கையை வளமாக்கக் கூடியத் தத்துவச் சிந்தனைகளைக் கொண்ட கொள்கைகளின் தொகுப்பு, என்கின்றனர்.

இவ்வாறான இந்தக் கோட்பாடுகளின் வரிசையில் டி. தருமராஜ் அயோத்திதாசரியம் என்ற புதிய கோட்பாட்டினைத் தனது இருபது ஆண்டு கால ஆய்வு முடிவுகளின்படி கொண்டுவந்து நிறுத்துகிறார். இவர் கட்டமைக்கும் கோட்பாட்டிற்காக டி. தருமராஜின் ஆய்வுப் பங்களிப்பை நம் யாராலும் எளிதில் அளவிட்டுவிட முடியாது. நிஜத்தைப் புனைவுகளோடு கலந்து மிகையுலகு ஒன்றை உருவாக்கும் வித்தையை அயோத்திதாசரிடமிருந்து கற்றுக் கொள்ளும் டி. தருமராஜ் அதேபோன்று 'அயோத்திதாசரியம்' என்ற புதிய கோட்பாட்டினைத் தமிழ்ச் சமூகத்திற்கு முன் மொழிகிறார்.

•

துணை நூற் பட்டியல்

- ஞான. அலாய்சியஸ், அயோத்திதாசர் சிந்தனைகள், தொகுதி 1, தொகுதி 2, நாட்டார் வழக்காற்றியல் ஆய்வு மையம், பாளையங் கோட்டை, 1999.

- டி தருமராஜன், நான் பூர்வ பெளத்தன், அம்பேத்கர் ஆய்வு மையம், பாளையங்கோட்டை, 2007.

- ப. மருதநாயகம், ஒரு பூர்வ பெளத்தனின் சாட்சியம், அயோத்திதாசரின் சொல்லாடல், கல்லாத்தி பதிப்பகம், திருநெல்வேலி, 2006.

- டி. தருமராஜன், தேவேந்திரர்கள் வீழ்த்தப்பட்டது எப்படி, தமிழ் பண்பாட்டு ஆய்வு நிறுவனம், கோவை, 2010.

- டி தருமராஜ், நான் ஏன் தலித்தும் அல்ல, கிழக்கு பதிப்பகம், 2016.

- டி. தருமராஜ், அயோத்திதாசர், பார்ப்பனர் முதல் பறையர் வரை, கிழக்கு பதிப்பகம், 2019.

- டி. தருமராஜ், தமிழ் நாட்டுப்புறவியல், கிழக்கு பதிப்பகம், 2020.

- அயோத்திதாசரின் குட்டிக் கதைகள், புத்தகம் - 1, கல்லாத்தி பதிப்பகம், திருநெல்வேலி.

- ஆத்திச்சூடி, அயோத்திதாசர் விளக்கவுரைகள், புத்தகம் - 2, கல்லாத்தி பதிப்பகம், திருநெல்வேலி.

•

அயோத்திதாசரைச்
சூழ்ந்துள்ள அந்தரார்த்தம்

அ. கலையரசி

பேராசிரியர்

நூற்றாண்டுக் கால மறதியிலிருந்து அயோத்திதாசர் விடுவிக்கப் பட்டுத் தமிழின் ஆய்வுலகிற்குக் கொண்டுவந்து சேர்க்கப் பட்டுள்ளார். அயோத்திதாசரின் சிந்தனைகளைத் தொகுத்து வெளியிட்டு அதைத் தொடங்கி வைத்தவர் ஞான. அலாய்சியஸ் அவர்கள். தொடர் உரைகள், தொடர் கட்டுரைகள் தொடர் விவாதங்களின் வழியே மக்கள் மையப்படுத்தியவர் பேரா. டி. தருமராஜ் அவர்கள். இவர்கள் இருவருக்கும் அயோத்திதாசரை மீட்டெடுத்ததில் மிக முக்கியப் பங்கு உண்டு. அயோத்திதாசரைத் தத்துவார்த்தமாக விளக்கியவர்கள் பேரா. ந. முத்துமோகன் அவர்களும் பேரா. பிரேம் அவர்களும் ஆவர். தலித்தியச் சிந்தனையாளராக அயோத்திதாசரை அடையாளம் கண்டவர்கள் பேரா. ராஜ் கௌதமன் அவர்களும், பேரா. ஸ்டாலின் ராஜாங்கம் அவர்களும் ஆவர்.

1990களின் இறுதியிலும் 2000களின் தொடக்கத்திலும் தமிழகத்தில் அயோத்திதாசர் மீதான கவனம் தொடங்குகிறது. இந்திய அளவில் இந்துத்துவத்திற்கு மாற்றாகப் பௌத்தசமயம் மீண்டும் முன்மொழியப் படுகிறது. வைதீக சமயத்திற்கு மாற்றாக பௌத்தத் தோடு சமணமும் முன் வைக்கப்பட்டது. ஒப்பீட்டளவில், சமணத்தைவிட பௌத்தம் தொடர்பான ஆய்வுகளுக்குக் கூடுதல் முக்கியத்துவம் தரப்பட்டது. பௌத்தம் தொடர்பான ஆய்வுகள் வேகப்படுத்தப்பட்டன.

தமிழகத்தில் தலித் இலக்கியங்கள் காத்திரமாக வெளிவந்து கொண்டிருந்தன. அவை, தலித் மக்களின் வலிகளையும் வேதனை

களையும் கடும் துயரங்களையும் பொதுத்தளத்திற்குக் கொண்டுவந்து சேர்த்தன. அவை, தலித் அல்லாதாரிடம் ஒருவிதக் குற்ற உணர்வை உருவாக்கிக்கொண்டிருந்தன. புதிய தமிழகம், விடுதலைச் சிறுத்தைகள் தமிழகத் தேர்தல் அரசியலில் பங்குபெறத் தொடங்கி யிருந்த காலகட்டத்தில்தான் தமிழகத்தில் அயோத்திதாசரின் மீள்வருகை தொடங்கி வைக்கப்பட்டது.

பூர்வ பௌத்தன்

பேரா. டி. தருமராஜ் அவர்கள் அயோத்திதாசரை ஒரு சுயம்புவான, சுயமான தன்னிலையாகவே தமது 'பூர்வ பௌத்தன்' நூலில் அறிமுகப் படுத்துகிறார். அயோத்திதாசரின் அறிமுகம் கேள்விகளி லிருந்தே தொடங்கி வைக்கப்படுகிறது. அயோத்திதாசரின் முதல் கேள்வி ஒடுக்கப்பட்டவர்களுக்கு இழைக்கப்பட்ட அநீதிக்குப் பதிலீடாக அவர்களின் முன்னேற்றத்தில் பிறசாதியினரின் பங்களிப்பு என்ன என்பதே ஆகும். இரண்டாவது கேள்வி கோவில் உரிமை எனும் சமய உரிமை தொடர்பானது. மூன்றாவது கேள்வி இலவசப் பாடசாலை எனும் கல்வி உரிமை குறித்தது. நான்காவது கேள்வி நில உரிமை பற்றியது. இந்நான்கு கேள்விகளும் சாதிய அதிகாரத்தின்மீது பேரதிர்வை ஏற்படுத்தின.

அயோத்திதாசரின் கேள்விகளுக்குப் பதில் தர எழுகிறார் சிவராம சாஸ்திரி. 'கல்வியும் புத்தியும் பிராமண வித்திற்கு மட்டுமே சொந்தமானது' என்று கூறிய சிவராம சாஸ்திரியை அயோத்திதாசர் எதிர்கொண்டவிதம் வரலாற்றில் மிகுந்த முக்கியத்துவம் வாய்ந்தது.

ஒடுக்கப்பட்ட மக்கள் என்றாலே கல்வியறிவற்றவர்கள், ஆங்கிலேயர் களால்தான் அவர்களுக்குக் கல்வி தரப்பட்டது என்று உருவாக்கப்பட்ட பொதுப்புத்தியின்மீது மீண்டும் ஒரு கல்லை எறிகிறார். அயோத்திதாசர் தமிழின் இலக்கண இலக்கியங்களை நன்கு கற்றுணர்ந்தவர், பண்டிதர், சித்த மருத்துவர் என அவரின் அறிவார்ந்த பரிமாணத்தை விவரிக்கும் பொழுது ஒடுக்கப் பட்டவர்கள் குறித்து ஏற்கெனவே உருவாக்கி வைக்கப்பட்டிருந்த பிம்பங்கள் பொலபொலவென உதிரத் தொடங்குகின்றன.

பேரா. டி. தருமராஜ் உருவாக்கும் அயோத்திதாசர் நமக்குள் பெரும் உத்வேகத்தையும் உற்சாகத்தையும் ஒரு சேரத் தருகிறார். நாம் தொலைத்துவிட்ட ஏதோவொன்றை நெடுநாட்களுக்குப்பின் கண்டடைந்துவிட்ட பெரும் மகிழ்ச்சி நமக்கு ஏற்படுகிறது.

அயோத்திதாசரின் இந்திரதேச சரித்திரம் இதுவரை சாதியம், தீண்டாமை குறித்துச் சொல்லப்பட்ட அனைத்துவிதமான கருத்தாக்கங்களையும் முற்று முழுதாக நிராகரித்துப் புத்தம் புதிதான அடையாளத்தைக் கட்டமைக்கிறது. இந்திரதேசத்தில் வாழ்ந்த மக்கள் அனைவரும் அறத்திலும் அறிவிலும் சிறந்து விளங்கினர். இவர்கள் யதார்த்த பிராமணர்கள். வேஷப் பிராமணர்கள் தங்களது பிழைப்பிற்காக யதார்த்த பிராமணர்களைத் தீண்டத்தகாதவர்கள் என ஒதுக்கி வைத்தனர். தீண்டத்தகாதவர் களாக ஆக்கப்பட்டதற்குக் காரணம் அம்மக்கள் கல்வியிலும் அறிவிலும் சிறந்து பௌத்தர்களாக வாழ்ந்ததுதான் எனக் காரண காரியங்களுடன், வாதப் பிரதிவாதங்களுடன் கறாராகக் கட்டமைக்கிறார் அயோத்திதாசர்.

அயோத்திதாசரின் இந்திரதேசச் சரித்திரம் தீண்டாமைக் கருத்தியல் களால் திணறிக்கொண்டிருந்த தன்னிலைகளைத் திணறலிலிருந்து விடுவித்தது. முற்றும் முழுதாக, மகிழ்வாக மூச்சுவிடத் தொடங்கினர். தீண்டாமைக்குட்பட்டு, தீண்டாமையிலிருந்து வெளியேறத் துடித்த ஒவ்வொரு தன்னிலையும் தன் உடல்மீது திணிக்கப்பட்ட சுமத்தப்பட்ட 'தொட்டால் தீட்டு', 'பார்த்தால் தீட்டு' போன்ற கருத்தாக்கங்களிலிருந்து வெளியேறத் தொடங்கின. தீண்டாமைக்கு உட்படுத்தப்பட்டு, ஒடுக்கப்பட்ட இம்மக்களின் சுயம் பூரண அறிவாலும், ஞானத்தாலும், ஒழுக்கத்தாலும், அறத்தாலும் நிறைந்தது என்று அயோத்திதாசர் எடுத்துரைத்ததன் வழியே ஒடுக்கப்பட்ட மக்கள் தங்களது சுயங்களை மீண்டும் அடையாளம் கண்டுகொண்டனர்.

தமிழ் இலக்கியங்களையும் தமிழர்களின் வாழ்க்கைமுறை களையும் மீள்வாசிப்புக்கு உட்படுத்தியதன் வழியே அவரால் அதைச் செய்து முடிக்க முடிந்தது. ஒடுக்கப்பட்டதற்கான காரணம் என்ன, யார் ஒடுக்கினார்கள், எதற்காக ஒடுக்கினார்கள் என்பதற்கான பதில்களைத் தரவே காலனிய ஆய்வுமுறைகள் முயன்றன. ஆனால் ஒடுக்கப்பட்ட வர்களின் சுயத்தை இவ்வாய்வு முறைகளால் கட்டமைக்க முடியவில்லை. ஆனால், அயோத்திதாசர் இந்திரதேச சரித்திரத்தின் வழியே மிகச் சரியாக ஒடுக்கப்பட்டோரின் சுயத்தை மீட்டுருவாக்கம் செய்திருந்தார்.

பேரா. டி. தருமராஜ் அவர்கள் அதைப் பின்வருமாறு விவரிக்கிறார்.

'ஒருவகையில், இது ஒடுக்கப்பட்டதைக் கொண்டாடுதல், ஒடுக்கப் பட்டவன் அனாதையாக வீழ்ந்து கிடக்கும் பிணம் என்று கருதுகிற

நேரத்தில் இந்தக் கொண்டாட்டம் அவசியம். அவனுக்குத் தெளிவான அடையாளங்கள் இருக்கின்றன என்று சொல்ல வேண்டியிருக்கிறது. அவனே இந்தத் தேசத்தின் நீதிக்காகவும் நியாயத்திற்காகவும் உண்மைக்காகவும் ஒழுக்கத்திற்காகவும் போராடி சூழ்ச்சிகளின் மத்தியில் குற்றுயிராய்க் கிடக்கிறான் என்று நிருபிக்கப்பட வேண்டியிருக்கிறது. அநீதிகள் மலிந்த நாட்டில் நீதியைப் பேசுகிறவர்கள் ஊரைவிட்டு விலக்கி வைக்கப்பட்டிருப் பார்கள் என்று அறிவுறுத்த வேண்டியிருக்கிறது. கல்வி செத்த நாட்டில் அறிவாளி தீண்டத்தகாதவன், மொழி தெரிந்த ஊரில் அர்த்தம் தெரிந்தவருக்குப் பேச்சு வராது' (டி. தருமராஜ்: அயோத்திதாசர் பார்ப்பனர் முதல் பறையர் வரை: 2019: பக். 189).

ஒடுக்கப்பட்டோரின் சுயத்தைக் கொண்டாடும் அதேவேளையில் ஒடுக்கப்பட்டோருக்கு ஆதரவாகவும் எதிராகவும் பேசியவர்களை ஒரு பிடிபிடிக்கிறார் பேரா. டி. தருமராஜ். அது ஒருவிதத்தில் பச்சாதாபத்தையும் கழிவிரக்கத்தையும் இரக்கவுணர்வையும் வெறுப்பையும் ஏற்படுத்துகிறது என்கிறார். மேலும் அயோத்திதாசரின் பிராமண எதிர்ப்பை மையமாகக்கொண்டு உருவாகிய திராவிட இயக்கமும் பெரியாரும் அயோத்திதாசரை வெகுஜன வெளிக்குள் பேசவில்லை என்றும் நூற்றாண்டுகளாக அயோத்திதாசர் மறக்கப் பட்டதற்கு முக்கியக் காரணம் திராவிட இயக்கம்தான் எனவும் குற்றம் சாட்டுகிறார்.

அயோத்திதாசர் முன் வைத்த பூர்வ பௌத்தம் அயோத்திதாசரின் மீள்வருகையினால் தமிழ் பௌத்தமாகத் தமிழகத்தில் கொண்டாடப் பட்டது. ஒடுக்கப்பட்ட தன்னிலைகளிடத்தில் பேரெழுச்சியை ஏற்படுத்தியது. அம்பேத்கர் நூற்றாண்டை ஒட்டி, எழுச்சி பெற்ற தலித் இயக்கங்களுக்கும் அயோத்திதாசரின் ஆய்வுகளின் வழியே உருப்பெற்ற பூர்வ பௌத்தம் புது ரத்தத்தைப் பாய்ச்சியது. ஒடுக்கப்பட்ட தன்னிலைகளின் சுயம் குறித்த இக்கருத்தாக்கங்கள் வெகுஜனவெளிக்குள் பெரும் கிளர்ச்சியையும் பாய்ச்சலையும் ஏற்படுத்தின. ஒடுக்கப்பட்டோரின் சுயத்தைக் கட்டமைப்பதில் அயோத்திதாசரின் பார்வையும் அரசியலும் மிக முக்கியமானது.

தமிழ்மொழியின் அந்தரார்த்தம்

தமிழ்மொழியின் லட்சணத்தை, அந்தரார்த்தத்தைப்பற்றிச் சிந்தித்ததும் பேசியதும் அறிமுகப்படுத்தியதும் அயோத்திதாசரே. நவீன, பின் நவீன மொழியியலாளர்களில் சசூர் குறிப்பானுக்கும் குறிப்பீட்டிற்கும் இடையிலான காரண காரிய உறவுபற்றியும்

இடுகுறி உறவுபற்றியும் கூறியுள்ளார். ரோலன் பார்த்தஸ் போன்றோர் முதல்நிலைப் பொருண்மை, இரண்டாம் நிலைப் பொருண்மை என அர்த்தங்களின் பெருக்கம்பற்றிப் பேசியுள்ளனர். ஆனால் மொழிக்கும் பண்பாட்டிற்குமிடையிலான காரண காரிய உறவு குறித்துத் தனித்த ஒரு முறையியலை உருவாக்கியவர் அயோத்திதாசர். ஒவ்வொரு சிறு சிறு அலகையும் அசைவையும் தமிழ் மொழியில் பொதிந்து வைக்கப்பட்டிருக்கும் விதத்தினை அற்புதமாக விளக்கியவர் அயோத்திதாசர் மட்டுமே.

அயோத்திதாசரின் எழுத்துகளை நேரடியாக வாசிப்பதிலும் புரிந்து கொள்வதிலும் சற்றுச் சிரமம் உள்ளது. அதற்காக நாம் நிறைய மெனக்கெட வேண்டியிருக்கும். பேரா. டி. தருமராஜ் அவர்களின் தொடர் வாசிப்பும் திரும்பத் திரும்ப எழுதிப்பார்ப்பதும் அயோத்திதாசரை வாசித்துப் புரிந்துகொள்வதில் நமக்குத் துணைநிற்கின்றன. அவ்வகையில் அவை தமிழ் மொழியின் லட்சணத்தைப் புரிந்துகொள்ளவும் அதன் நுணுக்கங்களைப் புரிந்துகொள்ளவும் நமக்கு வாய்க்கப் பெற்றது என்றே சொல்லலாம். பேரா. டி. தருமராஜ் அவர்கள் நாட்டுப் புறவியலாளராதலால் அயோத்திதாசர் கூறும் மொழியின் இலட்சணத்தை அவரால் எளிதில் புரிந்துகொள்ளவும் நமக்குப் புரியும் வகையில் எழுதவும் முடிந்திருக்கிறது என்றே சொல்லலாம்.

நாட்டுப்புறவியல் கோட்பாடுகளின் வழியே நாட்டுப்புற வழக்காறு களின் கட்டமைப்புமுறை, செயல்பாட்டுமுறை, உளவியல் முறைகள், தருக்க முறைகள், இருண்மை எதிர்வுகள் போன்றவற்றை நுணுக்கமாக அறிந்துகொள்ள முடியும். அக்கோட்பாடுகளைப் பயன்படுத்தித் தமிழ் பண்பாட்டினை விளக்கும் முயற்சிகளில் ஈடுபடமுடியும். ஆனாலும் அது முழுமையானதாக முற்றுப்பெறாமல் தனித்து இருப்பதுபோன்ற தன்மையைக் கொண்டிருப்பதை நம்மால் உணர்ந்துகொள்ள முடியும். ஏனெனில், வழக்காறுகளை நாம் கிடைக்கோட்டு நிலையில் புரிந்துகொண்டு இன்றைய ஆய்வு அர்த்தங்களின் வழியே தமிழின் நீண்ட நெடிய பண்பாட்டு வரலாற்றை விளக்குவதற்கு முயற்சிக்கிறோம். மூவாயிரம் ஆண்டுகளுக்கு மேலான தமிழ்ப் பண்பாட்டை முழுமையாகப் புரிந்துகொள்வதற்கும் விளக்குவதற்கும் இக்கோட்பாடுகளால் இயலவில்லை என்றே கூறலாம். தமிழ்ப் பண்பாட்டில் ஏற்பட்டுள்ள மாற்றங்களை வாய்மொழி மரபின் வழியாகவும் எழுத்து மொழியின் வழியாகவும் சேர்த்தே புரிந்துகொள்ள வேண்டியது அவசியமாகிறது.

இங்கு அயோத்திதாசரின் ஆய்வுமுறைகள் குறித்த பேரா. டி. தரும ராஜன் அவர்களின் கருத்தை நாம் பதிவு செய்யவேண்டியது அவசியமாகிறது. 'மரபாகச் சொல்லப்பட்டு வரும் விளக்கங்களை முற்றிலும் மறுப்பதாக அமைகின்றன அயோத்திதாசர் விளக்கங்கள். ஏறக்குறைய அவரது எல்லா விளக்கங்களும் ஏற்கெனவே சொல்லப்பட்டு வருபவைக்குத் தலைகீழாக அமைந்துள்ளன. இத்தலைகீழ் விளக்கங்களைப் பொத்தாம் பொதுவாய்ச் சொல்லிப் போகாமல் ஆதாரப்பூர்வமாக நிறுவவும் செய்கின்றார். பழந்தமிழ் இலக்கிய, இலக்கண நூற்கள், நிகண்டுகள், பழமொழிகள், பழஞ்சொற்கள் என ஒரு பரந்த தளத்திலிருந்து தனது வாதத்திற்கான ஆதாரங்களை அவர் எடுத்து வருகிறார் (பேரா. டி. தருமராஜ்: 'அயோத்திதாசர் பார்ப்பனர் முதல் பறையர் வரை' :2019:பக். 80-81).

பேரா. டி. தருமராஜ் அவர்கள் கூறுவதுபோல அயோத்திதாசரின் ஆய்வுமுறைகள் பேரார்வத்தை ஏற்படுத்தக்கூடியவை. மேற்கத்தியக் கோட்பாடுகளின் போதாமையால் திணறிக்கொண்டிருந்த தமிழ்ப் பண்பாட்டியல் ஆய்வாளர்களுக்கு அயோத்திதாசரின் இச்சிந்தனை கள் பெரும் திறப்பை ஏற்படுத்தியது என்றே சொல்லலாம்.

தமிழ்ச் சமூகத்தின் அறிவும் அறிவியல் கண்டுபிடிப்புகளும் புராணங்களாக, கடவுளர்களுடன் சேர்க்கப்பட்டு வெறும் சடங்குகளாக மட்டுமே பின்பற்றப்பட்டு வருகின்றன. கார்த்திகை தீபம், தீபாவளி, நல்லெண்ணெய், விளக்கு எண்ணெய், வேம்பு, திருவிழாக்கள், பண்டிகைகள் போன்றவற்றிற்கு அயோத்திதாசர் தரும் விளக்கம் அறிவியலோடு மிக நெருக்கமாக இருப்பதைப் புரிந்துகொள்ள முடிகிறது. அயோத்திதாசர் ஆய்வுமுறை தமிழ்ப் பண்பாட்டின் ஆய்வு முறையியலாகவே எடுத்துக்கொள்வதற்கான அத்துணை குணாம்சங்களையும் பெற்றுள்ளது. ஒன்றைத் தவிர.

'பூர்வ பௌத்தனின் கல்லறை'

அயோத்திதாசரைத் தமிழின் ஆகச்சிறந்த ஆளுமையாகக் கட்டமைக்கும் பேரா. டி. தருமராஜ் அவர்கள் நூலின் மூன்றாவது பகுதியான 'பூர்வ பௌத்தனின் கல்லறையில்' சற்று வேறுபடுகிறார். பூர்வ பௌத்தனில் 'பௌத்த தன்னிலையாகவும்', இது பௌத்த நிலத்தில் 'தமிழ் தன்னிலையாகவும்', பூர்வ பௌத்தனின் கல்லறையில் 'தலித் தன்னிலையாகவும்' அயோத்திதாசரை வகைப்படுத்தி விளக்குகிறார் பேராசிரியர். அப்பகுதி முழுவதும் ஞாபகம், மறதி என்ற எதிரெதிர் தளங்களுக்குள் பயணப்படும்

தன்னிலையாகவே பேரா. டி. தருமராஜ் அவர்களின் நூலைப்அவர்களைப் புரிந்துகொள்ள முடிகிறது. அயோத்திதாசர் வீழ்த்தப்பட்ட மரபுகளை மீட்டெடுத்ததினால், அவரையும் மறதி சுற்றிக்கொண்டது என்கிறார். மேலும் அயோத்திதாசர் மீட்டெடுத்த பூர்வ பௌத்தம் என்ற ஒன்று எப்பொழுதும் இல்லை. அது பொய் ஞாபகமே என்கிறார். அப்படியொரு உன்னதமான உலகம் முன்னெப்பொழுதும் இல்லை. எப்பொழுதும் அப்படி ஓர் உலகம் இல்லை என்றும் கூறுகிறார்.

அயோத்திதாசர் தமிழ் மொழியிலும், தமிழ்ப் பண்பாட்டிலும் பொதிந்திருக்கும் அந்தராாத்தங்களை லட்சணங்களை நோக்கிப் பயணம் செய்கிறார். இறுதியில் பூர்வ பௌத்தத்தில் கொண்டு போய்ச் சேர்க்கிறார். பேரா. டி. தருமராஜ் அவர்களோ சொற்களிலும் எழுத்திலும் இடம்பெற்றிருக்கும் ஒலிக்கும் மெய்களையும் ஒலிக்கா மெய்களையும் நோக்கிப் பயணம் செய்கிறார். வாசகனை மொழிக்குக் கொண்டுபோய்ச் சேர்க்கிறார். அதன் மூலம் அயோத்திதாசரைத் தமிழ்மொழியின் தமிழ்ச் சமூகத்தின் ஒலிக்கா மெய்யாக வாசகனை மொழியாக முன்னிறுத்துகிறார். அதன் வழியே அயோத்திதாசர் தருக்கத்திற்கு அப்பாற்பட்டவர் என்கிறார்.

யதார்த்த பிராமணர் துவேஷ பிராமணர் என்ற அதிர்வுகளை அயோத்திதாசர் முன் வைக்கிறார். யதார்த்த பிராமணர்களைத் தீண்டத்தகாதவர்கள் என ஓரங்கட்டிவிட்டு வேஷப் பிராமணர்கள் ஆதிக்கம் செலுத்தத் தொடங்கினர். யதார்த்த பிராமணர்கள் ஒடுக்கப்பட்டதற்குக் காரணம் அவர்கள் பூர்வ பௌத்தர்களாக இருந்துதான் என அயோத்திதாசர் நம்புகிறார். அதற்குரிய கதையாடலைக் கட்டுகிறார். பேரா. டி. தருமராஜ் அவர்களோ பறையர் - பிராமணர் என்ற எதிர்வுகளை முன்வைக்கிறார். ஒலித்தல் (அ) பறைதல், வாசித்தல் (அ) பார்த்தல் என்பதன் வழியே எதிர்வுகளைக் கட்டமைக்கிறார். பறைதலுக்கும் பார்த்தலுக்குமான வேறுபாடு ஒலித்தலுக்கும் எழுத்துக்குமான வேறுபாடு என்கிறார். அதுவே பறையருக்கும் பார்ப்பனருக்குமான வேறுபாடாக மாற்றம் பெறுகிறது என்கிறார். பார்த்தலுக்கு முந்தையது பறைதல். 'என் தம்பி பார்ப்பான்' என்ற சொல்லாடலை மையப்படுத்தி இதைக் கட்டமைக்கிறார்.

அயோத்திதாசர் 'பார்ப்பனுக்கு மூத்தோன் பறையன்' என்ற சொல்லாடலை முன் வைத்துத் தமது ஆய்வைத் தொடங்கியதாகப் பேரா. டி. தருமராஜ் குறிப்பிடுகிறார். ஆகவேதான் பார்ப்பனருக்கும் பறையருக்குமான முரண்பாட்டிற்குக் காரணம்,

பறையர் சமூகத்தவர்கள் பூர்வ பௌத்தர்களாய் இருந்ததுதான் காரணம் என அயோத்திதாசர் விளக்குவதாகக் கூறுகிறார். மேலும் பார்ப்பனருக்கான பண்பாட்டு முதன்மையும் பறையர் இன மக்களுக்கு அதுவே தலைகீழாக இருப்பதையும் காண்கிறார். பார்ப்பானுக்கு மூப்பு பறையன் என்பதால், பறையர் சமூகத்திற் கான சமூக மரியாதை பின்னாட்களில் பார்ப்பனர்களுக்குப் போகிறது. பறையர் சமூக மக்கள் அவமரியாதைக்கு உட்படுத்தப் படுகின்றனர் என அயோத்திதாசர் கூறுவதாகக் கூறுகிறார்.

டி. தருமராஜ் அவர்கள் பறையருக்கும் பார்ப்பனருக்குமான முரண்பாடு ஒலித்தலுக்கும் வாசித்தலுக்குமான வேறுபாடே என்கிறார். ஒலித்தல் நிலையாக எழுத்தில் நிலைநிறுத்தப்படும் பொழுது அதன் ஒலி காப்பாற்றப்பட்டுவிடுகிறது. அதேவேளை யில் அதன் முதன்மையான ஒலித்தல் தன்மையை அது இழந்து மெளனமாகிறது. எழுத்து மெளனமான வாசிப்பையே கோருகிறது. மேலும் ஒலித்தல் நிலையற்றதாகவும் எழுத்து நிலையானதாகவும் இருப்பதால், முந்தையதை பிந்தையது வெற்றிகொள்கிறது. ஆகவே தோற்றதன் மேல் வெற்றிகொண்டது ஆதிக்கம் செலுத்துகிறது என்ற முடிவிற்கு வருகிறார். பார்ப்பனர்கள் ஆதிக்கம் செலுத்து வதையும் பறையர்கள் ஆதிக்கத்திற்கு உள்ளானது குறித்தும்தான் இருவரும் குறிப்பிடுகின்றனர்.

அயோத்திதாசரின் பூர்வ பௌத்தம், பொய் ஞாபகம் எனக் கூறும் பேரா. டி. தருமராஜ், அவர்கள் எழுத்து பார்ப்பனர்களின் வாசித்தலுக்கானது என்று கூறுகிறார். பார்ப்பனர்களின் பண்பாட்டு மேலாதிக்கத்திற்குக் காரணம் அவர்கள் எழுத்தைக் கைப்பற்றியது தான் எனக் கூறுகிறார். பார்ப்பனர்கள் எழுத்தை மையமாகக் கொண்டவர்கள் என்றால், அயோத்திதாசர் சொல்வதுபோல் அவர்கள், சகடபாஷைக்கான எழுத்துக்குச் சொந்தக்காரர்களாய் இருந்திருக்கவேண்டும். ஆனால், திராவிட பாஷையின் எழுத்துக்குச் சொந்தம் கொண்டாட முடியாது அல்லவா. ஏனெனில் இருபாஷை களின் ஒலிப்பு முறையும் வேறு வேறானவை. அவ்வாறிருக்கும் பொழுது எழுத்தும் வேறு வேறானதாகத்தானே இருக்க முடியும். வாய்மொழிக்கும் எழுத்துக்குமான எதிர்வுதான் பறையர்களுக்கும் பார்ப்பனர்களுக்குமான முரண்பாட்டிற்குக் காரணம் என்று கூறுவதை முற்றும் முழுதாக ஏற்றுக்கொள்ள இயலவில்லை.

மேலும் அயோத்திதாசர் முன்வைக்கும் யதார்த்த பிராமணர் என்ற கருத்தாக்கத்தைப் பூர்வ பௌத்தனின் கல்லறைப் பகுதியில்

பிராமணம் என்பதை 'மிதக்கும் குறிப்பான்' என அடையாளப் படுத்துகிறார் பேரா. டி. தருமராஜ். மிதக்கும் குறிப்பானான பிராமணம் உயர்வானது, உன்னதமானது என்ற அர்த்தத்தில் பயன்படுத்தப்பட்டுள்ளது. அத்துடன் யதார்த்த பிராமணர் வேஷபிராமணர் என்ற இருவகையும் மிதக்கும் குறிப்பான் என்ற ஒற்றை அடையாளத்திற்குள் வருகிறது. அவற்றிற்கு இடையிலான முரண்பாடுகளும் இச்சொல்லாடலில் மறைந்து போய்விடுகிறது. 'மிதக்கும் குறிப்பான்' என்ற சொல்லாடல் இன்றைய நிலையில் பிராமணம் என்பதைத் தமது அடையாளமாகக் கொண்டிருப்பவர் களுக்கே வலு சேர்ப்பதாக அமைந்துவிடும் சிக்கலும் உள்ளது.

பேச்சு/எழுத்து, பொய் ஞாபகம், ஒலிக்காமெய், மிதக்கும் குறிப்பான் போன்ற நவீன மொழியியல் சொல்லாடல்களின் வழியே அயோத்திதாசரின் பூர்வ பௌத்தம், பறையர்து பார்ப்பனர் குறித்த கருத்தாக்கங்களை விவாதத்திற்கு உள்ளாக்குகிறார் பேரா. டி. தருமராஜ். அயோத்திதாசர் மீளுருவாக்கத்திற்குப் பின்னர்த் தமிழகத்தில் அயோத்திதாசரின் இடம் என்னவாக உள்ளது என்பதைத் திரும்பத் திரும்ப விவாதிக்கும் முயற்சியாகப் பூர்வ பௌத்தனின் கல்லறையில் இவை வெளிப்படுவதாகப் புரிந்துகொள்ள முடிகிறது.

அயோத்திதாசர் மீளுருவாக்கம் – பூர்வ பௌத்தம் – தமிழ் பௌத்தம்

தமிழகச் சூழலில் காலனிய காலகட்டத்தில் அயோத்திதாசர் பூர்வ பௌத்தத்தை மீட்டெடுக்கத் துணிகிறார். 1990-களில் அயோத்திதாசரை மீட்டெடுப்பதன் வழியே பூர்வ பௌத்தம் மீட்டெடுக்கப்பட்டுத் தமிழ் பௌத்தமாக முன்வைக்கப்பட்டது. இந்திய அளவில் அம்பேத்கர் பௌத்த சமயத்திற்கு மாறியுள்ளார். கிறித்தவ, இஸ்லாமிய சமயங்களை விடுத்து அவர் பௌத்த சமயத்தையே தேர்ந்தெடுக்கிறார். சாதியப்பாகுபாடு பௌத்தத்தில் இல்லை யென்பதே அம்பேத்கர் போன்றோரின் எண்ணமாக இருந்திருக்கிறது. அயோத்திதாசரும் அம்பேத்கரும் பௌத்தத்தையே ஒடுக்கப்பட்ட தன்னிலைகளுக்கான மீட்சியாக இருக்கும் என நம்புகிறார்கள். அம்பேத்காரின் அரசியல் சாசனம், பொருளாதாரக் கோட்பாடுகள், பண்பாட்டியல் ஆய்வுகள் போன்றவை அனைவராலும் ஏற்றுக்கொள்ளப்பட்டவை. அம்பேத்காரின் அரசியல் சித்தாந்தங்களை ஏற்றுக்கொண்டு

பின்பற்றும் ஒடுக்கப்பட்ட தன்னிலைகளில் பெரும்பாலானோர் பௌத்தர்களாக மாறவில்லை.

அயோத்திதாசர் பூர்வ பௌத்தத்தை முன் வைத்த காலத்திலும் அயோத்திதாசர் மீளுருவாக்கம் செய்யப்பட்டுத் தமிழ் பௌத்தம் பேசப்பட்ட காலத்திலும் பெரும்பாலான ஒடுக்கப்பட்ட தன்னிலைகள் பௌத்தத்தைப் பின்பற்றவில்லை. ஒடுக்கப் பட்டவர்களின் சுயத்தைப் பௌத்தத்திலிருந்து அயோத்திதாசரின் வழியே முயற்சித்தபொழுதும் ஒடுக்கப்பட்ட தன்னிலைகள் பௌத்தத் தன்னிலைகளாக மாறிவிடவில்லை. காந்தி முன்வைத்த ஹரிஜன், ஆதிதிராவிடர், அட்டவணை சாதியினர், ஒடுக்கப்பட்ட சாதியினர், பட்டியலினத்தவர் எனத் தம்மீது திணிக்கப்பட்ட அடையாளங்களிலிருந்து வெளியேறத் துடித்துக் கொண்டிருந்த போதிலும், பௌத்தத்தை முற்று முழுதாக ஏற்றுக் கொள்ள வில்லை என்றே சொல்ல முடிகிறது. அதற்குப் பௌத்தத்தின் கறார் தன்மையும் காரணமாக இருக்கலாம்.

பேரா. டி. தருமராஜன் அவர்கள் குறிப்பிடுவதுபோலப் பெரியாரின் பகுத்தறிவு, பிராமண எதிர்ப்பு, கடவுள் மறுப்பு போன்ற சிந்தனைகளை முன் வைத்துத் திராவிடக் கருத்தியல் வெற்றி பெற்ற அளவுக்குப் பூர்வ பௌத்த கருத்தியல் போதுமான அளவுக்கு வெற்றிபெற இயலவில்லை என்ற கருத்தை நாம் இங்கு மற்றோர் காரணமாக ஏற்றுக்கொள்ளலாம்.

இன்றைய நவீன சமூக அமைப்பில் சாதிச்சங்கங்களும், அரசியல் கட்சிகளும் தங்களுக்கான உரிமைகளை அதிகாரப் பகிர்வைக் கோரி வருகின்றன. இச்சூழலில் ஒவ்வொரு சாதியும் வரலாற்றில் தமக்கான இடத்தைக் கண்டெடுக்கவும் மீட்டெடுக்கவும் முனைகின்றது. ஆங்கிலேய காலனிய ஆட்சிக்கு எதிராகப் போராடிய தலைவர்களும் பண்பாட்டு அதிகாரத்திற்கு எதிராகப் போராடிய தலைவர்களும் சாதிய அடையாளங்களுக்குள் மாட்டிக் கொள்வதும் உண்டு. அயோத்திதாசர் மீட்டெடுக்கப்பட்ட காலத்தில் அவரின் பூர்வ பௌத்தம், யதார்த்த பிராமணர் x வேஷ பிராமணர், பறையர் x பார்ப்பனர் என்பதாகவே புரிந்து கொள்ளப்பட்டது.

அதேவேளையில் தமிழகத்தில் அயோத்திதாசரின் இடம் மிக முக்கியமானது. ஒடுக்கப்பட்ட தன்னிலைகளின் சுயங்களை அடையாளம் காட்டியதால் தமிழகத்தில் வெகுஜன வெளிக்குள் அயோத்திதாசர் கொண்டாடப்படுவதும் நடைபெறுகிறது.

திராவிடக் கட்சிகள், மார்க்சிய இயக்கங்கள், தலித் இயக்கங்கள், தமிழ் தேசிய அமைப்புகள், போன்றவை அயோத்திதாசரைத் தமிழகத் தலைவர்களில் ஒருவராக முன்மொழிவதும் நடைபெறுகிறது. அயோத்திதாசர் முன்வைத்த பூர்வ பௌத்தம் வெகுஜனவெளியில் போதிய கவனம் பெறாமலே இருக்கிறது. தமிழ்ப்பௌத்தம் தமிழின் ஆய்வுத்தளத்தில் பேசுபொருளாக மாறி உள்ளது.

ஒரு வகையில் அயோத்திதாசரின் தமிழ் பௌத்தம் தமிழர்கள் வீழ்த்தப்பட்ட ஞாபகமாக வரலாற்றில் தொடரவே செய்கிறது.

●

அயோத்திதாசரெனும்
மனித நிகழ்வு

சத்திவேல்

ஆய்வாளர்

கடந்த 15 ஆண்டுகளில் நான் வாசித்த அபுனைவு நூல்கள் ஏராளம். அவற்றில் முக்கியமானவை இரண்டு. ஒன்று, ஜெயமோகனின் இன்றைய காந்தி (2009 மற்றும் 2011). மற்றொன்று, பேராசிரியர் டி. தருமராஜின் அயோத்திதாசர்(2019).

புனைவெழுத்தாளரான ஜெயமோகன், காந்தி குறித்த அவதூறு களுக்கு அபுனைவுத்தரவுகளின் வழி பதிலளிக்கும் முயற்சியாக இன்றைய காந்தி அமைந்திருக்கும். அபுனைவு ஆய்வுப்பேராசிரி யரான டி. தருமராஜ், நூற்றாண்டுக் காலமாய்த் தமிழ்ச்சமூகத்தின் நினைவில் மறதியாய் இருந்த அயோத்திதாசரைப் புனைவுத் தளத்தில் நின்று ஞாபகப்படுத்தும் எத்தனிப்பாக அயோத்திதாசர் இருக்கும்.

●

டி. தருமராஜின் அயோத்திதாசர் நூலை நான் வந்தடைந்ததே தற்செயலாகத்தான். இருவருடங்களுக்கு முன்பு அயோத்திதாசர் தொடர்பான ஜெயமோகனின் கட்டுரையை மட்டுமே வாசித்திருந்தேன். தொடர்ந்து ராஜ் கௌதமன், ஸ்டாலின் ராஜாங்கம் போன்றோரின் கட்டுரைகள் வழியே அயோத்திதாசரைப் பற்றிய சித்திரம் ஒன்று எனக்குக் கிடைத்தது. அச்சித்திரம் எவ்விதத்திலும் என்னைச் சீண்டவில்லை. ஒடுக்கப்பட்ட சாதி ஒன்றின் முன்னோடியாகவே அவர் என்னை வந்தடைந்திருந்தார் அல்லது அவர்களின் கட்டுரைகள் வழி அப்படியான புரிதல்தான் எனக்கு ஏற்பட்டிருந்தது. இன்னும் சொல்லப்போனால், தலித்

அரசியலின் முன்னோடிகளில் ஒருவராகவே அவரைப் புரிந்திருந்தேன்.

இப்படியான சூழலில், நான் ஏன் தலித்தும் அல்ல எனும் நூலொன்றைப் பற்றிய கேள்விப்படல் நிகழ்ந்தது. அதன் ஆசிரியரான டி. தருமராஜின் திரை விமர்சனக் கட்டுரைகளை (காலா மற்றும் கபாலி) தமிழ் இந்து நாளிதழில் வாசித்திருந்தேன். அப்போது என்னைக் கொஞ்சமாய் ஈர்த்திருந்த டி. தருமராஜ் நான் ஏன் தலித்தும் அல்ல (நூல் தலைப்பு) வழியாகப் பெரிதும் கவர்ந்துவிட்டார். அக்கட்டுரை நூலை இப்போதுவரை நான் படிக்கவில்லை. அந்நூல் வெளியீட்டு விழா காணொலிகள் வழியாக மட்டுமே அக்கட்டுரைநூல் அறிமுகமாகி இருந்தது. அந்நிகழ்வின் காணொலி வழியாக டி. தருமராஜின் குரல் எனக்கு அறிமுகமானது.

வருடங்கள் நகர்ந்தன. டி. தருமராஜின் அயோத்திதாசர் நூல் வெளியீடு பற்றி ஜெயமோகன் தளத்தின் வழி அறிந்தேன். அந்நூல் வெளியீட்டு விழாக் காணொலிகளையும் ஸ்ருதி வலைக்காட்சி வழியேதான் காணமுடிந்தது. பத்திரிகையாளர் சமஸ், மார்க்சிஸ்ட் எம்.பி. சு. வெங்கடேசன் மற்றும் புனைவு எழுத்தாளர் ஜெயமோகன் ஆகியோர் பங்குகொண்டிருந்த வெளியீட்டு விழாவே எனக்கு ஆச்சர்யமான ஒன்று. அப்போதும் அயோத்திதாசர் நூலை வாசிக்கவேண்டும் என்று முடிவு செய்தேனே ஒழிய, அதற்காக மெனக்கெடவில்லை.

அயோத்திதாசர் நூல் வெளிவந்து சில மாதங்களில் கொரொனா ஊரடங்கு அமலுக்கு வந்தது. வெளியே செல்ல முடியாமல் வீட்டில் அடைந்திருக்கவேண்டிய நிலை. அக்காலகட்டத்தில், வீட்டில் இருப்பேன் அல்லது சில கி.மீ. தள்ளி இருக்கும் நண்பர்கள் வீட்டில் இருப்பேன். அந்நாட்களில், ஜூம் இணைய உரையாடல் களில் விருப்பம் உள்ளவற்றைப் பதிவிறக்கம் செய்து பார்க்கலாம் என முடிவு செய்தேன். அப்போது எனக்கு அறிமுகமான உரைதான் டி. தருமராஜின் தமிழ் பௌத்தம். அவ்வுரையை இரண்டு முறைக்கும் மேல் கேட்டிருப்பேன். உள்ளுக்குள் தொடர்ந்து குடைந்து கொண்டிருந்த ஏதோ ஒரு கேள்விக்கு விடையைப்போல அவ்வுரை எனக்குத் தோன்றியது. அத்தருணத்தில்தான் அயோத்திதாசரைக் குறித்துத் தெரிந்துகொள்ளவேண்டும் எனும் தூண்டுகை இயல்பாகவே தீவிரமானது.

இருநாட்களிலேயே டி. தருமராஜ் அவர்களின் தொடர்பு எண்ணைப் பிடித்து, அவரோடு தொடர்ந்து உரையாடத்

துவங்கினேன். அப்போதும் அயோத்திதாசர் நூலைப் படித்திருக்க
வில்லை. ஒருமுறை, அவரோடு பேசிக்கொண்டிருக்கும்போது,
நூல் வாசிக்காத குற்ற உணர்வை அடைந்தேன். ஓரிரு வாரங்களில்,
அயோத்திதாசர் நூலை வாங்கினேன். வாங்கிய இரவே, நூலை
ஒரே மூச்சில் வாசித்து முடித்தேன். அயோத்திதாசரின் சிந்தனை
களை இதுகாறும் வாசிக்காமல் விட்டுவிட்டோமே எனும் குற்ற
உணர்வு எனை ஆட்கொண்டது; மானசீகமாக அயோத்திதாசரிடம்
அதற்காக மன்னிப்பும் கேட்டேன்.

ஜெயமோகனின் தாசர்

2011-இல் தமிழினி இதழில் அயோத்திதாசர் பற்றிய நெடுங்கட்டுரை
ஒன்றை எழுதினார் ஜெயமோகன். அக்கட்டுரை அப்போது எனக்கு
வசீகரமாக இருந்தது; பலமுறை அக்கட்டுரையைப் படித்திருப்பேன்.
முதற்சிந்தனையாளர் வழிச்சிந்தனையாளர் எனச் சிந்தனையாளர்
களைப் பகுத்துக்கொண்டு துவங்கும் அக்கட்டுரை தாசரின்
பிசிறுகளாகச் சிலவற்றைச் சொல்வதோடு நிறைவு பெறுகிறது.

முதற் சிந்தனையாளர்களாக எஸ்.என். நாகராசன், மு. தளைய
சிங்கம் (ஈழம்) மற்றும் அயோத்திதாசரை அறிமுகப்படுத்தும்
ஜெயமோகன், வழிச்சிந்தனையாளர்களாக பெரியாரையும்
(ஈ.வெ. இராமசாமி), பாரதியையும் குறிப்பிட்டிருப்பார்.
இரண்டுக்குமான வேறுபாடுகளைத் தனக்கான மொழியில்
விளக்கியும் செல்வார். அக்காலகட்டத்தில் மிக முக்கியக் கட்டுரை
முயற்சி அது.

எஸ். என். நாகராசனின் சாரமான கீழை மார்க்சியத்தையும், மு.
தளைய சிங்கத்தின் மூலமான மெய்முதல் வாதத்தையும், தாசரின்
வலியுறுத்தலான பூர்வ பௌத்தச் சிந்தனையையும் நான்
அக்கட்டுரையின் வழி கண்டடையவில்லை. எனினும்,
அக்கட்டுரையின் வழியாகவே அவர்கள் மூவரிடமும் வந்து
சேர்ந்திருந்தேன்.

தாசரின் சிந்தனைகளைக் குறித்து விரிவாக எழுதவேண்டும்
என்பதாக அக்கட்டுரையில் குறிப்பிட்டிருக்கும் ஜெயமோகன்,
பிற்காலத்தில் அப்படியான முயற்சியை மேற்கொண்டதாகத்
தெரியவில்லை.

தன்னுடைய வாசிப்பு மற்றும் எழுத்து அனுபவங்கள் வழி தாசரைக்
கொண்டு முன்னும் பின்னுமாகச் சில தருணங்களை நம்முடன்
பகிர்ந்து கொண்டிருப்பார் ஜெயமோகன். அவை பெரும்பாலும்

தாசருடைய காலகட்டச் சூழலை விளக்குவதற்கான முயற்சியாகவே பட்டது. தொடர்ந்து, தாசர்பற்றிய சித்திரம் ஒன்றை வரையவும் முற்பட்டிருப்பார். அச்சித்திரம் கைகூடி வரவில்லை என்றே ஊகிக்கிறேன்.

ஜெயமோகனின் தாசர் ஓர் ஆளுமையாகக்கூட என்னிடம் வந்து சேர்ந்திருக்கவில்லை. ஒரு முதற்சிந்தனையாள பிம்பமாக மட்டுமே என்னை அடைந்திருந்தார்.

ராஜ் கெளதமனின் தாசர்

ஓர் ஆய்வுப் பேராசிரியரின் பார்வையில் தாசரின் சித்திரத்தைத் தீட்டி இருப்பார் ராஜ் கெளதமன். நவீனக் கல்விப்புலத் தாக்கத்தால் தாசரின்' கதையாடல்களை'ப் புரிந்துகொள்வதில் அவருக்கு அதிக சிக்கல் இருந்திருக்கவேண்டும். அதனால், தாசரின் கதையாடல் களை அவர் பெரிதும் பொருட்படுத்தி இருக்கவில்லை அல்லது அவை தேவையற்றவை எனக்கருதி இருக்கக் கூடும்.

தாசரின் பூர்வ பெளத்தச் சிந்தனையையும் நவயான பெளத்தம் எனும் புறவடிவமாகவே ராஜ் கெளதமன் பார்க்கிறார். இன்றைக்குப் பேசப்படும் தலித் அரசியலின் முன்னோடியாகத் தாசரை நிறுவுவதற்கு வேண்டுமானால் ராஜ் கெளதமனின் தாசர் பயன்படலாம்.

சி. ராமலிங்கம் எனப்படும் வள்ளலாரைக் குறித்த ஆய்வு நூலொான்றைத் திறம்பட எழுதியவர் ராஜ் கெளதமன். 'சி.ராமலிங்கம் (1824-1874) - கண்மூடி வழக்கமெலாம் மண்மூடிப்போக..'. எனும் அந்நூலில் வள்ளலார் வாழ்ந்த காலச்சித்திரத்தை முடிந்தவரை கண்முன் கொண்டுவந்திருப்பார். எனினும், அந்நூலுக்கான ஆய்வு நோக்கம் முன்னரே தீர்மானிக்கப் பட்டதாகத்தான் தோன்றியது. வைதீகச் சைவத்துக்கு எதிரான வள்ளலார் சன்மார்க்கம் என்பதாகவே அந்நூலின் கட்டுரைகள் அமைந்திருந்தன. எனினும், அவர் சன்மார்க்கச் சங்கத்தின் சார்புநிலையில் நின்று தன் ஆய்வை நிகழ்த்தி இருக்கவில்லை. அதன்பொருட்டு, அந்நூல் அவசியம் வாசிக்கப்பட வேண்டிய ஒன்றாகிறது.

'பிராமணராயினும் சரி, பிராமணரல்லாதாராயினும் சரி, ஆதி திராவிடராயினும் சரி பிராமணியத்தைப் பூரணமாகக் கைவிட்டாலன்றி அவர்களுக்கு விடுதலை இல்லை; மாந்த வளர்ச்சி இல்லை; மானிட நேயமும் இல்லை என்பதே தாசரின் தீர்க்க தரிசனம்' என ராஜ் கெளதமன் முன்னுரையில் குறிப்பிட்டிருப்பார். இங்கு

பிராமணியத்துக்குப் பதிலாக வேஷ பிராமணியத்தையே குறிப்பிட்டிருக்கவேண்டும். தாசரின் 'யதார்த்தம்', 'இலட்சணம்', 'இலக்கணம்' போன்ற சொற்களை நிதானித்துக் கவனித்திருந்தால் ராஜ் கௌதமன் அதைப் புரிந்துகொண்டிருக்க வாய்ப்புண்டு.

பல இடங்களில் நிறுவனப் பௌத்தத்தை மீட்டுருவாக்கம் செய்தவராகத் தாசரைக் குறிப்பிடுகிறார். தாசரைக் கொண்டு தமிழ்ச்சமூக முற்போக்கு வரலாற்றைத் தரவுகள் அடிப்படையில் தொகுக்க முயன்றிருக்கிறார் ராஜ் கௌதமன்.

ராஜ் கௌதமனின் தாசர் தலித் முன்னோடிகளில் முதன்மையான வராகவே என்னை வந்து சேர்ந்திருந்தார்.

பிரேமின் தாசர்

பிரேமின் அயோத்திதாசர் தொடங்கிவைத்த அறப்புரட்சி எனும் நெடுங்கட்டுரையின்   வழியாகவே,   அவரின்   தாசரைக் கண்டுகொண்டேன்.

'வரலாற்றிலிருந்து விடுவித்தவர் வரலாற்றையும் விடுவித்தவர்' எனும் பிரேமின் முகப்புச் சொல்லாடலே வெகுசிறப்பு. தாசரை நமக்கு அறிமுகம் செய்ய முற்படும் பிரேம் அவரின் வாக்கியங் களைப் பல இடங்களில் அப்படியே மேற்கோள் காட்டுகிறார். அதன்வழி தாசரை நாம் தனிப்பட்டுச் சிந்திக்கவும் ஊக்குகிறார். 'நாம் சுதேசிகளைத் தாழ்த்திப் பரதேசிகளை உயர்த்துவதற்கும், பரதேசிகளைத் தாழ்த்தி சுதேசிகளை உயர்த்துவதற்கும் பத்திரிகை வெளியிட்டோமில்லை.   சுதேசிகளைச்   சொந்தமாகவும் பரதேசிகளைப் பந்தமாகவும் எண்ணிப் பலர் பிரயோசனங் கருதி (அனைவருக்குமான நன்மை அல்லது பொதுநீதி) வெளியிட்டிருக் கிறோம்!' (தமிழன் 02. 10. 1907) எனும் தாசரின் தலையங்க வரிகளைத் துவக்கத்திலேயே கவனப்படுத்துகிறார் பிரேம்.

தாசரின் சமயப்புரிதலை மற்றுமொரு மேற்கோள் வழியாக நமக்குக் கடத்துகிறார் பிரேம். 'உன் கடவுள், என் கடவுளென்னும் வெறுஞ்செருக்கும், உன் மதம் என்மதமென்னும் மதச்செருக்குமே கருணையென்பதற்று, கோபவெறியேறி தாங்களே யாத்த வலையிலும் துக்கத்திலும் வாதைப்படுவதன்றி தன் குடிபடை களையும் கூலிப்படைகளையும் கொண்டு போயழித்து மீளாத்துன்பத்தில் ஆழ்த்தி வருகிறார்கள். இதுவே தற்கால யுத்தங்கள் எனப்படும்'. (தமிழன்: நவம்பர் 27, 1912) எனும் தாசரின் சிந்தனை அர்த்தமுள்ளது; மிக வெளிப்படையானது.

'இந்தியச் சமூக உளவியலில் ஆதிக்கச் சாதிக்குணம், இடைநிலை சாதிக்குணம் இரண்டும் தமக்குக்கீழ் உள்ள மக்கள் என்ற கற்பிதத்தை இறுகப் பற்றியுள்ளன. அதாவது சிலரைத் தீண்டாத நிலையில் வைத்திருப்பதில் பெருமை கொள்ளும் வன்முறை குணத்தைத் தமது உரிமை என நம்புகின்றன. இது ஒருவகையில் தனக்குக் கீழ் சில அடிமைகள் உள்ளனர் என்ற கற்பித உணர்வை அளித்து அதிகாரத் திமிரை அளிக்கிறது. அத்துடன் தனக்குக் கீழ் அடக்கி வைக்கப்பட்டுள்ள மக்களின் கடின உழைப்பை ஊதியமளிக்காமல் சுரண்டிக்கொள்ளும் உரிமையை அவர்களுக்கு அளிக்கிறது. அம்மக்களின் உடல், உள்ளம், மொழி அனைத்தின் மீதும் தன் அதிகாரத்தை அடக்குமுறையைச் செலுத்தும் உரிமை தனக்கு உள்ளதாக 'சாதிக்குணம்' நம்புகிறது. இதனை நியாயப் படுத்துவதற்கு உகந்த அரசு, மதம், புராணம், வரலாறு, ஒழுக்கவிதிகள் என்பனவற்றை உருவாக்கிப் பாதுகாத்து வருகிறது.

இந்த அடக்குமுறைக்குள் சிக்கிய மக்களின் உளவியல் முற்றிலும் வேறுபட்டது. தம் வாழ்வுக்கெனத் தனித்த பொருளின்றித் தன்னை அடக்கியும் ஒடுக்கியும் வைத்துள்ள சாதிகளின் நலனுக்குப் பொருந்தக்கூடிய, அவர்களின் ஒடுக்குமுறை விதிகளுக்குக் கட்டுப்பட்ட வாழ்வை வாழ்ந்து முடிப்பதற்கான நிர்ப்பந்திக்கப் பட்ட உளவியல் அது. தனக்கென உரிமையுள்ள வாழிடமின்றி, வாழ்வாதாரங்களில் பங்கின்றி, அரசியலில் தனக்கான இடமின்றி மற்ற சாதிகளுக்கென உழைத்து, வாழ்ந்து முடியும் வெறுமை கொண்ட உளவியல் அது. தம்மை ஒடுக்கும் மதத்தை ஏற்று, தம்மை இழிவுபடுத்தும் புராணங்களை நம்பி, தம்மை ஒடுக்கிய வரலாற்றிற்குள் அடைபட்டு நிற்கும் கொடிய நிலைதான் அது.

இந்த வன்கொடுமை வாழ்வுக்கெதிராகக் கிளர்ந்தெழுந்து, அடக்குமுறைக்கெதிராகப் போராடி வெளியேற அம்மக்கள் தம்மை ஒடுக்கும் கற்பிதங்களை உடைத்து நொறுக்குவது முன் தொடக்கம். உடைத்து நொறுக்குவதுடன் தமக்கான புதிய வாழ்வியலை, வரலாற்றை, அரசியலை, சமூக நெறிகளை உருவாக்கிக்கொள்ள வேண்டியது அதன் தொடர்ச்சி. இந்த உடைத்து நொறுக்கும் உளவியலும், உருவாக்கும் உளவியலும் இணைந்ததுதான் விடுதலைக்கான உளவியல். அவ்வகையில் ஒடுக்கப்பட்ட மக்களுக்கான விடுதலை உளவியலை முற்றிலும் புதிய முறையில், நவீன வாழ்வியலுடன் இணைத்து உருவாக்கியவர்தான் அயோத்திதாசர்' எனும் பிரேமின் பத்திகளில் இருக்கும் உளவியல் எனும் சொல் அதிக அழுத்தம் பெற வேண்டியது; பிரேமின் தாசரிடம் மட்டுமே காணக்கிடைப்பது.

காரல் மார்க்ஸ், நீட்ஷே போன்றோரைக் கொண்டு தாசரின் காலச்சூழலை விளக்கிச் சொல்லும் பிரேம் அவரை ஒரு புரட்சிகர அரசியல் பிம்பமாகவே வார்த்திருந்தார். பிரேமின் தாசர் அப்படியானவராகவே என்னையும் வந்தடைந்திருந்தார்.

டி. தருமராஜின் தாசர்

ஜெயமோகன் உள்ளிட்டோர் அறிமுகம் செய்திருந்த தாசர் ஒரு புறவய ஆச்சர்ய பிம்பமாக (இலக்கணமாக) மட்டுமே எனக்குப் புலப்பட்டிருந்தார். டி. தருமராஜின் தாசரோ அகவயத்தில் எனக்கு நெருக்கமானதோடு, ஒரு நிகழ்வாகவே (லட்சணமாக) எனக்குள் தொடர்ந்து இருக்கிறார். இப்படிச் சொல்வதன் ஊடாக, ஜெயமோகன் உள்ளிட்டோரைக் குறைத்து டி. தருமராஜை உயர்த்திச் சொல்வதைப் போல ஒரு மாயத்தோற்றம் கிடைக்கும். அத்தோற்றத்தைப் பொதுமைப்படுத்திச் சிண்டு முடியக் கிளம்புபவர்கள், கொஞ்சம் பொறுக்கவும். தனிப்பட்ட வாசிப்பில் உணர்ந்துகொண்டதை வெளிப்படையாகப் பகிர்ந்துகொள்பவன் நான். அப்படியான வாசிப்புத் திமிரைப் பெற்றதற்கு ஜெயமோகன் உள்ளிட்டவர்களே எனக்கு முன்னோடிகள்.

கிடைக்கும் புற மற்றும் அகச்சான்றுகள் வழி முன்னோடிகளைக் குறித்த வரலாற்றுச் சித்திரம் ஒன்றை உருவாக்கவே ஆய்வாளர்களும் பேராசிரியர்களும் பெரிதும் விரும்புவர். அப்படியான சித்திரத்தைக் கொண்டு ஒரு கோட்பாட்டைக் கட்டி எழுப்பி, அதனூடாகச் சமூக மாற்றத்துக்கு வித்திடுவதே தலையாய பணியாகவும் கொள்வர். ஆளுமை-வரலாறு-கோட்பாடு-செயல்பாடு என்பது தருக்க முறைமை அடிப்படையில் ஒப்புக்கொள்ளக்கூடியதுதான். என்றாலும், அது பெரும்பாலும் புறவயமானது; குறுகலானது.

டி. தருமராஜ் ஒரு தேர்ந்த பேராசிரியர்; சமூகக் கலையிலக்கியக் கோட்பாடுகளை நன்கறிந்தவர்; நாட்டுப்புறக் கள ஆய்வாளர். எனினும், அவர் தாசர் குறித்த வரலாற்றுச் சித்திரம் ஒன்றை அளிக்க விருப்பம் கொள்ளவில்லை. இன்னும் சொல்லப்போனால், வரலாறு என்பதையே அவர் ஒப்புவதில்லை. தாசரின் சிந்தனைகள் வழி தான் கண்ட தாசரைப் பற்றிய ஞாபகக் குறிப்பு ஒன்றையே திரும்பத் திரும்ப முன்வைக்கிறார். வரலாறு எப்போதுமே புறவயமானது; குறுகியது; சார்புடையது; காலவெளி எல்லைக் குட்பட்டது. ஞாபகமோ அகவயமானது; விரிந்தது; பொதுவானது; காலாதீதமானது.

காலாதீதம் எனும் கற்பனை

(கற்பனை என்பதைப் பொய் என்ற அர்த்தத்தில் புரிந்துகொண்டால் முற்றிலும் பிழையாகிவிடும்; அதனால், கவனம் தேவை.)

கால, வெளி கடந்ததே காலாதீதம். பெரும்பாலும் ஆன்மீகத் துறையில் பயன்படுத்தப்படும் இச்சொல்லின் 'அர்த்தத்தை' யோசிக்க வேண்டி இருக்கிறது. பொதுவாகக் கால-வெளி கடந்த என்பதை 'பௌதீகக் காலமும் பௌதீகப் பிரபஞ்சமும் கடந்த' எனும் பொருளிலேயே புரிந்துகொள்கிறோம் அல்லது அப்படித்தான் நமக்குக் கற்பிக்கப்பட்டிருக்கிறது. அச்சொல்லின் வழியாகவே யோகம், தியானம் போன்ற ஆன்மீகப்பயிற்சிகளை நமக்கு அறிமுகப்படுத்துகின்றனர்.

என்னுடைய தனிப்பட்ட புரிதலில், காலாதீதம் என்பது 'சொல்லப் பட்டிருக்கும் வரலாறும் நிலவும் நடைமுறைச் சமூகமும்' கடந்தது. வரலாறு, சமூகம் போன்றவை கருத்துருக்கள் எனும் போது, 'அவை கடந்த' என்பதும் கருத்துருவாகத்தானே இருக்க முடியும். அக்கருத்துருவே காலாதீதம்.

காலாதீதம் எனுஞ்சொல்லை ஆன்மீகத்தளத்தில் பயன்படுத்து பவர்கள், நம்மைச் சமூகத்தில் இருந்து முழுக்க விடுவித்து விடுகின்றனர். அவ்வுலகு அல்லது அப்பாலைக்கு அப்பால் என்பதான கற்பனையை நமக்களித்து விடுகின்றனர். யோகத்திலோ, தியானத்திலோ அமர்ந்திருக்கும்போது சமூகத்தைக் கடந்திருக்குமாறு வலியுறுத்துகின்றனர். மனமே இறந்துபடுமாறு தியானம் பயில வேண்டும் எனவும் அறிவுறுத்துகின்றனர். அத்தொடர் பழக்கத்தால் நாளடைவில் நமக்கு ஒரு மயக்கம் உண்டாகிறது. அம்மயக்– கத்துக்காகவே அப்பயிற்சிகளை மேற்கொள்ளத் துவங்குகிறோம். அப்பயிற்சிகளின்போது நமக்கு ஒரு பரவசம் கிடைப்பதாகத் தோன்றுவது, நமக்குத் தொடர்ந்து சொல்லப்பட்ட தியானக் கருத்துருவின் விளைவே.

யோகம், தியானம் போன்றவற்றைத் தாழ்த்திக் காயடிப்பதல்ல நோக்கம். அவற்றின் வழி நம்மையும், சமூகத்தையும் விளங்கிக் கொள்வதற்குத் தூண்டாமல் 'பௌதீக பிரபஞ்சம் கடந்திருக்கும்' மயக்கத்தை நம்பச் செய்யும் 'வேஷத்தை'யே கேள்விக்குட் படுத்துகிறேன். தியானம் போன்ற ஆன்மீகப்பயிற்சிகளை மேற்கொள்ளும் பெரும்பான்மையின் உளவியலில் சிறுமாற்றம் ஏதேனும் நிகழ்ந்திருக்கிறதா?

இன்றைக்குக் கோடிக்கணக்கான மக்கள் தியானப்பயிற்சிகளில் ஈடுபடுவதாகச் சொல்கின்றனர். தியானப்பயிற்சிகளுக்கென்றே ஆயிரக்கணக்கான அமைப்புகள் அன்றாடம் முளைத்தபடி இருக்கின்றன. நாள்தோறும் சிலமணி நேரங்களைத் தியானத்துக்கு ஒதுக்கும் இலட்சக்கணக்கான மக்களைக் கொண்டது இந்திய ஒன்றியம். அவர்களில் எத்தனை பேரின் உளவியலில் அதற்கு முன்பிருந்த சமூகக் குழப்பம் எனும் வேஷமயக்கம் நீங்கி இருக்கிறது?

தியானப்பயிற்சிகள் வழி 'தெளிவை'ப் பெற்றிருக்கும் ஒருவரின் உளவியலில் முன்பிருந்த செருக்குக் குறைந்துவிட்டதா, சாதியப் பெருமித உணர்வு மழுங்கி இருக்கிறதா, மனிதர்களைச் சமமாக மதிக்க வேண்டும் எனும் எண்ணம் வலுப்பட்டிருக்கிறதா... இல்லை, நுகர்வுப் பொருளியலின் மயக்கமாவது வெளிப்பட்டு இருக்கிறதா? பெரும்பாலும் இருக்காது என்பதே பதிலாக இருக்கும்.

'அ' தியானப்பயிற்சிக்குச் செல்லும் அன்பர், 'ஆ' தியானப் பயிற்சியைக் குறை சொல்கிறார்; 'ஆ' தியானப்பயிற்சி அன்பர், அ-வின் முறைமையே பிழையானது என்கிறார். புதிதாகத் தியானம் கற்றுக்கொள்ள விரும்பும் ஒருவர் இவர்களைப் போன்ற ஆட்களிடம்தான் அகப்பட்டாக வேண்டும். அகவுணர்வை ஒழுங்கமைப்பதாய்ச் சொல்லப்படும் தியான நிலையங்களுக்கும், அடிப்படைவாத அரசியல்கட்சிகளுக்கும் வேறுபாடு இருப்பதாகத் தெரியவில்லை.

தியானம் பயில்வதற்காகக் கோரப்படும் தகுதிகளைக் கொண்டு பார்த்தால், சமூகத்தின் பெரும்பான்மை மக்கள் அப்பயிற்சிகளை நெருங்கவே முடியாது என்பதுதான் உண்மை. 'சமூகநலனுக்காகவே தியானம் உள்ளிட்ட ஆன்மீகப் பயிற்சிகளை மக்களுக்கு அறிமுகப் படுத்துகிறோம்' எனச்சொல்லிக்கொண்டு சொகுசுக் கார்களில் வலம்வரும் நவீன குருமார்களை நினைத்தாலே குலை நடுங்குகிறது.

யோகம், தியானம் போன்ற பயிற்சிகள் தன்னிலையின் 'வேஷமயக்கங்களை'க் கலையுமாயின் அவற்றை வரவேற்பதில் எனக்குச் சிக்கல் இல்லை. மாறாக, அதை விடுத்து வேறெங்கோ நம்மைத் தற்காலிகமாகச் சஞ்சரிக்கச் செய்து ஒப்பேற்றுமாயின் அவற்றின் நோக்கத்தை யோசிக்கவேண்டும். அதைக்கொண்டு அவற்றின் 'வேஷத்தை'ப் பகிரங்கப்படுத்தவேண்டும். தாசரின் வழி நான் பெற்ற தெளிதல் இதுவே.

'பிரபஞ்ச வெளி, பிரபஞ்ச காலம் என்பதன் பின்னணியில் யோசிக்கும்போது மனிதவெளி - மனித காலம் என்பது முற்றிலும்

ஒன்றுமற்றதாகக் குறையெண்களின் கடைக்கோடி இலக்கங் களைப் பெறக்கூடியதாகவே இருக்கும். ஆனால், இவ்வகையாக நமது இருப்புக் கணிக்கப்படும் சாத்தியம் நமக்கு இல்லை. நமது வெளிக்குள்ளும் நமது காலத்திற்குள்ளும் இருந்துதான் நாம் செயல்படுகிறோம் என்பதாலேயே மனித வெளி மற்றும் காலத்தை முதன்மைப்படுத்தவேண்டிய தேவை இருக்கிறது. நாம் இருக்கிறோம் என்பது நிஜமான பிரபஞ்சப் பின்னணியில் என்ன அர்த்தத்தைத் தரமுடியும்? பெருவெளி மீபெருகாலம் இவற்றுடன் நமது பிரக்ஞை முற்றிலும் தொடர்புகொள்ள இயலாத நிலையில் நாம் மனிதவெளி மனித காலம் என்பதற்குள்தான் இயங்கிக் கொண்டிருக்கிறோம் - இயங்க முடியும்!' - எனும் பிரேமின் கட்டுரை (மனிதார்த்த பொருண்மை நோக்கு; நிறப்பிரிகை ஜனவரி 1991 இதழில்) வரிகளை இங்கு நினைவுபடுத்த விழைகிறேன்.

காலாதீதக் கற்பனையின் வழியாகவே நடைமுறைச் சமூகத்தின் குழப்பங்களைக் கண்டுகொள்ள முடியும். அக்குழப்பங்களில் நாம் தனிப்பட்டு எவ்வகையில் மயங்கி இருக்கிறேன் என்பதுபற்றிய புரிதலும் கிட்டும். 'பூர்வ பௌத்த' காலாதீதக் கற்பனையின் வழியாக தாசர் தன்காலச் சமூகத்தில் நிலவிய 'வேஷபிராமணிய மயக்கங்களைத்' துலக்கப்படுத்துகிறார்; அதன்வழி தன்னிலைக்கான செயல்பாட்டுத் தூண்டுகையாகவும் இருக்கிறார்.

தாச ஞாபகம்

டி. தருமராஜின் தாசர் முதலில் பறையர் (சாதி) என்பதை மறுக்கிறார்; பிறகு இந்து (மதம்) என்பதையும் மறுக்கிறார். பிறகு நீங்கள் யார் என்று கேட்கும்போது, தான் ஒரு பூர்வ பௌத்தன் (சாதி மதங்கடந்த தமிழன்) என அறிவிக்கிறார். நவீன அறிவு செறிவுற்றிருக்கும் இக்காலகட்டத்தில், பறையரையும், இந்துவையும், பூர்வ பௌத்தனையும் சமூக அடையாளங்களாகவே நாம் எதிர்கொள்வோம்; அது நவீன அறிவின் இயல்பு. அதன் காரணமாக பறைய, இந்து அடையாளங்களைத் துறந்து பூர்வ பௌத்த அடையாளத்தை நேர்ந்துகொள்வது என்பதாகவே தாசரைப் புரிந்துகொள்ளக்கூடும். இங்குதான் மேலதிக நுணுக்கமான யோசனை அவசியமாகிறது.

பறையரும், இந்துவும் சமூக அடையாளங்கள். அதில் மாற்றுக்கருத்து வேண்டாம். பூர்வ பௌத்தன் என்பது சமூக அடையாளமன்று. அவ்வடையாளங்களை விளங்கிக் கொள்வதற்கான தாசக் கலைச்சொல். இன்னும் கொஞ்சம் எளிமையாக்கப் பார்க்கலாம்.

சமூகத்தில் ஒரு குறிப்பிட்ட பிரிவினரைப் பறையர் எனும் அடையாளச் சொல்லால் குறிப்பிடுகிறார்கள்; மேலும் அவர்களை இந்துக்களில் ஒரு பிரிவினராகவும் சொல்கின்றனர். எனினும், அவர்கள் இந்து எனும் சமூக அடையாளத்தோடு பிற இந்துக்களைப்போல ஊரில் வசிக்க முடியாது; ஊர்க்கிணறுகளைப் பயன்படுத்த முடியாது; ஆகமக் கோவில்களில் நுழைய முடியாது. அங்கிருந்துதான் தாசரின் பயணம் தொடங்குகிறது.

பறையர், இந்து போன்ற அடையாளங்களை இடைத் திணிப்புகள் என உரக்கச் சொல்கிறார். அதை தருக்கப்பூர்வமாய் நிறுவும் பொருட்டு பூர்வ பௌத்தன் எனும் புதுச்சொல்லை அறிமுகப் படுத்துகிறார் (அச்சொல் சமயச்சொல்லன்று). அதன்வழி நம்மை யோசிக்கச் செய்யவும் மெனக்கெடுகிறார்.

திரிக்கப்பட்ட யதார்த்தம்

இந்து சமயத்தின் எதிர்ப்பாளராகத் தாசரைக் காட்டும் போக்கு சமீபமாய் அதிகரித்திருக்கிறது. அவர் தன்னை இந்து என்று அடையாளப்படுத்திக்கொள்ள மறுத்ததில் இருந்தும், அவரின் பௌத்தக் கதையாடல்கள் வழியும் அப்படியான கருத்து உருவாகி வந்திருக்கக் கூடும். இக்காலகட்ட மதஅரசியல் சூழலில் இருந்து தாசரைப் புரிந்துகொள்தல் அதிசிக்கலானது; மிகுந்த குழப்பம் தரக்கூடியது. எனினும், புரிந்துகொள்ளவேண்டியது அவசியமாகிறது.

தாசரிடம் வரும் ஒருவருக்கு அவரின் கதையாடல்கள் முதலில் அதிர்ச்சியையே தரும். அம்மன் வழிபாடு, தீபம் கண்டுபிடித்த கதை, தீபாவளி பண்டிகை, மஞ்சளாடை உடுத்தல் போன்றவை தொடர்பான அவரின் கதையாடல்கள் அதற்கு முன்பிருந்த அப்படியான கதையாடல்களின் வேஷத்தை அம்பலப்படுத்தின. எனினும், அவர் வேஷக்கதையாடல்கள் எதிர் பௌத்தக்கதை யாடல்கள் எனும் புறமுரணை எழுப்பி மலின அரசியல் செய்யவில்லை. மேலும், இந்துப் புராணக்கதைகள் அனைத்துமே வேஷக்கதைகளாகத்தான் இருக்கவேண்டும் என நிறுவவும் தலைப்படவில்லை. அவரின் நோக்கம், இந்து அல்லது இந்துசமயம் எனும் பெயரால் அப்போது நடைமுறையில் இருந்த சமயக்கருத்துருவின் போலித்தனத்தைத் தோலுரிப்பதே.

தாசரைப் பற்றிய விமர்சனங்களில் பலரும் அவரை இந்து விரோதியையைப்போன்றே குறிப்பிடுகின்றனர். இங்குதான் அவரை மேலும் தெளிந்துகொள்ளவேண்டியது அவசியம். அவர் எச்சமயத்துக்கும் அல்லது எக்கருத்தியலுக்கும் எதிரியாகத் தன்னை

முன்வைத்ததில்லை. தான் சார்ந்திருந்த சமயம் தன்னை இழிவுபடுத்தும்போது, அவ்விழிவின் 'வேஷத்தைக்' கண்டறிந்து அதை விமர்சிக்கவேண்டிய பொறுப்பு தனக்கானது என அவர் நம்பினார். அதையே தமிழன் (1907-1914) இதழ்களில் தொடர்ந்து எழுதவும் செய்தார்.

தான் இந்து என்பதை அவர் மறுக்கும் காலத்தையும் சூழலையும் கணக்கில் கொள்ளாமல், இக்காலத்தில் இருந்தபடி அவரை இந்து விரோதியையைப்போலச் சித்திரிப்பது என்பது அவருக்கு நாம் செய்யும் துரோகமாகவே இருக்கும். மேலும், அவரை ஒரு குறிப்பிட்ட பிரிவினரின் முகமாக மட்டுமே அடையாளப்படுத்துவதும் அவருக்குச் செய்யும் துரோகமே. அடையாள அரசியல் குழுக்கள் மிகுந்திருக்கும் சூழலில், தாசரைத் தட்டையான பிம்பமாக்கிவிடும் வாய்ப்பு அதிகமாகவே இருக்கிறது.

தாசரைப் பிராமண எதிர்ப்பாளராகக் காட்டும் ஆட்களும் நம்மிடையே இருக்கின்றனர். பெரியாரின் முன்னோடியாகத் தாசரைக் குறிப்பிடுவதை மேலோட்டமாகப் புரிந்துகொள்ளும் சிலரும் அவரை பிராமண எதிர்ப்பாளராகவே நம்பிவிடுகின்றனர். இங்குதான் அவரின் யதார்த்த மற்றும் வேஷ பிராமணியச் சிந்தனைகளை ஊன்றிக் கவனிப்பது முக்கியம். வேஷ பிராமணியம் என்பது திரிக்கப்பட்ட யதார்த்த பிராமணியம் அல்லது சாதியப்பெருமித உளவியல். அது பிராமணர்களிடம் மட்டும் அன்று; இடைநிலை உயர் சாதிகள் மற்றும் ஒடுக்கப் பட்டவர்களிடம்கூட இருக்கும் என்பதே அவரின் தரப்பு.

இந்திரதேச சரித்திரம் எனும் கதையாடலில் புருசீகர்களின் (வேஷ பிராமணர்கள்) ஏமாற்றுதல்களாகத் தாசர் சொல்பவை: அந்தணரென்று தங்களை அடையாளப்படுத்துதல், அதிகாரத்துடன் பிச்சை எடுக்கத் துவங்குதல், கைம்பெண்ணை வஞ்சித்துச் சொத்துக்களை அபகரித்தல், உபநயன விழா, விரதம், நோன்பைக் கெடுத்தது, யாகங்களின் வழி ஏமாற்றல் மற்றும் ஆலயங்களை மதக்கடைகளாக மாற்றுதல். இச்செய்திகளின் வழி அக்கால நடைமுறைச் சமூக வாழ்வை விமர்சனத்துக்கு உட்படுத்தவே தாசர் விரும்பி இருக்கிறார். அவ்விமர்சனங்களால் ஒடுக்கப்பட்டவர்கள் குறித்த சமூகஉளவியலில் சிறிதேனும் மாற்றம் நிகழும் என்னும் தீர்க்கம் கொண்டிருக்கிறார்.

இந்துக் கதையாடல்கள் 'இப்படியாக நிகழ்ந்தது' எனும் கடந்தகால வடிவை நேர்ந்து கொண்டபோது 'இப்படியாகத்தான்

இருக்கிறது' எனும் நிகழ்காலவடிவைக் கொண்டு தன் கதையாடல் களைக் கட்டமைக்கிறார் தாசர். சைவம், வைணவம், கௌமாரம், காணாபத்யம், சாக்தம் மற்றும் சௌரம் போன்ற ஷண்மதங்களும் சமூக அதிகாரத்தைக் கைப்பற்ற முயலும் சூழலில் கதையாடல்கள் உருக்கொள்கின்றன; அவற்றைச் சமூகப்பொருளியல் அதிகாரத்துக்கு நெருக்கமாக இருக்கும் வேஷ பிராமணியச் சிந்தனையாளர்கள் ஒழுங்கு செய்கின்றனர். கதையாடல்களை பிராமணர்கள் மட்டும் தான் செய்திருக்கவேண்டும் என்பதில்லை. வேஷபிராமணியச் சிந்தனை கொண்ட எப்பிரிவினரும் அதில் பங்கேற்றிருக்கலாம். எப்படி இருப்பினும், கதையாடல்களுக்கான மூலங்களை வெகுமக்களின் - அதாவது அப்போதைய பழங்குடிகள் - வழக்காறு களில் இருந்தே பெற்றிருக்கின்றனர். அதனால்தான், தாசரால் அவற்றுக்கு இணையான 'எதிர்க்கதையாடல்களை' எளிதில் கட்டமைக்க முடிந்தது.

காந்தியின் சனாதன இந்து

தாசரின் சொற்களில் மிக முக்கியமானவையாக இரண்டைச் சொல்லலாம். ஒன்று, மாறுதல்; மற்றொன்று, ஆகுதல். இவ்விரண்டு சொற்களைத் தெளிவுற விளங்கிக்கொள்ளும் ஒருவன் தாசரின் சாரத்தை எளிதில் நெருங்கிவிடலாம்.

மாறுதல் எனுஞ்சொல் புறஅடையாளத்தைக் குறிப்பது. ஆகுதலோ அக உளவியலைச் சொல்வது. இந்துவாக இருக்கும் ஒருவன் பௌத்தனாக மாறுகிறான் என்பது... அவன் புறமாற்றம் (வடிவ மாற்றம்) மட்டுமே. அதாவது, பௌத்தனாக மாறும் ஒருவனின் அகத்தில் எவ்வித மாற்றமும் நேர்வது இல்லை. இந்துவாக இருக்கும் ஒருவன் பௌத்தனாக ஆகிறான் என்றால்... அவனின் அகத்தில் மாற்றம் (பண்பு மாற்றம்) நிகழ்கிறது. அப்படி அகத்தில் மாற்றம் நிகழ்கிறபோது ஒருவனுக்கு இந்து, பௌத்தம் குறித்த சமூக அடையாளங்களின் வேஷம் நிச்சயம் துலங்கத் துவங்கும். அப்படித் துலங்கிவரும்போது, திடீர் திகைப்புக்கு உள்ளாவான். பூர்வ பௌத்தன் என்பது அப்படியான திகைப்பின் சொல்வடிவமே தவிர, சமய அடையாளமன்று.

தாசர் சமயங்கள் குறித்த விமர்சனங்களையோ, விவாதங்களையோ எழுப்பவில்லை. மாறாக, சமயங்களின் ஊடாகச் செயற்கையாய் நிறுவப்பட்டிருக்கும் சமூக ஏற்றத்தாழ்வுகளை மக்களுக்குப் புரிய வைக்க முயற்சி மேற்கொண்டார். அதனால்தான், சமயக் கதையாடல்களுக்கு மாற்றான எதிர்க்கதையாடல்களை மட்டுமே அவர் தொடர்ந்து கட்டமைத்தபடி வந்தார்.

இவ்விடத்தில் என்னால் ஒன்றை உறுதிபடச் சொல்ல இயலும். தாசரின் பூர்வ பௌத்தனும், காந்தியின் சனாதன இந்துவும் எதிரிகளல்ல; நண்பர்கள். இன்னும் அணுக்கமாகச் சொல்லப் போனால் காந்தியின் சனாதன இந்துவே, தாசரின் பூர்வ பௌத்தன். அதனால்தான் காந்தி நிறுவன இந்துச் சமயத்தால் கொண்டாடப் படவில்லை; தாசரும் நிறுவன பௌத்த சமயத்தால் முன்னெடுத்துச் செல்லப்படவில்லை. 'எனக்கு இந்து மதத்தைப்பற்றித் தெரியும் என்றால், அது அடிப்படையில் உள்ளடக்குவது, என்றும் வளர்வது, என்றும் ஈடுகொடுக்கக் கூடியது. கற்பனை, யூகம், பகுத்தறிவு ஆகியவற்றுக்கு மிகச் சுதந்திரமான இடத்தை அளிப்பது. இந்துமதத்தின் பாதுகாவலர்களாகக் கருதப்படுகின்ற புரோகிதர் களைச் சுற்றிச் சூழ்ந்துள்ள முற்சாய்வு, மூடநம்பிக்கை ஆகிய உணர்ச்சிகளை நாம் தங்கத் தராசில் வைத்துக் காத்திருக்கவும் எடைபோடவும் சாத்தியமில்லை!' எனும் காந்தியின் கூற்றைக் கவனிக்க இயலாதவர்களாகவே இன்றுவரை இருக்கிறோம்.

இன்னும் ஒன்றைத் தெளிவாகவே சொல்லலாம். தாசரும் காந்தியும் சமய நிறுவன அடையாளங்கள் வழி நம்பவைக்கப் பட்டிருக்கும் ஏற்றத்தாழ்வுகளைத் தொடர்ந்து அம்பலப்படுத்த முயன்றனர். 'வாழ்க்கையில் இன்றியமையாத வன்முறையைக் கைவிடும் முயற்சிதான் அஹிம்சை' என்பது காந்தியின் தீர்க்கம். இம்முயற்சியில், காந்தியைக் காட்டிலும் தாசர் வெகுமூர்க்கமாக இருந்திருக்கிறார். அம்மூர்க்கம் அவர் சார்ந்திருக்கும் பறைய அடையாள அவச்சொல்லின் வேரிலிருந்து வருவது. அதற்காக அம்மூர்க்கத்தை அவர் புறவயப் புரட்சி அரசியலாக மாற்ற வில்லை. அவர் நினைத்திருந்தால் அதைத் திறம்படச் செய்திருக்க முடியும். ஆனால், செய்யவில்லை. அதற்கும் அவர் ஒரு பதில் வைத்திருக்கிறார். அதுதான் 'அந்தரார்த்தம்'.

கோட்பாடுகள் மற்றும் அதன் அடிப்படையிலான களச்செயல்பாடு களால் சமூக மாற்றத்தை உண்டாக்கிவிட முடியும் என உறுதியாய் நம்புபவர்களை 'அந்தரார்த்தம்' நிச்சயம் திணறடிக்கும். ஏனெனில், கோட்பாடுகள் என்பவை புறவயக்குழுக்கள் மற்றும் அவற்றின் வாழ்க்கையைக் கவனிப்பதன் வழியாக முன்வைக்கப் படும் அறிவியல் செயல்பாடுகள்; தரவுகள் வழி கணக்கீடுகளைக் கொண்டு சமூக மாற்றத்தைத் துல்லியமாக் கொண்டு வந்துவிட முடியும் என நம்மை நம்ப வைக்கும் நவீன அறிவுமுறைமைகள். புரிதலுக்காய் ஒரு சான்று. இந்திய அரசியலமைப்பின்படி இன்று சாதிகள் 'ஒழிக்கப்பட்டு' விட்டன அல்லது சாதிய ஏற்றத்தாழ்வுகள்

மழுங்கடிக்கப்பட்டு விட்டன. அதாவது சட்டங்களைக் கொண்டு சாதியப் படிநிலைகளை ஓர் ஒழுங்குக்குக் கொண்டு வந்திருக்கிறோம். சரி, ஜனநாயக ரீதியிலான அம்மாற்றம் தனிமனித உளவியலில் (தன்னிலையில்) நிகழ்ந்திருக்கிறதா?

'அந்தரார்த்தம்' வழியாக உளவியல்(அகவய) விழிப்புணர்வையே தாசர் தொடர்ந்து உரையாடலுக்கு எடுத்துக்கொள்கிறார். புறவயச் சமூக மாற்றத்தின் வழியாக அகவய விழிப்புணர்வு என்பதைத் தாசர் நம்பவில்லை. அகவய விழிப்புணர்வே முதற்படி என்பதில் உறுதியாய் நிற்கிறார் அவர். அகவய விழிப்புணர்வுக்கான செயல் பாடுகளே முக்கியம் என்பதில் தீர்மானமாய் இருக்கிறார்; அதற்காகத் தன்னுடைய வாழ்வின் பெரும்பகுதியை ஒப்புக்கொடுத்திருக்கிறார்.

நடைமுறைச் *சமூகவெளி கடந்த...* (Super Social)

சமூக வாழ்வை மையம், விளிம்பு எனப் பகுத்து உரையாடுதலே நவீன வழக்கம். தாசரை எனக்குத் தொடக்கத்தில் அறிமுகப் படுத்தியவர்கள் வழி அவரை விளிம்பின் பிரதிநிதியாகவே நான் புரிந்து வைத்திருந்தேன். டி. தருமராஜின் தாசரே அவரை மையமும், விளிம்பும் கடந்த ஒரு காலாதீத நிகழ்வாக அறிமுகம் செய்து, என்னைத் திணறலில் தள்ளியது; தொடக்கத்தில் திணறல் வெகுஅதிகம். திரும்பத் திரும்ப டி. தருமராஜின் தாசரை வாசித்ததில் திணறல் கொஞ்சம் ஆசுவாசமானது.

பொதுவாக வெளி, காலம் போன்றவற்றைப் பௌதிக அறிவியல் சொற்களாகவே புரிந்து வைத்திருக்கிறோம். அதனால்தான் கால, வெளி கடந்து என்றதும், பௌதீகப்பிரபஞ்சம் கடந்த மீபொருண்மை (மெட்டா பிசிகல்) என்பதான உணர்வு நம்மில் விரிகிறது. உண்மையில், அவை சமூக அறிவியல் சொற்கள். சமூகக் கட்டமைப்பைப் புரிந்துகொள்ளத்தான் அச்சொற்களே தவிர, பௌதீகப் பிரபஞ்சத்தை விளங்கிக்கொள்வதற்கு அன்று. ஆக, மீபொருண்மை என்பது 'சமூகப்பரப்புக்கு' வெளியே நின்று கவனிப்பது. இப்படியாக யோசிக்க வைத்தவர் டி. தருமராஜின் தாசர். சரி, யோசனைக்கு வருகிறேன்.

வரலாறு என்பது என்ன? காலம் மற்றும் வெளியை எல்லையாகக் கொண்டு நமக்களிக்கப்படும் தரவுகளின் தொகுப்பு. எழுத்து கண்டுபிடிக்கும் முன்பு வரலாறு இருந்தது - கதையாடல் வடிவில். எழுத்து வடிவிலான வரலாற்றில் கால, வெளி என்பது தெளிவாக இருக்க, வாய்மொழி (பேச்சு) கதையாடல் வடிவில் இருக்கும்

'வரலாற்றில்' அவை தோராயமாகக்கூட இல்லை. இங்குதான் வரலாற்றைக் குறித்த மேலதிகப் புரிதல் வேண்டியதாகிறது.

எழுத்தைக் கொண்டு நிறுவப்படும் வரலாறுகளுக்குப் பெரும் பாலும் ஒரு நோக்கம் இருக்கிறது. அந்நோக்கம் பொதுச்சமூகம் என்பதைப் பற்றியது. அதை நடைமுறைக்குக் கொண்டுவரும் பொருட்டே அவை உருவாக்கப்படுகின்றன. அவ்வரலாறுகளின் வழி, காலம் மூன்றாக உடைபடுகிறது. கடந்தகாலம், நிகழ்காலம் மற்றும் எதிர்காலம். கடந்தகாலத்தை வரலாற்றின் வழியே வாசித்து, அதன் வழியாக நிகழ்காலத்தைப் புரிந்து கொண்டு, அப்புரிதலின் வழியாக எதிர்காலத்தைத் தீர்மானித்தல் என்பதான ஒரு யோசனையும் அதனூடாக வைக்கப்படுகிறது. வரலாற்றுக்குப் புறவயத்தரவுகள் மிக முக்கியம். கடந்த இருநூற்றாண்டுகளாக வரலாறே நம்மை இயக்கி வருகிறது; வரலாற்றைக் கொண்டே சமூக நிகழ்வுகளைப் புரிந்து கொள்ளவும் செய்கிறோம். செவ்வியல் எனும் பதத்தைக் கொண்டு வரலாற்றைப் புரிந்து கொள்ளலாம்.

வாய்மொழி (பேச்சை) வடிவில் நிகழ்ந்து வரும் கதையாடல் களுக்கும் நோக்கம் இருக்கிறது. அந்நோக்கம் குழுச்சமூகங்களைப் பற்றிப் பேசுவதே. ஒவ்வொரு குழுவுக்கும் ஒரு கதையாடல்; இப்படி ஆயிரக்கணக்கான கதையாடல்கள். கதையாடல்களில் காலம் மூன்றாக இல்லை; காலம் ஒன்றாக அல்லது 'அப்போது' மட்டுமே இருக்கிறது. கதையாடலுக்கு அகவயத் தொன்மங்கள் முக்கியம். வழுக்காறுகள் எனும் பதத்தை நினைவில் கொண்டால், கதையாடல்களைப் புரிந்து கொள்வதில் துன்பமிராது.

நவீனச் சமூகம் என்பதைப் பொதுச்சமூகமாகவும் மரபு என்பதைக் குழுச்சமூகமாகவும் கொள்ளலாம். வரலாறு நவீனச் சமூகத்துக்கு அணுக்கமாக இருக்க, கதையாடல் மரபுச்சமூகத்துக்கு அணுக்கமாக இருக்கிறது. இன்னும் நுணுக்கமாகச் சொல்லப் போனால்... மையம் என்பதைப் பொதுச்சமூகமாகவும் விளிம்பு என்பதைக் குழுச்சமூகமாகவும் கொள்ள வாய்ப்பிருக்கிறது. எனினும், வரலாறு மற்றும் கதையாடல் இரண்டுமே புறவடிவங்கள். ஆக, இரண்டிலும் கவனம் தேவை. அங்குதான் தாசர் 'அந்தரார்த்தம்' எனும் குறியீட்டை நமக்குக் கையளிக்கிறார்; யதார்த்தம் மற்றும் வேஷம் போன்ற சொற்களின் வழி அப்பதத்தை மேலும் துலங்கவும் செய்கிறார்.

வரலாறு, கதையாடல்... எதுவாகவும் இருக்கலாம். அது மனிதச் சமூகத்தின் புறவய வடிவத்தைக் கருத்தில் கொண்டு

பொதுச்சமூகத்திலோ குழுச்சமூகங்களிலோ' 'செயற்கையான ஒற்றை நிறுவனத்தை' நியாயப்படுத்துமானால் அது கண்டிக் கத்தக்கது; தன்னிலையின் அகவய விழிப்புணர்வைத் தூண்டுவதன் மூலம் 'இயற்கையான பன்முகப் பண்பாடுகளை' நினைவூட்டு கிறது எனில், அது வரவேற்கத்தக்கது. இங்கு யதார்த்தம் என்பது 'இயற்கையான பன்முகப் பண்பாட்டுத்' தெளிவு; வேஷம் என்பது 'செயற்கையான ஒற்றை நிறுவன' மயக்கம்.

மயக்கத்தையும் தெளிவையும் இரண்டில் இருந்து விலகி நின்று யோசித்தால் மட்டுமே புரிந்துகொள்ளுதல் சாத்தியம். அப்படி விலகி நின்று யோசிப்பதையே அந்தரார்த்தமாகச் சொல்லலாம். திரும்பவும் மையம் மற்றும் விளிம்புக்கு வருவோம். நவீனச் சமூகத்தில் மையம் மற்றும் விளிம்பு போன்றவற்றைப் புறவயமாகவே கட்டி எழுப்பியிருக்கிறோம். மேலும், மையத்தை வெண்மை என்றால்... விளிம்பைக் கருப்பு என்போம்; விளிம்பை வெண்மை என்றால்... மையத்தைக் கருப்பு என்போம். விளிம்பில் இருப்பவர்கள் மையத்தை 'எதிரி' ஆக்க... மையத்தில் இருப்பவர்கள் விளிம்பை 'எதிரி' ஆக்க... புறவயப் புரட்சிப் போர்கள் திகுதிகுவெனக் கொளுந்துவிடும்; தாளவொணா வெறுப்புணர்ச்சி மேலோங்க, கணக்கிலடங்கா உயிர்கள் பலியாகும். விளிம்புக்கு மையமே வேஷம்; மையத்துக்கு விளிம்பே வேஷம். மையமும் விளிம்பும் கடந்த காலாதீதத்தில் நின்று யோசிக்கும் தன்னிலைக்கு இப்புரிதல் உறுதியான சாத்தியம். அப்படியான புரிதல் குறித்த உரையாடல்கள் தாசருக்கு முக்கியமானவையாகப் பட்டிருக்கின்றன. தொடர்ந்து அவர் அப்படியான ஏக்கம் கொண்ட தன்னிலையை நோக்கியே உரையாடிக் கொண்டிருந்தார்.

பூர்வ பௌத்த முன்னோடி

தலித் அரசியலின் வேர்கள் தாசரிடம் இருந்து துவங்குகின்றன என்பதான 'நவீனக் கதையாடல்' ஒன்று இன்று 'சமூகக் கோட்பாடாக' நிறுவப்பட்டிருக்கிறது. இப்புள்ளியில் இருந்து, தாசரை யோசனைக்கு எடுத்துக்கொண்டு மேல் செல்வோம்.

தன் காலத்திய நடைமுறைச் சமூகத்தைக் கவனிக்கும் தாசருக்கு இயற்கை முரணியக்கத்துக்குப் பதிலாகச் செயற்கை முரண்பாடு புலப்படத் துவங்குகிறது. இங்கு இயற்கை முரணியக்கம் மற்றும் செயற்கை முரண்பாடு குறித்த சிறுஅறிமுகம் அவசியமாகிறது. சமூகத்தை மற்றமையின் கோணத்தில் இருந்து பார்க்கும்போது

புலப்படுவது 'இயற்கை முரணியக்கம்'; தன்னிலையின் மையத்தில் இருந்து யோசிக்கும்போது புரிவது 'செயற்கை முரண்பாடு'.

ஒரு குறிப்பிட்ட சமூகக்குழுவில் நிகழும் இயற்கை முரணியக்கத் தாலேயே அதற்கடுத்த சமூகக்குழு உருவாகிறது. சான்றாக, வேட்டைக் குழுவில் நிகழும் முரணியக்கத்தாலேயே மேய்ச்சல் குழு உருவாகிறது. இங்கு மேய்ச்சல் குழுவின் சிறப்புப் பண்புகள் நவீனம் எனச்சொல்லப்பட... வேட்டைக் குழுவின் சிறப்புப் பண்புகள் மரபு எனப்படும். தொடர்ந்து, மேய்ச்சல்குழுவில் முரணியக்கம் நிகழ்ந்து வேளாண்குழு உருவாகிறது. அங்கு வேளாண் குழுவின் சிறப்புப் பண்புகள் நவீனம் என்றும், மேய்ச்சல் (மற்றும் வேட்டை) குழுவின் சிறப்புப் பண்புகள் மரபு எனப்படும். கால மாற்றத்தில், இன்றைய தொழில்நுட்பச் சமூகத்துக்கு வந்து சேர்ந்திருக்கிறோம்.

தொடக்ககால வேட்டைச் சமூக வாழ்வில் தன்னிலைக்குத் தனித்த இடமில்லை; குழுவே (மற்றமையே) முக்கியம். மேய்ச்சல் சமூக வாழ்வில் தன்னிலைக்குக் கொஞ்சம் சுதந்திரம் கிடைக்கிறது. வேளாண் சமூக வாழ்வில் தன்னிலைக்கான சுதந்திரத்தின் எல்லை இன்னும் விரிவடைகிறது. நவீனத் தொழில் நுட்பச் சமூகமான இன்று தன்னிலை வெகுவாக முன்னுக்கு வந்துவிட்டது. எனினும், குழுவின் (மற்றமை) பரப்புக்குள் இருந்து முற்றிலும் வெளியேற இயலவில்லை அல்லது மற்றமையின் வரையறையைக் கடந்து செயல்பட முடிவதில்லை. இச்சூழலில், தாசர் தன்னிலையை முன்வைத்துச் சிந்திக்கவும் மற்றமையைக் கருத்தில் கொண்டு செயல்படவும் செய்கிறார். இணையாக, மற்றமையின் செயற்கை வேஷத்தையும் தன்னிலையின் இயற்கை யதார்த்தத்தையும் நமக்கு எடுத்துக் காட்டவும் முனைகிறார்.

தாழ்த்தப்பட்ட சாதியில் பிறந்ததாகச் சொல்லப்படும் தாசர் அதுபற்றித் தொடர்ந்து சிந்திப்பதன் வழியாகவே தன் கருத்தாடலுக்கு வந்து சேர்கிறார். மற்றமையில் இயற்கை முரணியக்கமாக (புனிதம் எதிர் அபுனிதம்) சொல்லப்படும் சாதியக்கருத்துருவை தன்னிலையின் வழிச் செயற்கை முரண்பாடு (யதார்த்தம் எதிர் வேஷம்) எனத் தொடர்ந்து நிறுவுவதையே தன் அடிப்படையாகக் கொள்கிறார். சுருங்கச் சொல்வதாயின், மற்றமையின் வேஷத்தைத் தன்னிலையின் யதார்த்தத்தில் புரிய வைக்க மண்டை உடைக்கிறார். அதற்காகவே பூர்வ பௌத்தன் எனும் புதுச்சொல்லை முன்மொழிகிறார். பூர்வ பௌத்தன் எனும்

சொல்லைக்கொண்டு வேஷ, யதார்த்தங்களைக் கடந்து நிற்க வைத்து அவற்றை விளக்கிவிடத் தவிக்கிறார். அச்சொல்லை இன்னும் துலங்க வைக்க இலக்கணம் - எதிர் இலட்சணம், மாறுதல் - எதிர் ஆகுதல், எழுத்து - எதிர் பேச்சு, மறதி - எதிர் நினைவு, பார்த்தல் - எதிர் பறைதல் எனப் பலவகைகளில் போராடுகிறார்.

நடைமுறைச்சமூகம் என்பது மற்றமையின் தன்னிலையே தவிரத் தன்னிலையின் மற்றமையாக இருக்க வாய்ப்பில்லை. இதைப் புரிந்ததனால்தானோ என்னவோ, தாசர் மற்றமையின் தன்னிலையில் பூச்சாக இருக்கும் வேஷத்தை அம்பலப்படுத்து வதைத் தனது சிந்தனை முறைமையாகக்கொண்டார்; மற்றமையின் தன்னிலையில் மறைந்திருக்கும் யதார்த்தத்தைத் தனது செயல் பாட்டுக் களமாகக் கொண்டார். இதைத் தன்னிலையில் இருந்து யோசித்தால் மட்டுமே ஓரளவு நெருங்க முடியும்.

சனாதன பௌத்தன்

சனாதன என்று சொன்னாலே பொங்கிக் குமுறும் முற்போக்குக் கும்பல்கள் மிகுந்திருக்கும் காலகட்டம் இது. அதை வெகுவாகக் கவனத்தில்கொண்டே, சனாதன பௌத்தன் எனும் சொல்லாடலை அறிமுகப்படுத்த விரும்புகிறேன்.

தாசரின் 'பூர்வ பௌத்தன்' எனும் சொல்லைக் குறித்த வியாக்கி யானத்தைச் 'சனாதன பௌத்தன்' வழியாக இன்னும் விரிவு படுத்தவும் ஆசைகொள்கிறேன். பள்ளிப்பருவத்தில் இந்து என்றாலே கெட்டவார்த்தை என்பதாகவே திராவிட ஆசிரியர்களால் நம்பவைக்கப்பட்டிருந்தேன். கல்லூரிக்காலத்தில் அறிமுகமான மார்க்சிய ஆய்வாளர்களால் இந்துத்வா என்பது நம்மைச் சூழ்ந்திருக்கும் தீங்கு எனவும் புரிந்துகொள்ள தலைப் பட்டிருந்தேன். பெரியாரியமோ திராவிடமோ மார்க்சியமோ பொய்ப்புனைந்து என்னை மழுங்கடித்திருக்கவில்லை. நடைமுறை யில் இந்து, இந்துத்வா போன்ற பதங்களைச் சொந்தம் கொண்டாடும் அரசியல் அமைப்புகளைப் புரிந்துகொள்ளவே அக்கோட்பாடுகள் உதவி இருக்கின்றன. எனினும், அக்கோட் பாடுகளின் வியாக்கியானங்கள் குறுகியதாகவும் தட்டையானதா வும் எனக்குத் தோன்றின.

பிற்பாடு, ஜெயமோகனின் இந்து சமயம் குறித்த கட்டுரைகளை நிதானமாய் வாசிக்கும் வாய்ப்பு அமைந்தது. அதன் வழியாகவே, இந்து சமயத்தின் பன்முகத்தன்மை சிறிது சிறிதாகப் புலப்படத் துவங்கியது. இந்துக்களை இருவகையாகப் பகுக்கும்

ஜெயமோகன் அதன் வழியாக இந்து சமயம் தொடர்பான நடைமுறை வியாக்கியானங்களை மேலும் தெளிவுபடுத்தினார். பண்பாட்டு இந்து மற்றும் அரசியல் இந்து எனும் இருவகைமை களைக் கொண்டு இந்து சமயத்தை அணுகும் ஒருவருக்கு அது வெறுப்பைத் தருவதாக இராது. அதேபோல, புனிதப் பெருமிதமும் கொள்ளச் செய்யாது.

ஜெயமோகனின் அரசியல் இந்துவை தாசரின் வேஷ பிராமணனுக்கு இணை வைக்கலாம். அதேபோல ஜெயமோகனின் பண்பாட்டு இந்துவை யதார்த்த பிராமணனாகக் கொள்ளலாம். இப்போது 'சனாதன பெளத்தனுக்கு' வருகிறேன். வேஷ மற்றும் யதார்த்த பிராமணியத்தைப் புரிந்துகொள்ள இரண்டில் இருந்து விலகி அல்லது இரண்டையும் கடந்த நிலையில் நம் யோசனை இருக்கவேண்டும்; அந்த யோசனையே 'பூர்வ பெளத்தன்'. அரசியல் மற்றும் பண்பாட்டு இந்துத்துவாவைப் புரிந்து கொள்ளவும் மேற்சொன்னவாறு இரண்டையும் கடந்து நின்று கவனித்தலே ஒரே வழி. அவ்வழியே 'சனாதன பெளத்தன்'.

இங்கு ஒன்றைத் தெளிவாக நினைவில்கொள்ள வேண்டும். தாசரின் நோக்கம் இந்துக்களை அழிப்பதன்று; இந்து சமயத்தை ஒழிப்பதன்று. இந்து சமயமாய் நமக்கு நம்பவைக்கப்பட்டிருக்கும் வேஷ பிராமணியத்தைப் பகிரங்கமாக அம்பலப்படுத்துவதே. அப்படி வேஷ பிராமணியம் களையப்பட்டால் அது பூர்வ பெளத்தமே என்பது அவரது கண்டுபிடிப்பு.

இந்து சுயராஜ்யம் முன்வைக்கப்பட்ட காலத்தில் அவர் அதற்கு மூர்க்கமாக எதிர்ப்புத் தெரிவிக்கவில்லை. முதலில் 'உள்சீர்திருத்தம்' செய்துவிட்டுப் பிறகு 'புறசீர்திருத்தம்' பற்றிக் கவலைப்படுமாறு அறிவுறுத்தினார். 'உள்சீர்திருத்தம்' என்றால் இந்து சமயத்தில் நிலவும் தீண்டாமை போக்கைச் சரிசெய்வதே. இன்னும் கொஞ்சம் எளிமையாக்கலாம். கிராம சுயராஜ்யம் என்று வரும்போது ஊர், சேரி (காலனி) எனும் பாகுபாடுகள் இருக்கக்கூடாது என்பதே தாசரின் நிலைப்பாடு.

ஆகமப் பெருங்கோவிலுக்குள் தங்களை நுழைய அனுமதிக்காத உயர்சாதியினரை எதிர்த்து அவர் குழுஅரசியலை மேற்கொண்டிருக்க முடியும். களச்செயல்பாடுகள் வழி உயர்சாதியினருக்கு எதிரான அடையாளப் போராட்டங்களைத் தொடர்ந்து முன்னெடுத்திருக்க வும் முடியும். என்றாலும், ஒரு சிறுகுழுவின் பிரதிநிதியாக இருக்க அவர் விரும்பவில்லை. வெகுமக்களில் ஒருவனாக இருந்து

செயல்படுவதே சரியாகப் பட்டிருக்கிறது. அதனால்தான், தங்களை ஒடுக்குவதற்கு உருவாக்கப்பட்ட 'கதையாடல்களை' 'எதிர்க்கதையாடல்கள்' வழி வெகுமக்களுக்குப் புரிய வைத்துவிட முடியும் எனத் தீவிரமாக நம்பினார். அந்நம்பிக்கையை ஆதாரமாகக் கொண்டே தன் வாழ்வின் பிற்பகுதியை அவர் அமைத்துக்கொண்டிருக்கக் கூடும்.

கோட்பாட்டு மயக்கங்கள்

அயோத்திதாசரின் கருத்தியலை ஒரு புறவயக்கோட்பாடாக நிறுவி விடுதல் சாத்தியமே இல்லை என்பது என் முடிபு. மேலும், அவர் கோட்பாடு போன்றவற்றைத் தன்னிலையின் சிந்தனை மயக்கங் களாகவே கருதுகிறார். சிந்தனை-கோட்பாடு-செயல்பாடு எனும் நவீனக்கருத்தே அவருக்கு அதீத மயக்கமாகத் தோன்றி இருக்கக் கூடும்.

சான்றுக்கு ஒரு கோட்பாட்டை எடுத்துக்கொள்வோம்; பெரியாரியக் கோட்பாடு. இக்கோட்பாட்டின் அடிப்படையில் சமூகம் சீரழிந்ததற்குப் பிராமணியமே முக்கியக் காரணம். பிராமணியம் ஒழிந்தால் சமூகம் உருப்பட்டுவிடும். இங்குப் பிராமணியம் என்பதைப் பிராமணிய மேலாதிக்கம் எனப் புரிந்துகொள்ளவும். பிராமணியத்தை ஒடுக்குவதற்கான செயற்திட்டங்கள் வகுக்கப் படுகின்றன. அவை புறவயமாகச் செயல்பாட்டுக்கும் வருகின்றன. எனினும், அவர் கற்பனை செய்த சமதருமச் சமூகத்தைக் கிஞ்சித்தும் நெருங்க முடியவில்லை. அதற்காகப் பெரியாரின் கோட்பாட்டையோ செயல்பாட்டையோ குறைத்து மதிப்பிடவில்லை. பிறகென்ன சிக்கல்? சமூகத்தை அவர் முழுக்க முழுக்க ஒரு பருப்பொருளாக மட்டுமே கணக்கில் கொண்டார். மேலும், சமூகச் சிக்கல்களைப் புறவடிவில் மட்டுமே விளங்கிக்கொண்டிருந்தார். நவீனச் சிந்தனையாளர்களிடம் இருந்த ஆகப்பெருஞ்சிக்கல் அது. மார்க்ஸ், பெரியார் மற்றும் அம்பேத்கர் போன்றோரின் கோட்பாடுகள் தடுமாறி நிற்பதற்கு முக்கியக் காரணம் அதுவே அல்லது என் புரிதல் அப்படியானது.

கோட்பாடுகள் மற்றமையில் மேற்கொள்ளும் மாற்றங்கள் மற்றமையை மேம்படுத்தி விடும் என் உறுதியாக நம்புகின்றன; அவற்றின் பரப்புக்குள் தன்னிலைக்கு இடமே இல்லை அல்லது தன்னிலைக்கு வெகு குறைவான இடம் மட்டுமே. தாசரைப் போன்றோர் வழியே அது நமக்குப் புரிய ஆரம்பிக்கிறது. அவர் நடைமுறைச் சமூகக் கட்டமைப்பைக் கோளாறு

எனச்சொல்வதில்லை; மயக்கம் எனச் சொல்கிறார். அம்மயக்கத்தைப் புரியவைக்க யதார்த்தம், வேஷம் போன்ற சொற்களைப் பயன்படுத்துகிறார். மேலும், தன்னிலையில் நிகழும் மாற்றங்கள் மற்றமையின் மேம்பாட்டுக்கு அடிகோலுகிறது என உறுதியாக நம்பவும் செய்கிறார். பூர்வ பௌத்தன் எனும் சொல்லின்வழி தெளிந்த தன்னிலையையே அவர் குறிப்பிடுகிறார்.

தாசர் தன்னிலையில் திண்ணைக் கல்வி மீதான ஆர்வம் கொண்டவர். எனினும், மற்றமையில் அன்றையக் கல்விமுறையின் தேவையையும் புரிந்தவர். அதனால்தான் 'கதையாடல்களால்' தன் சிந்தனைகளை முன்வைத்த தாசர், தாழ்த்தப்பட்ட குழந்தைகளைப் பள்ளிகளில் சேர்க்கவேண்டிய 'நடைமுறை' பணிகளையும் மேற்கொண்டார். சுருங்கச் சொல்வதாயின், தாசர் தன்னிலையில் சிந்தனைத் தெளிவையே முதன்மையாகக் கொண்டபோதும்... அது நடைமுறை மற்றமையையும் கவனத்தில் கொள்ளத் தவறவில்லை.

ஓமியோபதி தாசரும் அலோபதி பெரியாரும்

பெரியாரின் பிராமணியம் என்பது தாசரின் வேஷபிராமணியம் அன்று என்பதைப் புரிந்துகொண்டால்தான் அவர்களைக் குறித்து மேலதிகம் சிந்திக்க முடியும் என்பது என் கோணம். வேஷபிராமணியத்தை விளங்கிக்கொள்ள மரபறிவில் கொஞ்சமாவது ஈடுபாடு வேண்டும். ஐரோப்பிய நவீன அறிவுப்புலத்தில் இருந்து தனக்கான உந்துதலைப் பெறும் பெரியாருக்கு மரபின்மீது பிடிமானம் துளியும் இல்லை என்பது உலகறிந்த செய்தி. கூடுதலாக, அவர் வேஷபிராமணியக் கதையாடல்களை உள்வாங்கி யோசிக்கும் பண்பாட்டுப் புரிதல் கொண்டவராகவும் தெரிய வில்லை. தாசரைத் தொடர்ந்து வந்த பௌத்த சங்கத்தினரால் அவருக்குத் தாசர்மீது மதிப்பு ஏற்பட்டிருக்கலாம்.

வேஷபிராமணியம் என்பது அக உளவியலுக்கு அழுத்தம் தருவதாக இருக்க... பெரியாரின் பிராமணியமோ புற அடையாளங் கள் கொண்டு அதை விளங்கியிருப்பதாகத் தோன்றுகிறது. வேஷபிராமணியத்தின் வழி சமூக அனைத்துத்தரப்புகளிலும் ஊடுருவி இருக்கும் 'வேஷபிராமணியத்தை' தாசர் அம்பலப் படுத்தினாரே தவிர, பிராமணியத்தை அவர் எதிரித் தரப்பாக முன்வைக்கவில்லை. மேலும், பிராமணர் என்பதைச் சாதிய அடையாளமாகவும் அவர் சுருக்கிப் புரிந்துகொண்டிருக்கவில்லை. பெரியாரோ பிராமணியத்தைச் சாதிய அடையாளமாகவே பெரிதும் எதிர்கொண்டார்.

பிராமணர் அல்லாதோர் எதிர் பிராமணர் எனும் பெரியாரின் செயல்பாட்டுக்களம் மிகக்குறுகியது; தட்டையானது. அவரின் வழித்தோன்றல்களாய்ச் சொல்லிக்கொள்பவர்கள் பிராமணர்களை மட்டுமே சமூகத்தாழ்நிலையின் பொதுஎதிரிகளாகச் சித்திரிக்கும் போக்கு இன்றுவரை தொடர்ந்து கொண்டுதானே இருக்கிறது. இப்படிச் சொல்வதனால், பெரியாரின் பங்கைக் கொச்சைப்படுத்து வதாகத் தோன்றும். பெரியாரைக் குறித்து மேலதிகம் யோசிக்க உதவுவதே நோக்கம். மற்றபடி, அவரைச் சிறுமைப்படுத்தி எனக்கு ஆகப்போகிற இலாபம் எதுவுமில்லை.

ஓமியோபதி, அலோபதிக்கு வருகிறேன். அலோபதி மருத்துவரான சாமுவேல் ஹானிமனால் (1755-1843) 19-ஆம் நூற்றாண்டில் அறிமுகமானது ஓமியோபதி. தனது வாழ்நாளை அம்மருத்துவ முறைக்காகவே ஒப்புக்கொடுத்தவர் ஹானிமன். மார்க்ஸ் காலத்துக்குச் சற்று முந்தியவர். அலோபதியின் சிகிச்சை முறைகளின் அணுகுமுறைச் சிக்கல்களால் குற்றவுணர்வு கொண்டு ஓமியோபதி பக்கம் வந்தவர்.

ஓமியோபதி சிகிச்சையின் முதல் அடிப்படையே 'ஒத்தது ஒத்ததை நலமாக்கும்' என்பதே. அதாவது, நோய்க்குறிகளுக்குக் காரணமான குறிகள் உடைய மருந்தைக் கொண்டு நோயைக் குணமாக்குவது. எளிமையாகச் சொல்வதாயின், பாம்பு விஷத்துக்கு பாம்பு விஷத்தையே மருந்தாகத் தருவது. விஷமில்லாத உடலில் அம்மருந்து விஷந்தீண்டியதற்கான விளைவுகளை ஏற்படுத்தும்; விஷமேறிய உடலில் அவ்விளைவுகளைப் போக்கி விடும். விஷத்தை நேரடியாக எடுத்துக்கொள்வது ஒரு மனிதருக்கு மரணத்தை உண்டாக்கலாம். இங்குதான் ஹோமியோபதியின் இரண்டாவது அடிப்படை வருகிறது. 'மருந்தை வீர்யப்படுத்தல்' என்பதே அவ்வடிப்படை. 'மருந்தின் செறிவைக் குறைக்கக் குறைக்க அதன் வீர்யம் அதிகரிக்கும்' என்பதே ஹானிமனின் தெளிவு. அதனால்தான் ஆய்வுக்கூடங்களில் ஓமியோபதி மருந்துகளைச் சோதனைக்குட்படுத்துவது இதுகாறும் சாத்தியமில்லாமல் இருக்கிறது.

ஓமியோபதி சிகிச்சை முறையைப் பொருத்தமட்டில், நோய் என்று தனியாக எதுவுமில்லை. உயிராற்றலின் சீர்குலைவே நோய்; உயிராற்றல் சீரானால் நோய் குணமாகிவிடும். மேலும், நோய் வாய்ப்பட்டவர் சொல்லும் குறிகளின் தொகுப்பைக்கொண்டே நோய் அறியப்படுகிறது. அதனால் குறிப்பிட்ட நோய்க்கென்று பொதுவான மருந்து இல்லை. தனிப்பட்ட மனிதரின் குறிகளைக்

கொண்டே மருந்து என்பதால் ஒவ்வொருவருக்கும் ஒவ்வொரு மருந்து (ஒரே நோய் என்றாலும்).

சான்றுக்கு, காய்ச்சல் எனும்போது பொதுவான மருந்தை ஓமியோபதி பரிந்துரைப்பதில்லை. காய்ச்சல் வந்த நபர் சொல்லும் குறிகளைக் கணக்கில் கொண்டே அவருக்கான மருந்து பரிந்து ரைக்கப்படுகிறது. அம்மருந்தும் ஆற்றல் வடிவிலான நுண்பொருள் (ஆய்வகச் சோதனைகளுக்குட்படுத்த இயலாது அல்லது அச்சோதனைகளில் நிரூபிக்கப்பட முடியாதது).

ஓமியோபதி தனிமனிதனைக் குழுவாகப் புரிந்துகொள்வதில்லை. குழுவின் தனிமனிதன் வழியே அவனைத் தனித்துவப்படுத்திக் கொள்கிறது. அத்தனித்துவத்தைக் கொண்டே அவனுக்கு சிகிச்சை அளிக்கிறது. இங்கு தன்னிலைக்கு மிகுந்த முக்கியத்துவம் தரப்படுகிறது.

அலோபதி அதாவது நவீனமருத்துவச் சிகிச்சையைப் பொருத்த மட்டில், நோய் என்பது 'கிருமிகளால்' வருவது. 'கிருமிகளை'க் கொன்றுவிட்டால் நோய் நீங்கிவிடும். நோய்வாய்ப்பட்டவரின் புறக்குறிகள் போதும்; அவரின் அகக்குறிகள் அவசியமே இல்லை. காய்ச்சல் என்றால் அலோபதியில் பொதுவான மருந்துதான் (பெரும்பாலும் பாராசிட்டமால்). அலோபதி மருந்துகள் பெரும்பாலும் பருப்பொருட்கள் (ஆய்வகச் சோதனைகளுக்கு உட்படுத்த முடியும்).

அலோபதி தனிமனிதனைக் குழுவாகப் புரிந்துகொள்கிறது. அதனால் குழுவையே அது பிரதானப்படுத்துகிறது. குழுவுக்கே சிகிச்சை அளிக்கிறது. இங்கு மற்றமைக்கே அதிக முக்கியத்துவம்.

அலோபதி சிகிச்சையில் நோய்க்குறிகள் நிதானப்படுகின்றன; நோய் பெரும்பாலும் குணமாவதில்லை. இன்றைக்கு நவீன மருத்துவமனைகளில் கூடும் கூட்டத்தைக் கவனித்தாலே அது புரியும். ஓமியோபதி சிகிச்சையில் நோய்க்குறிகளோடு நோயின் மூலமும் களையப் படுகிறது. ஓமியோபதி தனிமனிதனை 'முழுமை யாகக்' கருத, அலோபதி அவனை 'பாகங்களாகக்' கருதுகிறது. அதனால்தான் உடல் உறுப்புக்களுக்குத் தனித்தனியான மருத்துவச் சிகிச்சைகள் அலோபதியில் இருக்கின்றன.

ஓமியோபதியே சிறந்தது என வாதிட்டு நிரூபிப்பது இங்கு நோக்கமன்று. அலோபதியின் நவீனத்தில் புலப்படும் கோளாறு களைக் கண்டுகொள்ளத் தயங்கும் நாம் ஓமியோபதியின் மரபுத்தன்மையில் இருக்கும் நன்மையைக் கவனிக்காமல் அதை

முற்றிலும் நிராகரிக்கத் தலைப்படுகிறோம். அப்படியான நிராகரிப்பே தாசருக்கு நேர்ந்திருப்பதாய் நான் கருதுகிறேன்.

அலோபதி புறக்குறிகள் சரியானால், நோயே சரியாகிவிட்டது என்பதாக நிறுவுகிறது. ஓமியோபதியோ அகக்குறிகளின் வழி உயிராற்றல் சீர்படுவதையே கவனத்தில் கொள்கிறது. புறவயச் சட்டங்கள் வழியாகச் சமூக ஏற்றத்தாழ்வுகள் ஓரளவு சரிசெய்யப் பட்டிருக்கின்றன என்றே வைத்துக்கொள்வோம்; சமூக உளவியலில் அச்சீர்திருத்த மனோநிலை மெய்யாலுமே பிரதிபலித் திருக்கிறதா? முன்னைக் காட்டிலும் சமூக உளவியலில் 'சாதியப் பெருமித உணர்வு' உள்ளிட்ட மனோநிலை அதிகரித்திருப்பதாகவே நான் யூகிக்கிறேன்.

நினைவுபடுத்துவதற்காக மீண்டும் சொல்கிறேன். ஓமியோபதி சிறந்தது என நிறுவி அலோபதியை மட்டந்தட்டுவதல்ல நோக்கம். அலோபதியைக் காட்டிலும் ஓமியோபதி நோயுற்றவனுக்கு நெருக்கமாக இருக்கிறது என்பதை விளங்க வைப்பதே இங்கு அடிப்படை. அவ்வகையில் பெரியாரைக் காட்டிலும் தாசரின் புரிதல் விசாலமானது; பரந்தது.

தாச பௌத்தம்

தாசரின் பௌத்தத்தைத் தமிழ் பௌத்தம் என ஞான. அலாய்சியஸ் சொல்வார் (தமிழ் என்பதை அரசியல் சொல்லாகக் கருதிவிடல் ஆபத்தானது). அச்சொல்லையே டி. தருமராஜும் பயன்படுத்தி இருப்பார். நான் தாச பௌத்தம் என்பேன். கசப்புகளும் காழ்ப்புகளும் புரையோடிப்போய் இருக்கும் நவீனச்சமூகத்தில் தாசரைப் புரிந்து கொள்வதே சிரமம்; அவரின் பௌத்தத்தை விளங்கிக்கொள்தல் அதனினும் சிரமம். எனினும், தாசரைக் குறித்த உரையாடல்கள் நிகழ இன்றைய சமூகமே சரியான களம்.

பௌத்தம் என்றவுடன் நமக்கு நிறுவன பௌத்த சமயமே நினைவுக்கு வரும். அதை ஒட்டியே மேலதிகமாய் யோசிக்கவும் செய்வோம். அதன் பொருட்டே அவரைப் பௌத்த சமய மறுமலர்ச்சியாளர் அல்லது தமிழ் பௌத்தச் சிந்தனையாளர் எனக் கொண்டாடவும் தலைப்படுவோம். தாசர் அப்படி இருந்திருப்பின் இன்று பூர்வ பௌத்த சமதருமக் கட்சி என ஒன்று தமிழக அரசியலில் கோலோச்சிக் கொண்டிருக்கக்கூடும்; கடந்த நூறாண்டு களாகத் தாசரை நாம் மறந்திருக்கவும் மாட்டோம். மேலும், தாசரின் சிந்தனைகளைக் கொண்டு தாசரியம் எனும் கோட்பாடும் புழக்கத்துக்கு வந்திருக்கும்.

பௌத்தத்தைப்பற்றிப் பேசும் முன் சமயங்கள் குறித்துக் கொஞ்சம் உரையாடலாம். தன்னைக் குறித்தும், தன் வாழ்வு குறித்துச் சிந்திக்கும் மனிதன், கடவுள் விதி போன்ற கருத்துகளுக்கு வந்து சேர்கிறான் அல்லது கொண்டு சேர்க்கப்படுகிறான். கடவுள் விதி குறித்த திட்டவட்டமான அல்லது பன்முகமான சிந்தனைகளைக் கொண்ட அமைப்பையே நாம் சமயம் என்பதாகவும் சொல்கிறோம். மேலைச் சமயங்கள், கீழைச்சமயங்கள் எனப்பகுத்து இன்று விரிவான ஆய்வுகள் மேற்கொள்ளப்பட்டிருக்கின்றன. அவற்றுக்குள் நுழைவது இங்கு அவசியமல்ல. பொதுவாகச் சமயத்தை இரண்டு வகைகளில் ஒருவர் அணுகலாம். ஒன்று, மற்றமையின் வழியாக. மற்றொன்று, தன்னிலையின் வழியாக.

மற்றமையின் வழியாகச் சமயத்தை அணுகுவதைப் பொதுவாகப் பக்தி என்கிறோம்; அதற்கான செயல்பாடுகளை வழிபாடு என்கிறோம். தன்னிலை வழியிலான சமய அணுகலை ஞானம் என்கிறோம்; அதற்கான செயல்பாடுகளைத் தியானம் என்கிறோம். எளிதாகச் சொல்வதாயின், பக்தியைப் புறநிலையாகவும் ஞானத்தை அகநிலையாகவும் கொள்ளலாம்.

இப்போது, தாசரின் வாழ்வுக்கு வருவோம். வைணவக் குடும்பத்தைச் சேர்ந்த அவர் ஊர்க்கோவிலில் வழிபட அனுமதிக்கப்படுவது இல்லை. அதுகுறித்து அவர் கேள்வி கேட்கும்போதும் சரியான பதில் கிடைப்பதில்லை. அங்கிருந்தே அவர் தான் சார்ந்திருக்கும் சமயம் குறித்து யோசிக்க ஆரம்பிக்கிறார். அச்சமயத்தின் ஞானமார்க்கமான அத்வைதத்துக்கு வருகிறார். அங்கும் அவருக்கு நிறைவில்லை. அக்காலகட்டத்தில் ஆங்கிலேயர் இந்து எனும் பதத்தின் வழி கிறித்துவர் இஸ்லாமியர் அல்லாத மக்களை ஒருங்கிணைக்க முயற்சி மேற்கொள்கின்றனர். இந்து எனும் சொல்லாடலின் வழியும் தமக்கான விமோசனம் கிட்டப் போவதில்லை எனத் தெளிவாக அறிந்துகொள்ளும் தாசர் இன்னும் தீவிரமாக யோசிக்கிறார். அந்த யோசனையின் வழியாகவே நிறுவன பௌத்தத்துக்கு வந்து சேர்கிறார். அதுவும் சலிப்பூட்டு வதாகத் தோன்ற பூர்வ பௌத்தம் எனும் கதையாடலைக் கண்டு கொள்கிறார். அக்கதையாடலின் வழியே சமூகத்துடன் உரையாடத் துவங்குகிறார்.

தாசர் நிறுவன இந்து சமயத்தில் இருந்து நிறுவன பௌத்தத்துக்கு மாறினார். பிறகு, பூர்வ பௌத்தம் எனும் கதையாடலின் வழி நிறுவனச்சமயங்களின் வேஷங்கடந்த ஒரு சமூகத்தைக் கற்பனை செய்தார். அக்கற்பனையின் வழியாக நடைமுறைச் சமூகத்தின் மயக்கக் கோளாறுகளை அம்பலப்படுத்தினார். அவரைப் பொறுத்த

வரை இந்து அல்லது பௌத்தம் எனும் சமய அடையாளம் முக்கியம் அன்று; அவற்றின் வழியே தன்னிலை பெறும் தெளிவே முக்கியம்.

இன்றைய முற்போக்கு அரசியலின் முகமாகத் தாசரை நிறுத்துவது பொருத்தப்பாடாக இல்லை. ஏனெனில், அவர் நடைமுறைச் சமூகத்தை மாற்றி அமைக்கும் 'சடங்குகளை' பட்டியலிடவில்லை. மாறாக, நடைமுறைச் சமூகத்தைச் சூழ்ந்திருக்கும் வேஷப்பூச்சு களை அடையாளம் காட்டுவதையே தனது முதற்பணியாகக் கொண்டார். அவரை மற்றமையில் இருந்து விளங்க முயற்சிப்பது அறிவீனமாகவே ஆகும்; தன்னிலையில் இருந்து யோசிப்பதே சரியாக இருக்கும் என்பது என் புரிதல்.

சாதாரண மற்றமையும் விசேஷத் தன்னிலையும்

நூலின் இறுதிப்பகுதியில், தாசரை நோக்கிப் பகிரங்கமான ஒரு குற்றச்சாட்டை வைத்திருப்பார் டி. தருமராஜ். விசேடர்களை நோக்கி மட்டுமே தாசர் பேசியதாகவும் வெகுமக்களை (சாதாரணர்களை) அவர் நம்பவில்லை என்பதாகவும் அக்குற்றச் சாட்டு இருக்கும். முற்போக்குக் கோணத்தில் அல்லது நவீன அறிவுத் தளத்தில் அது சரிதான். எனினும், நடைமுறைச் சமூகத்தைக் கவனத்தில் கொண்டு வெகுமக்களில் ஒருவனாக நின்று பார்க்கும் ஒருவருக்கு அக்குற்றச்சாட்டுப் பொருளற்றதாகவே இருக்கும்.

முதலில் சாதாரணம், விசேஷம் என்பதைச் சிறு உதாரணத்தின் வழி காண்போம். 'கதிரவன் உதிக்கிறது மறைகிறது' - இது சாதாரணம்; 'கதிரவன் உதிப்பதுமில்லை மறைவதுமில்லை' - இது விசேஷம். கதிரவனைப்பற்றிய இருகோணங்கள் அவை. முதல் கோணம் புறவயமான நம்பிக்கை (நேர்க்காட்சி); இரண்டாவது கோணம் அகவயமான சிந்தனை (அனுமானம் அல்லது யூகம்). இங்கு நம்பிக்கை, சிந்தனை இரண்டுமே அறிவுதான். இதில் நம்பிக்கையைக் குறையாகவும் சிந்தனையை நிறையாகவும் கொள்ள நவீனக் கல்வி பயிற்றுவித்திருக்கிறது. அதனால்தான், தருமராஜ் அவர்களால் அப்படி ஒரு குற்றச்சாட்டைத் துணிந்து வைக்க முடிகிறது.

விசேஷத்தைப் புரிந்துகொள்ளும் ஒருவன் சாதாரணத்தைப் புறந்தள்ளி விடவேண்டும் என்பதோ சாதாரணத்தில் இருக்கும் ஒருவன் விசேஷத்துக்கு வந்து சேர்ந்தாகவேண்டும் என்பதோ அவசியமில்லை. இவ்வாறே தாசர் கருதி இருப்பார் என நம்புகிறேன். அதனால்தான் அவர் வேஷ பிராமணியத்தைத் துகிலுரிப்பதன் வழியாக யதார்த்த பிராமணத்துக்கு முட்டுக் கொடுக்கவில்லை. மாறாக, யதார்த்த மற்றும் வேஷ

பிராமணியங்களை நமக்குப் பகிரங்கப்படுத்தப் பார்க்கிறார். தொடர்ந்து, 'பூர்வ பௌத்தன்' வழி தன்னிலை குறித்த உரையாடலைத் தொடங்கி வைக்கிறார். அதனடிப்படையிலேயே 'மாறுதல்', 'ஆகுதல்' போன்றவற்றின் வழி தன்னிலைக்கான தெளிவைத் தூண்டவும் செய்கிறார்.

இன்னும் விளங்கப் பார்ப்போம். சாதாரணமோ விசேஷமோ தாசருக்கு முக்கியமில்லை. அதனூடாகப் 'பூர்வ பௌத்த' மனநிலையைத் தன்னிலை யோசிக்கிறதா என்பதே தாசரின் தேட்டம். பெரும்பாலும், சாதாரணம் மற்றமைகளால் மயக்கம் கொள்வது; விசேஷமோ தன்னிலையால் விழிப்புப் பெறுவது. நடைமுறைச் சமூகத்தில் விசேஷத் தன்னிலைகளே வேஷத்தில் நிலைதடுமாறி நிற்கும்போது, மயக்கச் சாதாரணங்களின் நிலை?

விசேஷத் தன்னிலைகளைக் குறிவைத்து வைக்கப்பட்டிருக்கும் 'வேஷக் கதையாடல்களுக்கு' எதிரான 'யதார்த்த கதையாடல் களின்' ஊடே விசேஷத் தன்னிலைகளை விழிப்புப் பெறச் செய்யவே தாசர் முயன்றிருக்கிறார்; அதுவே ஆகப்பெரும்பணி. இப்படியான சூழலில், சாதாரண மற்றமையை அவர் கவனத்தில் எடுத்து யோசிப்பது எவ்வகையில் சாத்தியம்? மேலும், சாதாரண மற்றமைகளைக் காட்டிலும் விசேஷத் தன்னிலைகளே வேஷப்பூச்சை இன்னும் பிரகாசப்படுத்திவிடும் வாய்ப்பு இருக்கிறது.

பெரியார் சாதாரண மற்றமையின் நம்பிக்கைகளைக் குலைப்பதன் வழி அல்லது அதிர்ச்சிக்குள்ளாக்குவதன் வழி விசேஷத் தன்னிலையில் மாற்றம் ஏற்படும் என உறுதியாக நம்பினார். அதன்பொருட்டே, தனது வாழ்வின் பெரும்பகுதியைச் செலவிட்டார்; நடைமுறை நாத்திகத்தைப் பேசியும் எழுதியும் செயல்பட்டும் வந்தார். அவரின் இயக்கங்கள் வழி சமூகத்தில் மாற்றங்கள் ஏற்பட்டிருக்கலாம். சமூக உளவியலில் அல்லது தன்னிலையில் அம்மாற்றங்கள் எதிரொலித் திருக்கின்றனவா எனப் பார்த்தால் கேள்வியே. பெரியாருக்குப் பிறகான இன்றைக்குத்தான் சாதியப் பெருமிதக் கட்சிகள் தலைதூக்கி இருக்கின்றன; சமய வேஷ நம்பிக்கைகள் அதிகரித்திருக்கின்றன; மதக்கடைகள் இலட்சக்கணக்கில் பெருகி இருக்கின்றன. அதற்குப் பெரியார் காரணம் எனச் சொல்லவில்லை. எனினும், அவரின் செயல் பாடுகள் குறுகியதாகவும் புறவயமானவையாகவும் மட்டுமே இருந்தன என்பதை ஒப்புக்கொண்டே ஆகவேண்டும்.

தாசரும் பெரியாரும் மாறுபடும் இடங்கள் பல. அவற்றில் ஒன்றை இங்குச் சுட்ட நினைக்கிறேன். தாசர் 'புறச்சீர்திருத்தத்தை' விட

'உள்சீர்திருத்தத்தையே' முக்கியமாகக் கொண்டார். அதனாலேயே அவரின் 'லட்சணம்'. 'ஆகுதல்', 'பூர்வ பௌத்தன்' ஆகிய சொற்கள் தனித்துவம் பெறுகின்றன. நினைத்திருந்தால் அவர் பெரும்பான்மையான ஒடுக்கப்பட்டவர்களைப் பௌத்தர்களாக 'மாற்றி' இருக்க முடியும்; அவரைப் பொறுத்தவரை அது வீண்செயல். அப்படி 'மாறும்' பௌத்தர்கள் கொஞ்ச காலத்தில் 'வேஷ பௌத்தர்களாகி' விடவும் வாய்ப்புண்டு. அதனால்தான் அவர் பௌத்தராக 'ஆகுதல்' பற்றியே தொடர்ந்து பேசினார். வேஷப் பெரியாரியர்கள், வேஷ மார்க்சியர்கள், வேஷ அம்பேத்கரியர்கள், வேஷ காந்தியர்கள் போன்ற வேஷச்சிந்தனை யாளர்கள் மலிந்திருக்கும் இக்காலகட்டத்தில் தாசர் தனித்துவ மானவர். அவர் வேஷ தாசரியர்களை உருவாக்குவதில் விருப்பம் இல்லாதவர். ஒருவர் தன்னளவில் 'பூர்வ பௌத்தனாக', தொடர்ந்து ஊக்கமளித்தபடி இருந்தவர்.

வருங்காலத்தில், வேஷக் கதையாடல்காரர்கள் தாசரை நேரடியாக ஒதுக்கிவிட வாய்ப்பில்லை. அவரைப் புனித நிகழ்வாகப் பிம்பப்படுத்துவதன் வழியேதான் நம்மிடமிருந்து விலக்க முயல்வர். தாசரின் சிந்தனைகள் வழி அவரைக் கண்டுகொள்வது மட்டும் இப்போதைக்குப் போதாது; அவரைப் புனிதப்படுத்தும் நோக்கம் கொண்டவர்களிடம் எச்சரிக்கையாய் இருப்பது மிகவும் முக்கியம்.

நேர்மொழியில் சொல்வதானால், தாசர் குறைகளற்ற புனித நிகழ்வன்று; குறைகளோடான மனித நிகழ்வு. அவரின் மொழியில் சொல்வதானால், தாசர் வேஷப் புனிதரன்று; யதார்த்த மனிதர்.

●

எனது அடுத்தகட்ட புறச்செயல்பாடு ஒன்றுக்கான அதிகப்படியான உந்துதலைத் தாசரிடம் இருந்தே பெற்றிருக்கிறேன். அச்செயல் பாட்டின் வருங்காலம் குறித்து நான் உறுதியாய்க் கவலைப்படப் போவதில்லை; அதன் நிகழ்கணத்தில் எனது தன்னிலைப் பங்களிப்பு குறித்த விழிப்புணர்வே முக்கியம். அப்படியான மனநிலையைத் தாசரே உணர்த்தி இருக்கிறார்; தாசரின் தாசர் அல்ல. டி. தருமராஜின் தாசரே எனக்குள் அதை நிகழ்த்தி இருக்கிறார்.

●

மெய் திறக்கும் நூல்

ரா. கார்த்திக்

ஆய்வாளர்

'அயோத்திதாசர் குறித்த எனது பரிசோதனைகளின் விளைவான இந்தப் புத்தகத்தை வாசிக்கிற நீங்கள், இதன் தாறுமாறான ஒழுங்கமைப்பை வெகு எளிதாக உணர்ந்துவிட முடியும். வழக்கமாக, இது போன்ற புத்தகங்கள் கொண்டிருக்கும் ஒருமையை இதில் நீங்கள் பார்க்க முடியாமல் போகலாம். அதனால் திகைக்கலாம்; குழம்பலாம்; எரிச்சலுறலாம்; கோபப்படலாம். அந்தச் சமயங்களில் உங்களுக்கு என்னால் சொல்ல முடிந்த ஒரே பதில் இது தான். 'இது ஒரு குறை அல்ல; இந்தப் புத்தகமே அப்படித்தான் செய்யப்பட்டிருக்கிறது!' (பக்கம்-12).

ஆம், இந்த நூல் மாற்று ஒழுங்கமைப்புடையது. இந்த நூலை நாம் புரிந்து கொள்ள முயல்வதன் வழியாக, தருமராஜின் சிந்தனையைப் புரிந்துகொள்ள இயலும். அயோத்திதாசரை அவர் எவ்வா றெல்லாம் அணுகுகிறார்? அதற்கு அவர் பயன்படுத்தும் முறையியல் என்ன? என்பதைப் புரிந்துகொள்ள இயலும். மேலும், தமிழ் மெய்யியலின் புதிய திறப்புகளை நம்மால் காண இயலும். இவற்றையெல்லாம் கோடிட்டுக் காட்டவே நான் முயல்கிறேன்.

கதம்பம் – மாற்று ஒழுங்கின் நறுமணம்:

அயோத்திதாசர்: பார்ப்பனர் முதல் பறையர் வரை		
நான் பூர்வ பௌத்தன்	இது பௌத்த நிலம்	பூர்வ பௌத்தனின் கல்லறை
வரலாற்று நாயகனின் பிறப்பைப் பாடும்	அயோத்திதாசராகச் சிந்தித்தல் கலைஞன்	அயோத்திதாசரை வெற்றிகரமாகக் கடந்து செல்லுதல்

இந்நூல் வெவ்வேறு காலகட்டத்தில் எழுதப்பட்ட பிரதிகளின் தொகுப்பு. முதல் பகுதியான 'நான் பூர்வ பௌத்தன்' 2003ஆம் ஆண்டு தனி நூலாக டாக்டர் அம்பேத்கர் பண்பாட்டு மையத்தின் வழியே வெளியிடப்பட்டது. இரண்டாம் பகுதியான 'இது பௌத்த நிலத்தில்' உள்ள கட்டுரைகள் புது விசை, காலச்சுவடு, தலித், வல்லினம், புதிய காற்று ஆகிய இதழ்களிலும் No Alphabet in sight - New Dalit Writings from South India என்ற நூலிலும் 2001ஆம் ஆண்டு முதல் 2011 வரை வெளியான கட்டுரைகள். மூன்றாம் பகுதியான 'பூர்வ பௌத்தனின் கல்லறை' சமீபத்தில் எழுதியது.

இவ்வாறாக, இந்நூல் கதம்பத்தன்மை கொண்டிருக்கிறது. இந்தக் கதம்பத் தன்மையின் ஒழுங்கமைப்பே நம்மைத் திகைப்படையச் செய்கிறது. மேலும், நாம் பழக்கப்படாத ஆய்வு முறையியல்கள் மற்றும் துண்டு துண்டாகச் சிந்தனைகளால் கோர்க்கப்பட்ட பகுதிகள் என, ஓர் அறிவியல் பிரதி தன் கட்டுகளைத் தளர்த்திக் கொண்டு சில இடங்களில் கட்டுரையாகவும் சில இடங்களில் கதையாகவும் புனைவின் உடலில் செய்யப்பட்ட அறிவியலாகவும் வளர்ந்து நிற்கிறது.

தன்னைத் தானே மறுத்துக் கொள்ளும் தன்மை கொண்ட சிந்தனையாளர் தருமராஜ், அயோத்திதாசர் சிந்தனையைப் புரிந்து கொள்ளும் போக்கில் தன் சிந்தனையில் தொடர்ந்து மாறுதல் களைச் சந்தித்துள்ளார். அவற்றை, நான் மூன்றாக வகைபடுத்திக் கொள்கிறேன். ஒன்று, வரலாற்று நாயகனின் பிறப்பைப் பாடும் கலைஞன. இரண்டாவது, அயோத்திதாசராகச் சிந்தித்தல். மூன்றாவது, அயோத்திதாசரை வெற்றிகரமாகக் கடந்துசெல்லுதல்.

தலித் அரசியல் செயல்பாடுகளைத் தன்னளவில் வெற்றிகரமாக வெளிப்படுத்திய பகுதியாகவே முதல் பகுதி வெளிப்படுகிறது. தலித் அரசியல் செயல்பாடுகள் தீவிரமாக நடைபெற்ற தொண்ணூறுகளின் தொடர்ச்சியாகவே இந்தப் பகுதி வாசிக்கப்பட வேண்டும். தலித் அரசியல் செயல்பாடுகளின் விளைவுகளால் தலித் இலக்கியமும் குழுக்களுக்குள் சுருங்கிக் கொண்டது. அதன் தாக்கத்தை முழுவதும் பெற்ற நபராக 'நான் பூர்வ பௌத்தன்' முன்னுரையை எழுதுகிறார். மிகவும் கடுமையான தொனியில் உரையாடலுக்கான எல்லாச் சாத்தியங்களையும் துண்டித்துக் கொண்டவரின் மொழியைக் கொண்டிருப்பதை எளிதாக நாம் உணர இயலும். வெறுமையும் அவநம்பிக்கையும் கொண்டிருப்பவரின் கையில் கிடைக்கும் அயோத்திதாசரைக் கொண்டாடுகிறார்.

தலித் அரசியலுக்குக் கிடைத்த வரலாற்று நாயகனாக அயோத்திதாசரைக் கண்டு சிலாகிக்கிறார்.

அயோத்திதாசர் எழுத்துக்களில் அங்கொன்றும் இங்கொன்றுமாகச் சிதறிக்கிடக்கும் தரவுகளைக் கொண்டு அயோத்திதாசர் பற்றிய அடிப்படையைச் சித்திரப்படுத்துகிறார். அயோத்திதாசரைக் காட்சிப்படுத்திருக்கும் விதம் ஒரு திரைக்கதையைப் போல விரிவடைகிறது. அயோத்திதாசர் முதன்முதலாக மெட்ராஸ் மாகாணக் கூட்டத்தில் விவாதித்ததை ஒரு வரலாற்றுத் தருணமாகப் படைத்துத் தருகிறார்.

ஒடுக்கும் சமூகங்களின் மீதான கோபமும் அதனிடையே அயோத்திதாசர் முன்வைக்கும் பூர்வ பௌத்த அடையாளத்தின் மீதான கொண்டாட்டமும் வெளிப்படும் பகுதி இது. இங்கிருந்து அடுத்த பகுதியான இது, பௌத்த நிலத்திற்கான நகர்வாக அவ்வளது சாதாரணமாக அவருக்குள் நிகழ்ந்துவிடவில்லை. இவ்விரு பகுதிகளுக்குமான நகர்வைப் புரிந்து கொள்வதன் மூலமாக அவரின் சிந்தனை மாற்றத்தைப் புரிந்து கொள்ள இயலும்.

பயணம்: பொது மொழி தேடி

காரல் மார்க்ஸின் பனுவல்களை ஆராயும் அல்தூஸர், மார்க்ஸிடம் நிகழ்ந்த சித்தாந்த மாற்றத்தைக் காலவரிசைப்படி நான்காகப் பிரித்துக் கொண்டார்.

அவை,

1. தொடக்கக் காலப்படைப்புகள் (1840-44)

2. சித்தாந்தத் திருப்பம் (1845)

3. உருமாறும் படைப்புகள் (1845-57)

4. பக்குவமடைந்த படைப்புகள் (1857-83)

அதாவது, வரலாற்றுப் பொருள்முதல்வாதத்திலிருந்து இயங்கியல் பொருள்முதல்வாதச் சித்தாந்தத்திற்கு மார்க்ஸ் நகர்ந்ததையே அல்தூஸர் இவ்வாறு பிரித்துக் கொள்கிறார். இந்தச் சிந்தாந்த திருப்பத்தை 'அறிவுத் தோற்றவியல் முறிவு' (Epistemological Break) என்றார் அல்தூஸர். இந்த அறிவுத் தோற்றவியல் முறிவானது The German Ideology' என்ற நூலில் நிகழ்வதாக அல்தூஸர் பிரித்துக்காட்டுகிறார். இந்தச் சிந்தனை மாற்றத்திற்குப் பின்பாகத்தான் பக்குவபட்ட மார்க்ஸின் தனித்துவமான சித்தாந்தங்கள்

உருப்பெறத்துவங்குகின்றன. மார்க்சிஸியச் சிந்தனைகளின் அடிப்படையான நூலான 'மூலதனம்' (Das Kapital) 1867இல் எழுதப் பட்டது. ஆனால், கம்யூனிஸ்ட் கட்சி அறிக்கையானது (Communist Manifesto) 1848இல் எழுதப்பட்டது. இது பக்குவப்பட்ட நூல் அல்ல என்கிறார் அல்தூஸர்.

அல்தூஸர் மார்க்ஸைப் பிரித்துக்கொண்டதுபோல நான் தருமராஜின் பனுவல்களை மூன்றாகப் பிரித்துக்கொள்கிறேன்.

- நான் பூர்வ பௌத்தன் (2003)

    - கதவுகளுக்குள் பாடும் கலைஞன்

- நான் ஏன் தலித்தும் அல்ல?: சாதியற்ற பேதநிலை (2016)

    - பிறருடன் உரையாடுவதற்கான எத்தனிப்பு

- கபாலி (2016), இளையராஜாவை வரைதல் (2019), அயோத்திதாசர்: பார்ப்பனர் முதல் பறையர் வரை (2020)

    - வெகுசத்ன தளத்தில் புதிய சாத்தியங்களை நோக்கி

தருமராஜின் சிந்தனைகள் தொடர்ந்து மாறுதலுக்கு உள்ளாகி வந்துள்ளன. தலித் அரசியல், இலக்கியம் சார்ந்த முக்கியமான நகர்வுகளைச் சிந்திப்பவராக தருமராஜ் வெளிப்படுகிறார். நான் பூர்வ பௌத்தனில் தலித் அரசியல் குரலை முழுவதுமாகப் பிரதிபலித்த நபராகவே தருமராஜ் வெளிப்படுகிறார். தலித் என்ற சட்டகத்துக்குள் இருந்தே அயோத்திதாசர் என்ற சிந்தனையாளரை அணுகியுள்ளார். மேலும், உணர்ச்சி ததும்பும் தலித் அரசியல் மொழி, சிந்தனையளவிலும் தன்னைச் சுற்றி அரண்களை அமைத்துக் கொள்ளுதல் என நெருங்க இயலாத தன்மை கொண்டவராக வெளிப்படுகிறார்.

அவர் சிந்தனையின் முக்கியமான நகர்வு 'நான் ஏன் தலித்தும் அல்ல?'

தருமராஜின் சிந்தனைத் திருப்பம் என்றால் 'நான் ஏன் தலித்தும் அல்ல?' என்ற நூலையே கூற இயலும். இந்த நூலில் தலித் அரசியல் தனக்குள் கட்டமைத்த அரண்களைத் தகர்த்துக் கொண்டு வெளிவருகிறார். தலித் அடையாளம், தலித் அரசியல், தலித் விடுதலை போன்றவை எவ்வாறு தன்னைத் தானே சிறைப்படுத்திக் கொள்வதாக உள்ளது என்பதை விமர்சனப்பூர்வமாக அணுகுகிறார். தலித் அடையாளத்தை மறுபரிசீலனைச் செய்கிறார்.

'தலித் என்பது ஒரு தற்காலிக அடையாளம்- சத்திரத்தில் தங்கிச் செல்வது போல, அதுவொரு இடைவெளி. சாதி அடையாளத்தி லிருந்து சாதி பேதங்களற்ற பொது அடையாளத்தை அடைவதற் கான ஒற்றையடிப் பாதையில் நிகழும் பயணம். இந்த வழிப்பயணத்தின் போது, தலித், சாதி அடையாளத்தோடும் இல்லை; பேதங்களற்ற பொது அடையாளத்தோடும் இல்லை. தலித் சாதியற்றவர், ஆனால் பேதங்களற்றவர் அல்ல. இந்த அலைச்சலை நிறுத்திவிட்டு, ஒவ்வொரு தலித்தும் ஒரு கட்டத்தில் பொது அடையாளத்திற்குள் வந்தே ஆக வேண்டும். அப்படியொரு புள்ளியாகத் தான் 'நான் ஏன் தலித்தும் அல்ல' என்ற கேள்வியையும் அதற்கான தர்க்கத்தையும் கருதுகிறேன். இது, ஊர் போய்ச் சேர்தல்!' (நான் ஏன் தலித்தும் அல்ல? பக்கம் -20)

இவ்வாறே, அடுத்த கட்டத்தை நோக்கித் தருமராஜ் நகர்கிறார். கபாலி, இளையராஜாவை வரைதல் ஆகிய நூல்கள் நேரடியாக வெகுசனக் கலை வடிவம் பற்றிப் பேசத் துவங்குகின்றார். ஏன், தலித் அரசியலில் உள்ள போதாமையைப் பேசுபவர், அடுத்தக் கட்டமாக வெகுசனக் கலை நோக்கி நகர்கிறார்? என்ற கேள்வி எழும்.

வட்டார இலக்கியங்கள், தலித் இலக்கியம் தனக்குள்ளே சுருங்கிக் கொண்டு தற்போது திக்கற்று நிற்பது போல வெகுசனக் கலையில் அவ்வாறு நடந்துவிடக்கூடாது என்பதில் கவனத்துடன் இருக்கிறார். அதனால், பா.ரஞ்சித் (மெட்ராஸ், கபாலி..), மாரிசெல்வராஜ் (பரியேறும் பெருமாள்) மற்றும் வெற்றிமாறன் (அசுரன்) போன்றவர்களின் படங்களைத் தொடர்ந்து கவனித்து விமர்சித்து வருகிறார். அவரின் அடிப்படையான கேள்வி, வெகுசன நீரோட்டத்தில் தலித்துகள் தங்களை எவ்வாறு கலப்பது? அதற்கான முதல் படிதான் 'தலித் அடையாளத் துறப்பு' மற்றும் 'பொது அடையாளம் நோக்கி நகர்தல்'.

சமத்துவத்தை நோக்கி நகர்தலில் நம் முன்னுள்ள பெரும் தடை மொழி. ஆம், மொழியே சமத்துவமின்மையைக் கொண்டிருக் கிறது. நம்மிடையே சமத்துவமின்மையை வெற்றிகரமாக இயக்கிக் கொண்டிருப்பதில் மொழியின் பங்கு முக்கியமானது. ஏனெனில், நாம் புழங்கும் எந்த மொழியும் நூறு சதவீதம் துள்ளியமானதல்ல. மொழி தோராயமானது. ஒவ்வொரு முறை நாம் பிறருடன் பேச முயலும் போதும் மொழி பழைய ஞாபகங்களைக் கிளரச்செய்து

உரையாடலுக்கானச் சாத்தியங்களைத் தடுக்கிறது. இங்குதான் தருமராஜ் பொது மொழி நோக்கி நகரத் துவங்குகிறார்.

வெகுசனத்துடன் உரையாடுவதற்கான பொது மொழியை நோக்கிச் செல்லும் பயணத்திலேயே இளையராஜாவை அணுகுகிறார். இளையராஜா அடிப்படையில் வட்டாரா மற்றும் சாதிய அடையாளத்திலிருந்து வெற்றிகரமாகத் தன்னை விடுவித்துக் கொண்டு வெகுசனத்துடன் உரையாடும் மொழியைக் கைக்கொண்டவர்.

தமிழ் இலக்கணம் பயில்பவர்களும் போகிறபோக்கில் சொல்லப் படும் ஓர் இடைநிலையாகவே 'ஆநின்று' உள்ளது. ஆனால், தருமராஜ் இளையராஜாவின் இசையை அணுகும் போக்கில் தமிழ்ச் சிந்தனையில் நம் மறதிக்குள்ளான காலம் பற்றிய யோசனையைக் கிளர்த்திவிடுகிறார்.

நந்தனைக் கடந்த அயோத்திதாசரையும் அந்த அயோத்திதாசரைக் கடந்த பெரியாரையும் ஒரே சேரக் கடந்த இசைஞானி இளையராஜாவிற்கு'. இந்நூல் இளையராஜாவிற்குச் சமர்பிக்கப் பட்டதுக்குக் காரணம் 'பெருஞ்சமூகத்தோடு பேசுவதற்கான ஊடகத்தையும் அதற்கான இலக்கணங்களை உருவாக்கி வைத்தார். நந்தனும் அயோத்திதாசரும் பெரியாரும் தொடர்ந்து முயற்சி செய்து கொண்டிருந்த 'பொதுமொழி' என்ற கற்பனையை நிஜமாக்கியவர்' (முகநூல் பதிவு 27/05/2020).

மௌனத்தை நோக்கிப் பயணத்தல் குறித்து இளையராஜாவை வரைதலில் தீவிரமாக விவாதித்திருக்கிறார். இந்நூல் அடிப்படை யில் 'அயோத்திதாசர்:பார்ப்பனர் முதல் பறையர் வரை' நூலின் இணைப்பு நூல்.

தமிழ் வெகுசன ஆய்வு குறித்த தீர்க்கமான உரையாடலைத் தருமராஜ் தொடர்ந்து நிகழ்த்திவருகிறார். அவரின் நூல்கள் மட்டுமின்றிக் கடந்த சில வருடங்களாக முகநூல் பதிவுகளும் தமிழ் வெகுசனத்தைப் புரிந்து கொள்வதற்கான கையேடாக உள்ளது.

அயோத்திதாசர் எழுத்துக்களை மீளாக்கம் (Repair) செய்தல்:
திரும்ப எழுதுதல் என்னும் உத்தி:

'என் புரிதலின்படி கட்டுடைத்தல் என்பது மற்றவர்களின் பிழைகளை வெளிக்காட்டுதல் அல்ல. குறிப்பிட்ட ஒன்றில்லாமல் நாம் ஒன்றும் செய்ய இயலாது என்பதை

அறிந்து அந்த குறிப்பிட்ட உச்சப்பட்சப் பயன்பாடுடைய ஏதோ வொன்றைப் பற்றிய மிகத் தீவிரமான விமர்சனமே கட்டுடைத்தல்'.

-(காயத்ரி சக்ரவர்த்தி ஸ்பீவாக், ழாக் தெரிதாவின், Of Grammatology I ஆங்கிலத்தில் மொழிபெயர்த்தவர் 'In a Word', எல்லென் ரூனே உடன் நேர்காணலில்).

கடந்த சில வருடங்களில் அதிகமாகத் தமிழக ஆய்வுச் சூழலில் பயன்படுத்தப்பட்டு மலினப்படுத்திவிட்ட சொல் என்றால் அது 'கட்டுடைத்தல்'. 'Deconstruction' என்ற ழாக் தெரிதா முன்மொழிந்த பதத்திற்கு நேரடியான தமிழ்ச் சொல்லாகக் கட்டுடைத்தல் என்ற சொல்லைப் பயன்படுத்துகிறோம். பனுவலிற்கும் அர்த்தத்திற்கு மான உறவை அறிதல் மற்றும் பனுவலிற்கும் அதனுள் செயல் படும் சிந்தனைத் தளத்திற்குமான உறவை அறிந்துகொள்ள பயன்படுத்தப்பட்ட கருத்தாக்கமானது, ஒரு பனுவலைச் சிதைக்கும் அல்லது கேலி செய்யும் கருவி என்பது போன்ற தொனியில் அறிமுகப்படுத்தப்பட்டுள்ளதை நாம் அறிந்திருக் கலாம். கட்டுடைத்தல் என்ற கருத்தாக்கம் பின்னவீனத்துவர்களின் பனுவல் விளையாட்டாக விமர்சிக்கப்பட்ட ஐரோப்பியச் சூழலும் நம் நினைவிற்கு வருகிறது.

இங்குதான் தருமராஜ் ஒரு பனுவலைக் கட்டுடைப்பதன் தேவை கருதி இதனை மேற்கொள்கிறார். தருமராஜ் இதனைக் கொண்டு ஆக்கப்பூர்வமாக அயோத்திதாசரின் பனுவல்களைக் கட்டுடைப்பதன் வழியே அவரின் சிந்தனையை வெளிக்கொணரப் பயன்படுத்து கிறார். இப்போது தான் கட்டுடைத்தல் என்பது சிதைக்கும் கருவியல்ல. அது மறுகட்டுமானத்திற்கான பாதை என்பது விளங்குகிறது.

'மறுவாசிப்பு' என்பதைத் தமிழ்ச் சூழல் அதிகமாகப் பழகியிருக்கிறது. அதாவது, வேறொரு காலத்தில் எழுதப்பட்ட பிரதியைப் புதிய சூழலில் வாசித்துப் பார்க்கும் போது பல்வேறு புதிய அர்த்தங்கள் திறக்கப்படும் என்பதே மறுவாசிப்பு. இங்கு 'திரும்ப எழுதிப்பார்த்தல்' என்ற முறையியல் அயோத்திதாசர் எவ்வாறு யோசனைசெய்தார் என்பதைக் கண்டடையும் வழி என்கிறார் தருமராஜ்.

அயோத்திதாசர் எவ்வாறு சிந்தித்தார் என்பதைக் கண்டறிய முயற்சி செய்யும் தருமராஜ், 'இது பௌத்த நிலம்' பகுதியில் புதிய முறையியலை நமக்கு அறிமுகம் செய்கிறார்.

திரும்ப எழுதுதலின் சூத்திரம்

1. பனுவல் - அயோத்திதாசரின் அம்மன் கொடைக் கட்டுரை

2. மீச்சிறு அலகு

3. உள்ளுறைப் பொருள்

4. மீண்டும் புனைதல் - காலத்தினுள் அசையும் வேம்பு

'கட்டுரை என்பது சின்னச்சின்ன அர்த்தங்களால் செய்யப்பட்டது. கட்டுரைக்கு இரண்டு தளங்கள் இருக்கின்றன. ஒன்று, நம் கண்ணுக்குப் புலப்படும் ஸ்தூலமான வடிவத்தளம். மற்றொன்று, அரூபமாக வடிவமில்லாமல் இருக்கிறது. இந்தத் தளத்தில் செயல் படும் கட்டுரையின் அரூப வடிவம், அர்த்தங்களால் செய்யப் பட்டது... அயோத்திதாசர் மாதிரியான எழுத்தாளர்கள் கட்டுரையை எழுதத் தொடங்கும் முன்பு, தங்களுடைய மனதிற்குள் அதனை அரூபமாக உருவாக்கிக் கொள்கிறார்கள். நான் 'திரும்ப எழுதுதல்' என்று குறிப்பிட்டது கட்டுரையின் அரூபவடிவத்தை, அர்த்தங்களால் புனையப்பட்ட கட்டுரையை மறுபடியும் ஒருமுறை புனைதல். சின்னஞ்சிறு அர்த்தங்களையெல்லாம் முதலில் கட்டுரையிலிருந்து உதிர்த்து எடுத்து, பின்பு நிதானமாய்த் திரும்ப இணைத்துப் பார்த்தல்'. (பக்கம்: 116-117).

இவ்வாறான தன் திரும்ப எழுதுதலுக்கான முறையியலை தருமராஜ் முன்வைக்கிறார். இது கிட்டத்தட்ட வாகனத்தை முழுவதும் கழற்றி மீண்டும் சேர்த்தல் (Repair) போன்றது. கட்டுரையை அதன் உள்ளுறைப் பொருளைக் கொண்டு மீச்சிறு அலகுகளாகப் பிரித்துக் கொண்டு அதனை மீண்டும் புனைதல் என்பதே திரும்ப எழுதுதல் என்னும் உத்தி.

விடை தெரியாத நிறைய பிரச்னைகள் வாகனத்தின் பாகங்களைக் கழற்றி மாற்றுவதால் சரியாகும். அவ்வாறு ஒரு பழுது நீக்குபவராக அயோத்திதாசர் எழுத்துக்களைத் தருமராஜ் அணுகுகிறார். இந்த அணுகுமுறை ஆய்வுச்சூழலுக்கு மிகவும் புதியது. இந்த ஆய்வுமுறை இனிவரும் காலங்களில் பனுவல் ஆய்வுகளில் செல்வாக்குப் பெறலாம்.

இப்பகுதியில் உள்ள 'காலத்தினுள் அசையும் வேம்பு' என்ற கட்டுரை, திரும்பி எழுதிப்பார்த்தக் கட்டுரைகளில் குறிப்பிடத் தகுந்த சாதனை என்று தான் சொல்லவேண்டும். ஆய்வுக் கட்டுரையின் அழகியல் இல்லை என்ற வாதத்தை இந்தக் கட்டுரை சுக்குநூறாக்கியது.

'ஆய்விற்கு எடுத்துக் கொண்ட பனுவலை அதனதன் போக்கில் பிரியவிட்டு, பின்பு மறுநிர்மாணம் செய்யும் வரையிலான அனுபவம் அப்பனுவலின் உள் ஒழுங்கைக் காட்டித்தருவ தோடு அதன் தோற்றச் சூழலையும், காரணகாரியங்களையும், மறைந்திருக்கும் நம்பிக்கைத் தளங்களையும் வெளிப்படுத்த வல்லது என்பது ஃபூக்கோவின் நம்பிக்கை. அயோத்திதாசரின் அம்மன் கொடை கட்டுரையை இது போன்ற தொல்லியல் பார்வையோடு திரும்ப எழுதுதலையே இந்தப் பகுதியில் நான் முயற்சி செய்திருக்கிறேன்'.(பக்கம்-136).

அயோத்திதாசரின் பனுவலைத் திரும்ப எழுதும் முறைக்கு மிசல் ஃபூக்கோவின் ஆய்வு முறையியலைப் பயன்படுத்திக் கொள்கிறார். அயோத்திதாசரின் பனுவல்கள் என்பது கடந்த காலத்தில் இருந்து வெளிக்கிளம்பி வருவது. அதனால் இதனைத் தொல்லியல் ஆய்வு முறையியல் செய்வது போன்று அப்பனுவலை ஒரு நினைவுச் சின்னமாகப் பாவித்து ஆய்வு செய்கிறார்.

சாகசத்தளம் – ஞாபகம் மற்றும் மறதி, மெய், கொஞ்சம் மெய்நிகர்

நூலின் மூன்றாம் பகுதியான 'பூர்வ பௌத்தனின் கல்லறை' ஒரு சாகசத்தளம். இப்பகுதியில் தருமராஜ் எழுதியிருக்கும் முறை நம்மைக் குழப்பத்தை ஏற்படுத்தலாம், சட்டென ஒரு தத்துவ நூலுக்குள் வழி தவறி விழுந்துவிட்ட பிரம்மை பிடிக்கலாம். அதற்கான எல்லாச் சாத்தியங்களும் அதில் உள்ளது.

இப்பகுதியைத் தன் சிந்தனையின் ஓட்டத்தில் எழுதிச் செல்கிறார். அதாவது எப்படிச் சிந்திக்கிறாரோ அதனை அவ்வாறே எழுதி விடுவது. அதனால் பார்க்கத் தனித்தனிக் கவிதைகளாகவோ சிறுகதையாகவோ நமக்குத் தெரியலாம். இப்பகுதி உண்மையிலேயே ஒரு படைப்பூக்கம் கொண்ட பகுதி. இப்பகுதி, கட்டுரையின் சட்டகத்திற்குள் அடங்காது. மேலும், சிந்தனையளவில் வெற்றிகரமாக அயோத்திதாசரைக் கடந்து செல்ல உதவும் பகுதி.

இப்பகுதியை நான் மூன்று முக்கியமான கருத்தாக்கங்களைக் கொண்டு பிரித்துக் கொள்கிறேன். அதில் ஒன்று, 'மறதி மற்றும் ஞாபகம்'. இரண்டாவது, 'மெய்'. மூன்றாவது 'மெய்நிகர்'.

ஞாபகம் மற்றும் மறதி

நான் பூர்வ பௌத்தன் பகுதியின் கடைசிக் கட்டுரை 'ஒரு நூற்றாண்டு மறதி'. அயோத்திதாசரின் எழுத்துக்களைத்

தொண்ணூறுகளில் மீண்டும் கண்டடைந்தபோது பொதுவாக மனதில் எழுந்த கேள்வி, திராவிட இயக்கக் கருத்தாக்கங்களின் மூலவரான அயோத்திதாசரை எப்படி நாம் மறந்தோம் என்பதே. இந்தக் கட்டுரையில் தருமராஜ் மிகக் கோபத்துடன் இந்தக் கேள்வியை அணுகுகிறார். அயோத்திதாசர் மறக்கப்பட்டதற்காக, திராவிட இயக்கச் சிந்தனையாளர்கள், வெகுசன அறிஞர்கள் எனப் பலரையும் காரணப்படுத்துகிறார்.

ஆனால், மூன்றாம் பகுதியில் மறதி குறித்தும் ஞாபகம் குறித்தும் தீவிரமான விசாரணையை மேற்கொண்டுள்ளார்.

ஒன்றிலிருந்து மூன்றாம் எண் வரையிலான துணைப்பகுதிகள் ஓர் உருமாறும் (Transitional) தன்மை கொண்டவை. ஞாபகம் மற்றும் மறதி பற்றிப் பேசத் துவங்குவதற்கான முன்னுரைகள். நான்காம் எண்ணிலிருந்து நேரடியே ஞாபகம் மற்றும் மறதி ஆகிய கருத்தாக்கங்களை நேரடியே பேசத்துவங்குகிறார்.

அவை,

4. மொழியே ஞாபகத்தைச் சாத்தியப்படுத்துகிறது. மொழிக் குறையை ஞாபகக்குறை என்று சொல்லலாம். ஞாபகக் குறைபாடு என்பது நினைவுகளை முன்னுக்குக் கொண்டு வருவதில் ஏற்படும் தாமதம்... மறதி அப்படி அல்ல. அது, மொழியின் மௌனம். கனத்த மௌனம்.

5. ஒவ்வொருவரின் முதல் ஞாபகமும் பேச்சோடு பின்னிப் பிணைந்திருக்கிறது. குறியீடுகளோடு புழங்கும் கைப்பக்குவம் வந்த பின்பே ஞாபகம் உருவாக ஆரம்பிக்கிறது. அந்த வகையில், ஞாபகம் வெற்றிடத்தின் மீதே கட்டப்படுகிறது.

6. தன்னிலைகளின் மறதி, மற்றமைகளின் ஞாபகம்... ஒரு வகையில், மறதி என்பதும் ஞாபகமே. தன்னிலைகளின் ஞாபகம் குறித்த மற்றமைகளின் ஞாபகம். ஞாபகத்தின் ஞாபகம். ஒவ்வொருவரின் முதல் மறதியையும் மற்றவர்களே உருவாக்குகிறார்கள்.

7. மறதி என்பது ஞாபகத்தின் வெற்றிடம் அல்ல. புதிய ஞாபகங்களின் வருகை... மறதி கொண்டு வந்து சேர்க்கும் புதிய ஞாபகங்கள், ஏற்கெனவே கட்டப்பட்டிருக்கும் தன்னிலை களை மாற்றியமைக்கத் தூண்டுகின்றன. சில நேரங்களில் புதிய ஞாபகங்கள் புதிய தன்னிலைகளையும் முன்மொழியத் தொடங்குகின்றன.

8. ஞாபகம், ஒரு காலவாசி. ஒவ்வொரு ஞாபகமும் தனக்கான பிரத்தியேகக் காலவெளியில் வசித்து வருகிறது... ஞாபகங்கள் சேரச் சேரச் காலவெளியும் அகல்கிறது, ஏனெனில், காலம் ஒரு புனைவு. ஆனால், அறிவியல் என்றே நம்புகிறோம்.. கறாரான விதிகளுடன் கூடிய ஒழுங்கமைப்பாக அது செயல்படுவதைச் சுட்டிக்காட்டி அது நிச்சயமாய் புனைவு இல்லை என்றே வாதிடுகிறோம். இந்த இக்கட்டான சூழ்நிலையில், காலமோ புனைவாகவும் இருக்கிறது, அறிவியலாகவும் இருக்கிறது.

10. காலஅறிவியல் 'மறதியைக்' கண்டுபிடிக்கிறது. காலம் குறித்த பொருள்கோளியல், காலவெளி ஸ்தூலமானது என்றே நிரூபிக்க விரும்புகிறது... இந்த வாதத்தின் படி, மறதி என்பது காலவெளியில் நிலவும் வெற்றிடம். ஞாபகங்கள் எதுவும் வசிக்காத பாழடைந்த இடைவெளி. பாழடைந்த ஞாபகம்.

11. மறதி என்ற பாழ்ஞாபகம் நினைவுகளின் உட்கட்டமைப்பை ஒழுங்குபடுத்தும் காரணியாகவும் மாறத் தொடங்குகிறது... ஒரு விபத்து போல, தற்செயல் போல அஞ்ஞாபகங்களை நாம் மறந்திருந்தோம் என்று சொல்வதன் மூலம், புதிய ஞாபகங்களின் மீதான அந்நியவுணர்வு அல்லது விரோதம் மறையத் தொடங்குகிறது. ஆக, மறதியே ஞாபகத்தின் இருப்பையும், நியாயத்தையும் வடிவமைக்கத் தொடங்குகிறது. இப்படியாக மறதி என்ற பாழ்ஞாபகம் ஓர் அரசியல் நிலைப்பாடாக உருமாறத் தொடங்குகிறது.

12. கண்டடைந்த ஞாபகங்களுக்குப் 'புதிய' என்று அடையிடும் பொழுதே, ஏற்கெனவே புழக்கத்திலிருக்கும் ஞாபகங்கள் 'பழைய' ஞாபகங்களாகி விடுகின்றன. இந்த இடத்தில், தன்னிலை இரண்டு முக்கியமான காரியங்களைச் செய்ய முயலுகிறது; புதிய ஞாபகங்களுக்கான பாழ்வெளியொன்றை உருவாக்குவது, பழைய ஞாபகங்களைப் புறந்தள்ளுவது... அந்த வகையில் பாழ்ஞாபகம், ஓர் அரசியல் நிலைப்பாடு மட்டுமல்ல, அரசியல் செயல்பாடும் கூட... 'புதிய- பழைய' ஞாபகங்களுக்கு இடையிலான முரண் என்பது ஒரே விஷயத்தைப் பற்றிய இரண்டு நினைவுகளுக்கு இடையிலான மோதல்... எது மெய்யான ஞாபகம் என்பதே முரணின் மையம்.

13. நாம் வெறுக்கக்கூடிய பழைய ஞாபகங்களுக்கு இணையான புதிய ஞாபகங்களை நம்மால் கண்டுபிடிக்க முடியாமல் போகலாம். அப்படியானச் சூழல்களில்... அதற்குப் பதிலாகப்

புதிய ஞாபகங்கள் கிடைக்காத வரைக்கும், மறதி சும்மா இருப்பது இல்லை. மறதி, கற்பனையாகவேணும் நமக்குத் தேவைப்படும் புதிய ஞாபகத்தை உருவாக்கத் தொடங்குகிறது... மறதி பொய் ஞாபகங்களை உருவாக்கும் வல்லமையையும் கொண்டிருக்கிறது.

14. வழங்கப்பட்ட தன்னிலைகளில் திருப்தியுறாத மனமே, புதிய ஞாபகங்களைத் தேடிச் செல்கிறது. ஏற்கெனவே வழங்கப்பட்டிருக்கும் 'பறையர்' என்ற தன்னிலையின் மீது அயோத்திதாசருக்கு இருந்த விரோதமே 'பௌத்தம்' குறித்த புதிய ஞாபகங்களைக் கண்டடையச் செய்கிறது. இவ்வாறு கண்டடைந்த பௌத்த ஞாபகங்களே 'பூர்வ பௌத்தன்' என்ற தன்னிலை உருவாக்கத்திற்கும் துணை செய்கிறது.

16. தன்னிலையை மாற்றிக் கொள்வதற்குத் 'தன்னையே ஒப்புக் கொடுப்பது' முக்கியம் என்றால், புதிய தன்னிலையாக ஆகுவதற்கு பழைய தன்னிலையை மறப்பது அவசியம். நீட்ஷேயைப் பொறுத்த வரையில் மறதி, ஒரு தீவிர அறிவுச் செயல்பாடு. பழைய தன்னிலையை வெற்றிகரமாக மறக்க முடிகிறவர்களே புதிய தன்னிலையாக ஆகிறார்கள். அதாவது, ஞாபகத்தை மறதியால் ஒழுங்குபடுத்தும் பொழுதே இன்னொன்றாக ஆக முடிகிறது...

34. பறையர் சமூக ஞாபகங்களோடு அவர் மேற்கொள்ளும் ஊடாட்டம் இன்றியமையாதது. ஞாபகங்களையும் வரலாற்றை யும் இணைத்து யோசிக்கும் பியர் நோரா, 'வரலாறு, ஞாபகங்களையும் தொடர்ந்து சந்தேகப்படுகிறது; வரலாற்றில் நிஜ நோக்கம் ஞாபகங்களைத் தொலைப்பதும் அழிப்பதுமே' என்று எழுதுவது கவனத்திற்குரியது. ஞாபகங்கள் ஒரு வகையில் பேச்சை ஒத்தவை. அதனால், நிகழ்காலத்தில் பயணிப்பவை. அன்றாடம், தினசரி, வாழ்க்கை, என்றென்றைக்குமானவை- தமிழிலக்கணப் பார்வையில் ஆநின்று.

வரலாறோ, மிகத் தெளிவாகக் கடந்த காலத்தைப் பற்றியது; முழுமையயற்றது; எழுத்தைப் போலவே சிக்கலானது; விவாதத்திற்குரியது; ஆட்சேபணைகளைத் தொடர்ந்து எதிர் கொள்வது; விமர்சனமே அதன் மையம்.

ஆனால், ஞாபகங்கள் இல்லாமல் வரலாறு இல்லை. அதனால் தான், வரலாறு, ஞாபகங்களை அழித்துவிடவும் முயற்சி செய்கிறது. ஞாபகங்களை அழித்துவிட்டு, தனக்குத் தோதான

நினைவிடங்களைக் கட்டமைக்க முயல்கிறது. நினைவிடங் களுக்கும் வாழிடங்களுக்குமான வித்தியாசமே, ஞாபகங் களுக்கும் வரலாற்றிற்குமான வித்தியாசம்... .பறையர் ஞாபகங் களிலிருந்து வெளியேற எத்தனிக்கும் அயோத்திதாசரை நம்மால் அடையாளம் கண்டுகொள்ள முடிகிறது. அவ்வாறு எத்தனிப்பவர், புதிய வரலாற்றை எழுத முனைவதையும் நாம் பார்க்க முடிகிறது. பறையர் என்ற பாரம்பரிய ஞாபகத்தைக் கொன்று விட்டு பௌத்தர் என்ற வரலாற்று ஞாபகத்தை அவர் முழுமை யாகக் கட்டமைக்கவும் செய்கிறார். ஆனால், இவ்வாறு கட்டமைத்த பௌத்தர் என்ற வரலாற்று ஞாபகத்தை அவர் வாழும் பௌத்தமாகக் கற்பிக்கும் பொழுது முதல் சிக்கல் ஆரம்பித்துவிடுகிறது.

எண் நான்கிலிருந்து பதினேழு வரை ஞாபகம் மற்றும் மறதி குறித்த கருத்தாக்கங்களை வளர்த்தெடுக்கிறார். முப்பத்து நான்காம் துணைப்பிரிவில், அயோத்திதாசர் கட்டமைக்கும் 'பௌத்தன்' என்ற அடையாளம் எவ்வாறு சிக்கலுக்குரியதாகிறது என்று விவாதிக்கும் இடம் முக்கியமானது. அயோத்திதாசரை நாயகனாகச் சித்திரித்த முதல் பகுதிக்கும் அயோத்திதாசரைக் கடந்து செல்ல உதவும் மூன்றாம் பகுதிக்குமான வித்தியாசத்தை நாம் இங்கே அறிய இயலும். அயோத்திதாசர் முன்மொழியும் பௌத்தம் வரலாறாக நிற்காமல் வாழும் பௌத்தம் என்று நிற்பது நமக்கு நடைமுறைச் சிக்கலையே ஏற்படுத்துகிறது.

இதிலிருந்து அயோத்திதாசர் மறக்கப்பட்டதற்கான காரணத்தை இங்கிருந்து கண்டடைகிறார். அதாவது,

'அயோத்திதாசரை மறதி சூழ்ந்ததற்குக் கவித்துவ நியாயம் ஒன்று இருந்தது - அவர் வீழ்ந்த ஞாபகங்களில் வாழ்ந்து கொண்டிருந்தார்' (பக்கம்- 321).

மெய்நிகர்

ஞாபகம், மறதிக் குறித்துப் பேசிக்கொண்டே மெய்நிகர் பற்றிய சிந்தனைகளை இணையாக நகர்த்திக் கொண்டுவருகிறார்.

6. நினைவுகளாக உள்ள ஞாபகத்தை நினைவுகளாகவே திரும்ப நினைத்துப் பார்க்கும் பொழுது அதிலிருந்து புதிய ஞாபகங்களையும் நம்மால் உருவாக்கிக் கொள்ள முடிகிறது. இந்தப் புதிய ஞாபகங்களை டெலியூஸ், 'மெய்நிகர்' என்று அழைக்கிறார். (பக்கம்-240)

16. தங்கள் ஞாபகத்தை முற்றிலுமாக இழந்துவிட்டவர்களோடு அவர் (அயோத்திதாசர்) உரையாட வேண்டியிருந்தது. இழந்த தோடு, இழந்தோம் என்பதை அறியாதவர்களாகவும் அவர்கள் விளங்கினர்; மட்டுமின்றி, அவர்கள் தங்களை வேறோரு ஆளாகவும் கற்பனை செய்து வாழ்ந்து கொண்டிருந்தனர். நனவு என்று கருதுவதை மெய்நிகரென்றும், மெய்நிகரென்று இகழப்படுவதை நனவு என்றும் நிரூபிக்கவேண்டிய சிக்கலான காரியத்தை அவர் கையில் எடுத்திருந்தார்... இந்து என்பதும் பௌத்தன் என்பதும் மெய்நிகர் பிம்பங்கள்தான். ஒவ்வொரு மெய்நிகர் அடையாளமும் தான் மட்டுமே நனவு என்றே நிரூபிக்க விரும்புகிறது. அதற்காக, தனது மற்றமையை மெய்நிகர் என்று வாதிடுகிறது. மற்றை மெய்நிகர் என்று நிரூபிப்பதன் மூலம் தன்னையே நனவாக நிரூபித்துக் கொள்ளும் உத்தி இது.

மற்றமை என்றென்றைக்கும் மெய்நிகர்தான் என்பதில் சந்தேகமில்லை. ஆகவே, இது மெய், இது மெய்நிகர் என்று சாராம்சம் தீர்மானிப்பதில்லை. இந்தியச் சமயச் சூழலைப் பொறுத்த வரையில் வெகுசனப் பழக்கவழக்கமே மெய்யெது, மெய்நிகரெது எனது தீர்மானிக்கிறது.

இரண்டு மெய்நிகர் பிம்பங்களுக்கு இடையிலான மோதல் வெகுசனத் தளத்திலேயே நடைபெறுகிறது என்ற தெளிவு அவருக்கு இருந்தது. தங்களைப் பௌத்தர்கள் என்று மறந்து போன தமிழர்களுக்குப் பழைய ஞாபகங்களைக் கொண்டு வருவதுதான் தனது வேலைத் திட்டம் என்றும் அவர் வரையறுத்துக் கொண்டார். (பக்கம் 259)

இன்னுமும் முழுமை பெறாத கருத்தாக்கமாகவே மெய்நிகர் பற்றி எழுதுவதைப் பார்க்கிறேன். மெய்நிகர் பற்றி இன்னமும் விரிவாக இனிவரும் காலங்களில் தருமராஜ் எழுதுவார் என்று நினைக்கிறேன்.

மெய்

ஞாபகம் மற்றும் மறதி குறித்துப் பேசிக்கொண்டே அயோத்திதாசரின் மொழியறிவை விவாதிக்கிறார். அயோத்திதாசர், 'திரு' என்பதை 'திரி' என்றும், 'அறம்' என்பதை 'அறன்' என்றும், 'மை' விகுதிகளை 'மெய்' என்று எழுதும் பழக்கம் கொண்டிருந்தார். அந்தப் பழக்கத்திற்கு அவர் சொல்லும் ஒரே காரணம் 'எங்கள் திண்ணைப் பள்ளிகளில் இவ்வாறுதான் கற்பிக்கப்பட்டன' என்கிறார். இவரின் 'மெய்' பிரயோகத்தைத் தருமராஜ் சிந்திக்கத் துவங்குகிறார்.

பதினெட்டு முதல் இருபது வரையிலான துணைப்பகுதிகள் 'மெய்' பற்றிப் பேச இருக்கிற பகுதிகளுக்காக உருமாறும் பகுதிகள். இதன் பின் இருபத்தியொன்றாம் பகுதியில் இருந்து மெய் குறித்த சிந்தனைகளைத் தொகுக்கத் துவங்குகிறார். மெய் பற்றிப் பேசத்துவங்கும் போது மெய்ப்பொருளியல் தளத்திற்குள் வந்து விடுகிறார்.

21. ஒலிக்கா எழுத்துக்களுக்கு 'மெய்' என்று பெயர். இவற்றிற்குத் தனித்தனி எழுத்து வடிவம் உண்டு. தலையில் புள்ளி கொண்டவை. இவற்றை எழுதமுடியும். ஆனால், உச்சரிக்க முடியாது. சுயமாய் உச்சரிப்பு இல்லாதவை... உச்சரிப்பு இல்லாத, ஒலிக்க இயலாத இந்த மெய் எழுத்துக்கள் மொத்தம் பதினெட்டு. பதினெட்டு என்பதற்குத் தமிழ்க் கணித மரபில் ஆதி முதல் அந்தம் வரையில் என்ற அர்த்தம் உண்டு. நூற்று எட்டு, ஆயிரத்து எட்டு, லட்சத்து எட்டு என்பது அதன் வேறு வேறு வடிவங்கள். ஒன்று முதல் எட்டு வரை என்றால் பன்மெய் என்று பொருள். எண்ணிலடங்காதது. கணக்கிட முடியாதது. எல்லையயற்றது. தூய பன்மெய் என்று அர்த்தம்... இவையே மொழியின் மெய்ப்பொருளியலை வரையறுக்கின்றன.

22. மெய் என்பது பன்மெய்யின் பன்மெய். பன்மெய்யே அதன் வடிவம்; பன்மெய்யே அதன் உள்ளடக்கமும்... தனி மெய் என்பது என்ன என்பதை இனி நாம் விளக்க வேண்டும். தனி மெய், தனியே ஒலிக்க மறுக்கிறது. தனிமைக்குத் தனியே மெய் இல்லை. அதாவது, எழுத்து உண்டு; ஓசை இல்லை. அதன் ஒலி, ஒலிக்காமல் நிற்கிறது... தனி மெய்க்கு எழுத்து என்ற குறிப்பான் உண்டு, ஆனால் ஓசை என்ற குறிப்பீடு இல்லை என்று கொள்ள வேண்டும். 'வெளிப்படாத ஓசையே' தன்மெய்யின் உள்ளார்த்தம்... மெய் என்பது பன்மையின் பன்மை; அதே போல், தன்மெய் என்பது இன்மை என்று சொன்னால், மெய்த் தன் மெய் என்றால் பன்மையின் பன்மையின்மை என்று பொருள். இதைக் கேட்டு, 'பன்மையின் பன்மையின்மை தானே ஒற்றை!' என்று வியக்கிறார் டெல்யூஸ். அலெய்ன் பாத்யோவுக்கோ, பன்மையின் பன்மையின்மை என்பது 'பன்மைக்குள் நிலவுமொரு வெற்றிடம்' என்று புலப்படுகிறது.

24. மெய்த் தன் மெய் என்பது வெளிப்படுத்த முடியாத சங்கடம். திணறல், பரிதவிப்பு, திக்கல்... திக்குதலே மொழியை உருவாக்குகிறது.

25. தமிழ்ச் சிந்தனை மரபு, பதினெண் மெய்களும் 'கம்மென்று' இருக்கின்றன என்றே பதில் சொல்கிறது. அதாவது, 'க'ம்முன் பதினெட்டு மெய்களும் 'கம்' என்று இருக்கின்றன. 'கம்' என்றால் மௌனம்; ஆனால், வெறும் மௌனம் அல்ல; சொல்ல விரும்புவதை சொல்லாமல் இருக்கும் மௌனம். கம்மென்ற மௌனத்தோடு மெய்கள் நின்று விடவும் இல்லை. அவ்வொலிக்கா மெய்கள் (அரவங்கள்) புராதனமான இன்னொரு மொழியில் பேசிக் கொண்டிருப்பதாகவும் தமிழ் நம்புகிறது. எழுத்திற்கும் பேச்சிற்கும் முந்தைய மொழி அது. போப்பமே அதன் பாவனை. ஒவ்வொரு அசைவிற்கும் ஒரு வாசம்... ஒலிக்கா ஒலிகளான பதினெட்டு மெய்களும் தொடர்ந்து வாசநெய்யைப் பரப்பிக் கொண்டிருக்கின்றன. தமிழ் மொழியின் ஆதாரமான மெய்யொலிகள் அரவமாக (அதாவது, ஒலிப்பு அற்று) இருக்கின்றன என்பதே பொது அபிப்பிராயம். திக்குதல், திணறுதல், திண்டாடுதல், திகைத்தல், திமிருதலே அதன் உணர்வு நிலைகள். இவ்வுணர்வுகள் உயிரோடு இணையும் பொழுது பேச்சாக வெளிபடுதலே தமிழ்... இந்த வாசனையே, மெய்த்தன்மெய்யுமாகும்!...இந்த ஒலிக்கா மெய்யே மெய்த்தன்மையும் கூட.

ஒரு வரலாற்று மாந்தரைப் பற்றிப் பேசத்துவங்கி, அவரின் சிந்தனைகளைப் புரிந்துக்கொள்ள முயன்று, அவர் எவ்வாறு யோசித்தார் என்று திரும்ப எழுதிப்பார்த்து, இறுதியாக 'மெய்' பற்றிப் பேசத்துவங்கும் தளம் பூர்ண மெய்யியல் தளம். இது தமிழ்ச் சிந்தனைமரபின் தடங்களைத் தேடிச்செல்ல உதவும் பகுதி. இன்னமும் மெய் பற்றிய வாதங்களை வளர்த்தெடுக்கக் கூடிய அளவிற்கு இப்பகுதியில் வேர்களைப் பரப்பியுள்ளார்.

இந்நூலின் வழியே தருமராஜ் நமக்கு உற்சாகமளிக்கிறார். ஓரே நூல் நமக்கு வெவ்வேறு அனுபவங்களைத் தரவல்லது. அப்படியான இந்நூல் ஒரு பெரும் வனம். பல்வேறு மடிப்புகள் கொண்ட அடர்வனம். தொலைந்துவிடுவதற்கான எல்லாச் சாத்தியங்களையும் இந்நூல் கொண்டுள்ளது.

வனம் என்று சொல்வதற்கு மிருகக்காட்சி சாலை அல்லது தாவரவியல் பூங்கா என்று சொல்வதற்குமான வித்தியாசம் உள்ளது. பெயர்ப்பலகை இல்லாமல் மரங்களுக்கு இடையில் உங்களுக்கு ஒரு யானை காட்சி தரலாம். எதிர்பாராமல் உங்களை ஒரு புலி கண்ணத்தில் அறையலாம். வழி தெரியாத சிறுத்தைக்கு

நீங்கள் உதவலாம். நீங்கள் காட்டாற்றில் நீந்தி நேரடியாகப் பெரும் சமுத்திரத்தை அடையலாம். அதற்கான எல்லாச் சாத்தியங்களின் ஊடாகவே நாம் இதனுள் பயணிக்கிறோம். அதனால்தான் இதனை மாற்று ஒழுங்குடன் செய்யப்பட்ட நூல் என்கிறேன்.

●

ஒளியாக வந்தாய்

மனோஜ் பாலசுப்பிரமணியன்

ஆய்வாளர்

அன்புள்ள தருமராஜ்,

ஜெயமோகனின் 'அம்பேத்கரும் அவரது தம்மமும்' என்ற கட்டுரையில் ஒரு வரி வரும், 'விடுதலை செய்யும் அறிவு'. இந்த ஒற்றை வரியை நான் பல நூறு முறை பல்வேறு இடங்களில் சொல்லிப் பார்த்திருக்கிறேன்.

'விடுதலை செய்யும் அறிவு'. இந்தச் சொற்கள் எனக்குள் பல்வேறு கேள்விகளைக் கொண்டுவந்தது. ஏதோ ஓர் உணர்வு என்னைக் கிளர்த்திக்கொண்டே இருந்தது.

உண்மையில் 'விடுதலை செய்யக்கூடிய அறிவு' என்ற ஒன்று உண்டா?

நான் அந்தக் கேள்வியை ஒருபோதும் கைவிட்டதில்லை. நாளும் பொழுதும் அதைக் கையில் வைத்துக்கொண்டே திரிந்தேன். 'விடுதலை செய்ய வேண்டுமானால் நாம் அடிமைப் பட்டுள்ளோமா?' என்ற கேள்வியும் எழாமலில்லை. உண்மையில், என் தாழ்வுணர்ச்சிக்கு எல்லையே இல்லை. ஒரு மனநோயைப் போலப் சதா துரத்திக்கொண்டே இருந்தது. போதாக்குறைக்குப் 'படித்தால் வேலைக்குச் சென்றால் இந்த மனநிலை மாறிவிடும்' போன்ற ஏட்டுச் சப்பைக் கருத்துகளை ஒரு பண்ணையாரின் தோரணையுடன் சொல்லுகிறவர்களின் முகக்கோணல்கள் ஒரு திரைக்காட்சியாக என் முன் ஓடும்.

நீங்கள் ஜெயமோகனின் நண்பர் என்பதால் அவருடைய ஆக்கங்களை குறிப்பிட்டுச் சொல்வதில் உங்களுக்குப் பிரச்னை

இல்லை என்றே நினைக்கிறேன். ஜெயமோகனின் 'நூறு நாற்காலிகள்' என்ற ஒரு சிறுகதை. அரசியல்ரீதியாக பல்வேறு விமர்சனங்களைச் சந்தித்த கதை. அவர்கள் சொல்லும் அத்தனை விமர்சனங்களுக்கு அப்பாலும் அந்தக் கதை என்னைப் பொங்கி அழவே வைத்தது. கதையின் பிரதான பாத்திரம் நாயாடி சமூகத்தைச் சேர்ந்தவர். மிகவும் சிரமப்பட்டுப் படித்து முன்னேறி கலெக்டர் ஆன பின்பும் அவனைத் தாழ்வுணர்வு ஒன்று துரத்தும். அதன் காரணம்தான் என்ன?

அமெரிக்கக் கருப்பர்களுக்கு இந்தத் தாழ்வுணர்ச்சி இயல்பில் கலந்து விட்டது என்ற கருத்துகள் கிளம்பிப் பின் அது வரலாற்று ரீதியாக அப்படி இல்லை என்று நிரூபிக்கப்பட்டதாகச் செய்திகள் உண்டு. என்னைப் பொறுத்தவரை இந்தத் தாழ்வுணர்ச்சி பெரும்பாலான தலித்துகளுக்கு உண்டு. உங்களுக்கு எழுதும் கடிதத்தில் 'தலித்' என்ற சொல்லாடலை எழுதலாமா என்று தெரியவில்லை. ஏனெனில் உங்களுடைய முன்னாள் புத்தகத்தின் தலைப்பு அப்படி.

உங்கள் அயோத்திதாசர் நூலின் முன்னுரை வாசிக்க வாசிக்க என்னைத் தொந்தரவு செய்தது. வேறெந்த நூலின் முன்னுரையும் என்னை இப்படிப் படுத்தியது இல்லை. நான் அம்பேத்கரை மானசீகமாக நேசிப்பவன். அவரை அல்ல அவரது அறிவைத் தொழுபவன். ஆனால் அவரிடம் நீங்கள் ஏதோ இல்லை என்று சொன்னதை என்னால் ஏற்றுக்கொள்ள முடியவில்லை. நான் சீண்டப்பட்டேன். என் முழுச்சக்தியையும் திரட்டிக் கொண்டுவந்து உங்கள் பனுவலுக்கு எதிராய் நிறுத்தினேன். நூலின் முதல் பகுதி நூற்றியைந்து பக்கம் மட்டும் முடித்த நிலையில் இந்தக் கடிதம் உங்களுக்கு எழுதப்படுகிறது. நூற்றியைந்து பக்கங்கள் முடிந்த பின் ஒரு குட்டி ஆசுவாசம்.

'கார்த்துல தீபம்' என்ற கட்டுரை வாசித்தேன். நானடைந்த கிளர்ச்சிக்கு எல்லையே இல்லை. நீங்கள் மறதி என்று சொல்கிறீர்கள். நான் நியாபகம் என்று சொல்கிறேன். நூற்றாண்டு நியாபகம். அதை வாசிக்க வாசிக்க என்னுள் ஒரு பரந்த நட்சத்திரப் பெருவெளி விரிகிறது.

அங்கு என் கருத்த தோல் சற்றே தடித்திருக்கிறது. என் பரந்த தோள்களுடைய நெஞ்சு திமிராய் நிமிர்ந்திருக்கிறது. நெஞ்சகழ்ந்து பார்த்தால் அங்கே ஒரு தீப ஒளி விளக்கு சுடர்விட்டு எரிகிறது.

'அண்ணாந்து மலையின் ஒளி விளக்கே...'

நான் இன்னும் காதல் வயப்படவில்லை. என் காதல் கொஞ்சம் fresh. நீங்கள் அறிவிலும் வயதிலும் பெரியவர். கல்லூரிப் பேராசிரியர். உங்களுக்கு இதைச் சொல்லலாமா என்ற குழப்பத்தில் இதைச் சொல்கிறேன்.

•

விவிலியம் என் நெஞ்சிற்கினிய நூல். அதில் புழங்குகிற மொழியை நான் அவ்வளவு காதலிக்கிறேன். விவிலியத்தை ஓர் ஆகப் பெரிய கவிதைத் தொகுதி என்றே சொல்வேன். அதன் வசனங்களால் என் நெஞ்சு ஊடும்பாவுமாக நெய்யப்பட்டுள்ளது. ஏதோ உணர்வு புதிதாய்க் கிளம்பி உட்சென்று விவிலிய வசன பாவனையில் வேறொரு வசனத்தை இழுத்து வரும். இப்போது அங்கிருந்து ஒரு வரி மேலெழுகிறது.

'அவர் என் மண்டைக்குள் சூரியனை உதித்தெழுச் செய்தார்'.

என்னுடைய 'அவரில்' அயோத்திதாசருக்கும் இடமுண்டு. உங்களுக்கும் இடமுண்டு.

இது அயோத்திதாசர் குறித்த நூல்.

அவர் ஒடுக்கப்பட்டோரின் முதல் கலகக் குரல். அதனால் இந்த நூல் எப்படி இருந்தாலும் பாராட்டவேண்டும், என்ற வாதம் எனக்கு ஏற்புடையதல்ல. நான் அதை ஒருபோதும் செய்ய மாட்டேன்.

அப்படிச் செய்வது இந்த நூலைக் கீழ்மைப்படுத்துகிற நாதனமுறை என்றே சொல்வேன். ஆக நான் இந்த நூலைப் பாராட்டுவதற்கான காரணங்களைச் சொல்கிறேன்.

இந்த நூலின் இரண்டாம் பகுதி கடுமையாக உள்ளது. அதில் செறிவான கருத்துகள் உள்ளதால் அப்படித்தான் இருக்கும் என்பதையும் புரிந்துகொள்ள முடிகிறது. மேலும் இந்நூல் பெரிய விவாததளத்தில் கொண்டு செல்லவேண்டும். அப்போது அயோத்திதாசரை தத்துவப் புரிதலோடு களத்தில் சந்திப்பதில் உள்ள பிரச்னையை நாம் விளங்கிக்கொள்ள முடியும் என்று தோன்றுகிறது.

உங்கள் நூலிலுள்ள எழுத்து - Reading pleasure - மிகவும் காத்திரமாகவும் அடக்கமாகவும் அதே சமயத்தில் கவித்துவ மாகவும் இருக்கிறது. இந்த எழுத்துமுறையை எங்கிருந்து வரித்துக் கொண்டீர்கள்? இது உங்களுடைய அசாத்திய பலம் என்றே

சொல்வேன். மொழி ஒவ்வொரு இடத்திலும் ஒவ்வொரு மாதிரி நெளிகிறது; குழைகிறது; ஆங்காங்கு திமிருகிறது;

கட்டுரை மொழியும் புனைவும் கவித்துவமும் ஒரே குதிரையில் ஏறி ஊர்ப்பவனி வருகிறது.

மறதி - ஞாபகம் என்ற சொற்களை வைத்து ஆடிய தர்க்க விளையாட்டு ஒரு தேர்ந்த தத்துவாசிரியனால்தான் முடியும் என்பது என் துணிபு. அந்த இடத்தில் நான் தருமராஜின் வேறொரு பரிமாணத்தைக் கண்டேன்.

முதல் பகுதியில் சாந்தமான மாணவனாக வியந்து வியந்து கதை கூறுபவனாக அறிமுகமாகிற நீங்கள் இரண்டாவது பகுதியில் அழுத்தமான அரசியல்வாதியாக கறார்த் தன்மையுடன் கேள்விகளை அடுக்கி நூலை முறுக்கேற்றுகிறீர்கள். மூன்றாவது பகுதியில் ஒரு கனிந்த ஆசிரியனாக ஓர் எழுத்தாளனாக உங்கள் குரல் உயர்கிறது. அங்கு உங்களுடைய தனிப்பட்ட ஆகிருதியைத் துலக்கமாகக் கண்டு கொள்ள முடிகிறது.

அரசியல் எழுத்துகளில் உள்ள பெரிய பிரச்னையாக நான் காண்பது அது வாசகனைச் சோதித்துவிடுகிறது. அவன் கழுத்தைப் பிடித்து விடுகிறது. அவன் புத்தகத்தைவிட்டு ஓடிவிடுகிறான் அல்லது புத்தகத்துடன் சங்கிலிகொண்டு பிணைக்கப்படுகிறான்.

நான் வாசித்த அரசியல் எழுத்துகளில் அரசியல் கறார்த் தன்மை இருக்குமேயொழிய கலைத்தன்மை குறைவாகவே இருக்கும். அரசியல் எழுத்திற்குக் கலைத்தன்மை தேவையா அரசியல் தேவையா என்பதல்ல விஷயம். ஒரு கட்டுரை எதைப்பற்றிப் பேசினாலும் அது அடிப்படையில் கட்டுரை. எல்லா எழுத்து களுக்கும் அடிப்படை அதில் உள்ள சுவாரசியம். எழுத்துடன் வாசகனைப் பிணைக்கும் தன்மை. அந்தச் சுவாரசியம் என்பதைத்தான் கலைத்தன்மை Reading pleasure என மாற்றி மாற்றிச் சொல்லிக் கொண்டிருக்கிறோம். சுவாரசியமான கூறலின் மூலம் அல்லது மொழியின் மூலம் வாசகனை எழுத்துடன் பிணைக்கவேண்டுமே தவிரச் சங்கிலிகொண்டு அல்ல என்பதை நான் இங்கே குறிப்பிட்டாக வேண்டும்.

அந்தவகையில் உங்கள் மொழி கூறல் முறை எல்லாம் பிரமாதமாக இருந்தது. ஒருவித கூத்துத் தன்மையுடன் ஜ்வலித்தது. சொற்கள் என்னை ஆட்கொண்டன. 'பூர்வாசிரமம்' என்ற வார்த்தையை நான் முதன்முதலாக உங்கள் நூலில்தான் வாசித்தேன்.

'காலத்தினுள் அசையும் வேம்பு' - கவித்துவத்திற்கு ஓர் உதாரணம். மேலும் ஓர் ஆசிரியன் இது இப்படித்தான் என்று சொல்பவன் அல்ல. இதை இப்படிச் சிந்தி என்று சொல்பவன். அந்தவகையில் உங்கள் நூலிலிருந்து வேறு வேறு தளத்திற்குச் சென்று என்னால் சிந்திக்க முடிந்தது. அதற்கு இந்த நூல் இடமளித்தது.

"The war between Brahmin and Buddhist is called Indian history'- என்ற அம்பேத்கரின் வார்த்தைகள் கொண்டுவந்த ஒளி 'பறைவதற்கும் பார்ப்பதற்குமான முரண் புராதனமானது' - என்ற வரியைப் படித்தவுடன் நூறு மடங்கு வெளிச்சம் கூடியது. சொற்களின் வெளிச்சம் மிகுந்த பரப்பு.

அத்தனைக்கும் மேல் உங்கள் தமிழறிவு மிரட்டவே செய்கிறது. இந்த நூலை வாசித்து முடித்த பின் ஓர் இனம்புரியா விடுதலை யுணர்வுள்ளனைச் சுற்றிலும் விரவியிருப்பதைக் காண்கிறேன். இனி ஆயுதம் இல்லை என்பதைக் குறித்தோ இழந்ததைக் குறித்தோ கலங்கத் தேவை இல்லை.

இந்த நூலில் அயோத்திதாசரின் மாபெரும் உருவைக் குறித்த ஓர் எளிய சித்திரிப்பு ஒரு வரியாக மாறி என்னுள் இறங்கிவிட்டது.

'ஒடுக்கப்பட்டவனின் சுயத்தை இத்தனை வலிமையாய் வேறு யாரும் கற்பனை செய்திருக்கவில்லை'.

கவிஞர் வெய்யிலின் ஒரு கவிதை வரி உண்டு. 'எங்களுடைய குறுவாள் வரலாற்றில் தொலைந்து போனது' - இந்தக் கவிதை வரி இந்தப் புத்தகம் வாசித்து முடிக்கும்வரையிலும் என்னுள்ளிருந்து கிளர்ந்து கொண்டே இருந்தது. மேலும் ஒரு கவிதை. அதன் சாரம் இப்படித்தான் இருக்கும்.

'உன் அறிவை எங்க வச்ச...?'

'பூர்வீகத்துல.'

இந்தப் புத்தகம் குறித்துப் பலவிதங்களில் கடிதம் எழுதிப் பாராட்டலாம் அல்லது உரையாடலாம் என்று தோன்றுகிறது. என்னுடைய ஊர் பெரியகுளம். ஊரில் இருந்திருந்தால் உங்கள் கல்லூரிக்கு ஓடி வந்து non official மாணவனாகச் சேர்ந்திருப்பேன்.

அப்பா எங்களுக்கு சிறுவயதில் ஒரு விஷயம் சொல்லித் தந்தார்.

அலை அவர் எங்கே படித்தார் என்று தெரியவில்லை. இப்போது நினைக்கையில் என்னுள்ளம் பரவசக் கொந்தளமடைகிறது.

எப்படி அது நடந்தது? அது என் ஞாபகத்தில் அடியாழத்திலிருந்து மெல்ல மேலெழும்பி உச்சியை அடைந்து ஒரு சூரியனைப்போல் ஜ்வலிக்கிறது. தலைக்குள் சூரியன். அப்பா சொல்லித் தந்த விஷயம் இதுதான்.

குரு என்றால் என்ன?

    கு - இருள்

    ரு - நீக்குபவர்

இருளை நீக்குபவர் ; ஒளியைக் கொண்டுவருபவர்.

உங்கள் non official மாணவன்,

மனோஜ் பாலசுப்பிரமணியன்

●

நன்றி, மனோஜ்.

'அயோத்திதாசர்' நூல் நிறைய பேருக்கு உற்சாகத்தையும் நம்பிக்கை யையும் கொடுத்திருக்கிறது என்பதைத் தொடர்ந்து கேள்விப்படு கிறேன். ஆங்காங்கே, உதிரி உதிரியாய் எழுதியவர்கள் சிலர்; நேரடியாய் என்னிடம் பேசிச் சொன்னவர்கள் பலர்.

அந்தப் புத்தகத்தில் நான் சித்திரிக்கும் அயோத்திதாசரின் உருவம் எனக்குள் நானே உருவாக்கிக்கொண்டது. சுமார் இருபது வருடங்களாக அவரது எழுத்துகளோடு பயணம் செய்து கொண்டிருக்கிறேன். எனது வளர்ச்சியில் அக்கறைகொண்ட பல நண்பர்களும் இந்த இருபது ஆண்டுகளில் பலமுறை என்னை எச்சரிக்கை செய்திருக்கின்றனர் - போதும் வா! எத்தனை நாட்களுக்குத் தான் அவரையே பேசிக்கொண்டிருப்பாய்?

ஆனால், அயோத்திதாசரிடம் நான் அடையும் ஆசுவாசத்தை அவர்கள் என்றைக்குமே அடைய மாட்டார்கள்; அவர்களுக்கு அப்படியொன்று தேவையும் இல்லை என்று எனக்கு நானே சமாதானம் சொல்லிக் கொண்டிருந்திருக்கிறேன். என் நண்பர்கள் சொன்னதும் ஒரு வகையில் சரி - ஆய்வுலகில் ஒரு நபரோடு தேங்கிப் போவது பெருஞ்சாபம். ஆனாலும், என் வருடங்களைப் பணயம் வைக்க நான் துணிந்ததற்கு ஒரே ஒரு காரணம்தான் - 'இந்தமுறை இல்லையென்றால், இனி இல்லை' என்ற நெருக்கடி!

ஆனாலும் அந்தச் சாபம் என்னைச் சதா துன்புறுத்திக்கொண்டிருந்தது. அதனாலும்தான், எதிர்பார்க்காத தருணங்களிலெல்லாம் நான்

அயோத்திதாசரிடமிருந்து தூர விலகி நின்றுகொள்வதை அந்தப் புத்தகத்தைத் திரும்பத் திரும்ப வாசிப்பவர்களால் உணர்ந்துகொள்ள முடியும். மையம், விளிம்பு அதற்கும் அப்பால் நின்றது உண்மையில் நானேதான்.

அயோத்திதாசர் புத்தகம் தருகிற உளக்கிளர்ச்சிக்கு என்னுடைய மனப்போராட்டங்கள் மிக முக்கியக் காரணம். நான் என் குழப்பங்களுக்கு, சந்தேகங்களுக்கு, கேள்விகளுக்கு நேர்மையாய் இருக்க விரும்பினேன். அதன் மூலமே அயோத்திதாசரின் குழப்பங் களையும் சந்தேகங்களையும் கேள்விகளையும் என்னால் உணர முடியும் என்று நம்பினேன்.

சொல்லப்போனால், அயோத்திதாசர் என்ற நூலை எழுதுவதற்கு முன், எனக்குள் அயோத்திதாசர் என்றவொரு Biopic ஓடிக் கொண்டிருந்ததை நான் நிறையமுறை உணர்ந்தேன். ஒரு விஷயத்தை சிறுகதையாக, நாவலாக, திரைப்படமாக, இசையாக, ஓவியமாகக் கற்பனை செய்து பார்க்கும்பொழுது அடைகிற கோணங்களை எந்தவொரு ஆய்வு முறையியலும் உங்களுக்குத் தந்துவிடாது. அயோத்திதாசர் குறித்து நான் அப்படித்தான் செய்தேன். அவர் குறித்து என்னிடம் எழுதப்படாத சிறுகதைகள் உண்டு. எடுக்கப்படாத முழு நீளத் திரைப்படம் உண்டு. ஒரு கட்டத்தில் அவர் எழுதியிருக்கக்கூடிய கவிதையொன்றை என்னால் இன்றைக்கு எழுதி விடமுடியும் என்ற நம்பிக்கை எனக்குள் ஏற்பட்டது.

இதுவே, இரண்டாம் பகுதியில் நான் விவரிக்கும் 'திரும்ப எழுதும்' முறையியல். இது முழுக்க முழுக்க என்னுடைய உருவாக்கம். இந்த முறையியலை நானே வடிவமைத்தேன். அயோத்திதாசரிடம் எனது இருபது வருடங்களை இழந்தேனோ என்று சந்தேகம் கொள்பவர்களுக்கு எனது பதில் இதுதான் - நான் ஒரு புதிய அறிவியல் முறையையே இதன் மூலம் கண்டுபிடித்தேன்!

இப்படி அயோத்திதாசர் குறித்து எழுத ஆரம்பித்த எதையும் நான் நிறுத்தியதாக வரலாறு இல்லை. எது எதுவோ சொல்ல வந்து என்னென்னவோ சொல்லிக்கொண்டிருக்கிறேன். உங்களது வாசிப்பு அனுபவப் பகிர்வு தொடர்ந்து எழுதுவதற்கான நம்பிக்கையை அளிக்கிறது.

அந்தப் புத்தகம், ஒரு கலைப்படைப்பைப்போலத் திரும்பத் திரும்பப் படிப்பதற்கான சாத்தியங்களைத் தன்னுள்ளே கொண்டது.

அதன் மடிப்புகள் அக்குணம் கொண்டவை. இத்தனை மடிப்புகள் அதனுள் உருவாகவேண்டும் என்பதற்காக, நான் என்னுடைய எழுதும் பாணியையேகூட மாற்றிக்கொண்டிருந்திருக்கிறேன்.

அந்த மூன்றாவது பகுதி, ஒரு முன்னோட்டம் மட்டும் என்று சொன்னால் ஆச்சரியப்படுவீர்கள். எனது அடுத்த நூலை (ஜல்லிக்கட்டு பற்றியது...) எழுதிக் கொண்டிருக்கும்பொழுது இந்த மூன்றாவது பகுதிக்கான உந்துதலை நான் உணர்ந்தேன். சொல்லப்போனால், வெளிவரவிருக்கும் அந்த நூலிலிருந்து தெறித்து விழுந்த ஒரு சிறு கல் இது. இதுவே இத்தனை கொண்டாடப்படுகிறது என்றால், அது என்ன விளைவுகளை ஏற்படுத்தும் என்றே நான் இப்பொழுது யோசித்துக் கொண்டிருக்கிறேன்.

●

அயோத்திதாசரும் நாட்டுப்புறவியலும்

பா.ச. அரிபாபு
பேராசிரியர்

முன்னுரை

பத்தொன்பதாம் நூற்றாண்டில் வாழ்ந்த சிந்தனையாளர் அயோத்திதாசப் பண்டிதருக்குப் பன்முகங்கள் உண்டு. மரபான கல்வியை முறையாகப் பயின்றவரென்றாலும் அவர் காலத்தில் உருவாகி வந்த நவீன வாழ்க்கைக்குள் தன்னைக் கச்சிதமாகப் பொருத்திக்கொண்ட முற்போக்குவாதி. அடிப்படை உரிமை மறுக்கப்பட்ட ஒடுக்கப்பட்ட சமூகத்தை ஒன்று திரட்டி, குழு அமைத்து, போராடவோ வன்முறையில் இறங்கவோ அவர் தயாராகவில்லை. அவ்வாறு தன்னுடைய அரசியல் செயல் பாட்டை வடிவமைத்திருப்பாரானால் சாதியச் சமூகத்தாரால் படுகொலை செய்யப்பட்டு, வட்டார அளவிலேயே சுருங்கிப் போயிருப்பார். மாறாக, இந்தச் சாயல் அவரிடம் எந்தச் சூழலிலும் வெளிப்படவே இல்லை.

மாறாக, நவீன சமுதாய மனிதராக வெளிப்பட்டார். அன்று திரண்டிருந்த சமூக அமைப்பின் எதார்த்தத்தைப் புரிந்துகொண்டு உறவாடினார். அதாவது காலனிய ஆட்சியாளர்களிடம் ஒடுக்கப் பட்டுக் கிடக்கும் மக்களின் சமூக விடுதலைக்காகத் தொடர்ந்து கோரிக்கைகளை முன்வைக்கும் ஓர் அரசியல் செயற்பாட்டாளராக விளங்கினார். அதேவேளையில் தாழ்ந்து கிடக்கும் சமூகத்தின் ஆதி வரலாற்றைத் தேடும் கள ஆய்வாளராகவும் ஆராய்ச்சியாளராகவும் தொடந்து தன்னை ஈடுபடுத்திக்கொண்டார். ஆதியின் வரலாற்றைத் தேடும்போது சூழ்ச்சிகள் விளங்கி, மறைவுகள் புலப்பட்டன.

சமகாலத்தில் அயோத்திதாசரைத் தீவிரமாகப் பேசுவதற்குக் காரணம் அரசியல் செயல்பாடுகளையும் கடந்து, ஆதியின் வரலாற்றைச்

சமூக, சமயச் செயல்பாடுகளின் வழியாகக் கண்டைந்து கட்டமைத்தார் என்பதேயாகும். வரலாற்றைக் கட்டமைக்க அவர் மேற்கொண்ட முயற்சிகள் யாவுமே ஒரு நவீன சிந்தனைப்புலத்திற்கு உரியவை என்று இன்றைய சூழலில் விளங்கிக்கொள்ள முடிகிறது. அது 'நாட்டுப்புறவியல்' என்னும் சிந்தனைப் புலம். ஆக, இந்தச் சிந்தனைத் தளத்தில் அயோத்திதாசரை வாசிக்கும் முயற்சியாக இக்கட்டுரை அமைகிறது.

டி. தருமராஜ்

நாட்டுப்புறவியலோடு அயோத்திதாசரை இணைத்துப் பார்க்கும் பார்வையை நமக்கு வழங்கியவர் பேராசிரியர் டி. தருமராஜ். ஆதலால் இவரது யோசனைத் தடத்திலேயே இவரது நூற்கள் வழியாகக் கட்டுரை பயணப்படுகிறது.

டி. தருமராஜ் சமீபத்தில் எழுதிய 'அயோத்திதாசர்: பார்ப்பனர் முதல் பறையர் வரை' என்னும் நூல், மிகுந்த கவனம் பெற்றதற்கு அயோத்திதாசரைக் குறித்து ஆராய்ந்து எழுதப்பட்டதனால் மட்டும் அல்ல; டி. தருமராஜ் அணுகிய ஆய்வு முறையியலுக்காகவும்தான். ஒர் ஆய்வாளரின் வேலை என்பது விளக்கம் அளித்தல் அல்ல; மாறாக விவாதித்தல், மற்றும் புதிய கருத்தியல் பின்புலத்தில் கட்டமைத்தல். இவ்வேலைப்பாடுகளை மிக விரிவாகவும் நுட்பமாகவும் அணுகியிருக்கிறார் டி. தருமராஜ். மூன்று பகுதிகளாக (1. நான் பூர்வ பௌத்தன், 2. இது பௌத்த நிலம், 3. பூர்வ பௌத்தனின் கல்லறை) விரியும் இந்நூலினுள் அயோத்திதாசர் என்னும் சிந்தனையாளரைப் பன்முகத்தளத்தில் புரிந்துகொள்ள அடித்தளம் அமைக்கிறார். இதற்காகவே அயோத்திதாசரின் எழுத்துகளைக் குறிப்பாக 'இந்திரர் தேச சரித்திரம்' மற்றும் சடங்குகள், சமயங்கள் குறித்ததான வரலாற்றுக் கட்டுரைகளைத் திரும்ப எழுதிப்பார்க்கிறார். 'திரும்ப எழுதுதல் அல்லது மறுபடி இணைத்துப் பார்த்தல்' என்பதை மிஷல் ஃபூக்கோவின் கால் வழி மரபு என்ற ஆய்வு முறையியலோடு புரிந்துகொள்ளவேண்டும். திரும்ப எழுதுதல் என்பதை மறுவாசிப்பு என்பதாகக் குழப்பிக்கொள்ளக்கூடிய சாத்தியங்கள் உண்டு. மறுவாசிப்பு என்பது புதிய விளக்கங்களுக்கான தேடலோடு நடைபெறுவது என்றால் திரும்ப எழுதுவது என்பது எழுத்தாளனின் சொல்லாடலைக் கட்டமைப்பது என்று பொருள்படும். மறுவாசிப்பில் வாசக மனம் தொழிற்படுகிறதென்றால் திரும்ப எழுதுவதில் படைப்பு மனம் மையப்படுத்தப்படுகிறது'. (டி. தருமராஜ்,2019). இதிலிருந்து சிதறி வெளியேறும் அயோத்திதாசர்

புதியவர். அவரது அரசியல், ஆன்மீகம், இலக்கியம், தத்துவ நிலைப்பாடுகள் என அனைத்தும் புரியத்தொடங்குகிறது. மேலும், ஆய்வில் புதியன கண்டடைதல் என்னும் சாரம் மிக மிக்கியமானது. அயோத்திதாசரைப் பல்வேறு நவீனக் கோட்பாட்டுத்தளத்தில் அணுகிப் பார்க்கும் டி. தருமராஜ், நாட்டுப்புறவியலோடும் அயோத்திதாசரின் கருத்தியல் பொருந்திப் போவதை நிறுவிக் காட்டுகிறார். இது புதிய திசை. தமிழுகுப் புதியது. இந்தத் திசைவெளியை எவ்வாறு கட்டமைக்கிறார் என்பதை மேலும் விரிவாகப் பேசுகிறது இக்கட்டுரை.

நாட்டுப்புறவியல் என்னும் சிந்தனைப் புலம்

'நாட்டார் வழக்காற்றியல் ஒரு சமூக அறிவியல். சமூகத்தையும் பண்பாட்டுச் செயல்பாடுகளையும் ஆய்வுப் பொருளாகக் கொண்டுள்ள சமூக அறிவியல்' (டி. தருமராஜ், 2011). இந்த அறிவியலானது ஐரோப்பியச் சிந்தனை மரபிலிருந்தே கால் ஊன்றியது. நாட்டுப்புறவியலுக்கான அனைத்துக் கூறுகளும் நமது பண்பாட்டில் எங்கும் காணக்கிடைத்தன. ஆனால் அவைகளை வரலாறாகப் பாவித்து அணுகும் சிந்தனை மரபுதான் உருவாக வில்லை. காரணம், வரலாற்றாய்வாளர்கள் வரலாற்றை எழுதும் முறையியலுக்கு ஒருவகையான தரவுகளை மட்டுமே அங்கீகரித்திருந்தனர். அதாவது, கண்ணால் காணும் தொல் எச்சங்களைச் சான்றாகக் கொண்டு எழுதுவதிலும் அங்கீகரிப்பதிலும் முனைப்புக் காட்டினர்.

இதில் முரணான செய்தி என்னவெனில் இந்தத் தரவுகளை உருவாக்கியவர்களும் எழுதியவர்களும் அதிகாரத்தில் இருந்தவர்கள். அதாவது ஆட்சியாளர்களின் கீர்த்திகளே பதிவு செய்யப்பட்டிருந்தன. இந்தக் கீர்த்திகளைக்கொண்டு பிற்காலத்தில் வரலாற்றை எழுதியவர்களும் அதிகாரத்தின் அடுத்தநிலையில் இருந்தவர்கள் தான். ஆக, வரலாறென்பது அதிகாரங்களால் கட்டப்பட்டதாகக் காலத்தில் உறைந்து போனது. இந்த எழுத்து அரசியலுக்குள் பல நுண்கூறுகள் பதிவாகாமலேயே போயின. இந்த நுண்கூறுகளே பன்முகத்தன்மையை வழங்குகின்றன. இந்தப் பன்முகத்தில் வெளிப்படுவதுதான் பொதுமக்களின் வரலாறு. குறிப்பாக, ஒடுக்கப் பட்டோர் வரலாறு. இவர்களே சமூகத்தின் பெருவாரியான மக்கள்.

பெருவாரியான மக்களின் அனைத்து நடவடிக்கைகளும் எழுதப்படாத பண்பாட்டு ஆவணங்கள். அதாவது வழக்காறுகள்.

வழக்காறுகளைக் கொண்டு வரலாற்றை எழுதவேண்டும் என்கிற மாற்றுச் சிந்தனை வலுப்படத்தொடங்கியது. அதாவது, 'பழைய வரலாற்றுத் தடத்திலிருந்து விடுபட்டு மாற்று வரலாறு (Alternative History) ஒன்றை உருவாக்கவேண்டிய காலகட்டத்தில் நாம் உள்ளோம். புதிய வரலாறு (New history), சாமானியர் வரலாறு (Gross root history), அடித்தள மக்கள் வரலாறு (Subaltern studies), விளிம்பு நிலையினர் வரலாறு (history of marginals) என்ற வரலாற்றுப் பள்ளிகள் மரபு வழி வரலாற்றுக்கு மாற்றாக உருவாகியுள்ளன' (ஆ. சிவசுப்பிரமணியன், 2018).

ஆனால் தமிழ்ச் சூழலில் நாட்டுப்புறவியல் அறிமுகமானபோது அப்படி ஒன்றும் வழக்காறுகளைக் கொண்டாடியோ வழக்காறு களைத் துணையாகக் கொண்டு பொதுமக்களின் வரலாற்றை அணுகும் போக்கோ உடனடியாக உருவாகிவிடவில்லை. வெளிநாட்டு ஆய்வாளர்கள் தொடங்கி, நமது உள்ளூர் ஆராய்ச்சியாளர்கள்வரை வழக்காறுகளைத் தொகுக்கும் முயற்சியிலேயே ஈடுபட்டனர். அதாவது, அழிவிலிருந்து பாதுகாப்பதே நோக்கம் என்றிருந்தனர். ஆனால் இந்தத் திசைவெளிப் போக்கில் மெல்ல மாற்றம் உருவாகத் தொடங்கியதையும் சுட்டிக்காட்டத்தான் வேண்டும். இந்த மாற்றம் ஆராய்ச்சியாளர் நா. வானமாலையிலிருந்து தொடங்கியது. இவர் காட்டிய திசை மார்க்சியம் என்னும் சிந்தனைவெளியில் அமைந்தது.

இவர் வழக்காறுகளைச் சமூகத்தைப் புரிந்துகொள்ளும் கருவியாகக் கண்டடைந்தார். குறிப்பாக, கதைப்பாடல் என்னும் வழக்காற்றின் வழியாக வட்டார வரலாற்றை எழுதிப் பார்த்தார். ஆக, கதைப்பாடல் ஆய்வுகளில் கூடுதலான அக்கறை காட்டிய வானமாமலை, சமூகக் கதைப்பாடல்களின் பின்புலமாய்ச் சாதிய மோதல்களே அமைந்துள்ளன என்று வாதிட்டது முற்றிலும் புதிய குரலாகவே இருந்தது. சாதிகளுக்கிடையிலான முரண்களும் சாதிய மீறிய காதலால் எழும் பதற்றமும், சாதியக் காழ்ப்புணர்வும் எதிர்ப்புணர்வும் ஈரம் உலராமல் அப்படியே வழக்காறுகளில் பதிவு செய்யப்பட்டுள்ளன என்ற பார்வை புதிய அணுகுமுறை யொன்றைத் தோற்றுவிக்கும் வல்லமையைக் கொண்டிருந்தது. ஆனால் துரதிர்ஷ்டவசமாக இந்தத் திசையிலான ஆய்வுகள் நா. வா. வின் மறைவிற்குப் பின் யாராலும் எடுக்கப்படாமல் போயிற்று. ஐரோப்பிய நாடுகளில் நடைபெற்ற தேசிய இனச்சிக்கலோடு கூடிய நாட்டுப்புறவியல் என்ற சிந்தனையோட்டம் தமிழகத்தில் அறிமுகமான கொஞ்ச காலத்திலேயே பழங்கதையாய் மாறிப் போனது' (டி. தருமராஜ், 2011).

ஆனால் இந்த ஆராய்ச்சி வெளி தமிழில் ஒரு பண்பாட்டு நடவடிக்கையாக மாறவில்லையே தவிர, தொடரவில்லை என்று துணிந்து சொல்லமுடியுமா? என்று தெரியவில்லை. காரணம், ஆ. சிவசுப்பிரமணியன் போன்றோர் வழக்காறுகளிலிருந்தே ஆராய்ச்சியைக் கட்டமைத்திருக்கிறார்கள். என்றாலும், இக்கட்டுரை யில் இந்தத் திசைவழியிலான உரையாடலை வளர்த்தெடுக்காமல் வேறொரு பின்புலத்தோடு உரையாடலைத் தொடர்ந்து வளர்த்தெடுக்கலாம். அதற்கான சான்றுகளை டி. தருமராஜ் வழங்கவே செய்கிறார். அதாவது எந்தக் கோட்பாடானாலும் சிந்தனையானாலும் இறக்குமதியாகிறபோது அப்படியே உள்வாங்கிக்கொள்வதினால் எந்தவிதப் பயனும் ஏற்படப் போவதில்லை. மாறாக உட்செரித்து நமது நிலத்திற்கும் பண்பாட்டுச் சூழலுக்கும் ஏற்ப வெளிப்படும் போதுதான் நமக்கு அந்நியத்தன்மையை வழங்காமல் நமது கோட்பாடாகிறது. அவ்வாறெனில் நாட்டுப்புறவியல் என்னும் நவீன சமூக அறிவியலின்மீதும் இக்கேள்வியை எழுப்பிப் பார்க்கிறபோது இந்த நிலத்திலிருந்தும் வழக்காறுகளிலிருந்தும் வரலாற்றை உருவாக்கியவராக, முன்னோடியாக அயோத்திதாசர் நமக்குக் கிடைக்கிறார். 'வழக்காறுகளைக் கொண்டு பண்பாட்டை விளங்கிக் கொள்ள முடியும் என்ற யோசனை வலுப்படுவதற்கு நாம் அயோத்திதாசரைத்தான் கைகாட்ட வேண்டியிருக்கிறது. ஆனால் நமது துரதிர்ஷ்டம் அவரோடுகூட அவர் எழுதிய நல்ல பல விஷயங்களை நாம் மறந்ததுபோல் வழக்காறு குறித்த அவரது பார்வையையும் மறந்துபோயிருந்தோம். அதனை மீண்டும் கண்டெடுத்து விவாதிப்பதற்கு நமக்கு இத்தனை காலங்கள் ஆகியிருக்கிறது'. (டி. தருமராஜ், 2011).

ஆக, இந்த நிலம் சார்ந்து நாட்டுப்புறவியலை அயோத்திதாசரி டமிருந்தான் துவங்க முடியும் என்றால் அதற்கான காரணங்களை விளக்கியாக வேண்டும் அல்லவா?

மேலை நாட்டுப்புறவியலும் உள்ளூர் நாட்டுப்புறவியலும்

நாட்டுப்புறவியல் என்னும் சிந்தனைப் புலம் தோன்றிய பிரதேசங்களில் அதற்கான நோக்கங்களை ஆராய்ந்தால் அல்லது புரிந்துகொண்டால் அதனுடைய முக்கியத்துவத்தினையும் தேவையையும் புரிந்து கொள்ள முடியும். ஒருவகையில் காலனிய ஆதிக்க மரபிற்கு எதிராகவும் திணிக்கப்படும் புறப் பண்பாட்டுச் சூழலுக்கும் எதிராகவும் முன்வைக்கப்பட்ட கருத்தாக்கம். அதாவது அந்நியப் பண்பாட்டை மறுத்து அந்தந்த நிலத்துக்குரிய

பண்பாட்டைக் கட்டுதல் என்னும் சிந்தனை வலுப்பட்டபோதே நாட்டுப் புறவியல் தோன்றியது. அதாவது, ஒரு நிலத்தில் வாழும் ஆதிக்குடிகளின் வழக்காறுகளைக் கொண்டே அந்நிலத்திற்குரிய வரலாறு எழுதப்பட வேண்டும் என்று வலியுறுத்தியது. ஆனால், வரலாறு நெடுகிலும் ஏதோ ஒரு தேசம் அந்நியர்களால் ஆளப்பட்டே வந்தது. அவர்களின் சிந்தனையே உயர்வானது என்ற போக்கும் திட்டமிட்டே உருவாக்கப்பட்டது.

ஜெர்மனியில் முதன்முதலாக 1815ஆம் ஆண்டில் 'நாட்டார் வழக்காற்றுக் கழகம்' ஆரம்பிக்கப்பட்ட போது அதனுடைய நோக்கம் பின்வருமாறு வெளிப்பட்டதைக் கவனத்தில் கொள்ளலாம். 'நமது மூதாதையர்கள் நமக்காக விட்டுச்சென்ற இப்பெரும் சொத்து நமது தந்தை நாடெங்கும் ஏராளமாகக் காணப்படுகிறது. தொடர்ச்சியான கேலிக்கும் கிண்டலுக்கும் உள்ளாகி வந்திருந்தாலும் இவ்வழக்காறுகள் மறைமுகமாகப் புழக்கத்தில் இருந்து வந்துள்ளன. தங்களது அழகியல் குறித்த எந்தப் பிரக்ஞையுமின்றித் தவிர்க்கமுடியாத தனித் தன்மையுடன் இவை உயிர் வாழ்ந்துகொண்டிருக்கின்றன. இவ்வகை வழக்காறுகளைத் தீவிரமாக ஆராய்வதன் மூலமாகவே நமது கவிதை மரபையும் வரலாற்றையும் மொழியையும் அவற்றின் புராதனத் தன்மையுடன் தோற்ற காரணங்களுடன் நாம் முழுமையாகப் புரிந்துகொள்ள முடியும்' (டி. தருமராஜ், 2011).

என்கிற கூற்றிலிருந்து வழக்காறுகளுக்கு எந்தளவிற்கு முக்கியத்துவம் கொடுத்திருக்கிறார்கள் என்பதை விளங்கிக் கொள்ள முடிகிறது. இது போலவே நாட்டுப்புறவியலை வளர்த் தெடுத்த பின்லாந்து நாட்டிலும் வழக்காறுகளை ஆராய்வதற்குத் தனித்துவத்தினை வழங்கியிருக்கிறார்கள். மேலும், நாட்டுப் புறவியலை வரலாற்று நிலவியல்முறை, அமைப்பியல் ஆய்வுமுறை போன்ற கருத்தியலோடு ஆராய்ந்த சிந்தனையாளர் களான ஜீலியஸ் க்ரோன், கார்லோ க்ரோன், ஃபிராப், கிளாட் லெவிஸ்ட்ராஸ், யாவருமே தன்னுடைய ஆராய்ச்சிக்கு வழக்காறுகளையே சான்றாகக் கொள்கிறார்கள்.

அமெரிக்கக் கருப்பின எழுத்துகளில் மையமாகத் திகழ்வது வழக்காறுகள்தான். பண்பாட்டையும் ஆதிக் கலாச்சாரத்தையும் இழந்த குடிகள் யாவுமே தங்களின் வரலாற்றைக் கட்டியெழுப்பு வதற்கு வழக்காறுகளைத்தான் துணையாகக் கொள்கின்றன. அதாவது முன்னோர்களின் யோசனைகள், வாழ்வியல் முறைமைகள் அடிமைப்பட்ட தேசத்தினருக்குப் புதிய நம்பிக்கைகளை வழங்கியிருக்கின்றன.

இந்தப் பின்னணியோடு நமது நிலத்தில் வேரூன்றிய நாட்டுப் புறவியலை அணுகிப்பார்க்கும்போது வேறுமாதிரியான புரிதல்கள் தென்படத் தொடங்குகின்றன. அதாவது, 'இந்திய வரலாற்று வரைவுகள் அனைத்திலும் காணப்படும் பொதுப்பண்பு அதன் மேட்டிமை (Elitism) சார்புதான். ஒடுக்கப்பட்டோர் மற்றும் விளிம்பு நிலையினர் இவ்வரலாற்று வரைவியலுக்குள் அனுமதிக்கப்பட வில்லை. அவர்களது குரல் அதில் இடம் பெறாது போய்விட்டது' (ஆ. சிவசுப்பிரமணியன், 2018). இந்தக் குரலை ஏற்றுக்கொள்ளும் அதே வேளையில் அயோத்திதாசர் ஒடுக்கப்பட்டோரின் அசலான வழக்காறுகளைக்கொண்டே வரலாற்றை எழுதத் தலைப்படுகிறார் என்பது மிக முக்கியமானதாகும். ஒடுக்கப்பட்டோரின் கலைகளை யும் வழிபாடுகளையும் சடங்குகளையுமே ஆதாரமாகக் கொள்கிறார்.

நாட்டுப்புறவியலாளர் அயோத்திதாசர்

நாட்டுப்புறவியல் என்றால் என்ன? என்ற வரையறையை ஒவ்வொரு ஆய்வாளரும் ஒருமாதிரி வகைப்படுத்துவார்கள். என்றாலும் பொதுவாகச் சொன்னால் வாய்மொழி வழக்காறுகள், நிகழ்த்துக் கலைகள், சமயம் மற்றும் நம்பிக்கைகள், பயன்படு பொருள்கள் ஆகியவற்றின்மீதான ஆராய்ச்சி என்றவாறு புரிந்து கொள்ளலாம்.

'ஒரு சமூகத்தில் பயிலக்கூடிய கதைகள், பழங்கதைகள், புராணங்கள், பாடல்கள், கதைப்பாடல்கள், விடுகதைகள், பழமொழிகள், வாய்மொழி வரலாறுகள் போன்றவை அனைத்தும் 'பேச்சு' என்ற வெளிப்பாட்டு வடிவத்தைக்கொண்டிருப்பதால் இவையனைத்தும் வாய்மொழி வழக்காறுகள் என்று அழைக்கப் படுகின்றன.

நிகழ்த்துக்கலைகள் என்ற இரண்டாவது வகை வழக்காறுகள் 'ஆட்டக் கலைகள்' என்ற மையச்சரடைக் கொண்டுள்ளன. உதாரணமாகக் தமிழகத்தில் வழங்கப்படும் வில்லுப்பாட்டு, தெருக்கூத்து, கணியான் கூத்து, உடுக்கைப்பாட்டு, கரகாட்டம், ஒயிலாட்டம், குறவன் - குறத்தி ஆட்டம், தேவராட்டம், களியலாட்டம் போன்ற பல்வேறு ஆட்டக் கலைகளும் நிகழ்த்துக் கலைகள் என வகைப்படுத்தப்படுகின்றன.

மூன்றாவது வகை வழக்காறுகள் நாட்டார் சமயம் மற்றும் அது தொடர்பான நம்பிக்கை அமைப்புகள் என்றழைக்கப்படுகின்றன. நிறுவனமயமாகி, ஒற்றை ஒழுங்கிற்கு உட்படுத்தப்பட்ட

சமயங்களைக் கடந்து, மக்கள் மத்தியில் ஏராளமான வழிபாட்டு முறைமைகள் காணப்படுகின்றன. இத்தகைய வழிபாடுகள் அனைத்தும் அந்தந்த வட்டார அல்லது ஊரின் குணங்களைக் கொண்டுள்ளன. குறிப்பாகச் சொல்வதானால் தமிழகத்தில் காணப்படும் அம்மன், சுடலை, சாஸ்தா, மாடன், கருப்பு போன்ற தெய்வ வழிபாடுகள் எந்தவொரு நிறுவனமயமாக்கலுக்கும் அப்பாற் பட்டவை. கிராம தெய்வங்கள் அல்லது நாட்டார் தெய்வங்கள் என்ற பெயரில் வழங்கப்படும் இக்கடவுள்களும் அவை பற்றிய கதைகளும் நம்பிக்கைகளும் வழிபாடுகளும் 'நாட்டார் சமயம்' என்ற வழக்காற்று வடிவங்களாகக் கருதப்படுகின்றன.

நாட்டார் கைவினைப் பொருள்களும் (மட்பாண்டம், கூடை, பாய்,) அவற்றைச் செய்யக்கூடிய முறைகளும் பயன்படுத்தும் முறைகளும் நாட்டார் ஓவியங்களும் சிற்பங்களும் நாட்டார் அறிவியல் முறைகளும் நான்காவது வகையென அழைக்கப் படுகின்றன'. (டி. தருமராஜ், 2011).

அயோத்திதாசர் நாட்டுப்புறவியலின் ஆதாரங்களைக் கணக்கில் கொண்டே வரலாற்றை எழுத முயற்சிக்கிறார். ஒடுக்கப்பட்டோரின் அடையாளம் வழக்காறுகள் என்றால் அதனையே முழுமுதல் சான்றாகக் கொள்கிறார். குறிப்பாகச் சமயம் மற்றும் நம்பிக்கை களில் அதிதீவிரமாகத் தன்னுடைய பார்வையைச் செலுத்துகிறார். இங்கு வெளிப்படும் அயோத்திதாசர் இதுவரையிலும் சொல்லப் பட்டுவந்த அல்லது வழிபட்டு வந்த திருவிழாக்களையும் சடங்குகளையும் மறுத்து வேறுவிளக்கம் கொடுக்கிறார். அதாவது அப்படியே எடுத்துக் கொள்ளாமல் ஆதியில் இவ்வாறுதான் இருந்தது என்று கட்டமைக்கிறார்.

'மரபாகச் சொல்லப்பட்டு வரும் விளக்கங்களை முற்றிலும் மறுப்பதாக அமைகின்றன அயோத்திதாசரின் விளக்கங்கள். ஏறக்குறைய அவரது, எல்லா விளக்கங்களும் ஏற்கெனவே சொல்லப்பட்டு வருபவற்றுக்குத் தலைகீழாக அமைந்துள்ளன. இத்தலைகீழ் விளக்கங்களைப் பொத்தாம் பொதுவாய்ச் சொல்லிப் பார்காமல் ஆதாரப்பூர்வமாய் நிறுவவும் செய்கின்றார். பழந்தமிழ் இலக்கியங்கள், இலக்கண நூற்கள், நிகண்டுகள், பழமொழிகள், பழஞ்சொற்கள் என ஒரு பரந்த தளத்திலிருந்து தனது வாதத்திற்கான ஆதாரங்களை அவர் எடுத்துக் கொள்கிறார்.

வெவ்வேறு தரப்புகளிலிருந்து இவ்வாறு அவர் ஆதாரங்களை முன்வைக்கும் செயல்பாடு இன்றைய தமிழ்ச் சூழலில்

காணப்படாத ஒன்று. மேலும், இவ்வாறு முன் வைக்கப்படும் ஆதாரங்களுக்கிடை யேயும் அதைச் சார்ந்த தனது விளக்கங் களுக்கிடையேயும் அறுபட்டு விடாத தர்க்கமுறையும் தனது கட்டுரைகளில் கட்டமைத்துக் கொள்கிறார். ஆதாரங்கள், விளக்கங்கள், தர்க்கம் என்ற மூன்றும் பின்னிப் பிணைந்ததாகவே அவரது கட்டுரைகள் அமைந்துள்ளன' (டி. தருமராஜ்,2011).

அயோத்திதாசர் சிந்தனைகள் தொகுதி இரண்டில் சமயம்பற்றிய பகுதியில் இடம்பெறும் கட்டுரைகளைக் கணக்கில்கொண்டால் இரண்டுவிதமான ஆராய்ச்சியாளராக அயோத்திதாசர் வெளிப்படுகிறார். ஒன்று பௌத்த நெறியை விளக்க முயற்சிக்கும் அதேவேளையில் நாட்டுப்புறப் பண்பாட்டில் காலங்காலமாகப் பின்பற்றப்படும் சடங்குகளையும் ஆராய்ச்சிக்கு உட்படுத்துகிறார். 'ஆடிமாதத்தில் அம்மனைச் சிந்திக்கும் விவரம்', 'மாளிய அமாவாசை என்னும் மாவலி அமாவாசி தன்ம விவரன்', 'தீபாவளி பண்டிகை என்னும் தீபவதி ஸ்னான விவரன்,' 'கார்த்திகை தீபமென வழங்கும் கார்துல தீப விபரம்', 'சங்கராந்தி பண்டிகை விபரம்', 'காமன் பண்டிகை விபரம்', 'மஞ்சள் உடுத்திக் கரகம்', 'மொட்டையும் மஞ்சளும்', போன்ற கட்டுரைகளில் உண்மையான வரலாற்றை அறிவியல் பூர்வமாக விளக்கிக் காட்டுகிறார். அதாவது காரண காரியத்தோடு ஒரு சடங்கு எவ்வாறு கொண்டாடப்படுகிறது என்று விளக்குகிறார்.

இக்காலத்தில் நாம் கொண்டாடி வரும் தீபாவளி மற்றும் கார்த்திகைத் தீபத் திருநாள் ஓர் இந்துப் பண்டிகையாக வரலாறு சொல்லப்படுகிறது. ஆனால் அயோத்திதாசரோ ஒரு 'வித்து' கண்டுபிடிக்கப்பட்ட நாளை எவ்வாறு மக்கள் பண்டிகையாகக் கொண்டாடுகிறார்கள் என்று விளக்கிச் செல்கிறார். இந்த வித்தைக் கண்டுபிடித்தது ஒரு பௌத்தத் துறவி என்பதும் /பௌத்தச் சடங்கு என்பதும் அயோத்திதாசரின் கண்டுபிடிப்பு.

'பௌத்தத்தை தமிழ் மரபோடே விளங்கிக்கொள்ள முடியும். தமிழ் எழுத்து மரபும் வாய்மொழி மரபும் பின்னிப் பிணைந்த பண்பாடே தமிழ் பௌத்தம் என்பதிலும் அயோத்திதாசர் தீர்மானமாக இருந்தார். குறிப்பாக, வாய்மொழி மரபில் காணப்படும் ஏராளமான சமயக் கூறுகள் பௌத்த சமயக் கூறுகளே. வாழ்க்கை வட்டச் சடங்குகளில் காணப்படும் குறியீட்டுச் செயல்கள் அனைத்தும் பௌத்தக் குறியீடுகளே என்று அயோத்திதாசர் நம்புகிறார்'.(டி. தருமராஜ்,2019).

இன்றைய நாட்டுப்புற ஆய்வுகளில் ஏராளமான வாழ்க்கை வட்டச் சடங்குகள் குறித்து விரிவாக விளக்கப்படுகின்றன. மறுப்பதற்கு இல்லை. ஆனால் அவை யாவும் அதனுடைய புற ஒழுங்குகள் குறித்த பார்வையாக இருக்கிறது என்றுதான் சொல்லவேண்டும். சான்றாக 'அம்மன் வழிபாட்டை எடுத்துக்கொண்டோமெனில் அந்த வழிபாட்டில் எந்தெந்தச் சமூகங்கள் கலந்துகொள்கின்றன? வழிபாடு எவ்வாறு நடத்தப்படுகிறது? என்ற கோணத்தில் அணுகப்படுகிறதே தவிர அம்மனுக்கும் மஞ்சள் தண்ணீருக்கும் என்ன சம்பந்தம்? வேப்பிலைக்கும் அம்மனுக்கும் என்ன சம்பந்தம் என்ற அக ஒழுங்கை ஆராய்ச்சிக்கு உட்படுத்துவது இல்லை. ஆனால் அயோத்திதாசர் கண்டடைந்து கூறுகிறார். அதனால்தான் வாழ்க்கை வட்டச் சடங்குகளை ஆராய்ந்த முன்னோடி என்று அயோத்திதாசரை மதிப்பிடமுடிகிறது. 'ஒரு பக்கம் பௌத்த தன்மத்தைக் கறாராக வரையறுத்துச் சொல்லும் குரல் ஒலிக்கிறதென்றால் மறுபக்கம் தமிழ் மரபுகளில் அதன் வேர்களைக் கண்டுணரும் குரலும் கேட்கிறது (டி. தருமராஜ், 2019).

பழமரபுக் கதையும் இந்திர தேச சரித்திரமும்

இந்திய வரலாறு என்று நமக்குச் சொல்லப்பட்டு வருவதையும் எழுதப்பட்டுள்ளதையும் எடுத்துக்கொண்டும் அயோத்திதாசர் இத்தேசத்தின் வரலாறாக சொல்லப்படுவதையும் இணைத்துப் பார்க்கும்போது, இந்திய வரலாற்றின்மீது நமக்குச் சந்தேகம் வருகிறது. இன்றைய சூழலில் இந்திய வரலாறென்பது 'இந்து' வரலாறுதான். இந்த வரலாற்றைக் கட்டியெழுப்புவதற்காகத்தான் வரலாற்று ஆசிரியர்கள் தொடர்ந்து முயற்சித்துக்கொண்டிருக் கிறார்கள். ஒரு மாற்று வரலாற்றை எழுதுவதற்கான சாத்தியம் இன்றைய சூழலில் இல்லை.

இப்போது, வரலாறென்றால் என்ன? யார் பார்வையில் வரலாறு எழுதப்பட்டுள்ளது? மாற்று வரலாறென்றால் என்ன? ஆகிய கேள்விகள் இயல்பாக எழுகின்றன.

'இதுநாள்வரைக்கும் 'தேசியம்' என்று பேசிக்கொண்டிருந்ததால் மக்களின் பிரச்னைகள் சரியாக அங்கீகரிக்கப்படாத தன்மையை நம்மால் பார்க்க முடிகிறது. இதுநாள் வரையில் வரலாறு எதைத் தரவுகள் என்று சொல்லிக்கொண்டிருந்ததோ, அந்தத் தரவுகளுக்கும் நாம் கவனம் கொள்கிற சாமான்யருக்கும் எந்தத் தொடர்பும் இருக்க வில்லை. கல்வெட்டுகள், செப்பேடுகள், ஓலைச்சுவடிகள், அனைத்தும் மக்கள் வாழ்கிற குடியிருப்புகளில்தான் இருக்கின்றன

என்றாலும் அவற்றை வாசிப்பதற்கும் பராமரிப்பதற்குமான அருகதை மக்களுக்கு வழங்கப்பட்டிருக்கிறதா? நாம் இதுவரைக்கு மான மரபான வரலாற்றுத் தரவுகள் என்று சொல்லிக்கொண்டிருக்கிற அனைத்தும் சமூகத்தின் ஒரு சிறு பகுதியை மட்டும் பிரதிநிதித்துவம் செய்வதையே மீண்டும் மீண்டும் பார்க்க முடிகிறது. அப்படியானால் உள்ளூர் வரலாற்றையும் வட்டார வரலாற்றையும் எதிலிருந்து வரைவது. அவற்றுக்கான தரவுகள் என்ன?

பெருவாரியான மக்கள் வாய்மொத் தரவுகளில்தான் தம் பாரம்பரியத் தையும் மரபையும் போற்றிப் பாதுகாத்துக் கொண்டிருக்கிறார்கள். அவர்களிடம் பட்டமோ, கல்வெட்டு அடிக்கிற பழக்கமோ, காசு வெளியிடுகிற பழக்கமோ இருந்திருக்கவில்லை. தங்கள் ஞாபகங் களையே பெரிதும் நம்பியிருக்கிற இம்மக்கள், கடந்த காலச் சம்பவங்களையும் அனுபவங்களையும் திரும்பத் திரும்பச் சொல்லிக்கொள்ளும் வழக்காறுகளாகவே பதிந்து வைத்திருக்கிராரகள்.

இப்போது நம்முன் சில கேள்விகள் எழுகின்றன. வழக்காறு களுக்கும் வரலாறுக்கும் என்ன சம்பந்தம் இருக்கமுடியும்? வழக்காறுகள் எல்லாம் வரலாற்று ரீதியானவையா? வாய்மொழித் தரவுகளுக்குள்ளே வரலாறு அல்லது கடந்தகாலம் இருக்கிறதா? இருக்கிறது என்றால் என்னவாக இருக்கிறது? பொதுவாக வாய்மொழி வழக்காறுகள் மக்களுடைய நிகழ்காலத்தை வெளிப்படுத்துபவை என்பதே பரவலான கருத்து. அவை தொடர்ந்து மாறிக்கொண்டிருக்கக் கூடியவை. மக்கள் மத்தியில் இன்றைய காலகட்டத்தில் ஒரு கதை வழங்குகிறதென்றால் அது இன்றைய உணர்வுகளை வெளிப்படுத்தும் வகையிலேயே சொல்லப்படுகிறது. அதுபோல ஒரு தெய்வத்தைக் கும்பிட்டுக் கொண்டிருக்கிறார்கள் என்றால் இது இன்றைய காலகட்டத்தில் அவர்களுக்குத் தேவையாய் இருக்கிறது. அதனாலேயே அவர்கள் அதைக் கும்பிட்டுக் கொண்டிருக்கிறார்கள் என்று பொருள். அதனாலேயே வாய்மொழி மரபுகளைக் கடந்த காலத்தைப்பற்றிய பதிவுகள் என்று சொல்லுவதைவிடவும் நிகழ்காலத்தைப்பற்றிய மக்களின் உணர்வுகள் வெளிப்பாடுகள் என்று சொல்வதுதான் சரியானதாக இருக்க முடியும்.

ஆனால், வாய்மொழி வழக்காறு மக்களின் நிகழ்காலத்தைச் சொல்லக் கூடியவை மட்டுமா? என்றால், இல்லை! அதில் கடந்த காலமும் இருக்கிறது என்று சொல்வேன். அதிலுள்ள கடந்தகாலம்

நிகழ்காலத் தேவையை ஒட்டியே வடிவமைக்கப்பட்டிருக்கிறது' (டி. தருமராஜ், 2009).

அயோத்திதாசருக்கு ஒரு மாற்று வரலாற்றைக் கட்டமைக்க வேண்டும் என்கிற தேவை ஏற்படுகிறது. பழமரபுக் கதையாக மக்களிடம் ஊறிப்போய்க் கிடக்கும் பௌத்தக் கதையாடலின் வழியாக இந்த தேசத்தின் வரலாற்றை இந்திர தேச வரலாறாக எழுதுகிறார்.

'இந்திர தேச சரித்திரம்' பற்றிச் சொல்லுவதற்கு ஏராளமாக இருப்பினும் ஒரே வரியில் அறிமுகம் செய்வதானால் அது ஒரு வரலாற்று நூல்; இந்த தேசத்தின் வரலாற்றைப் பேசக்கூடிய நூல். இந்த தேசத்தின் கதையை ஒடுக்கப்பட்டோரின் வரலாறாகக் கட்டமைக்கும் நூல்'(டி. தருமராஜ், 2019).

இந்தப் புனைவு வரலாற்று நூல் வழியாக இந்திய நாட்டின் ஆதிக்குடிகள் யாவர்? அவர்களது பண்பாடும் பழக்க வழக்கங்களும் எவ்வாறெல்லாம் இருந்தன என்பதை விரிவாக விளக்குகிறார். பின்பு இடையில் வரும் வேஷப் பிராமணர்கள் எவ்வாறெல்லாம் புரட்டுகளை இட்டுக் கட்டி இந்தத் தேசத்தைக் காலி செய்து, அறமற்ற தேசமாக மாற்றினார்கள் என்று விவரிக்கிறார். அதாவது ஒண்ட வந்த பார்ப்பன கூட்டத்தினரிடம் ஆதிக்குடிகள் வீழ்ந்த வரலாறு இந்திர தேச வரலாறு. இந்த மாற்று வரலாறை எழுதும்போதுதான் தலைகீழாக்கம் நிகழ்கிறது. சான்றாக, 'இந்தியா' என்ற சொல்லுக்கான பொருளை எவ்வாறு அர்த்தப்படுத்திக்கொள்கிறோம்? இந்து - இந்து நாடு - இந்துக்களின் நாடு - இந்திய நாடு. ஆனால் அயோத்திதாசர்,

'ஐம்புலன்களையும் அடக்கி ஆண்ட சித்தார்த்தன் 'ஐந்திரன்' என்று புகழப்படுகிறான். ஐந்திரன் என்ற பெயர் இந்திரனாக மாறுகிறது. கூடவே, அவனை வணங்குகிறவர்களும் இந்திரர்கள் என்று சொல்லப்படுகிறார்கள். எனவே, அவர்கள் வாழும் நாடு இந்திரர் நாடு. இந்திர நாடே இந்திய நாடாகிறது. இந்திரர் இந்தியர் ஆகிறார்.

புத்தன் தவமிருந்து பெற்ற வரம் 'அறம்' என்று சொல்லப்பட்டது. அறமாகிய வரத்தையே புத்தன் மக்களுக்குப் போதித்தான். அறவரத்தைப் போதித்தவன் 'வரதன்' ஆனான். வரதன் என்ற பெயர் மருவி பரதன் ஆகியது. பரதன் வாழ்ந்த நாடு பாரத நாடு. எல்லாமே புத்தனின் பெயர்கள்' (டி. தருமராஜ், 2019).

அயோத்திதாசரை ஓர் நாட்டுபுறவியல் முன்னோடி என்று சொல்லுவதற்கான காரணம், அதிகமாக மக்கள் வழக்காறுகளை ஆராய்ந்தவர். பாரம்பரிய அறிவுமீது நம்பிக்கை கொண்டவர். சித்தமருத்துவம் வழியாக மருத்துவமுறையை வளர்த்தெடுத்தவர். பாரம்பரியச் சடங்கு மற்றும் உணவு ஆகியவற்றின்மீது நம்பிக்கை கொண்டவர்.

நாட்டுப்புறவியலானது ஒரு நாட்டின் பாரம்பரியங்களை நினைவு படுத்துவதும் வலியுறுத்துவதும் ஆகும். குறிப்பாக எழுதப்பட்ட எழுத்துகளைவிடப் பொதுமக்களின் புழக்கத்தினுள் புதைந்த யோசனைகளையே முன்வைத்துப் பேசுகிறது. அயோத்திதாசரும் நாட்டுப்புறச் சடங்குகளை, பழமொழிகளை, கதைகளை, புராணங்களை ஏற்றுக்கொண்டவர். ஆனால், அதனுள் கலந்திருக்கும் கலப்படத்தை நீக்கிக் காரணகாரியத்தை முன்வைத்து வரலாற்றை எழுதியவர். அதனாலேயே வரலாற்றில் ஆதி நாட்டுப்புறவியலாளராக வெளிப்படுகிறார்.

•

துணை நூற்பட்டியல்

- அயோத்திதாசர் சிந்தனைகள், தொகுதி 1, 2, (2011), நாட்டார் வழக்காற்றியல் ஆய்வு மையம், பாளையங்கோட்டை - 02.

- டி. தருமராஜ், அயோத்திதாசர்:பார்ப்பனர் முதல் பறையர் வரை, (2019), கிழக்கு வெளியீடு, சென்னை-14.

- டி. தருமராஜ், தமிழ் நாட்டுப்புறவியல்,(2011), புலம் வெளியீடு, சென்னை-05.

- டி. தருமராஜ், சனங்களின் சாமிகள், (2006), நாட்டார் வழக்காற்றியல் ஆய்வு மையம், பாளையங்கோட்டை-02.

- டி. தருமராஜ் - வ. கீதா, உள்ளூர் வரலாறு, (2009), பாரதி புத்தகாலயம், சென்னை-18

- தே.லூர்து, நாட்டார் வழக்காற்றியல் சில அடிப்படைகள்,(2008), நாட்டார் வழக்காற்றியல் ஆய்வு மையம், பாளையங்கோட்டை-02.

•

கட்டுரையாளர்கள் குறிப்பு

பா.ச. அரிபாபு : மதுரை அமெரிக்கன் கல்லூரித் தமிழ் உயராய்வு மையத்தில் உதவிப்பேராசிரியராகப் பணியாற்றி வருகிறார். 'இராமாயண ஒயில்', 'திணை மரபும் நவீனமும்' உள்ளிட்ட நூல்களின் ஆசிரியர். நாட்டுப்புறவியல் மற்றும் மானுடவியல் ஆய்வுகளின்மீது கவனம் செலுத்தி வரும் இவர், மூன்றாண்டுகளுக்கு மேலாக 'பஃபூன்' என்ற பெயரில் வலையொளி ஒன்றை நடத்திக் கொண்டிருக்கிறார். தமிழகத்திலுள்ள நாட்டுப்புறக்கலைஞர்கள், அலைகுடிகள், பழங்குடிகள் உள்ளிட்ட விளிம்புநிலை மக்களின் பண்பாட்டியலை ஆவணப்படுத்தி வருகிறார். டி. தருமராஜின் அயோத்திதாசரியம் நூலின் தொகுப்பாசிரியர்.

டி. தருமராஜ் : மதுரை காமராசர் பல்கலைக் கழக நாட்டுப்புறவியல் மற்றும் பண்பாட்டு ஆய்வுகள் துறையின் தலைவர் மற்றும் பேராசிரியர். நவீனத் திறனாய்வுத் தடத்தில் நாட்டுப்புறவியல், மானுடவியல், அரசியல், சமூகம், கலைகள், இலக்கியம் போன்றவற்றைக் கோட்பாட்டு ரீதியில் எழுதி வருகிறவர். 'நான் பூர்வ பௌத்தன்', 'நான் ஏன் தலித்தும் அல்ல?', 'தமிழ் நாட்டுப்புறவியல்', 'அயோத்திதாசர்: பார்ப்பனர் முதல் பறையர் வரை', 'இளையராஜாவை வரைதல்' உள்ளிட்ட நூல்களின் ஆசிரியர்.

ஜெயமோகன் : நவீனத் தமிழ் எழுத்தாளர். கவிதை, கட்டுரை, நாவல், சிறுகதை, நாடகம், இலக்கிய விமரிசனம், திரைப்பட வசனம் எனப் பல்வேறு தளங்களில் செயல்பட்டு வருபவர். காந்தி, அயோத்திதாசர் மற்றும் பெரியார் குறித்து விரிவாக எழுதியவர்.

ஸ்டாலின் ராஜாங்கம்: மதுரை அமெரிக்கன் கல்லூரித் தமிழ் உயராய்வு மையத்தில் உதவிப் பேராசிரியராகப் பணியாற்றி வருபவர். வட்டார எழுத்தியல், உள்ளூர் வரலாறு, தலித் வரலாறு ஆகியவற்றின்மீது தொடர்ந்து ஆய்வுகளை நிகழ்த்தி வருபவர். அயோத்திதாசர் குறித்த ஆய்வாளர்களில் குறிப்பிடத்தகுந்தவர்.

சமஸ் : பத்திரிகையாளர். இந்து தமிழ்த் திசையில் பணியாற்றி வந்த இவர், தற்போது 'அருஞ்சொல்' என்னும் பெயரில் இணையப் பத்திரிகை ஒன்றைச் சிறப்பாக நடத்திவருகிறார்.

பிரேம் : புதுதில்லி பல்கலைக்கழக நவீன இந்திய மொழிகள் மற்றும் இலக்கிய ஆய்வுகள் துறைப்பேராசிரியர். இவர் கவிதை, கட்டுரை, நாவல், சிறுகதை, நாடகம், விமரிசனம் மற்றும் பண்பாட்டு ஆய்வுகள் எனப் பல்வேறு தளங்களில் செயல்பட்டு வருகிறார். அயோத்திதாசர் குறித்து ஆராய்ந்த ஆய்வாளர்களுள் மிக முக்கியமானவர்.

ஏர் மகாராசன் : பண்பாட்டு ஆய்வாளர் - எழுத்தாளர். தமிழர் நிலம், மொழி, பண்பாடு குறித்த ஆய்வுகளைத் தொடர்ந்து மேற்கொண்டு வருபவர். 'மக்கள் தமிழ் ஆய்வரண்', 'வேளாண் மக்கள் ஆய்வுகள் வட்டம்' ஆய்வு மையங்களை உருவாக்கிச் செயல்பட்டு வருபவர். 'ஏர்' இதழின் ஆசிரியர்.

சி. சரவண கார்த்திகேயன் : நவீனத் தமிழ் எழுத்தாளர். பெங்களூரில் மென்பொருள் நிறுவனத்தில் பணி. கவிதை, கட்டுரை, நாவல், சிறுகதை, விமரிசனம் எனப் பல்வேறு தளங்களில் தொடர்ந்து இயங்கி வருபவர்.

சுரேஷ் பிரதீப் : நவீனத் தமிழ்எழுத்தாளர். அஞ்சல் துறையில் பணியாற்றி வருகிறார். சிறுகதை, கட்டுரை, நாவல், விமர்சனம் எனப் பல தளங்களில் இயங்கி வருபவர். 'அகழ்' என்னும் இணைய இதழை நடத்தி வருகிறார்.

ஈசுவரப்பாண்டி : அலோபதி மருத்துவர். பௌத்த எழுத்துக் களின்மீதும் ஆய்வுகளின் மீதும் கவனத்தைச் செலுத்தி வருபவர்

சாந்தி நக்கீரன் : ஆய்வாளர். தமிழில் வெளியாகியுள்ள தலித் ஆய்வுகளை ஆங்கிலத்தில் மொழிபெயர்க்கும் பணியை மேற்கொண்டு வருபவர்.

இராவணன் அம்பேத்கர் : பண்பாட்டு ஆய்வாளர். தீவிரமான வாசிப்பும் விமர்சன நோக்கும் கொண்டவர். திராட, தலித் இயக்கங்களின்மீதான அரசியல் சமூக விமர்சகர்.

கோபிநாத் : மதுரை காமராசர் பல்கலைக்கழக நாட்டுப்புறவியல் மற்றும் பண்பாட்டு ஆய்வுகள் துறையில் உதவிப் பேராசிரியராகப் பணியாற்றி வருகிறார். நாட்டுப்புறவியல் மற்றும் மானுடவியல் ஆய்வுகளின்மீது தீவிர கவனம் செலுத்தி வருபவர்.

அ. கலையரசி : மதுரை காமராசர் பல்கலைக் கழக நாட்டுப்புறவியல் மற்றும் பண்பாட்டு ஆய்வுகள் துறையில் உதவிப் பேராசிரியராகப் பணியாற்றி வருகிறார். நாட்டுப்புறவியல் மற்றும் மானுடவியல் ஆய்வுகளின்மீது தீவிர கவனம் செலுத்தி வருபவர்.

சக்திவேல் : தீவிர வாசிப்பும் தேடலும் கொண்டவர். தமிழ்ச் சிந்தனைத் தளத்திலும் தத்துவத் தளத்திலும் தனது தேடலை ஆய்வு நோக்குடன் தீவிரப்படுத்தி வருபவர்.

இரா. கார்த்திக் : மதுரை காமராசர் பல்கலைக்கழக நாட்டுப் புறவியல் மற்றும் பண்பாட்டு ஆய்வுகள் துறையில் ஆய்வை மேற்கொண்டு வருபவர். தமிழ் மேடைநாடக மரபு பற்றி ஆராய்ந்து வருகிறார்.

மனோஜ் பாலசுப்பிரமணியன் : தலித்திய ஆய்வுகளின்மீது தீவிரக் கவனம் செலுத்தி வரும் இவர், மாற்று வரலாற்றை எழுதும் முயற்சியில் ஈடுபட்டு வருகிறார்.

●●●

அயோத்திதாசர்

பார்ப்பனர் முதல் பறையர் வரை

டி. தருமராஜ்

பண்பாட்டு வரலாற்றையும் வாய்மொழிக் கதைகளையும் இழைத்து கற்பனையையும் நிஜத்தையும் கலந்து அயோத்திதாசர் கட்டமைத்த ஓர் அசாதாரணமான உலகை ரத்தமும் சதையுமாகக் கண்முன் நிறுத்துகிறது இந்நூல். சாத்தியமாகக்கூடிய அத்தனை கோணங்களிலும் அயோத்திதாசரை அணுகி, நுணுக்கமாக ஆராயும் இப்படியொரு நூல் வெளிவந்ததில்லை. இந்த அளவுக்கு விரிவாகவும் ஆழமாகவும் அயோத்திதாசர் கொண்டாடப்படுவது இதுவே முதல்முறை.

நான் ஏன் தலித்தும் அல்ல?

டி. தருமராஜ்

அயோத்திதாசர் முதல் அம்பேத்கர் வரை; திராவிட அரசியல் முதல் சாதி அரசியல் வரை; மாட்டுக்கறி முதல் ஆணவக் கொலை வரை; மெட்ராஸ் திரைப்படம் தொடங்கி எம்.எஸ்.எஸ். பாண்டியன் வரை... படர்ந்து விரிந்து செல்லும் பத்து ஆழமான ஆய்வுக் கட்டுரைகளை உள்ளடக்கியுள்ளது இந்நூல். இவை அனைத்துக்கும் மையப்புள்ளியாக அமைந்திருக்கும் கேள்வி ஒன்றுதான். 'நான் ஏன் தலித்தும் அல்ல?'

நீங்கள் விரும்பும் புத்தகம்
உங்கள் வீடு தேடி வர அழையுங்கள்

Dial for Books: 94459 01234 / 9445 97 97 97

WhatsApp No: 95000 45609

www.dialforbooks.in
www.amazon.in
www.flipkart.com
